'डज ही नो अ मदर्स हार्ट?' या इंग्रजी पुस्तकाचा मराठी अनुवाद

कळेल का 'त्याला' आईचं मन?

अरुण शौरी

अनुवाद
सुप्रिया वकील

मेहता पब्लिशिंग हाऊस

Email : info@mehtapublishinghouse.com

- *या पुस्तकातील लेखकाची मते, घटना, वर्णने ही त्या लेखकाची असून त्याच्याशी प्रकाशक सहमत असतीलच असे नाही.*

DOES HE KNOW A MOTHER'S HEART? by ARUN SHOURIE
First Published in India in 2011, by Harper Collins Publishers India a joint venture with The India Today Group

Copyright © Arun Shourie 2011

Translated into Marathi Language by Supriya Vakil

कळेल का 'त्याला' आईचं मन? / अनुवादित अनुभवकथन
अनुवाद : सुप्रिया वकील, १०२, यशोवर्धन अपार्टमेंट, ६५३ ई,
शाहुपुरी ३री गल्ली, कोल्हापूर – ०१.
supriyawakil@gmail.com

मराठी अनुवादाचे व प्रकाशनाचे हक्क मेहता पब्लिशिंग हाऊस, पुणे.

प्रकाशक : सुनील अनिल मेहता, मेहता पब्लिशिंग हाऊस,
१९४१, सदाशिव पेठ, माडीवाले कॉलनी, पुणे ३०.
अक्षरजुळणी : इफेक्ट्स, कोथरूड, पुणे ३८.

मुखपृष्ठ : चंद्रमोहन कुलकर्णी
प्रकाशनकाल : २४ ऑक्टोबर, २०१४ / पुनर्मुद्रण : मे, २०१८

P Book ISBN 9788184985665
E Book ISBN 9788184985696
E Books available on : play.google.com/store/books
www.amazon.in

'वेगळी मुलं' वाढवावी लागलेल्या मातांना...

अनुक्रमणिका

दुःख आणि वियोग सोसावा लागलेल्या प्रत्येकासाठी....

जर सर्वज्ञ, सर्वशक्तिमान शिवाय दयाघन परमेश्वर असेल, तर प्रचंड दुःखभोग इतक्या प्रमाणात कसे काय दिसले असते? आपले पवित्र धर्मग्रंथ या दुःखभोगांचे स्पष्टीकरण कसे करतात? द्याव्या लागणाऱ्या सत्त्वपरीक्षेपुढे ही स्पष्टीकरणे टिकाव धरतात का?

आपला अनुभव देवाच्या अस्तित्वाची साक्ष देतो का? की आपल्याला ज्या-ज्या गोष्टींमधून पार व्हावं लागतं, ते सगळं काळ आणि योगायोग यानुसारच ठरतं?

दुःख भोग आणि यातना प्रत्यक्ष पाहणाऱ्या अरुण शौरी यांनी पवित्र ग्रंथांचा अभ्यास केला आहे. अखेर ते बुद्धांच्या शिकवणीकडे का आकर्षित झाले आणि या शिकवणीतून दैनंदिन जीवनात कोणते धडे अनुसरता येतील, याबद्दल शौरी यांनी पुस्तकात सांगितले आहे.

तात मात गुरु सखा तू...

तुमच्या शेजाऱ्यांना एक मुलगा आहे. आता तो पस्तीस वर्षांचा आहे. त्याच्या वयावरून तुम्हाला वाटेल की, तो उमदा तरुण असणार. त्यामुळे त्याच्या आई-वडिलांना भेटल्यावर तुम्ही अगदी सवयीनं विचारणार, ''तुमचा मुलगा काय करतो?''

पण 'उमदा तरुण' हा तुमचा शब्दप्रयोग इथे योग्य ठरणार नाही, कारण तो तरुण मुलगा अजून लहान मुलासारखाच आहे.

तो चालू शकत नाही. एवढंच काय, तो उभाही राहू शकत नाही. त्याचा उजवा हात काम करत नाही. त्याला फक्त त्याच्या डाव्या बाजूचं पाहाता येतं. त्याची श्रवणशक्ती त्याच्या स्मरणशक्तीसारखीच तल्लख आहे; पण त्याला फक्त एखादाच शब्दोच्चार करता येतो.

त्याचे वडील त्याच्यावर ओरडतात. त्याला चिडून म्हणतात,

''तुझ्यामुळे आमच्या घरात दुःख आलंय. तू येईपर्यंत आम्हाला दुःख म्हणजे काय हेसुद्धा माहीत नव्हतं. स्वतःकडे बघ... अशक्त, परावलंबी, तोंडातून लाळ गळतीय. काऽही कामाचा नाही....''

वडील त्याच्यावर ओरडतायेत, शिव्यांची लाखोली वाहातायेत. त्याला मारहाण करतायेत, काळं-निळं होईपर्यंत झोडपतायेत... ते पाहून घरातले बाकीचे त्याला वडिलांच्या संतापाच्या चटक्यांपासून वाचविण्याचा प्रयत्न करतायेत. पण वडील त्याच्या अंगावर धावून जातायेत, त्याच्यावर हात उगारत त्यांना अपशब्द वापरतायेत....

अशा पित्याबद्दल तुम्हाला काय वाटेल? तुम्ही पोलिसांत किंवा तत्सम अधिकारी संस्थेकडे त्याची तक्रार नोंदवून त्याला अटक करायला लावाल ना? त्या मुलाला बापाच्या तावडीतून सोडविण्यासाठी तुम्ही तुम्हाला शक्य ते सगळं काही कराल ना?

पण पिता, म्हणजे जर 'तो' – *The Father*... यातसुद्धा 'टी' आणि 'एफ'

ही दोन्ही अक्षरं 'कॅपिटल' आणि 'इटॅलिक्स'मध्ये असं असेल तर? म्हणजेच हा 'पिता' म्हणजे 'देव' असेल तर?

हे कळताच आपल्यापैकी बऱ्याच जणांचा दृष्टिकोन अचानक का बदलतो? अचानक ते म्हणू लागतात की, 'देवानं असं करण्याला काहीतरी कारण नक्कीच असणार?'

अचानक ते त्या बिचाऱ्या मुलाच्या माथी खापर फोडू लागतात : 'त्यानं मागच्या जन्मी काहीतरी भयंकर केलं असणार, त्यामुळे त्याच्या वाट्याला असे हाल आले आहेत....'

आणि तरीही ते मूल प्रेम करतं. ते हसतं. ते अगदी छोट्या-छोट्या गोष्टींमुळे आनंदानं मोहरून जातं... जशा की, तलत महमूदची एखादी ध्वनिफीत, उपाहारगृहात भोजन, मावशी किंवा मावसभावाचं येणं... मग आपण काय निष्कर्ष काढायचा? त्याच्या पित्यानं त्याच्यावर केलेल्या क्रौर्याच्या वर्षावानं त्याचं 'व्यक्तित्व घडलं' आहे? त्यामुळे त्याच्यात सहनशक्ती निर्माण झाली आहे? आपण असा अर्थ काढायचा का की, 'बघा, आपल्याला पिता क्रूर वाटत असला तरी प्रत्यक्षात तो पुत्र सहन करू शकेल, त्यापेक्षा अधिक कष्ट त्याच्यावर कधीही लादत नाही?'

आपण असं म्हणणार असू आणि एवढाच तर्क काढणार असू, तर हे फक्त चीड आणणारंच नव्हे, तर असयुक्तिक असेल आणि तरीही पूज्य धार्मिक ग्रंथांत परमेश्वराबद्दल असं लिहिलेलं आहे की :

तो आपलं व्यक्तित्व घडविण्यासाठी आपल्याला खडतर आयुष्य देतो आणि तो एखाद्या व्यक्तीच्या सहनशक्तीच्या पलीकडे जातील; इतके कष्ट त्याच्या वाट्याला कधीही देत नाही.

हे मूल आहे, आमचा मुलगा आदित्य. तो आमचं जीवन आहे. तो पस्तीस वर्षांचा आहे. त्याला चालता येत नाही, तो उभाही राहू शकत नाही. तो फक्त डोळ्यांच्या डाव्या बाजूनंच पाहू शकतो. त्याला उजवा हात वापरता येत नाही. तो एखादा-एखादा शब्द बोलतो आणि तरीही खळखळून हसतो... तुम्हाला त्याचं ते हसणं आमच्या घरापासून तीन घरांपर्यंत ऐकू येईल. त्याला बाहेर उपाहारगृहात जायला आवडतं. त्याला तलत महमूद, मोहम्मद रफी आणि किशोर कुमारची गाणी खूप आवडतात. काही-काही गाणी अशी आहेत की, ती टेपवर सुरू होताक्षणी आम्हाला धावत जाऊन टेप बंद करावा लागतो. कारण तो या गाण्यांनी अतिशय भावनाविवश होऊन स्फुंदून रडू लागतो.

काही-काही गाण्यांचं त्याला स्वत:शी साम्य वाटतं :

तू आके मुझे पहचान जरा,
मैं दिल हूँ इक अरमान भरा....
...
मुस्कान लुटाता चल,
तू दीप जलाता चल
खुद भी सँभल;
औरों को भी राह दिखला....
हे ऐकलं की, तो आनंदानं सांगतो – ''मेरे बारे में....''
आणि आम्ही केलेल्या शेवटच्या ओळीचं रूपांतर ऐकून तो अधिकच हसतो.
''पापा को भी राह दिखला....''

त्याला हे गायक आणि त्यांची गाणी आवडतात. त्याच्या आजोबांनी त्याच्यासाठी बनविलेल्या टेप्स त्याला खूपच आवडतात. आता त्याच्या मावशयांचे पती आणि मावस भावंडं त्याच्यासाठी टेप्स बनवितात, त्याही त्याला अधिक आवडतात. तो टीव्ही पाहात नाही... टीव्हीवरच्या हलत्या प्रतिमांचा त्याला त्रास होतो. पण तो रेडिओवर बातम्या ऐकतो. आम्ही त्याला वर्तमानपत्र वाचून दाखवितो. तो स्वत:बद्दल जे काही म्हणतो, त्यातलं एक नाव म्हणजे 'घर का संवाद-दाता'. त्याला कविता वाचून दाखविलेलं फार आवडतं. आदितचा उत्साह आणि त्याला किती कविता तोंडपाठ आहेत, हे पाहून अशोक चक्रधर यांनी त्याला त्यांची बरीच पुस्तकं भेट दिली आहेत. त्यांनी एक पुस्तक तर आदितला अर्पणही केलं आहे. तुम्ही पुस्तक वाचायला घेतलंत की, त्याच्या पहिल्या पानापासून वाचायला सुरुवात करावी लागते. फक्त मुखपृष्ठ नव्हे, तर पहिलं कोरं पान... कारण त्यावर अशोक चक्रधरनी अत्यंत ममतेनं लिहिलं आहे,

'प्यारे, अतिप्यारे आदित्य के लिए...' आणि तुम्ही कविता वाचताना चुकून एखादा शब्द जरी चुकीचा उच्चारलात तरी आदित आनंदानं चीत्कारतो,

''गलती!''

हा माझ्या वडिलांचा आणि आदितचा एक आवडता खेळ असे. ते मुद्दाम जाणूनबुजून एखादी छोटीशी चूक करायचे की, आदित लगेच त्यांना पकडायचा... मग तो चीत्कार... हास्य आणि त्याची विजयानंदानं झळकणारी मुद्रा... आदित सगळ्यांवर प्रेम करतो आणि घरातले सगळे जण त्याच्यावर! त्याची आजी, आईची आई – मालती शुक्ला – म्हणजे तर त्याचं जीवन होतं आणि तो आमचं आहे.

पण तो देव या असहाय, स्वसंरक्षणास असमर्थ मुलावर प्रहार करायचं काही थांबत नाहीये. गेले दोन महिने अत्यंत क्लेशकारक होते... पुन्हा एकदा आदित

पराकोटीच्या वेदना भोगत होता. धार्मिक व्यक्तीच्या म्हणण्यानुसार त्याच्यात 'इयोबा'ची सहनशक्ती आहे.

तो आमच्यासोबत झोपतो. त्याचा सकाळी उठण्याचा नित्यक्रम ठरलेला आहे. तो डोळे उघडतो आणि त्याच्या आवडत्या ओळी त्याच्याबरोबर आम्हालाही म्हणायला लावतो.

''आदित माझा सर्वांत जवळचा मित्र आहे... माय बेस्ट फ्रेंड. आदित इज ॲब्सोल्यूटली माय बेस्ट फ्रेन्ड... मैं नहीं, आदित टॉप टिपटॉप है। आदित इज टॉप टिपटॉप नंबर वन....''

पण एके दिवशी सकाळी तो अगदी रडवेला होऊन उठला तेव्हा आम्ही धसकलोच. संध्याकाळपर्यंत त्याच्या उजव्या डोळ्याच्या बाहुलीवर निळा-पांढरा ढग तयार झाला. आम्ही त्याला घेऊन या हॉस्पिटलामधून त्या हॉस्पिटलमध्ये... एका नेत्रतज्ज्ञाकडून दुसऱ्या नेत्रतज्ज्ञाकडे धावत होतो. त्याच्या उजव्या डोळ्याची आतली त्वचा (membrane) फाटली होती. डोळ्याच्या आतला द्रव बाहेर झिरपल्यामुळे त्याच्या डोळ्याच्या बाहुलीवर तो ढग आला होता... आदितला प्रचंड वेदना होत होत्या... डॉक्टरांनी निदान सांगितलं – Keratoconus with resolving acute hydrop. त्याचा 'कॉर्निआ' गोलाकार राहिला नव्हता, तर तो शंक्वाकृती झाल्याचं त्यांनी सांगतलं. कदाचित ही अवस्था बराच काळ टिकून राहिली असल्याच्या शक्यतेमुळे त्याच्या डोळ्याच्या आतली त्वचा ताणली जाऊन अखेर ती फाटली होती... आम्ही एके दिवशी डॉक्टरांच्या क्लिनिकमधून बाहेर पडलो तेव्हा मंजू[१] म्हणाली होती तसं; आम्हाला हे नवेनवे शब्द शिकायला मिळत होते!

आदितची दृष्टी आधी मर्यादितच होती. आता ती आणखी कमजोर झाली होती – किती कमजोर ते सांगता येणार नाही. कारण तुम्ही आणि मी डोळ्यांच्या डॉक्टरकडे जो तक्ता वाचता येणं गृहीत धरतो, तोच तक्ता त्याला वाचायला सांगून त्याची दृष्टी तपासणं शक्य नाही.

''त्याला प्रचंड वेदना होत असणार.'' डॉक्टर म्हणाले. आदित त्याबद्दल साधी कुरकुरही करीत नाहीये, याचं त्यांना आश्चर्य वाटत होतं.

आदितची वेदना सोसायची कुवत प्रचंड आहे, असा याचा अर्थ नाहीये. त्यानं स्वत:ला त्याच्या दोघी आज्यांसारखंच, विश्वास बसणार नाही इतकी वेदना सोसायला शिकवलं आहे.

''त्याचं 'कॉर्निआ ट्रान्स्प्लांट' करावं लागेल.'' डॉक्टर म्हणाले.

''त्यासाठी त्याला संपूर्ण भूल द्यावी लागेल का?'' आम्ही भयव्याकूळ

---

१. मंजुलिका दुबे : माझी पत्नी अनिताची मोठी बहीण

होऊन विचारलं.

''हो, अर्थातच.''

''किती वेळासाठी?''

''अं... प्रत्येक डोळ्याला अर्धा-अर्धा तास.''

''संपूर्ण भूल अख्खा एक तास? आम्ही आदितला इतक्या वेळासाठी भूल द्यायची संमती देऊ शकत नाही. आपण हे किती काळ टाळू शकू?'' मी विचारलं.

''वेल, तसं सांगता येणार नाही.'' डॉक्टर म्हणाले, ''पण तुम्हाला त्याची दृष्टी सुधारायला हवी असेल. ही समस्या पुन:पुन्हा उद्‌भवण्याच्या शक्यता कमी करायच्या असतील तर –''

आमच्या हाता-पायातलं बळच गेलं.

अनिताचं आगमन

माझी अनिताशी ओळख नव्हती. आमच्या दोघांच्या आत्या एकमेकींना ओळखत होत्या.

''माझ्या भाच्यासाठी चांगली मुलगी पाहातीय.'' माझी आत्या म्हणाली असणार.

''आम्ही माझ्या भाचीसाठी चांगला मुलगा पाहातोय.'' अनिताची आत्या म्हणाली असणार.

आणि मग एका सायंकाळी – ती सायंकाळ कालचीच असावी, इतकी स्पष्ट आठवतीय – मी माझ्या आई-वडिलांसोबत अनिताच्या आत्याच्या घरी गेलो.

चहापानाचा कार्यक्रम पंचेचाळीस मिनिटं सुरू होता. पण तेवढ्या वेळाची आवश्यकताच नव्हती. अनिता नजर खिळून राहावी इतकी सुंदर होती. परत जाताना गाडीत बसण्याआधी मी मागे वळून तिच्याकडे पाहिलं. माझ्या वडिलांनी गाडी सुरू केली.

''अरुण, पहले जनरल साहिब नू मिल आईये, या घर चलके इनानू फोन कर दायी ए की, सादी वालों ता हाँ ही है?'' माझ्या आईनं विचारले.

जनरल साहेब म्हणजे माझ्या मोठ्या मावशींचे पती – मेजर जनरल यु.सी. दुबे. त्याच दिवशी सकाळी त्यांची प्रकृती बिघडल्यामुळे त्यांना आर्मी हॉस्पिटलमध्ये ठेवलं होतं.

''मम्मा, पहले घरही चलो!'' मी म्हणालो.

माझ्या आईनं त्यांच्या घरी फोन केला, त्या वेळपर्यंत अनिता बसनं विद्यापीठात परत गेली होती. त्या वेळी ती तिथे शिकत होती.

आपण जीवनातील बहुमोल गोष्ट गमावली असं मला वाटलं.

पुढे अनितानं मला सांगितलं की, ''मी स्वत:शी ठरवलं होतं, त्यानं मागे वळून

पाहिलं तर आपण 'हो' म्हणायचं....''

त्या दिवसापासून मी निघताना नेहमी मागे वळून पाहातो.

आमची नऊ वर्षं सर्वोच्च आनंदाची आणि चिंतामुक्त होती. मी वॉशिंग्टन डी.सी.मध्ये वर्ल्ड बँकेत नोकरीला होतो. तिथे आमचं दोघांचंच जग होते. माझा पगार भारतातल्या दृष्टीनं चांगला दणदणीत होता. पण तिथे तो 'पुरेसा' होता. अनितानं तेव्हा मला ज्या अनेक गोष्टी शिकविल्या, त्यातली ही एक गोष्ट :

''आपण 'पुरेसं' असण्यात समाधानी राहायला शिकलं पाहिजे.'' ती म्हणायची, ''– आणि 'पुरेसं' म्हणजे, कोणत्याही काळात आपल्याजवळ तेव्हा असेल तेवढं.''

वर्षं पुढे सरकत होती. सुखाचा आनंदी काळ! पण मला वर्ल्ड बँकेत अजिबात रस वाटेनासा झाला होता. मला भारतात काम करायचं होतं, भारताशी संबंधित विषयांत काम करायचं होतं. लवकरच आणखी एक निमित्त घडलं, अगदी करायला भाग पाडणारं! श्रीमती इंदिरा गांधी यांनी आणीबाणी लादली होती, सर्व विरोधी गटाला तुरुंगात फेकलं होतं आणि सर्व स्वातंत्र्यच संपवून टाकलं होतं. मला त्याविरुद्धच्या लढ्यात सहभागी व्हायचं होतं, पण अनिताला दिवस गेले होते. मग आम्ही आमच्या बाळाच्या जन्मानंतर काही काळातच भारतात परत जावं, असा निर्णय घेतला. त्यानुसार मी वर्ल्ड बँकेतल्या माझ्या नोकरीचा राजीनामाही दिला.

आदित्यचं आगमन

अनिता एका फार चांगल्या डॉक्टरांच्या देखरेखीखाली होती. तिला सात महिने झाले, तेव्हा ते डॉक्टर सुट्टीवर गेले होते. तरी ती डॉक्टरांना – आता त्यांच्या सहकारी डॉक्टरना – दाखवायला जातच होती. ज्येष्ठ डॉक्टर सुट्टीवरून परत आले. अनितानं त्यांच्या ऑफिसमध्ये पाऊल ठेवताच ते म्हणाले,

''पण माय डिअर गर्ल... काहीतरी गडबड दिसतीय....''

त्यांनी तिला तपासलं.

''आपण लवकरात लवकर बाळ बाहेर आणायला हवं.''

आमच्यावर कसला प्रहार झाला आहे, याची आम्हाला त्या वेळी कल्पनासुद्धा नव्हती. अनिताच्या बाळंतपणाच्या वेळी आमच्यासोबत राहाण्यासाठी तिची आई नुकतीच वॉशिंग्टनला आली होती. आम्ही हॉस्पिटलमध्ये गेलो. आपल्यापुढे काय वाढून ठेवलंय; त्याची आम्हाला कल्पनाच नव्हती.

वेळेआधी जन्माला आलेलं बाळ. जेमतेम चार पौंडांचं. यातनांच्या आवर्तात. काचेच्या पेटीत ठेवलेलं. त्याच्या इवलुशा हाताची शीर सापडत नव्हती म्हणून डॉक्टरांनी त्याच्या डोक्याच्या त्वचेत सुया खुपसल्या होत्या... आमच्या दृष्टीनं ते

दृश्य भयानक होतं... त्याची शर्करापातळी स्थिर होत नव्हती. तितक्यात एका परिचारिकेनं आम्हाला सांगितलं,

“ब्लड ट्रान्स्फ्यूजनसाठी या फॉर्मवर सह्या करा....”

तीन दिवस गेले. अनिताला तपासायला एक पाकिस्तानी डॉक्टर यायच्या. त्यांनी सांगितलं होतं की, मी तुम्हाला हे सांगायला नकोय. मी तुम्हाला ही गोष्ट सांगितल्याचं त्यांना कळलं तर माझी नोकरी जाईल. पण एक गोष्ट घडलीय. इनक्युबेटरमध्ये ऑक्सिजनचा अपुरा पुरवठा –

अनिता अलेक्झांड्रियामधल्या आमच्या घरी परत आली. आदित इनक्युबेटरमधेच होता. अख्खा महिनाभर. तो एक महिना फार भयंकर होता.

“तुम्हाला माहीत असेलच, हे मूल तुमचं आयुष्य संपवेल... पूर्ण आयुष्य.” एके दिवशी वर्ल्ड बँकेतले एक वरिष्ठ मला म्हणाले.

ते अतिशय आनंदी, सहृदय गृहस्थ होते. पण त्यांना मतिमंद मुलाला वाढविण्याचा प्रत्यक्ष अनुभव असल्यामुळे ते असं बोलत होते.

“कदाचित डॉक्टर्स तुम्हा सांगतील की, ‘आपण या बाळासाठी आणखी काहीतरी करू शकतो.’ आणि मग तुम्हाला विचारतील की, ‘तुम्हाला हा मुलगा जगावं असं गांभीर्यानं वाटतं?’ ते असं विचारतील तेव्हा तुम्ही भावनांचा अडसर बनू देऊ नका. या मुलासाठी तुम्हाला काय करत राहावं लागणार आहे, याची तुम्हाला कल्पना आहे का?... फक्त आत्ता किंवा काही वर्षंच नव्हे, तर हे मूल जिवंत असेपर्यंत....”

त्या दिवशी सायंकाळी अनिता आणि माझ्या सासूबाईंना मी आमचं संभाषण सांगितलं.

त्यावर पोलादी-आत्मशक्ती असलेल्या माझ्या सासूबाई म्हणाल्या, “असं काही नाही. आता अपंग मुलंसुद्धा अगदी सक्षम आयुष्य जगतात.”

तीन महिन्यांनी आम्हाला बाळाला जॉर्जटाउन युनिव्हर्सिटी हॉस्पिटलमधील लहान मुलांच्या मज्जासंस्था विभागाच्या प्रमुखांना दाखवायला न्यावं, असा सल्ला मिळाला. आम्ही पूर्ण शिणलो होतो, कोसळलो होतो. तिथले डॉक्टर अतिशय सहृदय, वयस्क सद्गृहस्थ होते.

“मी आता असा शब्द वापरणार आहे, जो तुम्ही ऐकला असेल. पैसे मिळविण्यासाठी सध्या हा शब्द बऱ्याच प्रमाणात वापरला जातो, तो म्हणजे ‘सेरिब्रल पल्सी’ (मेंदूचा पक्षाघात). याचा अर्थ इतकाच आहे की, बाळाच्या मेंदूला इजा झाली आहे.”

आम्ही इतके सुन्न झालो होतो की, आमच्या आदितचं भविष्य नेमकं काय असेल; हे त्यांना विचारायचंसुद्धा आम्हाला सुचेना.

मी डॉक्टरांना म्हणालो, ''आम्ही भारतात परत जायचं ठरवलं आहे, पण आम्ही बाळासाठी वॉशिंग्टनमध्ये राहावं असं तुमचं मत असेल, तर अर्थातच आम्ही इथे राहू. मी वर्ल्ड बँकेचा दिलेला राजीनामा मागे घेईन.''

''यंग मॅन, मी कधी तुमच्या देशात गेलेलो नाही.'' ते सहृदय डॉक्टर म्हणाले. ''तुम्ही इथे राहिलात तर तुमचा मुलगा महत्त्वाच्या गोष्टींत कसा मागे पडतोय; हे तुम्हाला सांगणं एवढंच फक्त आम्ही करू शकू. दक्ष पालक म्हणून ते तुमचं तुमच्या लक्षात येईलच.

''मी आत्ता सांगितलं त्याप्रमाणे मी कधी तुमचा देश पाहिलेला नाही.'' ते म्हणाले.

''पण तुमच्याकडे मजबूत, घट्ट भावबंध असणारी कुटुंबं असतात, असं मी ऐकलंय. या मुलाला मोठं होताना प्रेम आणि सुरक्षित भावनेच्या आच्छादनाचीच नेमकी गरज आहे. त्यामुळे मी तुमच्या जागी असतो, तर तुम्ही जो भारतात परत जाण्याचा निर्णय घेतला आहे, त्यावर ठाम राहिलो असतो आणि बाळाला घरच्यांच्या उबदार सहवासात घेऊन गेलो असतो.''

आम्हाला आजवर मिळालेल्या सल्ल्यांपैकी सर्वांत सूज्ञ सल्ला होता तो.

आम्ही भारतात परत आलो आणि माझ्या आईवडिलांसमवेत राहू लागलो. काही दिवसांतच अनिताची आई आमच्याकडे राहायला आली... आदित अनेक आयुष्यांचा केंद्रबिंदू बनला.

कुठूनही देवदूत अवतरले नाहीत...

संकटं अनपेक्षित कोसळतात त्या वेळी देवदूत वेळेवर प्रकट होतात. एके दिवशी एक बाई आमच्या घरी आल्या. त्यांनी लखनौच्या लॉरेटो कॉन्व्हेन्टमध्ये काम केलं होतं. अनिताची आई आणि मावश्या तिथे शिकायला होत्या; तेव्हाची त्यांची ओळख होती. पुढे अनिता आणि तिच्या बहिणीही तिथेच शिकल्या.

''अरे,'' त्या अनिताला पाहाताच म्हणाल्या, ''तू शुक्ला भगिनींपैकी आहेस. मी तुमच्या संपूर्ण कुटुंबाला ओळखते. तुमच्या मुलाला बरं नाही असं ऐकलं. मी त्याला सांभाळेन....''

आदितला फीट येऊ लागल्या. असं त्याला दिवसातून पंधरा-वीस वेळा व्हायचं. त्याला ताबडतोब 'मेडिकल इन्स्टिट्यूट'मध्ये न्यायला पाहिजे, असं आम्हाला सांगण्यात आलं होतं. पण संचालकांकडे शब्द टाकू शकेल; अशा कुणा काश्मिरी उच्चपदस्थाला भेटल्याशिवाय तिथे खोली मिळणार नाही, असं कळलं. पी. एन.

हक्सर यांनी आम्हाला तिथे खोली मिळवून दिली.

आदितला सगळ्या प्रकारच्या उपशामकांवर (sedatives) ठेवलं होतं. त्याच्या अंगात काही त्राणच उरलं नव्हतं... तो एखाद्या हातरुमालासारखा झाला होता आणि तशा अवस्थेतसुद्धा त्याला फीट येतच होत्या...

"तुम्ही त्याला ताबडतोब लंडनच्या ग्रेट ऑरमन्ड स्ट्रीटवरील 'चिल्ड्रन्स हॉस्पिटल'मध्ये घेऊन जा." आम्हाला सांगण्यात आलं... श्रीमती इंदिरा गांधींनी लादलेली आणीबाणी संपली होती. अटलबिहारी वाजपेयी परराष्ट्रमंत्री बनले होते. आणीबाणीदरम्यान त्यांच्या सुटकेनंतर मला त्यांना भेटायची संधी मिळाली होती. त्यांनी मला संयुक्त राष्ट्रसंघाच्या जनरल असेम्बलीसाठी जाणाऱ्या शिष्टमंडळात सहभागी होण्याचं निमंत्रण दिलं. ते या शिष्टमंडळाचं नेतृत्व करीत होते. या निमित्तानं आम्हाला आदितला लंडनला घेऊन जाणं शक्य झालं.[२]

"तुमचे डॉक्टर्स हे काय करताहेत?" लंडनमधल्या डॉक्टरांनी आदितला तपासल्यानंतर व त्याची वैद्यकीय रेकॉर्ड्स पाहिल्यानंतर प्रश्न केला.

"ते या मुलाला पाच-पाच सेडटिव्ह्ज देत आहेत. यातले काही डोस तर मोठ्या माणसाच्या दृष्टीनंसुद्धा जास्त आहेत. त्यांनी त्याला जवळजवळ दृष्टिहीनच केलं आहे... त्याला 'मायक्लॉनिक एपिलेप्सी'चा त्रास होतोय. तो या औषधांनी दाबून टाकता येणार नाही. तो जसा मोठा होईल, तसा हा त्रास कमी होईल. त्याला कुठलीही औषधं देऊ नका... अजिबात देऊ नका... गिव्ह नेचर अ चान्स..."

आम्ही भारतात परत आलो. मी 'इंडियन एक्स्प्रेस'मध्ये रुजू झालो होतो. आम्ही उन्हाळ्याच्या दिवसांत बेंगलोरला गेलो होतो. तिथे रामनाथ गोयंकांच्या घरी राहिलो होतो. तिथे आदित अचानक तापानं फणफणला. पण त्याला कुठलंही औषध न देण्याबद्दल आम्हाला बजावण्यात आलं होतं. आम्ही अक्षरश: वेडेपिसे झालो होतो.

---

२ आणीबाणीदरम्यान आम्ही भारतात परत आल्यानंतर मी पहिल्यांदाच परदेशी गेलो होतो. त्यानंतर तीन वर्षांनी मी महाराष्ट्राचे तत्कालीन मुख्यमंत्री ए.आर. अंतुले यांची दुष्कृत्यं उघड केली, त्या वेळी एका मासिकानं अंतुलेंची पाठराखण करण्याचा प्रयत्न करीत, मी सीआयएचा माणूस असल्याचं अप्रत्यक्षरित्या सूचित केलं होतं. अंतुलेंनी अमेरिकेच्या पाकिस्तानला शस्त्रास्त्र मदतीविरोधात वक्तव्य केल्यानं मी सीआयएच्या आज्ञेनुसार हे लिहिल्याचं म्हटलं होतं; तसंच मी माझ्या मुलाचं आजारपण ही खोटी सबब पुढे करून माझ्या परदेशी 'बॉस'ना नियमितपणे भेटीला जाण्याचं निमित्त शोधल्याचं म्हटलं होतं. त्या पानाच्या वरच्या बाजूला माझ्या वडिलांनी काढलेला – *मी हसऱ्या आदितला कडेवर घेतलंय,* असा फोटो टाकला होता.

त्या वेळी वृत्तपत्राच्या बेंगलोर आवृत्तीचे व्यवस्थापक होते, जुन्या जमान्यातले सद्गृहस्थ के. शंकरन नायर! त्यांनी आमची अवस्था पाहिली.

"तुमची हरकत नसेल तर –" ते म्हणाले, "मी पणिक्करना बोलवितो. ते कोईमतूरच्या आर्य वैद्य फार्मसीच्या स्थानिक शाखेत डॉक्टर आहेत... आपल्या ऑफिसच्या समोरच आहे, ती शाखा."

"याला काय होतंय?" पणिक्करांनी विचारलं.

"त्याला खूप ताप आहे."

"नाही, ताप काय काहीही झालं तरी उतरेल. औषधानं किंवा औषधं न घेताही. पण त्याला काय होतंय?"

"सीझ्यर्स... फीट! अकस्मात! कसलाही आवाज – रस्त्यावरील बसचा भोंगा, टाळी – कशानंही ते होतं...."

"नो प्रॉब्लेम." ते म्हणाले, "मी औषधं लिहून देतो. उद्या सकाळी मी पूजा करेन. आपण परवा दिवशी सुरुवात करू. चांगला दिवस आहे. तीन महिन्यांत त्याच्या 'ट्रेमर्स' थांबतील. त्यानंतर साधारण पंधरा दिवसातनं एकदा वगैरे तसं होईल, पण त्यानंतर हा त्रास कायमचा थांबेल."

आणि खरंच तसं घडलं!

काही महिन्यांपूर्वी अशाच प्रकारचा प्रसंग घडला. जणू एका रात्रीत आदितला लघवी होण्यास त्रास होऊ लागला. आम्ही त्याला हॉस्पिटलमध्ये नेलं... तिथून दुसऱ्या हॉस्पिटलमध्ये... त्याला एका सर्वोत्तम तज्ज्ञ डॉक्टरांकडे नेलं. त्याच्या मूत्राशयाच्या तोंडाभोवती कसलातरी फुगवटा निर्माण झाला होता... मग त्या सर्वोत्तम मूत्ररोगतज्ज्ञ महोदयांनी सांगितलं, "कॅथेटर बसवावा लागेल."

वयाच्या चौतिसाव्या वर्षी कॅथेटर? आमच्या पोटात गोळा आला होता. तो सबंध आयुष्य कसं काय काढणार?

त्याच दरम्यान अनिताच्या आजाराची लक्षणं अधिकाधिक वाईट होत चालल्यामुळे आम्ही तिच्या उपचारासाठी कोईमतूरच्या आर्य वैद्य फार्मसीमध्ये जायचं ठरवलं होतं. साहजिकच तिथे गेल्यानंतर आम्ही तिथले मुख्य फिजिशिअन डॉ. रवींद्रन यांना आदित्यच्या या दुखण्याबद्दल सांगितलं.

"नो प्रॉब्लेम!" ते म्हणाले, "मी आजच संध्याकाळी औषधं पाठवेन. त्याच्या मूत्राशयाच्या तोंडाभोवती कसलातरी फुगवटा निर्माण झालाय एवढंच ना? नो प्रॉब्लेम. आमच्या औषधांनी ते निघून जाईल."

आणि खरोखर तसंच घडलं. आदितचं ते दुखणं दुसऱ्या दिवशी पळून गेलं.

आम्ही सर्वस्वी निराळ्या उद्देशानं कोईमतूरला आलो नसतो, तर कदाचित

आम्ही आदितला आयुष्यभर कॅथेटर सोसायला लावला असता.

अशा प्रकारे या कमनशिबी मुलावर संकटं कुठूनही हल्ले करत असत आणि देवदूत कुठूनही अवतरत असत. अर्थात, सर्वांत मोठी देवदूत म्हणजे मालतीजी – आदितची आजी! मी मागे म्हटल्याप्रमाणे, पोलादी-आत्मशक्ती असलेली व्यक्ती! त्या-त्या क्षणी जे-जे करायला हवं, ते-ते करण्यावर त्यांचा कायमच कटाक्ष असे. लष्करी जीवनातल्या कष्टांची ओळख असलेल्या मालतीजींना कशाचीच उणीव नव्हती... पण ते सगळं बाजूला सारून पंचवीस वर्षं त्या आमच्यासोबत राहिल्या. त्यांचा जागेपणीचा प्रत्येक क्षण आदितची काळजी घेण्यासाठी असायचा. त्यांनी आमचं घर चालवलं. आम्ही सगळे मिळून माझ्या आई-वडिलांसोबत राहात होतो. मालतीजींची शांत, निश्चल सोबत, माझ्या आई-वडिलांची मायेची ऊब, घर आणि त्यांचं सदैव पाठीशी असणं, या गोष्टींखेरीज आम्ही तग धरू शकलो नसतो. त्यामुळेच सध्याच्या दूरदर्शन मालिकांमध्ये कुकर्मांच्या कल्पना, कटकारस्थानं करणारी सासू, एकमेकांच्या जिवावर उठलेली कुटुंबं कुठून येतात, हे आम्हाला अजिबात समजत नाही.

आदित सात वर्षांचा झाला होता. तो घरात सगळ्यांचा लाडका बनला होता. तेव्हापासून अनितानं त्याच्या वाढदिवसाला आमचे सगळे नातेवाईक आणि मित्रपरिवाराला बोलविण्याची प्रथा सुरू केली. आजही त्याचा वाढदिवस हा आमच्या कुटुंबातला सर्वांत महत्त्वाचा दिवस असतो. आदितच्या प्रेमापोटी सगळा गोतावळा आवर्जून हजर असतो. सगळे जण त्याची आवडती गाणी म्हणतात. यामध्ये फक्त एक गोष्ट बदलली आहे... आता त्याचे सगळे आजी-आजोबा जग सोडून गेले आहेत आणि हा बदल फारच मोठा आहे. त्याची नानी सगळ्या तयाऱ्या करायची, प्रत्येक गोष्टीची व्यवस्था पाहायची. आता ही जबाबदारी अनिताच्या दोघी बहिणी पार पाडतात. एक गोष्ट मात्र बदललेली नाही, ती म्हणजे आदितची आवडती गाणी. आदितला आजही तीच गाणी आवडतात... त्याच्या आवडत्या व्यक्तींनी गायलेल्या त्याच गाण्यांची गोडी त्याच्यालेखी अवीट आहे... ती गाणी बदललेली नाहीत.

शाळा

आदित मोठा होत होता. त्याला सांभाळणाऱ्या शांतीअम्मा त्याला गाणी म्हणून दाखवायच्या. त्याला गोष्टी सांगायच्या, त्याला बागेत घेऊन जायच्या. त्या त्याच्या बाबातीत कायमच इतक्या 'पझेसिव्ह' असायच्या की, एखाद्यानं आदितच्या अवस्थेबद्दल जराही शंका व्यक्त केली किंवा त्याच्याविषयी कणव अगर मेहेरबानी व्यक्त करणारा एक जरी शब्द उच्चारला, तरी शांतीअम्मा त्या माणसाला चांगलं झापत असत. माझ्या सासूबाई त्याला बातम्यांपासून गोष्टींपर्यंत, ऱ्हायमिंग गेम्सपासून

कवितांपर्यंत सर्व काही शिकवत असत. त्या त्याला अंकगणितसुद्धा शिकवायच्या.

"पण मम्मी, त्याला गणित कशाला?" मी कडाडून विरोध करायचो. "त्याला गणितं कशाला सोडवायला लावायची? त्याला पाढे शिकायला का लावायचं? तो त्याचा वापर कधीही करणार नाहीये."

"पण त्याचं उत्तर बरोबर येतं, तेव्हा त्याचा काहीतरी साध्य केल्याचा आनंद बघा." त्या मला उपदेश करत असत. "आणि तो पटपट शिकतो. त्याची स्मरणशक्ती अतिशय उत्तम आहे."

अशा प्रकारे आणि इतरही गोष्टींत आदित पूर्ण गर्क होता. तो मजेत होता. पण भारतात स्पॅस्टिक (मेंदूचा पक्षाघात झालेल्या) मुलांसाठी शाळा नव्हती.

मिठू चिब – आता मिठू अलूर – यांना मुलगी झाली. तिचं नाव मालिनी. त्या वेळी ते लंडनमध्ये होते. मालिनीवरही 'सेरिब्रल पल्सी'चा आघात झाला होता.

ते भारतात परत आले होते. मिठूसुद्धा हार न मानणाऱ्या किंवा शरणागती न पत्करणाऱ्या बायकांच्या पंक्तीतल्या होत्या. त्यांनी स्पॅस्टिक मुलांसाठी पहिली शाळा सुरू केली. त्यांच्या भगिनी मीता नंदी यांनी दिल्लीत अशा प्रकारची दुसरी शाळा सुरू केली. ही शाळा फक्त दोन-तीन खोल्यांची होती.

अनिता आदितला गाडीतून शाळेत नेत असे. लवकरच ती त्या शाळेत रुजू झाली.

इथे अनेक जणांचं साहाय्य लाभलं. श्रीमती नर्गिस दत्त यांनी मुंबईतल्या शाळेसाठी निधी उभारण्याच्या कामी मदत केली. दिल्लीतल्या शाळेसाठी तत्कालीन पंतप्रधान राजीव गांधी यांनी सरकारी मदत मंजूर केली. दिल्लीचे तत्कालीन लेफ्टनंट गव्हर्नर जगमोहन यांनी संस्था दरात शाळेला जमीन मंजूर केली. एन.ए. पालखीवाला यांनी 'टिस्को'ला सवलतीच्या दरात स्टील पाठवायला लावलं... आणि चाकाची खुर्ची वापरणाऱ्या मुलांसाठी खास रचना असलेली इमारत उभी राहिली.

आदितचं जग विस्तारलं. त्याचे शिक्षक त्याच्या कुटुंबाचा भाग बनले. ही शाळा – आता 'सेंटर फॉर स्पेशल एज्युकेशन' – अशा प्रकारच्या संस्थांमधली एक सर्वांत नवोपक्रमशील संस्था बनली. अशा प्रकारच्या शाळांची किती गरज आहे व अशा आणखी किती शाळांची आवश्यकता लागेल, याचा विचार करून मिठू व त्यांच्या सहकाऱ्यांनी शिक्षकांना प्रशिक्षण द्यायला सुरुवात केली. आता देशाच्या विविध भागांत स्पॅस्टिक मुलांसाठी शाळा आहेत.

मी मघाशी म्हणालो, त्याप्रमाणे अनेकांचं साहाय्य लाभलं. बऱ्याच जणांनी अडथळे उभे केले. अनेक संस्थांची वाट लावण्यात मोठा वाटा असणाऱ्या एका जातीयवादी मंत्र्यांनी विद्यार्थी व शिक्षक यांची जातिनिहाय गणना कशी आहे आणि

शाळा सरकारच्या आरक्षणविषयक आदेशांची अंमलबजावणी का करत नाही, याबाबत विचारणा केली होती.

अनिता या शाळेत काम करीत होती. एके दिवशी आदित आणि ती गाडीतून शाळेला जात असताना समोरून येणाऱ्या जीपच्या चालकाचा जीपवरील ताबा सुटला. अनिताच्या छोट्याशा फियाटला त्या जीपची जोराची धडक बसली. त्याबरोबर आदित आणि ती गाडीतल्या गाडीत उडाले. त्यांना अर्थातच चांगलाच धक्का बसला होता, पण फारशी इजा वगैरे झाली नव्हती.

मात्र या अपघातानंतर काही काळातच अनिताला डाव्या बाजूला काहीतरी चमत्कारिक संवेदना होऊ लागल्या. आधी आम्हाला वाटलं की, 'फ्रोझन शोल्डर'चा त्रास होतोय, पण लवकरच आखडलेपणा व वेदनांची पुढची पायरी सुरू झाली... कंप सुरू झाला... एकामागून एक डॉक्टर झाले... अखेर तिला पार्किन्सन्स आजार झाल्याचं निदान झालं. त्या वेळी ती फक्त बेचाळीस वर्षांची होती – एक कोटीत एकवाला आणखी एक आघात!

आता तो कंप उजव्या बाजूलाही पसरला होता. अनिता कुठलीही गोष्ट हातानं जेव्हा करू लागते, उदाहरणार्थ ती खाऊ लागते, तेव्हा तिचे पाय प्रचंड कापायला लागतात, त्यावर ताबा राहात नाही. त्याला 'डिसक्नेसिया' (Dyskinesia) म्हणतात. आणखी एक शब्द... परिस्थितीमुळे आमचा शब्दसंग्रह विस्तारणाऱ्या शब्दांपैकी हा आणखी एक. तिची शारीरिक लक्षणं दर हिवाळ्यात अधिक तीव्र होतात. आदित आणि तिच्याबद्दलच्या या पुस्तकाला मी आरंभ केला, त्या २००९ सालच्या हिवाळ्यात ती चार वेळा पडली.

माझे आई-वडील निवर्तले आहेत... मालतीजीही गेल्या आहेत... आता मी – सर्व्हंट इन चीफ – 'सेवा-प्रमुख' बनलो आहे. फक्त आदितचाच नव्हे, तर त्या दोघांचाही. आमचे अनेक मित्र व नातेवाइकांची आम्हाला दिवसभर मदत होत असते, पण इतर कशाहीपेक्षा अनिताची खंबीर व समतोल वृत्ती आम्हाला तारून नेत असते.

''आज मी आणखी एकदा आपटले.'' एके दिवशी मी तिला तिच्या बहिणीला सांगताना ऐकलं होतं की, 'ती इतकी वाईट पडली होती की, तिच्या कवटीला फ्रॅक्चर झालं नाही; हे आमचं नशीब!' त्या वेळी ती इतकी असहाय आणि त्या तणावाखाली होती की, तिच्या जवळच अलार्म बेल असूनही तिला तिथवर जाता आलं नव्हतं. आता ती आणखी एक अलार्म बेल मनगटावर बांधते... तिची स्वतःची अवस्था ही अशी असूनही ती सगळ्या घराची व्यवस्था पाहाते; आमच्या

बचतीचा काळजीपूर्वक व काटकसरीनं वापर करते; ती प्रत्येक गोष्ट अशा रितीनं करते की, आदितची प्रत्येक गरज ताबडतोब भागली पाहिजे आणि मी माझं काम करायला पूर्णत: मोकळा राहिलो पाहिजे.

''आपण सामान्य, कंटाळवाण्या, काहीही घटना न घडलेल्या दिवसाबद्दल आभारी असायला पाहिजे.'' हे तिनं मला फार पूर्वीच शिकवलं होतं.

असाच एकदा तिनं मला एक धडा दिला होता... तिच्या अविचल मनोधैर्याचं उदाहरण असणारे असे अनेक धडे तिनं मला दिले आहेत. हा त्यांपैकीच एक : ''धैर्याचे बरेच प्रकार असतात, हे तुम्ही लक्षात ठेवलं पाहिजे.''

जुलै-ऑगस्ट, १९४७मध्ये लाहोरमधून हिंदूंना स्थलांतरित केलं, तेव्हा माझ्या वडिलांनी दाखवलेलं धैर्य – त्या वेळी ते तिथे 'सिटी मॅजिस्ट्रेट' होते. त्यांनी मोठ्या धैर्यानं पंजाबमधील संतप्त निर्वासितांना छावण्यांमध्ये वसवलं होतं, त्यांच्या दु:खाचा भार हलका केला होता आणि कधी-कधी त्यांचा उद्रेकही थोपवला होता.

तरुण मुलगा गमविलेल्या आपल्या आई-वडिलांना माझ्या आईनं धैर्यानं सावरलं होतं. माझ्या सासूबाई 'रुमॅटॉइड आर्थरायटिस'नं हात-पाय वळलेले, दुर्बल झालेले अशा अवस्थेत धैर्यानं आमची सर्वांची काळजी घेत होत्या. मालिनी[३] आणि वीणा[४] यांनी कल्पनासुद्धा करता येणार नाही असे असह्य तडाखे झेलत; मानानं आणि अविचल मनोधैर्यानं आयुष्याला तोंड दिलं. स्वत:च्या हिमतीवर एकट्यानं मुलांना वाढवलं आणि या साऱ्यावर कळस म्हणजे तरीही काम सुरूच ठेवलं... या साऱ्यात त्यांनी दाखवलेलं धैर्य विलक्षण आहे.

आणि आम्ही आहोत : कुठल्याशा क्षणिक अधिकारपदावरील व्यक्तीच्या डोळ्याला निर्भयपणे डोळा भिडवला म्हणून गर्वानं छाती फुगणारे! आणि या स्त्रिया पाहा : त्या आयुष्यालाच निर्भयपणे सामोऱ्या गेल्या आहेत.

''परमेश्वरानं आदितच्या बाबतीत जे केलंय, त्यातून मी कधीही बाहेर येणार नाही.'' अनिता म्हणते.

किती खरं आहे तिचं!

घायल की गती घायल जाने
जौहर की गती जौहर....

---

३ मालिनी सरन – अनिताची धाकटी बहीण. त्यांचे पती अगदी तरुण वयात ऐन उमेदीत असतानाच कर्करोगाने निवर्तले.

४ वीणा देवाशर – माझ्या मामेभावाची पत्नी. आमच्या कुटुंबातलं अमूल्य रत्न असणारा विजय वयाच्या अवघ्या चौतिसाव्या वर्षी निवर्तला.

माझा गुरू

आदितनं आम्हाला धड्यांमागून धडे शिकवले आहेत. त्यानं आम्हाला सापेक्षतेची जाणीव (sense of proportion) दिली आहे. मला 'इंडियन एक्स्प्रेस'मधून काढून टाकलंय? पण त्याचा तर नोकरीशी काहीही संबंधच येणार नाही. 'एक्स्प्रेस'मधलं माझं पद गमविल्यामुळे मला माझी जीभ हासडून टाकल्यासारखं वाटतंय? पण आदितला जवळजवळ बोलताच येत नाही. अशा प्रकारच्या प्रत्येक प्रसंगात मी त्याच्याकडे पाहातो... तो हसत असतो, अगदी खळखळून... एखाद्या लहानशा विनोदावर... तो त्याच्या छोट्याशा जगात खूश असतो. इतर गोष्टींसारखाच औषधांचाही चांगला उपयोग होतो. आणखी एक पुरस्कार? एखादं नवं पद? आणखी एक पुस्तक प्रसिद्ध? आदितच्या दृष्टीनं यापैकी कशालाही जराही महत्त्व नाही, त्यामुळे अहंकारापासून दूर राहाता येतं. त्याच्या डोक्यात कशाचीही हवा जात नाही.

आपल्याला एखादी गोष्ट परवडत नाही? आम्ही फक्त आदितकडे पाहातो... तो छोट्यात छोट्या गोष्टींतून किती परमोच्च आनंद मिळवितो ते पाहातो... त्याच्या नानीची टेप, सागर रेस्टॉरन्टमध्ये जेवायला जाणं... त्याला रेस्टॉरन्ट्समध्ये जायला खूप आवडतं... तिथे गेल्यावर तो त्याच, साध्याशा डिश घेतो. रेस्टॉरन्टवाले आमच्या प्रिय आदितला कसं वागवतात, यावर आमची रेस्टॉरन्टची पसंती अवलंबून असते. त्याला सुगंध आवडतात : तो त्याच्या नानीचा रुमाल स्वत:च्या चेहऱ्याजवळ न्यायचा. त्याची नानी रुमालावर एखाद्या सुखद सुगंधाचे दोन-तीन थेंब शिंपडत असे. त्याची मावसभावंडं आणि मावश्या, त्यांचे पती कायम त्याच्यासाठी शर्ट वगैरे वस्तू आणत असतात आणि त्यालाही भडक रंगाचे शर्ट घालायला खूप आवडतं... त्याला अलीकडे डोळ्याला त्रास झाला तेव्हापासून प्रखर प्रकाश व धुळीपासून त्याच्या डोळ्यांचं रक्षण व्हावं, यासाठी सायंकाळी बागेत फिरायला जाताना आम्ही त्याला गॉगल घालायला लावतो.

"हीरो... आदित तो बिलकुल हीरो लगता है।" त्यानं डोळ्यांवरचा गॉगल तसाच ठेवावा, यासाठी आम्ही त्याला प्रोत्साहन दिलं.

"आदित कसा आहे?" मी दुसऱ्याच दिवशी बाहेरगावी गेलो होतो. तिथून मी अनिताला फोनवर विचारलं.

"तो आत्ताच बागेत जायला बाहेर पडलाय." अनिता म्हणाली. "गॉगल घालून... आणि अगदी कुर्ऱ्यात डावीकडे-उजवीकडे पाहात होता. तो किती स्मार्ट दिसतोय हे माझ्या लक्षात आलंय ना, याची खात्री करण्यासाठी...."

तिचं बोलणं ऐकून मला फार बरं वाटलं... इट मेड माय डे! क्षणभर त्याला गॉगल घालायला भाग पाडणाऱ्या त्याच्या डोळ्यातल्या त्या इजेचा विचार मनातून

बाजूला होऊन माझ्या डोळ्यांसमोर स्वत:ला हीरो समजणारा आदित उभा राहिला.

कुणीतरी आणखी निंदानालस्ती करतं, खोटा आळ आणतं? अशा वेळी मी फक्त विचार करतो – आदितला यामुळे काही फरक पडतो का? या मूर्खपणामुळे त्याचं प्रेम किंचितसं तरी कमी होणार आहे का?

गांधीजींनी ज्या सद्‌गुणाला इतकं महत्त्व दिलं, तो 'अपरिग्रह' सद्‌गुण आम्ही कुठल्या ग्रंथापेक्षा किंवा गुरूपेक्षा आदितकडून अधिक शिकलोय. त्याच्या हातात काहीही चिकटून राहात नाही. तुम्ही त्याला दहा रुपयांची नोट द्या, त्यानं मूठ मिटली की ती नोट चुरगाळून जाते. तुम्ही त्याला शंभराची नोट द्या आणि ती देऊन टाकायला सांगा, तो जराही विचार न करता ती देऊन टाकेल.

''पण तो त्याचा टेपरेकॉर्डर कधीही देणार नाही.'' असे त्याचा एक मावसभाऊ म्हणाला होता. तेव्हा आदित खूप लहान होता. तो मावसभाऊ आमच्याकडेच राहायचा. आदित त्याच्या टेप्स किती आसुसून ऐकतो, ते त्यानं पाहिलेलं होतं. त्या टेप्स त्याचं सर्वस्व होत्या.

त्याचा एक मावसभाऊ कोणतीतरी गोष्ट दुसऱ्या मुलाला देत नव्हता, तेव्हा अनिता म्हणाली होती, ''पण आपण शेअर करायला पाहिजे, आपण द्यायला पाहिजे. आदित बघ –''

तिचं वाक्य पूर्ण व्हायच्या आत तो मावसभाऊ म्हणाला होता, ''पण तो त्याचा टेपरेकॉर्डर कधीही देणार नाही.''

''आपण त्याला विचारू या का?'' अनिता म्हणाली होती.

''आदितला त्याच्या टेपरेकॉर्डरबद्दलसुद्धा विचारून बघ.''

तो मावसभाऊ आदितला म्हणाला, ''आदित, तुम मुझे अपना टेपरेकॉर्डर दे दोगे?''

आदितनं टेपरेकॉर्डर त्याच्या दिशेनं ढकलला....

आदितला उत्तम कान आहे. त्याला आपलं शास्त्रीय संगीत खूप आवडतं. स्पॅस्टिक मुलांची शाळा निधिसंकलनासाठी संगीत मैफलींचं आयोजन करीत असे. अनिता मोठमोठ्या थोर कलाकारांना या मैफलीसाठी आमंत्रित करीत असे. एका वर्षी श्रीमती एम.एस. सुब्बालक्ष्मी आल्या होत्या. त्यांचा कार्यक्रम सायंकाळी होता. त्याआधी त्या दुपारी शाळेला भेट द्यायला आल्या होत्या. शाळा अजूनही त्या दोन-तीन खोल्यांतच होती. सगळी मुलं एका खोलीत जमली होती. छोटा आदितसुद्धा टेबल जोडलेल्या खुर्चीत एक प्रकारे जखडूनच होता. सुब्बालक्ष्मींनी गायनाला आरंभ केला... *याद आवे, वृंदावन मे कृष्ण की लीला...* त्यांनी एक-दोन चरण म्हटले असतील तितक्यात आदित ओठ मिटून रडू लागला... मी ताबडतोब त्याला

खुर्चीतून उचललं आणि खांद्यावर टाकून हृदयाशी घट्ट धरलं.

"आदित, तुम रोओ मत, ये तो गाना ही है।"

"नाही, नाही," सुब्बलक्ष्मी म्हणाल्या, "यावरून त्याला संगीत किती उत्तम समजतं ते कळतंय. मला एक नात आहे. तीसुद्धा याच गाण्याच्या, याच ओळीला रडू लागते."

आदितला हा प्रसंग आठवायला खूप आवडतं. असंच त्याला इतरही काही प्रसंगांचं स्मरण खूप आवडतं.

"तो पापा ने क्या कहा?" तो विचारतो... मग आम्हाला सगळं... अगदी सुरुवातीपासून सांगायला सुरुवात करावी लागते... शाळा, ममानं सुब्बलक्ष्मींना बोलावलं होतं, गांधीजींनी त्यांना काय लिहिलं होतं, एकदा पंडितजींनी त्यांची दिल्लीतल्या श्रोत्यांना कशी ओळख करून दिली होती.

"सुब्बलक्ष्मींची ओळख करून देणारा मी कोण?" ते म्हणाले होते, "मी फक्त भारताचा पंतप्रधान आहे. सुब्बलक्ष्मी ह्या सुब्बलक्ष्मी आहेत." मग त्यांनी गायलेलं गाणं... त्यावर पंडितजींचे अश्रू ओघळू लागले... मग सुब्बलक्ष्मी काय म्हणाल्या....

यानंतर तीस वर्षांनी भूमिका बदलल्या. आम्ही चेन्नईत होतो. आदितची 'शंकर नेत्रालय'मध्ये तपासणी करायची होती. आम्ही जवळच्या मित्रांच्या घरी राहिलो होतो. त्यांच्या घरी नेहमी भजन, पठण सुरू असतं. प्रात:काली प्राणायाम व आसनं झाल्यानंतर मी आमच्या खोलीतून बाहेर आलो. सुब्बलक्ष्मींचा स्वर! त्या मीरेची भजनं गात होत्या.

मी आदितला आणायला धावलो. त्याला ही भजनं माहीत होती. त्याला बाहेर घेऊन आलो. तो मान खाली झुकवून संपूर्ण चित्त एकवटून ऐकत होता. तो चित्त एकाग्र करतो, तेव्हा मान खाली झुकवतो. मी त्याच्या खांद्यांवर आणि पाठीवर हलकेच थोपटत होतो. सुब्बलक्ष्मी गात होत्या....

आँसू जल सींच सींच प्रेम बेल बोयी....

मला अश्रू थोपविता येईनात. मी प्रयत्न केला. पण नाही जमलं... माझ्या ओठांतून कसलाच आवाज फुटत नव्हता. गाणं संपलं... मी आदितला पुन्हा आमच्या खोलीत घेऊन आलो. मी मुद्दामच त्याच्या मागे राहिलो होतो. त्याला दिसू नये म्हणून! मी त्याची व्हीलचेअर सावकाश ढकलत आणली, पण त्यानं मला जवळ ओढलं. माझं डोकं स्वत:च्या छातीवर टेकवलं. तिथे मला घट्ट धरलं आणि माझे कान पिरगाळल्यासारखे करत (असं तो बरेचदा करतो.) म्हणाला, "तुम रोओ मत।"

दिल्लीतल्या डॉक्टरांनी आमच्यासमोर असे काही भयानक पर्याय ठेवले होते की, त्यामुळे आमचे मन दडपून गेलं होतं. आणि आम्ही 'शंकर नेत्रालय'त आलो होतो. अतिशय सहृदय व अत्यंत कुशल डॉक्टरांनी आदितला तपासलं. एकापाठोपाठ एक टेस्ट सुरू होत्या. एकामागून एक मोजमापं सुरू होती. अडीच तास उलटले होते. अनिता आणि मी एकमेकांकडे जवळजवळ पाहातच नव्हतो. आदितनं टेस्ट देण्यासाठी जायला तयार व्हावं म्हणून मी त्याला लाडीगोडी लावत होतो, त्याच्या पाठीला आधार देत त्याचं डोकं मशीनवर धरत होतो.

"मी तुम्हाला जे सांगणार आहे, ती चांगलीच बातमी आहे." त्या प्रेमळ डॉक्टर सांगू लागल्या.

"तो पाहण्यासाठी वापरतो त्या डाव्या डोळ्यात –" त्या समजावून सांगत होत्या, "...थोडासा प्रॉब्लेम आहे आणि कॉर्निआ जेवढा पातळ असायला पाहिजे त्यापेक्षा बराच पातळ आहे. अलीकडे जे 'राप्चर' झालं होतं, ते आता ठीक आहे. त्याचा व्रण मागे राहिला आहे. पण तो पूर्णत: डोळ्याच्या बाहुलीवर आलेला नाही. भिंगाच्या एका भागात अपारदर्शकता आहे. पण प्रकाश आत जाण्याला त्याचा अडथळा होत नाहीये किंवा घाबरवून सोडणारा मोतीबिंदूही नाहीये. 'ऑप्टिक नर्व्ह' खूपच कमकुवत आहे. पण सेरिब्रल पल्सीच्या केसेसमध्ये आम्हाला अशी अवस्था जवळपास पन्नास टक्के आढळते. कदाचित जेव्हा मेंदूला मोठी इजा होते, त्या वेळी या भागालाही ऑक्सिजनचा पुरवठा अपुरा होत असेल... इतक्या वर्षांत त्याच्या मेंदूनं डाव्या डोळ्याची निवड केली आहे. तो पाहाण्यासाठी हाच डोळा वापरतो. एकूण काय, ट्रान्सप्लान्टद्वारे थोडीफार दृष्टी मिळते; ती त्याच्या उजव्या डोळ्याला मिळण्याची शक्यता अगदी धूसर आहे... त्यामुळे त्याच्या उजव्या डोळ्याचा सर्वाधिक वापर करून घेण्यासाठी चष्मा हाच मार्ग आहे... नंबर आहे मायनस फाइव्ह...."

थोडक्यात सांगायचं, तर आम्हाला पुन्हा एकदा अनपेक्षित दिलासा मिळाला होता... असा दिलासा, ज्याची आम्ही आशा करण्याचंसुद्धा धाडस केलं नव्हतं... ऑपरेशन टळलं होतं. अनितानं आणि मी सुस्कारा सोडला.

नामुमकीन तो नहीं, मौजों मे कहीं बहता हुआ साहिल आ जाये....

मी आदितच्या मावश्यांना एसएमएस पाठवले, 'अतिशय चांगली बातमी...' त्यांची उत्तरं आली – 'उऽऽफ, सुटलो.' त्या म्हणाल्या. आम्हाला सगळ्यांनाच हुऽश्शऽऽ झालं होतं. आदितची दृष्टी अतिशय अधू राहाणार आणि त्याच्या एका डोळ्याला दृष्टी येण्याची शक्यता अगदी धूसर आहे. ऑपरेशन करूनसुद्धा फारसा उपयोग होणार नाही, या वास्तवावर हा दिलासा आधारलेला आहे, हे आम्हा सर्वांना कळत होतं. तरीसुद्धा आम्हाला हायसं वाटलं होतं... मलासुद्धा त्या क्षणाची

सकारात्मक बाजू पाहाता आली, मी आमच्या मित्रांना मीरेच्या भजनातील ओळी म्हणण्याची विनंती केली :

अब तो बेल फैल गयी, आनंद फल होयी....

साध्याशा गोष्टींतून आनंद मिळवणं, चांगल्या आणि दानी लोकांकडून आनंद मिळवणं, परतफेड करणं, अर्थात दान करणं, आभार मानणं... आपल्याला बरेचदा सांगितलं जातं की, छोट्या-छोट्या कृपांसाठीसुद्धा आपण आभारी असलं पाहिजे...

प्रत्येक गोष्ट आम्हाला स्मरण देते की, परिस्थिती आणखी किती वाईट असू शकली असती. अशीच एकदा अनिताची अवस्था गंभीररित्या खालावली होती. औषधोपचारांमध्ये काही बदल करावे लागतील का, हे पाहाण्यासाठी आम्ही न्यूरॉलॉजिस्टकडे गेलो. त्यांनी अनिताला तपासलं आणि काय-काय लक्षणं आहेत ते सांगायला सांगितलं. अनिता नेहमीच अतिशय नेमकेपणानं, खरं तर 'क्लिनिकल' पद्धतीनंच आणि स्वतंत्र मतं देते. त्यांची प्रश्नोत्तरं सुरू होती. तिचं निदान सांगायला सुरुवात करताना डॉक्टर म्हणाले, "मिसेस शौरी, तुम्ही अतिशय नशीबवान आहात हे लक्षात ठेवा...."

नशीबवान? नशीबवान? त्या दिवशी हा शब्दसुद्धा आमच्या मनात आला नसता!

"जवळपास वीस वर्षं तुमची ही अशी अवस्था आहे. तुम्हाला सांगतो, एव्हाना परिस्थिती खूप-खूप वाईट होऊ शकली असती...."

आदितचंच पाहा, त्यानं इतकं गोड आणि त्याच्यावर जीव लावावा असं मूल व्हायची काही आवश्यकता नाही. त्यानं चीड, नाराजी, संताप, नैराश्यानं धुमसत राहायला काहीच हरकत नाही. खरं तर त्याला असं करण्याचा हक्कच होता. पण तो मुळीच तसा नाही आणि ही गोष्ट सगळीकडे पसरतेच.

मी एका व्याख्यानासाठी मुंबईला गेलो होतो. त्या वेळी एका रेस्टॉरंटमध्ये जेवायला गेलो असताना तिथे एक सद्गृहस्थ माझ्याजवळ येऊन म्हणाले, "मी इथे बसलो तर चालेल का?"

मग आमचं संभाषण सुरू झालं –

"मी तुम्हाला काही खाजगी सांगितलं तर चालेल? तुम्हाला राग येणार नाही ना?" त्यांनी विचारलं.

"अजिबात नाही." मी म्हणालो. मला वाटलं, माझ्या कुठल्यातरी लिखाणानं त्यांचं मन दुखावलं असणार. त्याबद्दल त्यांना सांगायचं असेल.

"तुम्ही आमच्यासाठी काय केलं आहे, ते तुम्हाला माहीतसुद्धा नाहीये." ते बोलू लागले, "तुम्हाला सांगतो, आम्हालाही तुमच्या मुलासारखाच विकलांग

मुलगा आहे. आम्हाला नेहमी वाटायचं की, हा सगळा आमचाच अपराध आहे. आम्ही स्वत:लाच दोष द्यायचो. त्याला कुठेही घेऊन जायची आम्हाला लाज वाटायची... पण मग एके दिवशी आम्ही टीव्हीवर तुम्हाला तुमच्या मुलासोबत पाहिलं. तुम्ही त्याला बागेत घेऊन गेला होतात. तो हसत होता. नंतर तुम्ही त्याला रेस्टॉरंटमध्ये नेलं. तेही त्यांनी दाखवलं. तुम्ही त्याला सगळीकडे घेऊन जाता असं लक्षात आलं. त्यामुळे आमचे डोळे उघडले. आता आम्हीही आमच्या मुलाला बाहेर घेऊन जातो.''

मात्र एक गोष्ट मी खात्रीनं सांगतो की, त्या कुटुंबात घडलेल्या बदलाला मी थोडा फारच कारणीभूत असेन. याचं सगळं श्रेय आदितला होतं. चाकाच्या खुर्चीत जखडलेल्या आदितनं त्याचं 'गंगाजल' किती दूरवर शिंपडलंय पाहा!

मी व्याख्यानासाठी पुण्याला गेलो होतो. तिथे एका रेस्टॉरंटमध्ये नाश्ता करत असताना असाच एक प्रसंग घडला. एक सद्गृहस्थ माझ्याजवळ आले. त्यांनी माझ्यासोबत बसायची परवानगी मागितली आणि आम्ही दोघांच्याही आस्थेच्या गोष्टींबद्दल बोलायला सुरुवात केली. भ्रष्टाचार व इतर वाईट गोष्टींबद्दल संभाषण सुरू झालं की, त्या काहीही निष्कर्ष न निघणाऱ्या संभाषणातून मी बाजूला होतो. मी फक्त ऐकतो आणि त्याच त्या ओळी फेकतो. माझ्यासमोर बसलेले गृहस्थ एका आघाडीच्या शिक्षणसंस्थेत प्राध्यापक होते. त्यांना एक नव्हे, तर दोन मोठे मुलगे होते – बऱ्याच प्रकारच्या अधूपणांमुळे सांभाळ करावा लागणारे. या कामात खूप मदत घेणं त्यांना परवडण्याजोगं नव्हतं. खर्चाचा मेळ घालण्यासाठी त्या नवरा-बायकोला नोकरी करावी लागत होती. पण ते दोघंही कामावर गेले की, या दोन्ही मुलांचं काय करायचं; हा त्यांच्यापुढे प्रश्न होता. पण हे काहीच नाही, हे मला दिल्लीला परत गेल्यावर कळून चुकलं. स्पॅस्टिक मुलांच्या शाळेत विकलांग मुलांची स्वत:लाच देखभाल करावी लागणारे नवरा-बायको भेटतात, या मुलांचा सांभाळ करणाऱ्या एकट्या आया भेटतात. एक उदाहरण तर त्यांनी मला सांगितलं की, एक बाई नेटानं नोकरी करून पैसे मिळवते; उत्पन्नाचा दुसरा मार्ग नसल्यामुळे ती कसोशीनं ते काम करत आहे. ती मुलाला सकाळी खाऊ घालते. मग तिला त्याला घरात एकट्याला कोंडून कामावर जावं लागतं. ती कामावरून घरी परत येईपर्यंत ते मूल घरात एकटंच असतं....

आदितनं मला कृतज्ञता शिकवली आहे. त्याला साहाय्य करणाऱ्या मदतनिसांवर त्याचा जीव आहे. त्याला मजा वाटावी म्हणून आम्ही त्यांना त्याचं 'बजरंग दल' म्हणतो. आम्ही पाहू शकतो. तो बरेचदा हातानं त्यांचं मस्तक स्वत:च्या चेहऱ्याजवळ

आणतो. त्याला त्यांना पापा द्यायचा असतो. त्याला त्या सगळ्यांना भेटवस्तू देणं फार आवडतं. त्यामुळेच होळी, दिवाळी आणि इतर सगळे सण त्याच्यासाठी महत्त्वाचे असतात... आणि म्हणून आमच्यासाठीही!

तो अशा परिस्थितीतसुद्धा एखाद्याचे आभार मानतो, तेव्हा आमची मती गुंग होते. त्याची शाळा नुकतीच सुरू झाली होती. त्याच्या शाळेतल्या सदाचरणी स्टाफला सीटबेल्ट कायम बांधून ठेवण्याचं महत्त्व माहीत नसल्याचं, आम्हाला माहीत नव्हतं. आदित त्याच्या चाकाच्या खुर्चीत होता. तो पुढे झुकला आणि कलंडून तोंडावर पडला. त्याचे पुढचे दोन दात पडले. त्याच्या तोंडातून भळाभळा रक्त वाहू लागलं. मग त्याला ताबडतोब दंतवैद्यांकडे नेलं. डॉक्टरांनी त्या दोन दातांचे जे काय तुकडे उरले होते, ते काढून टाकले. आदित रडत होता. त्याचा शर्ट रक्तानं माखला होता. तशा अवस्थेतसुद्धा आदितनं डॉक्टरांचे आभार मानण्यासाठी त्यांना हातानं पापा दिला. ते डॉक्टर थक्कच झाले... आदितच्या प्रेमाची आणि कृतज्ञतेची साक्ष देणारे प्रसंग आम्ही दररोज पाहातोय... त्यामुळे आम्हीही बदललो आहोत. आमच्या नातेवाइकांचं, त्याची देखभाल करणाऱ्या मदतनिसांचं प्रेम आणि वेळ यांखेरीज आमचा दिवस पार पडू शकत नाही. आदितमुळे आम्ही प्रत्येक क्षणाकडे या दृष्टीनं पाहू लागलो आहोत.

त्यानं मला हातात घेतलेल्या कामावर चित्त एकाग्र करायला शिकवलं आहे आणि अनिताच्या अडचणींनी हा धडा आणखी पक्का केला आहे. आदितला शौचास जायचं असेल, तर त्याला बिछान्यातून उचलून बाजूला घ्यावं लागतं. अनिताला कपडे बदलण्यासाठी मदत घ्यावी लागते. आत्ता अशी परिस्थिती आहे, तर आपण दहा वर्षांनी हे सगळं कसं काय सांभाळणार आहोत?... पण नुसतं कुढत राहून त्यातून काहीच निष्पन्न होत नाही. त्यामुळे 'आत्ता आणि इथे' हा धडा आदित मला प्रत्येक क्षणी देत असतो. आपले महान ध्यानगुरू आपल्याला हेच तर शिकवितात... फक्त आत्ता आणि इथे यावर चित्त एकवटायला शिका.

परिस्थितीकडे फक्त निराळ्या दृष्टीनं पाहिलं की, त्या कशा बदलता येतात हे मला अनिता आणि आदित दोघांनी मिळून शिकवलं आहे. आदित मोठा झाला तेव्हा त्याला उचलून घेऊन कडेवरनं नेणं मला जमेना. अनिताला दिल्लीच्या हिवाळ्याचा अधिकच त्रास होऊ लागल्यामुळे आम्ही *विमानानं* दक्षिणेत जाणार होतो. पण मदतनिसालाही विमानानं नेणं आम्हाला कसं परवडू शकेल? मी विचार करीत होतो... यामध्ये फक्त किती पैसे खर्च होतील हा विचार नव्हता, तर आम्ही कोट्यधीश असल्यासारखं मदतनीसाला विमानानं न्यायचं ही *कल्पना!*

पण अनिता म्हणाली, "आपण आपल्याला दोन मुलं आहेत असं समजायचं...."

आदितनं आम्हा दोघांना आणखी जवळ आणलं आहे. मुलं मोठी झाली, घराबाहेर पडली की, दोघं दोन ध्रुवांवर अशा अवस्थेतली जोडपी आणि ज्यांना अहोरात्र आदितला सांभाळावं लागतं अशी जोडपी – यांच्यातला फरक माझ्या बरेचदा लक्षात आला आहे. अर्थात, हे काही कायम असं असत नाही. बऱ्याच केसेसमध्ये आई-वडील, त्यातसुद्धा बरेचदा वडील हे झेलू शकत नाहीत आणि त्यांचं लग्नबंधन तुटतं. पण आम्ही नशीबवान आहोत. आदितच्या कामांमुळेच नव्हेतर त्याच्या प्रेमानं आम्हाला एकत्र बांधून ठेवलं आहे.

आदित प्रत्येक त्रास सोसतो आणि तो संपण्याची वाट पाहातो. त्यानं जणूकाही आम्हाला 'द आर्मर ऑफ पेशन्स' या बौद्ध पारितोषिकासाठी तयार केलं आहे.

तो आमच्यासाठी 'बॉइ' म्हणजे जहाजांना मार्गदर्शन करण्यासाठी तरंगती खूण असते, तसा आहे. तो अगदी लहान होता, तेव्हासुद्धा त्याच्यात विलक्षण संवेदनक्षमता होती. आम्ही परिस्थितीमुळे विशेषकरून खचलेलो व दुःखी असायचो तेव्हा तो काहीतरी करायचा... काहीतरी लहानशी गोष्ट! तो एखादा शब्द उच्चारायचा – त्याला माहीत आहे, हे आम्हाला माहीत नसलेलं काहीतरी म्हणायचा, हसायचा... आम्हाला बरं वाटावं म्हणून, आणि आम्हाला वाटतं त्यापेक्षा त्याला जास्त समजतंय हे आम्हाला कळावं यासाठी.

एकदा आदित अनिताच्या मांडीवर आडवा होता. ती त्याला गाणं गुणगुणून दाखवत होती, त्याच्याशी बोलत होती. तितक्यात आदितनं जीभ बाहेर काढली. त्याच्या दृष्टीनं हा पराक्रमच होता. अनिता गात होती. त्याच्याशी बोलत होती. त्यानं पुन्हा जीभ बाहेर काढली.

"आदित, तुम्हारी जुबान मे कुछ मुश्कील है?" अनितानं विचारलं.

त्यानं त्याचा हालचाल करता येणारा एकमात्र हात डोक्यावर नेला.

त्याच्या तोंडात केस गेला होता! –

अनिताच्या आनंदाला पारावार उरला नव्हता. आदित फक्त हातानं इतकं व्यक्त करू शकतो, हे तोवर आम्हाला कळलं नव्हतं.

तसंच एके दिवशी आणखी एक अनपेक्षित गोष्ट घडली. त्याच्या आजूबाजूला सगळे जण आता यानंतर काय करायचं यावर चर्चा करत असताना आदितनं घड्याळातली वेळ सांगितली... तोपर्यंत त्याला घड्याळ दिसतं... ते वाचणं दूरच – हेही आम्हाला माहीत नव्हतं. ते घड्याळ फक्त त्याच्या नानीसाठी तिथे लावलं होतं. त्या शिस्तीच्या अतिशय भोक्त्या होत्या. आदितचा दिनक्रम अगदी घड्याळनुसार चालला पाहिजे, यावर त्यांचा अत्यंत कटाक्ष असे.

...अशीच अनेक वर्षांपूर्वीची दिवाळी, जणू कालच घडली असावी, तशी

मनात ताजी आहे. उभं राहाणं वगैरे दूरची गोष्ट, पण आदितला स्वत:चं स्वत: बसतासुद्धा येत नव्हतं. समजा त्याला उठवून बसवलं, तरी मदतीविना तो बसलेल्या अवस्थेत राहू शकत नसे. आम्हाला त्याला बिछान्यावर झोपवावं लागत असे. एकदा अनिता आणि मी झोपण्याची तयारी करीत होतो. कॉलनीतल्या आवाजांनी आम्ही वैतागलो होतो. सगळ्या बाजूंनी फटाक्यांचा कडकडाट सुरू होता. आम्ही वळून पाहिलं तर आदित बिछान्यात उठून बसला होता. तो एका हाताच्या आधारावर उठला होता आणि मांडी घालून बसला होता. आम्ही आश्चर्यचकित झालो होतो आणि आनंदितही! आम्ही दोघं एकही शब्द न उच्चारता स्तब्ध होतो... उगीच आम्ही त्याला दचकवायचो आणि त्याचा तोल जायचा. आम्ही एकमेकांचा हात धरून जागीच थिजल्यासारखे उभे होतो... नि:शब्द... आम्ही पापणी न लवता त्याच्याकडे पाहात होतो. आम्हाला अशी दिवाळी भेट त्याआधी कधी मिळाली नव्हती आणि त्यानंतरही कधी मिळाली नाही.

अर्थात, आता आदित मोठा झाला आहे. त्याचे पाय लांब झाले आहेत. आता त्याला पाय उचलणं, स्वत:चं स्वत: बसणं जमत नाही.

या सगळ्या गोष्टी किती सामान्य वाटतात... म्हणजे एखाद्या मुलानं केसांना स्पर्श करणं, घड्याळातली वेळ सांगणं, उठून बसणं... आपण या गोष्टी किती गृहीत धरतो, पण या मुलांनी मात्र अशा साध्या गोष्टी करणं, हे 'स्केल K-2' असतं. जे धडे आम्ही कधी शिकलो नसतो, जे जग आम्हाला कधी कळलं नसतं ते आदितमुळे आम्हाला कळलं, शिकता आलं.

म्हणूनच मीरा म्हणते,

तात मात गुरु सखा तू
सब विधीही है, तू मेरो....

जीवनाचे धडे

आदितनं आम्हाला त्याच्या जगात प्रवेश करायला लावला. त्याच्यापासून काय-काय हिरावलं आहे, याची जाणीव दिली. याद्वारे त्यानं आम्हाला जरासं उन्नत केलं आहे.

गांधीजींनी त्यांच्या एका आवडत्या प्रार्थनेतून आपल्याला हेच शिकवलं आहे :
वैष्णव जन तो तेणे कहिए पीड पराई जाने रे....

आदितनं फक्त स्वत:च आम्हाला धडे दिले नाहीत, तर त्यानं आम्हाला बाकीच्या थोर गुरूंप्रत नेलं आहे.

"महात्माजींच्या काळानंतर असा कुणी नेता व रामन आणि श्री अरविंद यांच्या काळानंतर असा कुणी देवतुल्य माणूस नसेल, ज्याचा माझ्याशी जवळून परिचय

नाही आणि मी ज्याच्यासोबत विनोदांची कारंजी फुलविलेली नाहीत,'' रामनाथजी[५] म्हणायचे.

पुट्टपार्थीचे साईबाबा दिल्लीला येणार होते. आणीबाणीच्या काळात रामनाथजी किती त्रासांतून पार पडले; ते त्यांना माहीत होतं – श्रीमती इंदिरा गांधींनी वृत्तपत्र ताब्यात घेतलं आणि त्यानंतरचा सर्व इतिहास – आता त्या पदावरून पायउतार झाल्या होत्या. साईबाबा रामनाथजींना आशीर्वाद द्यायला 'एक्स्प्रेस'च्या इमारतीत येणार होते.

''तुमच्या मुलाला घेऊन या, बाबा त्याला आशीर्वाद देतील.'' रामनाथजी म्हणाले होते, ''सगळं काही ठीक होईल. तुम्ही स्वत:च बघाल.''

आदितला कडेवर घेऊन माझी आई, अनिता आणि मी रामनाथजींच्या दालनात प्रतीक्षा करीत होतो. तितक्यात साईबाबा आणि रामनाथजी तिथे आले. रामनाथजींनी आमची साईबाबांशी ओळख करून दिली. साईबाबांनी आदितला आशीर्वाद दिला. ते नेमकं काय म्हणाले ते मला आठवत नाही, पण या प्रसंगातली माझी आई मला आठवते. अनिता आणि मी एका बाजूला उभे होतो. आदित माझ्या आईच्या कडेवर होता.

''कृपा करून त्याला आशीर्वाद द्या, कृपा करून त्याला आशीर्वाद द्या, बाबा.'' माझी आई त्यांना विनवत होती. ती थरथरत होती. तो साईबाबांच्या तिथे असण्याच्या आदरयुक्त प्रभावाचा परिणाम होताच, शिवाय काहीतरी चमत्कार घडेल आणि आदित उठेल, अशी तिला कळकळीची आशा होती.

तथापि, पुढे अनेक वर्षांनी साईबाबांनी मला एक जीवनभराचा धडा दिला. मी मागे उल्लेख केल्यानुसार मीता नंदी यांनी दिल्लीत स्पॅस्टिक मुलांची शाळा स्थापन केली आहे. कणखर निश्चय आणि त्याच तोडीचा सेवाभाव जपणाऱ्या मीता शाळेची प्रेरणा होत्या आणि आजही आहेत. आदितमुळे त्या आणि त्यांचे पती विख्यात शल्यविशारद समीरन नंदी आमचे आणि आदितचे जवळचे मित्र बनले आहेत. मीता नंदी यांच्यावरसुद्धा एक मोठा आघात झाला होता. डॉक्टरांच्या भाषेत 'कार्डिअॅक अमायलोडॅसिस' – यामध्ये पाण्याच्या टाकीत गाळ साचतो तसा; हृदयात 'प्रोटीन सेल्स' जमा होतात. डॉक्टरांना त्यांना साधारण वर्षभराचा काळ दिला होता.

त्यांनी आमच्या आदितसारख्या मुलांसाठी खूप काही केलं आहे. आता आपण त्यांच्यासाठी काय करू शकतो, असा आम्ही विचार करीत होतो. त्या साईबाबांच्या निस्सीम भक्त आहेत, हे माहीत असल्यामुळे मी त्यांच्याकडे जाऊन मीतांना उपयोग व्हावा असं काहीतरी देण्याची विनंती करावयाचं ठरवलं.

माझे काका-काकू त्यांच्या मुलाच्या निधनानंतर दिल्ली सोडून पुट्टपार्थीला

---

५ रामनाथ गोयंका : 'इंडियन एक्स्प्रेस'चे संस्थापक व झुंजार लढवय्या

स्थायिक झाले होते – त्यांचा अगदी निरोगी मुलगा वयाच्या अवघ्या विसाव्या वर्षी कुठल्याही ठोस कारणाविना अचानक वारला होता – त्यांच्यामुळे मला साईबाबांना भेटता आलं. एका खोलीत आम्ही फक्त पाच-सहा जणच होतो. आम्ही छोटं वर्तुळ करून बसलो होतो. बाबा एकेका माणसाजवळ जात होते. जनरल महोदयांना घड्याळ, इटलीच्या भूतपूर्व पंतप्रधानांच्या भावाला आणखी काहीतरी... "बाबा, मी तुमचे आशीर्वाद घेण्यासाठी आणि मीता नंदींसाठी विशेष कृपाप्रसाद नेण्यासाठी आलोय." साईबाबा माझ्याकडे आले, तेव्हा मी म्हणालो.

"त्यांनी विकलांग मुलांसाठी खूप काही केलंय. त्यांची तुमच्यावर खूप श्रद्धा आहे."

"हां, हां, जानता है, जानता है!" बाबांनी माझं बोलणं तोडलं आणि ते पुढे गेले.

ते पुन्हा माझ्याजवळ आले. मी अजूनही हात पसरूनच होतो. मी पुन्हा मीतांबद्दल सांगू लागलो. त्यांनी माझ्या हातावर विभूती टाकली आणि ते पुढे गेले.

ते तिसऱ्यांदा माझ्याजवळ आले, तेव्हा मी त्यांना जरा आग्रहपूर्वक म्हणालो, "मैं अपने लिए नहीं, मीता नंदी के लिए, आपसे माँगने आया हूं।"

साईबाबांनी माझ्या तळहातांकडे पाहिलं. माझ्या हातांत विभूती होती.

"कैसे दे सकता है?" ते म्हणाले, "जब हाथ खाली ही नहीं है?"

जीवनाचा आणखी एक धडा : आपली मनं रिकामी असल्याखेरीज आपण ग्रहण कसं काय करणार?

मी ती विभूती रुमालात ठेवली आणि हात पुढे केले. त्यांनी मला शिवलिंग दिलं.

"इस पर पानी डालना और पानी को पीना। अच्छा होगा।"

मी ते शिवलिंग घेऊन आलो आणि ते मीतांना दिलं. हा प्रसंग पंचवीस वर्षांपूर्वीचा आहे. मितांना बरेच झटके येऊन गेले आहेत आणि आणखीही बराच त्रास झाला आहे. त्यांची उजवी बाजू पूर्णतः कामातून गेली आहे. पण डॉक्टरांनी त्यांना फक्त एक वर्षाचा काळ दिला असूनही त्या अजूनही आहेत. खंबीर आहेत आणि नेहमीसारख्याच उत्साहीही.

आईचं काळीज

वर्षं पुढे सरकली. थोर तत्त्ववेत्ते व गुरू जे. कृष्णमूर्ती दिल्लीला येणार होते. नेहमीप्रमाणेच रामनाथजींची त्यांच्याशी पूर्वी भेट झालेलीच होती आणि रामनाथजींना आत्ताही त्यांना भेटता येणार होतं. कृष्णाजी, श्रीमती पुपुल जयकर (भारतीय हस्तकलेसाठी मोठं योगदान देणारी महिला) यांच्या घरी उतरले होते. श्रीमती पुपुल

जयकर श्रीमती इंदिरा गांधींची जवळची मैत्रीण आणि कृष्णाजींच्या जवळच्या शिष्यांपैकी होत्या.

रामनाथजींनी मला कृष्णाजींची मुलाखत घ्यायला पाठवलं होतं. आम्ही सद्य:स्थिती वगैरे गोष्टींबद्दल बोललो. कृष्णाजींचा मुद्दा होता – जबाबदारी मानणं. आपल्यापैकी प्रत्येकानं, स्वतंत्र व्यक्ती म्हणून आपण करत असलेल्या गोष्टींची जबाबदारी घेतल्याखेरीज परिस्थिती बदलणार नाही, ती आत्ता जशी आहे, तशाच प्रकारे कोसळत राहाणार.

मग कृष्णाजींनी मला अनिताबद्दल विचारलं. त्यानंतर संभाषणाची गाडी आदितवर आली.

मी त्यांचा निरोप घेऊन उठलो तेव्हा त्यांनी मला आदितला घेऊन यायला सांगितलं. त्याच्या आईचंही स्वागतच होतं, पण ती आली नसती.

दोन दिवसांनी मला पुन्हा त्यांच्याकडे जायचं होतं. मी अनिताला माझ्याबरोबर येण्याबद्दल विचारलं, पण तिनं नकार दिला... ती या निष्कर्षाप्रत आली होती की, काहीही होत नाही. आपल्याला पुन:पुन्हा आशा लागून राहते आणि पुन:पुन्हा ती चूर-चूर होते.

मग मी आदितला घेऊन गेलो. कृष्णाजी बोलत होते. आदित माझ्या मांडीवर होता. अधून-मधून कृष्णाजी त्याचे केस कुरवाळत. त्याच्याकडे पाहून स्मित करीत होते.

"नोबल चाइल्ड! महान मुलगा!" ते म्हणाले. "तुमची पत्नी आली नाही?"

"नाही सर. तिला शाळेत काम होतं."

कृष्णाजींनी फक्त माझ्याकडे पाहिलं.

"पुन्हा या. मुलाला घेऊन या. तुमच्या पत्नीलाही यायला सांगा."

याच प्रसंगाची दोनदा पुनरावृत्ती घडली. कृष्णाजी आदितशी अतिशय प्रेमळपणे वागत होते. बोलताना त्यांनी मधेच विचारलं, "तुमची पत्नी आली नाही?"

आणि मी काहीतरी लटक्या सबबी पुढे केल्या.

"वेल, मी परवा दिवशी बनारसला निघालोय. तुम्हाला माहीतच आहे, मी आयुष्यभर खोटी स्तुती होत असलेल्या, देवासमान समजल्या जाणाऱ्या माणसांचं खरं रूप उघड केलं आहे. माझा चमत्कारांवर विश्वास नाही, पण काही लोक म्हणतात की, या हातांनी त्यांना बरं केलं आहे." त्यांनी त्यांच्या सुरेख हातांकडे पाहिलं आणि हात समोर धरले.

"बनारसला या. तिथे आमचं छानसं घर आहे... अगदी शांत. आमच्यासोबत राहा. मुलालाही घेऊन या. तुमची पत्नी येणार असेल, तर तिचंही स्वागत आहे. मी या मुलासाठी काही जरी करू शकलो, तरी मला ते करायला आवडेल. काहीही

असलं, तरी मी परत जाण्यापूर्वी पुन्हा या.''

त्यांचं बोलणं माझ्या मनाला स्पर्शून गेलं. किती थोर माणूस! आमच्या काळातला एक महान गुरू. आमच्या छोट्या आदितसाठी इतकं सगळं करायला ते तयार झाले होते.

आदल्या भेटीप्रमाणेच या भेटीनंतरही मी सगळी हकिकत अनिताला सांगितली.

''प्लीज, माझ्याबरोबर चल.'' मी तिला विनवत म्हणालो, ''ते दरवेळी तुझ्याबद्दल विचारतात. इतका प्रेमळ, इतका उदात्त माणूस आहे... माझ्यासाठी चल.''

आम्ही तिघं कृष्णाजींना भेटायला गेलो.

या खेपेला कृष्णाजींनी मला त्यांच्या समोरच्या खुर्चीत बसवलं. आदित माझ्या मांडीवर होता. त्यांनी अनिताला सोफ्यावर त्यांच्याशेजारी बसवून घेतलं. त्यांनी तिचा हात हातात घेतला आणि तो तसाच धरून ठेवला.

संभाषण सुरू झालं. अचानक कृष्णाजी पूर्णपणे अनिताकडे वळले आणि तिला म्हणाले, ''तुम्हाला तुमच्या मुलाबद्दल काय वाटतं?''

कृष्णाजींनी शब्दांवर जरासा जोर दिला होता.

''तो आमचं जीवन आहे... आमचं सर्वस्व.''

''तो तुमच्यासाठी काय आहे, हे मी विचारलेलं नाही.'' कृष्णाजींनी चढ्या स्वरात विचारलं.

त्यांनी अनिताला रागावूनच विचारलं, *''मी तुम्हाला विचारलं, तुम्हाला तुमच्या मुलाबद्दल काय वाटतं?''*

त्यांचा आवाज चढला होता. हा दोन शब्दांमधला विराम अतिशय जरबेचा, करारी आणि ठाम होता.

– आणि आदितच्या जन्मापासून इतक्या वर्षांत कधी एकदाही न रडलेली अनिता ओक्साबोक्शी रडू लागली. जणू एखाद्या क्षेपणास्त्रानं धरणाचा वेध घेतला असावा... अनिता अनावरपणे रडत होती. कृष्णाजी तिचा हात हातात घेऊन तिला रडू देत होते.

''पाहिलंत?'' कृष्णाजी माझ्याकडे वळून म्हणाले. अजूनही तिचा हात त्यांच्या हातातच होता.

''मी तुम्हाला म्हटलं होतं... तुम्हाला आईचं काळीज नाही कळणार.''

आणि इथे मी... मी समजत होतो की, माझ्यापाशी माझ्या आईचं आस्थेवाईक, प्रेमळ काळीज आहे.

जीवनाचा धडा... 'जीवंत' धडा... हा धडा मी कधीच विसरलेलो नाही.

कुणीतरी आखल्यानुसार?

"या शोकात्म अवस्थेनं तुमची काय दशा केली आहे, ते तुम्हाला दिसत नाही का? आत्ता या क्षणी तुमचे मित्र सिनेमा, पार्ट्या यांमध्ये वेळ घालवताहेत आणि इथे तुम्ही असल्या गहन प्रश्नांची चर्चा करताय...."

हे उद्गार आहेत सुप्रसिद्ध मौलानांचे. त्यांच्या विद्वत्तेबद्दल जराही शंका नाही आणि त्याहूनही महत्त्वाचं म्हणजे ते धर्मनिष्ठ आणि प्रेमळ सद्गृहस्थ आहेत. एकदा विमानप्रवासात आम्ही शेजारी-शेजारी बसलो होतो. आमच्या संभाषणाचा ओघ आदितकडे वळला आणि त्यांनी तो एकूणच 'भोगण्या'च्या विषयावर नेला.

अतिप्राचीन प्रश्न : सर्वज्ञानी, सर्वसत्ताधीश, दयाळू परमेश्वर असेल, तर अशा गोष्टी कशा घडतात? एकतर 'त्या'ला ते कळत तरी नाही किंवा त्याला कळतं, पण त्या बाबतीत काही करण्याची शक्ती त्याच्याकडे नाही किंवा त्याच्याकडे भोग टाळण्याची शक्तीही *आहे*. पण तो तसं करायची तसदी घेत नाही.

हे जाणून घेण्यासाठी मी विचारलेल्या प्रश्नांवर मौलाना काय म्हणाले होते, ते आठवतं. त्यांच्या विधानाचा जो वाटतोय तो अर्थ घ्या आणि माझ्यासमवेत विचारा.

"मला धडा शिकविण्याचा यापेक्षा सोपा मार्ग 'त्या'ला सापडू शकला नसता का?"

त्याचप्रमाणे आपण जेव्हा मिठू अलूर, मीता नंदी व अनिता, तसंच अशा आणखी कितीतरी मातांनी त्यांच्या भोगांचं रूपांतर इतरांची सेवा करण्यात केल्याचं पाहातो, तेव्हा आपण परमेश्वराला श्रेय द्यायचं का... की त्यानं मालिनी, आदित आणि अशा अनेक मुलांवर मेंदूची इजा लादली आणि भारतात स्पॅस्टिक मुलांसाठी शाळा स्थापन होतील असं पाहिलं?... का आपण या विलक्षण स्त्रियांचे आभार मानायचे व त्यांचं कौतुक करायचं की, त्यांनी त्यांच्या व्यक्तिगत क्लेशांमधून इतरांसाठी कार्य केलं? जेव्हा या माता व मावश्या इतर पीडितांना साहाय्य करण्यासाठी झगडतात तेव्हा त्या परमेश्वराच्या इच्छेनुसार वागत असतात का त्याच्या इच्छेच्या विरोधात?... इतर संदर्भात आपण विचारतो, तसं याबाबतीत विचारत नाही. त्यांना यामध्ये अपयश आलं, तर देव त्याची इच्छा रेटून, त्यांना औद्धत्याबद्दल शिक्षा करतोय का? 'त्या'नं हुकूम देऊनही त्या या क्लेश भोगणाऱ्या मुलांना दिलासा देता येईल, असं गृहीत धरण्याचा उद्धटपणा करीत असतात... आणि त्या यशस्वी झाल्या तर त्या देवाचा आदेश असूनही यशस्वी झाल्या म्हणायचं का, देवाचं मत बदललं आणि आता त्याची त्या यशस्वी व्हाव्यात, अशी इच्छा आहे असं म्हणायचं?

बऱ्याच वर्षांनी मला या मुद्याचा मौलानांबरोबर पाठपुरावा करावा असं वाटलं.

मी इतरांसोबत केला होता तसा! मी त्यांच्या मुलाला फोन केला. त्यानं सांगितलं की, "ते छोट्याशा समुदायासोबत आठवड्यातून एकदा अशा विषयांवर चर्चा करतात. तुमचे प्रश्न पाठवून द्या. मी त्यावरचं त्यांचं संभाषण ध्वनिमुद्रित करीन."

मी त्यानुसार केलं. मी ती टेप ऐकली, तेव्हा नवे प्रश्न उभे राहिले. मी त्यांची यादी करून ते पुन्हा त्यांच्या मुलाला पाठविले. दुसऱ्या टेपमध्ये मौलानांचा संतप्त स्वर आपण स्पष्ट ऐकू शकतो... आपण सगळ्या गोष्टी विशिष्ट दृष्टिकोनातून पाहिल्या पाहिजेत. अल्लानं विश्व, तारे, आकाशगंगा निर्माण केल्या आहेत. त्यानं हा संपूर्ण आभाळाचा भव्य घुमट तयार केला आहे... आपल्यासाठी खायला अन्न तयार केलं आहे... एक मूल परिपूर्ण नाही म्हणून मनात फक्त तोच विचार करत राहाणं म्हणजे सापेक्षतेची जाणीव गमावण्यासारखं आहे. यामधून फक्त 'अहं' दिसतो... ही व्यक्ती आपल्या मुलापलीकडे पाहू शकत नाही....

पहिली गोष्ट म्हणजे अर्थातच हा फक्त एका मुलाचा प्रश्न नाही. कोट्यवधी मुलं आणि प्रौढ माणसं दुःख भोगत आहेत. त्याचं स्पष्टीकरण मिळायला हवं.

हा मुद्दा बाजूला ठेवू या. या संभाषणातून अजून एक अर्थ निघतो ना? असं गृहीत धरू या की, फक्त एकच मूल दुःख भोगतंय... एकटा आमचा आदित. पण अल्लांजवळ हे भव्य व अथांग विश्व निर्माण करायची शक्ती आहे. मग 'ते' या एका मुलाला साहाय्य करू शकत नाहीत?

अपंग मूल वाढवावं लागणाऱ्या प्रत्येक माता-पित्यांना छळणारा हा एक प्रश्न आहे. अशा भयानक गोष्टी का घडतात, या निष्पाप मुलाच्या बाबतीत हे असं का घडलं? वयासोबत मी दुर्बल होईन, तेव्हा त्याला बिछान्यातून कोण उचलून घेईल? आम्ही गेल्यानंतर त्याची देखभाल कोण करेल?

होय, होय. मी काय लिहितोय ते कळतंय मला... आदितनं मला फक्त 'इथं आणि आत्ता'वर लक्ष केंद्रित करायला शिकवलं आहे. पण –

लौट जाती है उधर को भी नजर क्या किजीये....

म्हणून हा लेखनप्रपंच!

◆

त्याची आस्था, त्याची परीक्षा

परमेश्वर एका शंभर वर्षांच्या भक्ताला सर्वांत क्रूर आघात सोसायला लावतो, तो भक्त 'त्या'चा निस्सीम भक्त आहे की नाही, याची परीक्षा घेण्यासाठी. 'त्या'नं सांगितलं म्हणून तो भक्त त्याच्या एकुलत्या एक मुलाचा त्याग करायला तयार होईल इतकी त्याची भक्ती आहे का, याची परीक्षा घेण्यासाठी.

ही कथा जुन्या करारातील 'उत्पत्ति'- जेनेसिस –मध्ये आहे. अशीच कथा कुरआनमध्येही आहे. निष्कर्ष म्हणून आपल्याला फक्त दु:खभोगाचं स्पष्टीकरणच मिळत नाही, तर धर्म ज्या प्रकारच्या गोष्टींवर आधारले आहेत, त्यांची प्राथमिक झलकही पाहायला मिळते.

मूळ रचना

आब्राहम ही बायबल व कुरआन दोन्हींमधीलही सर्वांत आदरणीय व्यक्तींपैकी एक व्यक्ती आहे. ही व्यक्ती इतकी महत्त्वाची आहे की, मध्यपूर्वेकडील प्रत्येक धर्म त्याचा मुळारंभ या व्यक्तीपासून झाला असा दावा करतात. या धर्मांना 'अब्राहॅमिक रीलिजन्स' संबोधलं जातं.

आपण 'जेनेसिस'मधील वर्णनापासून सुरुवात करू.

आब्राहम[१] व त्याची पत्नी सारा[२] यांना मूलबाळ नाही. ते वृद्ध झाले आहेत.

एके दिवशी सारा आब्राहमला म्हणते, "पूजा, प्रार्थना आणि नवससायास झाले, परंतु माझी कूस काही उजवत नाही. आपलं आता वयही झालं आहे.

---

१ जेनेसिसमधील १७.५पर्यंतच्या अध्यायात वर्णन केलेली व्यक्ती. या प्रकरणात दिलेले सर्व संदर्भ 'जेनेसिस'मधील अध्यायाचा भाग आहेत. पुढच्या प्रकरणात आपण कुरआनकडे वळू.

२ जेनेसिसमधील १७.१५पर्यंतच्या अध्यायात वर्णन केलेली sar'ai ही व्यक्ती.

आपल्याला मूल होण्याची शक्यता दिसत नाही. हेगर ही माझी दासी आहे. ती तरुण आणि धडधाकट आहे. तिला तुम्ही जवळ करा. तिला पुत्र झाला तर आपल्या समाजातील रितीनुसार तो आपलाच मुलगा मानला जाईल आणि तुमचा वंश पुढे चालू राहील.''

''जशी तुझी इच्छा.'' आब्राहम मान डोलवितो.

एके दिवशी हेगर साराला गोड बातमी देते. साराला अतिशय आनंद होतो. सारा हेगरला मैत्रिणीप्रमाणे वागवत असते, मात्र हेगरच्या स्वभावातील बदल तिला जाणवल्याशिवाय राहात नाही. आपण गर्भवती आहोत, याचा तिला गर्व झालेला असतो.

एकदा रागाच्या भरात हेगर साराला उपहासानं म्हणते, ''तू तर जन्माची वांझ आहेस.''

हा घाव साराच्या वर्मी लागतो. ती व्यथित होते. दासीचा तोरा पाहून तिच्या तळपायाची आग मस्तकाला भिडते.

ती नवऱ्याला म्हणते, ''मी माझी दासी तुमच्या हवाली केली, परंतु आपण गर्भवती आहोत, हे पाहून ती मला तुच्छ मानू लागली आहे. आपला न्याय देव करो!''

आब्राहम तिला म्हणतो, ''तुझी दासी तुझ्या हाती आहे. तुला बरं दिसेल तसं तू कर.''

त्या दिवसापासून सारा हेगरचा द्वेष करू लागते. तिला छळू-जाचू लागते. कधी-कधी तिला उपाशी ठेवू लागते. हेगरला हे सर्व असह्य होतं आणि एका पहाटे ती घर सोडून रानात पळून जाते. तिथे तिला देवाच्या दूताचं दर्शन होतं. तो तिला सांगतो, ''चल, माघारी फिर. तुला घरी परतलं पाहिजे. तुझ्या उदरात पुत्रगर्भ आहे. तुला मुलगा होईल. त्याचे नाव तू इश्माएल ठेव...''

त्या वेळी आब्राहम शहाऐंशी वर्षांचा आहे.

आणखी तेरा वर्षं सरतात. आब्राहम नव्व्याण्णव वर्षांचा होतो. देव त्याच्यासमोर प्रकट होतो. 'इथून पुढे तुला आब्राहम म्हटलं जाईल' देव त्याला सांगतो, 'मी तुला अनेक राष्ट्रांचा पिता बनवेन आणि 'खूप सुफल' बनवेन.' देव त्याला सांगतो की, त्या बदल्यात त्यानं आणि त्याच्या कुटुंबातील सर्व पुरुषांनी सुंता केली पाहिजे; आणि हा देव व आब्राहम यांच्यातील करार असेल की, जो कुणी सुंता करणार नाही त्याला 'माझा करार मोडल्याबद्दल' त्याच्या लोकांपासून दूर केलं जाईल.

बाह्यत: 'त्या'नं हे संपूर्ण विश्व-काळ, अवकाश, आकाशगंगा निर्माण केल्या आहेत; हे सगळं चालविणारा तोच असतो आणि तरीही पुरुषांची सुंता केली आहे की नाही, *ही गोष्ट* त्याच्या दृष्टीनं महत्त्वाची आहे. जग या अवस्थेत आहे, यात आश्चर्य कसलं!

त्यानंतर देव आब्राहमला सांगतो की 'तो' साराला आब्राहमपासून एक पुत्र देईल. आब्राहमचा विश्वास बसत नाही, कारण एव्हाना तो शंभर वर्षांचा असतो

आणि सारा नव्वद वर्षांची!

देव आश्चर्य दूर करतो. तो आब्राहमला सांगतो की, या मुलाचं नाव इसहाक ठेव.

इसहाकचा जन्म होतो. त्याची योग्य वेळी सुंता केली जाते. देव तीन लोकांसमवेत प्रकटतो. आब्राहम त्याच्या गुरांच्या कळपाकडे धावतो. तो एक 'कोवळं आणि चांगलं वासरू' घेतो, ते एका तरुणाकडे देतो. तो तरुण धांदलीनं ते रांधायला घेतो.

देव व त्याच्यासोबत असलेल्या तीन माणसांचं आदरातिथ्य केलं जातं. त्यांना भोजन दिलं जातं. आपण आत्ता ज्या मुद्याचा विचार करीत आहोत, त्या संदर्भात त्यांचं संभाषण महत्त्वाचं आहे. देव आब्राहमला ही गुप्त गोष्ट विश्वासानं सांगतो की, मी सदोम आणि गमोरा या शहरांतल्या लोकांनी पाप केल्यामुळे ही शहरं मी बेचिराख करणार आहे.

आब्राहम विचारतो, "तुम्ही सज्जन व वाईट, दोन्ही प्रकारच्या लोकांचा नाश करणार का? समजा, तिथे पन्नास सज्जन माणसं आढळली, तर तुम्ही त्या पन्नास जणांसाठी शहर वाचवणार नाही का?

देवानं आब्राहमला खात्री दिली की, "मला त्या शहरात पन्नास पुण्यवान लोक आढळले, तर मी त्या शहराचा नाश करणार नाही!"

"समजा, तिथे पंचेचाळीस सज्जन आढळले, तर तुम्ही ते शहर वाचवणार का?" आब्राहम विचारतो.

देव त्याला खात्री देतो की, "...तरी मी संपूर्ण शहराचे रक्षण करेन."

"समजा, चाळीस... तीस... वीस...?... समजा दहाच सज्जन माणसं असतील तर?

देव प्रत्येक खेपेला म्हणतो, "मी चाळीस, तीस, वीस, दहा सज्जन लोक जरी आढळले, तरी मी त्या शहराचा विनाश घडविणार नाही.

शहरामध्ये फक्त एकच सज्जन माणूस असता तरी हाच संवाद घडला असता आणि देवाला शहराचा विनाश न घडविण्याचं वचन द्यावं लागलं असतं.

पण आब्राहम हा मुद्दा रेटत नाही.

क्षणभर या दोन शहरांचा विषय बाजूला ठेवा आणि हिरोशिमा, नागासाकी, त्सुनामीचा तडाखा बसलेल्या किनारपट्टीवरच्या वसाहती यांचा विचार करा, जिथे भूकंपात जवळजवळ नव्वद हजार माणसं खलास झाली, त्या पीओकेधील प्रदेशाचा विचार करा. *तिथे देवाला एकही सज्जन माणूस किंवा अशी दहा-वीस माणसंसुद्धा सापडली नाहीत असं असेल का?*

कथा पुढे सरकते तसं आपल्याला मृत्यू व विध्वंसाचा तडाखा पापी लोकांइतकाच सज्जन माणसांच्या बाबतीतही पाहायला मिळतो.

सायंकाळी सदोममध्ये दोन देवदूत येतात. ते लोटच्या घरी जातात. तो त्यांना प्रणाम करतो. त्यांना त्याच्या घरी रात्री राहायचं आमंत्रण देतो.

सदोममधले पुरुष त्याच्या घराला वेढा देतात.

''रात्री तुझ्याकडे आलेले लोक कुठे आहेत?'' ते विचारतात. ''त्यांना बाहेर आण, आम्हाला त्यांना बघू देत.''

लोट त्यांना असं न करण्याबद्दल विनवतो.

''हे बघा, मला दोन मुली आहेत. त्या कुमारिका आहेत. मी त्यांना तुमच्याकडे सोपवितो. तुम्ही त्यांचं हवं ते करा. पण या माणसांना काहीही करू नका. कारण ते माझे अतिथी आहेत.''

त्या बिचाऱ्या मुलींनी असं काय केलं होतं की, त्यांच्या पित्यानं त्यांची सदोममधल्या पुरुषांच्या वासनेच्या व सूडबुद्धीच्या कुंडात आहुती द्यायला सहज तयार व्हावं?

सदोममधले पुरुष जबरदस्तीनं त्याच्या घरात घुसण्याचा प्रयत्न करतात. ते देवदूत लोटला आत ओढतात आणि सदोममधल्या पुरुषांना दृष्टिहीन करतात.

दुसऱ्या दिवशी सकाळी देवदूत लोटला पत्नी व मुलींसमवेत गाव सोडून जायचा आग्रह करतात आणि मागे वळून पाहू नका, असं सांगतात. त्यानंतर देव सदोम व गमोरावर गंधक व अग्नीचा वर्षाव करतो. अशा प्रकारे तो या शहरांचा, संपूर्ण पठाराचा, शहरातील रहिवाशांचा आणि भूमीवर उगवलेल्या सगळ्याचा विनाश करतो.

त्या शहरांमध्ये अगदी दहा जरी सज्जन माणसं असतील, तरी 'तो' ती शहरं वाचवेल या 'त्या'च्या खात्रीचं काय झालं? तिथे तेवढीसुद्धा सज्जन माणसं नव्हती? का आता देव इतका संतापला होता की, त्यानं स्वत: दिलेल्या शब्दातून स्वत:ला मुक्त केलं?

लोट आणि त्याचं कुटुंब गाव सोडून जायला निघतं. त्याची पत्नी मागे वळून पाहाते आणि तिचं रूपांतर मिठाच्या खांबात होतं.

क्षणभर विचार करा : तिच्या बाबतीत नशिबाचा हा फेरा कशासाठी? तिनं आज्ञा जुमानली नाही म्हणून? आपण जे काही मागे सोडून चाललोय, त्याची तीव्र इच्छा तिच्या काळजात रेंगाळत राहिली होती म्हणून?

लोट व त्याच्या दोन मुली पर्वतराजीतल्या एका गुहेत आसरा घेतात. त्याच्या दोन्ही मुली त्याला मद्यप्राशन करायला लावतात आणि सलग दोन रात्री त्याच्यासमवेत झोपतात, 'आम्ही आमच्या पित्याचा वंश टिकवू शकू' म्हणून. त्यांना त्यांच्या पित्यापासून गर्भधारणा होते.

देव त्यांना 'त्या'च्या नियमाचं उल्लंघन का करू देतो?... त्यांना त्यानंतर
शिक्षा देण्यासाठी?

आब्राहम दक्षिणेकडे जातो. तो, त्याची पत्नी सारा ही आपली बहीण असल्याचं सांगतो आणि तिला राजाला देऊन टाकतो. सुदैवानं राजाला तिच्यासोबत झोपण्याआधी कळतं की, ती आब्राहमची बहीण नव्हे, तर पत्नी आहे. आब्राहमचं स्पष्टीकरण असं आहे की, सारा त्याची पत्नी असली तरी त्याची बहीणही आहे : ''ती माझ्या पित्याची मुलगी आहे, पण माझ्या आईची मुलगी नाही आणि ती माझी पत्नी झाली आहे.

लवकरच साराच्या पोटी इसहाक जन्माला येतो.

मग ती आब्राहमच्या मागे टुमणं लावते, ''त्या बाईला आणि तिच्या मुलाला हाकलून द्या; कारण त्या बाईचा मुलगा माझ्या मुलाबरोबर, म्हणजे इसहाकच्या बरोबरीनं वारसदार होणार नाही.''

आब्राहम हेगरच्या खांद्यावर भाकरी आणि पाण्याची पखाल ठेवतो आणि तिला व इश्माएलला पाठवून देतो. लवकरच भाकरी व पाणी संपतं. मग देव तिच्या मदतीला धावून येतो. एक झरा प्रकटतो.

आता देव आब्राहमची परीक्षा घ्यायला वळतो.

''आत्ता तुझा मुलगा बरोबर घे, तुझा एकुलता एक इसहाक.'' देव म्हणतो. देवानं आब्राहमला आयुष्यभराच्या प्रतीक्षेनंतर दिलेला हाच तो मुलगा. आब्राहमला हेगरपासून आणखी एक मुलगा आहे, इश्माएल. लवकरच आपण जो मुद्दा पाहाणार आहोत, *त्यावर इस्लामिक विद्वज्जनांकडून कठोर प्रतिक्रिया येईल, पण क्षणभर गृहीत धरू या की इश्माएल जमेस धरलेला नाही, कारण देव आज्ञा देतो –*

''आत्ता तुझा मुलगा बरोबर घे. तुझा एकुलता एक मुलगा इसहाक –
ज्याच्यावर तुझं प्रेम आहे – आणि मो-रिआ भूमीत जा आणि मी तुला सांगतो त्या
डोंगरावर त्याचं होमार्पण कर.''

आज्ञाधारक आब्राहम सकाळी लवकर उठतो, त्याच्या गाढवावर खोगीर लादतो. सोबत दोन माणसं घेतो आणि इसहाकला घेऊन निघतो.

काही अंतर पार केल्यानंतर तो एका ठिकाणी पोहोचतो. ते तिथे थांबतात. तो लाकूड फोडतो. आपल्याच मुलाला जाळण्यासाठी सामग्री गोळा करताना आब्राहमला काय यातना होत असतील, कल्पना करा.

आब्राहम सोबत नेलेल्या दोघा तरुणांना गाढवाला घेऊन मागे थांबायला सांगतो.

देवानं काय सांगितलं आहे याची कल्पना नसलेला लहानगा इसहाक वडिलांना विचारतो, ''बाबा... बघा, अग्नी आणि लाकूड आहे. पण होमार्पणासाठी कोकरू कुठे आहे?''

आब्राहम 'पार्लमेंटरी' उत्तर देतो, म्हणजे निखालस खोटं नसलं, तरी चुकीच्या मार्गाला नेणारं. इसहाकचीच आहुती द्यायची आहे, हे त्याला माहीत असूनही तो म्हणतो, ''बाळा, देव आहुती म्हणून कोकरू स्वत:च देईल.''

मग आपण भयव्याकूळ होऊन वाचू लागतो :

मग ते देवानं त्यांना सांगितलेल्या जागी आले. आब्राहमनं तिथे वेदी बांधली आणि त्यावर लाकडं व्यवस्थित रचली आणि त्याच्या मुलाला – इसहाकला बांधलं व त्यावर झोपवलं.

मग आब्राहमनं मुलाचा वध करण्यासाठी सुरा परजला.

एका पित्याच्या मनात काय वादळ माजलं असेल, विचार करा. घटनांना अशा प्रकारे अनपेक्षित वळण मिळताच इसहाकला किती दु:ख झालं असेल, याचा विचार करा आणि देवानं या दोघांपुढे असं आत्यंतिक क्रौर्य का वाढून ठेवलं असेल? आब्राहम त्याचा पुरेसा आज्ञाधारक आहे, याची फक्त स्वत:ला खात्री पटवण्यासाठी?

तुम्ही आजोबा असता आणि तुमच्या मुलाचं व नातवंडाचं तुमच्यावर पुरेसं प्रेम आहे की नाही, याची खात्री करण्यासाठी फक्त तुम्ही त्यांना असं दु:ख भोगायला लावलं असतंत तर?

तो वार करणार इतक्यात... अखेरच्या क्षणी देवदूत त्याला थांबायला सांगतात आणि देव त्याला मुलावर हात उचलू नकोस, असं सांगतो. देव म्हणतो, ''तुला देवाचं भय आहे. त्यामुळेच तू तुझ्या मुलाला, तुझ्या एकुलत्या एक मुलाला मला द्यायला नकार दिला नाहीस, हे मला माहीत आहे.''

एवढाच महत्त्वपूर्ण उद्देश? का 'त्या'च्यावर प्रीत केलीच पाहिजे व त्याची आज्ञा मानलीच पाहिजे असा आग्रह? इतर कुठल्याही माणसाच्या बाबतीत, त्याला सर्वाधिक समर्पित असलेला नातेवाईकसुद्धा त्याच्यावर प्रेम करीत नाही, या सततच्या भीतियुक्त समजाला नक्कीच वेड – पॅरनॉइया – मानलं जाईल.

आब्राहम आजूबाजूला पाहातो. त्याला गर्द झाडीत शिंगं अडकलेला एक एडका सापडतो. आहुती म्हणून तो एडका अर्पण करतो.

त्या बिचाऱ्या एडक्याची काय चूक होती? दयाळू मानल्या जाणाऱ्या देवाला

संतुष्ट करण्यासाठी आजही प्राण्यांचा बळी दिला जातो, तो याच प्राचीन दाखल्यानुसार नव्हे का?

फक्त एखाद्या व्यक्तीवर नव्हे, संपूर्ण समूहावर...

'त्या'चा पूज्य असण्याचा आग्रह व्यक्ती-व्यक्तींपुरता मर्यादित नाही. संसर्गजन्य साथीचे रोग, विनाश, मृत्यू यांचा आघात सर्वच लोकांवर होतो – विशेषकरून 'त्या'नं स्वत: निवडलेल्या लोकांवर! 'त्या'च्याबद्दल आदरभाव न ठेवण्याबद्दल संपूर्ण शहरंच्या शहरं बेचिराख होतात. त्यांच्या खुणाही मागे उरत नाहीत.

'जर शहरावर एखादं अरिष्ट कोसळलं' आपण 'बुक ऑफ अमोस'मध्ये वाचतो, 'तर हे देवानंच केलेलं असणार नाही का?'[३]

देव शहरं व साम्राज्यं लयाला नेण्यास सुरुवात करतो, कारण तिथल्या लोकांनी 'त्या'नं निवडलेल्या लोकांवर दहशत गाजविण्याचं फाजील धाडस केलेलं असतं.[४] त्यानंतर तो निवडलेल्या लोकांकडे वळतो.

हे अंशत: ज्याला व्यक्तिगत पापं व दुष्कृत्यं म्हटलं जातं त्यासाठी असतं.

...because they sold the righteous for silver and the poor for a pair of sandals;

That they pant after the dust of the earth on the head of the poor, and turn aside the way of a meek; and a man and his father will go in unto the same maid, to defile My holy name:

And they lie down by every altar on clothes taken in pledge, and drink the wine of the condemned in the house of their god....[५]

पण त्यानंतर 'त्या'च्या आस्थेचा मुलभूत मुद्दा आणि संसर्गजन्य साथीचे रोग, 'त्या'नं निवडलेल्या लोकांची दुर्दशा या बाबी येतात. 'त्या'नं त्यांच्यावर एकामागून एक अरिष्टं कोसळवली आहेत, तो मेघगर्जना करतो, कारण अखेर त्यांचं 'त्या'च्याकडे लक्ष जाईल आणि ते त्याच्याकडे परत येतील. अजूनही त्यांनी तसं केलेलं नाही. त्यामुळे त्यांना आणखी व अधिक कडक पद्धतीनं झोडपून काढलं जाईल. देवाची गर्जना वाचा आणि 'त्या'चा खरा आग्रह काय आहे, ते पाहा :

Hear this word that the Lord has spoken against you,

---

३. 'द बुक ऑफ अमोस, ३.६.
४. 'द बुक ऑफ अमोस, प्रकरण १ व २.
५. 'द बुक ऑफ अमोस, २.६-८.

O children of Israel, against the whole family which I brought up from the land of Egypt, saying:
"You only have I known of all the families of the earth; Therefore I will punish you for your inequities...."
....
The Lord God hath sworn by his holiness: 'Behold, the days shall come upon you, when He will take you away with hooks, and your posterity with fishhooks....

तुमची पापकर्मं सुरूच ठेवा, 'तो' त्यांना आव्हान देतो, आणि बघा तुमच्यावर काय गुदरतंय. 'त्या'नं त्यांच्यासाठी काय आणि का धाडलं आहे, त्याचं 'तो' स्मरण देतो:

Also I gave you cleanness of teeth in all your cities [that is, famine], and want of bread in all your places; yet have ye not returned unto Me, says the Lord.
I also I withheld the rain from you, when there were still three months to the harvest : and I caused it to rain upon one city, and caused it not to rain upon another city: one part was rained upon, and the part whereupon it rained not withered.
So two or three cities wandered into another city to drink water; but they were not satisfied: *yet have ye not returned unto Me,* says the Lord.
I have smitten you with blasting and mildew: when your gardens and your vineyards and your fig trees and your olive trees increased, the locust devoured them: *yet have ye not returend unto Me,* says the Lord.
I have sent among you the plague after the manner of Egypt: your young men have I slain with the sword along with your captive horses; and I made the stench of your camps to come, up into your nostrils: *yet have ye not returned unto Me,* says the Lord.
I overthrew some of you, as God overthrew sodom and Gomorrah, and ye were as a firebrand plucked out of the burning; *yet have ye not returned unto Me,* says the Lord.

Therefore thus will I do to you, O Israel: and because I will do this to you, prepare to meet your God, O Israel.

For behold, He who forms the mountains, and creats the wind, and declares to man what his thought is, and makes the morning darkness, who treads upon the high places of the earth, The Lord God of hosts, is His name.[६]

दुष्काळ; प्लेग; तरुण माणसं तलवारीची शिकार होत आहेत, त्यांचे निरापराध घोडेसुद्धा; लोकांना प्यायला पाणी नाही अशी अवस्था; बुरशी व रोगानं पिकांचा विध्वंस होतोय; टोळधाड पिकं फस्त करतीय... अरिष्टांमागोमाग अरिष्ट!

आणि हे सगळं कशासाठी? केवळ 'अजून तुम्ही माझ्याकडे परत आला नाहीत' यासाठी.

''मी जेरुसलेमला विध्वंसाचा ढिगारा, कोल्ह्यांचं ठिकाण बनवेन.'' देव गरजतो.

''मी यहुदी लोकांचं शहर उजाड करीन – तिथे कुणीही माणूस उरणार नाही. मी सर्वांना शिक्षा देईन – सुंता केली आहे अशांनाही व केली नाही अशांनाही. तो सांगतो, कारण या आधी 'संपूर्ण इस्रायल घराण्या'ची मनोमन सुंता झालेली नाही. तो त्याचा प्रेषित यिर्मयाहमार्फत अरिष्टांवर अरिष्टांचा आदेश देतो आणि सांगतो की, अशा प्रकारे तडाखे बसलेले लोक सुटकेसाठी आकांत करतील, पण तो द्रवणार नाही.

''ज्यांना भीषण मृत्यू येईल –'' यिर्मयाह देवाला निरोप देतो, ''त्यांच्याबद्दल विलाप केला जाणार नाही की त्यांना दफन केलं जाणार नाही, ते पृथ्वीतलावर केरकचऱ्यासमान असतील. त्यांचा तलवारीनं आणि दुष्काळानं नाश होईल आणि त्यांची प्रेतं स्वर्गातल्या पक्ष्यांसाठी व पृथ्वीवरील पशूंसाठी खाद्य बनतील....''

''बघ, मी या ठिकाणी अचानक असं महासंकट आणीन की, जो कुणी त्याबद्दल ऐकेल त्याच्या कानाला झिणझिण्या येतील.'' देव प्रतिज्ञा करतो. असे दिवस येणार आहेत की, हे ठिकाण त्याच्या नावानं नव्हे, तर 'कत्तलखोरं' म्हणून ओळखलं जाईल. मी या शहरांना व तिथल्या रहिवाशांना, त्यांच्या शत्रूच्या आणि त्यांच्या जिवावर उठलेल्यांच्या हातून पराजय व विध्वंस सहन करायला लावीन. मी ही शहरं कुंभाराच्या मडक्यांसारखी फोडीन... जे पुन्हा कधीच पूर्ववत सांधता येत नाही. मी शहर उजाड व तिरस्करणीय बनवेन; इथून जाणारा प्रत्येक जण इथल्या अति दु:सह पीडा पाहून थक्क होईल आणि तिरस्कार करेल. मी त्यांना त्यांच्या मुलांचं व मुलींचं मांसभक्षण करायला लावीन आणि प्रत्येक जण अस्वस्थ मन:स्थितीत

---

६. 'द बुक ऑफ अमोस, ४.६-१३

आपल्या मित्राचं मांस भक्षण करेल. त्यांचे शत्रू व त्यांच्या जिवावर उठलेले लोक त्यांना निराशेच्या गर्तेत लोटतील.

"त्यांच्या तान्ह्या मुलांचे तुकडे-तुकडे होतील." देव सांगतो, "– आणि त्यांच्या बायकांना बाळांसहित फाडून काढलं जाईल."[७]

"हे सगळं कशासाठी? कारण ते खोट्या देवाच्या नादी लागले आहेत! कारण त्यांनी 'मला' सोडलं आहे आणि हे स्थान परकं बनवलं आहे. कारण त्यांनी या ठिकाणी इतर देवांसमोर धूप जाळला आहे... आणि हे स्थान निष्पापांच्या रक्तानं बरबटून टाकलं आहे."

उत्तम पिता? 'परिपूर्ण उत्तम' परमेश्वर? जी व्यक्ती सर्वांना विनम्र राहायला शिकविते आणि तीच इतकी गर्विष्ठ, अहंमन्य असेल तर आपण अशा व्यक्तीला काय म्हणायचं?

लक्षात घ्या, देव संपूर्ण शहरं चूर-चूर करतो. तो सगळी तरुणाई तलवारीनं संपवितो. तो सगळ्यांची पिकं उद्ध्वस्त करतो. थोडक्यात, तो निष्पाप व्यक्तीलासुद्धा सोडत नाही आणि त्यामागे उद्देश आहे. प्रत्येकाच्या मनात खरीखुरी दहशत निर्माण करायची तर हिंसा नेम न धरता घडायला हवी. जेव्हा एखादा दहशतवादी समूह या तत्त्वानुसार कृती करतो, तेव्हा आपण म्हणतो – 'ते क्रूर आहेत – ते स्त्रिया व मुलांनासुद्धा सोडत नाहीत!' आणि जेव्हा देव त्यांना सोडत नाही तेव्हा?... तेव्हा आपण म्हणतो, 'त्याची रीत अनाकलनीय असते.'

लोकांवर हे सगळं गुदरलं आहे, कारण देवाच्या म्हणण्यानुसार त्यांनी, 'हे स्थान निष्पापांच्या रक्तानं बरबटून टाकलं आहे.'

मग देव जेव्हा 'हे स्थान निष्पापांच्या रक्तानं माखून टाकतो' तेव्हा?

आणि 'तो' लोकांवर एकापाठोपाठ एक अरिष्टं कोसळवत राहातो. त्यातून त्याची अरिष्टं कोसळविण्याची क्षमता सिद्ध होते का त्याची शक्तिहीनता?... कारण 'तो' लोकांवर इतकी अरिष्टं लादतो, तरीही ते अजून मार्गावर येत नाहीत. ते अजूनही खोट्या देवांकडेच वळत राहातात. या पुन:पुन्हा येणाऱ्या अपयशातून, खोटे देवच जास्त सामर्थ्यवान आहेत, हेच सूचित होत नाही का?

तो त्याचा स्वत:चा पुत्र खाली पाठवितो. आपल्या पापांमुळे तो पुत्र मरतो. आपण पापं करतच राहातो. तो आपल्याला पापाबद्दलच्या शिक्षेतून मुक्त करण्यासाठी मरण पत्करतो. आपण पापात गुरफटतच राहतो.

---

७. 'द बुक ऑफ जेरेमिह, ९.११,९.२५,१६.४,१९.३,१९.४,१९.६-९
'द बुक ऑफ होसिआ, १३.१६

देव सर्वांना पाण्यात बुडवून मारतो... अपवाद फक्त थोड्या लोकांचा, ते छोट्या नावेत सामावतात. 'तो' महाप्रलयानंतर जगात पुन्हा वस्ती निर्माण करतो. इतक्या संपूर्ण पापशुद्धीनंतरसुद्धा जगणारा जवळपास प्रत्येक जण पापी निघतो.

सर्वशक्तिमान? सर्वांत सूज्ञ? 'तो' प्रभावी तरी आहे का?

तो मनश्शे या दुष्ट राज्यकर्त्याला दुष्टपणे वागू देतो आणि अर्धं शतक लोक दुःख भोगत राहतात. देवाच्या विशिष्ट दृष्टिकोनातून यातला बराचसा दुष्टावा हा दुष्टपणाच आहे : मनश्शे मंदिरं आणि मूर्तींची पुनर्बांधणी करतो. देव ज्यांचा तिरस्कार करतो, त्या प्रथा तो पुन्हा सुरू करतो. तो ज्योतिष जाणून घेतो आणि बाबा-महाराज यांच्याशी सल्लामसलत करतो. 'शिवाय मनश्शे बरंच निष्पाप रक्तही सांडतो... जेरुसलेमच्या एका टोकापासून दुसऱ्या टोकापर्यंत भरेल इतकं रक्त...' आणि देव हे सगळं पंचावन्न वर्षं चालू देतो.

आणि जोसिया? बायबल आपल्याला सांगते की, तो असा माणूस आहे की त्याच्याआधी त्याच्यासारखा राजा कुणी झाला नव्हता, जो अंतःकरणापासून देवाकडे वळला... अगदी आत्म्यापासून आणि सर्वशक्तिनिशी... मोझेसच्या नियमावलीनुसार; त्याच्यानंतर त्याच्यासारखा कुणी झाला नाही. तो देवाचं काम अगदी बारकाईनं करतो. जोसिया देवाचं जे काम करतो, त्यात अर्थातच इतर देवांच्या सन्मानार्थ तयार करण्यात आलेले सगळे लेख हद्दपार करणं व जाळून टाकणं; इतर देवांना पूजनीय मानण्यात साहाय्य करणाऱ्या धर्मगुरूंना हटवणं; दुसऱ्या देवाच्या लाकडी प्रतिमा जाळून त्यांची राख करणं आणि ती राख सामान्य लोकांच्या थडग्यांवर फेकणं; धर्मभ्रष्ट माणसांची धार्मिक संस्कारस्थानं – ज्या ठिकाणी स्त्रियांनी लाकडी प्रतिमेसाठी पडदे विणले होते – भंग करणं, मूर्तींसमोर धूप जाळला जातो, अशा ठिकाणांचं पावित्र्य नष्ट करणं; पवित्र उच्चासनं मोडून चूर-चूर करणं आणि ते कूट ओढ्यात फेकून देणं; शलमोनानं देवांच्या सन्मानार्थ बांधलेल्या स्थानांचं पावित्र्य नष्ट करणं, पवित्र स्तंभांचे (मोडून) तुकडे करणं, लाकडी प्रतिमा कापून काढणं आणि त्या ठिकाणी माणसांची हाडं आणून भरणं, त्यांचा चुरा करणं; मग दुसरी लाकडी प्रतिमा जाळणं; थडग्यातून आणलेली हाडं पवित्र उच्चासनांवर जाळून त्या स्थानाचं पावित्र्यभंग करणं आणि 'तिथे असणाऱ्या सर्व उच्चपदस्थ धर्मगुरूंना पवित्र उच्चासनावर देहान्त-शासन देणं, त्यांच्यावर माणसांची हाडं जाळणं; आणि बाबा-महाराज यांच्याशी सल्लामसलत करणाऱ्यांना देव व मूर्ती आणि यहुदी व जेरुसलेमच्या भूमीत आढळणाऱ्या सगळ्या तिरस्करणीय गोष्टी दूर सारणं...' या कामांचा समावेश आहे.

आणि देव या अग्रेसर व सद्‌गुणी राजाचं काय करतो? देवानं जोसियाला फैरोकरवी ठार केलं आहे!

जोसियाचं राज्य – ही वस्तुस्थिती आपल्यासारख्या खोट्या देवाच्या पूजकांना जरासा दिलासा देणारी आहे – अल्पकाळाचं आहे. मनश्शेला पंचावन्न वर्षं कुकर्म करीत राहायची परवानगी आहे. देवाला त्याच्या स्वत:च्या हिताच्या गोष्टी तरी कळतात का?

तुम्ही विचाराल, का?

देवाच्या नजरेत जे सर्वांत वाईट कृत्य आहे; ते करण्याची एका माणसाला परवानगी दिली जाते, आणि जे देवाच्या नजरेत चांगलं आहे तेच करणाऱ्या माणसाला संपवलं जातं, असं का? होय, जोसियानं देवासाठी खूप काही केलं. होय, देवासाठी इतकं करणारा राजा त्याच्याआधी कधी झाला नव्हता आणि त्याच्यानंतरही झाला नाही.

'Nevertheless', बायबल आपल्याला सांगते, "The Lord did not turn from the fierceness of His great wrath, with which His anger was aroused against Judah, because of all the provocations with which Manasseh had provoked Him."[८]

मनश्शे चिथावतो आणि जोसियाला ठार करण्याचा बेत आखला जातो.

तो कुठपर्यंत जाईल

एकदा बेंगलोरमध्ये एका व्याख्यानात मी 'जुन्या करारा'त देव स्वत:च्या श्रेष्ठत्वासाठी कुठवर जातो याबद्दल बोललो. त्यानंतर एक विद्वान धर्मगुरू माझ्याजवळ आले आणि म्हणाले, "तुम्ही नव्या कराराचा उल्लेख करायचं विसरलात. तुम्ही येशू दृष्टिहीन व्यक्तीला दृष्टी प्रदान करतात या प्रसंगापासून सुरुवात करू शकला असतात; लाजरसच्या पुनरुज्जीवनापासून सुरुवात करू शकला असतात."[९]

एकदा प्रवासात येशू व त्याच्या अनुयायांना एक माणूस दिसतो. तो जन्मांध असतो.

"रब्बी!" येशूला त्यांचे शिष्य विचारतात, "कुणाचं पाप म्हणून हा माणूस जन्मत: अंध झाला... त्याचं की त्याच्या आई-वडिलांचं?"

"या माणसाचंही नाही आणि त्याच्या आई-वडिलांचंही नाही." येशू सांगतात,

---

८. 2 Kings : २१ व २२

९. मला नंतर समजलं की, अशा प्रकारच्या घटना बायबलच्या विद्वानांनी बऱ्याचदा नोंदविलेल्या आहेत. उदाहरणार्थ, बार्ट एरमन यांनी त्यांच्यामध्ये अंधत्व दूर करणं आणि लाजरसला पुनरुज्जीवित करणं, या बाबतीतल्या पेचात टाकणाऱ्या मुद्यांचा ठळक उल्लेख केला आहे.

"पण देवाचं काम त्याच्यामध्ये प्रकट व्हायला हवं."

मग येशू जमिनीवर थुंकतात, त्या थुंकीत माती मिसळून तो लेप त्या अंध माणसाच्या डोळ्यावर लावतात. मग त्या माणसाला सिलोमच्या तलावात डोळे धुवायला सांगतात. तो माणूस त्याप्रमाणे करतो, आणि तो परत येतो तेव्हा त्याला दृष्टी आलेली असते.

लोक थक्क होतात. ते या माणसाला त्याला दृष्टी कशी आली, ते विचारतात. तो माणूस येशू काय म्हणाले, त्यांनी काय केलं ते सांगतो. मग फॅरिसी येतात. त्यांना चमत्कारात काही रस नसतो. त्यांना रस असतो, तो येशूनी 'सब्बाथ'ला[१०] चमत्कार घडवून केलेल्या धर्मघातात! कथा त्या दिशेनं पुढे सरकते.[११]

तथापि, आपल्या दृष्टीनं मुद्दा आहे तो येशू यांच्या कथनाचा की – तो माणूस त्याच्या अथवा त्याच्या आई-वडिलांच्या पापामुळे अंध जन्माला आला नव्हता, *'पण देवाचं काम त्याच्यामध्ये प्रकट व्हायला हवं.'* म्हणजेच चमत्कार घडविण्यासाठी संधी निर्माण व्हायला हवी, त्यायोगे देवाच्या सामर्थ्याची आणि येशू देवाचा पुत्र आहे याची प्रत्येकाला खात्री पटेल आणि देव दयाळू आहे? मग जे कोट्यवधी लोक अंध जन्माला येतात आणि आयुष्यभर अंधच राहतात त्यांचं काय? त्यांना दृष्टी देऊन आपल्या शक्तीची प्रचिती द्यावी, असं दयाळू देवाला वाटत नाही!

त्यानंतर काही काळानं मेरी व मार्थाचा भाऊ लाजरस गंभीर आजारी पडतो. ते बेथनीमध्ये असतात. मेरी म्हणजे येशूना सुगंधी तेलविलेपन करणारी व त्यांचे पाय स्वतःच्या केसांनी पुसणारी स्त्री. या भगिनी धावत येशूकडे जातात आणि त्यांचा एक जिवलग आजारी असल्याचं सांगतात. येशू म्हणतात, *"हे आजारपण मरणाइतकं नाही, पण देवांच्या श्रेष्ठत्वासाठी; यातून देवाचा पुत्र श्रेष्ठ ठरेल."*

येशूचं मेरी, मार्था व त्यांच्या भावावर प्रेम आहे. ते बेथनीला जात नाहीत. ते दोन दिवस तिथेच थांबतात. लाजरस मरतो. येशू त्यांच्या अनुयायांना लाजरस मरण पावल्याचं सांगतात, *"मला तुमच्यासाठी आनंद वाटतो की मी तिथे नव्हतो, त्यामुळे तुमचा विश्वास बसेल. तरीही आपण त्याच्याकडे जाऊ."*

थोडक्यात काय तर, लाजरसला मरू दिलं गेलं म्हणजे येशूना त्याला पुन्हा जिवंत करता येईल आणि त्यायोगे पुन्हा एकदा परमेश्वराची शक्ती व ते देवाचा पुत्र आहेत, ही गोष्ट पाहणाऱ्यांच्या नजरेत ठसविता येईल.

ते आणि त्यांचे अनुयायी बेथनीला पोहोचतात. ते जेरुसलेमपासून फक्त दोन

---

१०. विश्रांती व ईश्वरचिंतनाचा दिवस.

११. जॉन, ९.१.४१. फॅरिसींबरोबरचं संभाषण, जॉन १०.

मैलांवर आहेत. मार्था येशूना भेटायला धावत येते.

ती म्हणते, ''लॉर्ड, तुम्ही इथे असता तर माझा भाऊ गेला नसता.'' त्यानंतर ती पुढे म्हणते, ''पण मला माहीत आहे, आत्तासुद्धा तुम्ही देवाला जे काही मागाल, ते देव तुम्हाला देईल.''

''तुझा भाऊ पुन्हा उठेल.'' तिला येशू खात्री देतात.

''अंतिम दिनी पुनरुत्थानाच्या वेळी तो उठेल हे मला माहीत आहे.'' मार्था म्हणते.

येशू तिला दुरुस्त करतात, ''मी पुनरुत्थान आणि जीवन आहे. माझ्यावर श्रद्धा ठेवणारा माणूस मृत असला तरी तो जिवंत होईल आणि माझ्यावर श्रद्धा ठेवणारे जिवंत लोक कधीही मरणार नाहीत.''

''यावर तुझा विश्वास आहे का?'' येशू मार्थाला विचारतात.

ती विश्वास असल्याची खात्री देते.

मार्था घरी परत येते... त्यांच्या घरी बरेच ज्यू लोक या भगिनींचं सांत्वन करायला आले आहेत... आणि मेरीला येशू आल्याचं सांगते. मेरी धावत त्यांना भेटायला जाते. त्यांना पाहाताच ती खाली कोसळते आणि म्हणते, ''लॉर्ड, तुम्ही इथे असता तर माझा भाऊ गेला नसता.''

तिचं दुःख पाहून येशू अत्यंत कष्टी होतात.

''तुम्ही त्याचं कुठं दफन केलं आहे?'' ते विचारतात.

बघ्यांपैकी एक जण म्हणतो, ''आंधळ्याला दृष्टी देणारा हा माणूस या माणसालाही मृत्यूपासून वाचवू शकला नसता का?''

ते थडग्याकडे जातात. त्या गुहेचं प्रवेशद्वार दगडानं बंद केलेलं आहे.

''दगड बाजूला करा.'' येशू आदेश देतात.

मार्था त्यांना सांगते की, त्याला दफन करून चार दिवस उलटले आहेत, आता दुर्गंधी येत असेल.

''मी तुला सांगितलं नाही का...'' येशू तिला विचारतात, ''तुमची श्रद्धा असेल तर तुम्हाला देवाचं श्रेष्ठत्व पाहायला मिळेल?''

दगड बाजूला केला जातो. येशू डोळे उंचावून देवाला म्हणतात, ''बापा, तू माझं ऐकलंस याबद्दल मी तुझा आभारी आहे. तू नेहमी माझं ऐकतोस हे मला माहीत आहे; पण माझ्याजवळ जे लोक उभे आहेत त्यांच्यामुळे मी हे बोललो... तू मला पाठवलं आहेस, यावर त्यांचा विश्वास बसावा यासाठी.''

मग ते मोठ्या आवाजात आदेश देतात, ''लाजरस, समोर ये!''

''आणि तो मरण पावलेला माणूस हात-पाय बांधलेल्या अवस्थेत, थडग्यातील वस्त्रांसह बाहेर आला, त्याचा चेहरा कापडानं गुंडाळलेला होता.''

येशू लोकांना त्याला मुक्त करायला सांगतात आणि त्याला जाऊ देतात.

मेरी व मार्थाच्या सांत्वनासाठी आलेले अनेक ज्यू लोक येशूवर श्रद्धा ठेवू लागतात. फॅरिसी आणखीनच क्रुद्ध होतात, आणि या माणसाला थांबवलं नाहीतर माणसांचे जमाव आपल्याला सोडून जातील, याची त्यांना आणखी खात्री वाटू लागते, आणि ते त्यांचा पाठलाग करू लागतात.[१२]

एका माणसाला गंभीर आजारी पाडायचं. त्याला मरू द्यायचं, म्हणजे तो पुनरुज्जीवित होईल. मग लोक देवाच्या शक्तीवर, येशू नक्कीच त्याचा पुत्र आहे या गोष्टीवर विश्वास ठेवतील. दयाळू देव?

पुन्हा इब्राहमच्या कथेकडे वळू या.

आणखी सद्गुण

कुरआनात इब्राहिमचा एकोणसत्तर वेळा उल्लेख आहे – "तो सत्यवादी माणूस होता." आल्लाह आपल्याला सांगतात, "प्रेषित –"[१३]

वस्तुत: त्यानं 'काबाह' बांधलं असं म्हटलं जातं. मुहम्मदाचा धर्म त्याच्यापासून सुरू झाला असं म्हणतात.

कुरआनातील इब्राहिमचा एक खास गुण आहे. उदाहरणादाखल सांगायचं तर तो गुण 'इयोबा'कडे नव्हता. तो कायम मूर्तिपूजेच्या विरोधी मोहीम उघडतो. तो मूर्ती फोडतो. मुख्य मूर्तीवरच मूर्ती फोडल्याचा दोषारोप यावा यासाठी चुकीचा मार्गसुद्धा अवलंबतो. थोडक्यात, इब्राहिम अत्यंत सद्गुणी, सद्वर्तनी आहे, आणि तरीसुद्धा त्याची 'जेनेसिस'मधल्या कसोटीसारखीच कसोटी घेतली जाते. 'जुन्या करारा'मधील कथनात बरेच महत्त्वाचे फरकही आहेत. कुरआनमध्ये इब्राहिमला 'दिव्यदृष्टी' आहे. या दिव्यदृष्टीमुळेच त्याला देवाचा आदेश (त्यानं स्वत:च्या मुलाचा 'त्या'ला बळी द्यावा.) प्राप्त होतो. मात्र जेनेसिसमध्ये आब्राहम मुलाला अंधारात ठेवून देवाच्या आदेशाची पूर्तता करायला निघतो, तर कुरआनमध्ये इब्राहिम याबाबत त्याच्या मुलाचं मत जाणून घेतो – दिव्यदृष्टीमुळे त्याला प्राप्त झालेल्या देवाच्या या आदेशासंदर्भात त्यानं काय करावं, हे तो मुलाला विचारतो. त्याचा मुलगा – काही कथांत तो इसहाक आहे, काही कथांत तो इश्माएल आहे – उत्साहानं सहमती दर्शवितो.

आपण कुरआनमधील कथा पाहू. त्यातून देवाच्या आस्थेचे विषय व त्याची कसोटी याचं आपल्याला ओझरतं दर्शन होण्याबरोबरच देवानं पाठविलेल्या ग्रंथांविषयी मर्माच्या प्रश्नांची आपल्याला ओळखही घडेल.

---

१२. जॉन, ११.१.५७

१३. कुरआन १९.४१, इथून पुढे या प्रकरणातील सर्व उतारे कुरआनमधील आहेत.

जमातीतल्या इतर लोकांप्रमाणे इब्राहिमचे वडील अजहर मूर्तिपूजा करतात. इब्राहिम त्यांना कडाडून विरोध करतो. जी गोष्ट पाहात नाही वा ऐकत नाही आणि तुमचा कुठल्याही मार्गानं फायदा घडवू शकत नाही, तिची तुम्ही पूजा का करता? सैतानाची सेवा करू नका, इब्राहिम वडिलांना सांगतो, तुम्ही मूर्तिपूजा करत राहिलात, तर तुम्हाला फार मोठी शिक्षा होईल. त्याचे वडील त्याला त्यांच्या देवांबद्दल अपशब्द वापरून त्यांची निंदा न करण्याबद्दल बजावतात. ते इब्राहिमला धमकी देतात : "तू जर परावृत्त झाला नाहीस तर मी तुला दगडांचा वर्षाव करून ठार करेन." ते इब्राहिमला सांगतात, "तू माझ्यापासून कायमचा दूर निघून जा."१४

इब्राहिम स्वत:च्या वडिलांपासून आणि त्याच्या जमात-बांधवांपासून दूर जाताना वडिलांना सांगतो की, "मी तुम्हाला क्षमा करावी म्हणून अल्लाहकडे याचना करीन, कारण तो माझ्या बाबतीत सर्वाधिक कृपावंत आहे." हे सगळं पाहून अल्लाहना संतोष वाटतो.१५

इब्राहिम त्याच्या वडिलांना व इतर लोकांना मूर्तिपूजेपासून परावृत्त करण्यासाठी आटोकाट प्रयत्न करीत राहतो. आमचे पूर्वज जे करायचे तेच आम्ही करीत राहाणार असं त्यांचं म्हणणं असतं. ते त्यांच्या मताला चिकटून असल्यामुळे इब्राहिम सांगतो, "माझ्यापाशी तुमच्या मूर्तींसाठी एक योजना आहे... तुम्ही दूर गेल्यानंतर व तुमची पाठ वळल्यानंतर –" एका सणाच्या दिवशी लोक एका सम्मेलनासाठी जातात. इब्राहिम मूर्ती कुऱ्हाडीनं फोडतो. तो मुख्य मूर्ती सोडून बाकी सगळ्या मूर्तींचे तुकडे-तुकडे करतो. तो त्या मूर्तीवर कुऱ्हाड लटकावून ठेवतो. लोक परत येतात तेव्हा त्यांना त्यांच्या मूर्ती फोडून टाकल्याचं दिसतं. हे कृत्य कुणाचं? ते विचारतात. त्यांच्यातले काही जण म्हणतात की, आम्ही इब्राहिमला आपल्या देवांबद्दल व मूर्तींबद्दल वाईट बोलताना ऐकलं आहे.

इब्राहिमला धरून आणलं जातं. आमच्या उपास्य देवांच्या बाबतीत हे कृत्य तू केलं आहेस का? लोक इब्राहिमला विचारतात. तो नकार देतो. तो सांगतो की, मुख्य मूर्तीनंच त्यांची मोडतोड केली आहे. तो म्हणतो, "ते हुशारीनं बोलू शकत असतील तर – विचारा त्यांना." मग जमातीतले लोक विचार करतात, मग ते (जमातीतले लोक) शरमून, गोंधळलेल्या मन:स्थितीत म्हणतात, "या मूर्ती बोलत नाहीत, हे तुला चांगलंच ठाऊक आहे. आम्ही त्यांना कसं विचारणार?"

"मग जे बोलू वा ऐकू शकत नाहीत त्याची तुम्ही पूजा का करता?" इब्राहिम त्यांना विचारतो. "तुम्ही पूजा केलीत, तर जे तुम्हाला लाभ देऊ शकत नाही किंवा

---

१४. १९.४२-४६
१५. १९.४७

नाही केलीत, तर तुमचं नुकसान करू शकत नाही अशा गोष्टींची तुम्ही पूजा का करता? तुम्ही एकमात्र देवाची पूजा केली पाहिजे.''

लोक संतप्त होतात. ते ओरडतात, ''त्याला जाळा आणि आपले देव वाचवा.'' ते लाकूड गोळा करतात. इब्राहिमला बांधून घालतात आणि अग्नी चेतवतात.

मग देव लीला दाखवतो. अग्नीच्या लवलवत्या ज्वाळा इब्राहिमसाठी शीतल झुळकीसारख्या होतात. त्याला जराही भाजत नाही....[१६]

देव इब्राहिमची परीक्षा घेतो – त्याला विशिष्ट कामगिरी पूर्ण करण्याचा आणि काही प्रतिबंध मानण्याचा आदेश देऊन!

इब्राहिमनं त्या पूर्ण केल्यानंतर देव त्याला सांगतो, ''मी तुला राष्ट्रांचा इमाम करीन.'' इब्राहिम काबाह बांधतो. काबाहचा पाया घातल्यानंतर इब्राहिम आणि त्याचा मुलगा इश्माएल अल्लाहना विनंती करतात –

हे पालनकर्त्या!
आम्हा दोघांना तुझे आज्ञाधारक बनव
आमच्या वंशामधून असा समाज घडव;
जो तुझाच आज्ञाधारक झालेला असेल
आम्हाला आमच्या उपासनेचा विधी सांग
आणि आमच्या उणिवांकडे दुर्लक्ष कर
नि:संशय तू क्षमावंत आणि दयावंत आहेस
आणि हे पालनकर्त्या,
या लोकांमध्ये यांच्यातील एक प्रेषित उभा कर,
जो तुझे संदेश यांना ऐकवील आणि यांना ग्रंथ व विवेकाची शिकवण देऊन
ह्यांचे जीवन पवित्र करील.
तूच प्रभुत्वशाली न्याय करणारा आहेस[१७]

या प्रार्थनेला प्रतिसाद म्हणून अल्लाह अखेर मुहम्मदला पाठवितो. हा परिचित क्रम आहे. 'जुन्या करारा'मध्ये भाकीत वर्तवलं आहे. त्यामध्ये येशूच्या आगमनाची भविष्यवाणी आहे – त्यामध्ये जिच्यापोटी येशू जन्माला येणार त्या 'तरुण स्त्री'ला 'कुमारी' म्हटलं आहे. कुरआनमध्ये प्रार्थना व ती फळाला येणं थेट सांगितलं आहे.

यावरून असं दिसतं की, अनेक शतकांनंतर इस्लाम प्रकट होणार असूनही व त्याचे नियम-निर्बंध ठरणार असूनही, इब्राहिम वस्तुत: धर्मपरायण मुस्लीम आहे.[१८]

---

१६. २१.५२-७२
१७. २.१२८-२९
१८. ३.६५-६७

हे ग्रंथधारकांनो, अल्लाह फटकारतात :
तुम्ही इब्राहिमच्या (धर्मा)संबंधी
आमच्याशी का वाद घालता?
तौरात व इंजील हे ग्रंथ तर
इब्राहिमनंतरच उतरले आहेत.
मग काय तुम्हाला एवढीशी गोष्टदेखील कळत नाही?
तुम्हा लोकांना ज्या गोष्टींचे ज्ञान आहे
त्यावर तर तुम्ही खूप वादंग माजविले
आता त्याबाबतीत विवाद का करू पाहाता
ज्यांचे तुम्हापाशी काहीच ज्ञान नाही
अल्लाह जाणतो, तुम्ही जाणत नाही.
इब्राहिम यहुदीही नव्हता की
ख्रिस्तीदेखील नव्हता
किंबहुना तो तर एक प्रामाणिक मुस्लीम होता
आणि तो कदापि अनेकेश्वरवाद्यांपैकी नव्हता.

हा इब्राहिम खुद्द देवाच्या नजरेत इतका सद्वर्तनी आहे की देव त्याला दोन मुलगे देतो – इब्राहिमची पत्नी साराह नव्व्याण्णव वर्षांची आहे, आणि स्वत: इब्राहिम शंभर वा एकशेवीस वर्षांचा आहे, ही समस्या नाही, कारण अल्लाह काहीही करू शकतात.[१९]

इब्राहिम 'सौम्य, दयाळू, पश्चात्तापदग्ध' आहे. आपण याआधी जो प्रसंग पाहिला त्यामध्ये आब्राहमनं देवदूतांना विचारलं होतं की, शापग्रस्त शहरांत थोडी जरी सदाचरणी माणसं असतील, तर तुम्ही त्या शहरांना सोडणार का?... हाच प्रसंग पुन्हा घडतो, फक्त यात संख्या निराळी आहे. अल्लाहचे दूत इब्राहिमला सांगतात की, लोट शहर पुसलं जाणार आहे. इब्राहिम त्यांना विचारतो की, ज्या शहरात ३०० श्रद्धावान माणसं आहेत, ते शहर तुम्ही नष्ट करणार का? मूळ 'जुन्या करारा'त आब्राहम हे थेट देवाला विचारतो आणि देवच त्याला उत्तरं व खात्री देतो. कुरआनमधल्या प्रसंगात देवदूतसुद्धा बोलतात, ''नाही, असं असेल तर हे शहर उद्ध्वस्त केलं जाणार नाही.''

इब्राहिम पुढे विचारतो : मग २०० श्रद्धावान असतील, तर तुम्ही ते शहर उद्ध्वस्त करणार?

---

१९. ११:७२-७८

ते म्हणतात : नाही.

मग तो विचारतो : मग चाळीस श्रद्धावान असतील, तर तुम्ही ते शहर उद्ध्वस्त करणार?

ते उत्तर देतात : नाही.

मग तो विचारतो : मग चौदा श्रद्धावान असतील, तर तुम्ही ते शहर उद्ध्वस्त करणार?

ते म्हणतात : नाही.

तो विचारतो : मला सांगा, तिथे फक्त एकच श्रद्धावान असेल तर?

ते सांगतात : नाही.

इब्राहिम चीत्कारतो : लोटमध्ये नि:संशय सदाचारी आहेत.

एव्हाना इब्राहिमच्या प्रश्नांनी देवदूत अस्वस्थ झालेले असतात. त्याचा वाद नीरस झालेला असतो. 'शहरात कोण आहे ते आम्हाला चांगलं माहीत आहे', ते म्हणतात. अशा वादापासून दूर राहात ते इब्राहिमला सांगतात, शहराचा नाश करण्याचा हुकूम अल्लाहकडून याआधीच आलेला आहे, आणि ही शिक्षा टाळता येणार नाही.[२०]

शहरामध्ये प्रचंड गोंधळ माजतो. तिथल्या लोकांवर दगडांचा वर्षाव होतो – त्यातल्या प्रत्येक दगडावर तो कुणावर आदळणार त्या व्यक्तीचं नाव कोरलेलं आहे.[२१]

इब्राहिम आज सिरीया किंवा पॅलेस्टाईन आहे, त्या प्रदेशात जातो. तिथे तो देवाला पुत्र मागतो, जो सदाचरणी होईल. त्यानंतर आम्ही त्याला एका सहनशील मुलाची शुभवार्ता दिली –[२२] आणि नंतर देव याच इब्राहिमला मुलाचा बळी देण्याबद्दल स्वप्नात सांगतो.

मुलगा इब्राहिमसोबत काम करू शकेल, इतक्या वयाचा झाल्यानंतर – कुणी हे वय सात वर्षं म्हणतात, तर कुणी तेरा म्हणतात – इब्राहिम मुलाला सांगतो की, त्याला मुलाचा बळी देण्याचा आदेश मिळाला आहे. मी काय करावं, असं तुला वाटतं? त्यावर क्षणाचाही विलंब न लावता मुलगा इब्राहिमला त्याचा बळी द्यायला सांगतो :

> हे पित्या,
> जी काही आज्ञा आपणास

---

२०. ११.७४-७६
२१. ११.८४
२२. ३७.१००-०१

दिली जात आहे,
तसेच करा
अल्लाहनं इच्छिले तर
आपणास मी धैर्यशील आढळेन[२३]

ते दोघंही शरणभावानं बळी देण्याच्या प्रक्रियेसाठी सज्ज होतात. इब्राहिम मुलाला 'माथा टेकवून आडवं झोपवितो' आणि त्याच्या गळ्यावरून सुरा फिरवितो. बळी द्यायचा आहे, तो मुलाचा गळा चिरून, जेनेसिसमधल्यासारखं त्याची अग्नीत आहुती देऊन नव्हे!

देव त्याला हाक मारतो, "हे इब्राहिम! तू स्वप्नाची पूर्ती केलीस आहे! त्यामुळे..." अल्लाह आपल्याला सांगतात, "जे लोक योग्य वागतात त्यांना आपण नक्कीच बक्षीस देतो. ही अर्थातच परीक्षा होती. त्यामुळे अल्लाहनी मुलाच्या जागी 'एक महत्त्वाचा बळी' ठेवला. तो थेट स्वर्गातला मेंढा निघतो. तोच मेंढा, जो एबेलनं अर्पण केल्याचं आपल्याला माहीत आहे. तो गॅब्रिएलनं खाली आणल्याचं आपल्याला सांगितलं जातं. "देव सर्वांत महान आहे!" असं घोषित करत इब्राहिम मेंढ्यांचा बळी देतो.

अल्लाह म्हणतात, त्याच्या निष्ठा आणि भक्तीमुळे, पुढच्या पिढ्या इब्राहिमला वंदन करतील, अशी त्यांनी आज्ञा दिली आहे. त्यांनी इब्राहिमसाठी 'शांती व वंदन' जाहीर केलं आहे. "आम्ही सत्कर्म करणाऱ्यांना नक्कीच बक्षीस देतो : तो निश्चितच आमच्या श्रद्धावंत दासांपैकी होता."[२४]

ठीक आहे, इब्राहिम व त्याच्या मुलाच्या स्वामीनिष्ठेबद्दल काही शंकाच नाही. पण अल्लाह यांचं काय? त्यांना त्याची परीक्षा घ्यायची आवश्यकता का वाटली? अगदी सुरुवातीपासूनच अल्लाहनी स्वत:च इब्राहिमच्या सदाचरणी असण्यावर शिक्कामोर्तब केलं आहे. एवढंच नव्हेतर कुरआन आणि ईश्वरानं प्रणित केलेल्या ज्ञानाचं प्रकटीकरण करणाऱ्या ग्रंथांनुसार, अल्लाहना प्रत्येकाच्या मनात काय आहे – मग ते मर्त्य लोक लपवून ठेवू देत अथवा उघड करू देत – ते आधीच माहीत असतं.

कुरआन सांगते :

आकाशात व पृथ्वीमध्ये जे काही आहे
ते सर्व अल्लाहचे आहे
तुम्ही आपल्या मनातील गोष्टी प्रकट करा

---

२३. ३७.१०२
२४. ३७.१०३-११

अथवा लपवा
अल्लाह कोणत्याही परिस्थितीत
तुमच्याकडून त्यांचा हिशोब घेईल
मग त्याला हा अधिकार आहे की,
त्यानं हवे त्याला माफ करावे आणि
हवे त्याला शिक्षा द्यावी
प्रत्येक गोष्टीवर त्याला सामर्थ्य आहे[२५]

आणखी :

असाही उल्लेख आहे की,
तुमच्या मनात जे काही आहे
त्याला गुप्त ठेवा अथवा प्रकट करा,
प्रत्येक स्थितीत अल्लाह ते जाणतो
पृथ्वी व आकाशामधील कोणतीही वस्तू
त्याच्या ज्ञानकक्षेबाहेर नाही आणि
त्याची सत्ता प्रत्येक वस्तूवर प्रभावी आहे[२६]

आणखी :

पृथ्वी आणि आकाशातील
कोणतीही वस्तू
अल्लाहपासून लपलेली नाही[२७]

आणखी :

तोच एक ईश्वर
आकाशतही आहे व पृथ्वीवरदेखील,
तुमच्या गुप्त व प्रकट सर्व अवस्था जाणतो
आणि जो वाईटपणा वा चांगुलपणा
तुम्ही कमविता
तो त्याला चांगल्या प्रकारे माहीत आहे[२८]

आणखी :

खरे पाहाता, तुमचा पालनकर्ता अधिक चांगल्या प्रकारे
जाणतो की, कोण त्याच्या मार्गापासून

---

२५. २.२८४
२६. ३.२९
२७. ३.५
२८. ६.३

हटला आहे आणि
कोण सन्मार्गावर आहे[२९]

आणखी :

अल्लाह प्रत्येक गर्भवतीच्या
गर्भाशयाबद्दल जाणतो,
जे काही त्याच्यात तयार होते
त्यालाही जाणतो आणि
जे काही त्यात कमी-जास्त होते
त्याचीही त्याला माहिती असते
प्रत्येक गोष्टीसाठी त्याच्यापाशी
एक प्रमाण निश्चित आहे
तो गुप्त आणि प्रकट
प्रत्येक गोष्टीचा विज्ञाता आहे,
तो महान आहे आणि
प्रत्येक स्थितीत उच्चतर राहाणारा आहे
तुम्हापैकी कोणीही,
मग तो मोठ्यानं बोलो अथवा हळू आणि
कोणी रात्रीच्या अंध:कारात लपलेला असो
अथवा दिवसाच्या प्रकाशात चालत असो
त्याच्यासाठी सर्व एकसारखेच आहे[३०]

आणखी :

अल्लाह निश्चितच यांची सर्व कृत्ये जाणतो,
अप्रकटसुद्धा व प्रकटदेखील
तो त्या लोकांना मुळीच पसंत करीत नाही
जे अहंकारात पडले आहेत[३१]

आणखी :

माझा पालनकर्ता
ती प्रत्येक गोष्ट जाणतो
जी आकाश आणि पृथ्वीत केली जाते,

---

२९. ६.११७
३०. १३.८-१०
३१. १६.२३

तो ऐकणारा व जाणणारा आहे[३२]

आणखी :

त्या घटकेचे ज्ञान
अल्लाहपाशीच आहे
तोच पर्जन्यवृष्टी करतो
तोच जाणतो की,
आईच्या उदरात काय वाढत आहे
कोणतीही व्यक्ती जाणत नाही की,
उद्या तो काय कमाई करणार आहे
आणि कोणत्याही व्यक्तीला
हे माहीत नाही की,
उद्या त्याला कोणत्या भूमीवर
मृत्यू येणार आहे
अल्लाहच सर्व काही जाणणारा
व माहीतगार आहे[३३]

आणखी :

पृथ्वी आणि आकाशांच्या
प्रत्येक गोष्टीचे त्याला ज्ञान आहे.
जे काही तुम्ही लपविता आणि
जे काही तुम्ही उघड करता
सर्व त्याला माहीत आहे
आणि तो अंत:करणाची
स्थितीदेखील जाणतो[३४]

त्याला प्रत्येक गोष्ट माहीत असते, प्रत्येक लपविलेला विचार माहीत असतो,
तो प्रत्येकाच्या प्रत्येक कृत्याचा आणि प्रत्येक गोष्टीबाबत जे घडतं, त्याचा साक्षी असतो:

तुम्ही ज्या अवस्थेत असता
आणि कुरआनमधून जे काही ऐकविता
आणि लोकहो,
तुम्हीदेखील जे काही करता

---

३२. २१.४
३३. ३१.३४
३४. ६४.४

त्या सर्व काळात आम्ही तुम्हाला पाहात असतो
कोणतीही तिळमात्र वस्तू
पृथ्वी व आकाशात
अशी नाही – न लहान, न मोठी,
जी तुझ्या पालनकर्त्याच्या
दृष्टीपासून लपलेली आहे
आणि एका स्पष्ट दप्तरात
नोंद केलेली नाही[३५]

असं असताना अल्लाहना इब्राहिमची किंवा त्याच्या मुलाची परीक्षा घेण्याची आवश्यकता का भासते? या दोघांना अशा भयानक आघाताला तोंड द्यायला लावण्याची त्यांना काय गरज आहे?

आपण कशावर विश्वास ठेवायचा?

इब्राहिमनं सुऱ्यानं ज्याचा गळा चिरण्याचा प्रयत्न केला तो कोण होता? 'जेनेसिस' म्हणतं इसहाक. इस्लामी भाष्यकार म्हणतात, मुळीच नाही. ते म्हणतात की, ज्यू व ख्रिश्चनांनी अशा प्रकारे पवित्र ग्रंथाचा विपर्यास केला आहे.

धर्मविषयक वादविवादाच्या मुद्यासंदर्भातील एका उताऱ्यात अब्दुल्लाह युसुफ अली म्हणतात, "आमच्या रूपांतराची (म्हणजे कुरआनमधील इस्लामी रूपांतर [version]) सध्याच्या जुन्या कराराच्या यहुदी-ख्रिश्चन रूपांतराशी तुलना करता येईल...."

अरबांचा पूर्वज इश्माएलपासून सुरू झालेल्या वडिलधाऱ्यांच्या शाखेच्या पार्श्वभूमीवर यहुदी परंपरेमध्ये ज्यूंचा पूर्वज इसहाकपासून सुरू झालेल्या वंशपरंपरेत, तरुण शाखेला श्रेष्ठत्व प्राप्त करून देण्यासाठी या बलिदानाचा इसहाकशी संदर्भ जोडतात. (Gen.xxii.1-18).

आता आब्राहम शंभर वर्षांचा असताना इसहाकचा जन्म झाला, तर आब्राहम शहाऐंशी वर्षांचा असताना इश्माएलचा जन्म झाला. म्हणजे इश्माएल इसहाकपेक्षा चौदा वर्षांनी मोठा आहे. त्याच्या आयुष्याच्या पहिल्या चौदा वर्षांत इश्माएल हा आब्राहमचा *एकुलता एक* मुलगा होता; इसहाक आब्राहमचा कोणत्याच वेळी *एकुलता एक* मुलगा नव्हता. तरी, बलिदानाच्या संदर्भात 'जुना करार' म्हणतो (Gen.xxii.2)

And he said, Take now thy son, thine *only* son, whom thou lovest, and get thee into the land of Moriah; and offer

---

३५. १०.६१

him there for a burnt offering...

हे जुन्या रूपांतरात दिसतं आणि जमातींच्या धर्मासाठी सध्याच्या यहुदी नोंदीसारखा यावर कसा मुलामा चढविला आहे, हे दिसतं. 'लॅन्ड ऑफ मोरिया' स्पष्ट नाही : आब्राहमच्या ठिकाणापासून तो तीन दिवसांचा प्रवास होता. (Gen.xxii.4) अरब परंपरेमध्ये इश्माएलशी निगडीत असलेली मरवाह टेकडीपेक्षा मोरियाच्या टेकडीशी – जिथे नंतर जेरुसलेम उभारलं गेलं – त्याचा संबंध जोडण्याला पुरेशा आधार नाही.[३६]

त्यामुळे,

- कोणता मुलगा? इसहाक का इश्माएल?
- हेगर कोण? जेनेसिस प्रतिपादन करते त्यानुसार ती साराची दासी होती. जी साराच्या सांगण्यावरून, आब्राहमपासून गर्भवती होती? का, कुरआनमधल्या प्रतिपादनानुसार, ती त्याची पत्नी होती?
- इश्माएल स्वत: कशा प्रकारची व्यक्ती होता? जेनेसिसमध्ये, लहान मुलाला वाळवंटात सोडून दिलं जातं तेव्हा देवदूत हेगरला म्हणतो, "Behold, you are with child, And you shall bear a son... He will be a wild man, his hand against all, and every man's hand against him...[३७] पण कुरआनमध्ये अल्लाह त्याला 'रसूल'[३८] (अल्लाह यांचा दूत व 'नबी', 'प्रेषित') म्हणतात. त्याच्या बारा मुलांपैकी एक असलेल्या कैदरपासून सुरू झालेल्या वंशपरंपरेत स्वत: मुहम्मद आहेत, असं म्हटलं जातं.
  आपल्या मुलाचा तहानेनं व्याकूळ होऊन जीव जाऊ नये, या त्याच्या आईच्या – हेगरच्या कळकळीतून जमजमचा जलौघ वाहू लागला. पिता इब्राहिम यांच्यासोबत काबाह बांधणारी आणि तिथे तीर्थयात्रा सुरू करणारी हीच व्यक्ती आहे.[३९]
- मुलाचा बळी देण्यासाठी त्याची संमती घेतली होती का?
- लाकूड गोळा करण्यात येऊन अग्नी चेतवला होता का? का गळ्यावर सुरा चालविला होता?
- हे सगळं कुठे घडलं? यहुदी व ख्रिश्चन परंपरेत हे पॅलेस्टाईनमध्ये घडलं, असं

---

३६. अब्दुल्लाह युसुफ अली 'द मिनिंग ऑफ द ग्लोरियस कुराण, दार अल-किताब अल-मस्त्री, कैरो, तारीख नाही. (तळटीप ४१०१, पान १२०५).

३७. जेनेसिस, १६.१२

३८. कुराण, १९.५४-५५

३९. कुराण, २.११९,१२१

म्हणतात. इस्लामी परंपरेत हे हेजाझमध्ये घडलं असं मानतात.

- मेंढा स्वर्गातला होता का? तो गॅब्रिएलनं खाली आणला होता का?
- इब्राहिम खरा मुस्लीम होता का... त्याच्यानंतर शतकानुशतकांचा काळ उलटल्यानंतर प्रेषित मुहम्मदांनी इस्लामच्या नियम-निर्बंधांची चौकट आखली, तरीसुद्धा?

निदर्शक

अशा मतभेदांमुळे धर्मांमध्ये फाटाफूट होते आणि गोष्टी गुद्दागुद्दीवर येतात. आणि त्या निदर्शक असतात.

पण यासंदर्भात सर्जनशील, सुयोग्य वैशिष्ट्यही आढळतं, ते स्तुत्य आहे! विशेषतः यासंदर्भात सर विल्यम मुईर[४०] अशा पद्धतीनं लक्ष वेधतात की, जे खोडून काढता येणार नाही. त्यांच्या 'लाइफ ऑफ मुहम्मद'मध्ये त्यांनी दक्षिणेकडील व्यापार खुंटल्यानंतर मक्का येथील समृद्धी व व्यापारी महत्त्व कमी झाल्याचं म्हटलं आहे आणि तरीही 'काबा हे पेनिन्सुलाचं राष्ट्रीय मंदिर राहिलं', मुईर यांनी नोंदवलं आहे. ते म्हणतात, ''या मंदिराचा उगम इब्राहिमपासून आहे, या अरबांमधील परंपरागत श्रद्धेचं आपण काय स्पष्टीकरण मानायचं? यहुदी आख्यायिका स्थानिक पूजा व विधी-संस्कारांवर कशा कलम करण्यात आल्या आहेत आणि, 'अब्राहाम व इश्माएलच्या आख्यायिकांचं मक्केच्या लोकभ्रमावर कसं रोपण झालं आहे,' ते जाणल्यानंतर मुईरनी कलम केलेल्या दुसऱ्या कथेबद्दल लिहिलं आहे :

महत्त्वाच्या मुद्द्यांच्या संक्षिप्त जुळवणीनंतर पॅलेस्टाईनची कथा हेजाझची कथा बनली. हेगरचं दुःख आणि तिला दिलासा देण्यासाठी जमजम हा पवित्र झरा यामुळे काबाच्या पंचक्रोशीतील परिसर पवित्र झाला. पाण्याच्या शोधार्थ तिची धावपळ चालली होती. त्याच्या स्मरणार्थ यात्रेकरूंनी सफा व मरवा या दरम्यान वाऱ्या केल्या. इब्राहिम व इश्माएल यांनी काळ्या दगडात मंदिर (काबा) बांधलं आणि सर्व मानवजातीसाठी अराफतची तीर्थयात्रा सुरू केली. त्याच्या कृत्याचं अनुकरण म्हणून सैतानावर दगड मारण्यात आले आणि इब्राहिमनं त्याच्या मुलाच्या ऐवजी जो बळी दिला, त्याच्या स्मृत्यर्थ मीना येथे बळी अर्पण करण्यात आले.

अशा प्रकारे, तिथले विधी-संस्कार – थोडेफार फेरफार झाले असले तरी – इस्रायली आख्यायिका स्वीकारल्यानंतर ते संपूर्णतः निराळ्या प्रकाशात पाहिले गेले आणि देवाचा मित्र असलेल्या इब्राहिमच्या पावित्र्याविषयीच्या अरब कल्पनाचित्राशी

---

४०. विल्यम मुईर, 'द लाइफ ऑफ मुहम्मद', फ्रॉम ओरिजनल सोर्सेस, तिसरी आवृत्ती, (१८९४) स्मिथ, एल्डर ॲन्ड कंपनी, लंडन, पुनर्मुद्रण, व्हॉइस ऑफ इंडिया, दिल्ली, (१९९१) pp. c-cvii.

ते जोडले गेले. अरेबियातील विशुद्ध मूर्तिपूजा आणि ज्यूंची परमेश्वराच्या अस्तित्वाबद्दलची विशुद्ध श्रद्धा या दरम्यानची प्रचंड दरी सांधली गेली. या सामायिक आधारावर मुहम्मदांनी आपली भूमिका घेतली आणि त्यांच्या लोकांसमोर अशा स्वरात नवी व आध्यात्मिक पद्धती जाहीर केली, जिला संपूर्ण अरेबिया प्रतिसाद देईल. काबातले विधी-संस्कार तसेच राहिले, पण मूर्तिपूजक प्री दूर झाली.

आणि फक्त मध्यपूर्वेत किंवा फक्त इस्लाममध्येच नव्हेतर हिंदू धर्मातही, आपले देव कायम अवतार घेत असतात. रामायणाच्या विदूषी मालिनी सरन यांच्याकडून मला ही माहिती मिळाली. एका अवतारात राम हा लक्ष्मणाचा मोठा भाऊ आहे; दुसऱ्यात राम (धाकटा भाऊ) कृष्ण बनतो, तर लक्ष्मण (मोठा भाऊ) बलराम बनतो. एका अवतारात, राम व लक्ष्मणाचे भाऊ असणारे भरत व शत्रुघ्न दुसऱ्या अवतारात अनुक्रमे मुलगा व नातू – प्रद्युम्न व अनिरुद्ध बनतात...[४१] जसे तिबेटमध्ये दलाई लामा व रिनपोशे आहेत.

त्या म्हणतात, केवळ कायदेशीर मान्यता मिळवणं, हा याचा उद्देश नव्हता. अवताराचा खरा उद्देश होता, गुप्त ज्ञान आणि *'वाहयू'* म्हणजेच मूळ व्यक्तीजवळ असणारी गूढ शक्ती प्राप्त करणं. इंडोनेशियामधील उदाहरणात सर्व महत्त्वाचे घटक एकत्र आले आहेत. ते म्हणजे अवतार, हिंदुत्व, इस्लाम. इंडोनेशियातले लोक रामायण हे प्रत्यक्षात *त्यांचं* महाकाव्य आहे असं मानतात... हे महाकाव्य *पश्चिमेच्या रोखानं* भारतात व त्यापलीकडच्या ठिकाणी पोहोचलं. महाभारत व रामायण यातल्या कथा आपण भारतात वेगवेगळ्या म्हणून ऐकतो. पण इंडोनेशियात त्यांची परस्पर सरमिसळ केलेली आहे. एका महाकाव्यातील पात्रं दुसऱ्यात सहज अवतरतात आणि ते जॅवानीज राजांचे पूर्वज निघतात. अशा प्रकारे, जॅवानीज राजे एका बाजूला विष्णू, शिव या हिंदू देवतांचे वंशज होतात, तर दुसऱ्या बाजूला बाबा आदम व त्यामुळे इस्लामच्या संस्थापकांचे वंशज होतात.

अर्जुनानं इंडोनेशियात इस्लाम धर्म आणला असं मानलं जातं आणि हे त्यानं एका गुप्त मार्गाद्वारे केलं. या वस्तुस्थितीची साक्ष देणारी एक 'गुहा' जावाच्या उत्तरी किनारपट्टीवर आहे. या गुहेतून अर्जुनानं गुप्त ज्ञान, कुरआन तसंच इस्लामचे इतर आधारस्तंभ आणले, असं इंडोनेशियातले लोक ठामपणे सांगतात. ही सिरेबॉनमध्ये स्थित गुहा आता पवित्र स्थळ बनली आहे....[४२]

◆

४१. Cf. भगवान दास, 'कृष्ण, अ स्टडी इन द थिअरी ऑफ अवतार्स', भारतीय विद्याभवन, मुंबई, १९६२.

४२. Cf. मालिनी सरन आणि विनोद सी. खन्ना, 'द रामायण इन इंडोनेशिया', रवी दयाळ, नवी दिल्ली, २००४.

तुम्ही याला कोणाला जबाबदार धराल?

'जेनेटिक इंजिनिअरिंग' खूप प्रगत झालं आहे. एखादी फर्म तुमच्या मुलीसाठी देखणं आणि परिपूर्ण रचनेचंच नव्हे, तर अलौकिक बुद्धिसंपन्न बाळ देण्याची हमी देते. तुमच्या मनात भीती आहे, पण तुमच्या मुलीची नव्या शास्त्रांवर *श्रद्धा* आहे आणि तिच्या मैत्रिणीला या फर्मच्या नव्या तंत्रानं अतिशय गोंडस बाळ लाभलेलं आहे. तुम्ही हात टेकता.

पण या फर्मची एक अट आहे – तुमच्या मुलीनं त्यांनी योजलेल्या औषधयोजना काटेकोरपणे पाळल्या पाहिजेत. तिनं प्रत्येक 'रोपण' स्वीकारलं पाहिजे. त्यांनी सांगितलेल्या औषधाचा प्रत्येक डोस घेतला पाहिजे. त्यांनी सांगितलेले सर्व व्यायाम केले पाहिजेत. तिची विचारसरणी सकारात्मकच असली पाहिजे. तिनं त्यांचं तंत्र व औषधोपचार नीट लक्षात ठेवून पाळले पाहिजेत. तिचा त्यांच्यावर संपूर्ण विश्वास असला पाहिजे. थोडक्यात, तिनं स्वत:ला त्यांच्या पूर्ण *स्वाधीन* केलं पाहिजे.

त्याप्रमाणे ती करते. तिला अतिशय गोंडस बाळ होतं. ती फर्म यशस्वी झाल्याचा दावा करते, सर्व श्रेय स्वत:ला लाटते. ती फर्म तुमच्या मुलीचा अनुभव व ते गोंडस बाळ त्यांच्या जाहिरातीत वापरून इतरांना त्यांची रोपणं व औषधं यांकडे वळविण्याचा प्रयत्न करते.

ठीक आहे, काहीच हरकत नाही. ते बाळ तुमचा आनंद आहे. तुमच्या मुलीचं सौख्य हेच तुमचं बक्षीस आहे.

पण जर ते मूल दृष्टिहीन जन्माला आलं असतं तर? ते मेंदूला इजा झालेल्या अवस्थेत जन्माला आलं असतं तर?

त्याला आम्ही मुळीच जबाबदार नाही – ती फर्म जाहीर करते. आमच्या नव्या रोपणांद्वारे इतर अनेक मुलींना धडधाकट, देखणी मुलं झाली आहेत. तुमच्या मुलीनं तिला आखून दिलेल्या गोष्टी नीट पाळल्या नसणार. तिची संपूर्ण श्रद्धा नसणार आणि काहीही असलं तरी आम्ही तिला उपचार घ्यायची सक्ती केली नव्हती. तिनं

ती स्वत:च्या मर्जीनं घेतली आहे. याला कुणी जबाबदार असेल, तर ते तुम्ही आहात : तुम्ही हात टेकलेत आणि तिला आमची कार्यपद्धती व औषधं घेऊ द्यायला परवानगी दिलीत.

त्या फर्मची अशी कोलांटी उडी किती समर्थनीय आहे?

आता देवाचा विचार करा. तो त्याच्या ग्रंथात म्हणतो की, गर्भाच्या गाभाऱ्यात काय आहे आणि त्याची कशी वाढ होत आहे हे फक्त मला माहीत आहे, हे मी जाणतो :

> १३:८: अल्लाह प्रत्येक गर्भवतीच्या गर्भाशयाबद्दल जाणतो, जे काही त्याच्यात तयार होते त्यालाही जाणतो आणि जे काही त्यात कमी-जास्त होते, त्याचीही त्याला माहिती असते. प्रत्येक गोष्टीसाठी त्याच्यापाशी एक प्रमाण निश्चित आहे.
>
> १६:७८: अल्लाहनं तुम्हाला तुमच्या मातांच्या उदरांतून निर्मिले, अशा अवस्थेत की, तुम्ही काहीच जाणत नव्हता. त्यानं तुम्हाला कान दिले, डोळे दिले आणि विचार करणारे हृदय दिले, याकरिता की तुम्ही कृतज्ञ बनावे.
>
> ३१:३४: त्या घटकेचे ज्ञान अल्लाहपाशीच आहे, तोच पर्जन्यवृष्टी करतो, तोच जाणतो की, आईच्या उदरात काय वाढत आहे. कोणतीही व्यक्ती जाणत नाही की, उद्या तो काय कमाई करणार आहे आणि कोणत्याही व्यक्तीला हे माहीत नाही की, उद्या त्याला कोणत्या भूमीवर मृत्यू येणार आहे, अल्लाहच सर्व काही जाणणारा व माहीतगार आहे.

अशा प्रकारे गर्भाशयात काय घडतंय, ते त्याला माहीत आहे. त्याला हे वेळेत माहीत आहे. म्हणजे त्यानं अगदी ठरवलंच तर तो त्या बाळाला भविष्यात अधूपण देऊ शकेल, अशी कुठलीही मानसिक वा शारीरिक दुर्बलता सहज टाळू शकतो आणि सर्वांत महत्त्वाचं म्हणजे आपल्याला ग्रंथात सांगितलं आहे की :

> ३:६: तोच तर आहे, जो तुमच्या मातेच्या गर्भाशयात तुमचा आकार हवा तसा घडवितो. त्या जबरदस्त बुद्धिमानाशिवाय इतर कोणी ईश्वर नाही.

त्याप्रमाणे जेव्हा छानसं गोंडस बाळ जन्माला येतं तेव्हा बाळाला 'आकार' देणाऱ्या 'त्या'चा, प्रत्येक जण उपकृत होऊन 'त्या'चे आभार मानतो आणि जेव्हा ते बाळ दृष्टिहीन जन्माला येतं तेव्हा?

त्यापुढे जाऊन, जेव्हा असं घडतं तेव्हा हा दावा करणारा 'देव', 'यहोवा' असेल तर त्याला दोष देणं आपल्याला सोपं जातं का? जर तो येशू ज्याचा मुलगा आहे 'तो' असेल तर? जर तो अल्लाह असेल तर? जर तो ब्रह्मा-विष्णु-महेश असेल तर? दावा करणारा कोण आहे, यावर दाव्याची वैधता बदलते का, आणि त्यामुळे जबाबदारी कोणावर यात फरक पडतो का?

प्रचंड भूकंप होतो. लाखांवर माणसं चिरडून मरतात. त्यानंतरच्या अतियातनादायी दिवसांत काही जणांना ढिगाऱ्यांखालून बाहेर काढलं जातं. अखेर मदतकार्य थांबविण्यात येतं. आपल्या मुलाच्या वियोगानं वेडीपिशी झालेली एक माता चिवटपणे प्रयत्न करत राहते. ज्या इमारतीत ते राहात होते, त्या इमारतीच्या दगड-विटांचे ढिगारे उपसत ती मुलाचा शोध घेत राहते. या विध्वंसक घटनेला पाच दिवस उलटल्यानंतर तिचं मूल सापडतं... गलितगात्र पण जिवंत... त्याची सगळी कार्यक्षमता जशीच्या तशी, अबाधित असते. आपण म्हणतो, "या मुलावर देवाची कृपा आहे. त्याला देवानं वाचवलं."

पण एहर्मनसारखे विद्वान प्रश्न करतात, *हाच तर्क वापरायचा तर* देवानं इतरांना *ठार केलं* नाही का? आपण तसं म्हणण्याचं धारिष्ट्य करीत नाही. आपण एका गोष्टीवर विश्वास ठेवत असू, तर दुसऱ्या गोष्टीवर ठेवायचा नाही, अशी सांस्कृतिक अट असल्यामुळे असं घडत असेल का? का देव कोपला; तर आपल्यावर आणखी एखादं अरिष्ट कोसळण्याची आपल्याला भीती वाटते. त्यामुळे आपण हे धारिष्ट्य करीत नाही?

मीर उसासतो :

नाहक हम मजबूरों पर ये तोहमत है मुख्तारी की
चाहते हैं सो आप करे हैं हमको अबस बदनाम किया...

पण सर्वांत आधी आपल्याला या देवाबद्दल काय माहीत आहे? त्यानं पृथ्वीतलावर पाठवलेला ग्रंथ 'त्या'च्याबद्दल काय म्हणतो? त्याला आपल्याकडून काय हवं आहे? त्याला *तीच* गोष्ट का हवी असते आणि दुसरी कुठली का नको असते? तो पृथ्वीतलावर अरिष्टं का पाठवतो? अरिष्टं लादण्यासाठी त्याला इतर कुणी चिथावत असतं का? सैतान? त्याला ज्यांच्याबद्दल विशेष आदर आहे, अशा कुणी व्यक्ती? आपण? ती तो काहींवर कोसळवितो आणि काहींवर नाही, असं असतं का? इतके जण त्याचे अपराधी होण्याजोग्या गोष्टी का करतात आणि त्यायोगे त्याच्या संतापाच्या झळा इथवर आणतात?

आपण आणखी एक प्रयोग करू. प्रत्येक निश्चित विधान वा प्रतिपादनाचा नेमका स्रोत नोंदविताना आपण कोणत्या ग्रंथातून उतारे घेतले आहेत, ते बाजूला ठेवू. आपण ते वाचू लागतो आणि त्यातील चर्चेविषयी नीट विचार करू लागतो, तेव्हा आपल्याला प्रश्न पडतो : 'हा ग्रंथ आपण आपल्या धर्मात पूज्य मानतो तोच ग्रंथ असला, तर यातील सिद्धान्ताच्या गुणवत्तेवर अधिक श्रद्धा बसेल का? आणि जर आपण मानत नसलेल्या धर्माच्या ग्रंथातून हा उतारा घेतला असेल, तर त्याची गुणवत्ता कमी होते का?'

त्याची सत्ता

त्याच्याबद्दलची सर्वांत पहिली गोष्ट म्हणजे अर्थातच त्याची सत्ता! ती अमर्याद आहे. ती प्रत्येक गोष्टीला, प्रत्येकाला, घडणाऱ्या अथवा घडण्यापासून रोखलेल्या प्रत्येक प्रसंगाला वेढून असते. त्याने प्रत्येक गोष्ट व प्रत्येक जण निर्माण केला आहे. प्रत्येक गोष्ट व प्रत्येक जण 'त्या'च्या अधिपत्याखाली येतो.

> ३:१८९: पृथ्वी आणि आकाशांचा सार्वभौम मालक अल्लाह आहे आणि त्याची सत्ता सर्वांवर प्रभावी आहे.
> ४:१२६: आकाशात व पृथ्वीत जे काही आहे, ते अल्लाहचे आहे आणि प्रत्येक वस्तू अल्लाहनं व्यापिली आहे.
> ५:१२०: पृथ्वी व आकाशावर आणि त्यात अस्तित्वात असलेल्या सर्वांवर राज्य अल्लाहचेच आहे आणि प्रत्येक वस्तूवर तो प्रभुत्व राखतो.
> ६७:१: परम प्रतिष्ठित व उच्च आहे तो, ज्याच्या हातात (सृष्टीची) सत्ता आहे आणि तो प्रत्येक वस्तूवर प्रभुत्व राखतो.

विशेषत: आपल्या वाट्याला कष्ट देण्याचं अगर त्यापासून आपली सुटका करण्याचं सामर्थ्य 'त्या'च्या ठायी आहे.

> ६:१७: जर अल्लाहनं तुम्हाला एखाद्या प्रकारची हानी पोहोचविली, तर त्याच्याशिवाय इतर असा कोणीच नाही जो तुम्हाला त्या हानीपासून वाचवू शकेल आणि जर त्यानं तुम्हाला एखाद्या चांगल्या गोष्टीनं उपकृत केले तर त्याला प्रत्येक गोष्टीचे सामर्थ्य प्राप्त आहे.
> ६:१८: त्याला आपल्या दासांवर सर्वाधिकार प्राप्त आहे आणि तो बुद्धिमान व जाणकार आहे.
> ६:६३: विचारा, 'वाळवंट व समुद्राच्या अंधकारात कोण तुम्हाला संकटापासून वाचवितो? कोण आहे ज्याच्याजवळ तुम्ही (संकटसमयी) गयावया करून आणि गुपचूपपणे प्रार्थना करता? कुणाला म्हणता की, जर त्यानं या संकटातून वाचवले तर आम्ही जरूर कृतज्ञ बनू?'
> ६:६४: सांगा, 'अल्लाह तुम्हाला यापासून व प्रत्येक यातनेपासून मुक्त करतो. मग तुम्ही इतरांना त्याचा भागीदार ठरविता.'

आणि अरिष्टं कोसळविण्याचं सामर्थ्य त्यांच्या ठायी आहे.

> ६:६५: सांगा, 'तो याला समर्थ आहे की, तुम्हावर एखादा प्रकोप वरून कोसळवेल, अथवा तुमच्या पायाखालून उसळवेल किंवा तुम्हाला गटागटांत

विभागून एका गटाला दुसऱ्या गटांच्या शक्तीचा आस्वाद चाखवील.' पाहा, आम्ही कशा प्रकारे वरचेवर विविध पद्धतींनी आमची संकेतवचनं यांच्यासमोर प्रस्तुत करीत आहोत की, कदाचित यांना सत्य समजावे.

तो दुरून पाहणारा नाही

दुसरं म्हणजे, तो त्याच्या सामर्थ्याचा निःसंशय वापर करतो. तो मानवी गोष्टींमध्ये खात्रीने लीला दाखवितो. विश्वाची निर्मिती त्यानंच केली आहे आणि पृथ्वीचीही आणि माणसाचीही! आणि माणसाच्या गरजेच्या प्रत्येक गोष्टीची. प्रत्येक पाऊल म्हणजे सक्रिय हस्तक्षेप असतो :

> १६:७८: अल्लाहनं तुम्हाला तुमच्या मातांच्या उदरांतून निर्मिले. अशा अवस्थेत की, तुम्ही काहीच जाणत नव्हता. त्यानं तुम्हाला कान दिले, डोळे दिले आणि विचार करणारे हृदय दिले, याकरिता की तुम्ही कृतज्ञ बनावे.
> १६:७९: काय, या लोकांनी कधी पक्ष्यांना पाहिले नाही की नभोमंडळात वातावरणाच्या कशा प्रकारे अधीन आहेत? अल्लाहखेरीज कोणी त्यांना पेलले आहे? यात अनेक संकेत आहेत; त्या लोकांकरिता, जे श्रद्धा ठेवतात.
> १६:८०: अल्लाहनं तुमच्यासाठी तुमच्या घरांना विश्रांतिस्थान बनविले. त्यानं जनावरांच्या कातड्यापासून तुमच्यासाठी अशी घरे निर्माण केली, जी तुम्हाला प्रवास व मुक्काम दोन्ही परिस्थितीत हलकी आढळतात. त्यानं जनावरांची लोकर, लव आणि केसांपासून तुमच्याकरिता परिधान करण्याच्या व वापरावयाच्या अनेक वस्तू निर्माण केल्या, ज्या जीवनाच्या निश्चित कालावधीपर्यंत तुम्हाला उपयोगी पडतात.
> १६:८१: त्यानं आपल्या निर्माण केलेल्या बऱ्याचशा वस्तूंपासून तुमच्याकरिता सावलीची व्यवस्था केली, पर्वतात तुमच्यासाठी आश्रयस्थान बनविले, आणि तुम्हाला असे पोशाख प्रदान केले, जे तुम्हाला उष्णतेपासून सुरक्षित ठेवतात आणि काही इतर पोशाख, जे परस्परांतील युद्धात तुमचे संरक्षण करतात. अशा प्रकारे तुम्हावर तो आपल्या देणग्यांची परिपूर्णता करतो, कदाचित तुम्ही आज्ञाधारक बनावे.

जन्मापासून मृत्यूपर्यंत, खळाळत्या हास्यापासून अश्रूंपर्यंत, संपत्ती व समाधानापासून ते त्याच्या विरुद्ध टोकापर्यंत, 'तो' त्याच्या इच्छेनुसार देतो आणि त्याच्या इच्छेनुसार काढून घेतो :

> ५३:४२: सरतेशेवटी पोहोचवायचे तर तुझ्या पालनकर्त्यापाशीच आहे.

५३:४३: मग असे की, त्यानेच हसविले आणि त्यानेच रडविले.
५३:४४: आणि असे की, त्यानेच मृत्यू दिला व त्यानेच जीवन प्रदान केले.
५३:४५: आणि असे की, त्यानेच नर व मादीचे युगुल निर्माण केले.
५३:४६: एका थेंबानं जेव्हा ते टपकविले जाते.
५३:४७: आणि असे की, दुसरे जीवन प्रदान करणेसुद्धा त्याच्यावरच आहे.
५३:४८: आणि असे की, त्यानेच धनवान बनविले आणि संपत्ती प्रदान केली.
५३:४९: आणि असे की, तोच 'सिरियस'चा पालनकर्ता आहे.

आणि तो सदैव सामर्थ्य वापरत असतो – शिकविण्यासाठी, इशारा देण्यासाठी, ताकीद देण्यासाठी, शिस्त लावण्यासाठी, शिक्षा देण्यासाठी व बक्षीस देण्यासाठी, नष्ट करण्यासाठी व वाचविण्यासाठी... तो म्हणतो की, त्याला फराहोच्या लुटालुटीपासून ज्यांना वाचवायचं होतं, त्यांच्यासाठी त्यानं समुद्र दुभागला (२:५०). पण दुसऱ्या उदाहरणात, त्यांनी त्याला क्षुब्ध केल्याची खात्री पटल्यानंतर तो 'त्यांना अपराधाबद्दल शिक्षा करतो, आणि त्या सगळ्यांना पाण्यात बुडवितो' (४३:५५). नरकाच्या धगधगत्या अग्निकुंडाच्या काठावर असलेल्यांवरसुद्धा त्याची कृपा असेल, तर तो त्या प्रेमीजनांचं हृदय जोडतो. त्यानं अगणित पिढ्यांचा पूर्ण नाश केल्याचं तो आपल्याला पुनःपुन्हा स्मरण देतो (६:६, त्यानंतर १०:१३ आणि पुन्हा १७:१७, त्यानंतर १९:७४, पुन्हा १९:९८, त्यानंतर २०:१२८, पुन्हा ३६:३१. पुन्हा ३८:३ आणि त्यानंतर ५०:३६...) त्यानं पृथ्वीतलावरून संपूर्ण लोकसंख्या पूर्णपणे पुसून टाकल्याचं तो सांगतो (१८:५९. त्यानंतर २१:६, पुन्हा २२:४५. त्यानंतर पुन्हा २८:५८ आणि त्यानंतर ४६:२७...) काहींनी त्याच्या मार्गाविरुद्ध कट रचल्याची खात्री होताच, त्यानं त्यांच्या कुटिलतेचा इमला पायासकट उखडून टाकला आणि त्याचे छप्पर त्यांच्या डोक्यावर कोसळले आणि अशा दिशेनं त्यांच्यावर प्रकोप आला, जिकडून त्याचं आगमन त्यांच्या कल्पनेतही नव्हते (१६:२६). तो भूकंप घडवितो (७:७८, ७:९१). ज्यांचं वागणं त्याला पसंत नाही अशांवर तो गंधकाचा वर्षाव करतो (७:८४). तो सगळ्याच लोकांवर अवर्षण आणि दुष्काळ लादतो, 'ज्यायोगे' त्या लोकांना ताकीद मिळू शकेल' (७:१३०). त्यांनी ताकीद लक्षात घेतलेली नाही, याची खात्री पटताच... 'आम्ही त्यांना अतिदुःसह पीडा दिल्या; घाऊक मृत्यू, टोळधाड, उवा, बेडूक आणि रक्त...' (७:१३३).

थोडक्यात, तो दूरवरून अलिप्तपणे पाहात नाही. एकदा विश्वाची निर्मिती केल्यानंतर ते त्यांच्या पद्धतीनं चालू देत आणि आनुषंगिक परिणाम झेलू देत असं त्यानं ते सोडून दिलेलं नाही. उलट,

५३:५०: आणि असे की, त्यानेच पहिल्या 'आद'ला नष्ट केले.

५३:५१: आणि समूदला असे नष्ट केले की, त्यांच्यापैकी कोणास शिल्लक ठेवले नाही.

५३:५२: आणि त्यांच्यापूर्वी नोहाच्या राष्ट्राला नष्ट केले, कारण ते होतेच अत्यंत अत्याचारी आणि दुर्वर्तनी लोक.

५३:५३: आणि पालथ्या पडणाऱ्या वस्त्यांना उचलून फेकले (सदोम व गमोरा)

५३:५४: मग आच्छादित केले त्यांच्यावर, ते काही जे (तुम्हाला माहीतच आहे की,) काय आच्छादिले.

८५:१२: वस्तुत: तुमच्या पालनकर्त्याची पकड फार कठोर आहे.

८५:१३: तोच पहिल्यांदा निर्माण करतो व तोच दुसऱ्यांदा निर्माण करील.

८५:१५: राजसिंहासनाचा स्वामी आहे. गौरवशाली आहे.

८५:१६: आणि जे काही इच्छिल ते करून टाकणारा आहे.

त्याचा दावा आहे की :

५७:२२: कोणतीही विपत्ती अशी नाही, जी पृथ्वीवर अथवा तुमच्या स्वत:वर कोसळत असते आणि आम्ही तिला निर्माण करण्यापूर्वी एका ग्रंथात (अर्थात विधी-लेखात) लिहिलेली नसते. असे करणे अल्लाहसाठी अत्यंत सोपे काम आहे.

त्याला प्रत्येकाची प्रत्येक गोष्ट माहीत असते; तो ती पाहातो व ऐकतो.

आपल्याला चांगलं-वाईट नशीब मिळतं, कारण आपण त्याला आवडणाऱ्या अथवा अजिबात न आवडणाऱ्या गोष्टी करतो. त्याला सगळं माहीत असतं. त्याचं प्रत्येकाकडे लक्ष असतं.

२:२८४: आकाशात व पृथ्वीवर जे काही आहे, ते सर्व अल्लाहचे आहे. *तुम्ही आपल्या मनातील गोष्टी प्रकट करा अथवा लपवा, अल्लाह कोणत्याही परिस्थितीत तुमच्याकडून त्यांचा हिशेब घेईल.* मग त्याला हा अधिकार आहे की त्यानं हवे त्याला माफ करावे आणि हवे त्याला शिक्षा द्यावी. प्रत्येक गोष्टीवर त्याला सामर्थ्य आहे.

६:१३: ...रात्रीच्या अंधारात आणि दिवसाच्या उजेडात जे काही स्थिरावले आहे, सर्व अल्लाहचे आहे आणि *तो सर्व काही ऐकतो व जाणतो.*

१०:६१: तुम्ही ज्या अवस्थेत असता आणि कुरआनमधून जे काही ऐकविता आणि लोकहो, तुम्हीदेखील जे काही करता, त्या सर्व काळात आम्ही

> तुम्हाला पाहात असतो. कोणतीही तिळमात्र वस्तू पृथ्वी व आकाशात अशी नाही – न लहान, न मोठी, जी तुझ्या पालनकर्त्याच्या दृष्टीपासून लपलेली आहे आणि एका स्पष्ट दप्तरात नोंद केलेली नाही.

बरीच अनुमानं निघतात, पण आत्ता आपण त्यातील फक्त एक विचारात घेऊ. एखाद्या माणसानं दुष्कृत्य केल्यानंतरच ते 'त्या'ला समजतं असं नाही. ते कृत्य होण्याआधीच 'त्या'ला ते माहीत असतं – त्या माणसानं ते करायचं ठरवल्याक्षणी ते 'त्या'ला माहीत असतं. थोडक्यात, त्याला दुष्कृत्य होण्याआधी ते माहीत असतं. त्या माणसाला ते कृत्य करण्यापासून रोखण्याइतकं आधी आणि स्वत:चा क्रोध भडकण्याआधी आणि तरीही 'तो' ते घडू देतो – त्या कृत्याचं लक्ष्य असलेल्यासाठी व ते करणाऱ्यासाठीही – आनुषांगिक परिणामांसह.

विलक्षण, इतर कशाहीपेक्षा आस्थेचा विषय

आता 'तो' चुकीच्या, अगदी दुष्टाव्याच्या मानतो अशा अनेक गोष्टी आहेत, पण 'तो' सर्वांत क्षमाशील आहे. कधी-कधी तर तो त्याच्या आदेशाच्या थेट अवज्ञेलाही माफ करतो. उदाहरणार्थ, त्यानं ॲडम व इव्हला सैतानाकडे लक्ष न देण्याबद्दल सावधगिरीचा इशारा दिला होता. तो तुम्हाला चुकीचं सांगेल, असं देवानं त्यांना सावध केलं होतं. तरीही ते सैतानाच्या कपटाला बळी पडले आणि त्यांनी ते फळ खाल्लं. देवानं त्यांना बागेतून हाकलून दिलं, पण त्यानं त्यांना आणखी शिक्षा दिली नाही (देव या गोष्टीचा ग्रंथात अनेकदा उल्लेख करतो. उदा. २:३७, ७:१६-२३, २०:१२०-२६ इत्यादी.).

मात्र एक गोष्ट 'तो' कधीही सोडून देत नाही आणि ती म्हणजे एखाद्यानं त्याच्यासह अथवा त्याच्या जोडीनं दुसऱ्या कुणाला पूजनीय मानणं. हे फार मोठं पाप आहे. त्याला क्षमा नाही.

हे एक अक्षम्य पाप असल्यामुळे अर्थातच ती पुस्तकाची मुख्य संकल्पना आहे, आणि देव ज्यामध्ये त्याची ही आत्यंतिक आस्था जाहीर करतो, असे उतारे द्यायचे ठरविले तर आपल्याला जवळजवळ सगळा ग्रंथच उद्‌धृत करावा लागेल. पण पुढे दिलेल्या चार-पाच उताऱ्यांमधून 'तो' याकडे किती गांभीर्यानं पाहातो, आणि त्याच्या या प्रमादाकडे व इतर प्रमादांकडे पाहाण्यामध्ये किती फरक आहे, याची झलक पाहायला मिळेल :

> ४:४८: त्याच्यासोबत अन्य कुणाला सामील करणाऱ्यांना अल्लाह नि:संशय क्षमा करीत नाही. याव्यतिरिक्त इतर जितके गुन्हे आहेत, तो हवे ते माफ

करतो, अल्लाहबरोबर ज्यानं इतर कोणाला भागीदार केले, त्यानं तर एक मोठे असत्य रचले आणि भयंकर मोठ्या पापाची गोष्ट केली.

४:११०: जर एखाद्या व्यक्तीकडून वाईट कृत्य घडले अथवा आपल्या स्वत:वर अत्याचार केले आणि त्यानंतर अल्लाहजवळ माफीची विनंती केली, तर अल्लाह त्याला क्षमा करणारा व कृपा करणारा आढळून येईल.

४:११६: अल्लाहजवळ फक्त अनेकेश्वरवादासाठी क्षमा नाही, याखेरीज इतर सर्व काही माफ होऊ शकते, ज्याला तो माफ करू इच्छितो. ज्यानं अल्लाहबरोबर इतर कोणाला भागीदार केले, तो तर मार्गभ्रष्टतेत फारच लांब भरकटत गेला आहे.

३९:५३: ...''हे माझ्या दासांनो, ज्यांनी आपल्या स्वत:शीच आगळीक केली आहे, अल्लाहच्या कृपेकडून निराश होऊ नका. निश्चितच अल्लाह सर्व गुन्हे माफ करून टाकतो. तो तर क्षमाशील परमकृपाळू आहे.''

५३:३२: जे मोठमोठाले अपराध आणि उघड-उघड घृणास्पद कृत्यापासून अलिप्त राहातात, याव्यतिरिक्त की काही चुका त्यांच्याकडून घडतात. नि:संशय तुझ्या पालनकर्त्याचे क्षमा-छत्र फार विस्तृत आहे. तो तुम्हाला त्या वेळेपासून चांगल्या प्रकारे जाणतो, जेव्हा त्यानं जमिनीपासून तुम्हाला निर्माण केले आणि जेव्हा तुम्ही आपल्या आईच्या पोटात अद्याप गर्भावस्थेत होता. म्हणून आपल्या स्वत:च्या पावित्र्याचे दावे सांगू नका. तोच उत्तम जाणतो की, खरोखर ईशपरायण कोण आहे.

५७:२१: धावा आणि एक-दुसऱ्याच्या पुढे जाण्याचा प्रयत्न करा. आपल्या पालनकर्त्याच्या क्षमा आणि त्या स्वर्गाकडे, जिचा विस्तार आकाश आणि पृथ्वीसमान आहे; जी उपलब्ध केली गेली आहे त्या लोकांसाठी, ज्यांनी अल्लाह आणि त्याच्या प्रेषितांवर श्रद्धा ठेवली आहे. हा अल्लाहचा कृपाप्रसाद आहे, ज्याला इच्छितो त्याला प्रदान करतो आणि अल्लाह मोठा कृपानिधी आहे.

असं का आहे?... आपण फक्त त्याला आणि त्यालाच पूज्य मानतो का, या गोष्टीला तो इतकं महत्त्व का देतो, हे अगदी गूढच आहे. 'त्या'नं विश्व निर्माण केलं, आकाशगंगा, सूर्य व त्याच्याभोवती फिरणारे ग्रह तयार केले. सुमारे दोनशे वर्षांपूर्वी टॉम पाइन यांनी 'द एज ऑफ रीझन'मध्ये विचारलं आहे की, या असंख्य व भव्य गोष्टी तयार केल्यानंतर, अवकाश व काल निर्माण केल्यानंतर, नेमकी संख्या माहीत नसलेल्या विश्वांपैकी एका विश्वातल्या ठिपक्याएवढा, आकाशगंगेतल्या एका ठिपक्याएवढा, सूर्यमालेतील एका ठिपक्याएवढा, पृथ्वीवरचाही हा ठिपक्याएवढा

माणूस त्याला पूज्य मानतो की नाही, त्याच्याखेरीज तो अन्य कुणाला पूज्य मानतो की नाही, ही गोष्ट त्याच्या दृष्टीनं इतकी महत्त्वाची कशी असेल?

ग्रंथ याचं काहीही उत्तर देत नाही किंवा या विशिष्ट ग्रंथाचे वा इतर कोणत्याही पवित्र ग्रंथाचे पुरस्कर्तेही याचं उत्तर देत नाहीत. या गोष्टीनं त्याच्या उंचीत काय फरक पडतो? जोश मलिहाबादींच्या बोचऱ्या ओळी आहेत :

गुलाब हसन खान बदला नहीं लेता,
गुलाम हसन खान से भी छोटा है खुदा...

नोंदी

आणि तो फक्त सगळ्यांवर लक्ष ठेवतो एवढंच नाही; तर तो प्रत्येक गोष्ट व प्रत्येकाकडे पाहातो, त्याला प्रत्येक कानगोष्टसुद्धा ऐकू येते. त्याला प्रत्येक गोष्ट माहीत असते – 'त्या'च्याखेरीज इतर कुठल्या गोष्टीसाठी वा एखाद्यासाठी तुमच्या हृदयाच्या एका कप्प्यात आदर असेल... जो तुम्ही कदाचित लपविण्याचा प्रयत्न कराल... तर ते त्याला माहीत असतं. तो *नोंद ठेवतो. तो प्रत्येक गोष्टीची* – तुमचं प्रत्येक कृत्य, प्रत्येक हेतू, तुमचा प्रत्येक विचार याची – नोंद ठेवतो :

> १०:६१: तुम्ही ज्या अवस्थेत असता आणि कुरआनमधून जे काही ऐकविता आणि लोकहो! तुम्हीदेखील जे काही करता त्या सर्व काळात आम्ही तुम्हाला पाहात असतो.
> कोणतीही तिळमात्र वस्तू पृथ्वी व आकाशात अशी नाही – ना लहान, ना मोठी – जी तुझ्या पालनकर्त्याच्या दृष्टीपासून लपलेली आहे आणि एका स्पष्ट दप्तरात नोंद केलेली नाही.
> १७:१३: प्रत्येक माणसाची नियती आम्ही त्याच्या स्वतःच्या गळ्यात लटकविलेली आहे आणि पुनरुत्थानाच्या दिवशी आम्ही एक लेख त्याच्यासाठी काढू, जो त्याला उघड पुस्तकाप्रमाणे आढळेल.
> १७:७१: मग विचार करा त्या दिवसाचा, जेव्हा आम्ही प्रत्येक मानवगटाला त्याच्या नेत्यासह बोलवू, त्या वेळी ज्या लोकांना त्यांचा कृति-लेख उजव्या हातात दिला गेला, ते आपली कार्यनोंद वाचतील आणि त्यांच्यावर तिळमात्रदेखील अन्याय होणार नाही.
> १९:७७: मग तू पाहिलेस का त्या माणसाला, जो आमचे संकेत मानण्यास नकार देतो आणि म्हणतो की, 'मी तर संपत्ती व संततीने अनुग्रहित होतच राहीन?'
> १९:७८: काय त्याला परोक्षाची माहिती झाली आहे अथवा काय त्यानं

परमकृपाळूकडून एखादे वचन घेतले आहे?

१९:७०: काय तुम्हाला माहीत नाही की, आकाश व पृथ्वी यामधील प्रत्येक वस्तू अल्लाहला माहीत आहे? सर्व काही एका पुस्तकात नोंदविले आहे. अल्लाहसाठी हे काहीही कठीण नाही.

३६:१२: आम्ही निश्चितच एके दिवशी मृतांना जिवंत करणार आहोत, जी काही कृत्ये त्यांनी केलेली आहेत, ती सर्व आम्ही लिहीत आहोत आणि जे काही अवशेष त्यांनी मागे सोडले आहेत, तेसुद्धा आम्ही अंकित करीत आहोत. प्रत्येक गोष्ट आम्ही एका उघड ग्रंथात नोंद करून ठेवली आहे.

२७:७५: आकाश व पृथ्वीची कोणतीही गुप्त गोष्ट अशी नाही, जी एका स्पष्ट ग्रंथात नमूद असलेली नाही.

ही नोंद काही कारणाने केली जाते, अर्थातच दोन संबंधित कारणांसाठी! यातील पहिलं कारण, ज्याचं प्रतिपादन देव ग्रंथात पुन:पुन्हा करतो, ते म्हणजे प्रत्येकाला त्याच्या करणीनुसार फळ मिळेल अथवा शिक्षा होईल :

३:३०: 'तो दिवस उगवणार आहे, जेव्हा प्रत्येक सजीवाला आपल्या कृतीचे फळ उपलब्ध असल्याचे आढळेल. मग त्यानं पुण्य केले असो अथवा पाप, त्या दिवशी मनुष्य अशी कामना करील की, किती छान झाले असते, जर हा दिवस अद्याप त्याच्यापासून फार दूर असता! अल्लाह तुम्हाला आपल्या स्वत:चे भय दाखवतो आणि तो आपल्या दासांचा अत्यंत हितचिंतक आहे.'

४:४०: अल्लाह कोणावरही तिळमात्रसुद्धा अत्याचार करीत नाही. जर कोणी एक पुण्य केले, तर अल्लाह त्याला द्विगुणित करतो व मग आपल्यातर्फे मोठा मोबदला प्रदान करतो.

६:७०: सोडा त्या लोकांना, ज्यांनी आपल्या धर्माला खेळ व तमाशा बनवून टाकले आहे आणि ज्यांना ऐहिक जीवनाने भुलविले आहे. होय, त्यांना कुरआन ऐकवून उपदेश व ताकीद देत राहा की, एखाद्या वेळेस एखादी व्यक्ती स्वत: केलेल्या कृत्यांच्या आपत्तीत सापडू नये, आणि जर अशा अवस्थेत सापडली, तर अल्लाहपासून वाचविणारा कोणी समर्थक व साहाय्यक आणि कोणी बाजू मांडणारा तिच्यासाठी नसेल, आणि वाटेल ती वस्तू मोबदल्यात देऊन सुटू इच्छित असेल, तर तीसुद्धा स्वीकारली जाणार नाही. कारण असे लोक तर स्वत: आपल्या कर्माच्या परिणामस्वरूप पकडले जातील. त्यांना तर सत्याच्या आपल्या इन्काराच्या मोबदल्यात उकळते पाणी पिण्यास मिळेल आणि दु:खदायक प्रकोप भोगावयास मिळेल.

६:१३२: प्रत्येक माणसाचा दर्जा त्याच्या कर्मानुसार आहे आणि तुमचा पालनकर्ता लोकांच्या कर्मापासून गाफील नाही.
१४:५१: ...हे अशासाठी घडेल की, अल्लाहनं प्रत्येक जिवाला त्यानं केलेल्या कृत्यांचा बदला द्यावा.
अल्लाहला हिशेब घेण्यास काही वेळ लागत नाही.
१६:१११: (या सर्वांचा फैसला त्या दिवशी होईल.) जेव्हा प्रत्येक जण आपल्याच बचावाच्या काळजीत पडलेला असेल. प्रत्येकास त्यानं केलेल्या कृत्यांचा मोबदला पुरेपूर दिला जाईल आणि कोणावरही तिळमात्र देखील अन्याय होणार नाही.
५२:१६: "जा आता होरपळले जा याच्यात, मग तुम्ही सहन करा अथवा न करा, तुमच्यासाठी एकसारखे आहे, तुम्हाला तसाच बदला दिला जात आहे, जसे तुम्ही आचरण करीत होतात."
७४:३८: प्रत्येक मनुष्य आपल्या कमाईच्या बदल्यात गहाण आहे.
७४:३९: उजव्या बाजूवाल्यांखेरीज.
७४:४०: ते स्वर्गामध्ये असतील.
७४:४१: ते गुन्हेगारांना विचारतील,
७४:४२: "तुम्हाला कोणत्या गोष्टीनं नरकात नेले?"

नोंदीमध्ये प्रत्येक गोष्ट बारीक-सारीक तपशिलांसह लिहिण्याचं कारण असं की, कुणालाही दुसऱ्याचं ओझं वाहायला लावलं जाऊ नये. म्हणजेच इतर कुणी केलेल्या अथवा दुर्लक्षित केलेल्या कृत्याचे परिणाम कुणालाही भोगायला लावले जाऊ नयेत :

६:१६४: "सांगा, मी अल्लाहशिवाय एखादा-दुसरा पालनकर्ता शोधावा काय, वास्तविक तोच प्रत्येक वस्तूचा पालनकर्ता आहे? प्रत्येक व्यक्ती जे काही कमविते त्याला जबाबदार ती स्वतःच आहे. कोणीही ओझे उचलणारा दुसऱ्याचे ओझे उचलत नसतो. मग तुम्हा सर्वांना आपल्या पालनकर्त्याकडे परतावयाचे आहे, त्या वेळी तो तुमच्यातील मतभेदांची वास्तवता तुमच्यावर प्रकट करील."
५३:३८: आणि असे की, कोणीही ओझे उचलणारा दुसऱ्याचे ओझे उचलणार नाही.
५३:३९: आणि असे की, मानवासाठी काहीच नाही, परंतु ते ज्यासाठी त्यानं प्रयत्न केला आहे.
५३:४०: आणि असे की, त्याचा प्रयत्न लवकरच पाहिला जाईल.

५३:४१: मग त्याचा पूर्ण बदला त्याला दिला जाईल.

अशी कित्येक उदाहरणं आहेत. आपण फक्त एक विचारात घेऊ. त्सुनामीच्या तडाख्यात तीन लाख लोक ठार झाले. भूकंपाच्या धक्क्यात लाखभर माणसं ठार होणं, नेहमीचंच आहे. भर बाजारपेठेत एखाद्या आत्मघातकी बॉम्बधारी व्यक्तीनं त्याच्या पट्ट्याचा स्फोट घडवून सतत माणसं मारली जात असतातच. आत्ताच देवानं आपल्याला जे सांगितलं ते पाहाता, यातल्या प्रत्येकानं स्वत: केलेल्या दुष्कृत्यांमुळे या सर्वांना मृत्यूची शिक्षा मिळाली आहे – यावर आपण विश्वास ठेवायला पाहिजे की नाही?

त्सुनामीच्या तडाख्यानं पाण्यात बुडून जाण्यासाठी सगळीच्या सगळी तीन लाख माणसं नेमकी त्याच ठिकाणी व त्याच क्षणी एकत्र आली होती, भूकंपाच्या धक्क्यात उद्ध्वस्त होणारी लाखभर माणसं अशाच प्रकारे एकत्र झाली होती, बाजारपेठेत एकाच स्फोटात एकाच वेळी मरण पावण्यासाठी काही माणसं एकत्र जमली होती. हा अर्थातच चमत्कार आहे. योगायोगांचा चमत्कार... पण चमत्कार हा तर देवाचा विषय असतो. त्यांची दुष्कृत्यं कदाचित वेगवेगळ्या प्रकारची असतील, पण त्यांना जी शिक्षा मिळाली – बुडून मृत्यू, जिवंतपणी गाडून मृत्यू किंवा स्फोटात मृत्यू – आणि ज्या क्षणी त्यांना ती शिक्षा मिळायची होती तो क्षण, हे सारखंच होतं. किती अचूक हिशोब आहे.

शेवटी देव त्याच्या स्वत:च्याच म्हणण्यानुसार या मर्यादेला – म्हणजे, कुणालाही दुसऱ्या कुणाच्या पापाची शिक्षा भोगावी लागणार नाही – या म्हणण्याला चिकटून राहतो का? तो स्वत:च काय सांगतो पाहा. काही लोक 'त्या'च्या प्रमाणेच इतरही काहींची पूजा करून 'त्या'ला दुखवितात. 'तो' अशा माणसांचाच नव्हेतर त्यांच्या पत्नींचाही पूर्ण नाश करतो.

> ३७:२२: "घेरून आणा सर्व अत्याचारांना, अशी आज्ञा होईल आणि त्यांच्या साथीदारांना व त्या उपास्यांना...."
>
> ३७:२३: "ज्यांची ते अल्लाहला सोडून भक्ती करीत होते, मग या सर्वांना नरकाचा रस्ता दाखवा."

फक्त एकट्या पत्नीलाच नव्हे, तर काही खास माणसं त्याच्या निर्देशांकडे लक्ष देत नाहीत, तेव्हा तो त्यांनाही चूर-चूर करतो. एवढंच नव्हे तर तो संपूर्ण वस्ती, संपूर्ण पिढ्याच्या पिढ्या पुसून टाकतो.

१७:१६: जेव्हा आम्ही एखाद्या वस्तीला नष्ट करण्याचा इरादा करतो, तेव्हा

तिच्या सुखवस्तू लोकांना हुकूम देतो आणि ते तिच्यात अवज्ञा करू लागतात तेव्हा प्रकोपाचा निर्णय त्या वस्तीवर लागू होतो आणि आम्ही तिला उद्ध्वस्त करून टाकतो.

१७:१७: पाहून घ्या, कित्येक अशा पिढ्या आहेत, ज्या नोहानंतर आमच्या आज्ञेनं नष्ट झाल्या. तुझा पालनकर्ता आपल्या दासांच्या पापांची पुरेपूर खबर राखणारा आहे आणि सर्व काही पाहात आहे.

आणि तरीही तो कायम योग्यच असतो आणि आपण त्यावर विश्वास ठेवला पाहिजे.

कायम योग्य

या साऱ्यामधील अशक्यप्राय गोष्टीचं, म्हणजे सर्व पापी माणसं, ती जिथे होती तिथे आणि एकाच फटक्यात त्या सर्वांना मारता येईल अशा क्षणी तिथं हजर होती – देवाला आणि त्याच्या पुरस्कर्त्यांना काही वाटत नाही. ग्रंथ आपल्याला सांगतो आणि 'तो' स्वत:ही पुन:पुन्हा सांगतो की, तो योग्य आहे, तो कायम योग्यच आहे. 'त्या'च्यावर श्रद्धा ठेवणाऱ्यांना तो कायम फळ देतो आणि न ठेवणाऱ्यांना शिक्षा करतो. त्याचबरोबर तो त्यांच्या चांगल्या-वाईट कृत्यांचं काटेकोर सापेक्ष प्रमाण ठेवतो.

'त्या'ला आणि फक्त 'त्या'ला एकट्यालाच पूज्य मानणारी माणसं आणि फक्त तीच माणसं सद्वर्तनी असतात – असा आपण सद्गुण, सद्वर्तनाचा छोट्यात छोटा निकष लावला, तरी देव 'कायम योग्यच' असतो. ते फक्त अतिशय विशेष अर्थानं हे आपण लक्षात ठेवलं पाहिजे. काहीही असलं तरी युद्धात खरे श्रद्धाळूही मारले जातात आणि बरेचदा 'त्या'च्यावर श्रद्धा न ठेवणाऱ्यांची भरभराट होते. यात न्याय कुठे आहे, असा विचार नास्तिकवादी व्यक्तीच्या मनात येऊ शकेल.

'त्या'नं आदेश दिला म्हणून 'त्या'च्यासाठी लढायला जाऊन मरण पावलेल्या लोकांचा विचार करा. 'तो' कुठल्या अर्थानं त्यांच्यादृष्टीनं योग्य ठरला आहे? पवित्र ग्रंथामध्ये बरेचदा उल्लेख झालेल्या सुप्रसिद्ध 'युद्धा'संदर्भात 'तो' सांगतो की, सर्वप्रथम ते मेलेले *नाहीत*. दुसरं म्हणजे त्यांना भरभरून फळ मिळालं आहे आणि ते स्वर्गात मजेत आहेत.

३:१६९: जे लोक अल्लाहच्या मार्गात ठार झाले, त्यांना मृत समजू नका. ते तर खरे पाहाता जिवंत आहेत, आपल्या पालनकर्त्यापाशी उपजीविका प्राप्त करीत आहेत.

३:१७०: जे काही अल्लाहनं आपल्या कृपेनं त्यांना दिले आहे, त्यावर ते फार खूश आणि समाधानी आहेत. जे श्रद्धावंत त्यांच्या पाठीमागे जगात

राहिले आहेत आणि अद्याप तेथे पोहोचलेले नाहीत, त्यांच्यासाठीदेखील कोणत्याही भयाचे अथवा दु:खाचे कारण नाही.

३:१७१: ते अल्लाहचे बक्षीस व त्याच्या कृपेबद्दल आनंदी व उल्हसित आहेत आणि त्यांना कळून आले आहे की, अल्लाह श्रद्धावंतांचा मोबदला वाया घालवीत नाही.

३:१७२: ज्यांनी जखमी होऊनसुद्धा अल्लाह व पैगंबरांच्या हाकेला ओ दिली, त्यांच्यात जे लोक सदाचारी व पापभीरू आहेत, त्यांच्यासाठी मोठा मोबदला आहे.

३.१७३: ज्यांना लोकांनी सांगितले की, ''तुमच्याविरुद्ध मोठ्या फौजा गोळा झाल्या आहेत, त्यांची भीती बाळगा.'' तर हे ऐकून त्यांची श्रद्धा अधिक वृद्धिंगत झाली आणि ते उत्तरले की, ''अल्लाह आमच्यासाठी पुरेसा आहे आणि तोच सर्वोत्कृष्ट कार्य सिद्धीस नेणारा आहे.''

३:१७४: सरतेशेवटी ते परमश्रेष्ठ अल्लाहच्या देणगी व कृपेसह परतले, त्यांना कोणत्याही प्रकारची हानीदेखील पोहोचली नाही आणि अल्लाहच्या मर्जीनुसार चालण्याचे श्रेयदेखील त्यांना प्राप्त झाले. अल्लाह मोठा कृपा करणारा आहे.

'त्या'नं प्रत्येक आदेश दिलेला असूनही सत्याचा मार्ग न अनुसरणाऱ्या, त्याच्यावर श्रद्धा न ठेवणाऱ्या माणसांची तरीही भरभराट होते, मग अशा बाबतीत 'तो' योग्य कसा? 'तो' योग्य अशा अर्थानं की 'त्या'नं त्यांची शिक्षा फक्त पुढे ढकलली आहे.

३:१७७: जे लोक श्रद्धा सोडून अश्रद्धेचे ग्राहक बनले आहेत, नि:संशय ते अल्लाहचे काहीच नुकसान करीत नाहीत. त्यांच्याकरिता दु:खदायक शिक्षा तयार आहे.

३:१७८: त्यांना असे सैल सोडणे अश्रद्धावंतांनी आपल्या बाबतीत हितकारक समजू नये. आम्ही तर त्यांना याकरिता सैल सोडीत आहोत की, यांनी पापाचे खूप मोठे ओझे जमा करावे. मग यांच्यासाठी भयंकर अपमानजनक शिक्षा आहे.

मग साहजिकच एक प्रश्न पडतो. 'त्या'नं आरोपीला अवधी दिला, तर तो आणखी गुन्हे करेल, याची पूर्ण कल्पना असूनही तो त्यांच्या शिक्षेला काही काळासाठी स्थगिती देतो, म्हणजे ते आणखी अन्यायाची कृत्यं करतील, मग दुसऱ्या फेरीत 'तो' त्यांचे अधिकच हालहाल करू शकेल... हा न्यायाधीश योग्य कसा?... 'दयाळू' कसा ते विचारायलाच नको.

पृथ्वी रिकामी होण्याचा धोका

पण देव सांगतो की, एकाच वेळी समस्त अश्रद्धावान माणसांना वर नरकात न नेण्याचं एक कारण आहे. बरेच जण इतकी चुकीची कृत्यं करतात की, त्यानं आत्ता इथेच त्यांना त्यांच्या गैरकृत्याबद्दल शिक्षा दिली, तर पृथ्वीवर कुणीच शिल्लक राहाणार नाही. त्यामुळेच 'तो' शिक्षा निश्चित केलेल्या दिनापर्यंत पुढे ढकलतो :

> १६:६१: जर एखादे वेळी लोकांना अल्लाहनं त्यांच्या अत्याचाराबद्दल लगेच पकडले असते, तर भूतलावर कोणत्याही सजीवाला सोडले नसते. परंतु तो सर्वांना एका ठरावीक कालावधीपर्यंत सवड देतो, मग जेव्हा ती वेळ येऊन ठेपते, तेव्हा तिच्यापेक्षा कोणीही एक क्षणभरदेखील मागे-पुढे होऊ शकत नाही.

अनेक प्रश्न उद्भवतात. बरेच जण इतकी चुकीची कृत्यं करतात की, देवानं त्यांना आत्ता इथेच शिक्षा दिली, तर पृथ्वी रिकामी होईल. या वस्तुस्थितीचा एका प्रतिपादनाशी कसा मेळ घालायचा? हे प्रतिपादन देव स्वत: पुन:पुन्हा करतो. ते म्हणजे त्याची निर्मिती 'परिपूर्ण' आहे.

> ६७:३: ज्यानं थरावर थर असे सात आकाश बनविले. तुम्हाला कृपावंताच्या निर्मितीत कोणत्याही प्रकारची विसंगीत आढळणार नाही. पुन्हा वळून पाहा – कोठे तुम्हाला काही उणीव दिसून येते का?

पापं करणाऱ्या सर्वांना देवानं आत्ता इथेच त्यांच्या कृत्याबद्दल शिक्षा दिली, तर पृथ्वी रिकामी होईल, या वस्तुस्थितीचा देवाच्या स्वत:च्याच प्रतिपादनाशी कसा मेळ घालयचा... की, 'त्या'नं माणूस 'सर्वोत्तम साच्यात' बनविला आहे. 'त्या'नं माणसाला 'पृथ्वीवर त्याचा प्रतिनिधी' म्हणून पाठवलं आहे?

मग दूतांनी त्याला विचारले, "काय धरतीच्या मध्ये त्याला बनविणार आहेस, जो हिच्यामध्ये अनाचार घडवील आणि रक्तपात करील? (पण) आमच्याकडून तर तुझे स्तवनासह गुणगान होत आहे, पवित्रगान होत आहे." (तेव्हा अल्लाह) म्हणाले, "मी जाणतो जे तुम्ही जाणत नाही...." (२:३०)

देवानं वाईट कृत्य करणाऱ्या सर्वांना शिक्षा दिली, तर संपूर्ण पृथ्वी ताबडतोब रिकामी होईल या वस्तुस्थितीशी 'त्या'च्या स्वत:च्या सांगण्याचा कसा काय मेळ बसेल?

> ९५:४: आम्ही मानवाला उत्कृष्ट रचनेत निर्माण केले....

हो, हो, मला तुम्ही काय म्हणणार ते माहीत आहे : "यात अडचण काय

आहे? देवानं माणसाला 'त्या'च्या सर्वोत्तम साच्यात घडवलं आहे आणि मग माणूसच वाईट कृत्यं करतो आणि देवाचा क्रोध ओढवून घेतो. मग खाली नमूद केलेल्या अध्यायातील भागात देव स्वत:च असं कसं म्हणतो :

> ९५:५: मग उलट फिरवून आम्ही त्याला निकृष्टात निकृष्ट करून टाकले.
> ९५:६: त्या लोकांखेरीज ज्यांनी श्रद्धा ठेवली आणि सत्कृत्ये करीत राहिले की, त्यांच्यासाठी कधी न संपणारा मोबदला आहे.

माणसाला *कोण* उलट फिरविते? देव स्वत:च – मग उलट फिरवून आम्ही त्याला निकृष्टात निकृष्ट करून टाकले – माणूस नव्हे!

पण आपण कथेच्या पुढे निघालो आहोत. क्षणभर आपण फक्त देवाचं व 'त्या'च्या पुस्तकातील प्रतिपादन की तो 'कायम योग्य' असतो – विचारात घेऊ या.

देवाच्या कारणासाठी लढताना मृत्यू आलेले श्रद्धावान लोक खरे मरत नाहीत. ज्यांची भरभराट झाली आहे, अशा अश्रद्ध लोकांनी त्यांची शिक्षा फक्त काही काळासाठी पुढे ढकलली आहे आणि हे चांगल्या कारणासाठी : त्यांनी या जीवनात चांगल्या गोष्टी मिळविण्यासाठी आकांडतांडव केलं आहे, त्यांनी त्या हावरेपणे मिळविल्या आहेत, त्यांनी त्याचा पुरेपूर आनंद घेतला आहे. त्यांना खऱ्या महत्त्वाच्या जीवनाचं – यानंतरच्या काळातील जीवनाचं मोल कळलेलं नाही. त्यामुळे त्यांना फेडावं लागेल :

> ४६:२०: मग जेव्हा हे अश्रद्ध अग्नीपुढे आणून उभे केले जातील, तेव्हा त्यांना सांगितलं जाईल, तुम्ही आपल्या वाट्याची सगळी ऐश्वर्ये जगातील आपल्या जीवनातच संपवून टाकली आहेत आणि त्यांचा आनंद उपभोगिला आणि तो गर्व तुम्ही पृथ्वीतलावर कोणत्याही अधिकाराविना करीत राहिला आणि ज्या अवज्ञा तुम्ही केल्या त्यापायी आज तुम्हाला अपमानास्पद यातना दिली जाईल.

लवकरच आपण पाहू या की, मुळात त्यांची श्रद्धा का नाही. पण आत्ता येशूना क्रुसावर चढविल्याच्या बाबतीतला अध्यायातील भाग वाचा व चित्र पाहा : मन्सूरना मृत्युदंड दिला आहे : श्री रामकृष्ण कर्करोगानं अखेरच्या घटका मोजत आहेत; गांधीजींची भीषण हत्या झाली आहे. त्यांना ज्या यातनांतून जावं लागलं, त्याचं अशा पार्श्वभूमीवर समर्थन करता येईल का... की त्यांनी 'जीवनातल्या चांगल्या गोष्टीची' अतिशय आतुरतेनं इच्छा केली होती, 'त्यातून आनंद मिळविला होता' आणि त्यांनी भविष्यातील जीवनापेक्षा या जीवनाला महत्त्व दिलं?

ओझ्याचं प्रमाण

देव एका गोष्टीची खात्री देतो. आपण पुढे जाण्याआधी त्यावर एक नजर टाकू या. कुणावरही त्याच्या सहनशक्तीपेक्षा जास्त ओझं टाकलं जाणार नाही, याची देव आपल्याला पुन:पुन्हा खात्री देतो :

२:२८६: अल्लाह कोणत्याही व्यक्तीवर त्याच्या शक्तीपेक्षा जास्त जबाबदारीचे ओझे टाकत नसतो. प्रत्येक व्यक्तीनं जे पुण्य कमविले आहे, त्याचे फळ त्याच्यावरच होणार आहे. (श्रद्धावानांनो! तुम्ही अशी प्रार्थना करीत जा.) ''हे आमच्या पालनकर्त्या! आमच्याकडून भूलचुकीनं जे अपराध घडतील, त्यांच्यासाठी आम्हाला पकडू नकोस. हे स्वामी, आमच्यावर तसा भार टाकू नकोस; जसा तू आमच्यापूर्वीच्या लोकांवर टाकला होतास. हे पालनकर्त्या! जो भार उचलण्याची शक्ती आमच्यात नाही, तो आमच्यावर लादू नकोस. आमचे अपराध पोटात घे, आम्हाला क्षमा कर, आमच्यावर दया कर, तूच आमचा वाली आहेस, अश्रद्धावंतांच्या विरुद्ध आम्हाला साहाय्य कर.''

७:४२: ...ज्या लोकांनी आमची वचने मान्य केली आहेत आणि सत्कृत्ये केली आहेत आणि या बाबतीत आम्ही प्रत्येकाला त्याच्या ऐपतीप्रमाणेच जबाबदार ठरवीत असतो, हे स्वर्गात वास करणारे आहेत, जेथे ते सदैव राहातील.

२३:६२: आम्ही कोणत्याही इसमाला त्याच्या आवाक्यापेक्षा जास्त आजमावत नसतो आणि आमच्याजवळ एक ग्रंथ आहे, जो (प्रत्येकाची स्थिती) यथायोग्य दाखविणारा आहे, आणि लोकांवर अत्याचार कोणत्याही परिस्थितीत केला जाणार नाही.

एखादा माणूस प्रचंड मोठ्या आघातानं कोलमडला असेल, त्या वेळी हा दिलासा अर्थातच एखाद्या 'बाई'सारखा, म्हणजेच दिशादर्शक खुणेसारखा आहे : त्या क्षणी जरी त्या माणसाला हे ओझं असह्य वाटत असलं, तरी देवानं स्वत: दिलेल्या खात्रीच्या पार्श्वभूमीवर ते आपल्या सहनशक्तीच्या पलीकडे जाणारं *असू शकत नाही,* असं तो मानतो. पण देवाच्या या खात्री देण्याचा उद्देश मनोधैर्य उंचावणं आहे, का ते विधान आहे – 'आम्ही कोणत्याही जीवावर त्याच्या सहनशक्तीपेक्षा जास्त ओझं लादत नाही' – वस्तुस्थितीदर्शक विधान? ही खात्री म्हणजे केवळ पुनरुक्ती नाही का? गॅस चेंबर्समध्ये ढकलल्या जाणाऱ्या ज्यूंनी आत्महत्या केली नाही. रक्ताच्या कर्करोगानं ग्रस्त असणारा माणूस आत्महत्या करीत नाही, ही वस्तुस्थिती आहे, याचा अर्थ त्यांच्यावर लादलेलं ओझं त्यांच्या सहनशक्तीपलीकडचं नाही असा होतो का? कारण ते संपून जाईपर्यंत ते 'सहन करतात', नाही का?

आपल्याबद्दल खात्री नाही? की 'स्वत:'बद्दल?

आता 'तो' फक्त पाहातो एवढंच नाही, तर 'तो' ऐकतो, त्याच्याबद्दल आपल्या मनात पूज्य भावना आहे आणि तशी ती इतर कुणाबद्दलही नाही, याची खात्री करून घेण्यासाठी तो आपल्या मनाच्या खोल तळातले विचार व उद्देश यांची नोंद ठेवतो. 'त्या'नं स्वत:चे निर्माण केलेल्या व निवडलेल्या माणसांबद्दल तो इतका साशंक आहे की, तो त्याच्यावर श्रद्धा ठेवणाऱ्यांचीसुद्धा पुन:पुन्हा व वारंवार परीक्षा घेत असतो :

३:१४०: या वेळी जरी तुम्हाला आघात पोहोचला आहे, तरी यापूर्वी असाच आघात तुमच्या विरोधकांनादेखील पोहोचला आहे. हे तर कालचक्र आहे ज्याला आम्ही लोकांदरम्यान भ्रमण करवीत असतो, तुमच्यावर ही वेळ अशासाठी आणली गेली की, अल्लाह हे पाहू इच्छित होता की, तुमच्यात खरे श्रद्धावंत कोण आहेत, आणि त्या लोकांना वेगळे करू इच्छित होता, जे खरोखर (रास्त मार्गाचे) साक्षीदार आहेत. कारण अत्याचारी लोक अल्लाहला अप्रिय आहेत.

३:१४२: तुम्ही अशी समजूत करून घेतली आहे काय की, सहजपणे स्वर्गामध्ये दाखल व्हाल. वास्तविक पाहाता अल्लाहनं अद्याप हे पाहिलेलेच नाही की, तुम्हापैकी ते कोण लोक आहेत जे त्याच्या मार्गात प्राण पणाला लावणारे आणि त्याच्यासाठी संयम बाळगणारे आहेत.

६:५३: खरे पाहाता आम्ही अशा तऱ्हेनं या लोकांपैकी काहींना काहींच्याद्वारे परीक्षेत टाकले आहे. जेणेकरून त्यांनी त्यांना पाहून म्हणावे, ''हेच ते आमच्यातील लोक आहेत ज्यांच्यावर अल्लाहची दया व कृपा झाली आहे?'' होय, काय अल्लाह आपल्या कृतज्ञ दासांना यांच्यापेक्षा अधिक जाणत नाही?

२९:२: काय लोक असे समजून बसले आहेत की, त्यांना केवळ इतके म्हटल्यावर सोडून दिले जाईल की, 'आम्ही श्रद्धा ठेवली' आणि त्यांना आजमाविले जाणार नाही.

५७:२५: आम्ही आपल्या प्रेषितांना अगदी स्पष्ट संकेतचिन्हे व सूचनेसहित पाठविले, आणि त्यांच्याबरोबर ग्रंथ आणि तुळा उतरविली, जेणेकरून लोकांनी न्यायाधिष्ठित व्हावे आणि लोखंड उतरविले, ज्यात मोठे बळ आहे आणि लोकांसाठी फायदे आहेत. हे अशासाठी केले गेले आहे की, अल्लाहला माहीत व्हावे की, कोण त्याला न पाहाता त्याला व त्याच्या पैगंबरांना मदत करतो. निश्चितच अल्लाह मोठा बलवान आणि जबरदस्त आहे.

६७:२: ज्यानं मृत्यू आणि जीवन निर्माण केले, जेणेकरून तुम्हा लोकांना

आजमावून पाहावे की, तुमच्यापैकी कोण अधिक चांगले कृत्य करणारा आहे आणि तो जबरदस्तही आहे आणि क्षमाशीलदेखील....

२:१५५: आणि आम्ही खचितच तुम्हाला भय-भूक, जीवित व वित्तहानी आणि तुमच्या प्राप्तीमध्ये घट करून तुमची परीक्षा घेऊ. या परिस्थितीत जे लोक संयमपूर्वक आचरण करतील.

३:१८६: तुम्हाला प्राण व वित्त या दोन्हीच्या परीक्षा द्याव्याच लागतील आणि तुम्ही ग्रंथधारक व अनेकेश्वरवाद्यांकडून पुष्कळशा त्रासदायक गोष्टी ऐकाल. जर या सर्व स्थितीत तुम्ही संयम आणि ईशपरायणतेच्या वर्तनावर दृढ राहाल, तर हे मोठे धाडसाचे कार्य होय.

४७:३१: आम्ही जरूर तुम्हा लोकांना कसोटीत घालू जेणेकरून तुमच्या स्थितीचे परीक्षण करू आणि पाहू की, तुमच्यात 'मुजाहिद' (प्रयत्नांची पराकाष्ठा करणारा) आणि दृढतेनं अढळ राहाणारा कोण आहे.

'त्याला आपल्याबद्दल खात्री नाही.' आपण म्हणालो. प्रत्यक्षात देवाखेरीज इतर कुणी अशी अस्वस्थता दर्शविली तर आपण म्हणू की, 'त्याला स्वत:चीच खात्री नाही.' मात्र दुसऱ्या बाबतीत एक प्रश्न साहजिकच उद्भवतो की, 'त्याला आधीपासूनच माहीत असताना त्याला परीक्षा घेण्याची आवश्यकता का भासते?'

याचं चाकोरीबद्ध उत्तर असं आहे की, 'तो' त्याच्याशी कोण खरेपणे वागतो व कोण खरेपणे वागत नाही, हे जाणून घेण्यासाठी आपली परीक्षा घेत नाहीतर, अशा परीक्षांदरम्यान आपण कसे वागतो, हे *आपल्याला* कळावं यासाठी घेतो – म्हणजे, आपण 'त्या'च्यावर व त्याच्या उपदेशावर घेतो आणि त्यातून आपण शिकावं व विकसित व्हावं यासाठी घेतो.

पण त्यातून फक्त आणखी एक प्रश्न उद्भवतो : 'त्या'नं अशा पद्धतींचा वापर का करावा, विशेषकरून ज्यामुळे निरापराध माणसांवर इतके भयानक दु:खभोग लादले जातात?

युद्ध, दुष्काळ व जुलमी राजवटीत लक्षावधी जणांना मृत्यूच्या विवरात लोटण्याची 'त्या'ला खरंच गरज आहे का?... 'त्या'नं या लोकांना मुद्दाम अशा तीव्रतम परिस्थितीत लोटलं आहे, त्यामध्ये या लोकांची 'त्या'च्या वरची श्रद्धा ढळते की नाही, ते दुसऱ्या कुणाकडे वळतात का हे पाहण्यासाठी?

असं गृहीत धरू या की, जे लोक त्याच्याशी निष्ठावंत होते, 'त्या'नं ज्याप्रकारे 'त्या'चा संदेश त्यांच्यापर्यंत पोहोचविला असेल त्यानुसार : म्हणजे योहवा, परमेश्वर, अल्लाह, भगवान अशा कोणत्याही रूपात – त्यांची 'त्या'च्या प्रती शेवटपर्यंत श्रद्धा अढळ होती. ते लोक मरण पावले. मग याचा त्यांना काय उपयोग

झाला; याचा आपल्याला काय उपयोग झाला? जे लोक ठार झाले, त्यांना आपली 'त्या'च्या वरची श्रद्धा जराही ढळली नाही, हे समजल्याचा योहवा, परमेश्वर, अल्लाह, भगवान यांना काय उपयोग झाला? की काही झाला?

आपल्या अत्यंत आस्थेच्या विषयात 'तो' कुठवर जाऊ शकतो...

आपली 'त्या'च्यावरच श्रद्धा आहे, दुसऱ्या कुणावरही नाही, याची खात्री करण्यासाठी तो देवदूत पाठवतो. तो या प्रत्येक दूताबरोबर संदेश पाठवितो. तो संकेत दर्शवितो व पाठवितो. सूर्य, तारे (त्याद्वारे 'तो' सैतानाला दगड मारतो.) ऋतू, उडते पक्षी... हे सर्व 'त्या'च्या अस्तित्वाची संकेत आहेत, पण फक्त आपण अवधानपूर्वक त्याकडे पाहिलं तर –

काही जण पाहातात, बरेच जण नाही पाहात.

'त्या'च्या एका दूताचे अविरत प्रयत्न व त्याचे असमाधानकारक फळ याबद्दल देव म्हणतो :

> १२:१०३: परंतु तुम्ही मग कितीही इच्छा केली तरी, यांच्यातून बहुतेक लोक मान्य करून घेणारे नाहीत.

'तो' सच्च्या श्रद्धावंतांच्या मनात कसला संदेह उरला असेल, तर तो पुसून टाकतो. जे ईश्वराच्या कृपाप्रसादावर विश्वास ठेवत नाहीत, त्यांना 'तो' वठणीवर आणतो.

> ३:१४१: आणि तो या परीक्षेद्वारे श्रद्धावानांना वेगळे करून अश्रद्धावंतांना वठणीवर आणू इच्छित होता.

एका निर्णायक क्षणी 'त्या'च्यासाठी लढण्यास एकत्र जमलेल्या काही जणांच्या मनात 'तो' संदेह निर्माण होऊ देतो. "आपण या संहाराला का तोंड द्यावं? आपला या प्रकरणाशी काय संबंध?" ते एकमेकांशी बोलतात. देव त्याच्या प्रेषिताला त्यांना सांगायला सांगतो की :

> ३:१५४: "...जर तुम्ही आपल्या घरातदेखील असता, तर ज्या लोकांचा मृत्यू लिहिलेला होता ते स्वत: होऊन आपल्या वध-स्थानाकडे निघून आले असते." आणि हा प्रसंग ओढवला तो अशासाठी होता की, जे काही तुमच्या मनात लपलेले आहे, अल्लाहनं त्याची परीक्षा घ्यावी आणि जे काही तुमच्या हृदयात आहे ते साफ करून टाकावे. अल्लाह मनांची स्थिति चांगलीच जाणतो.

जे लोक 'त्या'च्या संकेतांवर श्रद्धा ठेवत नाहीत, ते त्याला आवडत नाहीत.

त्यांना स्वत:चा किंवा एकमेकांचा जितका राग येत असेल, त्यापेक्षा 'त्या'ला त्यांचा जास्त राग येतो.

४०:१०: ज्या लोकांनी द्रोह केलेला आहे, पुनरुत्थानाच्या दिवशी त्यांना हाक मारून सांगितले जाईल – ''आज तुम्हाला जितका भयंकर राग स्वत:वर येत आहे, अल्लाह तुम्हावर त्यापेक्षा जास्त क्रोधित त्या वेळी होत असे, जेव्हा तुम्हाला श्रद्धेकडे बोलविण्यात येत होते आणि तुम्ही द्रोह करीत होतात.''

'तो' त्यांना शिक्षा देतो. उदाहरणार्थ, त्यांचं रूपांतर माकडात करतो.

२:६५: तसेच तुम्हाला आपल्या जमातीपैकी त्या लोकांची गोष्ट तर माहीतच आहे, ज्यांनी 'सब्बाथ'च्या नियमाचा भंग केला होता. तेव्हा आम्ही त्यांना सांगितले की, ''माकडे व्हा आणि अशा अवस्थेमध्ये राहा की, सर्व बाजूंनी तुमचा धिक्कार होवो!''

तसंच,

७:१६४: आणि यांना ह्याचीदेखील आठवून द्या की, जेव्हा त्यांच्यापैकी एका गटाने दुसऱ्या गटास सांगितले होते, ''तुम्ही अशा लोकांना उपदेश का करता, ज्यांना अल्लाह नष्ट करणार आहे अथवा कठोर शिक्षा देणार आहे.'' तेव्हा त्यांनी उत्तर दिले होते की, ''आम्ही हे सर्व काही तुमच्या पालनकर्त्याच्या पुढे आपल्या बचावाचे साधन म्हणून आणि या अपेक्षेने करीत आहोत की, कदाचित हे लोक त्याच्या अवज्ञेपासून दूर राहतील.''

७:१६५: सरतेशेवटी जेव्हा ते त्या आदेशांना पूर्णत: विसरून गेले ज्याची त्यांना आठवण करून दिली गेली होती, तेव्हा आम्ही त्या लोकांना वाचविले जे वाइटापासून रोखत होते, आणि उरलेल्या सर्व लोकांना जे अत्याचारी होते, त्यांच्या अवज्ञेपायी त्यांना कठोर प्रकोपात पकडले.

७:१६६: मग जेव्हा ते पूर्ण शिरजोरीने तीच कृत्ये करीत राहिले ज्यापासून त्यांना रोखले गेले होते, तेव्हा आम्ही सांगितले, ''माकड बना, अपमानित व तिरस्कृत.''

७:१६७: आणि आठवा, जेव्हा तुमच्या पालनकर्त्याने जाहीर केले की, ''तो पुनरुत्थानापर्यंत सतत असले लोक इस्राईलवर लादत राहील, जे त्यांना अत्यंत वाईट यातना देतील.'' नि:संशय तुमचा पालनकर्ता शिक्षा देण्यात फार सत्वर आहे आणि निश्चितपणे तो क्षमा व दया दर्शविणारा देखील आहे.

तो सूड घेतो.

> ३:४: ...जे लोक अल्लाहचा आदेश स्वीकारण्यास नकार देतील, त्यांना निश्चितच कठोर शिक्षा मिळेल. अल्लाह अमर्याद शक्तीचा स्वामी आणि दुष्कर्मांचा बदला घेणारा आहे.
> ३२:२२: आणि त्याच्यापेक्षा मोठा अत्याचारी कोण असेल, ज्याला त्याच्या पालनकर्त्याच्या संकेताने उपदेश केला जाईल आणि मग तो त्यापासून पराङ्मुख होईल? अशा अपराधींचा तर आम्ही सूड घेतल्याशिवाय राहाणार नाही.

तो विनाश घडवितो. आपण पाहिलं की, तो पिढ्यान्‌पिढ्या पूर्णतः पुसून टाकतो. तो अश्रद्ध लोकांचे घोळकेच्या घोळके धुळीला मिळवितो.

'तो' त्यांच्यासाठी नरक निर्माण करतो. 'तो' स्वतः त्यामध्ये अगणित जणांना लोटून देतो. इतर गोष्टींप्रमाणेच त्यांचे दुःखभोग कधीही संपू नयेत, यासाठी तो स्वतः त्यावर लक्ष ठेवतो.

> १७:६७: ...या लोकांना आम्ही पुनरुत्थानाच्या दिवशी तोंडघशी फरफटत आणू. आंधळे, मुके आणि बहिरे यांचे ठिकाण नरक आहे. जेव्हा-जेव्हा तिची आग मंद पडू लागेल, आम्ही तिला आणखीन प्रदीप्त करू.

त्याच्या आदेशानुसार, अश्रद्धावंतांच्या 'कपाळाचे केस व पायांना धरून फरफटत' कळपानं नरकाकडे नेलं जातं. (३९:७१-७२: ५५:४१)

तो आज्ञा देतो, ''धरा याला आणि याच्या मानेत जोखड घाला, मग याला नरकामध्ये झोकून द्या, मग याला सत्तर हात लांब साखळीत जखडा.'' हा श्रेष्ठ व उच्चतर अल्लाहवर श्रद्धाही ठेवीत नव्हता. (६९:३०-३३) त्यांना अग्नीत झोकून दिल्यावर त्यांची त्वचा गळून पडले, मग पुन्हा त्याजागी दुसरी त्वचा निर्माण केली जाते. ती पुन्हा गळून पडते. असे पुनःपुन्हा केले जाते (४:५६). त्यांना उकळते, अत्यंत घाणेरड्या वासाचे पाणी, वितळलेले पितळ व इतर उकळते द्रव प्यायला लावले जातात (१४:१६-१७, १८:२९, ३८:५५-५८, ५६:४२-४४, ८८:२-७). त्यांचे चेहरे धगधगत्या आगीवर धरले जातात (१४:४९-५०)... आम्हाला ठार मारा आणि छळ संपवा अशा किंकाळ्या ते फोडत असतात. पण त्यांना संपवलेही जात नाही आणि त्यांच्या नरकाच्या शिक्षेतदेखील कोणती कपात केली जात नाही (१४:१७, २०:७४, २५:१३-१४, ३५:३६, ७८:२१-२५, ८७:१३)

पण अर्थातच या कशाहीबद्दल देवाला दोष द्यायचा नाही. तो योग्य आणि दयावंत आहे आणि सदैव असतो. अश्रद्धावंत माणसं अयोग्य व स्वतःच्या बाबतीत निर्दयी असतात :

४३:७४: उरले अपराधी तर ते सदैव नरकाच्या प्रकोपात गुरफटत राहतील.
४३:७५: कधीही त्यांच्या प्रकोपात घट होणार नाही आणि ते त्यात निराश पडलेले असतील.
४३:७६: त्यांच्यावर आम्ही अन्याय केला नाही, तर ते स्वत:च आपल्यावर अन्याय करीत राहिले.
४३:७७: ते पुकारतील, ''हे मालका, तुझ्या पालनकर्त्याने आम्हाला संपवले तर चांगले होईल.'' तो उत्तर देईल, ''तुम्ही असेच पडून राहाल.''
४३:७८: आम्ही तुमच्याजवळ सत्य घेऊन आलो होतो; परंतु तुमच्यापैकी पुष्कळशांना सत्यच अप्रिय होते.

ज्यांनी 'त्या'चे संकेत व संदेश मानले नाहीत, त्या सगळ्या लोकांवर व पिढ्यांवर काय अरिष्ट कोसळलं याबद्दल सांगताना 'तो' म्हणतो :

११:९९: आणि त्या लोकांचा जगातदेखील धिक्कार केला जाईल व पुनरुत्थानाच्या दिवशीही केला जाईल. किती हे वाईट फळ आहे, जे एखाद्याला मिळेल.
११:१०१: आम्ही त्यांच्यावर अत्याचार केला नाही, त्यांनी आपण होऊन स्वत:वर अत्याचार केला....

आपण पूज्य असणं, त्याच्या दृष्टीनं असं महत्त्वाचं आहे. फक्त आपणच पूज्य असलं पाहिजे, याबाबतीत त्याचा असा निर्धार आहे.

मध्यवर्ती स्पष्टीकरण

अशा प्रकारे दु:खभोगाचं प्रमुख स्पष्टीकरण असं आहे की, 'तो' आपल्या मानसिक व नैतिक विकासासाठी अगणित संकेत पाठवत असूनही, 'तो' प्रेषित पाठवत असूनही व ते प्रेषित संदेश देत असूनही आपण देवाला पूज्य मानत नाही किंवा 'त्या'नं अनेकदा सांगूनही, आपण 'त्या'ला जसं पूज्य मानतो, तसं इतरांनाही पूज्य मानतो.

एखादा पिता – सामान्य व मर्त्य – आपल्या मुलांनी आपल्याला मान द्यावा आणि फक्त आपल्यालाच मान द्यावा यासाठी इथवर गेला, तर तुम्ही त्याला काय म्हणाल?

बहुतेकशा श्लोकांमध्ये फळ अथवा शिक्षा याबद्दल चर्चा आहे. 'डे ऑफ जजमेंट'ला, म्हणजेच 'अंतिम न्यायदिनी' हा निवाडा होतो आणि स्वर्गातल्या नंदनवनात राहायचं की नरकात व तिथल्या धगधगत्या आगीत, हे ठरतं. पण प्रसंगी देव आपल्याला सांगतो की, या अश्रद्धावंतांवर व 'त्या'च्याखेरीज इतरांना जाऊन

मिळणाऱ्यांवरही जगातले दु:खभोग लादले जातात.

> १३:३४: असल्या लोकांसाठी जगातील जीवनातच यातना आहेत आणि परलोकातील यातना याहूनही कठोर आहेत. कोणीही असा नाही की, जो त्यांना अल्लाहपासून वाचविणारा असेल. म्हणजे स्पष्टीकरणानुसार दु:खभोग अंतिम न्यायदिनानंतरच येतील असं नाही, तर आत्ता इथेही ते सोसावे लागतील.

त्यामुळे अर्थातच तीन प्रश्न समोर येतात.

पहिली गोष्ट म्हणजे जे 'त्या'च्यावर निस्सीम श्रद्धा ठेवतात, त्यांनाही इथे भोगावं लागतंच. त्यांनाही पीछेहाट सोसावी लागतेच. याचं समाधानकारक स्पष्टीकरण काय?

दुसरा प्रश्न : जन्माला येताना मेंदूला इजा झालेल्या नवजात अर्भकाला अशी इजा होण्याचं कारण ते गर्भाशयात होतं हे का उदरातून बाहेर आल्या-आल्या काही क्षणांत ते इतरांबरोबरच देवाशी जोडलं गेलं?

तिसरा प्रश्न : देवानं माणसाला 'सर्वोत्तम साच्यातून' निर्माण केलं आहे, त्याची निर्मिती 'परिपूर्ण' आहे. असं असूनही 'त्या'च्या सर्वाधिक आस्थेच्या विषयात – म्हणजे प्रत्येकानं फक्त 'त्या'ला आणि त्यालाच पूजनीय मानलं पाहिजे – 'त्या'ची निर्मिती इतकी अपूर्ण का? अश्रद्धावान श्रद्धा का ठेवत नाहीत? त्यांची संख्या इतकी का?

देवाजवळ तयार उत्तरं आहेत. दोन परस्परविरोधी प्रसंग, 'त्या'चं पहिल्या प्रश्नाला काय उत्तर आहे, ते स्पष्ट करतात.

भक्त वरचढ ठरतात तेव्हा..., भक्त पराभूत होतात तेव्हा...

देवाच्या भक्तांना त्यांच्या शत्रूंपैकी काही जणांचा गट घरी परत जाण्याच्या मार्गावर असल्याचं समजतं. त्यांच्याजवळ मौल्यवान चीजवस्तू असतात. वाटेत दबा धरून बसलं, तर भरपूर ऐवज हाती लागणार असतो. पण हे श्रद्धावान लोक त्यांच्यावर झडप घालता येण्याजोग्या अंतरावर पोहोचतात, तेव्हा मौल्यवान चीजवस्तू असलेला गट आवाक्याबाहेर निघून गेलेला असतो. मग श्रद्धावान लोकांपैकी काही जण म्हणतात की, आपण ही मोहीम सोडून देऊ या. देव त्यानं निवडलेल्या लोकांना कणखर बनवत असतो. त्याच्या नेतृत्वाखाली उर्वरित श्रद्धावंत मुख्य दलाशी – ते तिपटीनं मोठं असतं – दोन हात करून त्यांना पराभूत करतात. 'डोळसपणा बाळगणाऱ्यांसाठी त्यामध्ये उत्तम बोध दडलेला आहे', देव सांगतो, 'अल्लाह आपल्या विजयाने व साहाय्याने हवे त्याला मदत देतो' (३:१३). त्यानं

निवडलेला एक जण शत्रूच्या दिशेनं थोडीशी वाळू फेकतो, तेव्हा वाळूचं वादळ यावं, तसं त्यांना समोरचं काही दिसेनासं होतं. देव त्याच्या भक्तांच्या मदतीसाठी हजार देवदूतांस पाठवितो (८:९). त्यांना पाठविताना 'तो' त्यांना बजावतो, "मी तुमच्यासमवेत आहे : तुम्ही इमानधारकांना स्थिर राखा. मी लगेच या अइमानधारकांच्या मनावर वचक बसवितो, तर तुम्ही त्यांच्या मानांवर मारा व सांध्यासांध्यांवर आघात करा" (८:१२). तो प्रतिस्पर्ध्यांचं घोडदळ दलदलीत रुतविण्यासाठी पाऊस पाठवितो. 'तो' त्यानं निवडलेल्या लोकांच्या नजरेत शत्रूंना कमी दाखवतो आणि शत्रूच्या नजरेत त्यांना कमी करून दाखवितो. आपण निवडलेल्या लोकांना धैर्य देण्यासाठी (८:४३-४४).

श्रद्धावंतांच्या विजयाला 'तो' जबाबदार आहे, असं 'तो' म्हणतो. त्यामुळे 'तो' अश्रद्धावंतांच्या मृत्यूला जबाबदार आहे. वस्तुतः ग्रंथात ही गोष्ट निःसंशय सांगितली आहे:

> ८:१७: तुम्ही त्यांना ठार केले नाही, तर अल्लाहने त्यांना ठार केले.

अश्रद्धावंतांना का मारण्यात येतं? देव सांगतो : "त्याच्या वचनांनुसार सत्याला सत्य करून दाखविण्यासाठी आणि अश्रद्धावंतांची मुळं कापून टाकण्यासाठी ज्यायोगे 'तो' सत्य; सत्य सिद्ध करू शकेल व असत्य; असत्य."

> ८:७: स्मरण करा तो प्रसंग, जेव्हा अल्लाह तुम्हाला वचन देत होता की, दोन्ही जमातीपैकी एक तुमच्या हाती लागेल. तुमची इच्छा होती की, दुर्बल जमात तुमच्या हाती लागावी; परंतु अल्लाहचा इरादा असा होता की, आपल्या वचनांनी सत्याला सत्य करून दाखवावे व अश्रद्धांचे मूळ कापून टाकावे.
> ८:८: म्हणजे सत्य, 'सत्य' सिद्ध व्हावे व असत्य, 'असत्य' ठरावे; मग ही गोष्ट अपराधी लोकांना कितीही अप्रिय का वाटेना.

आणि अश्रद्धावंतांनी देवाच्या इच्छेविरुद्ध व 'त्या'नं निवडलेल्या लोकांच्या विरुद्ध लढण्याचं धाडस केल्यामुळे :

> ८:१३: हे या कारणास्तव की, या लोकांनी अल्लाह व त्याच्या पैगंबरांचा विरोध केला आणि जो अल्लाह व त्याच्या पैगंबराचा विरोध करतो, अल्लाह त्याच्यासाठी अत्यंत कठोर पकड करणारा आहे.

तो श्रद्धावानांना आशा व विश्वास यांचा संदेश देण्यासाठी विजय घडवितो :

> ८:९: आणि तो प्रसंग, जेव्हा तुम्ही आपल्या पालनकर्त्यापाशी फिर्याद करीत होता. उत्तरादाखल त्याने फर्माविले, "मी तुमच्या मदतीकरिता लागोपाठ एक हजार दूत पाठवीत आहे."

८:१०: ही गोष्ट अल्लाहने तुम्हाला केवळ याकरिताच सांगितली की, तुम्हाला शुभवार्ता मिळावी व तुमची मने त्याद्वारे समाधानी व्हावीत. एरवी मदत तर जेव्हा कधीही होते; अल्लाहकडूनच होत असते. निःसंशय अल्लाह जबरदस्त आणि बुद्धिमान आहे.

शिवाय, तो आपल्याला त्याच्या ग्रंथात सांगतो की, तो हे सगळं त्याच्यावर श्रद्धा ठेवणाऱ्यांची परीक्षा घेण्यासाठी करतो आणि त्याचं एक वैशिष्ट्य म्हणजे तो अश्रद्ध लोकांचे बेत फोल ठरवितो.

८:१७: तेव्हा वस्तुस्थिती अशी आहे की, तुम्ही त्यांना ठार केले नाही, तर अल्लाहने त्यांना ठार केले, आणि... तर हे अशासाठी होते की, अल्लाहने इमानधारकांना एका उत्तम परीक्षेतून यशस्वीपणे पार पाडावे. खचितच अल्लाह ऐकणारा व जाणणारा आहे.

८:१८: असा व्यवहार तर तुमच्याशी आहे आणि शत्रूंशी व्यवहार असा आहे की, अल्लाह त्यांची कारस्थाने निष्प्रभ करणारा आहे.

तो पुनःपुन्हा सांगतो की, विजय मिळवून देणारा 'तो'च आहे. जे त्यांच्यावर किंवा त्याच्या एका रूपावर श्रद्धा ठेवत नाहीत, अशा लोकांच्या गटावर मरण ओढवेपर्यंत दुःखभोग लादले जाण्याची अनेक कारणं आहेत.

पण त्यानंतर अगदी अल्प काळातच श्रद्धावान आणि विरोधकांचा तोच गट पुन्हा एकदा आमनेसामने उभा ठाकतो. खूप मोठ्या शक्तीविरुद्ध लाभलेल्या विजयामुळे देव आपल्या बाजूने आहे, अशी श्रद्धावान लोकांची खात्री झालेली असते. पण आता अकस्मात, श्रद्धावान लोकांचा पराभव होतो. त्याचं एक कारण असं की, बरेच जण निवडलेल्या व्यक्तीच्या बाजूने लढायला उभे राहात नाहीत. तरीसुद्धा निष्ठावंत अधिक शिस्तीचे व कळकळीचे असल्यामुळे विजयी होणार असतात. पण अचानक रक्षणासाठी नेमलेले काही जण कोणत्याही परिस्थितीत जागा सोडायची नाही असे निर्देश असूनही लुटीच्या दिशेने धावतात. त्यामुळे शत्रूला प्रतिहल्ला करण्याची संधी मिळते आणि त्यामुळे निष्ठावंत लोकांचा पराभव होतो.

या पराजयानं निष्ठावंतांना खूप दुःख होतं. देवावर संपूर्णतः विश्वास ठेवणाऱ्यांच्या दृष्टीनं तो मोठा आघात असतो. पण देवाच्या दृष्टीनं त्यात काही अडचण नसते. हा पराभवही देवाच्या परवानगीनं, त्याच्या रचनेनुसार झालेला असतो. या लढाईपासून बाजूला राहिलेले, सेनापतीची अवज्ञा करणारे आणि त्यामुळे पराभवाला कारणीभूत ठरलेले... हेसुद्धा सगळं देवाच्या इच्छेनुसारच घडलेलं असतं आणि 'त्या'ची यामागे कारणंही आहेत. आपण वाचतो की, त्यानं हे सगळं घडवलं ते एकीकडे,

त्याच्यावर श्रद्धा ठेवणाऱ्यांची परीक्षा घेण्यासाठी आणि दुसरीकडे ढोंगी लोकांना उघडं पाडण्यासाठी :

> ३:१६६: जी हानी युद्धाच्या दिवशी तुम्हाला पोहोचली ती अल्लाहच्या आज्ञेने होती आणि ती यासाठी होती की, अल्लाहने पाहावे की, तुमच्यापैकी कोण श्रद्धावंत आहे आणि दांभिक कोण?
>
> ३:१६७: त्या दांभिकांना जेव्हा सांगण्यात आलं, "या, अल्लाहच्या मार्गात युद्ध करा किंवा कमीत कमी (आपल्या शहराचे) रक्षण तरी करा." तेव्हा ते म्हणू लागले, "जर आम्हाला माहीत असते की, आज युद्ध होईल तर आम्ही अवश्य तुमच्याबरोबर आलो असतो." ही गोष्ट जेव्हा ते सांगत होते तेव्हा ते श्रद्धेपेक्षा अश्रद्धेच्या अधिक जवळ होते. ते आपल्या मुखाने अशा गोष्टी सांगतात, ज्या त्यांच्या मनामध्ये नसतात आणि जे काही ते हृदयात लपवितात अल्लाह ते चांगलेच जाणतो.

देव म्हणतो की, तो माणसांची परीक्षा घेण्यासाठी त्यांची नशिबं मुद्दाम वेगवेगळी घडवितो... आपण पाहिलं आहे, तसं स्वत:ला आणि अश्रद्धावंतांना कृपाप्रसादापासून वंचित ठेवण्यासाठी :

> ३:१४०: या वेळी जरी तुम्हाला आघात पोहोचला आहे, तरी यापूर्वी असाच आघात तुमच्या विरोधकांनादेखील पोहोचला आहे. हे तर कालचक्र आहे ज्याला आम्ही लोकांदरम्यान भ्रमण करवीत असतो. तुमच्यावर ही वेळ अशासाठी आणली गेली की, अल्लाह हे पाहू इच्छित होता की तुमच्यात खरे श्रद्धावंत कोण आहेत, आणि त्या लोकांना वेगळे करू इच्छित होता जे खरोखर (योग्य मार्गाचे) साक्षीदार आहेत. कारण अत्याचारी लोक अल्लाहला अप्रिय आहेत.
>
> ३:१४१: आणि तो या परीक्षेद्वारे श्रद्धावंतांना वेगळे करून अश्रद्धावंतांना वठणीवर आणू इच्छित होता.

जे त्याला माहीतच आहे, ते शोधण्यासाठी मृत्यू व लुळेपांगळेपण ही साधनं? स्टॅलिन, हिटलर, माओ किंवा पॉल पॉटसारख्या कुणा सामान्य मर्त्य मानवानं लक्षावधी लोकांवर, ते त्याची आणि त्याचीच पूजा करतात, असं स्वत:ला समाधान मिळविण्यासाठी मृत्यू व लुळेपांगळेपण लादलं तर?

'इतरांनी मला हे करायला लावलं'

म्हणजे हे सगळं निश्चित आहे. जर त्याच्यावर श्रद्धा असणारे जिंकले, तर तो विजय त्यानं मिळवून दिला – त्यांना प्रेम देण्यासाठी, 'त्या'चा शब्द सत्य

असल्याचं सिद्ध करण्यासाठी. 'त्या'चा संदेश न मानणाऱ्यांना संपविण्यासाठी!

जर त्याच्यावर श्रद्धा असणारे हरले, तर तेही 'त्या'नंच घडवून आणलेलं असतं – त्यांना नम्रता शिकविण्यासाठी, त्यांना सदैव 'त्या'चं स्मरण ठेवण्याचं स्मरण देण्यासाठी, त्यांची 'त्या'च्या वरची श्रद्धा ढळते का याची परीक्षा घेण्यासाठी, ढोंगी लोकांना उघडं पाडण्यासाठी, अश्रद्ध लोकांना चुकीच्या आत्मविश्वासाचा गर्व चढविण्यासाठी!

जर कर्करोग बरा झाला, तर तो 'त्या'च्या कृपेमुळे. कारण त्याला आपण आपला शब्द कसा पाळतो हे दाखवायचं असतं – म्हणजेच 'तो' त्याच्या भक्तांच्या प्रार्थनेला उत्तर देतो, हे दाखवायचं असतं. पण समजा, तो कर्करोग पसरतच राहिला आणि अखेर त्यानं भक्ताची अखेर केली, तर त्याचं कारण त्या भक्ताच्या मनाच्या खोल कप्प्यात कुठेतरी साशंकता होती.

याचं कारण असं की, देवाला नम्रता व भय सर्वांच्याच मनावर बिंबवायचं होतं – केवळ आपण 'त्या'चे भक्त आहोत म्हणून 'तो' आपल्याला हवं तसं करेल, असं त्यांनी गृहीत धरू नये. 'तो' त्याची इच्छा असेल त्यालाच वाचवितो आणि 'तो' ठरवेल त्याला मरू देतो....

प्रसंगी एखाद्याच्या प्रार्थनेला प्रतिसाद म्हणून दुःखभोग कोसळतात... दुःखभोग अगदी मृत्यूच्या टोकापर्यंत कोसळतात अशी उदाहरणं आपण पाहणार आहोत.

मी त्यांना पुन:पुन्हा श्रद्धा ठेवण्याबद्दल बजावतो – मोठ्यानं, खाजगीत, सार्वजनिकरित्या नोहा देवाला सांगतो. मी त्यांना तुझ्या सामर्थ्याचं, तुझ्या निर्मितीच्या भव्यतेचं स्मरण दिलं. तू आम्हा सर्वांना किती अमूल्य देणग्या बहाल केल्या आहेस, हे त्यांना सांगितलं.

तू ज्या सूचना पाठविल्या आहेस, त्यांचे मी स्मरण दिले. त्यांनी तुझा आदेश मानला नाहीतर त्यांच्यावर जो प्रकोप होईल, त्या धोक्याचा इशाराही मी त्यांना दिला.

> ७१:६: 'परंतु माझ्या हाकेने त्यांच्या पलायनातच वृद्धी केली.'
>
> ७१:७: 'आणि ज्या ज्या वेळी मी त्यांना बोलविले, जेणेकरून त्याने त्यांना माफ करावे, त्यांनी कानात बोटे खुपसली आणि आपल्या वस्त्रांनी तोंडे झाकली आणि आपल्या चालीवर अडून बसले आणि मोठा गर्व केला.
>
> ७१:२१: नोहाने सांगितले, ''माझ्या पालनकर्त्या, यांनी माझे म्हणणे रद्द केले आणि त्यांचे (श्रीमंतांचे) अनुकरण केले, जे मालमत्ता व संतती लाभल्याने अधिकच विफल झाले आहेत.
>
> ७१:२२: या लोकांनी महाभयंकर कुटिलतेचे जाळे पसरून ठेवले आहे.

त्यामुळे नोहा देवाला विनंती करतो :

७१:२६: आणि नोहाने सांगितले, ''माझ्या पालनकर्त्या, या अश्रद्धावंतांपैकी पृथ्वीवर निवास करणारा कोणी सोडू नकोस.

७१:२७: ''जर तू यांना सोडून दिलेस, तर हे तुझ्या दासांना पदभ्रष्ट करतील आणि यांच्या वंशात जो कोणी जन्मेल, तो दुराचारी आणि कट्टर अश्रद्धावंतच असणार.''

७१:२८: ''माझ्या पालनकर्त्या! मला व माझ्या आई-वडिलांना आणि त्या प्रत्येक माणसाला, जो माझ्या घरात श्रद्धावंत म्हणून शिरला आहे, आणि सर्व श्रद्धावंत पुरुषांना आणि स्त्रियांना क्षमा कर, आणि अत्याचाऱ्यांसाठी विनाशाशिवाय अन्य कोणत्याही गोष्टीत वाढ करू नकोस.''

आणि मग देव महाभयंकर पुरामध्ये सर्वांना पाण्यात बुडवून मारतो. बोटीवरची फक्त मूठभर माणसं वाचतात.

अशा प्रकारे नोहाने मला हे करायला लावले. त्या पुरात नाश पावलेल्या लक्षावधी प्राण्यांनीही असत्याची कास धरली होती? देवानं गोष्टी अशा रचल्या होत्या की, प्राणी एकमेकांना अन्नासाठी वा क्रीडेसाठी ठार करतील, आणि आपण त्या सगळ्यांनाच ठार करू – या वस्तुस्थितीचं काय? हा परोपकारबुद्धीचाच आविष्कार आहे का?

त्यानंतर मोशे तो उपदेश करतो, ''तुम्ही खरोखरच अल्लाहवर श्रद्धा ठेवत असाल, तर त्याच्यावर विश्वास ठेवा.'' त्याचे लोक त्याच्यावर विश्वास ठेवतात, पण फैरोच्या भीतीनं व त्याच्या प्रतिबंधामुळे ते स्वतःच्या श्रद्धेनुसार खुलेपणे जगू व प्रार्थना करू शकत नाहीत.

मोशे प्रार्थना करतो :

१०:८८: ''हे आमच्या पालनकर्त्या! तू फैरो आणि त्याच्या सरदारांना ऐहिक जीवनात ऐश्वर्य व मालमत्तेने उपकृत केले आहेस. हे पालनकर्त्या, काय हे अशाकरिता आहे की, त्यांनी लोकांना तुझ्या मार्गापासून बहकवावे? हे पालनकर्त्या, यांची संपत्ती नष्ट कर आणि यांच्या हृदयांवर अशी मोहोर लाव की यांनी श्रद्धा ठेवू नये, जोपर्यंत की, ते दुःखदायक प्रकोप पाहात नाहीत.

प्रार्थना नीट पाहा. मोशे देवाला अशी विनंती करीत नाही की, त्यानं फैरो व त्याच्या माणसांना मार्गदर्शक प्रकाश दाखवावा. उलट तो प्रार्थना करतो की, ''...त्यांची हृदयं कठोर कर. म्हणजे गंभीर शिक्षा होईपर्यंत ते श्रद्धा ठेवणार नाहीत.''... म्हणजेच ते निश्चितपणे नरकात पोहोचेपर्यंत! देव हेच करायला निघतो.

तो मोशेच्या लोकांना सागर दुभंगवून सुरक्षित स्थळी नेतो. फैरो व त्याची टोळी त्यांच्यामागून जाते. देव सागरातील मार्ग बंद करतो. ते पाण्यात बुडतात. पाण्यात बुडत असताना फैरो उद्गारतो, ''मी मान्य केले की, खरा ईश्वर त्याच्याशिवाय कोणीही नाही, ज्यावर इस्राईलनी श्रद्धा ठेवली आणि मी देखील आज्ञाधारकांपैकी आहे.'' (१०:९०).

आता खूप उशीर झाला आहे. अल्लाह म्हणतात, (१०:९०-९१, तसेच ४:१८) फैरो बुडून मरतो. त्यानंतर ते शिक्षा सौम्य करतात. त्याचा देह वाचतो आणि तो विशिष्ट पद्धतीनं टिकविला जातो, त्यामागंही उद्देश असतो : आता तर आम्ही तुझ्या केवळ प्रेतासच वाचवू, जेणेकरून तू नंतरच्या पिढ्यांकरिता उद्बोध-चिन्ह ठरावे. अल्लाह सांगतात, ''अशी बरीचशी माणसे अशी आहेत जी आमच्या निशाण्यांकडे दुर्लक्ष करीत आहेत.'' (१०:९२).

'सैतानानं मला हे करायला लावलं'

प्रत्येक जण चिरंतन सुखात आहे. देवानं देवदूत निर्माण केले. अग्नीतून सैतानही निर्माण केला. 'तो' मातीतून माणसं निर्माण करतो. 'सर्वोत्तम साच्यात' माणूस घडविल्यानंतर देव सर्व देवदूतांना त्या माणसाला वंदन करायची सूचना देतो. इब्लीस सोडून सर्व जण त्यानुसार करतात.

''तूही वंदन का केलं नाहीस?'' देव विचारतो.

इब्लीसचा वकील असता, तर अर्थातच त्यानं त्याच्या अवज्ञेवर इमानीपणे पांघरूण घातलं असतं.

''मी एकेश्वरवादी असल्यामुळे मी फक्त तुला आणि तुलाच वंदन करतो.'' असं त्यानं देवाला सांगितलं असतं.

पण वकिलांच्या सूचना न मिळालेला इब्लीस देवाला सांगतो, ''पण मी माणसाला वंदन कसं करू? तो माझ्यापेक्षा हलक्या दर्जाचा आहे. तू मला अग्नीतून निर्माण केलंस. मात्र त्याला तर तू मातीतून बनवलं आहेस.'' (२:३०-३४, १५:२६-३३, ३८:७५-७६).

अशा प्रकारे तो देवाच्या नजरेत गर्विष्ठ व उद्धट बनतो.

''मग इथून चालता हो.'' देव फर्मावतो, ''तू नकार दिल्याबद्दल तुला शाप मिळेल आणि हा शाप तुझ्यावर अंतिम न्यायदिनापर्यंत असेल.'' (१५:३४-३५, ३८:७६-७७) आणि अशा प्रकारे कहाणीला सुरुवात होते.

इब्लीसला शाप दिल्याक्षणी दोन घटना घडतात. पहिली, इब्लीस शिक्षेला थोडी स्थगिती देण्याची विनंती करतो. देव ती नाकारू शकतो. तो त्याला ताबडतोब नरकात पाठवून त्याला पृथ्वीवरील नुकसानकारक कृत्यांपासून रोखू शकतो. पण

देव उलट करतो :

> ३८:७९: तो म्हणाला, ''हे माझ्या पालनकर्त्या, अशी जर गोष्ट असेल तर मग त्या वेळेपर्यंत मला सवड दे, जेव्हा हे लोक दुसऱ्यांदा उठविले जातील.''

> ३८:८०: ''बरे, तुला त्या दिवसापर्यंतची सवड आहे.''

> ३८:८१: ज्याची वेळ मला माहीत आहे.

याच दरम्यान इब्लीस दुष्कृत्यं करतो. पण त्याला त्याच्या योजना अमलात आणण्याची संधी कुणी दिली?

इब्लीसला हा जो अवधी दिला गेला आहे, त्यामध्ये त्याचा काय करण्याचा उद्देश असेल, याबद्दल कुणालाच शंका असू शकत नाही – निदान देवाला तरी. कारण त्याला प्रत्येकाच्या मनात चाललेली प्रत्येक गोष्ट कायमच माहीत असते. अंतिम न्यायदिनापर्यंत शिक्षेला स्थगिती मिळाल्याक्षणी इब्लीस देवाला सांगतो की,

> ३८:८२: ''तुझ्या प्रतिष्ठेची शपथ, मी या सर्व लोकांना बहकवून सोडीन.

> ३८:८३: त्या तुझ्या दासांखेरीज, ज्यांना तू प्रामाणिक केले आहेस.

दोन्ही गोष्टी पाहा :

▸ इब्लीस त्याची योजना अगदी स्पष्टपणे सांगतो, *'मी या सर्व लोकांना बहकवून सोडीन....'*

▸ आणि दबा धरून लोकांवर हल्ला करणं त्याला कशामुळे शक्य होत आहे, हेही तो कबूल करतोय : *'तुझ्या प्रतिष्ठेची शपथ....'*

देवानं जेव्हा इब्लीसला अंतिम न्यायदिनापर्यंत अवधी दिला, तेव्हा त्यानं लक्ष दिलं नसलं तरी तो काय करणार आहे, याची 'त्या'ला नक्कीच कल्पना होती. 'तो' हे सगळं आरंभीच संपवू शकला असता : एक प्रकारे आधीच सगळं संपवून टाकून किंवा त्यानं इब्लीसला मंजूर केलेला जामीन रद्द करून! पण तो असं काहीही करत नाही. तो इतकंच करतो.

> ३८:८४-८५: फर्माविले, ''तर सत्य असे आहे आणि मी सत्यच बोलत असतो की, मी नरकाला तू आणि त्या सर्वांनी भरून टाकीन, जे या माणसांपैकी तुझे अनुसरण करतील.''

इब्लीसनं लोकांना गैरमार्गाला लावून 'तुला' जे अजिबात आवडत नाही, ते करायला लावल्याबद्दल त्यांना नरकात का फेकायचं? यांपैकी कोणतीच गोष्ट मुळात घडण्याआधीच का नाही रोखायची?

याच मालिकेत पुढे लोकांना गैरमार्गाला लावण्यासाठी इब्लीसला मोकळं

सोडलेलं आणखी स्पष्ट दिसतं. यासंदर्भात झालेलं संभाषण याप्रमाणे होतं :

> १७:६१: आणि स्मरण करा, जेव्हा आम्ही दूतांना सांगितले की, आदमपुढे नतमस्तक व्हा, तेव्हा सर्व नतमस्तक झाले; पण इब्लीस (सैतान) नतमस्तक झाला नाही. त्याने सांगितले, "काय मी त्याच्यापुढे नतमस्तक होऊ, ज्याला तू मातीने बनविले आहेस?"
>
> ७१:६२: मग तो म्हणाला, "पाहा तर खरं, काय हा माझ्यावर श्रेष्ठत्व प्रदान करण्यायोग्य होता? जर तू मला पुनरुत्थानाच्या दिवसापर्यंत सवड दिलीस, तर मी याच्या संपूर्ण वंशाचे समूळ उच्चाटन करून टाकीन. केवळ थोडेच लोक माझ्यापासून वाचतील."

म्हणजे इब्लीस अल्लाहना उघड-उघड सांगतोय की, 'तू जर मला अवधी दिलास, तर मी त्याच्या संपूर्ण वंशाचे समूळ उच्चाटन करून टाकीन. केवळ थोडेच लोक माझ्यापासून वाचतील.' त्यावर अल्लाह त्याला थांबण्याचा आदेश देत नाहीत. उलट,

> १७:६३: सर्वश्रेष्ठ अल्लाहने फर्माविले, "बरे तर, जा, यांच्यापैकी जे कोणी तुझे अनुकरण करतील, तुझ्यासह त्या सर्वांसाठी नरकातच भरपूर मोबदला आहे."
>
> १७:६४: तू ज्याला-ज्याला आपल्या आमंत्रणाने फूस लावू शकतो, लाव. त्यांच्यावर आपले स्वार व प्यादे चालून आण, संपत्ती आणि संततीमध्ये त्यांच्याबरोबर भागीदारी कर आणि त्यांना आश्वासनाच्या जाळ्यात अडकव आणि सैतानाचे आश्वासन एका फसवणुकीशिवाय काहीही नाही.

पण सैतान त्यांना फसवणुकीखेरीज काहीही देत नाही. हा अपराध नाही? याचबरोबर ग्रंथात इतरही ठिकाणी नोंदविलेल्या संभाषणात अल्लाह इशारा देतात.

> १७:६५: नि:संशय माझ्या दासांवर तुला कोणताही अधिकार प्राप्त होणार नाही आणि भिस्त ठेवण्यासाठी तुझा पालनकर्ता पुरेसा आहे.

देव स्वत:च सैतानाला लोकांवर दबा धरून हल्ला करायला व गैरमार्गाला लावायला व त्यायोगे नरकात न्यायला मोकळं सोडतोय. या सर्वांना 'तो' त्याचे सेवक मानत नाहीत. हे ग्रंथात बरेचदा नमूद करण्यात आलं आहे – नेमक्या शब्दांचा परिणाम असा घडला आहे की, इब्लिसला साहाय्य करणारे वकील निर्बंधांतून वाट काढू शकतील.

अल्लाह जेव्हा इब्लीसला शाप देतात, तेव्हा तो त्यांना सरळ सांगतो की, काहींचा अपवाद वगळता तो 'त्या'च्या सेवकांना धरेल. त्या वेळी अल्लाह, 'माझ्या

सेवकांना अजिबात हात लावायचा नाही.' असं त्याला अडवत नाहीत. ते फक्त एवढंच सांगतात की, जो कुणी सैतानामागून जाईल त्याचा दु:खद अंत होईल.

४:११८: ज्याला अल्लाहने धिक्कारग्रस्त केले आहे. (ते त्या सैतानाची आज्ञा पाळत आहेत.) ज्याने अल्लाहला सांगितले होते, ''मी तुझ्या दासांकडून एक निश्चित वाटा घेऊनच राहीन.''

४:११९: ''मी त्यांना बहकवीन, मोहपाशात अडकवीन व मी त्यांना आदेश देईन व ते माझ्या आज्ञेने जनावरांचे कान चिरतील व मी त्यांना आज्ञा करीन व ते माझ्या आज्ञेने अल्लाहच्या रचनेत फेरबदल करतील.'' ज्याने अल्लाहऐवजी त्या सैतानाला आपला वाली व पालक बनविला, तो उघडपणे तोट्यात आला.

४:१२०: तो या लोकांना अभिवचन देतो आणि यांना आशा दाखवितो, परंतु सैतानाची सर्व अभिवचने फसवणुकीशिवाय दुसरे काहीच नाहीत.

४:१२१: या लोकांचे ठिकाण नरक आहे, ज्यातून सुटकेचा कोणताही मार्ग यांना सापडणार नाही.

माणसांपुढे नतमस्तक व्हायचं की नाही हा प्रसंग पुन्हा घडतो, तेव्हाही अल्लाह त्याच्या सेवकांना सैतानाच्या आवाक्याच्या परिघातून वगळत नाही. इथे आणखी एकदा पुनरुक्ती घडते. लोकांना अल्लाहपासून दूर नेण्याचा उद्देश व्यक्त करताना, सैतान स्वत: आत्म-मर्यादेचा नियम घालून देतो :

१५:३९: तो म्हणाला, ''माझ्या पालनकर्त्या! जसे तू मला भरकटविलेस तसेच आता मी पृथ्वीवर त्यांच्यासाठी आकर्षणे निर्माण करून त्या सर्वांना भरकटवून टाकीन.''

१५:४०: तुझ्या त्या दासांखेरीज, त्यांच्यापैकी ज्यांना तू तुझे म्हणून निवडलेलं असशील.''

त्यावर देव म्हणतो,

१५:४१: हा रस्ता आहे, जो थेट माझ्यापर्यंत पोहोचतो.

१५:४२: नि:संदेह जे माझे खरे दास आहेत, त्यांच्यावर तुझी काहीही मात्रा चालणार नाही. तुझी मात्रा तर केवळ त्या भरकटलेल्या लोकांवरच चालेल जे तुझे अनुकरण करतील.

१५:४३: आणि या सर्वांसाठी नरकाची धमकावणी आहे.

त्यानंतर अल्लाह नरक व त्याचे दरवाजे आणि बाकीच्या गोष्टींचं वर्णन करतात. अशा प्रकारे सैतान देवाच्या सेवकांचासुद्धा घास घ्यायला मोकळा सोडला आहे. ते भरकटलेले लोक जे त्याचं अनुकरण करतील.

तरीही एका मर्यादेचा सर्वत्र उल्लेख आहे की, देवाच्या सेवकांवर सैतानाचा कसलाही अधिकार नाही. *अल्लाह*चे जे सेवक पुन्हा पूर्वीच्याच दुःस्थितीत जातील आणि सैतानाच्या कपटाला बळी पडतील, ते अल्लाहचे तळमळीचे सेवक नाहीत. ग्रंथात म्हटलं आहे की,

१६:९९: त्याला त्या लोकांवर सत्ता प्राप्त होत नाही, जे श्रद्धा ठेवतात व आपल्या पालनकर्त्यावर विश्वास ठेवतात.

१६:१००: त्याचा जोर तर त्याच लोकांवर चालतो, जे त्याला आपला वाली बनवितात व त्याच्या बहकविण्याने अनेकेश्वरवाद पत्करतात.

जे लोक आपल्या पालनकर्त्यावर श्रद्धा व विश्वास ठेवतात, ते लोक सोडून इतर सर्वांवर सैतानाची सत्ता असते. जे त्याला आपला वाली बनवितात व बहकतात ते आपल्या पालनकर्त्यावर श्रद्धा व विश्वास ठेवत नाहीत.

२२:४: वस्तुतः त्याच्या तर नशिबातच असे लिहिले आहे की, जो त्याला मित्र बनवील त्याला तो पदभ्रष्ट करणारच आणि नरकाच्या प्रकोपाचा मार्ग दाखवील.

सैतानाला लोकांना मार्गभ्रष्ट करण्यासाठी मूलतः प्रेरक ठरणारी गोष्ट कोणती तेही लक्षात घ्या. ह्याची 'नोंद' ठेवण्याबाबत सैतान दक्ष आहे, असं म्हणावं लागेल. त्यानं अल्लाहना जे सांगितलं त्याची ग्रंथामध्ये नोंद आहे :

७:१६: तो म्हणाला, ''बरं तर, ज्या तऱ्हेनं तू मला मार्गभ्रष्ट केले आहेस, मीसुद्धा आता तुझ्या सरळ मार्गावर असलेल्या या मानवाच्या पाळतीवर राहीन.''

७:१७: पुढून आणि मागून, उजवीकडून व डावीकडून, चोहोबाजूंनी मी त्यांना घेरेन आणि तुला त्यांच्यापैकी बहुतेक जण कृतघ्न आढळतील.
तसंच,

१५:३९: तो म्हणाला, ''माझ्या पालनकर्त्या, जसे तू मला भरकटविलेस तसेच आता मी पृथ्वीवर त्यांच्यासाठी आकर्षणं निर्माण करून त्या सर्वांना भरकटवून टाकीन....''

थोडक्यात, अल्लाहनी सैतानाला अंतिम न्यायदिनापर्यंत दुष्कृत्यं करण्यास अवधी दिला. इतकंच नव्हे, तर त्याला आरंभीचा 'धक्का'ही दिला – त्यानं त्याला साध्याशा माणसापुढे नतमस्तक होण्यास सांगितलं आणि मग त्याला चुकीचं ठरवून घालवून दिलं.

जे लोक सैतानाच्या कपटाला बळी पडून त्याच्या मागून जातात त्यांच्या बाबतीतही असंच घडतं. असं करण्याची कल्पना कदाचित त्या माणसाची असेल – तो कदाचित मैत्रीसाठी दुष्कृत्यांकडे वळणाऱ्यांपैकी असेल – पण ही संधी अल्लाहनी दिलेली आहे. अल्लाहनी सैतानाला जो अवधी दिला त्यामध्ये त्याला सर्वांत वाईट कृत्यं करत फिरण्याची मुभा दिली आणि माणसाला सैतानाशी मैत्री करायला मोकळं सोडलं.

पण यातील शेवटचा भाग बरोबर वाटतो? एखादा माणूस सैतानाशी स्वतःची स्वतः मैत्री करतो? किंवा सैतानाशी मैत्री करणारे सगळे जण स्वतःचे स्वतःच ते करतात? देव स्वतःच काय म्हणतो पाहा :

७:२७: हे आदमच्या मुलांनो, असे होऊ नये की सैतानाने तुम्हाला पुन्हा तसेच उपद्रवामध्ये गुंतवावे, ज्याप्रमाणे त्याने तुमच्या आई-वडिलांना स्वर्गामधून काढले होते आणि त्यांचे पोशाख त्यांच्यावरून उतरविले होते, जेणेकरून त्यांची गुप्तांग एकमेकांसमोर उघडी करावीत. तो आणि त्याचे सोबती तुम्हाला अशा ठिकाणाहून पाहातात की, जेथून तुम्ही त्यांना पाहू शकत नाही. या सैतानांना आम्ही अश्रद्ध लोकांचा मित्र बनविले आहे.

आम्ही काहीही असलं तरी, आपण स्वतःला 'अश्रद्ध' मानलं तरी, या सैतानांना त्यांचे मित्र कोणी बनविले आहे? अल्लाहनंच ना!

जे लोक श्रद्धा ठेवत नाहीत, त्यांची अवस्था अर्थातच आणखी स्पष्ट आहे. अल्लाह आतुरतेनं विचारतात :

१९:८३: काय तुम्ही पाहात नाही की, आम्ही सत्याचा इन्कार करणाऱ्यांवर सैतान सोडलेले आहेत, जे यांना (सत्याच्या विरोधासाठी) खूप-खूप उत्तेजित करीत आहेत?

त्यांनी दुष्ट प्रवृत्तींच्या माणसांना छळण्यासाठी सोडल्यानंतरसुद्धा! सैतानानं जे काही केलं असतं, ते पुसून टाकण्याचं सामर्थ्य त्यांच्याजवळ आहे – आणि ते जरूर तेव्हा हे सामर्थ्य *वापरतात*. उदाहरणादाखल सांगायचं तर, देव त्याच्या दूताला काय सांगतो पाहा :

२२:५२: आणि हे पैगंबर, तुमच्यापूर्वी आम्ही कोणी असा प्रेषितही पाठविला नाही व नबीदेखील (ज्याच्या बाबतीत हा मामला समोर आला नाही की...) जेव्हा त्याने इच्छा केली, सैतान त्याच्या इच्छेत विघ्नकर्ता झाला नाही. अशा प्रकारे सैतान जी काही विघ्ने आणतो, अल्लाह त्यांना नाहीसे करतो आणि आपल्या संकेतांना सुदृढ करून टाकतो, अल्लाह

सर्वज्ञ आहे व बुद्धिमान....

पण बरेचदा अल्लाह सैतानानं टोचलेल्या विषाला आपल्या पद्धतीनं काम करायला मोकळं सोडतो आणि त्यामागे त्यांचा उद्देश असतो :

२२:५३: तो यासाठी असे होऊ देतो की, जेणेकरून सैतानाने आणलेल्या अडथळ्याला उपद्रव बनवावे; त्या लोकांसाठी ज्यांच्या हृदयांना (दांभिकतेचा) रोग जडला आहे आणि त्यांची हृदये खोटी आहेत. वस्तुस्थिती अशी आहे की, हे अत्याचारी लोक द्वेषात फार दूर निघाले आहेत.

२२:५४: आणि ज्ञानाने विभूषित लोकांनी जाणून घ्यावे की, हे सत्य आहे. तुझ्या पालनकर्त्याकडून आणि त्यांनी यावर श्रद्धा ठेवावी व त्यांची हृदये त्यांच्यासमोर नसावीत. निश्चितच अल्लाह श्रद्धावंतांना नेहमी सरळमार्ग दाखवितो.

एखादा प्रसंग घडतो, तेव्हा तुम्ही हजर असता; खुन्याचा हात धरणं तुमच्या आवाक्यात असतं आणि तरीही तुम्ही काहीही करीत नाही, तेव्हा तुमचा त्या गुन्ह्यात सहभाग नसतो असं म्हणता येईल? पण देवाच्या बाबतीत तसं नसतं. तो त्याचा हात आवरतो ते काही उद्देशानं आणि 'त्या'नं लिहिलेल्या प्रमाणांनुसारच त्याच्याबद्दल मत बनवायला हवं.

सैतानसुद्धा माणसावर जबाबदारी ढकलतो. अल्लाह लोकांना इशारा देतात की, अंतिम न्यायदिनी ते जेव्हा 'त्या'च्या समोर हजर होतील आणि त्यांना त्यांच्या अपराधांचा, म्हणजे त्यांच्यासमवेत आणखी कुणाला जोडण्याचा हिशोब मागितला जाईल आणि ते सैतानाकडे बोट दाखवतील, तेव्हा सैतान ही सर्व जबाबदारी झटकेल :

१४:२२: आणि जेव्हा निकाल दिला जाईल तेव्हा सैतान म्हणेल, ''खरं असे आहे की, अल्लाहने तुम्हाला जी वचने दिली होती, ती सर्व खरी होती आणि मी जितकी वचने दिली, त्यांपैकी कोणतेही पूर्ण केले नाही. मी काही तुमच्यावर जबरदस्ती तर केली नव्हती. मी आपल्या मार्गाकडे तुम्हाला आमंत्रित केले व तुम्ही माझ्या हाकेला 'ओ' दिलीत याशिवाय मी काहीच केले नाही. आता माझी निर्भर्त्सना करू नका, आपल्या स्वत:चीच निर्भर्त्सना करा. येथे तर न मी तुमची दाद लावू शकतो व न तुम्ही माझी, यापूर्वी जो तुम्ही मला देवत्वात भागीदार बनविले होते, मी त्या जबाबदारीतून मुक्त आहे, अशा अत्याचाऱ्यांसाठी तर दु:खदायक शिक्षा निश्चित आहे.''

बर्क गिरती है तो बेचारे इन्सान पर...

प्रत्येक जण व प्रत्येक गोष्ट संपूर्णत: 'त्या'च्या ताब्यात असूनही 'त्या'च्या

आज्ञेखेरीज व 'त्या'च्या परवानगीशिवाय कुणीही काहीही करत नसूनही किंवा त्यांना करणं शक्य नसूनही, प्रत्येकाला आपण केलेल्या कृत्याचे आनुषंगिक परिणाम भोगावे लागतात. तो दिवस उगवणार आहे, जेव्हा प्रत्येक सजीवाला आपल्या कृतीचे फळ उपलब्ध असल्याचे आढळेल, मग त्याने पुण्य केले असो अथवा पाप... 'तो' आपल्याला त्याच्या ग्रंथात इशारा देतो (३:३०) : '...एखाद्या वेळेस एखादी व्यक्ती स्वत: केलेल्या कृत्यांच्या आपत्तीत सापडू नये...' 'तो' आपल्याला सांगतो (६:७०), 'त्या वेळी प्रत्येक जण आपल्या कर्मांची फळे चाखील; सर्व जण आपल्या खऱ्या स्वामीकडे परतविले जातील आणि ते सर्व असत्य जे त्यांनी रचले होते, ते हरवतील', आपल्याला इशारा दिला जातो (१०:३०); 'मग अत्याचाऱ्यांना सांगितले जाईल की, "आता कायमस्वरूपी प्रकोपाचा आस्वाद घ्या, जे काही तुम्ही कमवित राहिला आहात त्यासाठी या मोबदल्याशिवाय अन्य कोणता बदला तुम्हाला दिला जाऊ शकतो?" अल्लाह स्पष्ट सांगतात (१०:५२), हे अशासाठी घडेल की, अल्लाहने प्रत्येक जिवाला त्याने केलेल्या कृत्यांचा बदला द्यावा. अल्लाहला हिशेब घेण्यास काही वेळ लागत नाही (१४:५१); "जा, आता याच्यात होरपळले जा," अल्लाह सांगतात, "मग तुम्ही सहन करा अथवा न करा, तुमच्यासाठी एकसारखे आहे. तुम्हाला तसाच बदला दिला जात आहे, जसे तुम्ही आचरण करीत होता," (५२:१६). "आणि असे की, कोणीही ओझे उचलणारा दुसऱ्याचे ओझे उचलणार नाही. आणि असे की, मानवासाठी काहीच नाही. परंतु ते, ज्यासाठी त्याने प्रयत्न केला आहे. आणि असे की, त्याचा प्रयत्न लवकरच पाहिला जाईल, मग त्याचा पूर्ण बदला त्याला दिला जाईल. आणि असे की, सरतेशेवटी पोहोचावयचे तर तुझ्या पालनकर्त्यापाशीच आहे..." (५३:३८-४२). प्रत्येक मनुष्य आपल्या कमाईच्या बदल्यात गहाण आहे. उजव्या बाजूवाल्यांखेरीज...' (७४:३८-३९). आणखी असे बरेच दाखले देता येतील.

'तो' पापकृत्यांमध्ये मोडणाऱ्या गोष्टींची मोठी यादी देतो आणि माणसानं कोणती कृत्यं केलीच पाहिजेत याचीही तेवढीच मोठी यादी देतो आणि जेव्हा माणूस सांगितलेली गोष्ट करण्यापासून तोंड फिरवितो, तेव्हा ते पापकृत्य माणसाला करायला लावणारा 'तो'च आहे, हे त्यानं स्पष्ट करूनही – उदाहरणार्थ सत्कृत्यासाठीच्या लढाईत सहभागी न होणं अथवा रणांगण सोडून जाणं अथवा इतरांना जाऊन मिळणं – 'तो' म्हणतो, "आम्ही त्यांच्यावर अत्याचार केला नाही, त्यांनी आपण होऊन स्वत:वर अत्याचार केला..." (उदाहरणार्थ, ११:१०१-०४).

असं करण्यानं इतर कुठल्या विशिष्ट गटावर जबाबदारीचा शिक्का लावला जाईल त्या वेळी 'तो' महत्त्वाचा फरक स्पष्ट करतो, "त्यांनी सर्रास अत्याचार व घमेंडीच्या मार्गाने त्या संकेतचिन्हांचा इन्कार केला. वस्तुत: त्यांच्या मनाला ते पटले

होते. आता पाहा, त्या उपद्रवी लोकांचा शेवट कसा झाला.'' (२७:१४).

इतर बाजूंनी विचार केला तरी हेच अनुमान निघतं की, माणूसच जबाबदार आहे. आम्ही तुमच्यापाशी सावध करणाऱ्याला पाठविले होते, अल्लाह म्हणतात, ''काय आम्ही तुम्हाला इतके आयुष्य दिले नव्हते, ज्यात एखाद्याला बोध घ्यायचा असता तर त्याने घेतला असता? आता चव चाखा...'' (३५:३६-३७). जेव्हा त्यांना बोलविले जाते, तेव्हा श्रद्धावंत 'आम्ही ऐकतो, आम्ही आज्ञा पाळतो.' असं म्हणून धावत येतात. हृदयांना (दांभिकतेचा) रोग जडलेले अश्रद्धावंत त्याला बगल देतात. ते लोक शंकेत गुरफटलेले आहेत का, आम्ही त्यांच्यावर अत्याचार करू अशी त्यांना भीती आहे? अल्लाह विचारतात.

दुसऱ्या प्रसंगात उल्लेख येतो, ''खरी गोष्ट अशी आहे की, अत्याचारी तर हे लोक स्वतःच आहेत.'' (२४:४८-५१).

अल्लाह जेव्हा म्हणतात की, जोपर्यंत लोक स्वतःच्या मनात जे आहे, त्यात बदल करीत नाहीत तोपर्यंत त्यांची अवस्था कधीच बदलत नाहीत. त्यांच्या मनात जे काही असतं त्यानुसारच त्यांचं कृत्य असतं. त्यात बदल करायचा की नाही हा त्यांच्या मर्जीचा प्रश्न असतो आणि बदल घडवणं, हेही त्यांच्याच हातात असतं. (उदाहरणार्थ ८:५३, १३.११) त्याचप्रमाणे एकदा लोकांना मार्गदर्शन दिल्यानंतर पुन्हा त्यांना मार्गभ्रष्ट करण्याची आपली रीत नाही, अशी अल्लाह खात्री देतात. (उदाहरणार्थ ९:११५). अनुमान अपरिहार्य आहे; 'त्या'नं त्यांना मार्गदर्शन केल्यानंतरही जर ते मार्गभ्रष्ट झाले, तर ते कृत्य ते स्वतःच्या मर्जीनं व स्वतःच्या विकृतीमुळे करतात.

श्रद्धावंतांच्या बाबतीत सन्मार्गापासून ढळणं अधिक महत्त्वाची गोष्ट असते. अल्लाह म्हणतात, जे लोक श्रद्धा ठेवतील आणि सत्कृत्ये करतील, त्यांच्यातील वाईट आम्ही दूर करू (उदाहरणार्थ २९:७), पण त्यांच्यातील सगळं वाईट दूर केल्यानंतरसुद्धा तो श्रद्धावंत दुष्कृत्यं करतो, तेव्हा त्याला जबाबदार तोच असतो. त्याच्यातील सगळं वाईट दूर केल्यानंतरही तो का आणि कसं दुष्कृत्य करतो, याचं स्पष्टीकरण अर्थातच दिलेलं नाही.

कधी-कधी असं दिसतं की, माणूस दुष्ट प्रवृत्तीकडे खेचला जाण्याला, त्याच्या वृत्तीत स्वाभाविकच असणारं काहीतरी आणि त्याच्या सभोवतालच्या परिस्थितीतील काहीतरी अटळ गोष्ट कारणीभूत असावी.

> १७:११: मनुष्य अरिष्ट असे मागतो, जसे भले मागितले पाहिजे. मनुष्य फारच उतावीळ ठरला आहे.

त्याचबरोबर,

१६:३६: "आम्ही प्रत्येक जनसमूहात एक पैगंबर पाठविला आणि त्याच्याद्वारे सर्वांना खबरदार करून टाकले की, 'अल्लाहची भक्ती करा आणि त्याग केलेल्याच्या (तागूत) उपासनेपासून अलिप्त राहा.'' त्यानंतर त्यांच्यापैकी कुणाला अल्लाहने मार्गदर्शन दिले आणि कुणावर पदभ्रष्टता ओढवली....

कधी-कधी अपराधीपणाच्या दिशेनं लहानसं पाऊल उचललं जातं, तेव्हा 'तो' माणसाला वाईट कृत्य करण्यापासून व त्यामुळे गर्तेत पडण्यापासून रोखत नाही.

७:१७५: यांच्यासमोर त्या माणसाच्या स्थितीचे वर्णन करा, ज्याला आम्ही आमच्या संकेतवचनांचे शिक्षण दिले होते, परंतु त्याने त्यांच्या निर्बंधातून पळ काढला. सरतेशेवटी सैतान त्याच्या मागे लागला, येथपर्यंत की, त्याचा भरकटलेल्या लोकांत समावेश झाला.

७:१७६: जर आम्ही इच्छिले असते, तर त्याला त्या संकेतवचनांद्वारे उच्च स्थान दिले असते, परंतु त्याचा तर जमिनीकडेच कल राहिला आणि आपल्या मनोवासनेच्या तो आहारी गेला. म्हणून त्याची स्थिती कुत्र्यासारखी झाली की, तुम्ही त्याच्यावर हल्ला केला तरी आणि त्याला सोडून दिले तरी त्याची जीभ तो लोंबकळतच ठेवतो. हेच उदाहरण आहे त्या लोकांचे, जे आमच्या संकेतवचनांना खोटे लेखतात. तुम्ही या हकिकती त्यांना ऐकवीत राहा. कदाचित ते काही विचार व चिंतन करतील.

तीव्रतम उदाहरण

आपण या प्रसंगांचे सूत्र पकडून त्यावरून ठरवू शकतो की, माणूस जे चुकीचं वर्तन करतो त्याबद्दल — आणि त्यामुळे त्याला ज्या आनुषंगिक परिणामांना तोंड द्यावं लागतं त्याबद्दल — खरा दोषारोप कुणावर ठेवायचा? आपल्याला देवाच्या वैशिष्ट्यांबद्दल जी आधीपासूनच शिकवण मिळाली आहे, त्यातून बरचसं उत्तर मिळतं — त्याच्याजवळ काहीही करण्याची शक्ती आहे, त्याला प्रत्येक गोष्ट, ती घडण्याआधीपासूनच माहीत असते, त्याला माणसाच्या मनाच्या खोल तळातले विचार व हेतू, त्या माणसालाही कळण्याआधीच ठाऊक असतात, सैतान त्याच्या अधिपत्याखाली व त्याच्या परवानगीनं कार्यरत असतो... मात्र शंकेपलीकडलं उत्तर मिळविण्यासाठी आपण तीव्रतम उदाहरण पाहू.

आपण याआधी पाहिलं की, अल्लाह इतर कुठल्याही पापाला क्षमा करायला तयार असले, तरी ते एका पापासाठी मात्र कधीही कुणालाही माफ करीत नाहीत. ते म्हणजे त्याच्याखेरीज अन्य कुठल्या अस्तित्वाची पूजा करणं. हे पाप काहीवेळा गौण स्वरूपात घडतं — म्हणजे त्यांच्या संकेतवचनांनी कृतज्ञ जाणीव न ठेवणं, मृत्यूनंतर जीवन आहे व नरक आहे, या गोष्टी नाकारणं. नरक व मृत्यूनंतरचं जीवन

या दोन्ही गोष्टी लोकांनी त्याची इच्छा व संदेश यांना शरण जाण्यासाठी अत्यंत आवश्यक असतात.

त्यामुळे दोषासंदर्भात लक्ष वेधणारा प्रश्न असा आहे की : अल्लाहनी अनेकदा आणि अतिशय स्पष्टपणे गंभीर ताकीद देऊनही, अशा अतिशय भयानक आनुषंगिक परिणामांद्वारे त्यांना इशारा देऊनही, वरचेवर त्यांना संदेश व दूत पाठवूनही हे श्रद्धा न ठेवणारे लोक तरीही श्रद्धा का ठेवत नाहीत?

अल्लाह त्याच्या संपूर्ण ग्रंथात याचं पुन:पुन्हा उत्तर देतो. हे उत्तर दोन मुद्द्यांचं आहे :

- ते श्रद्धा ठेवत नाहीत, कारण 'त्यांच्या हृदयांना रोग जडलेला असतो.'
- आणि त्यांच्या हृदयात हा रोग रुजविणारा 'तो'च, म्हणजे अल्लाहच असतात.

'तो' त्याच्या दूताला पुन:पुन्हा सांगतो की, मी त्यांच्या हृदयांत रोग रुजवला असल्यामुळे, मी त्यांना अंध केलं असल्यामुळे, मी त्यांना बहिरं केलं असल्यामुळे, मी त्यांच्या मानेवर जोखड ठेवलं असल्यामुळे, ते पाहाण्यासाठीसुद्धा मान खाली करू शकणार नाहीत; त्यांनी माझा संदेश व माझी संकेतवचनं याकडे लक्ष द्यावं यासाठी तूसुद्धा काहीही करू शकणार नाहीस.

अशी कितीतरी उदाहरणं देता येतील आणि ती सगळी वाचली पाहिजेत – इतर कुठल्या कारणासाठी नसलं, तरी हे संदर्भ सोडून प्रतिक्रिया दिली गेली आहे, असं म्हणून तो सुटका करून घेत नाही – त्याचे अनेक भक्त जसं करण्याचा हटकून प्रयत्न करतात तशी. यामध्ये पुन:पुन्हा ठाम प्रतिपादन आहे. तुम्ही प्रत्येक वेळी त्याचा उल्लेख आला की विचाराल, ''जर समजा एखाद्या सामान्य डॉननं हे म्हटलं असतं, तर त्याच्या एखाद्या फालतू एजंटला – ज्यानं चाप ओढला – गुन्ह्यासाठी जबाबदार धरता आलं असतं का?''

अल्लाहनी स्वत: सांगितलेली व त्यांच्या ग्रंथात लिहिलेली काही वचनं खाली उद्धृत केली आहेत :

> २:६: ज्या लोकांनी (या गोष्टींचा स्वीकार करण्यास) नकार दिला त्यांच्यासाठी सर्व काही समान आहे. तुम्ही त्यांना सावध करा अथवा करू नका, ते कदापि मानणार (श्रद्धा ठेवणार) नाहीत.
>
> २:७: अल्लाहने त्यांच्या हृदयांवर आणि त्यांच्या कानांवर मोहोर लावली आहे व डोळ्यांवर पडदा पाडलेला आहे. त्यामुळे त्यांना कठोर शिक्षा आहे.
>
> २:१०: त्यांच्या हृदयात विकृती आहे. ती अल्लाहने अधिक वाढू दिली आहे. जे काही खोटे ते बोलताहेत, त्याबद्दलही त्यांना यातनामय शिक्षा आहे.
>
> २:१७: त्यांचे उदाहरण असे आहे, जसे एखाद्या व्यक्तीने अग्नी प्रज्ज्वलित

करावा, त्यामुळे सर्व परिसर प्रकाशमान व्हावा आणि (त्याच वेळी) अल्लाहने त्यांची दृष्टी हिरावून घ्यावी व ह्यांना अशा अवस्थेत सोडावे की, अंधारात ह्यांना काहीही दिसू नये.

२:१८: हे बहिरे, मुके व आंधळे आहेत. तेव्हा हे मागे परतणार नाहीत.

४:१६८-१६९: अशा प्रकारे ज्या लोकांनी अश्रद्धा व विद्रोहाची पद्धती अवलंबिली आणि जुलूम व अत्याचारास प्रवृत्त झाले, अल्लाह त्यांना मुळीच क्षमा करणार नाही आणि त्यांना नरकाच्या मार्गाशिवाय कोणताच मार्ग दाखविणार नाही, ज्यामध्ये ते सदैव राहातील. अल्लाहसाठी हे काही अवघड कार्य नाही.

५:४१: हे पैगंबरा! ते लोक तुमच्या दुःखाला कारणीभूत ठरू नयेत, जे अश्रद्धेच्या मार्गात फार घाई करीत आहेत. मग ते त्यांपैकी असोत जे फक्त तोंडाने बोलतात की, आम्ही श्रद्धा ठेवली, परंतु त्यांची हृदये श्रद्धा ठेवीत नाहीत, अथवा त्यांपैकी जे यहुदी आहेत ज्यांची अवस्था अशी आहे की, असत्यासाठी कान टवकारून असतात आणि इतर लोकांकरिता, जे तुमच्यापाशी कधीच आले नाहीत, कानोसा घेत फिरत असतात. अल्लाहच्या ग्रंथाच्या शब्दांना, त्यांची खरी जागा ठरलेली असतानादेखील, मूळ अर्थापासून फिरवितात आणि लोकांना सांगतात की, जर तुम्हाला हा आदेश दिला गेला तर मान्य करा नाहीतर मानू नका. ज्याला अल्लाहनेच उपद्रवामध्ये टाकण्याचा इरादा केला त्याला अल्लाहच्या पकडीतून वाचविण्यासाठी तुम्ही काही करू शकत नाही. हे ते लोक आहेत; ज्यांच्या हृदयांना अल्लाहने शुद्ध करणे इच्छिले नाही. यांच्याकरिता जगात नामुष्की आणि परलोकात कठोर शिक्षा आहे.

६:२५: यांच्यापैकी काही लोक असे आहेत, जे कान देऊन तुमचे म्हणणे ऐकल्यासारखे दाखवितात; परंतु वस्तुस्थिती अशी आहे की आम्ही त्यांच्या हृदयावर आच्छादनं घातली आहेत, ज्यामुळे त्यांच्या काहीच लक्षात येत नाही आणि त्यांच्या कानांना बधिरता आणली आहे (की सर्व काही ऐकूनसुद्धा काहीच ऐकत नाहीत.), मग त्यांनी कोणताही संकेत पाहिला तरी त्यावर ते श्रद्धा ठेवणार नाहीत. यावर परमावधी अशी की, जेव्हा ते तुमच्याजवळ येऊन तुमच्याशी भांडतात, तेव्हा त्यांच्यातील ज्या लोकांनी सत्य नाकारण्याचा निर्णय घेतला आहे ते (सर्व गोष्टी ऐकल्यानंतर) हेच सांगतात की, या तर पुरातन कथांशिवाय इतर काहीच नाहीत.

६:११३: हे सर्व काही आम्ही त्यांना याचकरिता करू देत आहोत. जे लोक परलोकावर श्रद्धा ठेवीत नाहीत, त्यांची हृदये या आकर्षक फसवणुकीकडे आकर्षिली जावीत (आणि त्याने ते प्रसन्न व्हावेत आणि त्या वाईट गोष्टींची

कमाई करावी, ज्यांची कमाई ते करू इच्छितात.).

६:१२५: ही वस्तुस्थिती आहे की, ज्याला अल्लाह मार्गदर्शन प्रदान करण्याची इच्छा करतो आणि त्याचे मन (खऱ्या धर्माकरिता) मोकळे करतो. ज्याला पदभ्रष्टतेत गुरफटविण्याची इच्छा करतो त्याच्या मनाला संकुचित बनवितो. आणि अशा प्रकारे बनवितो की, त्याला असे वाटू लागते जणू त्याचा आत्मा वर आकाशाकडे गमन करीत आहे. (अशा प्रकारे अल्लाह सत्यापासून पलायन व त्याच्या द्वेषाची) अपवित्रता त्या लोकांवर प्रस्थापित करतो जे श्रद्धा ठेवीत नाहीत.

६:१३७: अशाच प्रकारे कित्येक अनेकेश्वरवादींसाठी त्यांच्या भागीदारांनी (कल्पित देवांनी) त्यांच्या मुलांच्या हत्येस आकर्षक बनविले आहे. जेणेकरून त्यांना विनाशात टाकावे आणि त्यांच्याकरिता त्यांचा धर्म धूसर बनविला. जर अल्लाहने इच्छिले असते तर त्यांनी तसे केले नसते म्हणून यांना मोकळीक द्या की, यांनी आपल्या कुभांड रचण्यात मग्न राहावे.

१३:३३: मग तो काय, एकेक जिवाच्या कमाईवर नजर ठेवतो (त्याच्या विरोधात हे दु:साहस केले जात आहे.). लोकांनी त्याचे काही भागीदार ठरविले आहेत? हे पैगंबर यांना सांगा (जर खरोखर ते अल्लाहने स्वत: बनविलेले भागीदार आहे.). ते कोण आहेत? जरा त्यांची नावे घ्या. काय तुम्ही अल्लाहला एका नव्या गोष्टीची माहिती देत आहात जिला तो आपल्या पृथ्वीवर जाणत नाही? अथवा तुम्ही लोक असेच तोंडात जे काही येते ते सांगता? वस्तुस्थिती अशी आहे की, ज्या लोकांनी सत्याच्या आवाहनास स्वीकारण्यास नकार दिला आहे, त्यांच्याकरिता त्यांच्या कुटिलतांना आकर्षक बनविले गेले आहे, आणि ते सरळ मार्गापासून रोखले गेले आहेत, मग ज्याला अल्लाह पदभ्रष्टतेत राहू देतो, त्याला कोणी मार्ग दाखविणारा नाही.

१३:३४: असल्या लोकांसाठी जगातील जीवनातच यातना आहेत आणि परलोकातील यातना याहूनही कठोर आहेत. कोणीही असा नाही की, जो त्यांना अल्लाहपासून वाचविणारा असेल.

१७:९७: ज्याला अल्लाहने बोधित केले तोच मार्गदर्शन मिळविणारा आहे, आणि ज्याला तो मार्गभ्रष्ट करील त्याच्याशिवाय अशा लोकांसाठी तुला कोणीच समर्थक व साहाय्यक मिळू शकत नाही. या लोकांना आम्ही पुनरुत्थानाच्या दिवशी तोंडघशी फरपटत आणू. आंधळे, मुके आणि बहिरे यांचे ठिकाण नरक आहे. जेव्हा-जेव्हा तिची आग मंद पडू लागेल, आम्ही तिला आणखीन प्रदीप्त करू.

१७:९८: हा बदला आहे त्यांच्या या कृत्यांचा की, त्यांनी आमच्या

आयतींचा इन्कार केला आणि म्हटले, ''आम्ही जेव्हा केवळ हाडे व माती बनून जाऊ तेव्हा नव्याने आम्हाला निर्माण करून उभे केले जाईल काय?''

१८:५७: आणि त्या समासापेक्षा अधिक अत्याचारी अन्य कोण आहे ज्याला त्याच्या पालनकर्त्याची वचने ऐकवून उपदेश केला जावा आणि त्याने त्यापासून पराङ्मुख व्हावे. त्या वाईट परिणामाला विसरावे, ज्याची व्यवस्था त्याने स्वत:साठी खुद्द आपल्या हातांनी केली आहे? (ज्या लोकांनी ही पद्धत अवलंबिली आहे.) त्यांच्या हृदयावर आम्ही आवरणे चढविली आहेत, जे त्यांना कुरआनचे म्हणणे समजू देत नाहीत आणि त्यांच्या कानांत आम्ही बधीरता आणली आहे. तुम्ही त्यांना मार्गदर्शनाकडे कितीही बोलवा, ते या स्थितीत कधीही मार्गदर्शन प्राप्त करू शकणार नाहीत.

१९:८३: काय तुम्ही पाहात नाही की, आम्ही सत्याचा इन्कार करणाऱ्यावर सैतान सोडलेले आहेत, जे यांना खूप-खूप (सत्याच्या विरोधासाठी) उत्तेजित करीत आहेत?

२७:४: वस्तुस्थिती अशी आहे की, जे लोक मरणोत्तर जीवन मानीत नाहीत त्यांच्यासाठी आम्ही त्यांच्या कृत्यांना आकर्षक बनविले आहे, म्हणून ते भटकत फिरत असतील.

२७:५: हे ते लोक आहेत, ज्यांच्यासाठी वाईट शिक्षा आहे. आणि मरणोत्तर जीवनात हेच सर्वांत जास्त तोट्यात राहाणारे आहेत.

३०:५९: अशा प्रकारे अल्लाह त्या लोकांच्या हृदयावर मोहोर लावतो, जे ज्ञानरहित आहेत.

३१:२३: आता जो सत्याचा इन्कार करतो त्याच्या द्रोहाने तुम्हाला दु:खात लोटू नये. त्यांना परतून यावयाचे तर आमच्याकडेच आहे, मग आम्ही त्यांना दाखवून देऊ की, ते काय-काय करून आलेले आहेत. निश्चितच अल्लाह उरात लपलेली गुपितेसुद्धा जाणतो.

३१:२४: आम्ही थोड्या मुदतीसाठी त्यांना दुनियेत मजा लुटण्याची संधी देत आहोत, मग त्यांना असहाय करून एका भयंकर यातनेकडे ओढून नेऊ.

३३:६४: कोणत्याही परिस्थितीत ही बाब निश्चित आहे की अल्लाहने सत्याचा इन्कार करणाऱ्यांचा धिक्कार केला आहे आणि त्यांच्यासाठी भडकलेली आग तयार ठेवली आहे.

३३:६५: ज्यात ते सदैव राहातील, त्याऐवजी ते कोणताही समर्थक व साहाय्यक मिळवू शकणार नाहीत.

३६:८: आम्ही त्यांच्या मानेत जोखड घातले आहे, ज्यामुळे ते हनुवटीपर्यंत जखडले गेले आहेत. म्हणून ते डोके वर करून उभे आहेत.

३६:९: आम्ही एक भिंत त्यांच्यापुढे उभी केली आहे आणि एक भिंत त्यांच्यामागे; आम्ही त्यांना आच्छादले आहे. त्यांना आता काही सुचत नाही.

३६:१०: यांच्याकरिता समान आहे; तुम्ही यांना सावध करा अथवा करू नका; हे मानणार नाहीत.

४०:७४: ते उत्तर देतील, ''हरवले गेले ते आम्हाकडून किंबहुना आम्ही यापूर्वी कोणत्याही वस्तूचा धावा करीत नव्हतो.'' अशा प्रकारे अल्लाह अश्रद्धावंतांचे मार्गभ्रष्ट असणे प्रमाणित करील.

४२:४४: ज्याला अल्लाहनेच पदभ्रष्टतेत फेकले, त्याचा सांभाळ करणारा कोणी अल्लाहशिवाय नाही. तुम्ही पाहाल की, हे अत्याचारी जेव्हा प्रकोप पाहातील तेव्हा सांगतील की, आता परतण्याचाही एखादा मार्ग आहे?

४२:४६: आणि त्यांचे कोणी समर्थक आणि वाली नसतील, ज्यांनी अल्लाहविरुद्ध त्यांच्या मदतीस यावे. ज्याला अल्लाहने पदभ्रष्टतेत फेकले त्याच्यासाठी बचावाचा कोणताही मार्ग नाही.

४७:२३: हे लोक आहेत, ज्यांचा अल्लाहने धिक्कार केला आणि त्यांना आंधळे व बहिरे करून टाकले.

७४:३१: आम्ही नरकाग्निचे कर्मचारी या दूतांना बनविले आहे आणि त्यांच्या संख्येला अश्रद्धावंतांसाठी उपद्रव बनविले आहे, जेणेकरून ग्रंथधारकांचा विश्वास बसावा आणि श्रद्धावंतांच्या श्रद्धेमध्ये वाढ व्हावी आणि ग्रंथधारक व श्रद्धावंतांना कोणतीही श्रद्धा राहू नये व मनोरुग्ण आणि अश्रद्धावंतांनी असे म्हणावे की, अल्लाहचा या अजब गोष्टीपासून काय अर्थ असू शकतो. अशा प्रकारे अल्लाह ज्याला इच्छितो, त्याला पदभ्रष्ट करतो आणि ज्याला इच्छितो, त्याला मार्गदर्शन प्रदान करतो आणि तुझ्या पालनकर्त्याच्या लष्कराला स्वत: त्याच्याशिवाय अन्य कोणी जाणत नाही, आणि या नरकाग्निचा उल्लेख याशिवाय अन्य कोणत्याही हेतूने केला गेला नाही की, लोकांना यापासून उपदेश मिळावा.

'त्या'ने हे अनेकदा सांगितले आहे. तसेच 'तो' म्हणतो :

१०:९९: जर तुझ्या पालनकर्त्याची इच्छा अशी असती (पृथ्वीतलावर सर्व इमानधारक व आज्ञाधारकच असावेत.) तर सर्व भूतलवासीयांनी श्रद्धा ठेवली असती. मग तू लोकांना भाग पाडशील का की, ते इमानधारक बनतील?

१०:१००: कोणताही जीव अल्लाहच्या आज्ञेविना श्रद्धा ठेवू शकत नाही आणि अल्लाहचा प्रघात असा आहे की, जे लोक बुद्धीचा उपयोग करीत

नाहीत, तो त्यांच्यावर घाण टाकून देतो.

आणखी एके ठिकाणी म्हटले आहे :

६:११२: आणि आम्ही तर अशाच प्रकारे नेहमी सैतानी प्रवृत्तीच्या मानव व जिन यांना प्रत्येक प्रेषितांचे शत्रू बनविले आहे, जे एक दुसऱ्यापाशी तोंडपुजेपणा, धोकेबाजी व फसवणूक करीत राहिले आहेत. जर तुमच्या पालनकर्त्याची ही इच्छा असती की, ते असे करू नये, तर त्यांनी कधीही केले नसते. म्हणून तुम्ही त्यांना त्यांच्या स्थितीत सोडून द्या की, ते कुभांड रचीत राहातील.

६:११३: हे सर्व काही आम्ही त्यांना याचकरिता करू देत आहोत की, जे लोक परलोकावर श्रद्धा ठेवीत नाहीत त्यांची हृदये (या आकर्षक फसवणुकीकडे) आकर्षिली जावीत. त्याने ते प्रसन्न व्हावेत आणि त्या वाईट गोष्टींची कमाई करावी, ज्यांची कमाई ते करू इच्छितात.

मग जबाबदार कोण? ज्या माणसानं एक पाप केलं आहे, त्याला माफी मिळू शकत नाही? का तो इतका अंध व बहिरा झाला असेल तो ते पाप करेलच? ज्या माणसाची श्रद्धा नाही तो; का आपण कधीही पर्वा करायची नाही, असं ज्यानं ठरवलं असेल तो? दूताला विरोध करणारा, का 'आम्ही अशाच प्रकारे नेहमी सैतानी प्रवृत्तीच्या मानव व जिन यांना प्रत्येक प्रेषितांचे शत्रू बनविले आहे...' असे मान्य करणारा?

'तो' अश्रद्धावंतांच्या डोळ्यांवर पडदा टाकतो. एवढंच नव्हे, तर यांना मार्गभ्रष्ट करण्यासाठी माणसांना गुंतविले आहे.

उदाहरणार्थ,

६:१२२: तो मनुष्य जो अगोदर मृत होता. मग आम्ही त्याला जीवन दिले आणि त्याला प्रकाश प्रदान केला, ज्याच्या उजेडात तो लोकांमध्ये जीवनाची वाटचाल करतो, तो त्या माणसासारखा होऊ शकतो काय जो अंधकारात पडलेला असेल आणि कोणत्याही प्रकारे त्यातून बाहेर पडत नसेल? अश्रद्धावंतांकरिता तर त्यांची कृत्ये अशाच प्रकारे आकर्षक बनविण्यात आली आहेत.

६:१२३: आणि अशाच प्रकारे आम्ही प्रत्येक वस्तीत तिच्या मोठमोठ्या अपराध्यांना गुंतविले आहे की, तेथे त्यांनी आपल्या कुटिल नीतीचे जाळे पसरवावे. खरे पाहाता, ते आपल्या कुटिलतेच्या जाळ्यात स्वतःच गुरफटतात; परंतु त्यांना त्याचे भान नाही.

६:१२४: जेव्हा त्यांच्यासमोर एखादे वचन येते तेव्हा ते सांगतात, ''आम्ही

मान्य करणार नाही, जोपर्यंत ती गोष्ट स्वत: आम्हाला दिली जात नाही, जी अल्लाहच्या प्रेषितांना दिली गेली आहे.'' अल्लाह अधिक चांगल्या प्रकारे जाणतो की, आपल्या प्रेषितत्वाचे काम कोणाकडून व कसे घ्यावे? जवळच आहे तो काळ, जेव्हा या अपराध्यांना आपल्या कुटिलतेपायी अल्लाहपाशी, अपमान आणि कठोर यातनेला सामोरे जावे लागेल.

अल्लाह कुटिल नेत्यांना माणसांत कटकारस्थानं करायला व त्यांना मार्गभ्रष्ट करण्यासाठी पेरतात आणि मग ते मार्गभ्रष्ट झाले व त्यांनी कटकारस्थानं केली म्हणून त्यांना शिक्षा करतात!

अगदी याच प्रकारे, अल्लाह फैरो व इजिप्तवासीयांच्या क्रौर्याबद्दल काय म्हणतात पाहा :

त्यांच्या स्वत:च्याच सांगण्यानुसार, ते फैरोला मुद्दाम पाषाणहृदयी करतात, ज्यामुळे इजिप्तचा राज्यकर्ता यहुदी लोकांवर प्रचंड क्रौर्य लादू शकेल. त्यांची गुलामगिरी दीर्घकाळ चालू राहील. ते फैरोचं काळीज अधिक कठोर करतात ज्यामुळे तो यहुदींना सोडणार नाही. का?

स्वत:ची मर्जी?

पण माणसाला स्वत:च्या मर्जीनुसार वागता येणार नाही का? त्याला श्रद्धा ठेवण्याचं अथवा न ठेवण्याचं स्वातंत्र्य नाही का? आणि त्यामुळे तो जेव्हा श्रद्धा ठेवत नाही, तेव्हा तो मोठा प्रमाद केल्याबद्दल जबाबदार नाही का? ग्रंथामध्ये याचं निर्णायक उत्तर आहे, असं सांगितलं आहे. पण –

७४:४९: शेवटी या लोकांना झाले तरी काय आहे की, हे या उपदेशापासून तोंड फिरवीत आहेत.

७४:५०: जणू ती रानटी गाढवे होत.

७४:५१: जे सिंहाला भिऊन पळत सुटले आहेत.

७४:५२: किंबहुना यांच्यापैकी तर प्रत्येक जण असे इच्छितो की, त्याच्या नावे खुली पत्रे पाठविली जावीत.

७४:५३: कदापि नाही! खरी गोष्ट अशी आहे की, हे परलोकाची भीती बाळगत नाहीत.

७४:५४: हा तर एक उपदेश आहे.

७४:५५: आता ज्याची इच्छा असेल, त्याने यापासून धडा घ्यावा.

७४:५६: आणि हे कोणताही धडा घेणार नाहीत. याखेरीज की, अल्लाह तशी इच्छा करील. तो याचा हक्क राखतो की, त्याला भिऊन वागावे आणि

तो या गोष्टीला पात्र आहे की, (भय बाळगणाऱ्यांना) त्याने क्षमा प्रदान करावी.

७६:२७: हे लोक तर त्वरित प्राप्त होणाऱ्या वस्तूंशी (जग) प्रेम ठेवतात आणि पुढे जो कठोर दिवस येणार आहे, त्याला दुर्लक्षितात.

७६:२८: आम्हीच त्यांना निर्माण केले आहे आणि यांची शरीरसंपदा सुदृढ केली आहे आणि आम्ही जेव्हा इच्छा करू यांचे रूप बदलून टाकू.

७६:२९: हा एक उपदेश आहे, आता ज्याची इच्छा असेल, त्याने आपल्या पालनकर्त्याकडे जाणारा मार्ग स्वीकारावा.

७६:३०: आणि तुम्ही इच्छा केल्याने काही होणार नाही, जोपर्यंत अल्लाह इच्छित नाही. अल्लाह निश्चितच मोठा ज्ञानी आणि बुद्धिमान आहे.

७६:३१: आपल्या कृपाछत्रात ज्याला इच्छितो; त्याला दाखल करतो आणि अत्याचाऱ्यांसाठी त्याने यातनामय प्रकोप तयार ठेवला आहे.

विचित्र वाटतं! 'तो' तुमची मर्जी मान्य करतो – फक्त इतकंच की, 'तो' तुमची जी मर्जी इच्छील, त्यापेक्षा तुमची वेगळी इच्छा असता कामा नये. तो लोकांना योग्य कृती करण्यापासून रोखतो आणि मग योग्य कृती न केल्याबद्दल त्यांच्यासाठी 'यातनामय प्रकोप' तयार करतो!

शिवाय 'त्या'नं लोकांसाठी प्रेषित पाठविला आहे, याची त्यांना खात्री दिल्यानंतर आणि तो 'त्या'चाच संदेश लोकांना देत आहे, याचीही खात्री झाल्यानंतर 'तो' जणू आश्चर्यानं विचारतो, 'मग तुम्ही लोक कुणीकडे भरकटत आहात?' आणि उत्तरतो :

८१:२७: हा तर सकल जगवासियांसाठी एक उपदेश आहे.

८१:२८: तुमच्यापैकी त्या प्रत्येक माणसासाठी, जो सरळ मार्गावर चालू इच्छित असेल.

८१:२९: आणि तुमच्या इच्छिण्याने काहीही होत नाही, जोपर्यंत सर्व जगांचा पालनकर्ता अल्लाह इच्छित नाही.

श्रद्धावंताला अर्थातच या व्यवस्थेमध्ये मोठी सूज्ञता वाटते. तो म्हणतो, देवानं माणसाला त्याची मर्जी दिली नाही का? त्यांच्यामध्ये नक्कीच प्रत्येकाला सश्रद्ध करण्याचं सामर्थ्य आहे, त्यामुळे त्यानं प्रत्येकाला श्रद्धावंत केलं आहे का?

पर्याय निवडणं माणसावर सोडून देवानं त्याला मोबदला मिळविण्याची शक्यता ठेवली आहे. पण साहजिकच, देव सर्वशक्तिमान असल्यामुळे माणसाची मर्जी देवाच्या मर्जीवर अवलंबून आहे... देव अंतिम सत्ता त्याच्याकडे ठेवतो, पण अंतिम जबाबदारीच्या बाबतीत, ती 'तो' माणसावर सोपवितो! आणि त्यामुळे 'त्या'नं

त्याच्या इच्छेनुसार निवडलेल्या काही निवडक लोकांना घसघशीत लाभ मिळेल, बाकीच्या अगणित लोकांना कायम नरकयातना भोगाव्या लागतील.

आणि श्रद्धावंत माणसाचं अशा स्पष्टीकरणानं समाधान होतं. त्यानं शंका घेतली तर तो अश्रद्ध ठरेल, ज्याच्यासाठी 'यातनामय प्रकोप' असेल!

अश्रद्धावंत श्रद्धा ठेवत नाहीत; इतकंच आहे का?

पण देवानं सगळ्या गोष्टींची रचना अशी केली आहे की, अश्रद्धावंत त्याच्यावर श्रद्धा ठेवत नाहीत. इतकंच नव्हे, तर ते जीवनानंतरच्या गोष्टीही नाकारतात म्हणजे नरक आणि तिथल्या भयंकर यातना त्यांची वाट पाहात आहे, हे नाकारतात. 'त्या'नं त्यांना अत्यंत विश्वासघातकी बनविलं आहे.

'त्या'च्या श्रद्धावंतांसाठी असणाऱ्या सूचनांपैकी एक सूचना पाहा :

> ३:११८: हे श्रद्धावंतांनो, आपल्या समाजाच्या लोकांशिवाय इतरांना आपले मर्मज्ञ बनवू नका. ते तुमच्या वाइटाच्या कोणत्याही संधीचा फायदा घेण्यात कसूर करीत नाहीत. तुम्हाला ज्या गोष्टीपासून हानी पोहोचेल तीच गोष्ट त्यांना प्रिय आहे, त्यांच्या मनातील द्वेष त्यांच्या तोंडातून बाहेर पडतो आणि जे काही त्यांच्या अंत:करणात दडलेले आहे, ते याहूनही भयंकर आहे. आम्ही तुम्हाला अगदी स्पष्ट सूचना देऊन टाकल्या आहेत, जर तुम्ही बुद्धिमंत असाल (तर यांच्याशी संबंध ठेवण्यात सावधगिरी बाळगा.).
>
> ३:११९: तुम्ही त्यांच्याशी प्रेम करता; परंतु ते तुमच्याशी प्रेम करीत नाहीत. खरे पाहाता तुम्ही सर्व दिव्य ग्रंथांना मानता. जेव्हा ते तुम्हाला भेटतात तेव्हा ते म्हणतात की, आम्हीदेखील मानले आहे. पण जेव्हा ते वेगळे होतात तेव्हा तुमच्याविरुद्ध त्यांच्या क्रोधाची अशी स्थिती असते की, ते आपली बोटे चावू लागतात, त्यांना सांगा की, आपल्या क्रोधाग्नित स्वत: जळून मरा, अल्लाह मनात लपलेली रहस्येदेखील जाणतो.
>
> ३:१२०: तुमचे भले होते, तेव्हा यांना वाईट वाटते आणि तुमच्यावर एखादे संकट येते तर हे आनंदित होतात. परंतु यांची कोणतीही क्लृप्ती तुमच्याविरुद्ध परिणामकारक ठरू शकत नाहीत. परंतु अट अशी की, तुम्ही संयम दाखवावा आणि अल्लाहचे भय बाळगून कार्य करीत राहावे. जे काही हे करीत आहेत, त्यावर अल्लाह प्रभावी आहे.

पुढे जाण्याआधी दोन प्रसंगोपात प्रश्न विचारात घ्या. त्यांच्यामध्ये श्रद्धा न ठेवणं हा एकमात्र मुख्य दोष अल्लाहनी रुजवला, ही अंगभूत वा आनुषंगिक स्वभाववैशिष्ट्य नव्हे असं असू शकेल का? दुसरं म्हणजे, 'त्या'नं 'त्या'च्या ग्रंथात नमूद केली

आहेत का, ज्यायोगे श्रद्धावंत अश्रद्धावंतांशी अधिक कळकळीनं लढतील? त्यासाठी एक साधन आहे – अश्रद्धावंतांप्रती श्रद्धावंतांचा तिरस्कार, संशय व तीव्र शत्रुत्व – ज्यायोगे 'तो' पृथ्वीतलावर 'त्या'चं साम्राज्य विस्तारतो.

सगळ्यामागे उद्देश आहे

अल्लाह काही उद्देशानं रोग रुजवतात आणि त्यामागचा उद्देश पुन:पुन्हा विषद करतात – प्रसंगानुसार उद्देश बदलतो, पण उद्देश कायमच असतो.

कधी-कधी श्रद्धावंतांची श्रद्धा बळकट करणं आणि अश्रद्धावंतांना त्यांची बेइमानी व्यक्त करण्यासाठी व तिला मनात थारा देण्यासाठी आणखी एक निमित्त देणं, हा उद्देश असतो :

> ७४:३१: आम्ही नरकाग्निचे कर्मचारी या दूतांना बनविले आहे आणि त्यांच्या संख्येला अश्रद्धावंतांसाठी उपद्रव बनविले आहे, जेणेकरून ग्रंथधारकांचा विश्वास बसावा आणि श्रद्धावंतांच्या श्रद्धेमध्ये वाढ व्हावी आणि ग्रंथधारक व श्रद्धावंतांना कोणतीही शंका राहू नये. मनोरुग्ण आणि अश्रद्धावंतांनी असे म्हणावे की, अल्लाहचा या अजब गोष्टीपासून काय अर्थ असू शकतो. अशा प्रकारे अल्लाह ज्याला इच्छितो, त्याला पदभ्रष्ट करतो आणि ज्याला इच्छितो, मार्गदर्शन प्रदान करतो आणि तुझ्या पालनकर्त्याच्या लष्कराला स्वत: त्याच्याशिवाय अन्य कोणी जाणत नाही आणि या नरकाग्निचा उल्लेख याशिवाय अन्य कोणत्याही हेतूने केला गेला नाही की, लोकांना यापासून उपदेश मिळावा.

कधी-कधी लोकांना अंध बनवलं जातं, ते त्यांना 'त्या'ची संकेतवचनं दिसू नयेत म्हणून, त्यांना बहिरं केलं जातं, ते त्यांना 'त्या'चा संदेश ऐकता येऊ नये म्हणून. 'तो' त्यांना श्रद्धावंतांच्या मार्गावर आणतो – त्यांची परीक्षा घेण्यासाठी. माझी भक्ती करणारे कुठवर जाऊ शकतील? त्याच्या मनात येतं. ते पूर्णत: कसोटीला उतरतील का मधेच कच खातील? माझे भक्त अखेरपर्यंत लढतील का त्यातले काही जण मधेच माघार घेतील? तो लोकांना एक-दुसऱ्याच्या द्वारे अजमावतो :

> ४७:४: म्हणून जेव्हा या अश्रद्धावंतांशी तुमचा सामना होईल, तेव्हा पहिले काम मानेवर प्रहार करणे आणि जेव्हा तुम्ही त्यांना चांगल्या प्रकारे ठेचून काढाल, तेव्हा त्यांना बांधून ठेवा. नंतर त्यांच्यावर अनुग्रह करा किंवा खंडणी घ्या, इथपर्यंत की ते शरण येतील. हे तुम्ही करावयाचे काम आहे. अल्लाहने इच्छिले असते, तर स्वत:च त्यांच्याशी निपटले असते; परंतु (ही पद्धत त्याने अशासाठी स्वीकारली आहे.) जेणेकरून तुम्हा लोकांना एक-

दुसऱ्याच्या द्वारे अजमावावे आणि जे लोक अल्लाहच्या मार्गात मारले जातील, अल्लाह त्यांच्या कृत्यांना कदापि वाया जाऊ देणार नाही.

त्याची परीक्षा

'तो' परीक्षा घेतो. या 'टेस्ट केस'मधल्या एका गुन्ह्याला माफी नाही.

- अल्लाह, स्वत: आणि थेट काही जण – अर्थातच बहुसंख्य मानवजात हा गुन्हा करेल, याची दक्षता घेतात.
- मग 'ते' असहाय माणसांना त्यासाठी जबाबदार ठरवितात.
- आणि त्यांना नरक आणि तिथल्या आगीत कधीही न संपणाऱ्या यातना भोगण्याची शिक्षा देतात.

हे अन्याय्य वाटतं का? दयावंत व्यक्ती असं करणार नाही असं वाटतं? पण श्रद्धा म्हणजे नेमकं हेच! जो उघड-उघड दयावंत आहे, त्याला पूज्य मानण्यात काय अडचण आहे? जे स्पष्टपणे खरं दिसतंय त्यावर विश्वास ठेवण्यात कुणाला अडचण असेल? पण 'तो' निर्दयीपणे वागतो, ही गोष्ट तुम्ही खात्रीनं जाणता, तेव्हाच तुम्ही 'त्या'च्यावर खऱ्या अर्थाने प्रेम करता! जेव्हा सगळे पुरावे दुसऱ्या दिशेनं निर्देश करतात, तेव्हाच तुम्ही 'त्या'च्यावर खऱ्या अर्थाने प्रेम करता!

विभागणी

त्यामुळे सर्व चांगल्या गोष्टी 'त्या'च्याकडून मिळाल्या आहेत, यावर आपण विश्वास ठेवला पाहिजे :

> १६:५२: त्याचेच आहे ते सर्व काही, जे आकाशात आहे व जे काही जमिनीत आहे आणि पूर्णत: त्याचाच धर्म (सर्व सृष्टीत) चालत आहे. मग काय अल्लाहला सोडून तुम्ही अन्य कोणाची भीती बाळगाल?
>
> १६:५३: तुम्हाला जी काही देणगी प्राप्त आहे, अल्लाहकडूनच आहे. मग जेव्हा एखादा बिकट प्रसंग तुमच्यावर ओढवतो, तेव्हा तुम्ही लोक आपली गाऱ्हाणी घेऊन त्याच्याकडे धाव घेता.
>
> १६:५४: पण जेव्हा अल्लाह तो प्रसंग टाळतो, तेव्हा अकस्मात तुमच्यापैकी एक गट आपल्या पालनकर्त्याबरोबर दुसऱ्यांना (या मेहेरबानीप्रतीच्या कृतज्ञतेत) भागीदार बनवू लागतो.
>
> १६:५५: जेणेकरून अल्लाहच्या कृपेबद्दल कृतघ्न बनावे. बरं, मजा करा, लवकरच तुम्हाला कळेल.
>
> आणि सगळं दुर्दैव आपल्यामुळे आहे :
>
> ४२:३०: तुम्हा लोकांवर जे-जे कोणते संकट आले आहे, ते तुम्ही स्वत:च

ओढवलेले आहे आणि बऱ्याचशा चुकांकडे तो सहज दुर्लक्ष करीत असतो.

रामबाण उपाय

पण एखाद्यानं या सगळ्यावर कसा विश्वास ठेवायचा? हे करण्याचा मार्ग म्हणजे तर्क लढवायचे नाहीत, फार प्रश्न विचारायचे नाहीत. आपल्याला सांगितलं जातं, त्याच्या उदार देणग्या पाहा, त्याचं प्रयोजन पाहू नका. मूलतत्त्व पाहू नका.

५:१०१: हे श्रद्धावंतांनो, अशा गोष्टी विचारीत जाऊ नका, ज्या तुम्हासमोर उघड केल्या गेल्या तर तुम्हाला त्या वाईट वाटतील. परंतु जर तुम्ही त्या अशा वेळी विचारल्यात जेव्हा कुरआन अवतरित होत असेल, तर त्या तुमच्यासमोर उघड करण्यात येतील. आतापर्यंत जे काही तुम्ही केले ते अल्लाहने माफ केले, तो क्षमाशील व सहिष्णू आहे.

५:१०२: तुमच्यापूर्वी एका समुदायानं अशाच प्रकारचे प्रश्न केले होते, मग ते लोक याच गोष्टीमुळे अश्रद्धेमध्ये गुरफटून गेले.

पुढे जाण्याआधी छोटा 'एक्सरसाइज'

आता धार्मिक क्षेत्रातील अधिकारी 'अंतिम सत्या'चा शोध ही तर्कशक्तीची गोष्ट नाही, तसंच युक्तिवाद ही त्याची कसोटी नाही, असं मानतील.

हा मनाचा 'एक्सरसाइज'ही नाही. इथं 'मन' हा शब्द अधिक व्यापक अर्थानं घेतला आहे; म्हणजे फक्त युक्तिवादाची कार्यक्षमता असणारं असं नव्हे, तर भावना व आकलनाची इतर मनोसाधनं यांसह. हा शोध हा आध्यात्मिक 'एक्सरसाइज' आहे. काही शिक्षक असे उतारे उदाहरण म्हणून देतात, तेव्हा त्यांना नक्कीच असं म्हणायचं असू शकेल. पण बरेचदा विचार पूर्णत: बंद करण्यासाठी, ज्या प्रश्नाचा शोध घेतला जात आहे, त्याची अखेर करण्यासाठी हे उतारे वापरले जातात.

प्रश्न असा आहे की, अशा प्रकारच्या भाग पाडणाऱ्या आज्ञेमुळे विचार थांबविणं असयुक्तिक आहे असं आपण मानत असलो, तर कोणता ग्रंथ आपल्याला असं करण्याची सूचना देतो, हे आपल्याला कळल्यावर आपलं मत बदलतं का? म्हणजे 'जुन्या करारा'ऐवजी हे 'कुरआन' आहे, असं असेल तर?

एक उदाहरण म्हणून परंपरेतील एक महान द्रष्टा (मुमुक्षू) व त्याच्याशी संभाषण करणारी तितकीच बुद्धिमान व समजूतदार व्यक्ती यांच्या दरम्यानचा संवाद पाहा :

एका थोर ज्ञानी व्यक्तीनं नुकतंच सांगितलं आहे की –

इथे जे काही आहे ते सगळं पाण्यानं ओतप्रोत आहे.

संभाषणकर्ती व्यक्ती विचारते –

पण ते पाणी कशानं ओतप्रोत आहे?

वायूनं –

वायू कशानं ओतप्रोत आहे?

अंतरिक्षलोकांनी

अंतरिक्षलोक कशानं ओतप्रोत आहे?

गंधर्वलोकांनी

गंधर्वलोक कशानं ओतप्रोत आहे?

आदित्यलोकांनी

आदित्यलोक कशानं ओतप्रोत आहे?

चंद्रलोकांनी

चंद्रलोक कशानं ओतप्रोत आहे?

नक्षत्रलोकांनी

नक्षत्रलोक कशानं ओतप्रोत आहे?

इंद्रलोकांनी

इंद्रलोक कशानं ओतप्रोत आहे?

ब्रह्मलोकांनी

ब्रह्मलोक कशानं ओतप्रोत आहे?

त्यावर तो थोर ज्ञानी, संभाषणकर्त्या व्यक्तीला म्हणतो, ''फार प्रश्न विचारू नकोस. नाहीतर तुझं डोकं गळून पडेल. खरोखर, तू देवत्वाबद्दल फार प्रश्न विचारत आहेस, ज्याबद्दल आपण फार विचारायचं नसतं. तू फार प्रश्न विचारू नकोस.''

त्यानंतर संभाषणकर्ती व्यक्ती उपरत होते.

'फार प्रश्न विचारू नकोस. नाहीतर तुझं डोकं गळून पडेल'... त्यामुळे विधानाच्या सत्यतेत काही फरक पडतो का, जेव्हा आपल्याला कळतं की हा ग्रंथ 'कुरआन' किंवा 'जुना करार' नसून बृहदारण्यक उपनिषद[१] आहे? आणि हा थोर ज्ञानी मुस्लीम अथवा ख्रिस्ती धर्मोपदेशक नसून याज्ञवल्क्य आहेत? आणि निर्भय संभाषणकर्ती व्यक्ती कुणी पदवीप्रत न पोहोचलेला दुराग्रही विद्यार्थी नसून स्वत: गार्गी आहेत?

गार्गी त्या वेळी क्षणभर गप्प बसल्या असतील. पण त्या फार काळ गप्प राहिल्या नाहीत आणि आपण विचारात घेतलेले ग्रंथ, उपनिषदं अखंड व अविरत प्रश्नांवर आधारित आहेत.

◆

१. बृहदारण्यक उपनिषद – ३.६

ही 'स्पष्टीकरणं' होतील का?

देवाचा विचार करत असताना इयोब हा 'एक सात्विक व सद्वर्तनी' मनुष्य आहे. तो देवभीरू व पापभीरू आहे. इतका की देव म्हणतो, 'अलम दुनियेत त्याच्यासारखा माणूस शोधून सापडणार नाही.'

सैतान देवाला सांगतो की, केवळ तुम्ही त्याच्याशी चांगले आहात म्हणून तो सद्गुणी आहे. त्याच्यावर एखादं दुर्दैवी संकट कोसळलं की मग पाहा, तो 'इयोब' तुमच्यावर खापर फोडून कसे शिव्याशाप देतो ते!

देव सैतानाला इयोबच्या सर्वस्वाचं काय करायचं ते करण्याची परवानगी देतो. देव म्हणतो, "बरं, तो तुझ्या हाती आहे. फक्त त्याचा जीव घेऊ नकोस."

या ठिकाणी क्षणभर थांबा. देवानं इयोबचं सर्वस्व हिरावण्याची परवानगी का दिली? केवळ सैतानानं त्याला टोमणा मारला आणि एका विनम्र व्यक्तीच्या भक्तीबद्दल, देवाचा निस्सीम भक्त असलेल्या 'सात्विक व सद्वर्तनी' माणसाबद्दल – अशा माणसाबद्दल की, 'अलम दुनियेत त्याच्यासारखा माणूस शोधून सापडणार नाही' – शंका उपस्थित केली म्हणून.

सर्वज्ञानी, दयाळू देवानं सैतानाला गप्प करण्याचा काहीतरी दुसरा मार्ग शोधायला हवा होता, असं तुम्हाला वाटत नाही? काहीही असलं तरी, सैतानाला एखादा मुद्दा पटवून द्यायची त्याला काय गरज आहे?

देवाला सगळंच ठाऊक असतं, प्रत्येक माणसाच्या मनाच्या खोल कप्प्यातलं तो जाणतो, मग इयोबवर संकटांचा वर्षाव केल्यावर तो आपल्याला शिव्याशाप देईल की नाही, हे 'त्या'ला आधीच माहीत नसेल का?

सैतान या संधीवर उडी घेतो. बैल, मेंढरं, उंट, नोकर-चाकर त्याचबरोबर इयोबची मुलं-मुली सगळे जण मारले जातात.

इथे पुन्हा क्षणभर थांबा. ज्या पित्यानं आपल्या मुलांना तीव्र यातना, दुःख व मृत्यू देण्यास परवानगी दिली, का तर एका शेजाऱ्यानं त्यांच्या त्याच्याप्रती

असलेल्या भक्तीबद्दल शंका घेतली, तर अशा पित्याबद्दल तुम्ही काय म्हणाल?

आणि मुलं व पाळीव प्राण्यांनाही यातना व दुःख भोगावं लागत आहे. त्यांना त्यांचे प्राण 'त्या अनुषंगाने झालेली हानी' (कोलॅटरल डॅमेज) म्हणून गमवावे लागावेत, असं त्यांच्या हातून काय चुकीचं घडलं आहे? सैतान त्यांची परीक्षा घेत नाहीये. देवाचं म्हणणं बरोबर ठरो वा चूक, या सर्वांना काहीच मिळणार नाहीये.

इयोबवर दुःखाचा डोंगर कोसळला. त्यानं त्याचा झगा फाडला. डोक्याचं मुंडन केलं. तो जमिनीवर पालथा पडला. तरी तो उद्गारतो :

"मातेच्या उदरातून मी नग्न आलो
जसा उघडा-वाघडा आलो, तसे मला
धरणीमातेच्या उदरात परतायचे आहे
देवाने दिले, देवाने नेले,
देवाचे नाव धन्य असो!"

इथे आपल्याला सांगितलं जातं की, 'या सर्व प्रकरणात इयोबचा बिलकूल तोल गेला नाही. त्याने देवावर आपले वाईट केल्याचा आरोप केला नाही.'

आता सैतान देवाला सांगतो की, इयोबला वेदना व दुःखभोगांचा स्पर्श होईपर्यंत थांबा, मग तो तुम्हाला शिव्याशाप देईल. देव सैतानाला इयोबला वेदना व यातना देण्याची परवानगी देतो, फक्त त्याच्या जिवाला अपाय करू नकोस असं सांगतो. सैतान तीव्रतम वेदना व दुःख देण्यासाठी आनंदानं धावतो. तो इयोबला 'नखशिखान्त' दुखऱ्या गळवांनी व फोडांनी पिडतो.

इयोबची बायको त्याला टोमणा मारते, "अजूनही तुमचा देवावर विश्वास आहे?"

वेदनाग्रस्त असूनही इयोब म्हणतो, "देवाकडून सुखच घ्यावं, दुःख घेऊ नये काय?"

"या साऱ्यानं इयोबनं त्याच्या मुखानं पाप केलं नाही." आपल्याला सांगितलं जातं.

इयोबवर कोसळलेल्या संकटांची बातमी कानावर येताच त्याचे तीन मित्र त्याचं सांत्वन करण्यासाठी त्याच्याकडे येतात. गळवांनी व फोडांनी इयोब इतका विद्रूप झाला आहे की, ते त्याला प्रथम ओळखतही नाहीत.

इयोब, ज्या दिवशी त्याचा जन्म झाला, त्या दिवसालाच शिव्याशाप देतो. त्याला इतक्या भयानक वेदना होत आहेत की, आपल्याला जन्मतःच मृत्यू आला असता तर बरं झालं असतं, असं त्याला वाटतंय.

पहिला मित्र इयोबला जे भयानक दुःखभोग सहन करावे लागत आहेत, ते जाणतो. प्रत्येक बाबतीत इयोब किती चांगला आहे हे तो सांगतो – "तू कित्येकांना

बोध केला आहेस, दुर्बलांना आधार दिला आहेस. तुझ्या शब्दांमुळे प्रवाहपतित सावरले आहेत. त्यांच्या पंखांना तू बळ दिलं आहेस.''

पण मित्र म्हणतो, आणि सद्गुणी माणसावर संकट का कोसळतं, हे सांगण्यासाठी दिलं जाणारं हे पहिलं स्पष्टीकरण आहे :

आता लक्षात ठेव, निष्पाप असताना कुणाचा
नाश झाला आहे का?
का कधी सद्वर्तनी ठार झाला आहे?
मी पाहिलं आहे,
काही लोक अधर्मरूपी शेताची नांगरणी करतात
त्यात दुष्टपणाच्या बियाण्यांची पेरणी करतात
आणि वाइटाचे भागीदार पिकाची कापणी करतात
देवाच्या तडाख्याने त्यांचा नाश होतो,
त्याच्या संतापाच्या उच्छ्वासात ते नाश पावतात.

ही प्रतिपादनं वस्तुस्थिती म्हणून तरी खरी आहेत का? निष्पापांचा नाश झालेला नाही? सद्वर्तनी विनाकारण ठार झालेले नाहीत? जे इतरांवर अन्याय लादतात त्यांना अगदी देवापासून, त्यांनी केलेल्या दुष्टपणाच्या बियाणांच्या पेरणीला वाइटाचं भरदार पीक मिळतं? त्यांचा खरंच नाश होतो?

हे याचं शब्दशः 'स्पष्टीकरण' आहे. मित्र जे म्हणत आहे त्याचा ध्वन्यर्थ असा आहे की इयोबनं घोर अन्यायी कृत्य *केलं असणार* आणि दुष्टपणाच्या बियाण्यांची पेरणी केलेली असणार, त्यामुळे त्याला हे दुःखभोग सोसावे लागत आहेत.

मित्राची कारणं अशी आहेत –

देवापेक्षा कुणी मानव सदाचरणी असू शकतो का?
आपल्या निर्मात्यापेक्षा कुणी शुद्ध असू शकतो का?

मात्र बायबलच्या दुसऱ्या ग्रंथात देवाच्या कृत्याची जी नोंद आहे, त्यातून अतिशय स्पष्ट उत्तर मिळतं.

''होय, कित्येक क्षुद्र मानव देवापेक्षा नक्कीच सदाचरणी राहिले आहेत.''

तथापि, मित्र त्यांच्याकडील शब्दशः पुराव्याला चिकटून राहतात.

दुःखभोग धुळीतून येत नाहीत;
की क्लेश भूमीतून उगवत नाहीत
तरीही माणसाचा जन्म क्लेशांसाठीच झाला आहे,
ठिणग्या वर उडतात त्याप्रमाणे

शेवटच्या दोन ओळींमध्ये आपल्याला दुसरं 'स्पष्टीकरण' मिळतं.

माणूस म्हणून जन्माला येण्याबरोबर दुःखभोग येतात. आपला सर्वसामान्य

अनुभव आपल्याला सांगतो की, मनुष्य म्हणून जन्माला येताना आनंद येतो. पण सर्वशक्तिमान, सर्वज्ञानी, दयाळू देव माणूस जन्माला येतानाच त्याला दु:खभोग देऊनच का पाठवतो, याचं स्पष्टीकरण मिळत नाही.

मित्र म्हणतो, ''पण माझ्या दृष्टीनं मी देव शोधीन आणि त्याच्याप्रतीच माझ्या ध्येयाची बांधिलकी असेल.''

जो महान गोष्टी करतो, आणि

शोधता न येण्याजोग्या,

असंख्य आश्चर्यकारक गोष्टी....

इथं आपल्याला तिसरं आणि चौथं 'स्पष्टीकरण' मिळतं. 'तो' महान व आश्चर्यकारक गोष्टी करीत असल्यामुळे आपण त्याच्यावर विश्वास ठेवला पाहिजे, त्याच्याबद्दल आपल्या मनात भीतियुक्त आदर असला पाहिजे. त्यामुळे आपण त्याच्याबद्दल शंका घेण्याचं धाडस करता कामा नये.

चौथी गोष्ट, तो जे करतो ते 'शोधता न येण्याजोगं' असल्यामुळे, म्हणजेच ते आपल्या आकलनापलीकडलं असल्यामुळे 'तो' जेव्हा आपल्यावर दु:खभोग लादतो तेव्हा असं करण्यामागे त्याचं काहीतरी सबळ कारण असलं पाहिजे, असं आपण मानलं पाहिजे.

त्यानंतर दु:खभोगाचं पाचवं कारण येतं :

''पाहा, देव ज्याला शासन करतो, तो मनुष्य धन्य होय,

त्यामुळे तुला शिक्षा झाली म्हणून तक्रार करू नकोस.

जो इजा करतो, तोच पट्टी बांधतो.''

म्हणजे देवानं तुमची निवड केली – सुधारण्यासाठी – याचा आनंद माना व त्या क्षणी जरी तुम्ही क्लेशात असला तरी, 'त्या'नं दिलेल्या जखमा तोच बऱ्या करेल.

इयोब रडतो : असह्य वेदनांनी; त्याच्यावर कोसळलेल्या संकटांमुळे – म्हणजे त्याच्या मुलांच्या मृत्यूमुळे. त्याच्याबद्दल इतरांना वाटणाऱ्या तिरस्काराबद्दल तो कण्हत सांगतोय. तो प्राणांतिक दु:खानं म्हणतो : देवानं मला संपवून टाकावं; त्यानं माझे तुकडे-तुकडे करून मला ठार मारून टाकावं. तो कण्हत विव्हळत म्हणतो, ''माझं मांस कृमी व धुळीनं घट्ट झालं आहे. माझी त्वचा फाटली आहे, भेगाळली आहे.''...त्यामुळे माझा आत्मा; शरीरापेक्षा श्वास कोंडून मरण्याचा पर्याय निवडतोय. मला माझ्या आयुष्याची किळस वाटतीय... तो आठवण करून देतो, त्यानं कशा प्रकारे सर्वांची सेवा केली आहे. सर्वांना साहाय्य केलं आहे. मी कसल्याही मेहेरबानीची देवाकडून वा माणसाकडून कधीही अपेक्षा केलेली नाही. आणि तरीही त्याचा दुसरा मित्र उत्तर देतो :

देव न्यायापासून ढळतो का?
किंवा तो न्याय रोखतो का?

आपण पुन्हा 'बाय-डेफिनेशन' स्पष्टीकरणाकडे येतो. देव जे योग्य आहे त्यापासून ढळत नाही, तसंच तो न्यायही रोखत नाही. त्यामुळे तुमच्या वाट्याला जे दुःखभोग आले आहेत, त्यामागे काहीतरी कारण असलंच पाहिजे.

तुझ्या मुलांनी पाप केलं असेल
म्हणून देवाने त्यांना शासन केलं आहे

पण इयोबच्या मुलांनी पाप केलं आहे, हे आपल्याला कसं माहीत? 'त्या'नं त्यांना शासन केलं; या वस्तुस्थितीवरून! आणि, बिचाऱ्या मुली, उंट, बैल, मेंढरं व नोकर या सगळ्यांचं काय?

आता आपण 'स्पष्टीकरण व उपाय' या पुढच्या मुद्यावर येतो.

आता जरा भानावर ये आणि
देवाचं नाव घे!
तू पावित्र्याचा पुतळा आहेस ना?
मग देव अवश्य तुझ्या मदतीला धावेल
आणि तुझं पूर्ववैभव तुला बहाल करील
तुझं भवितव्य इतकं उज्ज्वल होईल की,
तुला भूतकाळाची पुसटशी आठवणही राहाणार नाही....

अनुमान थेट व तत्परतेनं काढता येतं. तो तुमचे क्लेश कमी करण्यासाठी आलेला नाही, तसंच तो तुमच्या घराला समृद्धी देण्यासाठीही आलेला नाही. कारण –

- *तुम्ही* 'त्या'ला शोधण्याचा मनापासून प्रयत्न केलेला नाही.
- *तुम्ही* शुद्ध व प्रामाणिक नाही.

जे 'देवाला विसरतील' त्यांचा नाश होईल.

मुळात बळी ठरणाऱ्या व्यक्तीला अशा यातना का भोगाव्या लागतात? त्या गरीब माणसाच्या... अजून अनिश्चित भविष्य असलेल्या... प्रतीक्षेत असलेल्या माणसाच्या दुःखाची कारणं स्पष्ट करण्याऐवजी; ग्रंथ 'सब्ज बाग'च्या भोवतीच घुटमळत राहतो....

पाहा, सात्त्विक माणसाला
देव कधीच अंतर देत नाही
आणि दुष्ट माणसाला
मदतीचा हात देत नाही

तो तुमचा चेहरा
हास्यानं भरून टाकेल
आणि
तुमचे ओठ हर्षानं
तुमचा तिरस्कार करणारे शरमेनं पाणी-पाणी होतील,
आणि दुष्टांच्या घरी सुख-समृद्धी येणार नाही

इयोब हे विनम्रतेचं मूर्तिमंत उदाहरण आहे. "देव ज्ञानसागर आणि बलसागर आहे." तो म्हणतो. इयोब देवाच्या सामर्थ्याची व उदात्ततेची साक्ष असणाऱ्या अनेक खुणाही सांगतो : 'त्या'चे जबरदस्त आघात, 'त्या'नं निर्माण केलेले स्वर्ग... अशा शक्ती व कार्याच्या पार्श्वभूमीवर इयोब नतमस्तक होतो :

देवाबरोबर कोण वादविवाद करू शकतो?
त्याच्या हजार प्रश्नांना एकतरी उत्तर
कोणी देऊ शकेल का?....
मी त्याच्याशी युक्तिवाद का आणि कसा करू?
मी निर्दोष असलो, तरी त्याची
करुणा भाकणं इतकंच माझ्या हाती आहे
तोच मला न्याय देऊ शकतो

" 'तो' सामर्थ्यशाली असल्यामुळे ही सामर्थ्य व न्यायाची बाब असेल, तर न्यायालयातली माझी तारीख कोण ठरवेल?" इयोब स्वत:शीच म्हणतो.

इयोब एका मुद्याकडे लक्ष वेधतो – ज्या गोष्टीचा आपण दररोज सामना करीत असतो त्या गोष्टीकडे – ही गोष्ट त्याच्या मित्रांच्या मताविरोधी आहे – निष्पापांना दु:ख भोगावं लागतं, दुष्टांची भरभराट होते. इयोब विचारतो, "हे 'तो' नाहीतर कोण करतं?"

इयोब म्हणतो, त्याचा देवाच्या निवाड्याला आक्षेप घेण्याचा अजिबात हेतू नाही. त्याला देवाला फक्त इतकंच सांगायचं आहे :

मला दोषी लेखू नको;
तू मजशी विरोध का करितोस
हे मला सांग,
तू मला छळितोस;
आपल्या हातच्या घडलेल्या वस्तूस
तुच्छ लेखून,
दुष्टांच्या मसलतीला प्रसन्न होतोस,
हे तुला उचित वाटतं काय?

हा मुद्दा बघा, काहीही असलं तरी देवानंच माणूस बनविला आहे. एवढंच नव्हे,

तर 'त्या'नं माणसाला घडवलं आहे.

तुझ्या हातांनी मला घडविलं आहे,
त्यांनी सर्वतोपरी मला बनविलं आहे,
तरी तू माझा नाश करीत आहेस.

इयोब देवाला आर्जवानं विचारतो, ''मग तू मला मातेच्या गर्भाशयातून बाहेर का आणलंस?''

इथे इयोबचा तिसरा मित्र संभाषणात उतरतो. इयोबला जे दु:खभोग सहन करावे लागत आहेत, त्याबद्दल तो बोलू शकत नाही. त्याच्या यातना किती तीव्र आहेत ते दिसतंच आहे. तरीही तो म्हणतो, देव दयाळू आहे.

तो ज्ञानाचे रहस्य तुला निवेदन करिता,
आपले चातुर्य बहुगुणित आहे, हे तुला तो दाखविता
तर किती बरे होते!

पण हेसुद्धा फक्त एक प्रतिपादन आहे. इयोब आणखी क्रूर शिक्षा मिळण्यास लायक आहे हे आपल्याला काय माहीत? उलट, देवानं स्वत:च त्याची परीक्षा घेतली आहे ना? इयोब हा 'सात्त्विक व प्रामाणिक, देवभीरू व पापभीरू' असल्याची पावती अगदी सुरुवातीला 'त्या'नंच दिली होती ना? 'अलम दुनियेत त्याच्यासारखा माणूस शोधून सापडणार नाही' असं 'तो'च म्हणाला होता ना?

मग मित्र नेहमीच्याच मुद्द्यावर येतो, ''देवाची रीत गूढ असते, ती आपल्या आवाक्यापलीकडली असते.''

देवाच्या रहस्याचा तुला थांग लागेल काय?
सर्वसमर्थाच्या पूर्णतेचं तुला आकलन होईल काय?
ते गगनाइतके उंच आहे,
तिथे तुझं काय चालणार?
ते अधोलोकाहून खोल आहे,
तुला ते काय कळणार?

आपण पुन्हा युक्तिवादावर येतो, ''तो इतका सामर्थ्यशाली, इतका उदात्त असल्यामुळे आपण 'त्या'च्या प्रयोजनांचा अर्थ उकलण्याचा प्रयत्न करू नये.''

हे स्पष्टीकरण आहे? की स्पष्टीकरण मिळविण्याचा प्रयत्न करण्यावर बंदी?

इयोब प्रत्येक गोष्ट देवाच्या हाती आहे, हे सांगतो :

त्याच्याच हाती सर्व प्राण्यांचा जीव,
सर्व मानवजातीचा प्राण आहे.
त्याच्या ठायी ज्ञान व बलही आहेत,
युक्ती व समजही त्याचीच आहेत...

सामर्थ्य व चातुर्यही त्याला आहेत...

तरीसुद्धा निष्पाप व देवावर विश्वास असणारा इयोब त्याच्या मित्रांना सांगतो :

तो मला ठार मारणार,
तरी मी त्याची आस धरीन;
माझ्या वर्तनक्रमाचे त्याजसमोर
मी समर्थन करीन.

अखेरचं विधान – जरी ते इयोबच्या परमेश्वरावरील श्रद्धेतून उमटलं असलं, परमेश्वर योग्यच असतो, या त्याच्या अढळ विश्वासातून आलं असलं – लवकरच इयोबच्या विरुद्ध जाणार आहे. तो आपला बचाव करू शकतो, असं त्याला वाटतं, म्हणजे त्याच्यावर देवाकडून जे काही गुदरलं आहे ते योग्य नाही, असं त्याला वाटत आहे, असं म्हटलं जाणार आहे.

पण निष्पाप इयोबला विश्वास आहे, 'यातच माझं तारण होईल; कारण भक्तिहीन त्याच्यासमोर येणार नाही.' तो म्हणतो.

इयोब देवाला विचारतो :

माझी अधर्मकृत्यं व माझी पातकं किती आहेत?
माझा अपराध व माझं पाप मला दाखवून दे
तू आपलं तोंड का लपवितोस?
मला आपला वैरी का लेखितोस?
सर्वसमर्थ असणाऱ्या तुला हे शोभा देतं का?
इकडून तिकडे उडणाऱ्या पानांचा
तू पिच्छा पुरवितोस काय?
शुष्क भुशाच्या पाठीस लागतोस काय?

त्याचा मित्र त्याला 'पोकळ ज्ञानाच्या गोष्टी' बोलण्याबद्दल आणि 'निष्फळ, निरर्थक बोलून' युक्तिवाद करण्याबद्दल फटकारतो –

तू तर देवाचं भय सोडिलं आहे,
तू देवचिंतनाचा संकोच करितोस
तुझा अधर्म तुझ्या तोंडाला
बोलावयास शिकवितो;
तुला धूर्तांप्रमाणे बोलणं आवडतं
तुझंच तोंड तुला दोषी ठरवीत आहे,
मी नाही,
तुझ्याच मुखावाटे तुजविरुद्ध
साक्ष निघत आहे

पण इयोबनं गुन्हा घडण्याजोगं काय केलं आहे? दुर्दैवाचा बळी ठरलेल्या व्यक्तीनं माझे अपराध काय हेसुद्धा विचारायचं नाही का? सर्वांत सामर्थ्यवान असणाऱ्या 'त्या'नं 'इकडून तिकडे उडणाऱ्या पानांचा पिच्छा पुरवणं' योग्य वाटतं का, असं असहाय माणसाच्या मनात येणार नाही का? आणि तरीही आपल्याला पाहायला मिळतं की, लवकरच हे पालुपद स्पष्ट केलं जाईल आणि त्याचं आरोपात रूपांतर होईल.

मित्र पुढे विचारतो :

पहिला पुरुष असा तूच जन्मलास काय?
पर्वतांपूर्वी तुझी उत्पत्ती झाली काय?
देवाचं अंत:स्थ रहस्य तुला
कळलं आहे काय?

याचं उत्तर आहे, "नाही. पण इतर लोक इयोबच्या आधी जन्माला आले आहेत. इयोब वयानं पर्वतांपेक्षा मोठा नाही, त्याला ईश्वरानं प्रणीत केलेलं कोणतंही ज्ञान थेट मिळालेलं नाही ही वस्तुस्थिती – यातली कोणतीही गोष्ट इयोबच्या प्रश्नाचं उत्तर कसं काय देईल?"

पण मित्राचं अजून संपलेलं नाही. तो विचारतो,

अकलेचा मक्ता तूच घेतला आहेस काय?

यावर जर इयोब म्हणाला की, "नाही, अकलेचा मक्ता फक्त माझ्याचकडे आहे असं मला अजिबात वाटत नाही." तर निष्कर्ष असा असेल की, 'मग इतरांकडे उत्तर नाही हे तुला कसं माहीत? याला उत्तरच नाही, असं तू कसं काय गृहीत धरतोस?'

जर इयोब म्हणाला, 'होय, इतरांजवळ असेल वा नसेल असा मुद्दा माझ्याजवळ आहे.' तर त्याला गर्विष्ठपणा, औद्धत्य, अहंकार याबद्दल दूषणं दिली जातील.

मित्र विचारतो,

आम्हाला कळत नाही
असं तुला काय ठाऊक आहे?
आम्हाला अवगत नाही
अशी तुला काय माहिती आहे?

"पिकलेल्या केसांचे, वयाने वृद्ध असे पुरुष आमच्यात आहेत." मित्र म्हणतो, "तुझ्या बापाहून अधिक वयाचे –"

म्हणून काय झालं? त्यांचं इयोबच्या प्रश्नांना काय उत्तर आहे?

पुढे,

देवानं केलेलं सांत्वन आणि

तुजशी केलेली सौम्य भाषणं
तुला तुच्छ वाटतात काय?

पुन्हा एकदा हो म्हटलं तरी चूक, नाही म्हटलं तरी चूक. यावर इयोब म्हणाला की, ''नाही, ती मला तुच्छ वाटत नाहीत,'' तर लगेच निष्कर्ष काढला जाईल की, ''मग असं असेल, तर तू देवाला प्रश्न विचारू नयेस.'' जर तो म्हणाला की, ''होय, काहीही कारण नसताना माझ्यावर जे कोसळलं आहे, त्याच्या तुलनेत ती लहानच आहेत.'' तर लगेच त्याच्यावर आरोप होईल की, ''तुझी श्रद्धा किती अल्प आहे ते तुझ्या उत्तरावरूनच समजतंय, आणि त्यामुळे तू कठोर शिक्षेस पात्र आहेस.''

आता मित्र त्याच्यावर आरोप करतो :

तुझं चित्त तुला का भ्रांत करीत आहे?
तू डोळे का फिरवितोस?
तुझ्या संतापाचा रोख देवाकडे का?
तू आपल्या तोंडावाटे असले शब्द
का काढतोस?

त्याचा देह वेदनांनी पिळवटून निघतोय, त्याच्या मुलांचा मृत्यू झालाय... या गोष्टींचा त्याच्या काळजावर परिणाम घडता कामा नये!

साधा-सरळ प्रश्न... 'तुझ्या संतापाचा रोख देवाकडे का!'

मग 'नेहमीच्याच व्याख्येनुसार' देव योग्य आहे आणि माणूस अपवित्र!

मनुष्य निष्कलंक कोठून असणार?
स्त्रीपासून जन्मलेला निर्दोष कोठून असणार?

इयोब 'निर्दोष व सचोटीचा' असल्याचं, तो पापभीरू असल्याचं आणि अलम दुनियेत त्याच्यासारखा माणूस शोधून सापडणार नाही' असं देवानंच सुरुवातीला म्हटलं होतं!

मित्र अविचल आहे :

पाहा, तो आपल्या पवित्र जनांचाही
विश्वास धरीत नाही;
आकाशही त्याच्या दृष्टीनं निर्मळ नाही,
तर तो पाण्यासारखा पातकाचं प्राशन करितो,
असल्या अमंगळ व भ्रष्ट मानवाची
काय कथा!

माणसाला स्वत:च्याच प्रतिमेत बनविणारा देव त्याला 'अमंगळ व भ्रष्ट' का करतो?

इयोब सगळीकडून घेरला गेला आहे :

मी बोललो तरी माझ्या शोकाचं शमन होत नाही;

मी गप्प राहिलो, तरी माझं दु:ख कोठे कमी होत आहे?

तो त्याच्या विव्हल अवस्थेचं वर्णन करीत आहे :

...मी आपल्या त्वचेवर तरट शिवले आहे.

मी आपलं शृंग धुळीत लोळविलं आहे.

रडून-रडून माझं तोंड लाल झालं आहे;

माझ्या पापण्यांवर मृत्युच्छाया पडली आहे

माझ्या हातून काही अन्याय झाला नाही;

माझी प्रार्थना शुद्ध भावाची आहे,

तरी असे झाले

मित्र त्याला उपाहासानं म्हणतो :

अरे, क्रोधाने स्वत:स फाडून टाकणाऱ्या,

तुजमुळे पृथ्वी ओस पडेल काय?

इयोबच्या वेदनांनी कळवळण्याला संतापाची झालर आहे आणि माझ्यामुळे पृथ्वी ओस पडेल, असं त्याने कधी म्हटलं आहे? उलट, देवासहित सर्वांनी मान्य केलं आहे की, इयोब इतरांसाठी स्वत:ला तोशीस पत्करतो की,

खडक आपल्या ठिकाणचा ढळेल काय?

थोडक्यात, देवानं जगासाठी नियमांची एक विशिष्ट चौकट आखली आहे. ती संपूर्ण व्यवस्था कुणा एका माणसासाठी ओस पडेल का किंवा उलथून टाकली जाईल का? देवानं हुकूम जारी करताना निष्पापांवर असे भयानक दु:खभोग लादले जातील अशी तरतूद का केली आहे?

मित्र इशारा देतो की, तू जर तुझ्या मताला असाच चिकटून राहिलास तर संपूर्ण विनाशाप्रत नेणारी संकटांची मालिका तुझ्यावर कोसळत राहील. इयोब त्यांना वाग्बाणांनी मला आणखी घायाळ करू नका, असं पुन:पुन्हा विनवतो. मी फक्त न्यायाची करुणा भाकतोय असं सांगतो... त्यावर मित्र त्याची कानउघाडणी करतो :

मानवाची पृथ्वीवर स्थापना झाली

तेव्हापासूनचा हा सनातन नियम

तुला ठाऊक नाही काय?

की, दुर्जनाचा जयजयकार

अल्पकालिक असतो;

अधर्म्याचा आनंद केवळ क्षणिक असतो

आपण जर इयोब निर्दोष व सत्यवचनी आहे असं मानलं, तर आपल्याला हा दिलासा वाटतो; आणि इयोब दुर्जन व अधर्मी मानला तर तो इशारा वाटतो.

इयोब पुन्हा विलाप करू लागतो. तो पुन्हा प्रश्न विचारतो, ज्याचं त्याला उत्तर मिळालेलं नाही :

दुष्ट का जिवंत राहातात?

ते वयोवृद्ध का होतात?

ते समृद्ध का होतात?

त्यांच्यासमक्ष, त्यांच्याबरोबर,

त्यांच्या डोळ्यांसमोर

त्यांची मुलंबाळं नांदतात

त्याची स्वत:ची मुलं अचानक मृत्युमुखी पडली आहेत, त्याच्या बरोब्बर उलटं चित्र!

मित्र इयोबला म्हणतो : देवाला तुझी गरज आहे असं तुला वाटतं का? तू चुका दुरुस्त केल्यास व सुधारलास तर त्याचा देवाला काही लाभ होणार आहे, असं तुला वाटतं का?

मनुष्याकडून देवाला काही

लाभ आहे काय?

सूज्ञ पुरुष स्वत:चाच

लाभ करून घेतो.

तू धार्मिक असलास तर

तेणेकरून सर्वसमर्थाला

काही सुख होतं काय?

तू सात्विकतेने वर्तलास तर

त्याला काही लाभ होईल काय?

म्हणजे, जे काही घडतंय ते तुझ्या भल्यासाठी, देवाच्या फायद्यासाठी नव्हे. काहीही असलं तरी तू अपराधी आहेस आणि सगळ्या प्रकारच्या चुकीच्या गोष्टी केल्या आहेस – देवानं जे प्रशस्तिपत्र दिलं होतं, त्याच्या पूर्णत: उलट मित्र इयोबच्या चुकांची भलीमोठी यादी तयार करतो. त्याद्वारे इयोब अपराधी आहे, असं तो सांगतो. देवाला प्रत्येक गोष्ट ठाऊक असते – उंच आकाशमंडळापासून ते त्यानं निर्मिलेल्या लहानशा गोष्टीपर्यंत.

तू जो वाद घालण्याचा प्रयत्न करीत आहेस त्याबद्दल त्याला माहीत नाही, असं तुला वाटतं?

त्यामुळे तुझ्या समोरचा एक मात्र मार्ग म्हणजे देवाला शरण जा :

त्याच्याशी सख्य कर आणि शांती जोड,
अशाने तुझं कल्याण होईल
आता त्याच्या तोंडचं धर्मशिक्षण घे,
त्याची वचनं आपल्या हृदयात साठव
तू सर्वसमर्थाकडे वळलास,
आपल्या डेऱ्यातून अधर्म दूर केलास,
तर तुझी पुन:उभारणी होईल...

थोडक्यात, तुझ्या अवस्थेस फक्त तूच जबाबदार आहेस. तू 'त्या'च्या विषयी संपूर्ण शरणभाव अर्पण केलेला नाहीस.

इयोब कोसळण्याच्या टोकावर आहे. त्याच्यावर जे निर्दयी ओझं लादलं आहे, त्यामुळे तो नतमस्तक होतो.

तो अनन्यहेतू आहे,
त्याला त्यापासून कोण फिरवणार?
आपल्या मनास येते ते तो करितो.
जे मला नेमिले आहे ते
तो घडवून आणीत आहे
अशा पुष्कळ गोष्टी त्याजजवळ आहेत....

तरीही तो त्याच्या निष्पापपणाबद्दल सांगतोच. तो इतरांची पापं आठवतो आणि म्हणतो, ''देव या अधर्माकडे लक्ष देत नाही.''

त्यावर मित्र सरळ सांगतो :

प्रभुत्व चालविणे व भीती दाखविणे
हे देवाकडेच आहे;
तो उर्ध्वलोकी
शांती राखितो

म्हणजेच त्याचे मार्ग
आणि आपण पुन्हा त्याच मुद्यावर येतो :

मर्त्य मानव देवापुढे नीतिमान कसा ठरेल?
स्त्रीपासून जन्मलेला पुरुष निर्मळ कसा उरेल?

इयोब मर्त्य मानव असल्यामुळे तो नीतिमान व निर्मळ असणार नाही आणि देवानं स्वत:च इयोबबद्दल काय मान्य केलं होतं?

इयोब त्यानं असहायांसाठी दिलेल्या मदतीबद्दल सांगतो :

कारण करुणा भाकणारा

दीन, अनाथ व निराश्रित
यांचा मी उद्धार करी
नाश होण्याच्या लागास आलेल्याचा
मी आशीर्वाद घेई;
विधवेचे मन आनंदित होऊन
तिला मी गावयाला लावी
धर्म माझे पांघरूण होई आणि
तो मला आच्छादून टाकी;
माझी नीतिमत्ता हाच
माझा झगा आणि शिरोभूषण
होत असे;
मी आंधळ्यास नेत्र होई;
लंगड्यास पाय होई
मी लाचारांचा पिता असे;
अपरिचितांच्या फिर्यादीची
मी दाद घेई,
मी दुष्टाचे दात पाडी,
त्याच्या दातांतून शिकार सोडवी

आणि त्याबदल्यात त्याच्यावर कोणते दुःखभोग लादले गेले आहेत, ते तो सांगू लागतो. ज्यांना मी एकेकाळी मार्ग दाखविला तेच माझी कशी चेष्टा करतात, ते तो सांगतो. दुष्ट लोकांनी कसा विश्वासघात केला, हे लोक त्याच्या निंदेची गाणी कशी गातात, ते सांगतो....

ते मला अमंगळ मानितात,
माझ्या वाऱ्यासही उभे राहात नाहीत,
माझ्या तोंडावर थुंकावयास चुकत नाहीत
याचं कारण उघड आहे :
कारण देवाने माझ्या आयुष्याची दोरी ढिली करून
मला दुःख दिलं आहे
म्हणून ते मजसमोर
आपल्या तोंडाचा लगाम झुगारून देतात.
त्याची अवस्था मोठी बिकट आहे :
माझे अंतर्याम एकसारखं पोळत आहे;
दुःखाचे दिवस मला प्राप्त झाले आहेत.

मी काळा होऊन फिरत आहे,
तरी सूर्याच्या किरणांनी नव्हे;
मी जनसमाजात उभा राहून
करुणा भाकीत आहे.
मी कोल्ह्यांचा बंधू,
शहामृगांचा सोबती झालो आहे.
माझी त्वचा काळी होऊन गळून पडत आहे;
माझी हाडं तापानं दग्ध होत आहेत.

इयोब प्रार्थना करीत आहे, ती फक्त न्यायाची. तो यथायोग्य शिक्षा टाळतोय असं नाही. त्याच्या चुकीच्या कृत्याबद्दल जी काही शिक्षा असेल, त्यासाठी तो तयार आहे असं तो म्हणतो :

...तर त्याने मला न्यायाच्या
ताजव्यात तोलावं...
तर मी पेरिलं ते दुसरा खावो;
लोक माझ्या शेतातलं पीक उपटून टाकोत....

आता मित्र इयोबला उत्तरं देणं थांबवितात आणि ग्रंथ इयोबविरुद्ध काय आरोप असेल ते सांगतो, 'त्याच्या दृष्टीनं तो सदाचरणी असल्यामुळे... त्याने देवाला निर्दोषी ठरविण्याचं सोडून स्वत:स निर्दोषी ठरवावयास पाहिलं' म्हणून त्यांनी असं केल्याचं तो स्पष्ट करतो.

यानंतर आणखी एक सल्लागार पटावर येतो – एलीहू. इयोबने स्वत:च्या सदाचाराचं आग्रहानं समर्थन करून देवाला दोषी ठरवावं, हे त्याला अप्रस्तुत वाटतं.

पाहा, मी तुला याचं उत्तर देतो;
हे तुझं बोलणं यथार्थ नाही;
कारण देव मानवाहून थोर आहे
तो आपल्या कोणत्याही करणीचं कारण सांगत नाही,
म्हणून का तू त्याजशी वाद घालितोस?
देव एका प्रकारे नव्हे, तर
दोन प्रकारे मनुष्याशी बोलतो,
पण तो त्याकडे चित्त देत नाही

म्हणजेच, देव माणसापेक्षा श्रेष्ठ असल्यामुळे –

- 'तो' जे काही करतो, त्याचं त्याला स्पष्टीकरण द्यावं लागत नाही.
- 'त्या'ची काही प्रयोजनं असणार, जी माणसाला कळू शकत नाहीत.

एलीहू त्याच्या मते इयोबची जी पापं आहेत; त्यांची यादी देतो :

आता इयोब म्हणतो की, मी निर्दोष आहे,
देवाने मजवर अन्याय केला आहे;

माझा पक्ष खरा असता
मी खोटा ठरलो आहे
मी निरापराध असता
माझा घाव असाध्य आहेत

इयोबचा विलाप पूर्णतः समर्थनीय आहे. तो विचारत असलेला प्रश्न पूर्णतः समर्थनीय आहे. पण एलीहू म्हणतो की, असं विचारणंसुद्धा पाप आहे; अन्यायाकडे निर्देश करणंसुद्धा गुन्हा आहे. असं करण्यातून असं व्यक्त होतं की, तुम्ही योग्य केलं आहे आणि देवानं चुकीचं केलं आहे.

याकरिता समंजस जनहो! माझं ऐकून घ्या :

देवाकडून दुष्कर्म व्हावं,
सर्वसमर्थाकडून अन्याय व्हावा,
ही कल्पनाही करावयाला नको
तो मनुष्याला त्याच्या कर्माचं
प्रतिफळ देतो,
प्रत्येकास त्याच्या-त्याच्या
आचाराप्रमाणे गती देतो
देव निःसंशय काही वाईट करीत नाही,
सर्वसमर्थ प्रभू विपरीत न्याय करीत नाही

त्यामुळे, 'त्या'च्या विषयी शंका घेणं उचित आहे का?

जो न्यायाचा वैरी तो शास्ता होईल काय?
जो न्यायी, जो समर्थ, त्याला तू
दोषी ठरवशील काय?
तू अधम आहेस, असं राजाला म्हणणं,
तुम्ही दुष्ट आहात असं अमिरांस म्हणणं
उचित होईल काय?

पण 'तो' योग्यच आहे, हे आपल्याला कसं माहीत? कारण तो सगळं काही पाहाणारा सर्वसाक्षी आहे!

कारण देवाची दृष्टी
प्रत्येकाच्या आचरणावर असते
त्याचं प्रत्येक पाऊल तो पाहातो...

पण नेमके हेच प्रश्न आहेत :

- ‘तो’’ सगळं काही पाहातो का?
- आणि तो सगळं काही पाहात असेल, तर तो तरीही अशी यातना कशा भोगायला लावतो?

जिगरच्या पंक्ती बिनतोड आहेत :

ये जानता हूँ जानते हो मेरा हाल-ए-दिल,
ये देखता हूँ देखते हो किस नजर से...

अपेक्षेप्रमाणेच, एलीहू लगेच म्हणतो : देव योग्य आहे कारण

‘तो’ सामर्थ्यवान आहे
तो बलिष्ठांचा चुराडा करितो आणि
त्यांच्या स्थानी दुसऱ्यास स्थापितो;
त्याला त्यांची चौकशी करावी लागत नाही
याप्रमाणे तो त्यांची कृत्यं जाणितो;
तो त्यास रात्री असा उलथून टाकितो,
की त्यांचा चुराडा होतो

देव बलिष्ठांचा चुराडा करतो आणि त्यांच्या स्थानी दुसऱ्यास स्थापितो, *म्हणून* त्याला त्यांची कृत्यं बरोबर माहीत असतात?

आणि ज्यांचं ताडण झालं ते दुष्ट कोणत्या अर्थानं?

एलीहू उत्तरतो :

ते दुष्ट आहेत म्हणून
त्यांस तो लोकांसमक्ष ताडण करितो;
कारण त्याला अनुसरण्याचं सोडून
त्याचा कोणताही मार्ग
त्यांनी ध्यानात आणिला नाही

या युक्तिवादावरून एलीहू निष्कर्ष काढतो की, इयोबला जी शिक्षा दिली गेली आहे त्यास तो पात्रच आहे.

कारण त्याने दुष्टाप्रमाणे उत्तरं दिली आहेत
आपल्या पापात आणखी अमर्यादेची भर
त्याने घातली आहे

इयोबनं कोणती अमर्यादा करण्याचा अपराध केला आहे? आपल्यावर जे दुख:भोग लादले गेले आहे त्यांचं, त्याची मुलं मृत्युमुखी पडली आहे, त्याचं देवाला कारण विचारण्याचं धाडस केलं हा? एलीहू फक्त पुन:पुन्हा सांगत राहतो की, देव

योग्यच आहे, तो सर्वसमर्थ आहे. तो सर्व काही पाहात असतो... आणि हे असं आहे हे तूच जाणलं पाहिजेस.

तू म्हणतोस की, त्याचं दर्शन मला घडत नाही;

पण हा तुझा वाद त्याच्यासमोरच आहे,

तर तू त्याची वाट पाहात राहा....

ज्यांना दु:खभोग सोसावे लागतात त्यांनी 'उन्मत्तपणा'चं वर्तन केलेलं असतं. ते मनाने अधर्मी असतात, ते हृदयात क्रोध बाळगतात.

पाहा, देव थोर आहे, तो आम्हास अगम्य आहे

तो आम्हास अगम्य अशी मोठी कृत्यं करितो

त्यानंतर सुरुवातीला आपण विद्वान मौलानांच्या ओळी वाचल्या तशाच प्रकारचा मजकूर येतो. देवाच्या भव्य कामगिरीबद्दलचं – आकाशमंडळ, प्रकाश... – मुद्याला सोडून व्याख्यान!

इयोबसाठी व आपल्यासाठी ध्वनित केलेले अर्थ असे आहेत :

▶ *तुम्ही ही पृथ्वी, नक्षत्रं, प्रकाश व बाकी सगळं बनविलेलं नाही. त्यामुळे 'तो' योग्यच आहे आणि तुम्ही त्यावर विश्वास ठेवलाच पाहिजे.*

▶ तुम्हाला आकाशमंडळाचे नियम समजू शकत नाहीत, तुम्हाला तर पृथ्वीच्या मोजमापाचंही आकलन होऊ शकत नाही, तर तुम्ही हे निर्माण करणाऱ्याची रीत आपल्याला कळेल असं कसं काय गृहीत धरू शकता?

त्यामुळे तुम्ही 'त्या'च्या न्यायाबद्दल कशी काय शंका घेऊ शकता? पुढचा मुद्दा म्हणजे तुम्ही 'त्या'च्या समोर दुर्बल आहात – जेव्हा तुम्ही 'त्या'नं निर्माण केलेल्या गोष्टींसमोर उभे राहू शकत नाही, तेव्हा तुम्ही 'त्या'च्या समोर काय टिकाव धरणार? त्यामुळे 'तो' जे काही करतो, त्याला तुम्ही शरण गेलं पाहिजे व ते स्वीकारलं पाहिजे. तुम्ही फक्त बिनतक्रार त्या भोगाला सादर व्हायचं एवढंच नव्हे, तर तुम्ही ते *योग्यच आहे असं मानलं पाहिजे आणि ते तुम्ही हृदयात पूज्य भाव ठेवून केलं पाहिजे.*

इयोब कोसळतो. धूळराखेत बसून पश्चात्ताप करतो, शरण जातो. लोटांगण घेतो.

माझ्या वायफळ बडबडीने

मी तुझ्या योजनांसंबंधी शंका घेतली,

जे माझ्या आकलनाबाहेरचं होतं,

त्याबद्दल मी बरळत राहिलो....
मी माझं सगळं बोलणं मागे घेतो,
धूळराखेत बसून मी पश्चात्ताप करीत आहे

देव मित्रांवर भडकतो. तो म्हणतो की, माझा सेवक इयोब माझ्याबद्दल जसे यथार्थ बोलला, तसे तुम्ही बोलला नाहीत. इयोबने या संदर्भात शरणागती पत्करल्यानंतर देवाने त्याला त्याचे पशू व ऐश्वर्य पुन्हा बहाल केलं. त्याला मुलंबाळं दिली – पूर्वी इयोबकडे होती, त्याच्या दुप्पट मालमत्ता देवानं त्याला दिली. इयोबचं आयुष्य अधिक सुख-संपन्न झालं. अखेर तो चौदा हजार मेंढरं, सहा हजार उंट, बैलांच्या हजार जोड्या आणि एक हजार गाढविणी इतक्यांचा धनी झाला. त्याला सात पुत्र व तीन कन्या झाल्या. तो एकशेचाळीस वर्षं जगला, आणि त्याने चार पिढ्यांपर्यंत आपलं पुत्रपौत्र पाहिले. "नंतर इयोब वृद्ध व पुऱ्या वयाचा होऊन मरण पावला...."

बॉलीवूडच्या चित्रपटासारखी अखेर आहे, शंकाच नाही. पण आपल्या लक्षात येईल की, यात सर्व प्रश्न अनुत्तरीतच राहतात.

कुरआन या विषयावर प्रकाश टाकतं का?

इयोब पुन्हा समोर येतो – या खेपेला कुरआनमध्ये अय्यूब म्हणून!

त्याचा चार वेळा प्रेषित म्हणून उल्लेख आहे. विशेषत: २१:८३.८४ व ३८:४१-४४ या अध्यायांमध्ये!

बायबलमधल्यासारखाच इयोब कुरआनातही सद्वर्तनी आहे. वस्तुत: अल्लाह एखाद्याच्या सहन करण्याच्या क्षमतेनुसार त्याला क्लेश देतात आणि इतर कोणत्याही प्रेषितापेक्षा त्यांनी इयोबला अधिक दु:खभोग दिले आहेत; आणि या साऱ्यात इयोबची अल्लाह यांच्याप्रती भक्ती अविचल आहे. इयोब इतर प्रेषितांपेक्षा अधिक खंबीर राहिला आहे. या कथनाच्या निष्कर्षात अल्लाह म्हणतात, "आम्हाला तो सहनशील आढळला; उत्तम दास, आपल्या पालनकर्त्याकडे फार रुजू होणारा!"[१]

जुन्या करारातील कथनापेक्षा यामध्ये काही फरक आहेत. उदाहरणार्थ, इयोबनं देवाची करुणा भाकल्यानंतर तो इयोबला यातनामुक्त करतो. तो इयोबचे भोग थंड पाण्यानं शमवितो. तो इयोबला त्या पाण्यानं शांत व ताजंतवानं होण्यास सांगतो. इस्लामिक श्रद्धेनुसार अंतिम न्यायदिनी, ज्यांना पीडा सोसावी लागली आहे, त्यांच्यावतीनं इयोब मध्यस्थी करेल.

पण आत्ता आपण ज्या मुद्याचा शोध घेत आहोत – इयोबवर लादलेल्या दु:खाच्या ओझ्यासंदर्भात काही स्पष्टीकरणं मिळवणं – त्या संदर्भात आपल्या हाती

---

१. कुरआन, ३८-४४

नवीन असं काहीच येत नाही. २१:८३ या अध्यायात, इयोबवर दु:ख व यातना का कोसळल्या आहेत, याचं कारण दिलेलं नाही. इयोब फक्त उद्‌गारतो, "मी यातनाग्रस्त आहे." तथापि, ३८.४१मध्ये तो अल्लाहना पुकारतो की, "सैतानाने मला त्रास आणि यातनेत टाकले आहे." कुरआन आपल्याला सैतानानं इयोबला असा त्रास व यातना का दिल्या आहेत, हे सांगत नाही.

'जुन्या करारा'प्रमाणेच कुरआनही, अल्लाह इयोबची दु:खभोगातून मुक्तता करण्याचं का ठरवितात याबाबत अधिक स्पष्ट आहे. २१.८३मध्ये इयोब म्हणतो, "मी यातनाग्रस्त आहे आणि तू सर्वाधिक दयावान आहेस." त्यावर अल्लाह दोन कारणं देतात. २१.८४मध्ये ते म्हणतात, "आम्ही त्याची प्रार्थना स्वीकारली," म्हणजेच त्यांनी या निष्ठावंत भक्ताच्या प्रार्थनेला प्रतिसाद म्हणून, त्याला यातना व दु:खातून मुक्त केलं. अल्लाहनी म्हटलं आहे, "आम्ही जो त्रास त्याला दिला होता तो दूर केला आणि केवळ त्याची मुलंबाळंच त्याला दिली असं नाही, तर त्यांच्याबरोबर तितकंच आणखीन दिलं, *आपली विशेष कृपा म्हणून आणि यासाठी की, भक्तीत राहाणाऱ्यांसाठी हा एक धडा ठरावा.*

म्हणजेच (१) 'त्या'ची विशेष कृपा म्हणून; आणि (२) 'त्या'ची भक्ती करणाऱ्यांच्या लक्षात राहावं यासाठी.

राहिलेले प्रश्न

- यातलं कोणतंही स्पष्टीकरण पटतं का? 'तो' मित्रांना रागावतो, तेव्हा हे इयोबला लागू होत नाही असं तो सांगतो. इयोबला इतकी पीडा, वेदना, नुकसान, मानखंडना भोगावी लागते, ती देवाला दुसरा मार्ग सापडला नाही म्हणून किमान त्याला सैतानाच्या टोमण्याला उत्तर देण्याचा दुसरा मार्ग सापडला नाही म्हणून, असा अर्थ व्यक्त होतो.
- पहिल्या प्रसंगात मुलं, नोकर-चाकर व पशूंना मारलं गेलं होतं त्याचं काय? त्यांनी काय चूक केली होती?
- इयोब आणि त्याचे सगेसोयरे यांचं उदाहरण बाजूला ठेवलं तरी, आपल्यासारख्या सामान्य मर्त्य जीवांना जे दु:खभोग सोसावे लागतात त्यासंदर्भातील स्पष्टीकरणं पटतात का? विशेषत: 'तो' या सगळ्या भव्यदिव्य गोष्टी करतो, त्यानं विश्व, प्रकाश व इतर गोष्टींची निर्मिती केली, हा युक्तिवाद. 'तो' जर अशा भव्य गोष्टी करू शकतो, तर त्यानं ही इतकी छोटी गोष्ट का केली नाही, म्हणजे त्यानं लहान मुलांच्या वाट्याचे दु:खभोग का दूर केले नाहीत? असहाय प्राण्यांवर दु:खभोग न लादता आपले उद्देश साध्य करण्याचे मार्ग 'त्या'नं का निर्माण केले नाहीत?

▶ 'हे सैतानानं केलं' असं म्हणणं हे स्पष्टीकरण नाही. इयोबच्या बाबतीत सैतान केवळ देवानं त्याला कृती करण्याची परवानगी दिल्यानंतरच ती करतो, असं दिसतं आणि दरवेळी तो फक्त देवानं सांगितलेल्या मर्यादेतच काम करतो. कोणत्याही प्रसंगात 'हे सैतानानं केलं' असं म्हणणं म्हणजे दुसऱ्या अज्ञात गोष्टीवर जबाबदारी ढकलणं नव्हे का?

आपण ग्रंथ वाचत असताना असे प्रश्न उभे राहातात. ते स्पष्ट आहेत. आपल्याइतकेच ते 'बुक ऑफ जोब'च्या लेखकाच्या दृष्टीनंही स्पष्टच असणार. लेखकाचा उद्देश आपल्याला वाटतंय त्यापेक्षा निराळा असू शकेल का? त्याचा उद्देश स्पष्टीकरण देणं असा नसेल, तर याला 'स्पष्टीकरण नाही हे दाखवणं' हा असेल, असं असू शकेल का?

◆

'त्या'च्या इच्छेविना झाडाचं पानही हलत नाही...

'अस्पृश्यता' हा आपल्या समाजासाठी शाप ठरला आहे. गांधीजींनी त्याविरुद्ध बंड पुकारलेलं आहे. त्यांना सनातन्यांचा कडाडून विरोध झाला आहे. ते म्हणतात की, हा शास्त्रांचा आदेश आहे. गांधीजी त्यांच्या डोक्यात कोणतं शास्त्र आहे, ते विचारतात. त्यावर ते उत्तर देऊ शकत नाहीत. मग गांधीजी म्हणतात, ''कोणत्याही परिस्थितीत सयुक्तिक साधारतेच्या विरोधातील कोणतंही शास्त्र जाळून टाकलं पाहिजे.''

''तुम्ही जे करताय व बोलताय त्यामुळे हिंदू धर्म कमजोर होईल.'' टीकाकार आरोप करतात.

''...हिंदू धर्म मजबूत होतोय की कमजोर होतोय की नाश पावतोय, याची मला पर्वा नाही.'' गांधीजी म्हणतात.

''मी जी भूमिका घेतली आहे त्यावर माझा दृढ विश्वास आहे; माझ्या या भूमिकेमुळे हिंदू धर्म कमजोर होणार असेल, तर त्याला मी काही करू शकत नाही आणि मी त्याची पर्वाही करता कामा नये. हिंदू धर्मासंदर्भात मला काय करायचं आहे ते मी तुम्हाला सांगतो. मला तो अस्पृश्यतेच्या पापापासून शुद्ध करायचा आहे. ज्या अस्पृश्यतेच्या राक्षसानं हिंदू धर्माचं रूप ओळखू येणार नाही, इतकं विपर्यस्त व विकृत केलं आहे, तो राक्षस मला हुसकून लावायचा आहे....''[१]

आणि संघर्ष उफाळला.

गांधीजींनी देशाच्या विविध भागात – मद्रास इलाखा, मलबार, त्रावणकोर व कोचीन अशा, या राक्षसाचं रूप अत्यंत विषारी होतं, अशा ठिकाणी – मोहीम उघडली.

१५ जानेवारी, १९३४ : गांधीजी कालिकतमध्ये होते. आदल्याच दिवशी

---

१. 'द कलेक्टेड वर्क्स ऑफ महात्मा गांधी', पब्लिकेशन्स डिव्हिजन, नवी दिल्ली, खंड ५७, १९७४.

त्यांनी जनसमुदायाला उद्देशून भाषण केलं होतं; मलबार मर्चंट्स असोसिएशन, नगरपालिका व अन्य काही ठिकाणच्या कार्यक्रमांनाही त्यांची उपस्थिती होती. १६ तारखेला ते झामोरिनना भेटून त्यांच्या प्रभावाखालील प्रदेशातील अस्पृश्यता नष्ट करून हरिजनांना मंदिरं खुली करून देण्याची गळ घालणार होते. त्यावर झामोरीन त्यांना सांगणार होते की, जर तुम्ही या प्रश्नावर अनेक दिवस संस्कृतमध्ये चर्चा करायला तयार असाल, तर शास्त्री तुमच्याशी याबाबत चर्चा करायला तयार आहेत![२]

दुपारी २:१३ मिनिटांनी : बिहारमध्ये विनाशकारी भूकंप झाला. ८.४ रिश्टर स्केलचा! संपूर्ण गावंच्या गावं भुईसपाट झाली. सुमारे तीस हजार लोक मृत्युमुखी पडले.

डॉ. राजेंद्र प्रसाद यांच्याकडून गांधीजींना तिथली काळीज पिळवटून टाकणारी हकिकत समजली. डॉ. राजेंद्र प्रसाद यांनी तुरुंगातून सुटल्यानंतर तिथे मदतकार्याला गती दिली होती. गांधीजी व्हाइसरॉय व इतर अधिकाऱ्यांनी जारी केलेली निवेदनं पाहात होते.

२४ जानेवारी, १९३४ : तिन्नेवेल्लीच्या 'म्युनिसिपल मार्केट'मध्ये गांधीजींचं भाषण ऐकण्यासाठी वीस हजार लोक जमले होते. गांधीजींनी भाषणात या विनाशकारी घटनेचा, तिथल्या हकिकतीचा आणि त्यांना समजलेल्या बातम्यांचा संदर्भ दिला.

"या सगळ्या बातम्यांवरून आपण किती क्षुद्र मर्त्य मानव आहोत हेच दिसतं." ते श्रोत्यांना म्हणाले.

"आपण देवावर श्रद्धा ठेवणाऱ्यांनी मनात विश्वास बाळगला पाहिजे की, या भयानक अरिष्टामागेही मानवजातीच्या भल्यासाठी कार्यरत असणारा दैवी उद्देश आहे. तुम्ही हवं तर मला वेडगळ समजा, पण माझ्यासारखा माणूस असं मानतो की, हा भूकंप ही देवानं आपल्या पापांबद्दल दिलेली दैवी जबर शिक्षा आहे. कुणी याला तुच्छतेनं हसेलही, पण त्यांनाही हे स्पष्ट कळायला हवं की, अशा भयानक अरिष्टाबद्दल दैवी गोष्टीच स्पष्टीकरण देऊ शकतात. माझा स्पष्ट विश्वास आहे की, गवताचं पातं हलतं तेसुद्धा ईश्वरी इच्छेनं."

ही त्यांची मूलभूत श्रद्धा असल्यामुळे असा तर्क अटळ आहे.

"माझ्या दृष्टीनं बिहारमधील संकट आणि अस्पृश्यतानिवारण मोहीम यामध्ये महत्त्वाचं सूत्र आहे." गांधीजी म्हणाले.

"बिहारमधील संकट आपण काय आहोत व देव काय आहे, याचं अचानक व अनपेक्षित स्मरण देणारी घटना आहे; पण अस्पृश्यता हे संकट शतकानुशतकं

---

२. सी.बी. दयाळ, Gandhi: 1915-1948, A Detailed Chronology, गांधी पीस फौंडेशन व भारतीय विद्याभवन, नवी दिल्ली, १९७१.

चालत आलं आहे. हा शाप आपण हिंदू समाजाच्या एका भागाच्या दुर्लक्षामुळे आपल्यावर ओढवून घेतलेला आहे. बिहारमधील हे संकट शरीराला इजा करतं, तर अस्पृश्यतेमुळे निर्माण केलेलं संकट आत्मा संपवून टाकतं. त्यामुळे बिहारमधील या संकटातून आपण याचं स्मरण ठेवू या की, आपला थोडा श्वास अजून बाकी आहे तोवरच आपण अस्पृश्यतेचा कलंक धुऊन काढू या आणि आपल्या निर्मात्याकडे निर्मळ हृदयानं जाऊ या.''[३]

गांधीजी जे बोलले त्यामध्ये दोन स्वतंत्र मुद्दे आहेत : एक विधान असं आहे की, अस्पृश्यता मानण्याच्या पापामुळे देवानं भूकंप घडविला आहे; आणि दुसरं, भूकंप हे अस्पृश्यता मानण्याचं पाप पुसून टाकण्याचं निमित्त आहे. त्यानंतरच्या काळात गांधीजी पुन:पुन्हा भूकंप या विषयावर आले, तेव्हा ही दोन्ही विधानं चांगलीच फुगली.

गांधीजी तुतीकोरीनला आले. त्यांच्या भाषणाला पंचवीस हजार लोक हजर होते. गांधीजी अस्पृश्यतेबद्दल बोलले – हा शाप आहे. अस्पृश्यतानिवारणाची आत्यंतिक निकड आहे, याबद्दल बोलले. मग त्यांनी बिहारबद्दल बोलायला सुरुवात केली : सीता लहानाची मोठी झाली ती याच भूमीत, गौतम बुद्धांना 'ईश्वरी ज्ञानप्राप्ती' झाली ती याच भूमीत... त्यांनी श्रोत्यांना स्मरण दिलं... पण आज हीच सुंदर भूमी उद्ध्वस्त झाली आहे.

''या संकटानं आपल्याला अचानक स्मरण करून दिलं आहे की, सर्व मानवजात एकच आहे....''

सरकार, काँग्रेस, जनता – सगळे जण एकत्र आले आहेत... आणि त्यानंतर आपल्या विषयाशी संबंधित विधान येतं :

''मला तुम्हीही माझ्यासारखीच 'समजूत' करून घ्यावी असं वाटतं की, भूकंप ही, मी ज्यांना 'हरिजन' म्हणतो त्यांच्याबाबतीत आपण केलेल्या आणि आजही करीत असलेल्या घोर पापाची ईश्वरी जबर शिक्षा आहे. आपण या संकटातून धडा घेऊ या की, हे ऐहिक अस्तित्व एखाद्या पतंगासारखंच क्षणभंगूर आहे... आपण रोज रात्री दिव्याभोवती नाचणारा पतंग पाहातो... तो काही मिनिटं भिरभिरतो आणि मग संपून जातो... त्यामुळे अजून आपला श्वास बाकी आहे तोवरच आपण उच्चनीच भेदाभेदांपासून मुक्ती मिळवू या, आपलं मन शुद्ध करू या आणि एखाद्या भूकंपात किंवा कुठल्या नैसर्गिक आपत्तीत अथवा सामान्यत: मृत्यू आपल्याभोवती पाश

---

३. 'द कलेक्टेड वर्क्स ऑफ महात्मा गांधी, पब्लिकेशन्स डिव्हिजन, नवी दिल्ली, खंड ५७.

आवळेल तेव्हा आपण आपल्या निर्मात्याला तोंड दाखवायला सज्ज राहू या....''

दुसऱ्या दिवशी त्यांनी राजपलयममधल्या लोकांसमोर भाषण दिलं. या सभेला दहा हजार लोक उपस्थित होते. निधी संकलन झालं, भाषणं झाली. गांधीजींची प्रतिमा असलेली सुवर्णपदकं भेट देण्यात आली. त्यांचा लिलाव करण्यात आला. अशा प्रकारे हरिजन कल्याणनिधी जमा झाला.

''आता आपल्यावर हे संकट का कोसळलं?'' गांधीजींनी भाषणादरम्यान प्रश्न केला. ''माझी तुम्हाला यावर विचार करण्याची विनंती आहे. आपण करीत असलेलं आणि केलेलं घोर पाप कुठलं? हा आपण आपल्याला मिळालेला इशारा आहे, असं का समजू नये? आपल्या हातून घडलेलं गैरकृत्य आपल्या नजरेला नजर देत आहे. आपली धर्माच्या नावाखाली अशी समजूत आहे की, आपलेच हजारो देशबांधव 'अस्पृश्य' म्हणूनच जन्माला आले आहेत. हे योग्य आहे का? हा उन्मत्तपणा आपण काहीही करून सोडला पाहिजे. तुम्ही हरिजनांसाठी जसा मदतीचा हात दिलात, तसंच बिहारमधल्या दारिद्र्यानं गांजलेल्या नागरिकांसाठीही तुमचं अल्प योगदान दिलंत, तर मला आनंद होईल....''

दुसऱ्या दिवशी २६ जानेवारी, १९३४ रोजी गांधीजी मदुराईला पोहोचले. तिथल्या व्यापाऱ्यांनी सभा आयोजित केली होती... गांधीजी बिहारवर कोसळलेल्या अरिष्टांकडे वळले.

''आपल्याला आपल्या वाड-वडिलांनी शिकवण दिली आहे की, *जेव्हा लोकांवर संकट कोसळतं, तेव्हा ते आपल्या पापामुळे कोसळलेलं असतं.*'' ते श्रोतृवृंदापुढे म्हणाले.

''तुम्हाला माहीत आहे, पाऊस वेळेवर पडत नाही तेव्हा आपण बळी देतो आणि देवाला पाऊस पाठवून द्यायला सांगतो, आपल्या ज्या पापांमुळे पाऊस रोखला गेला आहे, त्या पापांना क्षमा कर असं सांगतो....''

''अशी श्रद्धा ठेवणारे फक्त आपणच नाही –'' ते म्हणाले.

''इंग्लंडमध्ये, दक्षिण आफ्रिकेत....

''ज्याचा विचार करणंसुद्धा अशक्य आहे, अशा बिहारमधील दुःखद घटनेला तुमची आणि माझी पापं जबाबदार आहेत, या गोष्टीवर माझ्याप्रमाणेच तुम्हीही विश्वास ठेवावा, असं मला वाटतं. आपल्याला आणि बहुधा साऱ्या जगालाच हादरवून सोडणारं असं संकट[४] आपल्यावर कोसळावं असं कोणतं महापाप आपल्या हातून

---

४. जिवंत स्मृतीमध्ये या भूकंपाइतक्या प्रचंड भूकंपाची नोंद नाही.

घडलं असेल, असं मी स्वत:लाच विचारतो. तेव्हा माझी खात्री पटली आहे की, अस्पृश्यतेच्या या महाभयंकर पापामुळे हा दु:खभोग आपल्या वाट्याला आला आहे.''

त्यांच्या बोलण्यावर अनेक जण उपहासानं हसतील, याची त्यांना जाणीव आहे.

''माझी तुम्हाला विनंती आहे की, तुम्ही स्वत:शीच हसू नका आणि मी तुमच्या जाणिवेला आवाहन करतोय त्याचा विचार करा. नाही, मी लोकांच्या वेडगळ भीतीला कसलंही आवाहन करीत नाही. कदाचित माझी वेडगळ समजूत आहे असं म्हटलं जाईल; पण मला आतमध्ये खोलवर काय वाटतं ते तुम्हाला सांगितल्याशिवाय मला राहावत नाही.

''या तपशिलात जास्त शिरून, तुमचा व माझा वेळ खर्च करायचा उद्देश नाही,'' गांधीजी म्हणतात, ''त्यावर विश्वास ठेवायचा की, ते नाकारायचं हे ठरवायला तुम्ही मोकळे आहात. जर तुमचा माझ्यावर विश्वास असेल तर आज आपण हिंदू शास्त्रात जी अस्पृश्यतेची रूढी मानतो, तशी कुठली गोष्ट नसल्याचा विचार कराल. कोणत्याही मनुष्यप्राण्याला अस्पृश्य समजणं, हे अतिशय घोर पाप आहे, असं माझ्याप्रमाणेच तुम्हीही मानाल. माणसाचा उन्मत्तपणा त्याला तो दुसऱ्यापेक्षा उच्च आहे, असं सांगतो. तुम्हाला सांगतो, मी याचा अधिकाधिक विचार करतो तसं मला अधिकाधिक जाणवतं की, आपण इतर कुणाहीपेक्षा श्रेष्ठ आहोत असं मानण्याइतकं दुसरं मोठं पाप नाही....''

त्या दिवशी सायंकाळी गांधीजींनी एका सार्वजनिक सभेत भाषण केलं. त्यांच्या भूकंपाचं अस्पृश्यतेशी सूत्र जोडण्याबद्दल त्यांचे टीकाकार काय म्हणणार याची त्यांना जाणीव होती. ते थोडं सावधपणे म्हणतात :

''बिहारमधील भूकंपाद्वारे भारतावर जे संकट कोसळलं ती बहुधा देवानं आपल्याला अस्पृश्यता मानण्याच्या घोर पापाबद्दल दिलेली योग्य शिक्षा असावी, असं म्हटलं तर ते चुकीचं ठरणार नाही.'' ते श्रोत्यांना म्हणाले.

ते म्हणतात की, मला या प्रश्नावर वाद घालण्यात रस नाही.

''असं असो वा नसो.'' ते उपस्थित जनसमुदायाला म्हणतात. ''तुम्ही बिहारच्या जनतेचा दु:खभार हलका करणं आवश्यक आहे.''

गांधीजी पुन्हा मूळ मुद्याकडे येत म्हणतात : ''जेव्हा देव शिक्षा म्हणून अशा प्रकारच्या आपत्ती पाठवितो तेव्हा त्यामागे फक्त भौतिक कारणच नसतं, तर त्या आपल्यासोबत अर्थातच, आनुषंगिक परिणाम, त्याला कारणीभूत गोष्टी आणि आध्यात्मिक परिणामही घेऊन येतात....

''...आणि ही जर वेडगळ समजूत असली तर मी ही वेडगळ समजूत सर्व

मानवजातीशी 'शेअर' करतोय.''

पण त्यामुळे ही समजूत अधिक सबळ होते का? त्यांचा विश्वास ठाम पायावर आधारलेला आहे की नाही, याचा कुणी विचार करतंय का, हा त्यांच्या आस्थेचा विषय नाही, तर काय करणं आवश्यक आहे, याचा विचार महत्त्वाचा आहे.

''तुम्हाला वाटलं तर तुम्ही माझी ही श्रद्धा नाकारू शकता.'' असं ते म्हणतात.

''पण आपल्याला घेरून असलेल्या व आपला दृष्टिकोन दुर्बल करणाऱ्या मानसिक शैथिल्यातून जर आपण वर आलो, तर ताबडतोब आपल्याला दिवसाच्या उजेडाइतकं स्पष्ट दिसेल की, आज जी अस्पृश्यता मानण्याची वृत्ती प्रचलित आहे तिचं कोणत्याही मुद्याच्या आधारे समर्थन करता येणार नाही....''

दुसऱ्या दिवशी कराईकुडी इथे सभा झाली. त्यांनी तिथल्या श्रोतृवृंदाला सांगितलं की, बिहारच्या जनतेसाठी सहानुभूती व्यक्त केल्याखेरीज उद्याचा दिवस जाऊ देऊ नका. त्यांच्या मदतीसाठी गोळा करण्यात येणाऱ्या निधीला ठोस मदत करा.

''पण त्यांचं हे दुःख हलकं करण्यासाठी आपण काही पैसे किंवा बांगड्या दिल्या म्हणून आपण ऋणातून उतराई झालो, अशा भ्रमात राहायला नको.''

''उद्या तुम्ही तुमच्या काळजातल्या सर्वांत पवित्र कप्प्यात प्रवेश करा आणि मग या अरिष्टाची कारणं तपासून पाहा.'' ते म्हणाले.

''भूगर्भशास्त्रज्ञ व तशा प्रकारचे इतर शास्त्रज्ञ आपल्याला अशा आपत्तींमागची भौतिक व महत्त्वाची कारणं देतील, यात शंकाच नाही.'' ते म्हणाले.

''पण धर्मपरायण लोकांचा, विशेषत: हिंदूंचा, जगभरात विश्वास आहे की, *अशा शिक्षेदाखल कोसळलेल्या आपत्तींमागे आध्यात्मिक कारणं असतात. आपण मानवता व देव यांच्याप्रती केलेल्या घोर पापामुळे अशा आपत्ती कोसळतात, असं माझं प्रामाणिक व गंभीर मत आहे.*

''अनेक वर्षं आपण आपल्याच देशवासियांना आपल्या भावाप्रमाणे नीट वागवत नाही, त्यामुळे हा आपण आपला जीवनमार्ग सुधारावा यासाठी पाठविलेला इशारा समजायला नको का?....

''या भूकंपामुळे जे प्रचंड नुकसान झालं, त्याहीपेक्षा अस्पृश्यतेनं केलेलं नुकसान कितीतरी जास्त आहे... त्यामुळे तुम्ही बिहारमधल्या दुःखग्रस्त लोकांप्रती तुमच्या कर्तव्याचा विचार करीत असताना तुम्ही *मानवानं निर्माण केलेली अस्पृश्यता व हे अरिष्ट यांमध्ये अढळ संबंध आहे.* ही गोष्ट तुम्ही समजून घ्याल, अशी मला आशा आहे. एका वर्गातील माणसं दुसऱ्या वर्गातील लोकांना दडपतील, अशी रचना देव कधीच तयार करणार नाही. त्यामुळे तुम्ही उद्या बिहारमधील दुःखी

लोकांसाठी मदत पाठवावी आणि त्यासोबत इथून पुढे तुम्ही अस्पृश्यता मानणार नाही व कोणत्याही मनुष्यप्राण्याला तुमच्यापेक्षा खालच्या दर्जाचा समजणार नाही, असा निश्चय करावा असं मला वाटतं....''

तुम्ही अस्पृश्यतेविरुद्धची तुमची मोहीम बाजूला ठेवून बिहारला जाणार नाही का? बिहार जळत असताना महात्मा व्हायोलिन वाजविणार का? अशा प्रकारच्या तारा त्यांना येत होत्या.

त्याला गांधीजींनी 'हरिजन'मध्ये 'बिहार व अस्पृश्यता' या लेखानं उत्तर दिलं. भारताला या शापातून मुक्त करण्यासाठी ते करीत असलेलं कार्य आणि बिहारच्या पुनर्रचनात्मक कार्यासाठी काय करणं गरजेचं आहे, या दोन्ही गोष्टींमधील अत्यंत घनिष्ठ सूत्राकडे त्यांनी लक्ष वेधलं आहे. ते म्हणतात, इमारती व आयुष्यं यांची पुनर्रचना करण्याखेरीज बिहारनं दुष्ट चालीरिती व समजुतींकडे पाठ फिरविली पाहिजे.

''संपूर्ण जगासोबत – सुसंस्कृत व असंस्कृत – माझंही मत आहे की, बिहारमधल्या आपत्तीसारखी संकटं मानवजातीवर येतात ती त्यांच्या पापांची शिक्षा म्हणून!'' गांधीजींनी लिहिलं आहे.

''हे मत जेव्हा मनापासून असेल तेव्हा लोक प्रार्थना करतात, पश्चात्ताप करतात आणि स्वतःला शुद्ध करतात. अस्पृश्यता मानणं, हे घोर पाप मी शिक्षेची दैवी आज्ञा मानतो.''

पण मग काही प्रश्न सहज उभे राहतात : शतकानुशतकं जुन्या असलेल्या पापाची शिक्षा आत्ताच का मिळाली?

ही शिक्षा बिहारलाच का मिळाली? जिथं अस्पृश्यता मोठ्या प्रमाणात मानली जाते, त्या दक्षिणेत का नाही मिळाली?

भलंबुरं न पाहाता माणसांना ठार व लुळंपांगळं करणारा भूकंपच का घडावा? शिक्षेचा दुसरा कुठला प्रकार का नाही, जो ज्यांनी प्रत्यक्ष हे पाप केलं आहे, त्यांना शिक्षा देण्यासाठी लक्ष्य करेल?

''माझ्यावर अशा प्रश्नांचा परिणाम होत नाही.'' गांधीजींनी लिहिलं आहे.

'माझं उत्तर आहे : मी परमेश्वर नाही. त्यामुळे मला 'त्या'च्या उद्देशाचं मर्यादित ज्ञान आहे. अशा आपत्ती म्हणजे परमेश्वराची किंवा निसर्गाची फक्त लहर नसते. ग्रहगोल ज्याप्रमाणे त्यांच्या हालचालींवर नियंत्रण ठेवणाऱ्या नियमांच्या आज्ञेनुसार फिरतात, तशाच त्याही निश्चित नियमांची आज्ञा पाळतात. फक्त आपल्याला या घटना नियंत्रित करणारे नियम माहीत नसतात इतकंच. त्यामुळे आपण त्यांना 'आपत्ती' अथवा 'गोंधळ' म्हणतो.''

मात्र त्याचं कारण समजलं नसलं, तरी विश्वासामुळे उद्देश साध्य होतो असं

ते म्हणतात –

"*बिहारमधील अशांतता अस्पृश्यता मानण्याच्या पापामुळे आहे, हा तर्क माझ्या लेखी खूप उदात्त आहे. तो मला नम्र बनवितो, अस्पृश्यता निर्मूलनासाठी अधिक प्रयत्न करण्यासाठी उद्युक्त करतो, मला स्वतःला आत्मशुद्धीसाठी प्रोत्साहित करतो, तो मला माझ्या 'निर्मात्या'च्या अधिक समीप आणतो. मग माझा तर्क चुकीचा असला, तरी तो मी सांगितलेल्या फलनिष्पत्तीवर परिणाम घडवत नाही.*

टीकाकार अथवा साशंक लोकांच्या लेखी जो तर्क आहे, ती माझ्यासाठी चालती-बोलती श्रद्धा आहे आणि माझी भविष्यातील कृती या विश्वासावर आधारित असेल. अशा तर्कातून जेव्हा शुद्धीकरण घडत नाही, कदाचित हाडवैरच उद्भवते तेव्हा त्या समजुती बनतात. पण दैवी घटनांचा अशा प्रकारचा गैरवापर श्रद्धावान माणसांचा विश्वास ढळवत नाही. ते त्याचा अर्थ आपल्या पापांच्या पश्चात्तापाचं आवाहन असा लावतात.

ते त्यांचा संदेश सामान्य विधानांच्या रूपात मांडतात : "मी या शिक्षेचा अर्थ अस्पृश्यता मानण्याच्या पापाची खास शिक्षा असा लावत नाही. इतर अनेक पापांमुळे दैवी क्रोध घडला आहे, असं मानण्यास –"

दुसरीकडे, "अस्पृश्यताविरोधी सुधारकांनी भूकंप हा अस्पृश्यता मानण्याच्या पापाची योग्य शिक्षा आहे, असं समजावं. मला जो विश्वास आहे, तोच त्यांना असेल तर त्यांच्या हातून चूक घडणार नाही. त्या विश्वासामुळे ते बिहारला अधिकच मदत करतील आणि पुनर्रचनेच्या कोणत्याही योजनेत ते अस्पृश्यतेच्या पुनर्निर्मितीविरोधी वातावरण तयार करण्याचा प्रयत्न करतील.

गांधीजींच्या दक्षिणेच्या दौऱ्यातील त्यानंतरच्या सभांमध्ये ते हाच विश्वास पुनःपुन्हा व्यक्त करतात व हाच कार्यविषयक संदेश देतात.

गुरुदेव उत्तरले

गांधीजींच्या म्हणण्याविरोधात गुरुदेव रवींद्रनाथ टागोर उतरले. त्यांनी लिहिलं आहे, याचं मला वेदनायुक्त आश्चर्य वाटलं.

"आपले बहुसंख्य देशवासी अशा प्रकारचा अशास्त्रीय दृष्टिकोन अतिशय सहजपणे स्वीकारतात त्यामुळे हे सगळं जास्तच दुर्दैवी आहे...."

गांधीजींच्या मोहिमेला विरोध करणारे या सूत्राचा संबंध निराळ्या अर्थानं घेणार याकडे लक्ष वेधताना टागोर म्हणतात :

"यासंदर्भात खरोखर शोकात्म गोष्ट अशी आहे की, महात्माजींनी वैश्विक अशांततेच्या घटनेचा उपयोग करून घेताना जो मुद्दा मांडला आहे, तो त्यांच्यापेक्षा त्यांच्या विरोधकांच्या मानसिकतेलाच जास्त सोयीचा आहे आणि जर त्यांनी त्यांना

व त्यांच्या अनुयायांना दैवी कोप घडण्यासाठी जबाबदार ठरविण्याची संधी घेतली असती, तर त्याचं मला मुळीच आश्चर्य वाटलं नसतं.

"आपली पापं आणि उणिवा कितीही प्रचंड असल्या तरी त्यामध्ये निर्मितीची इमारत उद्‌ध्वस्त करण्याइतकी ताकद नाही." टागोर म्हणतात.

मात्र गांधीजींनी मानलेला हा दुवा देवावर श्रद्धा ठेवणाऱ्यांसाठी अडचणीचा का बनला, यावरही आपण नजर टाकू या.

"...अकस्मात उद्‌भवणाऱ्या नैसर्गिक महासंकटांचं अपरिहार्य व संपूर्ण मूळ नैसर्गिक घटनांच्या विशिष्ट संयोगात असतं." टागोर लिहितात.

"आपण वैश्विक नियमांच्या – ज्यामध्ये स्वत: देवसुद्धा कधी हस्तक्षेप करत नाही – अविचलतेवर विश्वास ठेवल्याखेरीज, 'त्या'च्या विशिष्ट प्रसंगातील – आपल्याला उद्‌ध्वस्त करणाऱ्या – वागण्याचं समर्थन करणं आपल्याला अशक्य असतं."

पण हे मार्ग असमर्थनीय असू शकतील. कदाचित याचं काही समर्थनच असू शकणार नाही, कारण ही सगळी शिक्षा किंवा 'त्या'च्या नियमांमध्ये हस्तक्षेप करणं थांबविण्याचं विधिलिखित लिहिणारा कुठला देवच नाही. ही बाब समस्या बनते कारण आधी आपण देव मानतो आणि मग आपण आपल्या सभोवती जे पाहातो त्याचा हिशोब द्यावा लागतो.

गुरुदेवांनी म्हटल्याप्रमाणे सांगायचं तर – *"आपण वैश्विक नियमांच्या – ज्यामध्ये स्वत: देवसुद्धा कधी हस्तक्षेप करत नाही – अविचलतेवर विश्वास ठेवल्याखेरीज, 'त्या'च्या विशिष्ट प्रसंगातील – आपल्याला उद्‌ध्वस्त करणाऱ्या – वागण्याचं समर्थन करणं आपल्याला अशक्य असतं."* आणि मग त्यावरून अनुमान काढायचं, तर देवानं वैश्विक नियम तयार केला आणि त्याच्या कार्यात कधीही हस्तक्षेप न करण्याचं ठरवलं, असं असलं पाहिजे, असं गृहीत धरून मुद्दे मांडण्यासारखं आहे. पहिली गोष्ट म्हणजे, 'त्या'नं त्या नियमाच्या अंमलबजावणीत कधीही हस्तक्षेप करायचा नाही, असं ठरवलं आहे – आपला नियम इतक्या जणांवर लादला जातोय, त्याचे महाभयंकर परिणाम घडत आहेत, हे पाहूनसुद्धा – यावर आपली समजूत ठरवावी लागते.

"जर आपण नैतिक तत्त्वांचा वैश्विक अपूर्व गोष्टींशी सबंध जोडला तर –" टागोर म्हणतात, "मानवी स्वभाव ईश्वरापेक्षा – जो सर्वांत वाईट वर्तन घडणं शक्य आहे अशा ठिकाणी सद्‌वर्तनाचे धडे देत असतो – नैतिकदृष्ट्या अधिक श्रेष्ठ आहे असं आपल्याला मान्य करावं लागेल."

पण इथे पुन्हा एक प्रश्न उभा राहातो : वास्तवात मानवी स्वभाव ईश्वरापेक्षा अधिक श्रेष्ठ आहे, असं का असू शकत नाही?

टागोरांच्या प्रतिपादनातून एक महत्त्वाची गोष्ट कळते. एक दुर्निवार्य प्रश्न उभा

राहातो. तो म्हणजे, 'जर आपण नैतिक तत्त्वांची वैश्विक बाबींशी सांगड घातली, तर देव सामान्य मानवी वृत्तीपेक्षा हलका ठरेल. पण प्रश्न निर्माण होण्याचं कारण आहे – आपण देवाला सत्य मानणं. जर आपण तसं केलं नाहीतर आपण दुष्ट कृत्यं सुरूच असलेली पाहू, आपल्यासमोर अन्याय होताना पाहू. तेव्हा त्यातल्या कुठल्याही गोष्टीला कारण देता येणार नाही. भूकंप... 'भूकंप' म्हणूनच घडतील.

गांधीजी त्यांच्या म्हणण्याचा अधिकच ठाम पुनरुच्चार करतात.

गांधींजी 'समजूत विरुद्ध श्रद्धा'मध्ये यावर प्रतिक्रिया नोंदवतात. माझ्या लेखी ते गुरुदेव आहेत. पण आमचे मतभेद आहेत, असं गांधीजी म्हणतात.

ते लिहितात : ''मी जेव्हा अस्पृश्यता आणि भूकंप यांचा संबंध जोडला तेव्हा मी पूर्ण विचारांती व अंत:करणापासून बोललो. माझं जे खात्रीपूर्वक मत आहे, तेच मी व्यक्त केलं. नैसर्गिक गोष्टी भौतिक व आध्यात्मिक अशी दोन्ही प्रकारची फलनिष्पत्ती घडवितात, यावर माझा दीर्घकाळ विश्वास आहे.

''माझ्या दृष्टीनं भूकंप ही केवळ देवाची लहर नव्हती किंवा कुठल्या अविचारी शक्तींच्या एकत्र येण्याची निष्पत्ती नव्हती. आपल्याला देवाचे सगळे नियम किंवा त्यांची कार्यपद्धती माहीत नाही.

''ज्याच्या कार्यपद्धतीत स्वत: देवसुद्धा हस्तक्षेप करीत नाही, अशा वैश्विक नियमाच्या अविचलतेवर माझीही गुरुदेवांप्रमाणेच श्रद्धा आहे.'' असं गांधीजी म्हणतात.

''देव म्हणजेच नियम. पण मी नमूद करू इच्छितो की, आपल्याला हा नियम अथवा सर्व नियम पूर्णपणे माहीत नाहीत आणि आपल्यासमोर जे महाभयंकर संकट म्हणून उभं ठाकतं त्याचं कारणही फक्त हेच आहे की, आपल्याला वैश्विक नियम नीट माहीत नसतात.

''माझ्या पित्याप्रमाणे देव ही जरी माझ्यासाठी कुणी व्यक्ती नसली तरी तो त्याहूनही अधिक, अनंत आहे. *माझ्या आयुष्यातला अगदी छोट्यात छोटा तपशीलसुद्धा त्याच्या अधिपत्याखाली आहे. माझी ठाम खात्री आहे की, त्याच्या इच्छेविरुद्ध एक पानसुद्धा हलत नाही. माझा प्रत्येक श्वास त्याच्या संमतीवर अवलंबून असतो.''*

गांधीजी आपले मुद्दे पटवून देताना म्हणतात :

'त्या'च्या आदेशाखेरीज एखादं पानसुद्धा हलत नाही. त्यामुळे भूकंपासारख्या अभूतपूर्व गोष्टी त्याच्या आदेशाविना घडूच शकत नाहीत आणि 'तो' मनाला येईल तसं लहरीपणे वागत नसल्यामुळे, 'त्या'नं अशा विध्वंसाचा आदेश देण्यामागे काहीतरी कारण नक्कीच असणार. आणि ते कारण म्हणजे फक्त आपलं पाप असू शकतं. कोणतं पाप? ते तुम्ही ठरवू शकता. पण ज्या पापामुळे देवानं हजारो लोकांच्या वाट्याला असे दु:खभोग दिले असं तुम्हाला वाटतं, त्या पापापासून मुक्ती

मिळवा. मी देवाचं अस्तित्व सिद्ध करू शकत नाही. भूकंप ही अस्पृश्यता मानण्याच्या किंवा इतर कोणत्या पापाचीच शिक्षा आहे, ही गोष्ट मी सिद्ध करू शकत नाही. असं असणारच नाही, याची आपण खात्री देऊ शकत नाही; कारण आपल्याला देवाचे नियम संपूर्णत: समजत नाहीत. समजा, माझ्या तर्कांची ही संपूर्ण शृंखला चुकीची असली, तरी कोणत्याही परिस्थितीत त्यामुळे कसलीही हानी होणार नाही. उलट, त्यातून चांगलंच निष्पन्न होईल. या दुष्ट प्रथेपासून स्वत:ची व समाजाची सुटका करण्याचा लाभ तुम्हाला घडलेला असेलच.

गांधीजींच्या मुद्द्यांची शृंखला ही अशी आहे.

ते लिहितात :

> अवर्षण, पूर, भूकंप आणि यांसारख्या आपत्ती – त्यांचा आरंभ फक्त नैसर्गिकच असतो असं दिसत असलं, तरी माझ्या दृष्टीनं त्या कोणत्या ना कोणत्या मार्गानं माणसाच्या नैतिकतेशी संबंधित असतात. त्यामुळे मला स्वाभाविकपणे वाटलं की, हा भूकंप ही अस्पृश्यता मानण्याच्या पापाबद्दल शिक्षा म्हणून कोसळलेली आपत्ती होती. अर्थात सनातनी लोकांना असं म्हणण्याचा पूर्ण अधिकार आहे की, माझ्या अस्पृश्यतेविरोधी उपदेश करण्याच्या गुन्ह्यामुळे हे घडलं आहे. मी पश्चात्ताप व आत्मशुद्धीसाठी आवाहन करीत आहे. निसर्गाच्या नियमांच्या कार्यपद्धतीबद्दल माझं संपूर्ण अज्ञान आहे हे मी कबूल करतो, पण तरीही माझी देवावरची श्रद्धा कमी होत नाही... मी 'त्या'चं अस्तित्व साशंक लोकांना सिद्ध करून दाखवू शकत नाही, तसंच मी बिहारमधल्या आपत्तीशी अस्पृश्यता मानण्याच्या पापाचा संबंध सिद्ध करू शकत नाही, मला हा संबंध अंत:प्रेरणेनं जाणवत असला तरी! हा माझा विश्वास चुकीच्या पायावर आधारलेला आहे असं सिद्ध झालं, तरी माझ्या दृष्टीनं आणि माझ्यावर विश्वास ठेवणाऱ्यांच्या दृष्टीनं हे चांगलंच होईल. कारण आम्ही आत्मशुद्धीसाठी अधिक जोरदार प्रयत्न करण्यास उद्युक्त झालेलो असू; अर्थातच, अस्पृश्यता मानणं हे घोर पाप आहे असं गृहीत धरून! अशा तर्कांच्या धोक्याची मला पूर्ण कल्पना आहे. पण माझ्या सर्वाधिक जवळचे व मला सर्वांत प्रिय असणारे लोक दु:ख सोसत असताना, मी उपहास होईल, या भीतीने जर माझं हे मत जाहीरपणे व्यक्त केलं नाही, तर माझं वागणं असत्य आणि भ्याडपणाचं होईल – भूकंपाचा भौतिक परिणाम लवकरच विस्मृतीत जाईल. एवढंच नव्हे तर काही प्रमाणात दुरुस्तीही होईल.

आणि त्यानंतर पुढे म्हटलं आहे –

मात्र जर ही अस्पृश्यता मानण्याच्या पापामुळे घडलेल्या दैवी क्रोधाची अभिव्यक्ती असेल आणि आपण या घटनेतून नैतिक धडा घेऊन या पापाबद्दल पश्चात्ताप पावलो नाहीतर ते भयंकर ठरेल. गुरुदेवांनी म्हटलं आहे की, 'आपली पापं आणि उणिवा कितीही प्रचंड असल्या तरी त्यामध्ये निर्मितीची इमारत उद्ध्वस्त करण्याइतकी ताकद नाही. त्यांना हा जो विश्वास आहे, तो मला नाही. उलट, माझी अशी श्रद्धा आहे की, कोणत्याही नैसर्गिक बाबीपेक्षा आपल्या स्वत:च्याच पापांमध्ये ही रचना उद्ध्वस्त करण्याची ताकद अधिक आहे. भौतिक वस्तू आणि शुद्ध चैतन्य यांच्यामध्ये अतिशय दृढ बंध असतात. या एकात्म गोफाच्या परिणामांबद्दलच्या आपल्या अज्ञानामुळे ते गूढ रहस्य बनतं, आपल्याला भय वाटू लागतं; पण म्हणून ते दृढ बंध सैल होत नाहीत. पण हा एकात्म गोफ जाणून घेण्यामुळे, प्रत्येक आकस्मिक घोर संकटाचा उपयोग स्वत:च्या नैतिक उन्नतीसाठी करणं, अनेकांना शक्य झालं आहे... माझ्या बाबतीत वैश्विक घटना व मानवी वर्तन यांच्यातील संबंध हा चालता-बोलता विश्वास मला माझ्या देवाच्या अधिक समीप नेतो, मला विनम्र करतो आणि मला त्याला सामोरं जाण्यास सज्ज करतो....

'त्या'च्या इच्छेविना एक पानही हलत नाही आणि ते हलणारं पान त्याच्या उद्देशसिद्धीचं साधन असतं.'

गांधीजींची यात्रा सुरूच होती. प्रत्येक मुक्कामात ते त्यांचं म्हणणं, त्यांचे तर्क, बोध यांचा पुनरुच्चार करीत होते. मर्कारामध्ये ते म्हणाले की, या कठोर शिक्षेसाठी बिहारचीच निवड झाली; कारण ते अत्यंत पवित्र स्थान आहे.

"तुम्हाला माहीतच असेल की, बिहारची भूमी पवित्र आहे; कारण सीता व गौतम बुद्ध या दोघांचाही जन्म या भूमीतच झाला.'' ते त्यांचं भाषण ऐकण्यासाठी जमलेल्या हजारोंच्या जनसमुदायाला म्हणाले.

"आपले बिहारमधले बांधव त्या भूमीतील मातीचा प्रत्येक कण पवित्र मानतात, आणि देवानं या पवित्र भूमीची शिक्षा देण्यासाठी निवड केली, ती अस्पृश्यता मानण्याच्या पापाबद्दल असं माझ्यासारख्या माणसाला वाटतं. माझी ही समजूत कदाचित चुकीची असेल, पण त्यामुळे मला अजिबात फरक पडत नाही. आपण मात्र हा विचार हृदयात जतन करू या आणि आत्मशुद्धीसाठी अधिक प्रयत्न करू या....''

गांधीजी बिहारमध्ये पोहोचले. ते मदतकार्यासाठी निधी गोळा करीत होते व तो

पाठवून देत होते. ते डॉ. राजेंद्र प्रसाद व तिथली आयुष्यं पुन्हा उभी करण्यासाठी झटणाऱ्या लोकांच्या नियमित संपर्कात होते.

छप्रामधल्या लोकांसमोर बोलताना गांधीजी म्हणाले की, या महाभयंकर संकटामुळे आपण सर्व जण हादरून गेलो आहोत. या संकटानं सर्वांना सारखंच उद्ध्वस्त केलं आहे... त्यामध्ये धर्म, प्रतिष्ठा, तथाकथित उच्चवर्णीय वा हीन असा भेदभाव केलेला नाही. आपल्याला देवाच्या पद्धती पूर्णपणे समजत नाहीत आणि त्यामागे कारण आहे :

''देवानं माणसाच्या कल्पनाशक्तीला (vision) मर्यादा घातल्या आहेत आणि ते अगदी योग्यच आहे, नाहीतर माणसाच्या अहंकाराला काही सीमाच उरली नसती.

''पण माणसाला देवाच्या पद्धती पूर्णपणे समजलेल्या नाहीत, असं मी मानतो. त्याच वेळी माझी अशी ठाम श्रद्धा आहे की, *त्याच्या इच्छेविना एक पानही हलत नाही आणि ते हलणारं पान त्याच्या उद्देशसिद्धीचं साधन असतं.''*

हे समजून घेण्यातला व त्यायोगे आपलं पाप व हे अरिष्ट यांतील सूत्र जाणण्यातला अडथळा म्हणजे आपल्यात असणारा नम्रतेचा अभाव.

गांधीजी म्हणतात, ''आपल्यात जर पुरेशी नम्रता असती, तर आपण नुकताच झालेला भूकंप ही आपल्या पापांची शिक्षा आहे, असं लगेच मान्य केलं असतं.''

पण या अरिष्टाला आमंत्रण देणारी गोष्ट म्हणजे अस्पृश्यता मानणं, हे आपल्याला कसं माहीत असणार?

''आपण एखादं विशिष्ट अरिष्ट एखाद्या विशिष्ट मानवी कृतीमुळे घडून आलं आहे, असं खात्रीनं म्हणू शकत नाही.'' गांधीजी म्हणतात.

''बरेचदा आपल्यालाच आपल्या सर्वांत वाईट पापांची जाणीव नसते. मला एवढंच सांगायचं आहे की, निसर्गानं पाठविलेल्या प्रत्येक आपत्तीचा अर्थ निसर्गाचं आत्मनिरीक्षण, पश्चात्ताप व आत्मशुद्धी असा असतो, व तसा आपण मानला पाहिजे. आज आपल्याला कधीही भासली नसेल, इतकी शुद्धीकरणाची गरज आहे आणि मी तर इतकंसुद्धा म्हणेन की जर भारतातून अस्पृश्यतेचा रोग हद्दपार झाला, तर आत्ताचा हा भूकंप ही त्यासाठी चुकवावी लागलेली फार मोठी किंमत असणार नाही.''

पण बिहारच का? आम्हीच का? गांधीजींवर प्रत्येक ठिकाणी अशा प्रश्नांची सरबत्ती होत होती.

''बिहार अधिक पापी असल्यामुळे बिहारला ही शिक्षा भोगावी लागली आहे, असा अर्थ नाही.'' गांधीजी म्हणतात.

''बिहार हा भारताचा भाग आहे, जगाचा एक भाग आहे.''

...हेच सूक्ष्म छिद्र लवकरच रुंदावणार आहे आणि मग त्यातून असा मुद्दा

येणार आहे की, माणसाला इतरांच्या पापांची शिक्षा मिळू शकते, जरी तो पापी मनुष्य आपल्या सर्वांच्या परिचयाचा नसला व कितीही दूर-दूर असला तरी!

आज ज्याला अज्ञानातून आलेला मुद्दा असं म्हटलं जाईल, त्या मुद्याकडे गांधीजी परत वळतात. तो मुद्दा म्हणजे : "देवाच्या पद्धती देवालाच ठाऊक!" आणि मग पुन्हा हेच वेगळ्या शब्दांत येतं : "आपल्याला फक्त इतकंच माहीत आहे की, देव दयाळू, कृपाळू आणि प्रेमळ आहे. त्यामुळे तो ज्या शिक्षा देतो; *त्या न्यायावर आधारीतच असतात.* हे कसं ते समजणं माझ्या कुवतीबाहेरचं आहे. हे सर्वांच्याच कुवतीबाहेरचं आहे."

आता दुसऱ्यामुळे ओढवलेली अरिष्टं हाच मुक्तीचा उपाय बनतो :

"आपण आपत्ती हा आपल्या पापांचा परिणाम मानला पाहिजे – तुमच्या नव्हे, माझ्या पापांचा. प्रत्येकानं बिहारमधील हे संकट स्वत:वरचं संकट मानलं पाहिजे आणि तिथे मरण पावलेल्या लोकांबद्दल, प्रत्येकाला आपल्या स्वत:च्या नातलगांच्या निधनानं जेवढं दु:ख झालं असेल, तितकं दु:ख वाटलं पाहिजे. या दु:खद घटनेच्या स्मृती आपल्या मनात ताज्या असतानाच आपण आपली वैयक्तिक व सामाजिक पापं धुऊन काढण्याचा प्रयत्न केला पाहिजे."

व्याख्यानाची दिशा सतत बदलतीय. इतरांनी केलेल्या पापाची शिक्षा म्हणून देवानं बिहारींना ठार केलं असं आहे का? का, तिथे जे लोक जगले-वाचले त्यांनी आपल्या पापांमुळे बिहारींचा मृत्यू ओढवला असं समजायचं आणि आपण आपल्या विशिष्ट दुष्कृत्यांपासून मुक्त होणं भाग आहे असं मानायचं, असं आहे?

विज्ञानाचा विद्यार्थी

पण लोकांना हे पटलेलं नाही. एक विज्ञानाचा विद्यार्थी गांधीजींना लिहितो की, 'भूकंपाला नैसर्गिक कारणं असतात. अस्पृश्यता मानण्यामुळे हे कसं काय घडलं असू शकेल?'

गांधीजी त्याला ताकीद देतात, 'विज्ञानाच्या विद्यार्थ्याला त्याच्या आकलनाबाहेरच्या गोष्टीवर विश्वास न ठेवण्याचा काहीही अधिकार नाही....

"विज्ञानाचा विद्यार्थी नम्र असला पाहिजे. आपल्या कानावर जे पडतं, ते झटकून टाकण्याऐवजी त्यानं त्याचा थोडा विचार केला पाहिजे. या जगातल्या फार थोड्या गोष्टी आपण समजून घेऊ शकतो. बऱ्याच गोष्टी आपल्या आकलनापलीकडल्या असतात. त्यामुळेच विद्वान माणसं जसजसं अधिक ज्ञान संपादन करतात तसं ती अधिक नम्र होतात, कारण विद्वान माणसाला त्याच्या प्रचंड अज्ञानाची जाणीव असते. तो जितका जास्त खोल जातो तितकं त्याच्या अधिक लक्षात येतं की,

आपल्याला काहीच माहीत नाही. शिवाय, त्याला जे काही माहीत असतं, तो केवळ तर्क असतो. हे लिहून माझा विज्ञानाची निंदा करण्याचा हेतू नाही. आपल्याजवळचं ज्ञान, मग ते अतिसूक्ष्म असलं तरी त्याचे उपयोग असतात. पण अद्याप जे ज्ञान मिळवणं बाकी राहातं, त्या तुलनेत जे ज्ञान मिळवलं आहे, ते महासागरातील एका थेंबापेक्षाही कमी आहे.''

अज्ञानातून आलेले मुद्दे ऐन भरात आहेत.

पण तरीही प्रश्न उरतोच, ''बिहारच का?''

''जी ठार झाली, लुळीपांगळी झाली... खास करून त्यांच्याच वाट्याला हे का?''

गांधीजी म्हणतात, ''या जगतातील सर्व जीवनाचा मूलारंभ एकच आहे.''

''त्यामुळे सर्वांचा मूलाधार एकच आहे. यामध्ये वनस्पतीजीवनापासून मानवी जीवनापर्यंत सर्व गोष्टींचा समावेश आहे... आपण हा नियम कुटुंबात पाहातो. घरातला पिता दुःखी असेल, तर बाकीचे सर्व जण दुःखी असतात आणि त्याच्या पापी मार्गांचा परिणाम प्रत्येकावर होत असतो. त्यामुळे या विद्यार्थ्यानं सर्व सजीव प्राण्यांचं एक असणं स्वीकारलं तर बिहारच्या शिक्षेमध्ये सर्व जणच समाविष्ट होतील. ज्यांना भूकंप जाणवला नाही, तेसुद्धा अस्पर्श राहिलेले नाहीत. त्यांनी जर प्रत्यक्ष अनुभव घेतला नसेल, तर ते त्यांना माहीत नाही असं मानावं. याचा अर्थ असा आहे की, भूकंपामुळे फक्त बिहारमधील माणसं ठार झाली असली, तरी त्याची वेदना अन्य ठिकाणच्या सर्वांना झाली असणार आणि त्या अर्थानं ती त्यांच्यासाठीसुद्धा शिक्षाच आहे.''

त्यामुळे विज्ञानाचा विद्यार्थी बहुधा मान्य करेल की, 'फक्त बिहारच का?' हा प्रश्न विचारण्यात फारसा अर्थ नाही. मी विज्ञानाचा विद्यार्थी असतो, तर मी या निष्कर्षाप्रत आलो नसतो.

''बिहारच का, इतर कुठला प्रदेश का नाही?'' गांधीजी पुढे म्हणतात, *''देवाला हा प्रश्न करणारे आपण कोण?* त्याच्या पद्धती गूढ असतात. त्यामुळे जिथे समजूत पटत नाही, तिथे श्रद्धा कामी येते....''

त्यानंतर गांधीजी ज्या मुद्द्यांचं आवाहन करतात, तो आपण याआधीही पाहिला आहे : भूकंप व तत्सम गोष्टी मानवी पापांमुळे घडल्या आहेत, यावर अगणित लोकांचा विश्वास नाही, असा मानवी इतिहासात कोणताही काळ नाही.

पण दक्षिणेत अस्पृश्यता अतिशय तीव्र स्वरूपात मानली जाते. मग बिचाऱ्या बिहारींनाच ही शिक्षा का भोगावी लागली?

त्यावर गांधीजी पुन्हा मार्गदर्शन करतात :

''आपल्या कोणत्या पापांची शिक्षा म्हणून अशा आपत्ती आपल्यावर कोसळतात हे कधीच कळू शकणार नाही. अशा आपत्ती ही आपल्या वैयक्तिक व सामाजिक पापांची शिक्षा असतात असं आपण सर्वांनी मानणं महत्त्वाचं आहे. 'हे तुमच्या पापांमुळे घडलं' असं एखादा म्हणत असेल तर तो अहंकार आणि अज्ञान आहे; पण जर एखादा म्हणत असेल की, 'हे माझ्या पापांमुळे घडलं,' तर ती नम्रता असेल, ती सूज्ञता असेल. 'अस्पृश्यता' हे असं पाप आहे की, ज्यामुळे भूकंपासारखी आपत्ती कोसळली, असं त्यांना वाटत नाही, त्यांना हे पटवून देण्याचा मी कधीही प्रयत्न केलेला नाही. हा माझ्या पापाचा परिणाम आहे, असंही ते म्हणू शकतात. सदोष माणूस अशा बाबींत अंतिमत: काय योग्य व काय अयोग्य हे कधीही ठरवू शकत नाही. भूकंप हा आपल्या पापांचा परिणाम आहे ही गोष्ट जर मी वाचकाला पटवून देऊ शकलो, तर माझं काम पूर्ण झालं. मग जे लोक अस्पृश्यता मानण्याला घोर पाप मानतात त्यांना त्याचं भूकंपाशी सूत्र जोडणं आणि शक्य तितक्या लवकर हा कलंक पुसून काढून प्रायश्चित्त घेणं भाग आहे.''

काही प्रश्न

अस्पृश्यता हे घोर पाप होतं, यात शंकाच नाही. हा आपल्या समाजाला मिळालेला शापच होता. गांधीजींना त्याचा अत्यंत संताप होता. त्यांनी त्याला आपला धर्म व इतिहासावरील कलंक असं म्हटलं आहे. अस्पृश्यतेचा मुळापासून नायनाट करण्याचा त्यांचा निर्धार होता. त्यासाठी त्यांनी खूप प्रयत्न केले.

बिहारवर ही आपत्ती कोसळली, तेव्हा ते या दुष्ट रूढीविरुद्ध प्रचार करीत होते, तेसुद्धा हा शाप जिथे सर्वांत तीव्र रूपात प्रचलित होता, अशा भागात! त्यामुळे जेव्हा त्यांनी या भूकंपाबद्दल ऐकलं तेव्हा त्यांच्या मनानं त्यांच्या या ध्यासाची त्याचा संबंध जोडला, असं झालं असेल का?

भूकंप ही ईश्वरी शिक्षा आहे, असा गांधीजींना विश्वास होता, त्याला ते 'समजूत' म्हणतात. ही 'समजूत' ते बहुसंख्य माणसांशी 'शेअर' करतात.

बिहारमधील भूकंप व अस्पृश्यता या दरम्यान त्यांनी जे समीकरण रचलं आहे त्याबद्दल ते खासकरून आग्रही नाहीत. ते म्हणतात, ही कोणत्या पापाची शिक्षा आहे हे तुम्ही ठरवू शकता आणि त्या पापातून मुक्त होण्यासाठी या शोकात्म घटनेचा उपयोग करून घेऊ शकता. असा विश्वास अशा प्रकारे उदात्त होऊ शकतो, असं ते म्हणतात.

अशा प्रकारे त्यांचं म्हणणं साधनीभूत आहे. लोकांना आपली ही 'समजूत' ही विशिष्ट श्रद्धा पटवून देणं, हा त्यांचा एकमात्र उद्देश नाही. त्यांचा उद्देश आहे लोकांनी अस्पृश्यता मानणं सोडावं आणि या रूढीचं आपल्या समाजातून निर्मूलन

करण्यासाठी साहाय्य करावं.

काही लोक असं म्हणतील की, समजा अशा उपाययोजनेनं समाजातील अशा प्रकारचा घोर अन्याय दूर होणार असला, तरी थोर गुरूनं अशी उपाययोजना वापरू नये. मी पुढच्या विधानावर येतो – ही आपत्ती आपल्या पापांमुळे कोसळली आहे असं आपण गृहीत धरलं पाहिजे, कारण ते आपल्याला नम्रता शिकवितं. पण ते मनात अपराधाची जाणीवही रुजवतं. माझ्या मुलाला आधीच इतके क्लेश भोगावे लागल्यानंतरही *त्यानं* असं समजायचं का की, *माझ्यावर* कोसळणारं कोणतंही संकट हे त्यानं केलेल्या कुठल्याशा पापामुळे कोसळलं आहे... कारण यामुळे तो आत्तापेक्षा अधिक नम्र व संवेदनक्षम होईल? असा विचार मला फार जड वाटतो.

देवानं लोकांना दु:खद अवस्था भोगायला लावली आहे आणि त्यांच्या काहीतरी कृत्यामुळेच त्यानं अशी अवस्था त्यांच्यावर लादली आहे, हे मूलभूत गृहीत याच मूलभूत श्रद्धेतून येतं की, देवाच्या इच्छेविना व त्याच्या आदेशाविना एक पानही हलत नाही आणि ते नुसतंच हलत नाहीतर त्यातून 'त्या'चा उद्देश साध्य होतो.

बरेच प्रश्न उभे राहतात

बिहारमधील भूकंप ही जर अस्पृश्यता मानण्याच्या पापाची शिक्षा असेल, तर त्यानंतर अवघ्या सोळा महिन्यांनी क्वेट्टाला उद्ध्वस्त करणारा भूकंप काय होता... त्यामध्ये ३०,००० ते ६०,००० या दरम्यान माणसं ठार झाली... ही कशाची शिक्षा होती? २००५ साली पाकव्याप्त काश्मीरमध्ये भूकंपात जवळजवळ ८०,००० माणसं ठार झाली, ही कशाची शिक्षा होती? 'शरीयत' अमलात न आणण्याबद्दल? इंडोनेशियाला हादरवून सोडणाऱ्या भूकंप मालिकेचं काय? नोव्हेंबर, २००९मध्ये त्यांच्या देशाचे माहिती व संपर्क मंत्री तिफातुल सेंबिरिंग यांनी ही संकटं इंडोनेशियातील लोकांच्या अनीतीमुळे घडत असल्याचं जाहीरपणे म्हटलं होतं, हे योग्य होतं का? त्या लोकांनी नीतिमूल्यं पायदळी तुडविणारे टीव्हीवरचे कार्यक्रम पाहिल्यामुळे अनीती फोफावली होती?... इंडोनेशियामध्ये बनलेल्या अश्लील सीडींच्या सहज उपलब्धतेमुळे अनीती सिद्ध झाली होती?

आणि जानेवारी, २०१०मध्ये हैती उद्ध्वस्त करणाऱ्या व दीड लाखापेक्षा अधिक प्राणहानी घडविणाऱ्या भूकंपाचं काय? अमेरिकी 'टेलीव्हॅन्जेलिस्ट' पॅट रॉबर्टसन यांनी म्हटल्याप्रमाणे, हैतीवासियांनी एकोणिसाव्या शतकाच्या प्रारंभी फ्रेंचांना हाकलून देण्यासाठी दुष्ट शक्तीशी करार केल्यामुळे देवानं ही आपत्ती धाडली? का, हैतीमध्ये अजूनही 'व्हूडू' – काळी जादू प्रचलित असल्यामुळे 'त्या'नं आपत्ती धाडली? आणि एका इराणी धर्मगुरूच्या प्रबंधाचं काय?... एप्रिल, २०१०मध्ये त्यांनी म्हटलं होतं की, इराणमधील भूकंप, भेदाभेद न मानणाऱ्या व असभ्य पोशाख

करणाऱ्या स्त्रियांमुळे होत आहेत.

"सभ्य पोशाख न करणाऱ्या अनेक स्त्रिया तरुणांना बिघडवतात आणि समाजात व्यभिचार पसरवितात, त्यामुळे भूकंपाचं प्रमाण वाढत आहे," असं धर्मगुरू होजातोसालेम काझेम सेदिघी प्रवचनाला आलेल्या भाविकांना सांगत आहेत, असं वृत्त बीबीसीनं दिलं होतं. आता तेहरान अनेक 'टेक्टॉनिक प्लेट्स'च्या छेदनबिंदूशी वसलेलं आहे, असं म्हटलं जातं. राष्ट्राध्यक्ष अहमदिनेजादसुद्धा शहरातील बारा दशलक्ष रहिवाशांना सुरक्षित जागी स्थलांतरित होण्यास सांगत आहेत, असंही बीबीसीच्या वृत्तात म्हटलं होतं.[५]

इराणला नियमितपणे उद्ध्वस्त करणाऱ्या भूकंपाच्या पार्श्वभूमीवर तेहरानमधील नागरिक कशामुळे अधिक सुरक्षित होतील... महिलांमधील भेदाभेदरहिततेला लगाम घालण्यासाठी व त्या इस्लामी ड्रेसकोड वापरतील, याची दक्षता घेण्यासाठी 'नैतिक पोलीस'दल अधिक मजबूत करण्याद्वारे का, अहमदिनेजाद त्यांना सुरक्षित जागी स्थलांतरित होण्याचा आग्रह धरत आहेत, त्याद्वारे?

आपण अशी प्रतिपादनं पाहिली की, त्यातील दोष लक्षात येतो : कुणीही संकटाचा संबंध आपल्याला तिरस्कार असलेल्या गोष्टीशी जोडू शकतो आणि ती विशिष्ट प्रथा बंद करण्यासाठी मुद्दा म्हणून त्याचा चांगला वापर करून घेऊ शकतो.

इंडोनेशियाचे मंत्री आणि संदेश देणारे (इव्हॅन्जेलिस्ट) यांची मतं वास्तवात किती हास्यास्पद आहेत हे आपण पाहिलं, यातून एक महत्त्वाचा धागा मिळतो – जेव्हा अशा प्रकारचं कारण सांगणारा माणूस आपल्या लेखी पूज्य नसतो; जे कारण सांगितलं जातं – या बाबतीत जी पापं सांगितली आहेत ती म्हणजे, टीव्हीनं निर्माण केलेली अनीती, दुष्ट शक्तीबरोबर केलेला करार 'व्हूडू'– ते आपल्या सांस्कृतिक वातावरणाच्या परिघातलं नसतं, तेव्हा लगेच आपण त्याकडे ती हास्यास्पद आहेत, अशा नजरेनं पाहातो. यामध्ये हाच महत्त्वाचा धडा आहे की : आपण एखादं विधान स्वतंत्रपणे पाहायला शिकलं पाहिजे, ते प्रतिपादन करणारी व्यक्ती कोण आहे, याच्याशी त्याचा संबंध जोडता कामा नये; आपल्याला जो चष्मा चढविण्याची अट असते, त्या चष्म्याविना आपण त्याकडे पाहिलं पाहिजे.

बिहारी विद्यार्थ्यानं गांधीजींना प्रश्न केला की, "बिहारपेक्षा दक्षिणेत कितीतरी जास्त प्रमाणात अस्पृश्यता मानली जात असताना, या अपराधासाठी दक्षिणेतल्या लोकांना शिक्षा न होता, ती बिहारी लोकांना का झाली?"

आपण गांधीजींचं उत्तर पाहिलं :

गांधीजींच्या तर्कशास्त्रानुसार, मानवजात एकच असल्यामुळे जगाच्या दुसऱ्या

---

५. बीबीसी न्यूज, २० एप्रिल, २०१०.

बाजूला असलेल्या आपल्या पापांची हैतीवासियांना शिक्षा झाली, असं म्हणता येणार नाही का? शिवाय त्या विद्यार्थ्याचा प्रश्न त्या काळानंतरसुद्धा लागू होतोच. आधीच्या शतकानुशतकांपासून अस्पृश्यता मानली जात होती, तरी या पापासाठी १९३२ सालात जगणाऱ्या बिहारींना शिक्षा का मिळाली? असं गृहीत धरू या की, खरंच दुष्ट शक्ती होती. पुढे असंही गृहीत धरू या की, १९व्या शतकाच्या आरंभी हैतीवासींनी त्याच्याशी करार केला. पण दोनशे वर्षांपूर्वी हैतीवासियांच्या पूर्वजांनी केलेल्या कृत्याबद्दल जानेवारी, २०१०मध्ये जगणाऱ्या लोकांना का प्राणांना मुकावं लागलं?

नुकत्या जन्माला आलेल्या किंवा काहीतर अजून आईच्या पोटातच आहेत, अशा इवल्याशा जीवांना दुष्कृत्यांबद्दल, जे नक्कीच त्यांनी केलेलं नाही, शिक्षा म्हणून ठार करणं, कोणत्या तर्कशास्त्रानुसार समर्थनीय आहे? का, गोष्टींमध्ये सांगितलं जातं तसं, देव सर्वज्ञ असल्यामुळे त्याला हे माहीत असतं की, त्यांना जगू दिलं, तर ते मोठं झाल्यावर पाप करतील, म्हणून त्यांना ठार करण्यात आलं?

पण मग त्यातून इतर प्रश्न निघतात : भूकंपामुळे गाडल्या गेलेल्या दीड लाख लोकांत कुणीही प्रौढ, पापी नव्हतं का? समजा असतील, तर त्याच देवानं त्यांच्या पापांच्या राशीची भरपाई होईल अशी शिक्षा मिळेपर्यंत त्यांना वाढू का दिलं... त्सुनामीमध्ये बुडून मरेपर्यंत किंवा भूकंपानं दगड-मातीच्या ढिगाऱ्यांखाली सापडून ठार होईपर्यंत? या बाबतीतली देवाची जबाबदारी टाळता येणार नाही. कारण आपण याआधी पाहिल्यानुसार जेव्हा एखाद्या आघातात सर्व जण मरतात, फक्त एखादं बाळ वाचतं तेव्हा आपण म्हणतो, ''त्याच्यावर देवाची कृपा आहे. देवानं त्याला वाचवलं,'' पण तेच 'तर्कशास्त्र' वापरून, देवानं बाकीच्यांना ठार केलं, असं म्हणायचं नाही का?

आपल्यातील तंत्रज्ञानकुशल व्यक्तींनी, आधीच इशारा देणारी यंत्रणा तयार करण्याकडे दुर्लक्ष न करायला शिकलं पाहिजे म्हणून त्सुनामीच्या तडाख्यात लाखो लोक मरण पावले आहेत का? पाकव्याप्त काश्मीर व हैती या ठिकाणच्या भूकंपात लाखो लोक मृत्युमुखी पडले आहेत ते सरकारी अधिकारी व वास्तुविशारद यांनी भूकंपप्रतिकारक इमारती बांधण्याच्या पद्धतींकडे दुर्लक्ष करू नये म्हणून? मग ज्यांनी बांधकामविषयक नियमांची चौकट अमलात आणली नाही, त्या सरकारी अधिकाऱ्यांनाच फक्त शिक्षा का करायची नाही? किंवा भूकंपाचे धक्के सहन करू शकतील, अशा प्रकारचं बांधकाम तंत्रज्ञान व सूत्रं विकसित करून त्यांचा उपयोग करून न घेतल्याबद्दल वास्तुविशारद व अभियंत्यांना शिक्षा का नाही करायची? या काही मोजक्या लोकांनी आपलं कर्तव्य पार पाडावं म्हणून बाकीच्या लक्षावधी लोकांना का ठार करायचं? आज सूचना देण्याच्या फक्त अप्रत्यक्ष पद्धती वापरावयाच्या म्हटलं, तरी

बाकीच्यांना धडा देण्यासाठी इतक्या जणांना ठार करणं खरंच आवश्यक होतं का?

का, ज्या लोकांना या आपत्तींचा तडाखा बसला आहे त्यांची सेवा करण्याची बाकीच्यांना संधी मिळावी म्हणून या आपत्ती कोसळल्या आहेत? आपण बाकीच्या सगळ्यांनी सहृदयता शिकावी यासाठी हे सगळे मृत्यू, लुळेपांगळेपण व दु:खभोग घडले आहेत? पण यातून आणखी एक प्रश्न उभा राहतो. तो बाबा आमटेंच्या संदर्भात आला होता, त्याकडे आपण पुढे वळणारच आहोत आणि आपल्या लक्षात येईल की, त्याला उत्तर नाही.

आणखी एक अडचण उद्भवते, ती अशी स्पष्टीकरणं देणाऱ्या व्यक्तीपलीकडे जाते... मग ती व्यक्ती म्हणजे गांधीजी असोत वा इंडोनेशियाचे मंत्री अथवा टेलिव्हॅन्जेलिस्ट असोत; देवावर श्रद्धा ठेवणाऱ्या माणसाचं ठाम प्रतिपादन बाजूला सारण्यात कदाचित आपल्याला थोडी अडचण येईल. अशा व्यक्तीच्या मते, माणसांनी केलेल्या अथवा न केलेल्या कोणत्यातरी कृत्याबद्दल देव क्रोधित होतो आणि अशी आपत्ती हा त्याच्या कोपाचा परिणाम असतो. जेव्हा देव स्वत:च जाहीर करतो की, जे कुणी त्याच्याप्रती व फक्त त्याच्याप्रती संपूर्ण पूज्यभाव ठेवत नाहीत, जे दुष्ट कारस्थानं रचतात त्यांना तो पृथ्वीकरवी 'गिळंकृत' करतो, तेव्हा आपण काय करायचं?[६] जेव्हा 'तो' स्वत: आपल्याला अनेकदा स्मरण देतो की, त्यानं कारून, त्याचा राजवाडा व त्याचा अगणित खजिना पृथ्वीला गिळंकृत करायला लावला कारण कारूनचा अहंकार व तोरा?[७]

'तो' आपल्याला बजावून सांगतो की, कारूनला त्यानं दिलेली शिक्षा तसंच फैरो व हामान यांना उन्मत्तपणाबद्दल दिलेली शिक्षा लक्षात ठेवा :

> ...परंतु पृथ्वीवर त्यांनी आपल्या मोठेपणाचा अहंकार केला,
> वास्तविक ते मात करू शकणारे नव्हते,
> सरतेशेवटी आम्ही प्रत्येकाला त्याच्या गुन्ह्यांत पकडले
> मग त्यांच्यापैकी कुणावर आम्ही दगडांचा वर्षाव
> करणारे झंझावात पाठविले,
> आणि कुणाला भयंकर स्फोटाने गाठले,
> तर कुणाला आम्ही जमिनीत धसविले,
> आणि कुणाला बुडवून टाकले....

---

६. कुरआन, १६.४५

७. कुरआन, २८.७६-८१

अर्थातच आपण दोन भिन्न गोष्टी सदैव मनात ठेवल्या पाहिजेत. पहिली गोष्ट म्हणजे देवाजवळ हे सर्व करण्याची शक्ती आहे आणि त्यानं तीव्र झंझावात, भयंकर स्फोट पाठविले होते. आणि तो ते पाठवितो आहे. त्यानं भूकंप घडविले आणि पृथ्वी दुभंगून पापाचरणी माणसांना त्यामध्ये धसविले व तो हे करतो. पण आणि हीच दुसरी गोष्ट आहे की, याच्या परिणामी जो दु:खभोग सोसावा लागतो, त्याला 'ते' कारणीभूत नाही!

या अध्यायात पुढे म्हटलं आहे :

> अल्लाह त्यांच्यावर अत्याचार करणारा नव्हता, पण ते स्वत:च आपल्यावर अत्याचार करीत होते.[८]

जर भूकंप असतील, तर महापूर का नाहीत? कुरआनमध्ये अनेक ठिकाणी अल्लाह प्रेषितांना 'त्यांनी' महापुरात बुडवून ठार केलेल्या अनेक लोकांचं स्मरण देतात :

> ''आम्ही त्याला दिव्य बोध केला की, आमच्या देखरेखीत व आमच्या दिव्य बोधानुसार नौका तयार कर. मग जेव्हा आमची आज्ञा येईल आणि तो जलप्रलय उसळू लागेल, तेव्हा प्रत्येक प्रकारच्या प्राण्यांपैकी एकेक जोडी घेऊन तिच्यात स्वार हो. आणि आपल्या कुटुंबीयांनादेखील सोबत घे, त्यांच्याव्यतिरिक्त ज्यांच्याविरुद्ध अगोदर निर्णय झाला आहे आणि अत्याचाऱ्यांचा संबंधात मला काही सांगू नकोस. हे आता बुडणारे आहेत.''[९]

अल्लाह सर्वांना पाण्यात बुडवून ठार करण्याचं कारण देतात. ते सांगतात : आठवा, जेव्हा या सर्वांच्या अगोदर त्याने (नूहाने) आमचा धावा केला होता. आम्ही त्याची प्रार्थना स्वीकारली आणि त्याची व त्याच्या कुटुंबीयांची महापीडेतून सुटका केली आणि त्या लोकांच्या विरुद्ध त्याला साहाय्य केले. ज्यांनी आमचे संकेत खोटे ठरविले होते... ते अत्यंत वाईट लोक होते म्हणून आम्ही त्या सर्वांना बुडवून टाकले.[१०] नूह, त्याचं कुटुंब आणि प्राण्यांची एकेक जोडी सोडून, तेव्हा जिवंत असलेला प्रत्येक जण दुष्ट होता? नावेमधून नेलेल्या बिचाऱ्या प्राण्यांच्या वाचलेल्या जोड्यांचं काय? त्या वेळी जिवंत असणाऱ्यांपैकी सगळेच्या सगळे 'अत्यंत अन्याय्य व अतिशय उन्मत्त दुर्वर्तनी होते?[११] कारण

---

८. कुरआन, २९:३९-४०
९. कुरआन, २३:२७
१०. कुरआन, २१:७६-७७
११. कुरआन, ५३:५२

त्यांच्यापैकी कुणालाही जिवंत सोडलं नव्हतं.

मग अलीकडेच त्सुनामीत जी तीन लाख माणसं ठार झाली, त्यांचं काय? त्यांच्यापैकी प्रत्येक जण – अगणित नवजात अर्भकं, स्त्रिया, मुलांसहित 'अत्यंत वाईट' होता?

अल्लाह आपल्याला सांगतात :

आम्ही नूहाला त्याच्या लोकसमूहाकडे पाठविले. त्याने सांगितले, ''हे माझ्या जातिबांधवांनो! अल्लाहची भक्ती करा. त्याच्याव्यतिरिक्त तुमचा कोणीही ईश्वर नाही. मला तुमच्या बाबतीत एका भयंकर दिवसाच्या प्रकोपाचे भय वाटते!''...

परंतु त्यांनी त्याला नाकारले. सरतेशेवटी आम्ही त्याला व त्याच्या सोबत्यांना एका नावेतून सुटका दिली आणि त्या लोकांना बुडविले, ज्यांनी आमची संकेतवचने खोटी ठरविली होती. नि:संशय ते आंधळे लोक होते!१२

पण त्सुनामीत नाश पावलेल्यांमध्ये बरेच मुस्लीम लोकही होते. त्यांच्यापैकी एकही जण अल्लाह यांच्या संकेतवचनांवर विश्वास ठेवत नव्हता? आणि इतर मानवजात बुडून मरण पावली नाही, कारण ती 'अत्यंत वाईट' नव्हती?... कारण त्यांचा अल्लाह यांच्या संकेतवचनांवर विश्वास होता? का, 'त्या'नं त्यांच्या बाबतीत इतर काही व्यवस्था केली होती म्हणून?

तिसरा मुद्दा असा की, आता देव आपल्यासमोर आहे. आता गांधीजींची श्रद्धा 'समजूत' म्हणून आठवा. ही अथवा इतर कुठली समजूत केवळ मी ती लक्षावधी लोकांशी 'शेअर' करतो, म्हणून सबळ होते का? आणि श्रद्धेचं काय? देवावरील श्रद्धेचं काय? 'तो' असतो या गोष्टीवर मानवजातीनं सदैव विश्वास ठेवला आहे आणि अजूनही ठेवते, म्हणून 'त्या'च्या असण्याची शक्यता वाढते का?

आणि चौथा मुद्दा म्हणजे समजा, गांधीजी व त्यांचे अनुयायी जे मानतात ते खरं असलं – म्हणजे आपण पाप करतो त्यामुळे देव आपल्यावर आपत्ती कोसळवितो – तर आपण सर्वोत्कृष्टता व श्रेष्ठत्व कसं प्राप्त करू शकतो, ते देवानं समजावून सांगायला हवं. पर्शियन भाषा अवगत असलेल्या माझ्या एका मित्रानं मला काव्यपंक्ती ऐकविल्या होत्या. त्या कवितेत कवी म्हणतो :

मी दुष्ट कृत्यं करतो आणि तू मला दुष्टपणे शिक्षा देतोस
मग तुझ्यात आणि माझ्यात फरक काय तो तरी सांग!

---

१२. कुरआन, ७:५९-६४

नैसर्गिक आपत्ती ही दैवी शिक्षा असते, तशी मानवनिर्मित संकटं हीसुद्धा देवानं दिलेली कठोर शिक्षा असते का?

जर देवाच्या इच्छेविरुद्ध व आदेशाखेरीज एक पानही हलत नाही; हजारो लोकांना जे एकत्रित दु:खभोग सोसावे लागतात – नैसर्गिक आपत्ती कोसळल्यावर सोसावे लागतात तसे ते 'दैवी कठोर शिक्षे'मुळे; आपल्या पापांमुळे देव शिक्षा देतो असं मानलं तर, गांधीजींसारख्या मताचा माणूस मानवनिर्मित दु:खभोगांकडे कोणत्या दृष्टीनं पाहातो? उदाहरणार्थ, हिटलरच्या जर्मनीतल्या ज्यू लोकांच्या छळवणुकीबद्दल त्यांना काय म्हणायचं होतं?

१९३०च्या दशकाच्या अखेरीस जर्मनीत ज्यू लोकांना ज्या क्रौर्याला सामोरं जावं लागत होतं, त्याबद्दलची वस्तुस्थिती संपूर्ण जगभर ज्ञात झाली होती. भारतामध्ये गांधीजी हे निर्विवाद नेता होते. ते नैतिकतेचा महान आवाज होते. ते त्यांच्या लोकांच्या स्वातंत्र्यासाठी लढत होते; पण फक्त त्यांच्या स्वातंत्र्यासाठी नव्हे. कुठेही, कुणालाही सोसाव्या लागणाऱ्या दु:खाबद्दल त्यांना तितकीच आस्था होती. प्रमुख यहुदी विचारवंत व चळवळीतल्या कार्यकर्त्यांनी, त्यांचे लेख व निवेदनं परिश्रमपूर्वक अनुसरले. गांधीजींच्या कृतीतून ते सदसद्विवेकबुद्धीने वागणारा माणूस असल्याचं स्पष्ट झाल्यामुळे हे लोक त्यांच्याकडे आकर्षित झाले. छळवणुकीच्या पार्श्वभूमीवर आपण काय करावं, यासाठी त्यांनी त्यांच्या पद्धतींचा अभ्यास केला. त्यामुळे हिटलर व जर्मन लोकांचं काय चाललं आहे, हे जगात अधिकाधिक कळेल तसंच महात्माजी अशा दुष्ट कृत्यांबद्दल काय आवाज उठवितात, काय म्हणतात, काय उपदेश करतात, याची आतुरतेनं व अधीरपणे वाट पाहात होते.

असमांतर

ज्यूंच्या बाबतीत ते केलं जात होतं, त्यामुळे स्वाभाविकत: गांधीजी बंड करून उठतात. ते म्हणतात, 'ज्यू-विरोधी (सेमिटिजम)वृत्ती' हा अडाणीपणा आहे.

"सर्व ज्यू लोकांप्रती मला सहानुभूती आहे." त्यांनी लिहिलं आहे. ते म्हणतात की, दक्षिण आफ्रिकेत माझा त्यांच्याशी दाट परिचय होता. त्यांच्यापैकी काही जण तर आयुष्यभराचे सोबती बनले आहेत. या मित्रांकरवी मला त्याच्या प्रदीर्घकाळच्या छळवणुकीबद्दल समजलं. ते याला समांतर उदाहरण देतात, त्यांच्या मते हे निर्णायक आहे.

"ते ख्रिस्ती धर्मातले अस्पृश्य ठरले आहेत." असं ते म्हणतात. ख्रिस्ती लोकांकडून त्यांना मिळणारी वागणूक व हिंदूंकडून अस्पृश्यांना मिळणारी वागणूक खूप जवळची आहे. दोन्हीही बाबतीत त्यांना मिळणाऱ्या अमानवी वागणुकीच्या

समर्थनासाठी धार्मिक अनुज्ञा घेतलेली आहे.''

"त्यामुळे या मैत्रीव्यतिरिक्त ज्यू लोकांबद्दल मला सहानुभूती असण्याचं समान सार्वत्रिक कारण आहे.''[१३]

शिवाय, आत्ता विचारात घेतलेल्या उदाहरणात, म्हणजे 'हिटलरच्या जर्मनीत' छळवणूक अशा टोकाला व क्रौर्याच्या परिसीमेला पोहोचली होती की, त्याला *इतिहासात दुसरं तुलनात्मक उदाहरण नसावं.*

गांधीजी लिहितात, ''जुन्या काळातले जुलमी राज्यकर्ते कधी हिटलरइतके वेडेपिसे झाले नव्हते आणि तो हे धर्मविषयक कळकळीने करीत आहे. कारण तो एकमात्र, झुंझार राष्ट्रभक्तीचा नवा धर्म समोर ठेवतोय... ज्याच्या नावाखाली कोणतंही अमानुष कृत्य ही माणुसकीची बक्षीसपात्र कृती ठरते, उघड-उघड माथेफिरू पण निर्भय तरुणाईची दुष्ट कृत्यं त्याच्या संपूर्ण वंशाला अकल्पित क्रौर्यानं शिक्षा करीत आहेत....

''मानवतेसाठी व मानवतेच्या नावाखाली जर कधी समर्थनीय युद्ध झालं तर, संपूर्ण वंशाची अविचारी छळवणूक रोखण्यासाठी, जर्मनीविरुद्ध युद्ध पुकारणं पूर्णत: समर्थनीय असेल.'' गांधीजी म्हणतात.

त्यांनी यामध्ये आणखी एक मुद्दा घातला आहे. त्याकडे आपण वळणारच आहोत. ते म्हणतात, ''पण कुठलंही युद्ध व्हावं, असं मला वाटत नाही. त्यामुळे अशा युद्धाच्या साधक-बाधक मुद्द्यांवर चर्चा करणं, माझ्या परिघाच्या व क्षेत्राच्या बाहेरचं आहे....''

उपदेश

छळवणुकीचं अक्षम्य प्रमाण, त्यातलं भयानक क्रौर्य – हिटलरच्या राजवटीचं असं स्वरूप असताना ज्यूंनी काय करावं? त्यांनी कसा प्रतिसाद द्यावा? त्यांनी सदसद्विवेकबुद्धीला स्मरून दिलेल्या निवेदनामुळे नैतिक पाठिंबा लाभणार असला, तरी संपूर्ण जगभरातील ज्यूंच्या मनात हा प्रश्न अग्रस्थानी होता.

---

१३. 'द कलेक्टेड वर्क्स ऑफ महात्मा गांधी', खंड ६८, पब्लिकेशन डिपार्टमेंट, भारत सरकार, नवी दिल्ली, (१९७७).
त्यांच्या निरीक्षणांना दोन बाजू आहेत – ज्यू लोकांचा छळ आणि त्यांना पॅलेस्टाईनमध्ये त्यांच्या मायभूमीत हक्क आहे का? यातील दुसरा मुद्दा या पुस्तकाच्या विषयाशी सुसंगत नसल्यामुळे मी गांधीजी व प्रमुख यहुदी विचारवंत यांच्यादरम्यानच्या संवादांचा उल्लेख येथे करत नाही.

१९३०च्या दशकाच्या अखेरीस गांधीजींना या प्रश्नाचा सामना करावाच लागला. काहीही असलं, तरी तो त्या काळातला मानवहिताशी निगडीत असलेला महत्त्वाचा प्रश्न होता आणि परिस्थिती अशी होती की, त्यांनी ज्या साधनाचा पुरस्कार केला, त्याच्या खऱ्या कसोटीची वेळ होती. ते साधन म्हणजे अहिंसक प्रतिकार. जेव्हा हिटलर समोर उभा ठाकला होता, तेव्हा ते प्रसंगोचित ठरणार होतं का? का, फक्त ब्रिटिशांसारखे शत्रू समोर असतील, तेव्हाच ते योग्य ठरणार होतं?... म्हणजे शत्रू किमान घरात व सार्वजनिक ठिकाणी तरी लोकशाही तत्त्वांना धरून वागणारा असेल तेव्हा?

''ज्यू या संघटित व निर्लज्ज छळवणुकीचा प्रतिकार करू शकतात का? त्यांचा आत्मसन्मान अबाधित राखण्याचा आणि त्यांना आपण असहाय, दुर्लक्षित व उपेक्षित आहोत, अशी भावना न येऊ देण्याचा काही मार्ग आहे का?'' गांधीजी नोव्हेंबर, १९३८मध्ये लिहिलेल्या 'द ज्यूज' या लेखात प्रश्न करतात. या त्यांच्या लेखावर सगळीकडून प्रतिक्रिया येणार होत्या.

''मी नमूद करतो की मार्ग आहे.'' ते लिहितात आणि लगेच देवाचा प्रवेश होतो.

''जिवंत परमेश्वरावर ज्याची श्रद्धा आहे, अशा कुणाही माणसानं स्वतःला असहाय किंवा उपेक्षित समजण्याची गरज नाही.'' ते म्हणतात. ज्यांचा येहोवा हा ख्रिश्चन, मुसलमान वा हिंदूंच्या देवापेक्षा अधिक व्यक्तिगत आहे, याकडे ते लक्ष वेधतात, तो सर्वांसाठी एकच व वर्णनातीत आहे. पण ज्यू लोक देवाला व्यक्तित्व जोडत असल्यामुळे व आपली प्रत्येक कृती त्याच्या आधिपत्याखाली असते, असं मानत असल्यामुळे त्यांनी स्वतःला असहाय समजायचं काहीच कारण नाही.

''मी जर ज्यू असतो आणि जर्मनीत जन्माला आलो असतो व तिथे उपजीविका करीत असतो, तर मीही ज्यू नसलेल्या माणसाप्रमाणेच जर्मनी हे माझं घर आहे, असं ठासून सांगितलं असतं,'' – पण जर्मनीतले ज्यू नेमकं हेच 'ठासून सांगत' आहेत आणि ते असंच असल्याचं ठामपणे मानत आहेत व या मताला चिकटून आहेत – आणि त्याला मला गोळी घाल किंवा मला अंधारकोठडीत टाक म्हणून आव्हान देईन; मी हद्दपार होण्यास अथवा भेदाभेदाच्या वागणुकीला शरण जाण्यास नकार देईन.

''आणि हे करण्यासाठी –'' ते पुढे म्हणतात, ''ज्यू सहकाऱ्यांनी माझ्यासोबत सविनय प्रतिकारात सहभागी व्हावं याची वाट मी पाहू नये, तर अखेर बाकीच्यांना माझं उदाहरण अनुसरणं भाग पडेल, याबद्दल विश्वास बाळगावा. जर एका ज्यू माणसानं अथवा सर्व ज्यू माणसांनी इथे देऊ केलेली उपाययोजना स्वीकारली, तर तो अथवा ते आत्तापेक्षा जास्त वाईट अवस्थेला जाणार नाहीत.'' – म्हणजे अजून

ते किमान जिवंत तरी आहेत, पण जर त्यांनी त्यांची उपाययोजना अनुसरली, तर ते क्षणांत मृत्युमुखी पडतील, यानं काहीही फरक पडलेला दिसत नाही.

गांधीजी म्हणतात की, त्यांची परिस्थिती अधिक चांगली होईल.

"– आणि आनंदही लाभेल, जो जर्मनीबाहेर जगभरात संमत झालेल्या सहानुभूतीच्या अनेक ठरावांनीही लाभू शकणार नाही."

पण जर इतर सत्तांनी हस्तक्षेप करून जर्मनीत सूत्रं हाती घेतली, तर त्यांचं अधिक कल्याण होणार नाही का?

गांधीजी म्हणतात, "अगदी ब्रिटन, फ्रान्स व अमेरिकेनं जरी जर्मनीविरुद्ध शत्रुत्व पुकारलं, तरी ते आंतरिक सामर्थ्य आणि आंतरिक आनंद देऊ शकत नाहीत. उलट तिरस्कारामुळे त्यांच्यावर अधिक दुःखभोग लादले जाऊ शकतील : अशा प्रकारे शत्रुत्व पुकारल्यास त्याला उत्तर म्हणून हिटलरच्या हिंसाचाराची परिणती ज्यूंच्या कत्तलीत होऊ शकेल."

गांधीजी त्यांचं म्हणणं पुढे मांडताना म्हणतात : "पण जर यहुदी मनोवृत्ती स्वयंस्फूर्तीनं दुःख भोगायला तयार असेल, तर मी ज्या संहाराची कल्पना करतोय, त्याऐवजी 'थँक्स गिव्हिंग'चा दिवस उजाडेल. धार्मिक पापभीरू माणसाच्या दृष्टीनं मृत्यूचं भय नसतं. ती एक सुखकारक निद्रा असते आणि त्यानंतर जी जाग येईल, ती अधिक ताजंतवानं करणारी असेल.

"माझी उपाययोजना अनुसरणं झेक लोकांपेक्षा ज्यूंना कितीतरी सोपं आहे, हे मी सांगायची गरज नाही आणि दक्षिण आफ्रिकेतील भारतीय सत्याग्रहाचं याला अगदी समांतर उदाहरण त्यांच्यासमोर आहे." गांधीजी लिहितात.

अगदी समांतर?

गांधीजी समांतर मुद्द्यांची यादी देतात ती पाहा – कारण लवकरच त्यावर एका थोर यहुदी तत्त्ववेत्याचं भाष्य येणार आहे.

(१) 'जर्मनीत यहुदी लोकांचं जे स्थान आहे, नेमकं तेच स्थान भारतीयांचं आहे.'

(२) 'छळवणुकीला धार्मिक छटाही आहे. राष्ट्राध्यक्ष क्रूगर म्हणत असत की, गोऱ्या ख्रिश्चनांची देवानं निवड केली आहे आणि हलक्या दर्जाचे भारतीय गोऱ्यांची सेवा करण्यासाठी निर्माण केले आहेत.'

(३) ट्रान्सवाल घटने (Transvaal Constitution)मध्ये असं कलम होतं की, गोरे व काळे लोक – त्यामध्ये आशियाई लोकही समाविष्ट होते – यांच्यामध्ये समानता असू नये.'

(४) 'तिथंसुद्धा भारतीयांना वंशभेदामुळे वेगळ्या वस्तीत पाठवलं जात होतं.

त्या ठिकाणांचं वर्णन 'वस्त्या' असं आहे.

जे ज्यू लोक हिटलरच्या जुलमी लष्करी दडपशाहीखाली चिरडले जात होते आणि ज्यांना दक्षिण आफ्रिकेबद्दल अजिबात काही माहीत नव्हतं, त्यांना अशा यादीनं काय वाटलं असेल?

आणि तिथले भारतीय काय करू शकत होते पाहा. गांधीजी म्हणतात,

''बाह्य जगाचा अथवा भारतीय सरकारचा कसलाही पाठिंबा नसताना अगदी मोजक्या भारतीय लोकांनी सत्याग्रह केला. ब्रिटिश अधिकाऱ्यांनी या सत्याग्रहींना त्यांनी उचललेल्या पावलापासून परावृत्त करण्याचा नक्कीच प्रयत्न केला. आठ वर्षांच्या संघर्षानंतर जागतिक लोकमत व भारत सरकार त्यांच्या मदतीला आलं आणि तेसुद्धा युद्धाच्या भयानं नव्हे, तर परराष्ट्र संबंधांच्या दबावामुळे. पण दक्षिण आफ्रिकेतल्या भारतीयांपेक्षा जर्मनीतले ज्यू कितीतरी चांगल्या कृपाछत्राखाली सत्याग्रह करू शकतात. ज्यू हा जर्मनीतला घट्ट वीण असलेला, एकसंध समाज आहे. दक्षिण आफ्रिकेतल्या भारतीयांपेक्षा त्यांना कितीतरी देणग्या लाभलेल्या आहेत आणि त्यांच्यामागे संघटित जागतिक लोकमत आहे. माझी खात्री आहे की, त्यांच्यापैकी कुणी धाडसी व विशिष्ट दृष्टी (vision) असलेला त्यांच्या अहिंसात्मक चळवळीचं नेतृत्व करण्यास पुढे आला, तर त्यांच्या डोळ्यांतील निराशेचा शिशिर आशेच्या वसंतात रूपांतरित होऊ शकेल आणि आज जी मानवी-संहाराच्या रूपात अवनती झाली आहे, ते चित्र बदलून त्याचं विनाशस्त्र स्त्री-पुरुषांनी – ज्यांच्यापाशी येहोवानं दिलेली दुःखभोग सोसण्याची शक्ती आहे – घेतलेल्या शांत व निश्चयी पवित्र्यात रूपांतर होऊ शकेल. मग खऱ्या अर्थानं हा धार्मिक प्रतिकार ठरेल... माणुसकीचा लवलेशही नसलेल्या दुष्ट माणसाच्या त्वेषाच्या भडक्याविरुद्ध केलेला प्रतिकार.

''आणि ज्यू फक्त स्वतःचीच दुःखातून सुटका करणार नाहीत :

''जर्मनीतील ज्यू हे बिगर ज्यू लोकांवर कायमाच विजय मिळवतील, ते या अर्थानं की, त्यांनी बिगर ज्यूंचं मानवी सन्मानाचं महत्त्व जाण्यासंदर्भात मतपरिवर्तन केलेलं असेल. त्यांनी जर्मन सहकाऱ्यांप्रती सेवा बजावलेली असेल आणि अजाणतेपणे का होईना, पण जर्मन नावाची बेअब्रू करणाऱ्यांच्या पार्श्वभूमीवर, खरे जर्मन असल्याचा हक्क सिद्ध केलेला असेल.''

जर्मनीत ज्यू नव्हेतर बिगर ज्यू संतप्त प्रतिक्रिया देतात. तेथे ज्यूंना मिळणाऱ्या वागणुकीबद्दलच्या गांधीजींच्या मतावर तीव्र टीका करतात. त्याला उत्तर देताना गांधीजी त्यांची उपाययोजना ज्यूंना पटवून देण्यासाठी म्हणतात की, त्यांना युरोपी राजकारणाचं बिनचूक ज्ञान नाही व असण्याची गरजही नाही. 'दुष्ट कृत्यांबद्दलचं मुख्य वास्तव वादातीत आहे,'' आणि आत्ता जो उद्देश आहे, त्या दृष्टीनं ते पुरेसं आहे. पण या टीकेच्या लाटेचा एक परिणाम झाला : गांधीजी ज्यूंनी काय करावं

यावर पुन्हा अधिक तीव्र शब्दांत भर देतात.

"मी पुन:पुन्हा सांगितलेलं नाही का की, सक्रिय अहिंसा हे विशुद्ध प्रेम आहे...?

जर्मन टीकाकारांना प्रत्युत्तर देताना ते विचारतात : त्यातून एक प्रकारचा बचाव दिसतो का?

"आणि जर ज्यू लोक असहाय न समजता व अजिबात हिंसेवर न उतरता, सक्रिय अहिंसा स्वीकारतील, म्हणजे बिगर ज्यूंप्रती सहकार्य भावना, तर ते जर्मन लोकांना कसलीही इजा पोहोचविणार नाहीत आणि माझी पक्की खात्री आहे की, अत्यंत पाषाणहृदयी जर्मनसुद्धा पाघळेल. जागतिक प्रगतीमध्ये ज्यूंचे म्हणजे यहुदींचे योगदान महान आहेच, पण त्यांचं हे सर्वश्रेष्ठ कृत्य हे त्यांचं महान योगदान असेल आणि युद्ध ही गोष्ट भूतकाळात जमा होईल."

"पण तुम्ही आमच्याकडून आणखी काय अपेक्षा करता?" बरेच यहुदी नेते विचारतात. जर्मनीतले ज्यू हिंस्र झाले आहेत का? ते मूकपणे तडाखे झेलत नाहीयेत का? अहिंसात्मकपणे? दोन हजार वर्षांपासून ते अहिंसेचा मार्ग अनुसरत नाहीयेत का?"

त्यावर गांधीजींचं उत्तर जवळपास बळीवर दोषारोप करणारं आहे. ते लिहितात,

> माझ्या माहितीप्रमाणे, ज्यूंनी अहिंसा ही श्रद्धेची बाब अथवा जाणीवपूर्वक धोरण म्हणून कधीच अमलात आणलेली नाही. त्यांच्या पूर्वजांनी येशूना क्रूसावर चढवलं, हा त्यांच्यावर नक्कीच एक कलंक आहे. त्यांनी डोळ्यांच्या बदल्यात डोळा आणि दाताच्या बदल्यात दात असं मानणं अपेक्षित नाही का? त्यांच्यावर जुलूम करणाऱ्यांबद्दल त्यांच्या मनात हिंसा नाही का? तथाकथित लोकशाही शक्तींनी जर्मनीला तिथल्या छळवणुकीबद्दल शिक्षा करावी व त्यांची जुलूमशाहीतून मुक्तता करावी, असं त्यांना वाटत नाही का? जर त्यांना असं वाटत असेल तर त्यांच्या मनात अहिंसा नाही. त्यांची अहिंसा, जर त्याला तसं म्हणायचं तर ही असहाय व कमकुवत लोकांची आहे. मी विनंती केली ती मनातून हिंसा नष्ट करण्याची आणि त्या महान कृतीनंतर निर्माण झालेल्या शक्तीचा सक्रिय उपयोग करण्याची....

पण त्यांना चिरडून टाकणारी व्यक्ती आहे हिटलर!

गांधीजी पुन्हा अहिंसेच्या सामर्थ्यावरील श्रद्धेच्या मुद्यावर येतात :

"अहिंसात्मक व्यक्तीच्या दु:खभोगानं पाषाणहृदयं पाघळतात असं म्हटलं जातं; मी असं म्हणेन की, जर ज्यू लोक त्यांच्या आत्मिक शक्तीला – जी फक्त अहिंसेनंच प्राप्त होते – स्वत:च्या साहाय्यासाठी बोलावू शकले, तर हिटलर

त्यांच्या धैर्यापुढे झुकेल. त्यानं आजवर इतक्या मोठ्या प्रमाणात असं धैर्य कधीच पाहिलं नसेल आणि तो हे जेव्हा पाहील; तेव्हा ते त्याच्या सर्वोत्तम सैन्यापेक्षा कितीतरी वरच्या दर्जाचं असेल. अशा प्रकारचं धैर्य सत्य व अहिंसेच्या म्हणजेच प्रेमाच्या ईश्वरावर जिवंत श्रद्धा असणाऱ्याच्या बाबतीतच फक्त शक्य आहे.''

हिटलरच्या काळजावर परिणाम घडविता येईल, या विश्वासाशी आज किती जण सहमत होतील?

गांधीजी हा विश्वास डिसेंबर, १९३८मध्येच व्यक्त करीत आहेत. त्यानंतर लवकरच गॅस चेम्बर्सचा वापर होणार होता. काळजामधलं प्रेम, अगदी गांधीजी अधोरेखित शब्दानं व्यक्त करतात तसं, हे थांबवू शकलं असतं का? सन १९३८मध्ये गॅसचेम्बर्समध्ये जीव कोंडले, त्यादरम्यानच्या काळात ज्यूंनी जे भयानक दुःखभोग सोसले, त्यामुळे समूळ नाशाची मोहीम का टळली नाही?

याचं गांधीजींनी दिलेलं उत्तर – जे आपण लवकरच पाहाणार आहोत – अशा मुद्यावर आधारलेलं आहे, ज्याचा सरतेशेवटी सगळेच पवित्र ग्रंथ आश्रय घेतात. हे उत्तर बळींवर आणखीनच तीव्र दोषारोप करतं.

एके ठिकाणी गांधीजी म्हणतात की, त्यांच्या सांगण्याचा चुकीचा अर्थ लावला आहे आणि त्यावर ते काय म्हणतात, तेही एका पाठात आहे.

''तथापि, माझ्या सांगण्याचा चुकीचा अर्थ घेतला जात आहे, असं दिसतंय कारण मी गांजलेल्या ज्यूंनी अहिंसक प्रतिकार करावा, असा सल्ला देतो. बऱ्याच ऊहापोहानंतर माझी अपेक्षा आहे अथवा माझा सल्ला आहे की, ज्यूंच्यावतीनं लोकशाही शक्तींनी हस्तक्षेप करू नये.'' गांधीजी म्हणतात.

''या भयाला उत्तर देण्याची मला आवश्यकता वाटत नाही. मी म्हटलेल्या कशामुळेही महान शक्ती कृतीपासून परावृत्त होण्याची नक्कीच भीती नाही. ज्यूंना अमानुष छळापासून मुक्त करण्यासाठी त्यांना जे काही करणं शक्य आहे ते, ते करतील, त्यांना ते करावं लागेल. या वस्तुस्थितीच्या पार्श्वभूमीवर माझं आवाहन आहे की, थोर सत्ता ज्यूंना परिणामकारक पद्धतीनं साहाय्य करण्यास स्वतःला असमर्थ समजत आहेत.

याचा अर्थ असा घ्यायचा का की, जर आणि जेव्हा महान शक्तींनी हस्तक्षेप करण्याचं धाडस दाखवलं तर उपाययोजनेचा काही उपयोग होणार नाही, ती रद्दबातल होणार? पूर्णतः नसावी असं दिसतं, कारण गांधीजी पुढे म्हणतात, ''त्यामुळेच मी माझ्या समजुतीप्रमाणे अचूक उपाययोजना, अर्थातच योग्य अर्थानं घेतली तर, सादर केली आहे.''

यातील शेवटचा भाग – 'योग्य अर्थानं घेतली तर' अर्थातच खरा आहे. चुकीच्या पद्धतीनं वापरलेला सर्वोत्तम उपायसुद्धा उलटू शकतो. पण हा उलट

निष्पत्ती स्पष्ट करण्याचाही आधार आहे. गुरूचा आशीर्वाद कामी आला नाही? कारण आपली त्याच्यावरची श्रद्धा पुरेशी नव्हती. तीर्थयात्रेचा थोडाच लाभ झाला, का? कारण आपण ती अशुद्ध मनानं केली होती. आपण प्रार्थना करूनसुद्धा रुग्ण दगावला; का? कारण आपली प्रार्थना अंत:करणापासूनची नव्हती; कारण आपण प्रार्थना करीत असतानासुद्धा आपल्या मनाच्या आतल्या कप्प्यात शंकेचं वारूळ उभं राहिलं होतं. या वेळी देव आपली प्रार्थना ऐकेल का? त्यामुळे एखादं उपकरण अपयशी ठरलं म्हणून ते उपकरण इच्छित परिणाम घडवून आणू शकत नाही, हे सिद्ध होत नाही. ते हे सिद्ध करतं की, *आपण* कमी पडत आहोत, आपण अपुरे आहोत.

'एक जरी ज्यू अशा प्रकारे वागला तरी...'

त्यानंतर तीनच दिवसांनी गांधीजी त्यांना भेटायला आलेल्या ख्रिश्चन धर्मप्रचारकांशी बोलत होते. संभाषणाची गाडी शांततावादावर – तो स्वीकारण्यातल्या अडचणी, त्याचा खराखुरा अर्थ – आली. गांधीजींनी त्यांनी ज्यूंबद्दल जे लिहिलं आहे, त्याचं स्मरण करीत त्यांची कल्पना तपशीलवार मांडली.

"ज्यू माणसांनी जर अहिंसेचा मार्ग स्वीकारला, तर एकाही ज्यूला असहाय वाटण्याची गरज नाही," ते त्या धर्मप्रचारकांना म्हणाले.

"माझ्या एका मित्रानं माझ्या लेखाला आक्षेप घेणारं पत्र लिहिलं आहे. त्या लेखात मी ज्यू हिंसात्मक असल्याचं गृहीत धरलं होतं. ही गोष्ट खरी आहे की, ज्यू व्यक्तिश: हिंसाचारात सक्रिय नाहीत. पण ते जर्मन लोकांना मानवजातीवरचा शाप मानतात आणि त्यांना अमेरिका व इंग्लंडनं त्यांच्या वतीनं जर्मनीशी लढावं असं वाटत होतं. जर मी माझ्या शत्रूला मारलं तर ती ओघात घडलेली हिंसा असेल, पण खरा अहिंसावादी असल्यामुळे मी त्याच्यावर प्रेम केलं पाहिजे, आणि त्यानं मला जरी मारलं तरी मी त्याच्यासाठी देवाकडे प्रार्थना केली पाहिजे. ज्यू लोक सक्रिय अहिंसात्मक राहिलेले नाहीत किंवा हुकूमशहांची दुष्कृत्यं भोगावी लागूनही ते म्हणतात, 'आम्ही त्यांच्याकडून छळ सोसू, पण ज्या पद्धतीनं त्यांना आम्हाला छळ सोसायला लावायचा आहे, त्या पद्धतीनं नाही सोसणार. एकजरी ज्यू अशा प्रकारे वागला तरी तो त्याचा आत्मसन्मान अबाधित राखेल आणि असं उदाहरण घालून देईल, ज्याचा संसर्ग झाला तर तो संपूर्ण ज्यू समाज वाचवेल, त्याचबरोबर संपूर्ण मानवजातीसाठी समृद्ध वारसा मागे ठेवेल.' "

पण सध्याच्या काळात दूरदूरच्या अंतरावरून मृत्यूचं तांडव घडवलं जात आहे. कुणीतरी फक्त कळ दाबतं, बॉम्ब फुटतो आणि हजारो जण मृत्युमुखी पडतात. अशा वेळी अहिंसात्मक मार्गानं क्लेश सोसणारी व्यक्ती अशा प्रकारे दूर अंतरावरून

घडविलं जाणारं, व्यक्तिगत नसलेलं मरण-तांडव कसं काय उधळून लावणार?

गांधीजी म्हणतात, ''मृत्यूशी सौदा करणाऱ्या बॉम्बमागे मानवी हात असतो. तोच तो बॉम्ब फोडत असतो आणि त्यामागे मानवी मनच असतं, तेच त्या हाताला गती देत असतं.''

ते पुढे म्हणतात, ''दहशतवादाचं धोरण अशा गृहीतावर आधारलेलं असतं की, जर दहशतवाद पुरेशा प्रमाणात पसरविला, तर तो इच्छित परिणाम घडवेल, म्हणजेच प्रतिपक्षाला जुलूमशहाच्या इच्छेनुसार झुकवा. पण लोकांनी जर जुलूमशहाच्या इच्छेपुढे कधीही मान तुकवायची नाही किंवा त्याला टोल्यास टोल्यानं उत्तरही द्यायचं नाही असं ठामपणे ठरवलं, तर जुलूमशहाला त्याचा दहशतवाद चालू ठेवावा इतक्या योग्यतेचा वाटणार नाही. जुलूमशहाला जर पुरेसं खाद्य दिलं, तर एकवेळ अशी येईल की, त्याला ओकारी येईल इतकं... त्यापेक्षाही जास्त त्याच्याजवळ असेल. जर जगातील सर्व उंदरांनी एकत्र येऊन बैठक घेतली आणि इथून पुढे आपण मांजराला घाबरायचं नाही असा निश्चय केला आणि सर्वांनी मांजराच्या मुखात जायचं ठरवलं तर उंदीर जगतील....''

परमेश्वराचं खात्रीचं सहकार्य

एका प्रवाशानं लिहिलं आहे, ''तुम्हाला हिटलर व मुसोलिनी माहीत नाहीत. कोणत्याही प्रकारचा नैतिक प्रतिसाद देण्याची त्यांची कुवत नाही. त्यांना सदसद्विवेकबुद्धी नाही आणि त्यांच्यावर जागतिक लोकमताचा काहीही परिणाम होत नाही....''

गांधीजींना हे जराही पटत नाही. ते म्हणतात, ''तुम्ही गृहीतच धरत आहात की, मुसोलिनी किंवा हिटलर यांच्यासारखे हुकूमशहा सुधारण्यापलीकडे गेलेले आहेत. पण मानवी स्वभावाचं सार एकच आहे आणि त्यामुळे प्रेम संपादन करण्याच्या प्रयत्नांना नक्कीच प्रतिसाद देतो, या गृहीतावर अहिंसेवरचा विश्वास आधारलेला आहे. आत्तापर्यंत त्यांनी वापरलेल्या हिंसात्मक मार्गाला आजवर कायम तत्पर प्रतिसाद मिळालेला आहे ही गोष्ट लक्षात ठेवायला हवी. त्यामुळे त्यांचा कधी लक्षणीय प्रमाणातील संघटित अहिंसक प्रतिकाराशी संबंध आलेला नाही. त्यामुळे ते कोणत्याही प्रकारच्या हिंसेच्या तुलनेत अहिंसात्मक प्रतिकारचं श्रेष्ठत्व जाणतीलच... या गोष्टीची केवळ शक्यता नाही, तर ते मी अपरिहार्य आहे असं मानतो. एवढंच नव्हे, तर मी झेक लोकांसमोर जे अहिंसक तंत्र सादर केलं आहे ते यश मिळविण्यासाठी हुकूमशहांच्या 'गुडविल'वर अवलंबून नाही; कारण अहिंसात्मक प्रतिकार करणारी व्यक्ती परमेश्वराच्या खात्रीच्या सहकार्यावर अवलंबून असते. त्यामुळे तो समस्यांच्या गर्तेतूनही, एरवी ज्या दुर्निवार्य मानल्या गेल्या असत्या त्यातून, पार होऊन टिकून राहातो. त्याची श्रद्धा त्याला अदम्य बनविते.

महत्त्वाचे मुद्दे आहेत : 'सक्रिय अहिंसा'. गांधीजींचा अहिंसेच्या सामर्थ्यावरील विश्वास, जो 'परमेश्वराच्या खात्रीच्या सहकार्या'वरील श्रद्धेत खोलवर रुजलेला आहे; त्यांनी आखून दिलेल्या मार्गावर एक ज्यू निघाला, तरी तो केवळ आत्मसन्मानच अबाधित राखणार नाहीतर त्याच्या उदाहरणामुळे प्रेरित होऊन सर्वच ज्यू वाचण्याची शक्यता आहे.

प्रामाणिक कथन

एक पथडीतला वार्ताहर लिहितो की, गांधीजी जे काही बोलले आहेत, त्यावर माझा विश्वासच बसत नाही. तो गांधीजींना विनंती करतो की, तुमचं बोलणं 'चुकीच्या पद्धतीनं' प्रसिद्ध झालं आहे, याचं मला प्रमाण हवं आहे. गांधीजी त्याला लिहितात की, या विषयात मी असं सांगू शकत नाही, कारण ही विधानं मी केलेलीच आहेत आणि त्याचं कारण म्हणजे हा विषय असाच आहे, असा मला विश्वास आहे. ज्यू देवदूत नाहीत. त्यांच्याबद्दल अशी प्रतिक्रिया देणं स्वाभाविक आहे. तुम्ही माझ्या जागी असतात, तर तुम्हीही असंच लिहिलं असतं.

त्यानंतर ते उदाहरण देतात :

एक ज्यू मित्र माझ्यासोबत राहातो. त्याची अहिंसेवर बौद्धिक श्रद्धा आहे. पण तो म्हणतो की, मी हिटलरसाठी प्रार्थना करू शकत नाही. जर्मन लोकांच्या दुष्ट कृत्यांबद्दल त्याच्या मनात इतका संताप आहे की, त्यांच्याविषयी बोलताना त्याचा स्वतःवर ताबा राहात नाही. त्याच्या संतापाबद्दल मी त्याच्याशी भांडत नाही. त्याला अहिंसेचं पालन करायचं आहे. पण त्याच्या ज्यू सहकार्यांचे क्लेश त्याला सहन होत नाहीत. 'शत्रूवर प्रेम करणं' या गोष्टीचा विचारसुद्धा न केलेल्या हजारो ज्यूंच्या बाबतीत जे सत्य होतं, तेच त्याच्या बाबतीतही होतं. कोट्यवधी लोकांच्याप्रमाणे त्यांच्या दृष्टीनंही सूड आनंददायी असतो, क्षमा करणं ईश्वरी असतं.

'मानवजातीवरचा शाप आणि अमेरिका व इंग्लंडनं त्यांना स्वतःच्या वतीनं लढायला हवं आहे.'

या वक्तव्यावर बऱ्याच यहुदी विचारवंतांनी व प्रकाशनांनी चर्चा केली व त्याला आव्हान दिलं.

"हे तुम्ही कोणत्या पुराव्याच्या आधारे म्हणता?" त्यांनी गांधीजींना प्रश्न केला.

यावर गांधीजी ज्या प्रकारे प्रतिसाद देतात त्यामुळे ते इतरांपेक्षा वेगळे ठरतात. ते त्यांची शंका व आरोप पुन्हा उद्धृत करतात. ते सांगतात की, मी ज्या आधारे

हे मत बनवलं, ती प्रकाशनं व निवेदनं प्यारेलालना व त्यानंतर महादेव देसाईंना शोधायला सांगितली होती. यानंतर आणखी पत्रं आली, त्यामध्ये त्यांना ज्यांच्याविषयी अतिशय आदर होता, अशा त्यांच्या काही मित्रांचीही पत्रं होती. मग ''मी अतिशय परिश्रमपूर्वक शोध घेत आहे,'' गांधीजी म्हणतात.

''पण शोध घेणाऱ्यांच्या हाती कोणतंही निष्कर्षाप्रत येणारं लेखन लागू शकलेलं नाही,'' ते म्हणतात.

त्यामुळे, ''मी हे बिनशर्त मागे घेतलं पाहिजे. (ज्यूसंबंधीचं ते विधान.).

''मी व्यक्त केलेल्या मतामुळे कुणीही ज्यू व्यक्ती दुखावली नसेल, एवढीच आशा करतो.''[१४]

देव प्रत्येकाची योजना करतोय?

मात्र गांधीजी महत्त्वाच्या मुद्द्यांवर ठाम आहेत. धर्मप्रचारकांशी झालेल्या त्याच संभाषणात ते जपानी हल्ल्याच्या पार्श्वभूमीवर चीननं अहिंसेचा मार्ग स्वीकारावा, असा सल्ला देतात.

''चारशे दशलक्ष लोकसंख्या असलेल्या देशाला जपानी पद्धती स्वीकारून जपान्यांना प्रतिकार करण्याचा प्रयत्न 'साजेसा' नाही,'' ते म्हणतात.

''चिनी लोकांनी जर माझ्या संकल्पनेतील अहिंसा स्वीकारली, तर जपानकडे विध्वंसाची जी अत्याधुनिक यंत्रसामग्री आहे, तिचा काही उपयोगच उरणार नाही. 'तुमची सगळी यंत्रसामग्री आणा, आम्ही आमची निम्मी लोकसंख्या तुम्हाला देऊ. पण राहिलेले दोनशे दशलक्ष लोक तुमच्यापुढे गुडघे टेकणार नाहीत.' जर चिनी लोकांनी असं केलं, तर जपान चीनचा गुलाम बनेल.''[१५]

तो 'चीनचा गुलाम' बनला आहे का? पण आपण आत्ता ज्या मुद्द्याचा विचार करीत आहोत, त्या संदर्भात हा किरकोळ प्रश्न आहे. गांधीजींची जी श्रद्धा आहे आणि ज्याचा त्यांनी पुन:पुन्हा उल्लेख केला आहे – आपण बिहारमधील भूकंपाच्या संदर्भात त्यांना हा मुद्दा पुन:पुन्हा मांडताना पाहिलं आहे – तो मुद्दा म्हणजे, देवाच्या इच्छेविरुद्ध काहीही घडत नाही. मग त्यातून साहजिकच एक प्रश्न उपस्थित झाला असणार.

''जपानी लोकांनी चिनी लोकांच्या बाबतीत जी भयानक दुष्ट कृत्यं केली, ती देवानं त्यांना का करायला लावली? 'तो' हिरोशिमा व नागासाकीच्या खुणा पुसून टाकण्यासाठी परतफेड म्हणून त्यांच्या वाईट रानटी कर्माची योजना आखत होता?

---

१४. 'द कलेक्टेड वर्क्स ऑफ महात्मा गांधी', खंड ६९
१५. 'द कलेक्टेड वर्क्स ऑफ महात्मा गांधी', खंड ६८, (१९७७)

आणि हिरोशिमा व नागासाकीत 'तो' अशी व्यवस्था करीत होता की, अमेरिकी लोकांना कोरिया, मग व्हिएटनामला दुःखभोग देता यावेत... नंतर इराकला, मग अफगाणिस्तानला? आणि देवाला अमेरिकी लोकांच्या खतावणीतील जमाखर्चाची तोंडमिळवणी करता यावी. यासाठी जे कोट्यवधी कोरियन, व्हिएटनामी, इराकी व अफगाण लोक ठार झाले त्यांचं काय?

हे प्रश्न भविष्यातले आहेत. त्या काळी निरीक्षकांनी गांधीजींच्या प्रतिपादनाबद्दल चिंता व्यक्त केली आहे. गांधीजींचं म्हणणं होतं की, अहिंसक प्रतिकारामुळे जर्मनीतील पाषाणहृदयं पाघळतील, अगदी हिटलरसुद्धा!

'द स्टेट्समन'नं अतिशय तीव्र संपादकीय दिलं आहे. नाझींच्या बाजूनं उभ्या राहणाऱ्या पास्टर निमोलर आणि त्यांच्या सहकाऱ्यांना छळछावणीत जे सहन करावं लागलं, त्याचा निव्वळ परिणाम काय? ते अत्यंत उमदेपणे उभे आहेत, त्यामध्ये प्रतिकार वा संतापाचा लवलेशही नाही.

'आणि जर्मनीत कसलं हृदय परिवर्तन घडलं आहे?'

नाझी लष्करशाही येशूच्या शिकवणीविरोधी असल्यामुळे ती मानण्यास नकार देणाऱ्या 'बायबल सर्चर्स लीग'च्या सदस्यांना पाच वर्षं तुरुंगात आणि छळछावण्यांत गाडण्यात आलं होतं. किती जर्मन लोकांना त्यांच्याबद्दल माहिती असेल आणि समजा माहिती असेल तर, किती जण त्या संदर्भात काही करू शकले असते? अहिंसा, मग ती दुर्बळाची असो वा शक्तिमान व्यक्तीची, अत्यंत विशिष्ट परिस्थितीखेरीज... ख्रिस्त हे अहिंसेचं सर्वोत्कृष्ट उदाहरण आहे आणि त्यांची जी प्रचंड मानखंडना झाली, क्लेशदायक मृत्यू झाला, या गोष्टींनी सर्वांनाच दाखवून दिलं आहे की, ऐहिक अर्थानं ती अपयशी ठरू शकते.

विशेष म्हणजे गांधीजींनी हे टीकात्मक संपादकीय 'हरिजन'मध्ये प्रसिद्ध केलं आहे. याला सविस्तर, सखोल प्रतिसाद देणं महत्त्वाचं आहे, असं त्यांना वाटतं. ''पास्टर निमोलर व इतर लोकांनी जे क्लेश भोगले आहेत ते व्यर्थ गेलेले नाहीत.'' गांधीजी म्हणतात. ''त्यामुळे त्यांचा आत्मसन्मान अबाधित राहिला आहे. त्यांची श्रद्धा कुठल्याही दुःखभोगावर मात करण्याइतकी होती, हे त्यांनी सिद्ध केलं आहे.'' त्यांना साध्य करायची उद्दिष्टं ही असणार होती का?

''ते हिटलरचं हृदय पाघळविण्यास पुरेसे ठरले नाहीत यातून फक्त हेच दिसतं की, ते दगडापेक्षाही कठीण पदार्थाचं बनलेलं आहे,'' गांधीजी म्हणतात आणि त्यांच्या श्रद्धेच्या मुद्याचा पुनरुच्चार करतात, ''पण कठिणात कठीण पदार्थ पुरेशा उष्णतेपुढे नमतो. तसंच अहिंसेच्या पुरेशा उष्णतेनं कठोरात कठोर हृदय पाघळलंच पाहिजे आणि अहिंसेमध्ये उष्णता निर्माण करण्याची अमर्याद क्षमता आहे.''

त्यामुळे या स्पष्ट रचनेनुसार एखाद्या विशिष्ट उदाहरणात जर जुलूमशहाचं हृदय

पाघळलं नाहीतर अहिंसात्मक मार्ग स्वीकारलेल्या पुरेशा संख्येतील व्यक्तींनी दु:खभोग सोसलेले नाहीत, एवढंच त्याचं कारण असेल.

शिवाय, गांधीजी म्हणतात, "प्रत्येक कृती हा 'अनेक शक्ती'चा परिणाम असतो. यातील बऱ्याचशा, विशेषत: मानवी कृतींच्या संदर्भातल्या शक्तींबद्दल आपल्याला काहीही ज्ञान नसतं. पण आपलं अज्ञान, हे या शक्तींच्या सामर्थ्याबद्दल विश्वास नसण्याचं कारण ठरता कामा नये. उलट, आपलं अज्ञान हे दृढ विश्वासाचं कारण आहे.

"आणि अहिंसा ही जगातली सर्वांत सामर्थ्यशाली शक्ती असल्यामुळे आणि आचरणात आणताना सर्वाधिक विस्मरणही होणारी असल्यामुळे, त्यासाठी खूप मोठ्या प्रमाणात श्रद्धा असणं आवश्यक असतं. आपली जशी देवावर श्रद्धा असते तशी आपल्याला अहिंसेवर श्रद्धा ठेवावी लागेल."

अशा प्रकारे देवानं आपली दु:खातून सुटका केली नाही, तरी आपण त्याच्यावर पूर्ण श्रद्धा ठेवली पाहिजे. अहिंसेचा काहीही उपयोग झाला नाही, तरी अखेर तो होईलच, अशी आपण आपल्या श्रद्धेला बळकटी दिली पाहिजे. त्यातून अपरिहार्यपणे अनुमान निघतं की : आपली दु:खातून सुटका झाली नाही, तर चूक आपली आहे – आपली देवावरची श्रद्धा अपुरी आहे. दु:खातून सुटका झालेली नाही, या वस्तुस्थितीवरून ही गोष्ट सिद्ध झालेली आहे.

'मी आणखी दु:खाची विनंती करतो... आणखी दु:खाची...'

त्यानंतर गांधीजी जर्मन लोकांच्या बाबतीत अहिंसेचा मार्ग उपयोगी पडेल, या विश्वासाच्या काही व्यावहारिक कारणांकडे वळतात.

"हिटलरलासुद्धा सरासरी जीवनकालापेक्षा अधिक आयुष्याचा लाभ मिळणार नाहीये. शिवाय, त्याला त्याच्या लोकांचा पाठिंबाच मिळाला नाहीतर तो शक्तिहीन होईल. तो मानवी दु:खभोगाला कारणीभूत असूनसुद्धा त्या बाबतच्या त्याच्या प्रतिसादानं मी निराश होत नाही. पण एक देश म्हणून जर्मन लोकांना हृदयच नसतं किंवा पृथ्वीवरील इतर देशांच्या तुलनेत अगदी ठळकपणे कमी असतं, असं मानण्यास मी नकार दिला पाहिजे."

गांधीजींना अर्थातच त्या वेळी, नंतर संशोधनातून काय निघणार आहे, ते माहीत नव्हतं, म्हणजे सर्वसामान्य बहुसंख्य जर्मन लोकांचा कोणत्या ना कोणत्या प्रकारे कशा प्रकारचा सहभाग राहाणार आहे – मालमत्तेच्या नोंदी, वंशावळीचा डेटा, ज्यू लोक व ज्यू रक्ताचा संबंध शोधण्यासाठी जनगणना याबाबतीत; त्यांच्या वसाहतींवर हल्ला चढविण्यात; त्यांना एकत्र करण्यात; त्यांच्या वाहतुकीची व्यवस्था करण्यात....

"जर त्यांचा नायक लवकर जागा झाला नाही, तर कधी ना कधी ते स्वत:च

डोक्यावर घेतलेल्या नायकाविरुद्ध बंड करतील.

''आणि ते जेव्हा असं करतील, तेव्हा पास्टर आणि त्यांचे सहकारी कर्मचारी यांच्या वेदनांना त्या जाग येण्याशी फारसं काही देणं-घेणं नसेल, असं आपल्या लक्षात येईल....''

पहिल्या जागतिक महायुद्धात हिंसेनं मिळविलेल्या विजयानं हिटलर व त्याचा सूड यांची निर्मिती झाली, याकडे गांधीजी लक्ष वेधतात.

''आणि कसला सूड म्हणायचा हा! त्यामुळे माझं उत्तर स्टिफनसन यांनी त्यांच्या सहकारी कर्मचाऱ्यांना दिलेल्या उत्तरासारखंच असलं पाहिजे. त्यांचे सहकारी कर्मचारी नैराश्यामुळे खोल खड्डा भरायलासुद्धा तयार नव्हते. मग स्टिफनसननी त्यांना अजून थोडा विश्वास ठेवायला सांगितलं आणि खड्डा भरायला सांगितलं. तो काही बिनबुडाचा नव्हता. तो भरावाच लागणार होता. तसंच हिटलर अथवा जर्मन लोकांचं हृदय पाघळलं नाही म्हणून मी निराश होत नाही. उलट, *मी आणखी दुःखाची विनंती करतो... आणखी दुःखाची... हे पाघळणं उघड्या डोळ्यांनी दिसेपर्यंत आणखी दुःखाची विनंती करतो* आणि पास्टरनी जरी स्वतःवर मोठेपणाचं आवरण चढवलं असलं, तरी एक ज्यू मनुष्य धाडसाने उभा राहिला आणि त्यानं हिटलरच्या हुकूमापुढे झुकण्यास नकार दिला, तर त्याला मोठेपणा लाभेल आणि तो आपल्या सहकारी ज्यूंच्या मुक्ततेच्या मार्गावर निघेल....''

येशूच्या दुःखं सोसण्यातून फारसं काही निष्पन्न झाली नाही, या उल्लेखाच्या संदर्भात गांधीजी पुराव्यादाखल त्यांच्या वैयक्तिक श्रद्धेचं उदाहरण देतात : 'मी सांप्रदायिक अर्थानं ख्रिश्चन आहे असं म्हणू शकत नसलो, तरी येशूनी जे क्लेश भोगले ते उदाहरण माझ्या अहिंसेवरील अमर श्रद्धेच्या जडणघडणीतील एक घटक आहे. माझ्या प्रत्येक ऐहिक कृतीवर याच श्रद्धेचा प्रभाव असतो आणि मला माहीत आहे की, अशीच श्रद्धा असणारे हजारो ख्रिस्ती लोक आहेत.'

गांधीजींचा निष्कर्ष उद्बोधक आहे : येशूनी जर आपल्याला संपूर्ण जीवन प्रेमाच्या चिरंतन नियमांच्या चौकटीत बसवायला शिकवलं नसेल, तर त्यांचं जीवन व मृत्यू निष्फळ आहे.' पण इतिहास नक्कीच असं सांगतो की, मानवतेनं आपलं जीवन चिरंतन नियमांच्या चौकटीत बसविलेलं नाही आणि येशू यांचं बलिदान व्यर्थच गेलं.

यहुदी प्रतिसाद

आतापर्यंत यहुदी विचारवंत आणि नेते पूर्णतः गोंधळून गेले आहेत. सत्याशी बांधिलकी मानणाऱ्या महात्म्याला जर्मनीतील परिस्थितीची अजिबात जाणीव कशी काय नसावी? त्यांचा सल्ला अव्यवहार्य आहे. एवढंच नव्हे, तर ते जर्मनीतील ज्यू

लोकांना कशा प्रकारे वागवलं जात आहे ते लक्षातच घेत नाहीयेत, ते ज्या प्रकारचा प्रतिकार करण्याची शिफारस करीत आहेत, तो कोणत्या परिस्थितीत करावा लागणार आहे याकडे ते डोळेझाक करीत आहेत.

इतर अनेकांप्रमाणेच मार्टिन बुबर हा थोर यहुदी तत्त्ववेत्ता गांधीजींचं लेखन व त्यांचा संघर्ष लक्षपूर्वक व अतिशय कौतुकाने पाहात होता. फेब्रुवारी, १९३९मध्ये गांधीजींना लिहिलेल्या पत्रात त्यांनी लिहिलं आहे –

'ज्यू लोकांचा छळ होतोय, त्यांना नागवलं जात आहे. त्यांना वाईट रितीनं वागवलं जात आहे. त्यांचे हाल-हाल केले जात आहेत. त्यांचे खून होत आहेत आणि तुम्ही, महात्मा गांधी, म्हणत आहात की, त्यांना हे सगळं भोगावं लागत आहे, त्या देशातील त्यांचं स्थान, ज्या काळी तुम्ही तुमची सुप्रसिद्ध 'सत्याची शक्ती' वा 'आत्म्याची शक्ती' (सत्याग्रह) चळवळ सुरू केलीत, तेव्हाच्या दक्षिण आफ्रिकेतील भारतीयांच्या स्थानाच्या अगदी समांतर आहे.

'...तुमच्या लेखातील ही वाक्यं मी पुन:पुन्हा वाचली. पण मला ती समजली नाहीत. मला ती चांगलीच माहीत आहेत, तरी मी तुमची दक्षिण आफ्रिकेतील भाषणं व लेख पुन:पुन्हा वाचले व अवधानपूर्वक आठवले. तुम्ही केलेली प्रत्येक तक्रार ऐकली... पण या सगळ्यावरून तुम्ही आमच्याबद्दल जे काही म्हणत आहात, ते मला समजलं नाही.'

भारतीयांना दिल्या जाणाऱ्या वागणुकीसंदर्भातील पहिल्या काही भाषणांत गांधीजींनी नमूद केलेल्या घटनांचं बुबर स्मरण देतात – एका खेड्यात भारतीय दुकानाला आग लावल्याची घटना; अन्यत्र एका ठिकाणी दुकानावर पेटती रॉकेट्स फेकल्याची घटना. या दोन घटनांशी, पेटवून देऊन बेचिराख केलेल्या हजारो यहुदी दुकानांची तुलना केली आहे; ज्यू लोकांची उपासस्थानं आणि कायदा धुळीला मिळविला आहे.

'तुम्ही पुढे ठेवलेली आणखी एक तक्रार म्हणजे आदेशाविरुद्ध रात्री नऊनंतर पायी चालत जाणाऱ्या तीन भारतीय शाळा शिक्षकांना अटक झाली आणि नंतर त्यांना सोडून देण्यात आलं.' बुबर म्हणतात.

अशा प्रकारची ही एकमात्र घटना आहे. महात्मा, छळछावणी कशी असते आणि तिथे काय चालतं, ते तुम्हाला माहीत आहे की नाही? छळछावणीत काय यातना भोगाव्या लागतात, तिथे संथ अथवा जलद गतीनं कशा प्रकारे अनेक लोकांचा संहार केला जातो, ते तुम्हाला माहीत आहे का? हे तुम्हाला माहीत आहे, असं मी गृहीत धरू शकत नाही, कारण तुम्हाला माहीत असतं, तर 'जवळपास सारख्याच प्रकारचे' असे दु:खद विनोदी शब्द तुमच्या मुखातून आले नसते. भारतीय

लोकांना दक्षिण आफ्रिकेत तुच्छ लेखलं जात होतं आणि त्यांना तिरस्कारानं वागवलं जात होतं, पण त्यांना हक्कांपासून वंचित ठेवलं जात नव्हतं. त्यांना कायद्याच्या संरक्षणाबाहेर टाकलं नव्हतं, ते परदेशी शक्तींच्या वर्तनात बदलाची आशा करणारे ओलीस नव्हते आणि तुम्हाला असं वाटतं का की, जर्मनीतला ज्यू माणूस तुमच्या भाषणातल्यासारखं एखादं वाक्य जाहीररित्या उच्चारू शकेल आणि त्याला तडाखा देऊन खाली पाडलं जाणार नाही? अशासारख्या फरकांकडे काणाडोळा करून, काही समान, विशिष्ट गोष्टी शोधण्यात काय अर्थ आहे?

– आणि तुम्ही सत्याग्रहाचा उपदेश करीत आहात.

'सध्याच्या राजवटीत मी स्वत: पाच वर्षं व्यतीत केली आहेत. त्यामध्ये ज्यू लोकांच्या अस्सल सत्याग्रहाची अनेक उदाहरणं मी पाहिली आहेत.' बुबर गांधीजींना सांगतात, 'त्यांची हिंमत दाखविणाऱ्या या प्रसंगांत, त्यांच्या हक्कांच्या मोबदल्यात काही देण्या-घेण्याचा अथवा मान तुकविण्याचा प्रश्नच नव्हता, आणि त्यांच्या वर्तनाच्या आनुषंगिक परिणामांतून सुटका मिळविण्यासाठी कुठली ताकद वा लबाडी अवलंबलेली नव्हती. तथापि, अशा कृतींचा त्यांच्या विरोधकांवर किंचितसासुद्धा परिणाम झालेला दिसला नाही. ज्यांनी मनाचं असं सामर्थ्य दर्शवलं त्यांच्याबद्दल मन:पूर्वक आदर वाटतो! पण इथे मला जर्मन ज्यूंच्या सामान्य वर्तनाबद्दल कुठलं ब्रीदवाक्य स्मरत नाही, जे जुलमाचा बळी ठरलेल्यांवर वा जगावर प्रभाव टाकू शकेल.

'सत्याग्रह हा शब्दच साक्ष आहे,' बुबर गांधीजींचाच शब्दप्रयोग वापरतात, 'दखल नसलेल्या, प्रभावहीन, लक्षातही न आलेल्या हौतात्म्याचं सत्य... जर्मनीतल्या असंख्य ज्यूंचं हेच नशीब आहे. फक्त एकटा देवच त्यांचं सत्य स्वीकारतो आणि आमच्या प्रार्थनेत म्हटल्याप्रमाणे ती 'सील' करतो. पण त्यातून सुयोग्य वर्तनाचा कोणताही बोध मिळत नाही.'

त्यानंतर ते गांधीजी ज्याचा पुनरुच्चार करीत होते, त्या मध्यवर्ती मुद्याकडे वळतात,

'पण तुम्ही म्हणता, आमची अहिंसा असहाय व कमकुवत व्यक्तींची आहे. हे वस्तुस्थितीनुसार नाही. इतकी वर्षं आम्ही, आमच्या बायका-पोरांनी अखंडपणे अविचारी हिंसा सोसली आहे आणि त्याला तशाच कृत्यांनी उत्तरं दिलेली नाहीत; अशा वेळी स्वत:वर ताबा ठेवण्यासाठी आम्हाला मनाची किती ताकद लागत असेल, कोणत्या सत्याग्रहाची आवश्यकता असेल हे तुम्हाला माहीत नाही अथवा ते तुम्ही विचारात घेत नाही....'

त्यानंतर ते गांधीजींनी जे विधान केलं आहे त्याकडे वळतात की, ज्यूंनी अहिंसा

तत्त्व म्हणून कधीच स्वीकारलेली नाही :

> 'तुम्ही म्हणता की, आमच्या पूर्वजांनी येशूना क्रूसावर चढवलं, हा आमच्यावर कलंक आहे. हे खरं घडलं का, ते मला माहीत नाही. पण मी ती शक्यता मानतो. निरनिराळ्या परिस्थितीतल्या भारतीय लोकांनी तुम्हाला मृत्युदंडाची शिक्षा फर्मावण्याइतकीच मी त्याची शक्यता मानतो... जर तुमची शिकवण त्यांच्या स्वत:च्या प्रवृत्तीच्या पूर्णत: विरोधात असेल तर... (तुम्ही म्हणता, 'भारत स्वाभाविकत:च अहिंसक आहे.') राष्ट्रे त्यांनी स्वत:च जन्माला घातलेल्या थोरवीला तसे गिळंकृत करीत ते नाकारणार नाहीत की, मी येशूना क्रूसावर चढविणाऱ्यांमध्ये नसलो, तरी मी त्यांच्या समर्थकांमध्येही नाही. दुष्ट शक्ती चांगल्याचा विनाश करू पाहातेय हे मला दिसतं, तेव्हा मी दुष्ट शक्तीशी टक्कर दिल्याशिवाय राहू शकत नाही. मला स्वत:मधल्या दुष्ट शक्तीप्रमाणेच जगातल्या दुष्ट शक्तीशीं दोन हात करायला भाग पाडलं जातं. हे बळानं करावं लागू नये, यासाठी मी प्रयत्नांची पराकाष्ठा करतो. मला सक्ती नको आहे. पण जर चांगल्याचा नाश करणाऱ्या दुष्ट शक्तीला रोखण्याचा दुसरा कुठला मार्गच नसेल, तर मी बळाचाच वापर करीन आणि स्वत:ला देवाच्या हवाली करीन.'

'तुम्ही म्हणता की, भारत स्वभावत:च अहिंसक आहे,' बुबर पुढे म्हणतात, पण असं कायम नव्हतं. महाभारत हे युद्धसदृश, शिस्तबद्ध शक्तीचं युग आहे. भगवद्‌गीतेमध्ये सांगितलं आहे की, अर्जुनानं युद्धभूमीवर आपल्या विरोधात उभ्या असलेल्या नातेवाइकांना ठार करण्याचं पाप करायचं नाही, असं ठरवून धनुष्यबाण खाली टाकलं. पण देव त्याला सुनवितो की, असं करणं दुबळेपणाचं व लज्जास्पद आहे; सशस्त्र सैनिकानं लढण्याइतकं दुसरं काही चांगलं नाही....

हे पत्र बरंच दीर्घ आहे. बुबर म्हणतात की, मला हे पत्र लिहायला बरेच दिवस लागले. कारण मी लिहिताना बरेचदा पेन खाली ठेवून चिंतन केलं की, मी स्व-संरक्षणाच्या, देवानं सर्वसामान्य मानवतेसाठी नेमून दिलेल्या लक्ष्मणरेषा ओलांडल्या तर नाहीत, आणि सामुदायिक आत्मस्तुतीप्रियतेची चूक तर केली नाही ना?

हिटलरच्या जर्मनीत सत्याग्रह?

तीन दिवसांनी अमेरिकेतील ज्यूंचे आध्यात्मिक नेता (Rabbi), एक सुप्रसिद्ध यहुदी व्यक्ती ज्युडाह मॅग्नेस यांनी गांधीजींना पत्र लिहिलं. त्यांनी गांधीजींच्या उपदेशातील प्रत्येक मुद्दा वस्तुस्थितीविरोधी ठरवला आहे. ते म्हणतात, 'आपण जर्मनीतले ज्यू असता तर आपण काय केलं असतं याबद्दल लिहिलं आहे... म्हणजे

जर्मनी हे तुमचं घर आहे असं तुम्ही ठासून सांगितलं असतं आणि त्याचे परिणाम भोगले असते. पण असंख्य ज्यू जर्मनीत नेमकं हेच बोलत आहेत, त्यांची हीच भावना आहे आणि ते हेच करीत आहे. जर्मनीतला त्यांचा इतिहास रोमन काळापर्यंत मागे जाणारा आहे. ते जर्मनीला त्यांचं घरच मानतात....

'तुम्ही म्हणता की, मी त्याला मला गोळ्या घाल किंवा मला अंधारकोठडीत टाक असं आव्हान देईन.' जुडाह लिहितात, 'अनेक ज्यू लोक... शेकडो, हजारो ठार झाले आहेत. शेकडो, हजारोंना अंधारकोठडीत टाकलं आहे. सत्याग्रह त्यांना आणखी काय देऊ शकतो?

'सविनय प्रतिकारात माझ्या ज्यू सहकाऱ्यांनी माझ्यासोबत येण्याची मी वाट पाहाणार नाही, तर अखेर बाकीच्यांना माझे उदाहरण अनुसरणं भाग पडेल याबद्दल मला विश्वास असेल,' गांधीजींच्या लेखातील या ओळी उद्धृत करून जुडाह प्रश्न करतात, 'पण प्रश्न असा आहे की, जर्मनीतल्या ज्यूंनी सविनय प्रतिकार कसा करायचा? प्रतिकाराची किंचितशी जरी खूण दिसली, तरी त्याचा अर्थ मृत्यू किंवा छळछावणी किंवा आत्मघातच आहे. रात्रीच्या भयाण अंधारात त्यांना उचलून नेलं जातं. त्यांची भयभीत कुटुंबं वगळता त्याबद्दल कुणाला कळतसुद्धा नाही. त्यामुळे जर्मनीतल्या आयुष्याच्या पृष्ठभागावर लहानसा तरंगसुद्धा उठत नाही. रस्ते तसेच असतात, कामधंदे नेहमीप्रमाणे सुरू असतात. सहज आलेल्या प्रवाशाला यातलं काहीही दिसत नाही. अमेरिकी अथवा इंग्रजी तुरुंगात एखादं उपोषण झालं, तर त्यामुळे लोकांचा केवढा दंगा उसळतो, त्याच्याशी याची तुलना करा. तुमच्या एखाद्या उपोषणाशी, अथवा समुद्रावर काढलेल्या तुमच्या मीठमोर्चाशी अथवा व्हाइसरॉय यांच्याबरोबरच्या तुमच्या भेटीशी याची तुलना करा... अशा वेळी सगळं जग तुमच्या शब्दांची वाट पाहात असतं, तुमच्या कृतीची साक्ष असतं. जरी इंग्लंडचा साम्राज्यशाहीचा अतिरेक असला, तरी इंग्लंड ही शेवटी संसदीय लोकशाही आहे आणि तिथे लक्षणीय प्रमाणात भाषणस्वातंत्र्य आहे. तुम्हाला हे सगळं शक्य होण्यात या गोष्टींचा मोठा वाटा नाही का? जिथे जीवन एखाद्या मेणबत्तीसारखं विझवून टाकलं जातं, आणि उजेड संपला आहे हे कुणाला दिसत वा कळतही नाही, अशा एकाधिकारशाही जर्मनीत तुम्हाला तरी लोकमताचा मार्ग मिळू शकेल का, असा विचार माझ्या मनात येतो.'

ते गांधीजींच्या उपदेशाचा आणखी काही भाग उद्धृत करतात :

'जर एका ज्यू माणसानं अथवा सर्व ज्यू माणसांनी इथे देऊ केलेली उपाययोजना स्वीकारली, तर तो अथवा ते आत्तापेक्षा जास्त वाईट अवस्थेला जाणार नाहीत.'

'एका वेड्या पण शूर तरुणाच्या' गुन्ह्यामुळे सर्व ज्यूंना जे अविश्वसनीय क्रौर्य भोगावं लागलं, त्याकडे तुम्ही लक्ष वेधता. पण जर्मनीत संपूर्ण समाज तर सोडाच,

पण एखाद्या ज्यूनं जरी सविनय प्रतिकार केला, तर तो अत्यंत मोठा गुन्हा मानला जाईल आणि त्यामुळे अशा अविश्वसनीय क्रौर्याची पुनरावत्ती होईल किंवा त्याहूनही वाईट परिस्थितीला तोंड द्यावं लागेल.'

गांधीजींनी लिहिलं आहे, 'स्वयंस्फूर्तीनं यातना भोगण्यामुळे त्यांना आंतरिक शक्ती व आनंद लाभेल.'

'मला वाटतं, या वस्तुस्थितीकडे कुणीही तुमचं लक्ष वेधलेलं नाही की, यहुदी धर्मावरवर श्रद्धा असणाऱ्या – आणि ते बहुसंख्य आहेत – जर्मन ज्यूंमध्ये मोठ्या प्रमाणात आंतरिक शक्ती व आनंद आहे, जो आपल्या आदर्शांसाठी यातना भोगण्यातून मिळतो... पण ज्यूंच्या बाबतीत – हौतात्म्याचा यापेक्षा सखोल व अधिक विस्तृत इतिहास आहे का, हे मला माहीत नाही – जर शतकानुशतकं कुणी अहिंसेच्या मार्गावर असतील, तर ते ज्यू होते. आपल्या देवाप्रती श्रद्धा ठेवणं आणि 'त्या'चं नाव पवित्र मानताना यातना भोगण्यास तयार असणं, यासंदर्भात त्यांना कुणाहीकडून फारसं शिकायची गरज आहे, असं मला वाटतच नाही....'

मॅग्नेस गांधीजींना सांगतात, 'तुम्हाला नक्कीच समाधान वाटेल की, ज्यांना जर्मनीत संपत्ती, आराम, संस्कृती यांची सवय होती, अशा बहुसंख्य शरणार्थींनी फारशी तक्रार न करता व अडचणींना बरेचदा आनंदानं सामोरं जात पॅलेस्टाईन व अन्य ठिकाणी नव्या जीवनाचा आरंभ केला आहे. त्यांच्यापैकी बरेच जण शहरांत हलकी कामं करीत आहेत, शेतात काम करीत आहेत.'

तुम्ही म्हणता, मानवतेच्या नावाखाली जर एक युद्ध न्याय्य असेल, तर ते जर्मनीविरुद्ध पुकारलेलं युद्ध आहे... संपूर्ण वंशाची अविचारी छळवणूक रोखण्यासाठी; पण नंतर तुम्ही पुढे म्हणता की, कुठलंही युद्ध व्हावं असं तुम्हाला वाटत नसल्यामुळे 'अशा युद्धाच्या साधक-बाधक मुद्द्यांवर चर्चा करणं, माझ्या परिघाच्या व क्षेत्राच्या बाहेरचं आहे.'

पण मग तुम्ही काय *करणार? आम्ही* काय करायचं? बाजूला उभं राहून त्या न्याय्य युद्धात इतरांना मृत्युमुखी पडताना पाहायचं?....

गांधीजी त्यांच्या मतांना चिकटून आहेत. तीन महिन्यांनी पुन्हा त्यांच्यापुढे प्रश्न टाकला : जर्मनीतल्या लोकांसाठी तुम्ही सत्याग्रहाचा सल्ला कसा काय देऊ शकता? यहुदी गांधी उदयाला आले आणि तुम्ही भारतात जे इतक्या वीरश्रीनं करीत आहात ते त्या व्यक्तीनं केलं, तर तो पाच मिनिटंही जिवंत राहाणार नाही. गांधीजींनी 'हरिजन'मध्ये या टीकाकाराचं वक्तव्य प्रसिद्ध केलं आहे. पण त्यांनी जर्मनीतल्या ज्यू लोकांना जो सल्ला दिला आहे, त्यासंदर्भात ते ठाम आहेत.

हजारोंचं बलिदान

मे, १९३९मध्ये 'द ज्युईश क्वेश्चन' या लेखात गांधीजी लिहितात, 'ते पत्रोत्तर काही वेळा वाचल्यानंतर मी म्हणेन की, माझ्या लेखामध्ये मी व्यक्त केलेली मतं बदलण्यास मला काहीही कारण दिसत नाही. पत्रलेखक म्हणतो त्याप्रमाणे जर्मनीत यहुदी गांधी उदयास आला, तर तो साधारण पाच-एक मिनिटं सक्रिय राहू शकेल, त्याला ताबडतोब 'गिलोटीन'कडे नेलं जाईल. पण त्यामुळे *अहिंसेच्या* सामर्थ्यावरील माझा विश्वास खोटा ठरणार नाही अथवा ढळणार नाही. अहिंसेवर अजिबात श्रद्धा नसणाऱ्या हुकूमशहांची भूक शमविण्यासाठी शेकडोंच्या बलिदानाच्या आवश्यकतेची कल्पना मी करू शकतो. अतिशय मोठ्या *हिंसेसमोर अहिंसा* सर्वांत सामर्थ्यशाली असते, हे नीतिवचन आहे. या गुणवैशिष्ट्याची फक्त अशाच बाबतीत खऱ्या अर्थानं कसोटी लागते. यातना भोगणाऱ्यांनी त्यांच्या जीवनकालात फलनिष्पत्ती पाहाण्याची गरज नाही. *त्यांना विश्वास असला पाहिजे की, त्यांची तत्त्वप्रणाली टिकून राहिली तर फलनिष्पत्ती खात्रीनं घडेल.* अहिंसेच्या मार्गापेक्षा हिंसात्मक पद्धत जास्त हमी देत नाही. या पद्धतीने खूपच कमी हाती लागते, कारण त्यात अहिंसेच्या निस्सीम भक्ताची श्रद्धा नसते.'[१६]

लवकरच दुसऱ्या जागतिक महायुद्धाला तोंड फुटलं. हिटलरचं सैन्य युरोप पादाक्रांत करीत होतं. त्या दरम्यान एका डच वार्ताहरानं गांधीजींना पत्र लिहिलं होतं. तो अनेक वर्षं जर्मनीत राहात होता. त्याला तो देश सोडावा लागला होता. तो हॉलंडमध्ये गेला होता. हॉलंडही पादाक्रांत झालं होतं. त्यानं नाझी काय करीत होते, त्याचं वर्णन केलं होतं.

'सर्व नीतिमूल्यं नष्ट करणं, हेच हिटलरचं ध्येय आहे आणि बहुसंख्य जर्मन तरुणांना त्यानं यापूर्वीच त्या टोकाला नेलं आहे... नाझीवादाद्वारे जर्मन तरुणांनी विचार व भावना या संदर्भात संपूर्ण व्यक्तित्व गमावलं आहे. आणि बहुसंख्य तरुणांनी आपलं काळीज गमावलं आहे व यांत्रिक स्तरावर पोहोचण्याइतकी, त्यांची अधोगती झाली आहे.

'जर्मन अगदी यांत्रिकपणे युद्ध लढत आहेत.' तो लक्ष वेधतो, 'यंत्रमानवासारखी माणसं यंत्रं चालवीत आहेत. रणगाड्यांखाली बायका, लहान मुलं यांना चिरडताना गावंच्या गावं बॉम्बनं उडवून देताना हजारो बायका व मुलांना ठार करताना, प्रसंगी स्वत: पुढे जाण्यासाठी त्यांचा ढालीसारखा वापर करताना अथवा विषारी अन्न

---

१६. 'द कलेक्टेड वर्क्स ऑफ महात्मा गांधी', खंड ६९

वितरीत करताना त्यांना सदसद्विवेकबुद्धीची जराही टोचणी नसते. ही वस्तुस्थिती आहे, जिच्या सत्यतेची मी खात्री देऊ शकतो.'

मग तो गांधीजींशी संबंधित कृतिविषयक मुद्द्यावर येतो :

'मी तुमच्या बऱ्याच अनुयायांशी जर्मनीत अहिंसेचा मार्ग अवलंबता येण्याच्या शक्यतेबद्दल बोललो आहे. माझा एक मित्र इंग्लंडमधील जर्मन युद्धकैद्यांची उलटतपासणी घेण्याचं काम करतो. या तरुणांचं आध्यात्मिक कोतेपण व निर्दयता पाहून त्याला प्रचंड धक्का बसला होता. अशा यंत्रमानवांच्या बाबतीत अहिंसेच्या मार्गाला यश येणं शक्य नाही, याबद्दल तो माझ्याशी सहमत होता...

'आठवून पाहा... युद्ध ऐन भरात आहे, वर्षभर हा वणवा पेटलेलाच आहे, हिटलरचं सैन्य युरोप उजाड करीत आहे. त्यांच्या क्रौर्याच्या कहाण्या सर्वत्र ज्ञात झाल्या आहेत. या वार्ताहरानं केलेलं नाझीवादाचं वर्णन गांधीजी वस्तुस्थिती म्हणून स्वीकारतात आणि लिहितात :

तथापि, मला नाझीवादाच्या वैशिष्ट्यांमध्ये रस नाही, कारण अहिंसक कृतीचा हिटलरवर अथवा यंत्रमानव बनलेल्या जर्मन लोकांवर काहीही परिणाम घडणार नाही अशी त्याला खात्री आहे. अहिंसक कृती, जर ती *आवश्यक तेवढी पुरेशी असेल,* तर तिचा हिटलरवर आणि फसल्या गेलेल्या जर्मन लोकांवर तर अगदी सहजपणे परिणाम झालाच पाहिजे.

यातलं सशर्त कलम पाहा : 'अहिंसक कृती, *जर ती आवश्यक तेवढी पुरेशी असेल तर....'*

> कोणत्याही माणसाला कायमस्वरूपी यंत्र बनवणं शक्य नाही. त्याच्या शिरावरचा अधिकारी व्यक्तींचा भार उतरला रे उतरला की, तो माणूस सामान्य वागू लागतो. माझ्या मित्रानं केलं आहे तसं कोणतंही सर्वसामान्य विधान मांडणं म्हणजे अहिंसेच्या मार्गाबद्दलचं अज्ञान प्रकट करणं होय. ब्रिटिश सरकार, ज्या बाबतीत त्यांना व्यवहार्यतेचा विश्वास नसतो त्या बाबतीत धोका पत्करू शकत नाही, प्रयोग करू शकत नाही. पण जर मला कधी संधी दिली गेली, तर मी मला शारीरिक मर्यादा असल्या, तरी अशक्यप्राय वाटणारी गोष्ट करून पाहण्यास मागे-पुढे पाहाणार नाही. कारण अहिंसेमध्ये निस्सीम भक्त त्याच्या स्वत:च्या सामर्थ्यावर कृती करीत नाही. ती ताकद देवाकडून मिळते. त्यामुळे जर मला जाण्याचा मार्ग खुला झाला, तर 'तो' मला शारीरिक सहनशक्ती देईल आणि माझ्या शब्दांनाही आवश्यक ती शक्ती प्रदान करेल. काहीही असलं तरी मी जीवनभर या श्रद्धेनुसार कृती केली आहे. मी माझ्यात कुठलंही वैयक्तिक सामर्थ्य आहे, असं कधीही म्हटलेलं

नाही....'[१७]

लक्षात घ्या, युद्ध, हिटलरबद्दल व त्याच्या पद्धतींबद्दल जे काही समजलं त्यामुळे गांधीजींचं अहिंसेच्या सामर्थ्याबद्दलचं मत बदललेलं नाही, आणि देव अहिंसक कृतीसाठी सामर्थ्य प्रदान करतो, या त्यांच्या विश्वासावर हे मत आधारलेलं आहे.

काही धडे

गांधीजींची परमेश्वरावर अतिशय निष्ठा होती... परमेश्वर त्यांचा अगदी जीवश्चकंठश्च होता. अनेक प्रसंगी, त्यांनी काय करावं, हे त्यांना सांगणारा आवाज त्यांनी प्रत्यक्षात ऐकल्याचं त्यांनी लिहिलं आहे.[१८]

> जॉन : तुमच्या आयुष्यात व अनुभवात देव निःसंशय कधी प्रकट झाला?
>
> गांधीजी : मी पाहिलं आहे आणि माझी खात्री आहे की, देव व्यक्तिशः कधीही तुमच्यासमोर येऊन उभा राहात नाही. पण कृतीतून त्याचं अस्तित्व दिसतं. तुमच्या आयुष्यातल्या काळ्याकुट्ट क्षणी तुमची मुक्तता करणारा तोच असतो.
>
> जॉन : म्हणजे देवाशिवाय काहीही घडणं शक्य नाही, असं तुम्हाला म्हणायचं आहे का?
>
> गांधीजी : त्या गोष्टी अकस्मात व अनपेक्षितपणे घडतात. मला एक अनुभव अगदी ठळकपणे आठवतो. अस्पृश्यता निर्मूलनासाठी मी एकवीस दिवसांचं उपोषण केलं होतं. त्याच्याशी संबंधित ही आठवण आहे. मी त्या दिवशी रात्री झोपी गेलो तेव्हा उद्या सकाळी उपोषण जाहीर करण्याची पुसटशीदेखील कल्पना माझ्या मनात नव्हती. रात्री साधारण बाराच्या सुमाराला कुणीतरी मला अचानक उठवलं आणि एक कुजबुजता आवाज – आतला की बाहेरचा, मला सांगता येणार नाही – कानी आला, 'तू उपोषण केलं पाहिजेस.'
>
> 'किती दिवस?' मी विचारलं. तो आवाज म्हणाला, 'एकवीस दिवस.', 'कधी सुरू करायचं?' मी विचारलं. 'तू उद्या सकाळी आरंभ कर.'[१९] मी निर्णय घेतला आणि शांतपणे झोपी गेलो....

---

१७. 'द कलेक्टेड वर्क्स ऑफ महात्मा गांधी', खंड ७२, (१९७८).

१८. जॉन आर. मॉट या गांधीजींच्या भेटीला आलेल्या व्यक्तीशी त्यांनी केलेल्या संभाषणातील अंश. या संभाषणाचा उल्लेख वर आलेला आहेच.

१९. 'द कलेक्टेड वर्क्स ऑफ महात्मा गांधी', खंड ६८, पान – १७१-१७२

गांधीजींनी आयुष्यभर परमेश्वरावरील विश्वासाच्या बळावर वाटचाल केली आहे.

अशीही शक्यता आहे की, महान कार्य करण्यासाठी अशा प्रकारचे – आपण याआधीच्या भागात गांधीजींच्या निरीक्षणांमध्ये पाहिले – सदोष मुद्दे (ब्लाइंड स्पॉट्स) असतील, दुराग्रही व्हावं लागत असेल.

आपण गांधीजींच्या ईश्वराप्रती असलेल्या श्रद्धेवरून अनुमान काढताना खूप दक्षता घेतली पाहिजे. देव त्याचं जग योग्य अवस्थेत आणेल, या विश्वासानं आपण आरामात बसून राहावं असं त्यांचं कधीच म्हणणं नव्हतं. त्यांचं अनुमान याच्या अगदी उलट होतं : आपण आपल्या हाती असलेलं काम करणं म्हणजेच परमेश्वराचं काम करणं, असं ते मानत असत.

गांधीजी, देव आपल्याला आपल्या कर्माचं फळ देत आहे, ते आपणहून घडेपर्यंत आपल्याला वाट पाहावी लागणार, असं स्वत:ला सांगणारे दैववादी नक्कीच नव्हते. त्यांच्या लेखी, अनुमान याच्याबरोबर उलट होतं. एवढंच नव्हेतर भूतकाळानं वर्तमानाची आखणी आधीच निश्चित केलेली आहे, पण वर्तमानात मी काय करतो, यावर भविष्यात काय घडणार आहे ते नक्कीच ठरेल, त्यामुळे मी आज शक्य तितकी प्रयत्नांची पराकाष्ठा केली पाहिजे....

तसंच, आपण बिहारमधील भूकंपाच्या बाबतीत पाहिलं तसे ते पूर्णत: वास्तववादी होते. 'इथे आणि आत्ता'वर त्यांचं लक्ष पूर्णत: केंद्रित होतं : भूकंप ही ईश्वरी शिक्षा आहे, याबद्दलच्या माझ्या मतांशी तुम्ही सहमत असाल वा नसाल, पण बिहारमधल्या सर्व संकटग्रस्त लोकांच्या मदतीसाठी तुम्ही काम केलंच पाहिजे; तुम्ही भूकंपाबद्दलच्या माझ्या मतांशी सहमत असाल वा नसाल, पण अस्पृश्यता मानणं, हे घोर पाप आहे आणि तुम्ही स्वत:ला या पापापासून मुक्त केलं पाहिजे.

पण गांधीजींनी व्यक्त केलेली मतं – बिहारमधील भूकंपाबद्दलची; अहिंसेमुळे हिटलरचंसुद्धा हृदय का पाघळेल याबद्दलची – देवावरच्या श्रद्धेवर आधारित युक्तिवादाचं सूत्र कुठे जातं, हेसुद्धा दाखवितात. ती बळीवर अपराधाचं खापर फोडतात. परमेश्वर योग्य व न्यायी असल्यामुळे, बळीनंच शिक्षा मिळण्याजोगं काहीतरी *केलेलं असणार*.

अहिंसेनं पाषाणहृदय पाघळणार हे नक्की. पण जेव्हा हिटलरचं हृदय पाघळत *नाही*, तेव्हा त्याचं कारण बलिदानासाठी पुरेशा संख्येनं व्यक्ती समोर न येणं, हे आहे.

आणि जेव्हा कुणी प्रश्न करतं, ''पण साठ लाख संख्या पुरेशी नाही का?''

तेव्हा उत्तर स्पष्ट आहे, ''पण त्यांच्या हृदयात प्रेम नाही.''

ते गॅसचेम्बरमध्ये गेले, कारण त्यांच्या हृदयात प्रेम नव्हतं, हे आपल्याला कसं कळलं? हिटलरचं हृदय पाघळलं नाही, या वस्तुस्थितीवरून....

अखेर, गांधीजींची अहिंसेवरची अढळ श्रद्धा – जे सत्याच्या मार्गावर असतात

त्यांच्या मदतीला देव येतो – त्यांच्या या श्रद्धेचा आधार घेते.

ही श्रद्धा मानण्याजोगी आहे का, या प्रश्नाबरोबरच हा अभ्यास थांबवितो. शिवाय, मार्टिन बुबर व ज्युडाह मॅग्नेस यांनी व्यक्त केलेल्या मतांवरून दिसून येतं की, देवाप्रती तितकीच श्रद्धा असणाऱ्या व्यक्तीसुद्धा उलट निष्कर्षांप्रत येऊ शकतात.

हिटलरच्या बाबतीत अहिंसेचा मार्ग यशस्वी ठरला असता का, ही या विषयाची एक बाजू आहे – गतकाळाचा विचार करता, काही जण गांधीजींशी सहमत होतील की, जर ज्यूंच्या हृदयात हिटलरबद्दल प्रेम असतं, तरच हा मार्ग यशस्वी ठरला असता. आपल्या विषयाशी अधिक निगडीत असणारा प्रश्न अगदी मूलभूत आहे : जर देवाच्या इच्छेविरुद्ध काहीही घडू शकत नाहीतर, देवानं हिटलर व जर्मन लोकांना संपूर्ण नाश का घडवायला लावला? दुष्ट वृत्तीच्या हिटलरला शिक्षा म्हणून, त्याच्या खंदकात लाजिरवाणा मृत्यू यावा आणि जर्मन लोकांनाही मरण यावं व सर्वश्रुत पराभवाची मानखंडना भोगावी लागावी, यासाठी 'त्या'नं असं केलं असेल का?

◆

दोन संत, देवापेक्षा किती निराळे

बाबा आमटे दिल्लीला आले होते. त्यांचा चांगुलपणा म्हणजे त्यांनी स्पॅस्टिक मुलांच्या शाळेला भेट देण्यासाठी वेळ दिला होता. त्या वेळी आदित त्या शाळेत जात असे आणि अनिता शाळेच्या कामकाजात मदत करीत असे. बाबा आमटेंना भेटलेल्या प्रत्येकाला माहीत आहे, बाबा आमटेंचं अस्तित्व विलक्षण होतं. त्यांचं कार्य सर्वोच्च दर्जाचं होतं. त्यांनी आयुष्यभर महारोग झालेल्या रुग्णांची सेवा केली आणि त्या सेवेचं फलित म्हणून त्या रुग्णांची वसाहत तयार झाली – आनंदवन! असं हे 'आनंदवन' पाहाणं म्हणजे एखादा चमत्कार पाहाणंच आहे. या भयानक आजाराचा आघात झालेल्या माणसांना इथे सन्मानाचं आयुष्य मिळवून दिलं गेलं. या माणसांनी इथे पीक काढलं – 'चहा सोडून बाकी सगळं...' ते विजयानंदानं सांगतात. त्यांनी कॉम्प्लेक्स उभारले, मोठ्या प्रमाणावर जलसिंचन यंत्रणा बसविली. त्यांनी रांधलं. त्यांनी शिक्षणाचे धडे दिले. त्यांनी त्यांच्या मिळकतीतून आपल्यासारख्या 'निरोगी' लोकांच्या बेपर्वा, कृतघ्न समाजाला भव्य महाविद्यालय बहाल केलं आहे. त्यांची घरं कुठे शोधून घाण सापडणार नाही इतकी लखलखीत होती. त्यामुळेच बाबा आमटेंच्या सान्निध्यात येणं म्हणजे चमत्कार घडविलेल्या माणसाच्या सान्निध्यात येण्यासारखं होतं. बाबा आमटेंनी हे सगळं केलं आहे ते प्रचंड हिमतीनं, सामान्य माणसाला शक्य नसलेल्या हट्टानं! आणि त्यांची स्वत:ची शारीरिक अवस्था अशी असूनही... त्यांच्या मणक्याला दुखापत झाल्यामुळे त्यांना बसता येत नव्हतं, त्यांना उभं तरी राहावं लागत असे किंवा आडवं व्हावं लागत असे.

त्यांनी ही शाळा फिरून पाहिली. त्यांनी एक पिंपळाचं रोपटं लावलं. ते कॉटवर आडवे होऊन मुलांशी बोलत होते. त्यांचा प्रत्येक शब्द खरा होता, कारण ते फक्त शब्द उच्चारत नव्हते, ते प्रत्यक्षात ते शब्द जगले होते. समस्या... त्यांना कसं मार्गी लावायचं... सेवा... फळाची अपेक्षा न करता सेवा कशी करायची? निश्चय... हट्ट – तुमच्याजवळ काय *नाही* ते पाहू नका. तुमच्यात जी नैसर्गिक शारीरिक क्षमता

अथवा कार्यक्षमता नाही, तुम्हाला ज्या अवयवाचा वापर करता येत नाही, त्याचा विचार करू नका; तर तुमच्याजवळ जे आहे, तुम्हाला ज्या अवयवाचा वापर करता येतो त्याचा विचार करा. कायम तुमच्याजवळ जे आहे त्याकडे पाहा. श्रद्धा....!

त्यांचं भाषण संपलं. आम्ही खऱ्या अर्थानं नम्र झालो होतो. आतून हललो होतो.

आलोकनं हात वर केला. आलोक सिक्का बाबा आमटेंइतकाच लढवय्या होता... आणि आहे. माझ्या मते तो बाबा आमटेंच्या साच्यातलाच आहे. त्या वेळी त्याला चालता येत नव्हतं. त्याला दोन्ही हाता-पायांवर रांगावं लागत असे. त्याचं बोलणं समजायला अवघड जात असे. त्याला शंभर समस्या होत्या. पण त्याचं चैतन्य बाबा आमटेंइतकंच मजबूत होतं... आणि आहे. बाबा आमटेंचं भाषण संपताच, कदाचित बोलण्याच्या ओघात ते देवाबद्दल काहीतरी बोलले असतील, त्यामुळे असेल, आलोकनं विचारलं – त्याला हे वाक्य पूर्ण करायलासुद्धा वेळ लागला... "पण तुमच्या देवानं मला हे असं का केलं?"

क्षणभर शांतता पसरली. बाबा आमटेंची सभोवार आमच्याकडे पाहिलं. मग काही वेळानं ते म्हणाले, "मी तुला एक प्रसंग सांगतो –"

गांधीजींच्या एका सहकाऱ्याची मुलगी मतिमंद होती. तो माणूस त्याच्या कुटुंबासह गांधीजींच्या आश्रमात राहात असे. ती मुलगीही त्यांच्यासोबत होती. एके दिवशी तो माणूस घरी गेला त्या वेळी ती मुलगी अतिशय दुःखद अवस्थेत पडली होती. ते पाहून नुकताच गांधीजींकडून परत आलेला तो माणूस प्रचंड भडकला. त्यानं त्या मुलीला उचललं आणि तो धावतच पुन्हा गांधीजींच्या खोलीत गेला.

गांधीजी मान खाली झुकवून स्तब्ध चिंतनमग्न होते. त्या माणसानं त्या मुलीला गांधीजींच्या मांडीवर जवळजवळ फेकलंच आणि विचारलं, "तुमच्या देवानं हे का केलं आहे?"

गांधीजी एकदम दचकले. क्षणभर ते काहीच बोलले नाहीत. मग ते मृदुपणे म्हणाले, "तुझं हृदय पाघळून ते दयाळू व्हावं, यासाठी 'त्या'नं हे केलं आहे."

बाबा आमटेंचं वर्णन ऐकून आम्ही सगळेच हललो होतो.

पण आलोक हलला नव्हता.

तो म्हणाला, "पण जर तुमच्या देवाला माझ्या *आई-वडिलांना* दयाळू बनवायचं होतं, तर त्यानं *मला* हे का केलं?"

यावर सगळेच जण गप्प झाले. बाबा आमटेसुद्धा!

बाबा आमटेंच्या आयुष्यावर नजर टाका. ते जगातील अतिशय यशस्वी व्यक्ती होते. एकदा ते पहाटे फिरायला बाहेर पडले होते. "त्या दिवशी सूर्य अजून

उगवायचा होता की, धुक्याची चादर लपेटली होती, मला नेमकं आठवत नाही,'' बाबा आमटे भूतकाळात डोकावत सांगत होते.

धुक्यामुळे त्यांना फक्त काही अंतरावरचंच दिसू शकत होतं. तितक्याच त्यांच्या कानावर वेदनेनं विव्हळण्याचा आवाज आला. ते त्या दिशेनं गेले, तर रस्त्याकडेला धुळीत एक माणूस पडलेला दिसला. कडाक्याच्या थंडीपासून बचाव करण्यासाठी त्यानं अंगाला फक्त वर्तमानपत्राची काही पानं गुंडाळली होती. तो माणूस बेशुद्धावस्थेत होता... महारोगानं विद्रूप झालेला होता.

त्यानंतर बाबा आमटेंनी सर्व कामकाज सोडून दिलं आणि त्यांनी फक्त त्यांची पत्नी व एक लंगडी गाय यांच्या सोबतीनं आयुष्यभर महारोग्यांच्या सेवेसाठी वाहून घेतलं.

इतकी वर्षं त्यांची सेवा करताना त्यातले बरेच जण उमेद खचलेले, शरीर विद्रूप झालेले – भीती, अचानक घडणारे बदल, संताप, नैराश्य हे सगळं त्यांनी अनुभवलं असणार. या भावना व प्रतिक्रिया पाहाताना, त्या लक्षपूर्वक निरखताना, बौद्ध गुरू म्हणतात त्याप्रमाणे, त्यांनी त्यावर मात केली असणार. पण त्यामुळे असं म्हणता येईल का, इतरांना त्या भयानक आजारानं ग्रासलेलं आहे म्हणून त्यांनी – बाबा आमटेंनी – भय, बदल, संताप वगैरे गोष्टींवर मात केली पाहिजे? नक्कीच नाही.

आणि त्यामुळेच आलोकशी झालेल्या त्या संभाषणानंतर मला बाबा आमटेंना भेटण्याची जेव्हा-जेव्हा संधी मिळाली, तेव्हा मी त्यांच्याजवळ जाऊन त्यांना वंदन करण्याआधीच ते उद्‌गारायचे,

''आलोकच्या प्रश्नाचं उत्तर मी अजूनही शोधतोय.''

देवाचं स्वातंत्र्य

देवाला अर्थातच त्या प्रश्नात काही अवघड वाटणार नाही. कारण गांधीजींनी जे उत्तर दिलं त्यामध्ये निदान, देवाचा विधायक उद्देश आहे, असं तरी मानलं आहे – 'तो' एका असहाय मुलीवर मानसिक अपंगत्व लादतो कारण, तिच्या आई-वडिलांचं हृदय पाघळून ते दयाळू व्हावेत – पण देवानं स्वत:च जे लादलं आहे त्याला असं विधायक स्वरूप देणं देवाला काही भाग नाही. तो फक्त ते करतो. त्यामुळे पित्याच्या पापांची शिक्षा त्याच्या मुलांना भोगावी लागणार नाही, असं जरी तो म्हणत असला, तरी तो स्वत: या नियमातून सूट घेतो आणि नेमकं तेच *करतो* – अर्थातच हे भेदाभेद करण्याचं तत्त्व, एक नियम स्वत:साठी व दुसरा इतरांसाठी हे 'त्या'चं एक गुणवैशिष्ट्य मानता येऊ शकेल : तो मत्सरी व्यक्तीचा नेहमीच धिक्कार करतो आणि तरीही, 'त्या'च्या जोडीला कुणाला बसवलं. तर या गोष्टीला

तो क्षमा करणार नाही; लोभीपणाची 'तो' कडक निर्भत्सना करतो आणि तरीही, संपूर्ण विश्व त्याचंच असूनही 'तो' माणसांकडून खुशामत करून घेतो.

ज्या नियमांमधून 'तो' स्वत:ला वगळतो, त्यातला एक नियम म्हणजे मुलांना त्यांच्या पित्यांच्या पापांची शिक्षा न भोगावी लागणं.

दाविद हा अर्थातच इस्त्रायलच्या सर्वांत सुप्रसिद्ध राजांपैकी एक आहे. पण तो सहज मोहात पडणाराही आहे. देवाचा स्वत:चा प्रेषित नाथन त्याला सांगतो, तुला सर्व काही देवानं दिलं आहे : देवानं तुला इस्त्रायलचा राजा केलं आहे. 'त्या'नं तुला शौलाच्या हातून सोडवलं आहे; 'त्या'नं तुला तुझ्या मालकाचं घरच नव्हे, तर त्याच्या बायकाही दिल्या आहेत.

"आणि हे जर फारच कमी असतं, तर मी तुला आणखीही खूप काही दिलं असतं," देव दाविदाला सांगतो. "पण बघ, तू काय केलं आहेस."

तू एके दिवशी सकाळी उरियाची पत्नी बथशेबाला पाहिलंस, तिच्या सौंदर्यानं मोहीत झालास, तिला फूस लावलीस आणि तिला गरोदर केलंस. तिचा नवरा खूप काळ दूर युद्धावर होता – तुझ्यासाठी. तुझे त्याच्या पत्नीशी असणारे संबंध तिच्या गरोदरपणामुळे उजेडात आल्यावर तू सेनापतीसमवेत कारस्थान रचून तिच्या नवऱ्याला युद्धाच्या धुमश्चक्रीत ठार करवलंस. तिचा नवरा मार्गातून बाजूला होताच, तू त्या बाईला पत्नी मानलंस.

हे बरोबर नाही. देवानं सांगितलेल्या नियमांच्या संदर्भात हे सरळ-सरळ अक्षम्य आहे. मग देव काय करतो?

"पाहा –" तो गरजतो, "मी तुझ्यावर तुझ्या स्वत:च्या घरापासूनच संकटं उभी करीन –"

दाविदवर संकट कोसळणार आहे, त्याचं कारण आहे त्याचं कर्म! पण देवाचं अजून संपलेलं नाही.

"आणि मी तुझ्या डोळ्यांदेखत तुझ्या बायका नेईन आणि त्यांना तुझ्या शेजाऱ्यांच्या हवाली करीन, मग तो सूर्यासमक्ष तुझ्या बायकांबरोबर झोपेल. तू जरी हे गुप्तपणे केलं असलंस, तरी मी हे संपूर्ण इस्त्रायलसमोर, सूर्यासमक्ष करीन."

इथं दाविद चुकीचा वागला होता. पण त्याच्या बायकांना या भयंकर अपमानाला का तोंड द्यावं लागणार आहे?

पण अजूनही संपलेलं नाही. खरं तर नाथन दाविदाला खात्री देतो की, देवानं 'तुझी पापं बाजूला ठेवली आहेत,' त्यामुळे 'तू मरणार नाहीस.'

'तथापि, हे कृत्य करून तू ईश्वराच्या शत्रूंना त्याची निंदा करण्याची फार मोठी संधी दिली आहेस. त्यामुळे तुला झालेलं मूलसुद्धा नक्की मरेल."

आणि त्यानंतर... उरियाच्या पत्नीला दाविदापासून झालेल्या मुलावर ईश्वराने

आघात केला आणि तो आजारी पडला.

दाविद देवाला त्याच्या मुलाला वाचविण्याची विनंती करतो. तो रात्रभर जमिनीवर पडून राहतो. अन्नत्याग करतो. तरीसुद्धा सातव्या दिवशी ते मूल मरतं. अगदी देवाच्या हुकुमानुसार.

दाविद उठतो, अंघोळ करतो. तेल लावतो, कपडे बदलतो. तो घरी परत येऊन भोजन मागतो. ते आणलं जातं.

त्याचे नोकर गोंधळून जातात.

"हे काय?" ते विचारतात.

"मूल जिवंत असताना तुम्ही अन्नत्याग करून रडत होतात आणि आता ते मरण पावल्यानंतर तुम्ही उठून भोजन करताय?"

त्यावर दाविद सांगतो, "मूल जिवंत होतं, तेव्हा मी अन्नत्याग केला होता. मी रडत होतो, कारण मला वाटत होतं, देव माझ्याबाबतीत दयाळूपणा दाखवेल. कुणी सांगावं? पण आता ते मरण पावलं आहे. त्यामुळे मी का उपोषण करू? मी त्याला पुन्हा परत आणू शकतो का? मी त्याच्याकडे जाईन, पण ते माझ्याकडे परत येणार नाही."

या अध्यायाचा शेवट हे सगळंच सांगतो :

"मग दाविदनं त्याची पत्नी बथशेबाचं सांत्वन केलं. मग तो तिच्यासोबत झोपला. मग तिनं मुलाला जन्म दिला. त्यानं त्या बाळाचं नाव ठेवलं 'शलमोन.' आता देवानं त्याच्यावर प्रीती केली आणि त्याला नाथन प्रेषिताकरवी निरोप धाडला : म्हणून त्यानं त्याचं नाव जेदिडिया ठेवलं...."

दाविदानं दुसऱ्याच्या पत्नीला फूस लावणं, हे पाप आहे. पण खरा प्रश्न आहे : त्या बिचाऱ्या मुलाला मृत्युदंड मिळावा, असं त्यानं काय केलं होतं?

नीतिभ्रष्ट प्रौढ व्यक्तीच्या पापांसाठी असहाय तान्हुल्याला शिक्षा दिली जात असताना देव आलोकच्या प्रश्नाचं कसं उत्तर देईल?

कदाचित, कार-स्टिकरवर लिहिलेलं असतं तसं? :

'याला काहीही कारण नाही. हे फक्त आमचं धोरण आहे.'

तो आपलं व्यक्तित्व घडवत आहे का?

बाबा आमटे जे बोलले होते, त्याचा निराळा अर्थ अधिक आहे : 'दुःखभोग व्यक्तित्व घडवितात.'

सर्वशक्तिमान देव आदेशाची काही दुसरी पद्धत शोधू शकला नसता का? ही वस्तुस्थिती असली, तरी स्वाभाविकपणे उभा राहाणारा प्रश्न म्हणजे, *'कुणाचं व्यक्तित्व?'*

साठ लाख ज्यू ठार झाले आहेत. हिटलरचं व्यक्तित्व घडावं म्हणून त्यांना ठार करण्यात आलं का? का हिटलरच्या नंतरच्या काळातल्या जर्मन लोकांचं व्यक्तित्व घडावं म्हणून? का संहार झालेल्या ज्यू लोकांचं? का संहारानंतर उरलेल्या ज्यू लोकांचं? का एकूणच मनुष्यजातीचं?... देव त्याच्या सगळ्याच निर्मितीवर प्रेम करतो, तो त्यातल्या प्रत्येकच घटकावर आणि प्रत्येक अस्तित्वावर सारखंच प्रेम करतो. मग, कुणाचंतरी व्यक्तित्व घडावं म्हणून लक्षावधी लोक मरतील, अशी व्यवस्था तो का करतो?

त्सुनामीनं कुणाचं व्यक्तित्व घडतं?

दररोज ठार करून खाल्ल्या जाणाऱ्या गरीब बिचाऱ्या प्राण्यांचं काय? त्यांचं व्यक्तित्व घडत असतं का? या व्यक्तित्वाच्या जडणघडणीचा भाग म्हणून त्यांनी कोणते धडा शिकायचे आहेत? त्यांनी देवाची स्तुती करावी हा? वैद्यकीय संशोधनासाठी प्राण्यांचा वापर केला जातो आणि या प्रक्रियेत प्राण्यांचं विच्छेदन केलं जातं, त्यांना ठार केलं जातं. होय, आपण शिकतो – आपल्याला दु:सह पीडा देण्याची देवानं परवानगी वा आदेश दिलेल्या आजारांशी कसं लढावं, हे आपण शिकतो. पण प्राणी, 'त्या'च्याच निर्मितीचा भाग असणारे, काय शिकतात? का देवाला आपला दु:खभोग महत्त्वाचा नसतो?

एका प्रजातीला जिवंत राहण्यासाठी दुसऱ्या प्रजातीला ठार करावं लागणार नाही, अशा प्रकारे 'तो' अन्नसाखळी तयार करू शकला नसता का? उदाहरणार्थ, तो माणसामध्ये शाकाहारी बनण्याचा जीन रुजवू शकला नसता का? 'तो' थेट रेणूंपासून अन्न तयार करू शकला नसता का... जसं उद्या नॅनोटेक्नॉलॉजी वापरून केलं जाणार आहे? का, 'त्या'नं माणसानं स्वत:च नॅनोटेक्नॉलॉजी शोधावी, यासाठी असं केलं नाही?

समजा, 'क्ष' अन्यायाच्या विळख्यात सापडला आणि तो शांतपणे बिनतक्रार आलिया भोगासी असावं सादर असा झाला तर, तो देवाच्या इच्छेला निमूटपणे शरण जातो असं म्हणायचं का? जर त्यानं या सगळ्याशी दोन हात केले, तर तो देवाच्या योजनेला विरोध करतोय असं म्हणायचं का? का, देवानं त्याच्या आयुष्यात अन्याय आणला, कारण त्यानं अन्यायाशी दोन हात करून, त्यावर मात करावी? त्या व्यक्तीनं जोरदार प्रतिकार केला, असं गृहीत धरू या. जर त्या व्यक्तीला अपयश आलं, तर देव त्याची इच्छा ठामपणे व्यक्त करीत आहे आणि त्या व्यक्तीला त्याच्या उद्धट दुराभिमानाबद्दल शिक्षा करीत आहे, असं समजायचं? का, देव 'क्ष'च्या श्रद्धेची परीक्षा घेत आहे, असं मानायचं? जर 'क्ष' यशस्वी झाला आणि अन्यायी गोष्टी उलथून टाकल्या गेल्या, तर तो देवाच्या इच्छेनुसार यशस्वी झाला असं मानायचं की, देवाची इच्छा अशी असूनही यशस्वी झाला असं मानायचं?

देवानं येशूला पाठवलं, येशू यांचा मृत्यूही पूर्णत: देवाच्या योजनेनुसारच घडला, यामध्ये येशू यांचा विश्वासघात करणारा यहुदा, त्यांची अपशब्दांत निंदा करणारे व त्यांचा उपहास करणारे लोक, पापी माणसाला व येशूंना क्षमा करू नका, असं ओरडून सांगणारे लोक, ते भयानक खिळे त्यांच्या देहात ठोकणारे लोक... हे सर्व जण पापी होते की, ते देवाची निष्ठावंत 'साधनं' म्हणून 'त्या'चीच योजना अमलात आणत होते? त्यांनी जर देवाच्या योजनेतली त्यांची भूमिका पार पाडण्यास नकार दिला असता, तर ते देवाची आज्ञा मोडण्याच्या पापाचे धनी झाले नसते का?

देवाची रीत अगाध असते – मुळात त्यानं विश्व कशाला निर्माण केलं इथपासून ते आता गोष्टी कशाला घडतात इथवर; कृष्णानं संपूर्ण द्वारकानगरी नष्ट केली आणि त्याचं संपूर्ण कूळ ठार केलं, कारण गांधारीनं त्याला दिलेल्या शापानुसार त्याला वागावं लागलं, असं म्हणणं हे या प्रश्नाचं उत्तर नाही, हे फक्त प्रश्न एक पायरी मागे ढकलणं आहे. कारण मग कृष्णानं शाप ओढवून घेण्यासाठी जे काही केलं ते का केलं, हे आपल्याला स्पष्ट करावं लागेल... आणि मग आपण फार-फार मागे जातो.

'त्या'चा उद्देश अगाध असतो, तरी 'त्या'चं अस्तित्व निश्चित आहे, असं आपण खात्रीनं कसं काय मानू शकतो?

त्याचबरोबर, 'तो' जे भोग लादतो त्यातील असमानता, त्याची तर्कशुद्धता वा त्याचा दयाळूपणा याबद्दल प्रश्न उपस्थित करते. म्हणजे ॲडम व ईव्हनं सफरचंद खाल्लं, आणि या कारणासाठी संपूर्ण मानवजातीला शिक्षा मिळावी? आणि तीसुद्धा *कायमची*? आपल्यापैकी काहींनी इथे पाप करावं, आणि देवानं यातनाघर – नरक बनवावं, जिथे आपल्याला भाजून काढलं जाईल, उकळत्या तेलात बुडवलं जाईल, *कायम*?

'देव सर्वज्ञ आहे.' या पूर्वपदामुळेच समस्या निर्माण होतात, याकडे अनेक लेखकांनी लक्ष वेधलं आहे. 'तो' सर्वज्ञ असल्यामुळे त्याला भविष्य माहीत आहे. त्याला ते भविष्य ज्ञात असल्यामुळे पॉल पॉट इतर माणसांवर त्याच्या इच्छेनुसार आभाळ कोसळवेल, हे त्याला माहीत असतं. हा सैतानी माणूस कम्बोडियाची एक-तृतीयांश लोकसंख्या समूळ उद्ध्वस्त करेल, हे त्याला माहीत असतं. मग तो हा माणूस सोडून इतरांना स्वातंत्र्य बहाल करू शकला नसता? किंवा 'पॉल पॉट'मध्ये दुसरं काहीतरी रुजवू शकला नसता का, ज्यायोगे हा 'क्रांतिकारी', देव बहाल करीत असलेल्या सामर्थ्याचा गैरवापर करणार नाही?

हे नक्कीच 'त्या'च्या शक्तीबाहेरचं वा रचनेपलीकडचं नाही. ईश्वराचं अस्तित्व मानणाऱ्यांच्या श्रद्धेनुसार 'तो' येशू, राम-कृष्ण, रमण निर्माण *करतो* – हे सर्व जण वाईट कृत्य करण्यास *असमर्थ* आहेत. अगदी मोठ्या समुदायाच्या बाबतीतसुद्धा

'तो' आपल्याला इतरांना इजा करण्याची क्षमताच नाही, अशा प्रकारे घडवू शकला असता. नाहीतरी त्यानं वेगवेगळ्या मार्गांनी आपल्या क्षमतांना मर्यादा घातल्या आहेतच.

ओ'कॉनर त्यांच्या पुस्तकात आपल्याला स्मरण देतात : आपल्याला वीस फूट उडी मारता येत नाही, आपण वाघाइतके जलद पळू शकत नाही, आपण हत्तीइतके बलवान नाही; 'त्या'ने आपल्याला आणखी एक मर्यादा का घातली नाही? किंवा आपल्याला मुक्त इच्छा देताना आणखी जादा काही का रुजवलं नाही? त्याचबरोबर त्यानं आपल्याला आणखी थोडी अक्कल का दिली नाही, ज्यायोगे आपण त्या स्वातंत्र्याचा उपयोग इतरांना इजा करण्यासाठी करणार नाही?[१]

आपल्या धर्माची उत्तरं

आपल्या हिंदू धर्मात याला काय उत्तरं आहेत? इतर धर्मांच्या पवित्र ग्रंथांवर ओझरता दृष्टिक्षेप टाकताना आपल्याला ज्या अडचणी समोर आल्या, त्यातून बाहेर पडण्यासाठी ही उत्तरं मदत करतात का?

आपल्या धर्मातले थोर आदर्श या सगळ्याबद्दल काय म्हणतात? दुर्दैवाचे तडाखे सोसणारे अनुयायी त्यांच्याकडे येतात, तेव्हा त्यांचं सांत्वन करताना ते काय म्हणतात? या थोर आदर्शांनाच प्रचंड दु:खभोग – असाध्य आजार, प्रचंड शारीरिक वेदना – सोसावे लागतात तेव्हा या व्यक्ती काय म्हणतात, त्यांचे अनुयायी का म्हणतात?

आपण ही स्पष्टीकरणं त्यांच्या गुणवत्तेवर पाहू, ती कोण देत आहे, त्या व्यक्तीप्रती असणाऱ्या आपल्या भक्तीचा अथवा नावडीचा त्यावर प्रभाव पडू नये, यासाठी आपण ही मतं कोणते गुरू व्यक्त करत आहेत, हे जाणून न घेता ती मतं अभ्यासू या.

गुरूंचा प्रतिसाद

गुरू दया, सहृदयता, इतरांची कदर, परानुभूती यांचे मूर्तिमंत उदाहरण असतो. तो इतरांची अवस्था पाहून हेलावतो. फक्त त्याच्या भक्तांबद्दलच नव्हे किंवा फक्त मनुष्यप्राण्यांबद्दलच नव्हे. त्याला गावात जायचं असतं म्हणून तो साधासा टांगा करतो. ते निघतात. टांगेवाला घोड्यांना फटके मारतो. तेव्हा गुरू वेदनेनं कळवळतो, ''तो मला मारतोय.'' मग भक्त गुरू टांग्यात असतील, तेव्हा घोड्यांना मारण्याची वेळ कधीही येऊ नये यासाठी इथून पुढे बलदंड व व वेगवान घोडे पाठविण्याची दक्षता

---

१. God, evil and design, An introduction to the philosophical issues (Blackwell, oxford, 2008).

घेतो. गुरूचा दयाळूपणा, प्रत्येक सजीव प्राण्याबद्दलची त्याची परानुभूती ही अशी असते.

अटळ : आणि मग जेव्हा तडाखा सोसणारे लोक दिलासा मिळावा म्हणून त्यांच्याकडे येतात, तेव्हा ते आपल्या 'टेलिव्हॅन्जेलिस्ट्स'सारखं 'सब माया है।' म्हणत नाहीत. त्यांना त्यांचं दु:ख समजतं, जाणवतं, त्यांना ते खरं आहे हे दिसतं. एका भक्तानं त्याचा मुलगा गमावला आहे. तो त्याच्या दु:खात बुडालेल्या बायकोला सोबत घेऊन आला आहे. ती काही अंतरावर उभी राहते. भक्त गुरूजवळ जातो.

"बायकोला घेऊन ये." गुरू सांगतात, "तिला यायला सांग. तिला काही दिवस इथे राहू दे...."

भक्त जरा जास्तच विश्वासानं म्हणतो, "होय गुरुजी, तिला देवाविषयी असीम प्रेम निर्माण झालं, तर छानच होईल."

"अरे, दु:ख भक्तीला दूर करतं," गुरू आईचं काळीज खूप समजून घेत म्हणतात.

"आणि तो किती मोठा मुलगा होता!" गुरू आणखी एका माणसाचा किस्सा सांगतात. त्याचे दोन्ही मुलगे वारलेले असतात – चांगले मोठ्या वयाचे मुलगे, आणि दोघांनीही त्या काळी दुर्मीळ असणारं वैशिष्ट्य आत्मसात केलं होतं – त्या दोघांनी विद्यापीठाची पदवी मिळविली होती.

"आणि तो पिता ज्ञानी असूनही," गुरू सांगत होते, "सुरुवातीला स्वत:ला सावरू शकत नव्हता. मी किती नशीबवान आहे, मला मुलंच नाहीत!"

मग ते पुढे अर्जुनाच्या बाबतीतला एक प्रसंग सांगतात, "अर्जुन महान ज्ञानी होता; आणि कृष्णाची त्याला कायम सोबत होती. तरीसुद्धा तो त्याचा मुलगा अभिमन्यू याच्या वियोगाच्या दु:खानं चूर-चूर झाला होता."

पण गुरूंना इतरांचं दु:ख जाणवत असलं, ते खरं आहे असं ते मानत असले तरी ते म्हणतात की, हे अटळ आहे – आपलं शरीर इथे आहे तोवर, आपल्या अहंकाराचं राज्य आहे तोवर, आपण देवापासून वेगळे आहोत ही भावना आहे तोवर, या जगातल्या गोष्टींशी व नात्यांशी आपले भावबंध जोडलेले आहेत तोवर, दु:खभोग अटळ आहेत. त्यातून सुटका नाही.

"पण देवाच्या भक्तांना अशा यातना का भोगाव्या लागाव्यात?" त्यांचे अनुयायी विचारतात. त्यांच्यातला एक जण सांगतो की, अफगाणिस्तानचे आमिर-याकुब खान यांना नुकतंच गादीवरून दूर केलं आहे. त्यांच्या हातून त्यांचं साम्राज्य हिरावून घेतलं गेलं आहे आणि ते तर देवाचे निस्सीम भक्त आहेत.

"पण आनंद व दु:ख ही शरीराच्छादित अवस्थेची वैशिष्ट्यं आहेत, हे तुम्ही लक्षात ठेवलं पाहिजे." गुरू समजावून सांगतात.

"कवी कंकण यांच्या 'चांदी'मध्ये म्हटलं आहे की, कालवूरला तुरुंगात टाकलं

होतं आणि त्याच्या छातीवर शिळा ठेवली होती. तरीही देवीमातेच्या वरामुळे कालूचा जन्म झाला. अशा प्रकारे जेव्हा आत्मा शरीर स्वीकारतो, तेव्हा आनंद व दुःख अटळ असतात.''

गुरू पुढे म्हणतात, ''तसंच श्रीमंतचं उदाहरण घ्या, तो निस्सीम भक्त होता. त्याची आई खुल्लाना कालीमातेची निस्सीम भक्त होती, तरीही श्रीमंतच्या त्रासाला अंत नव्हता. त्याचा शिरच्छेदच झाला होता. असंच एका लाकूडतोड्याचंही उदाहरण आहे. त्याची कालीमातेवर खूप भक्ती व प्रीती होती. तिनं त्याला प्रेमपूर्वक दर्शन दिलं; पण त्याला लाकूड तोडण्याचं खडतर काम करून, उपजीविका करीत राहावं लागलं.''

गुरूंनी आणखी एक उदाहरण दिलं, ''तसंच, कृष्णाची माता देवकी तुरुंगात असताना तिला शंख, चक्र, गदा व कमळपुष्पधारी चतुर्भुज देवाचं दर्शन घडलं होतं. पण म्हणून ती तुरुंगवासातून बाहेर येऊ शकली नव्हती.''

प्रारब्ध कर्म : एक भक्त मधेच विचारतो, ''पण फक्त तुरुंगवासातून बाहेर येण्याचाच विचार का करायचा? हा देह आपल्या सर्व त्रासाचं उगमस्थान आहे. देवकीनं देहापासून मुक्त व्हायला हवं होतं.''

''...सत्य हे आहे की, *प्रत्येकाला आपापल्या प्रारब्ध कर्माचं फळ भोगावंच लागतं,''* आपल्या बाबतीत जे घडतं त्याबद्दल आपल्या परंपरेचं उत्कृष्ट उदाहरण देत गुरू समजावून सांगतात,

भूतकाळातील कर्मांचे परिणाम जोवर पूर्णतः पुसले जात नाहीत, तोवर शरीर टिकून राहातं. एकदा एका दृष्टिहीन माणसानं गंगेत स्नान केलं, त्यामुळे तो पापमुक्त झाला. पण त्याची दृष्टिहीनता तशीच राहिली.''

''सर्व जण हसले,'' वृत्तान्तकार लिहितो.

''*कारण मागच्या जन्मातल्या त्याच्या दुष्ट कृत्यांमुळे हे दुःखभोग त्याच्या वाट्याला आले होते.''*

थोडक्यात दुःखभोग, क्लेश-पीडा, जिवलगांचा वियोग, त्यांचे दुःखभोग हे सगळं अटळ –

▸ अटळ आहे आणि –

▸ त्यांनी व आपण या अथवा आदल्या जन्मांत जे काही केलं आहे, त्याचं फळ आहे – हे फळ आपलं अजून भोगून झालेलं नाही.

''पण प्रत्येक गोष्ट तर देवाच्या इच्छेनुसार घडते. मग 'तो' माणसामध्ये अशा पापी प्रवृत्ती का रुजवितो, आणि मग त्याला पापाचरणाबद्दल अशा दुःखभोगातून का

जायला लावतो?'' भक्त पुन:पुन्हा विचारतात.

''देवाच्या निर्मितीमध्ये सगळ्या प्रकारच्या गोष्टी आहेत.'' गुरू सांगतात.

''त्यानं चांगल्या माणसांप्रमाणेच वाईट माणसंही बनविली आहेत. आपल्याला चांगल्या वृत्ती देणाराही 'तो'च आहे आणि पापी प्रवृत्ती देणाराही 'तो'च आहे.''

''पण मग असं असेल, तर आम्ही आमच्या पापी कृत्यांना जबाबदार नाही... होय ना?'' भक्त म्हणतात.

''पाप फळ देतंच.'' गुरू म्हणतात, *''हा देवाचाच नियम आहे.* तुम्ही मिरची खाल्लीत तर जीभ भाजेलच ना?....''

अंधारसुद्धा गरजेचा आहे; पण त्यातून हा विषय स्पष्ट होत नाही.

''देवानं दुष्ट माणसं का निर्माण केली आहेत?'' एक भक्त विचारतो.

''हा 'त्या'ची इच्छा आहे, 'त्या'ची *लीला!* गुरू सांगतात, ''ही त्याची *माया* आहे, त्यामध्ये *विद्या* आणि *अविद्या* दोन्हीही असतात. *अंधारसुद्धा गरजेचा आहे. तो प्रकाशाची वैभवी प्रभा अधिकच प्रकट करतो.* संताप, वासना व हाव या दुष्ट वृत्ती आहेत यात शंकाच नाही, मग तरीही देवानं त्या का निर्माण केल्या? *संत निर्माण करण्यासाठी!* माणूस जाणिवांवर विजय मिळवून संत बनतो. आपल्या उत्कट भावनांवर ज्याचा ताबा आहे, अशा माणसाला कोणतीही गोष्ट अशक्य आहे का? तो तर देवाच्या वागण्याच्या पद्धतीतून त्याला जाणू शकतो. तसंच 'त्या'चा हा निर्मितीचा सगळा खेळ वासनेच्या माध्यमातून कसा चिरस्थायी होतो पाहा. दुष्ट लोकांचीही आवश्यकता असतेच. एकदा एका जागेतील भाडेकरू बेलगाम झाले म्हणून जागामालकाला, गोलक चौधरी या वाटेल त्या थराला जाऊ शकणाऱ्या क्रूर माणसाला पाठवावं लागलं... प्रत्येक गोष्टीची आवश्यकता असते.''

''पण जर अविद्येची शक्ती हे अज्ञानाचं कारण असेल आणि आपल्या बाबतीत घडणाऱ्या वाईट गोष्टींना अज्ञान कारणीभूत असेल, तर देवानं ते निर्माण का केलं?'' भक्त विचारतात.

त्यावर गुरू सांगतात, ''ही त्याची लीला आहे. अंधार असल्याशिवाय उजेडाच्या तेजाचं कौतुक होणार नाही. दु:ख नसेल तर सुख समजणारच नाही. वाइटाच्या ज्ञानामुळे चांगल्या गोष्टींचं ज्ञान घडणं शक्य होतं. आंबा मोठा होतो, पिकतो ते वरच्या सालीमुळे. जेव्हा आंबा पूर्णपणे पिकतो आणि खाण्यायोग्य होतो, तेव्हा तुम्ही साल काढून फेकून देता. आपल्या संदर्भात *माया* हा *विद्या* व *अविद्या* यांचाच भाग आहे. त्या आंब्याच्या सालीसारखी असतात. या सालीमुळेच माणसाला हळूहळू ब्रह्मज्ञान प्राप्त होऊ शकतं. दोन्हीही आवश्यकच आहेत.''

"देहाचा आनंद व दु:ख अटळ आहेत..." आणखी एका प्रसंगात भक्त-गुरूंना हाच प्रश्न विचारतात तेव्हा ते म्हणतात, "देव एखाद्याला कधी सुखाचा आनंद देतो, तर कधी दु:खाचं मळभ देतो."

गुरू त्यांना त्यांच्या आवडत्या भक्ताचं उदाहरण देतात. त्या भक्ताबद्दल इतर सर्वांनाही आदर होता.

त्या आवडत्या भक्ताचे वडील वारले. त्यांच्या कुटुंबाला वाईट दिवस आले. इतके की, ते अन्नाला महाग झाले.

त्या वेळी तिथे उपस्थित असलेल्यांना गुरू म्हणाले, "ते सर्व जण प्रचंड दु:खभोग सोसत होते." गुरूविषयी आत्यंतिक प्रीती असणारा भक्त अतिशय दु:खात होता.

गुरू म्हणाले, "बनारसच्या अन्नपूर्णा मंदिरात कुणीही उपाशी राहात नाही, हे खरं आहे; पण काहींना सायंकाळपर्यंत भोजनाची प्रतीक्षा करावी लागते."

भक्त त्यांना विरोध करतात, "देव न्यायी आहे. 'त्या'नं त्याच्या भक्तांची काळजी घेतलीच पाहिजे."

"पवित्र ग्रंथांमध्ये म्हटलं आहे की, आदल्या जन्मात जे कनवाळू दानशूर असतील त्यांनाच या जन्मात धनलाभ होतो," गुरू आपल्याला कर्म व मागचा जन्म यात मागे नेऊ लागतात.

"पण तुम्हाला सत्य सांगायचं तर, हे जग म्हणजे देवाची *माया* आहे आणि या *मायेच्या* राज्यात बऱ्याच गोंधळून टाकणाऱ्या गोष्टी आहेत. आपल्याला त्या उमजत नाहीत... 'त्या'च्या मायेच्या या जगात बराच गोंधळ आहे. 'हे' 'त्या'नंतर होईल किंवा 'या'मधून 'ते' घडेल, असं कुणीही अजिबात सांगू शकत नाही."

आपण ज्या उद्देशासाठी आलो आहोत, तो उद्देश : पण आणखी एक स्पष्टीकरण आहे – या शिष्याच्या बाबतीत जे घडतं त्यातून मिळणारं. त्याच्या कुटुंबीयांना त्याच्या पित्याच्या मृत्युनंतर जी उपासमार सोसावी लागत होती, ती भयंकरच होती. काही दिवस तर त्यांच्या घरात अन्नाचा कणही नव्हता, अशा वेळी घरातल्या बाकीच्या लोकांवर ओझं बनायला नको म्हणून तो भक्त त्याच्या आईला सांगतो की, मला एका मित्रानं त्याच्याकडे जेवायला बोलावलं आहे.

भक्त सांगतो, "दुखवटा पाळण्याचा काळ संपण्याआधीच मी कामाच्या शोधार्थ इकडे-तिकडे धावाधाव करत होतो. पोटात अन्नाचा कण नसल्यामुळे भोवळ येतीय अशा अवस्थेत मी नोकरीसाठी अर्ज घेऊन तळपत्या उन्हात अनवाणी पायांनी या ऑफिसमधून त्या ऑफिसमध्ये जात होतो. प्रत्येक ठिकाणी मला नकार मिळाला. त्या पहिल्याच अनुभवातून मला धडा मिळाला की, या जगात नि:स्वार्थ सहानुभूती

अगदी दुर्मीळ आहे; इथे गरीब आणि दुबळ्या माणसाला काहीही स्थान नाही. अगदी काल-परवापर्यंत ज्या लोकांना माझ्यासाठी काही करता येणं; हा त्यांच्या नशिबाचा भाग वाटत होता, अशा माणसांनीसुद्धा आता मला पाहून नाखुशीनं चेहरा आक्रसला... मनात आणलं तर ते मला सहज मदत करू शकले असते, असं असूनसुद्धा....''

असेच दिवस जातात. तो तरुण भक्त निराशेच्या गर्तेत आणखी खोलवर रुततो... तेव्हा त्याच्या मनात एक विचार चमकतो.

''देव गुरूंची प्रार्थना ऐकतो. मी त्यांना माझ्यासाठी प्रार्थना करायला लावीन. म्हणजे माझ्या आईची व भावांची अन्नवस्त्राविना होणारी वणवण थांबेल. माझ्यासाठी एवढं करायला, ते कधीच नाही म्हणणार नाहीत.''

असा विचार करून तो गुरूंकडे जातो. त्यांना सगळी परिस्थिती सांगतो आणि त्यांना देवीमातेची प्रार्थना करण्याची विनंती करतो.

''बाळा...'' गुरू प्रेमाने म्हणतात, ''मी असे शब्द उच्चारू शकत नाही, तुला माहीत आहे. तू स्वत:च प्रार्थना का करीत नाहीस? *तू आईला मानत नाहीस. म्हणून तुला खूप सोसावं लागतं.''*

पण शिष्य मागे लागतो. तो गुरूंना म्हणतो की, ''मला आईबद्दल काहीही माहीत नाही. कृपा करून तुम्ही माझ्यासाठी आईकडे प्रार्थना करा. तुम्ही असं केल्याखेरीज मी इथून जाणार नाही.''

गुरू त्याला सांगतात, ''मी तुझे दु:खभोग दूर होण्यासाठी कितीतरी वेळा आईची प्रार्थना केली आहे. पण *तू आईला मानत नाहीस, त्यामुळे ती प्रार्थना ऐकत नाही.* हे बघ, आज मंगळवार आहे, खास आईचा वार! आज तू काहीही मागितलंस तरी आई तुला ते देईल. आज रात्री मंदिरात जा, तिच्याचरणी लीन हो आणि वर माग....''

त्याप्रमाणे तो शिष्य मंदिरात गेला, पण तिथल्या मूर्तीसमोर तो सारं काही विसरला, त्यानं प्रार्थना केली, पण ती आईनं त्याच्या कुटुंबाला दु:खभोगातून मुक्ती द्यावी, अशी नाहीतर त्याला योग्यायोग्य भेद करण्याची कुवत, अलिप्तता, ईश्वरी ज्ञान व सर्मपणभाव द्यावा, अशी प्रार्थना केली.

त्यानंतर तो गुरूंकडे परत आला तेव्हा त्यांनी विचारलं, ''तुझ्या ऐहिक उणिवा दूर करण्यासाठी तू आईची प्रार्थना केलीस ना?''

तो शिष्य चमकला... कारण तो ज्यासाठी तिथे गेला होता, तेच विसरला होता.

''आता मी काय करू?'' त्यानं विचारलं.

''जा पुन्हा पटकन आणि तिची प्रार्थना कर,'' गुरू म्हणाले.

शिष्य धावतच पुन्हा मंदिरात गेला. या खेपेला त्यानं ईश्वरी ज्ञान व समर्पणभाव

द्यावा, यासाठी प्रार्थना केली.

''बरं, तू या खेपेला तिला सांगितलंस ना?'' तो परत आल्यावर गुरूंनी विचारलं.

तो शिष्य लिहितो, ''मी पुन्हा चमकलो. आता काय करायचं?''

मग गुरूंनी त्याला पुन्हा तिसऱ्यांदा मंदिरात पाठवलं. पण तो मंदिराजवळ पोहोचला, तेव्हा *त्याच्या मनात शरमेची प्रचंड भावना दाटली होती.* त्याचे दुःखभोग आता त्याला अगदी क्षुल्लक वाटत होते आणि म्हणून त्यानं त्या मूर्तीसमोर पुन्हा एकदा प्रार्थना केली, ''आई, मला दुसरं काहीही नको. मला फक्त ईश्वरी ज्ञान व समर्पणभाव दे.''

तिथून परत येताना त्या शिष्याला कळून चुकलं होतं की, हे सगळं नक्कीच त्याच्या गुरूंनी रचलं होतं.''

''तुम्हीच मला अशा प्रकारे उन्मादावस्थेत नेलं होतं.'' तो गुरूंना तक्रारीच्या सुरात म्हणाला.

''आता तुम्ही माझ्यासाठी प्रार्थना केली पाहिजे.''

''बाळा, मी अशा प्रकारे कधीही कुणासाठीही प्रार्थना करू शकत नाही. माझ्या मुखातून ती कधीही येणार नाही,'' गुरू म्हणाले... हे शब्द आपण लक्षात ठेवले पाहिजेत. कारण काही वर्षांनी त्यांची परीक्षा घेतली जाईल, तेव्हा या संतमहात्म्याच्या जीवनातील सच्चेपणा दिसून येईल... पूज्यभाव निर्माण करणारा सच्चेपणा!

''मी तुला सांगितलं आहे, तू देवीमातेकडून तुला हवं ते मिळव. पण तू तिला ते मागू शकत नाहीस. *तुला ऐहिक सुख मिळणार नाही.* याला मी काय करू शकतो?''

''असं चालणार नाही गुरुजी.'' भक्त ठामपणे म्हणाला.

''तुम्ही माझ्यासाठी प्रार्थना केलीच पाहिजे. माझी ठाम खात्री आहे की, तुम्ही फक्त तसं बोललात, तरी ते सगळ्या दुःखभोगातून मुक्त होतील.''

''मी त्यांच्या मागेच लागलो होतो त्यामुळे –'' भक्त लिहितो, ''ते म्हणाले, ठीक आहे... त्यांना कधीही साध्या अन्न-वस्त्राची कमतरता भासणार नाही.''

गुंगवून टाकणारी ही कथा पुढे सरकते... पण आत्ता आपण विचारात घेतला आहे, तो मुद्दा म्हणजे हे प्रतिपादन की, तुला व तुझ्या कुटुंबीयांना जे दुःखभोग सोसावे लागत आहेत, ते अटळ आहेत, त्याप्रमाणे त्यांच्यामुळे तुला जी चिंता सतावते आहे तीही अटळ आहे, कारण तू इतर गोष्टींसाठी आहेस, ऐहिक सुखासाठी नाहीस.

थोडक्यात, स्पष्टीकरण आहे ते –

- देवानं आपल्याला ज्या उद्देशानं पाठवलं आहे त्या उद्देशात;
- आपल्या कर्मात;

• विशेषकरून, आपल्या हातून गतजन्मांत जे घडलं आहे त्यात;

ही स्पष्टीकरणं अनेक प्रश्न उभे करतात आणि अखेर देवाची रीत अतर्क्य आहे या एका विश्वासाच्या आधारे बचावतात.

माहीत असण्याची गरज नाही : मला पलीकडचं पाहाण्याची गरज वाटत नाही, गुरू त्यांच्या बालिश श्रद्धेनं, निर्मळ निरागसतेनं उद्गारतात आणि ध्वनीत अर्थानं, आपल्यालाही ती गरज वाटत नाही.

''देवाच्या कृती व 'त्या'चा उद्देश समजणं शक्य आहे का? 'तो' निर्मिती करतो, 'तो' संरक्षण करतो, आणि 'तो' विनाश घडवितो. 'तो' विनाश का घडवितो, हे आपल्याला कधीतरी समजलं आहे का? मी कालीमातेला म्हणतो, ''हे आई, मला ते समजून घेण्याची गरज नाही. कृपा करून मला तुझ्या चरणकमलांप्रती भक्तिभाव दे.''

मानवी जीवनाचं ध्येय आहे भक्तिभाव मिळवणं. कारण इतर गोष्टींबद्दल देवीमातेला सर्वोत्तम काय ते माहीत असतं. मी आंबे खाण्यासाठी आमराईत आलो आहे. तिथे झाडे, फांद्या, पानं यांची संख्या मोजून काय उपयोग आहे? तिथे मी फक्त आंबे खातो. तिथे मला झाडापानांची संख्या माहीत असण्याची काहीही गरज नाही.

याचं मोल मोठं आहे : गुरूंच्या लेखी साऱ्या रचनेत दु:खभोगाचं मोल अतिशय मोठं आहे, हे आपण विसरता काम नये. त्यांचा भक्त ऑफिसला जाण्यासाठी घरातून बाहेर पडतो. तो नावेतून नदी पार करतो. पण घरातल्या कटकटींमुळे त्याचं मन अतिशय बेचैन आहे. तो विचार करतो की, ऑफिसला जाण्याऐवजी गुरूंकडे जावं हे बरं. म्हणून तो दुसऱ्या नावेतून गुरूंच्या साध्याशा आश्रमात येतो. तो गुरूंच्या दिशेनं जात असताना ते त्याला पाहून म्हणतात,

''अरे, हे काय! तू तुझ्या ऑफिसमधून पळून आलास? हे चांगलं नाही. या जगात मगरीसारखं राहा. मगर पाण्याखाली राहाते, पण ती कधी-कधी तोटीसारखं नाक-तोंड पाण्याबाहेर काढते, खोलवर श्वास घेते आणि मग पुन्हा पृष्ठभागाखाली बुडी घेते. लोक त्यांच्या ऐहिक आयुष्यात आकंठ बुडालेले असतात आणि जेव्हा घरात जीव गुदमरू लागतो, तेव्हाच फक्त ते इथे येतात. *आधी दु:ख व भोगातून गेल्याशिवाय कुणीही धार्मिक मार्ग तुडवतं का? दु:खाचं मोल मोठं असतं. ते माणसाला ईश्वराचा मार्ग शोधायला मदत करतं.''*

''तू विवाहित आहेस हे मला माहीत आहे.'' गुरू म्हणतात आणि त्याला विचारतात, ''तुला आई आहे का?''

''हो, माझी आई अजून जिवंत आहे.'' भक्त उत्तरतो.

गुरू काही वेळ शांत राहतात. मग म्हणतात, ''ठीक आहे, आता घरी थांब. *थोडंसं दु:ख चांगलं असतं. ते माणसाला आध्यात्मिक जीवनात प्रगती करायला साहाय्य करतं. जर दु:खाचा लवलेशही नसेल, तर कुणी देवाचं नाव घेईल का?''*

क्षणभर विचार करा.

या अखेरच्या काही वाक्यांवर पुन्हा विचार करा :

'थोडंसं दु:ख चांगलं असतं. ते माणसाला आध्यात्मिक जीवनात प्रगती करायला साहाय्य करतं. जर दु:खाचा लवलेशही नसेल, तर कुणी देवाचं नाव घेईल का?' जे मूल मानसिकदृष्ट्या अपंगच जन्माला आलं आहे! मुक्त होतो... जीवनमुक्त, देहात वसणारा मुक्त आत्मा....

'' 'मी' आणि 'माझं' हे अज्ञान आहे.'' गुरू दु:खातून बाहेर पडण्याचा मार्ग समजावून सांगताना म्हणतात, '' 'तू' आणि 'तुझं' हे ज्ञान आहे.'' सच्चा भक्त म्हणतो, ''हे परमेश्वरा, कर्त्याचं कौशल्य फक्त तुझ्या ठायी आहे; फक्त तूच कर्ताकरविता आहेस; मी फक्त एक साधन आहे; तू मला जे करायला लावतोस, ते मी करतो. हे सगळं – संपत्ती, मिळकत, इतकंच काय, पण संपूर्ण विश्व तुझ्या मालकीचं आहे. हे घर आणि हे नातेवाईक फक्त तुझ्या एकट्याचे आहेत, माझे नाहीत. मी तुझा सेवक आहे; तुझ्या आज्ञेनुसार तुझी सेवा करणं, एवढंच माझं काम आहे.

''*जोपर्यंत माणूस देहाशी जोडलेला आहे,* तोवर त्याला आनंद-दु:ख, जन्म-मृत्यू, आजार-वेदना यांची जाणीव आहे.'' गुरू सांगतात, ''हे सगळे फक्त देहाचे भाग आहेत, आत्म्याचे नाहीत. देहाच्या मृत्यूनंतर बहुधा देव माणसाला अधिक चांगल्या ठिकाणी नेतो. हे प्रसूतीवेदनांनंतर बाळाचा जन्म व्हावा, तसं असतं. आत्मज्ञान घडलं की, माणूस आनंद-दु:ख, जन्म-मृत्यू याकडे स्वप्न म्हणून पाहातो....''[२]

एकदा तुम्ही मानलं की, आपण कर्ता नाही, देवच सर्व काही आहे की प्रश्नच उरत नाही. पण भेटीला आलेल्या माणसाचं या उत्तरानं समाधान होत नाही... तो विरोध नोंदवत म्हणतो, ''जर गोष्टी देवाच्या कृपेनं घडत असतील, तर मग देव पक्षपाती आहे असं म्हणावं लागेल.''

''पण देव स्वत:च सगळं बनला आहे... विश्व आणि तिथे राहाणारे जीव,'' गुरू म्हणतात, ''तुला परिपूर्ण ज्ञान मिळेल, तेव्हा तुला हे समजेल. देव स्वत:च चोवीस वैश्विक तत्त्वं बनला आहे : मन, बुद्धी, देह... तो कुणाच्या बाबतीत पक्षपातीपणा करेल?''

पण तो माणूस मुद्दा सोडायला तयार नव्हता. तो म्हणाला, ''त्या'नं ही सगळी

---

२. ब, पान क्र. २५७

वेगवेगळी स्वरूपं का मानली आहेत? काही जण सूज्ञ, तर काही जण अज्ञानी का असतात?''

''*ही 'त्या'ची स्वत:ची इच्छा आहे.*'' गुरू उद्‌गारतात आणि गीत गाऊ लागतात....

या जगाच्या महासागरी
किती नौका विहरतात!
त्यातील किती नौका बुडतात!

त्याच्या बाबतीत ते असंच मानतील का? हे दु:ख अर्थातच 'थोडंसं' नाही. ते त्या मुलाला आध्यात्मिक जीवनात प्रगती करण्यास साहाय्य करेल का? ते त्या मुलाला देवाचं नाव घ्यायला लावेल का? याचं उत्तर होकारार्थी गृहीत धरू या. मग सर्वज्ञानी परमेश्वर त्या मुलाला त्याच्याकडे वळवण्यासाठी यापेक्षा सोपा मार्ग योजू शकला नसता का? आलोक जसं बाबा आमटेंना म्हणाला तसं, *या प्रश्नाचं उत्तर देताना, त्या मुलाचा विचार करा, त्याच्या आई-वडिलांचा नको.*

मुखत्यारावर भिस्त : घडणारी प्रत्येक गोष्ट, मग ती सुखद असो वा दु:खद, देवाच्या इच्छेनुसार घडते, असा उपदेश गुरू दरवेळी करतात आणि जे काही घडतं ते देवाची इच्छा मानून स्वीकारणं, हाच माणसाचे दु:खभोग कमी होण्याचा उपाय आहे.

ते म्हणतात, देवाला तुमचं मुखत्यारपत्र द्या. मग तुमच्यावर पडलेलं कुठलंही ओझं तुमचं ओझं असणार नाही. ते देवाला वाहावं लागेल. गाडीत बसलेला माणूस त्याच्या माथ्यावर आपलं सामानसुमान ठेवेल की, गाडीत ठेवून ते स्वत:सोबत वाहून नेईल?

तुम्ही ते ओझं स्वत:च्या माथ्यावरच ठेवण्याचा आग्रह धरता, कारण तुमचा अहंकार, तुम्ही स्वत:च्या देहाशी तुमच्या अस्तित्वाची ओळख जोडता, त्यामुळे आपणच कर्ता आहोत, असं तुम्हाला वाटतं.

''समजा, तुम्ही एका भांड्यात बटाटे, वांगी आणि इतर भाज्यांसमवेत भात शिजवत आहात,'' गुरू त्यांच्या साध्या-सरळ, थेट पद्धतीनं सांगतात, ''काही वेळानं भांड्यात बटाटे, वांगी, भात व बाकीचे पदार्थ उड्या मारू लागतात. जणू ते अभिमानानं सांगत असतात : 'आम्ही हालचाल करतोय! आम्ही उड्या मारतोय!' काही लहान मुलं ते पाहातात आणि त्यांना वाटतं की, ते बटाटे, वांगी आणि भात सजीव आहेत, त्यामुळे ते अशा प्रकारे उड्या मारत आहेत. पण वस्तुस्थिती माहीत असणारी मोठी माणसं मुलांना समजावून सांगतात की, या भाज्या आणि भात सजीव नाहीत; ते स्वत:च्या स्वत: उड्या मारत नाहीत, तर भांड्याखाली जो विस्तव

पेटलेला आहे त्यामुळे ते उड्या मारताना दिसत आहेत; जर आपण चुलीतली जळती लाकडं बाजूला केली, तर मग त्यांना हालचाल करता येणार नाही. त्याचप्रमाणे आपण कर्ता आहोत, हा माणसाचा अभिमान अज्ञानातून निर्माण झालेला असतो....''

''जर माणसाची खरोखर श्रद्धा असेल की, फक्त देवच प्रत्येक गोष्ट करतो, 'तो'च सगळं चालवितो आणि माणूस यंत्र आहे, तर असा माणूस आयुष्यात खरोखर 'ही' 'त्या'ची स्वत:ची इच्छा असेल, पण आपल्या दृष्टीनं ते मरण असतं.'' तो माणूस म्हणतो.

''पण, तू कोण आहेस?'' गुरू विचारतात. हे सर्व बनणारी आहे, ती कालीमाता. तू 'तिला' ओळखत नाहीस, तोवर तू 'मी-मी' करत आहेस.''

लक्षात घ्या,

▸ आपण जर देव मानत असलो, तर 'दु:खभोग' ही स्पष्टीकरण आवश्यक असलेली समस्या असते. नाहीतर ती निरर्थक घडणारी गोष्ट असते, माजी अमेरिकी संरक्षण सचिव डोनाल्ड रम्सफेल्ड यांच्या भाषेत सांगायचं, तर 'स्टफ हॅपन्स.'

▸ आणि आपण सर्व काही देवच आहे, असं मानलं तर प्रश्नच सुटतो.

निदान आणि उपाययोजना या दोन्ही गोष्टींची पुनरुक्ती होताना दिसतेय, ही महत्त्वाची गोष्ट लक्षात घ्या. तुम्ही म्हणता की, तुम्हाला दु:खभोग सोसावे लागतात? तुम्ही म्हणता की, तुमच्या मुलाला दु:खभोग सोसावे लागतात? पण तुम्ही कोण आहात? तुमचा मुलगा कोण आहे? देवच सर्व काही आहे – दु:खभोग सोसणारा 'तो'च आहे, आनंद व दु:ख योग्य रितीनं विभागून देणारा 'तो'च आहे, 'तो' स्वत:च दु:ख आहे. यामध्ये तुम्ही किंवा तुमचा मुलगा कुठे आले? आणि उपाययोजना काय आहे : एकदा का तुम्ही देवाला संपूर्णत: शरण गेलात, घडणारी प्रत्येक गोष्ट देवाच्या इच्छेनुसारच घडते, हे तुम्ही जाणलंत की, दु:खभोगाचा दाह शमतो... आणि जर तो शमला नाहीतर त्याचा अर्थ इतकाच आहे की, तुम्ही पूर्णत: शरण गेलेला नाहीत.

गुरूंच्या लेखी मात्र सर्व काही परमेश्वर हे स्वयंसिद्ध सत्य आहे, त्यांच्या आयुष्यातून सिद्ध होणारं सत्य. त्यांनी जे काही पाहिलं आहे – व्यक्तिश: थेट – त्यानंतर जे अपरिहार्यपणे येतं, तोच उपाय आहे.

पुन्हा गुरूंविषयी

मी याआधी लिहिल्यानुसार, गुरू हा दया, सहृदयता, इतरांची कदर, परानुभूती

यांचं मूर्तिमंत उदाहरण असतो. तो इतरांची अवस्था पाहून हेलावतो. फक्त त्याच्या भक्तांबद्दलच नव्हे किंवा फक्त मनुष्यांबद्दलच नव्हे... आपण गुरूंचा हा विशेष गुण लक्षात घ्यायला हवा, नाहीतर आपण बरीच उत्तरं निष्ठुर वाटतात म्हणून बाजूला सारू. मुद्दा असा आहे की, गुरू निष्ठुरता व बेपवाईपासून खूप दूर, दया, इतरांची कदर, सहृदयता यांचं मूर्तिमंत उदाहरण असतो. म्हणून दरखेपेला आपल्याला सुखद वाटणारं उत्तर मिळालं नाही की आपण विचारात पडतो, असा दयाळू व सहृदय संत या साऱ्यावर कसा काय विश्वास ठेवतो?

पण सर्वप्रथम गुरूंच्या स्वभावाबद्दल पाहू.

टेकडी पार करीत असताना त्यांचा डावा पाय एका झुडपाजवळ पडतो. तिथे गांधीलमाशा असल्याचं त्यांच्या लक्षातच येत नाही. "माझ्या डाव्या पायावर गुडघ्यापर्यंत त्यांचा थवा जमला आणि त्या मला दंश करू लागल्या," गुरू सांगत होते, "त्यांनी माझ्या डाव्या पायाला काहीही केलं नाही. मी काही वेळ डावा पाय तिथे तसाच ठेवला, त्यांच्या क्षेत्रावर अतिक्रमण करणाऱ्या त्या पायाला त्यांना पूर्ण शिक्षा देता यावी म्हणून! काही वेळानं, गांधीलमाशा निघून गेल्या आणि मी कष्टानं चालत निघालो. माझ्या तपस्वी मित्रानं मला त्याला देणं शक्य असणारं भोजन म्हणजे ताक आणि गूळ दिलं...."

एक साप त्यांच्या देहावर सरपटत फिरतो. ते काहीही करीत नाहीत. तो त्यांच्या डोळ्यात पाहातो आणि खाली उतरतो. नंतर त्यांना विचारलं असता ते सांगतात, "साप फणा उंचावून आपल्या डोळ्यांत पाहातात आणि जेव्हा त्यांच्या लक्षात येतं की, आपण घाबरण्याची आवश्यकता नाही, ते आपल्याकडे दुर्लक्ष करतात. आपण त्याला काही करावं, असा विचारही माझ्या मनात आला नाही."

झाडावरचे आंबे उतरवायला आलेले कामगार आंबे खाली पडावेत म्हणून झाडाला तडाखे देतात. गुरूंना हे दृश्य पाहावत नाही : "बास झालं! जा आता!... आपल्याला झाड फळं देतं त्याबदल्यात त्याला काठीनं बडवायचं?... तुम्ही आंबे उतरवण्याची गरज नाही. चालते व्हा!" अशा प्रसंगी गुरूंचा आवाज मेघगर्जनेसारखा होता, अशी आठवण भक्त सांगतो, "तिथे असलेल्या सर्वांच्या कानांवर त्या गर्जनेचे प्रतिध्वनी आले आणि ते भयानं थरथरू लागले..." गुरूंना अनेक वर्षं माहीत असलेली एक भक्त बाई पूजेसाठी फुलं तोडत आहे. ते तिला या कृत्याबद्दल रागवितात.

ते आणि त्यांचे भक्त ज्या दालनात बसलेले आहेत, त्या दालनाजवळ एक साप येतो. "कसला साप आहे हा?" भक्त ओरडतात, "मारा त्याला, ठेचा त्याला!" जेव्हा त्याला मारण्याचा आवाज कानावर येतो तेव्हा गुरू ओरडतात, "कोण मारतंय त्याला?" पण सापाला मारणारे भक्त त्यांचं ऐकत नाहीत. साप

मारला जातो.

गुरू म्हणतात, ''या लोकांना जर असं मारलं, तर त्यांना कळेल.'' त्यांची अर्थातच सगळ्या प्रकारच्या प्राण्या-पक्ष्यांशी मैत्री आहे. माकडं व खारोट्या त्यांच्या हातून खातात. एखाद्या अतिउत्साही सेवकानं पक्ष्यांची घरटी काढून टाकली, तर ते पक्षी गुरूंकडे तक्रार करतात. मोर आणि नाग त्यांच्यासमोर नृत्य करतात. त्यांचा हात चुकून एका पक्ष्याच्या घरट्याला लागतो. घरट्यातून अंडं खाली पडतं आणि फुटतं. ते सुन्न होतात, अतिशय अस्वस्थ होतात. ''बघा, बघा.'' ते उद्विग्नपणे म्हणतात, ''आज माझ्या हातून काय घडलं आहे?''

ते अतिशय हळुवारपणे ते अंडं उचलतात. ते ओल्या कापडात गुंडाळतात आणि ते पुन्हा घरट्यात ठेवतात. पुढे काही दिवस ते अंडं जुळून येण्यासाठी तसे विचार पाठवत राहातात आणि एके दिवशी त्या अंड्यातून इवलंसं पिल्लू जिवंत बाहेर येतं. त्यांचा जवळचा भक्त लिहितो, ''त्यांनी अतिशय आनंदी, प्रसन्न प्रफुल्लित चेहऱ्यानं त्या पिल्लाला हातात घेतलं, आपल्या ओठांनी त्याला कुरवाळलं, आपल्या मऊसूत हातांनी त्याला थोपटलं आणि ते दृश्य बघायला जमलेल्यांच्या हाती कौतुकानं दिलं...'' ते गायीशी अतिशय प्रेमाने वागतात. त्यांची अनेक वर्षांची सोबत आहे. ती गाय मृत्युशय्येवर असताना ते तिचं डोकं मांडीवर घेतात, एक हात तिच्या मस्तकावर आणि दुसरा हात तिच्या काळजावर ठेवतात... तिचं संत म्हणून दफन केलं जातं....[३]

ते बरेचदा भावनावश होतात... अगदी अश्रू ढाळेपर्यंत... ते संतांच्या जीवनाबद्दल वाचतात तेव्हा, त्यांच्या भक्तांचे क्लेश व यातना ऐकतात तेव्हा, आईविना पोरकी मुलगा-मुलगी पाहातात तेव्हा... गांधीजींचा एक सहकारी जेव्ह-जेव्हा क्षुब्ध होत असे, तेव्हा गांधीजी त्याला गुरूंकडे पाठवत असत. मग गुरू त्या उत्साही तरुणाला गांधीजींचे स्वतंत्र विचार, त्यांची निःस्वार्थी वृत्ती, त्यांची ईश्वरभक्ती, त्यांचा ईश्वराच्या इच्छेप्रती संपूर्ण शरणभाव; ज्या साऱ्यामुळे ते देशासाठी प्रयत्नांची पराकाष्ठा करीत आहेत, ते सगळं स्वतःमध्ये जोपासण्यास उद्युक्त करतात....

त्यांना सर्वप्रथम भोजन वाढणं त्यांना मान्य नाही... इतर सर्वांना जे वाढलं

---

३. गुरूंबद्दलची जवळपास प्रत्येक प्रत्यक्षदर्शी हकिकत अशा घटनांनी भरलेली आहे. चित्ते आणि साप; गांधीलमाशा; त्यांच्या शरीरावर साप मारला जातो; अंडं फुटतं; लक्ष्मी, पूज्य गाय; फुलं तोडणं; आंब्याच्या झाडाला तडाखे; चिमण्यांची तक्रार; खारोट्या आणि माकडे; विविध ठिकाणं इत्यादी, संतांच्या कहाण्या वाचताना डोळ्यांत पाणी; इ. मयत झालेल्या भक्ताच्या लहान मुलाला पाहून रडतात; भक्तांसाठी स्वयंपाक करतात; अनेक उदाहरणं इत्यादी, इत्यादी.

असेल तेच तेही खातील, एवढंच नव्हे तर ते त्यांना अशक्तपणा आल्यामुळे त्यांच्यासाठी बनविण्यासाठी आलेला विशेष आहार व औषधंही घेणार नाहीत... ते दररोज पहाटेपूर्वी अडीच वाजता उठून भाज्या चिरून भक्तांसाठी भोजन रांधतात.... थोडक्यात, ते सर्वार्थानं दया व विनम्रतेचं मूर्तिमंत उदाहरण आहेत; ते किती देवासमान आहेत.

हत्या

गांधीजींची भीषण हत्या झाली. दुसऱ्या दिवशी सकाळी भक्तगण दालनात जमा होऊ लागले, तेव्हा गुरू वृत्तपत्रांत या भीषण हत्येचं वृत्त वाचत होते. एका वार्ताहराचा त्यांची प्रतिक्रिया जाणून घेण्यासाठी फोन आला. त्याबद्दल भक्तानं लिहिलं आहे, त्यांचा कंठ दाटून आला होता. ते म्हणाले, गुरू पायी फेरफटका मारण्यासाठी बाहेर पडले. ते परत आले तेव्हा रेडिओवर गांधीजींचं एक आवडतं भजन लागलं होतं – वैष्णव जन तो... आणि त्यांच्या (गुरूंच्या) डोळ्यांतून अश्रू घळाघळा ओघळू लागले... दुपारी महिला 'रघुपती राघव राजाराम...' गाऊ लागल्या तेव्हा त्यांनी (गुरूंनी) आम्हाला ते भजन म्हणण्याची खूण केली... देवीमातेच्या मंदिरात विशेष आरती करण्यात आली : "जेव्हा अंगारा आणि कुंकू आणण्यात आलं तेव्हा गुरूंनी ते अत्यंत आदरानं घेतलं...."

आता आपण स्पष्टीकरणांकडे वळू.

वृत्तान्तकार लिहितो, 'परवा दिवशी वर्तमानपत्र वाचताना गुरूंनी त्यांच्याजवळ बसलेल्या एकाला सांगितलं होतं, "हे बघ, काही काळापूर्वी धूमकेतू दिसला होता ना? वर्तमानपत्रात लिहिलं आहे की, महात्माजींचा मृत्यू त्यामुळे घडला, म्हणजे त्याचा पहिला परिणाम आता घडून गेला आहे."

"गुरुजी हे म्हणाले तेव्हा त्यांच्या मनात नेमकं काय होतं?" वृत्तान्तकाराला प्रश्न पडतो... लवकरच या शब्दांना अनिष्टसूचक वलय प्राप्त होईल.

दरम्यान, गुरू दुसरं वर्तमानपत्र उचलतात आणि ते वाचताना ते म्हणतात आणि आत्ता हेच आपल्या विषयाशी संबंधित आहे – "असं दिसतंय की, महात्माजींवर गोळी झाडणारा माणूस त्यांच्याकडे आला आणि त्यानं त्यांना वंदन केल्यानंतर विचारलं की, "सर, तुम्ही आज इतक्या उशिरा का आलात?" त्यावर महात्माजी म्हणाले की, काही कामामुळे उशीर झाला आणि त्यानंतर लगेच गोळी झाडण्यात आली.

वृत्तान्तकार लिहितो : त्यानंतर गुरूंनी याच्याशी साधर्म्य असलेला रामायणातला एक प्रसंग सांगितला. ते म्हणाले, 'रामानं रावणाला मारल्यानंतर त्याला (रामाला) वैकुंठाला जावं लागणार आहे, हे तो विसरला. मग देवतांनी आपापसात विचारविनियम केला आणि मग मृत्युदेवता यमाला त्याच्याकडे पाठवलं. यम संन्याशाच्या पोशाखात

त्याच्याकडे आला आणि आदरानं म्हणाला, *"तुम्ही ज्या कामासाठी इथे आला होतात, ते आता पूर्ण झालं आहे. कृपया स्वर्गात चला."*

"स्वराज्य मिळालं आहे; तुमचं काम झालं आहे; मग अजून तुम्ही इथे का? तुम्ही परत जायला नको का? आधीच उशीर झाला आहे." अशा प्रकारे महात्माजींना खूप दूर पाठविण्यात आलं असावं."[४]

या दोन्हींमध्ये साधर्म्य आहे.

अशा प्रकारे आपण मघाशी ज्या शिष्याचं उदाहरण पाहिलं, त्यानुसार आपल्या लक्षात येईल की, *आपण काही उद्देशानं इथे येतो. आपल्या आयुष्याच्या इतर बाजू दुःख भोगतात आणि एकदा तो उद्देश साध्य झाला की, आपल्याला* आजारपणामुळे किंवा भीषण हत्येमुळेसुद्धा *परत बोलावलं जातं.*

निष्पापांचे दुःखभोग

"निष्पापांनासुद्धा, उदाहरणार्थ लहान मुलांनासुद्धा इतक्या यातना का भोगाव्या लागतात?" त्यांच्या भेटीला आलेला माणूस विचारतो, "याचं स्पष्टीकरण कसं देणार? आदल्या जन्मांच्या संदर्भात की अन्य कोणत्या संदर्भात?"

"जगाच्या वास्तवाप्रमाणेच तुम्हाला स्वतःचं वास्तवही माहीत असेल, तर हे प्रश्नच उद्‌भवणार नाहीत," गुरू म्हणतात, "तुम्ही म्हणता ते हे सगळे भेद, निष्पापांच्या यातना आणि दुःख फक्त तुम्हालाच आहेत का? या गोष्टी पाहाणारे व त्याबद्दल विचारणारे तुम्हीच आहात. तुम्हाला जर 'मी कोण आहे?' या प्रश्नाचं उत्तर मिळालं, तर तुम्ही पाहिलेल्या गोष्टींबद्दलचे सर्व प्रश्नच पूर्णपणे सुटतील."[५]

ही मूलभूत गोष्ट पुन:पुन्हा सांगितली जाते. पण आमच्या मुलाच्या, आदितच्या मेंदूला इजा सोसावी लागली आहे की नाही? त्याला उभं राहाता, चालता येतं का? त्याला इतरांसारखं बोलता येतं का? अलीकडेच त्याच्या डोळ्यात 'रप्चर' झालं त्याचं काय? या गोष्टी घडल्या आहेत की नाहीत? का असं आहे की मी आणि माझ्या पत्नीनं, तसंच अर्थातच आमच्या निष्पाप मुलानं 'मी कोण आहे?' हे समजून न घेतल्यामुळे या गोष्टी आम्हाला घडल्यासारख्या वाटतात, ज्या खऱ्या घडलेल्याच नाहीत? 'या इजा ठळक आहेत की नाहीत?' हा प्रश्न नाही. कदाचित एखाद्या सोयीस्कर दृष्टिकोनातून (व्हॉन्टिज पॉइंट) हे सगळं क्षुल्लक वाटेल – कदाचित अवकाशातून तुम्ही त्याची विकलांगता पाहाणं तर दूरच, पण तुम्ही त्यालाही पाहू शकणार नाही. प्रश्न असा आहे की : *या इजा घडून आल्या आहेत की नाहीत?*

---

४. क, २८८-२९१

५. ड, २४-२५

जर त्या घडल्या असतील, तर त्या या असहाय मुलावर का कोसळल्या?

गुरूंची उत्तरं दोन मुद्द्यांदरम्यान दिशा बदलतात – आपण योग्य चष्मा घातलेला नाही या मुद्यापासून ते इजाच महत्त्वाच्या नाहीत, हे आपण समजून घेतलं पाहिजे या उपदेशापर्यंत!

गुरूंकडे उत्तरांसाठी व दुःखभार हलका होण्यासाठी आलेल्या, असे यातनादायी आघात सहन करावे लागणाऱ्या माणसांची उदाहरणं पाहिली, तर या गोष्टी कोणत्या अर्थानं महत्त्वाच्या नाहीत, हे अधिक स्पष्ट होईल.

पुन्हा प्रारब्धाबद्दल : बंगालमधून काही लोक आले होते. त्यांपैकी एका माणसाचं मूल नुकतंच गेलं होतं. त्यानं गुरूंना विचारलं, "आमचं बाळ इतक्या लहानपणी का मृत्यू पावलं? हे त्याचं कर्म आहे, का आमचं कर्म म्हणून आमच्या वाट्याला हे दुःख यावं?"

गुरू उत्तरले, "त्या बाळाचं या जीवनातलं कार्य संपलं होतं, म्हणून ते मृत्यू पावलं. हे प्रारब्ध आहे. त्यामुळे आपण त्याला त्या बाळाचं कर्म म्हणू शकतो. तुमच्याबद्दल सांगायचं तर तुम्ही त्याच्या वियोगाबद्दल शोक करू नये, शांत राहावं, त्याचा काहीही परिणाम करून घेऊ नये. हे बाळ आपलं नव्हतंच, तर ते कायमच फक्त देवाचं होतं, देवानं दिलं आणि देवानंच ते काढूनही घेतलं असं मानावं."

गुरूंनी 'योग वसिष्ठ' घेतलं आणि रोजची हकिकत लिहिणाऱ्या माणसाला पुण्य व पावनची गोष्ट वाचून दाखवायला सांगितलं.

पुण्य त्याच्या भावाला त्यांच्या माता-पित्यांच्या मृत्यूबद्दल मूर्खासारखा शोक न करण्याच उपदेश करतो. पुण्य पावनच्या लक्षात आणून देतो की, तू भूतकाळात अगणित जन्म घेतले आहेस. यातील प्रत्येक जीवनात तुला बरेच नातेवाईक होते. तुझे आदले जन्म जसे संपले तसेच ते सगळेही संपले आहेत. आता तू त्या सगळ्या नात्यांची अखेर झाल्याबद्दल दुःख करीत नाहीस, तसंच तू आपल्या माता-पित्यांच्या मृत्यूबद्दलही दुःख करता कामा नयेस.

तो माणूस विचारतो, "एखादी व्यक्ती अगदी बालपणीच मरण पावते आणि दुसरी व्यक्ती दीर्घकाळ जगते, तेव्हा त्यांच्यातलं जास्त पापी कोण?"

गुरू : "मी सांगू शकत नाही."

त्या माणसाचं समाधान झालेलं नाही. तो विचारतो, एखादा माणूस दीर्घकाळ जगला, तर त्याला एखादी गोष्ट स्पष्ट समजण्याची अधिक शक्यता नाही का?

त्यावर गुरू याची फलनिष्पत्ती दुसऱ्या प्रकारे घडू शकते, या मुद्याकडे लक्ष वेधतात : 'लहानपणीच मरण पावणाऱ्या व्यक्तीचा लवकरच पुनर्जन्म होऊ शकतो आणि त्याला त्या जीवनात ते समजण्याच्या अधिक चांगल्या संधी मिळू शकतात...

याच जन्मात दीर्घायुष्य असणाऱ्या माणसापेक्षाही जास्त चांगल्या.'

संबंधित प्रश्नाला गुरूंनी दिलेलं उत्तर एका विषयाचं सूत्र देतं, जे आपल्याला गुरूंच्या उत्तरांचा अभ्यास करताना पुन:पुन्हा पाहायला मिळतं. त्यांना भेटायला आलेला माणूस त्यांना आपण त्याग केला पाहिजे, अशा कृतींबद्दल विचारतो – म्हणजे आपण आपलं कर्म शक्य तितकं कमी केलं पाहिजे, असा याचा अर्थ आहे का?

त्यावर गुरू सांगतात की, कर्म सोडून देणं याचा अर्थ आपण त्यांच्याबद्दलची अथवा त्यांच्या फळाबद्दलची आत्मीयता सोडली पाहिजे, आपण 'मी कर्ता आहे,' ही कल्पना सोडली पाहिजे. *हा देह ज्या कर्मांसाठी आला आहे, त्या कर्मांतून त्याला पार व्हावंच लागेल.* अशा कृती सोडून देण्याचा प्रश्नच नसतो, कुणाला आवडो अगर न आवडो!''

लहान मुलाचा देहसुद्धा जीर्ण होतो? आगामी काळात निस्सीम भक्त होणार असलेला एक माणूस आश्रमात जातो. तो अतिशय दु:खात आहे. तो गेली दोन वर्षं गुरूंचं साहित्य वाचतोय. त्याचा मुलगा मरण पावला आहे. त्यामुळे तो म्हणतो की, तो 'शांती आणि दिलासा' यांच्या शोधात आहे. त्याला सकाळी दालनामध्ये गुरूंचं ओझरतं दर्शन घडतं. तो लिहितो, ''आमचे डोळे एकमेकांना भिडले तेव्हा माझ्या मनावर त्याचा आश्चर्यकारक परिणाम घडला. मला जाणवत होतं की, मी जणू शांतीच्या डोहात बुडी मारली आहे आणि डोळे बंद करून तासभर अत्यानंदात बसून आहे...'' गुरू गीतेबद्दल काहीतरी सांगत आहेत, हे त्याला कळत होतं. तो धाडस करून विचारतो, ''भगवद्‌गीतेत म्हटलं आहे की, मर्त्य त्यांचा जीर्ण देह टाकून देऊन नवा देह धारण करतात... एखाद्यानं जुने कपडे टाकून देऊन नवा पोशाख परिधान करावा तसं. पण नवे आणि ताजे टवटवीत देह असणाऱ्या नवजात बाळांना हे कसं काय लागू होतं?''

त्यावर गुरू म्हणतात, *''मृत्यू पावलेल्या मुलाचा देह जीर्ण नव्हता, हे तुला कसं कळलं? ते दिसणार नाही; पण त्याचा देह जीर्ण असल्याखेरीज त्याचा मृत्यू होणार नाही. हा निसर्गाचा नियम आहे.''*

''ती कुठेही गेली नाही.'' : काही वर्षांनी त्याचं दुसरं मूलही मरण पावलं. त्यानंतर त्याची पत्नीही मेली. तो भक्त जवळजवळ भ्रमिष्टच झाला होतो. तो दर काही महिन्यांनी गुरूंच्या आश्रमात यायचा तसा पुन्हा एकदा आला होता. दुपारी गुरूंनी निरोप पाठवून त्याला बोलावून घेतले. 'मी मान खाली घालून त्यांच्या सान्निध्यात बसलो होतो, तेव्हा कुठून कोण जाणे एक किंकाळी भेदून गेली.

अचानक माझी सगळी गात्रंच गळून गेली आणि मी कोसळलो. जेव्हा मी भानावर आलो, तेव्हा गुरूंनी मला त्यांच्या जवळ बोलावलं आणि त्यांच्या पायांजवळ बसवलं. ते फक्त काही शब्दच बोलले, पण त्यांची प्रेमानं ओथंबलेली नि:स्तब्धता मला खूप काही सांगून गेली आणि तिनं माझ्या काळजातली जखम अतिशय प्रभावीपणे बरी केली.''

गुरू त्याला म्हणतात, ''ती गेली आहे हा विचारच काढून टाक. *ती कुठेही गेलेली नाही. ती 'स्व'मध्ये 'स्व'म्हणून आहे. ती अस्तित्वशून्य कशी असेल?* देवाच्या अस्तित्वाखेरीज आपलं अस्तित्व शक्य आहे का? तसंच, तिच्या अस्तित्वाखेरीज मुलं कुठे आहेत, घर कुठे आहे?''[६]

दिवस पुढे सरकत होते. तो भक्त तक्रार करतो की, आधी निदान स्वप्नात तरी मला पत्नीला पाहाता यायचं, आता तेवढासा दिलासासुद्धा संपला आहे.

''काय, तुला स्वप्नं पाहाणं बरं वाटतंय?'' गुरू विचारतात.

त्या रात्री त्या भक्ताला स्वप्न पडतं. स्वप्नात बायको येते आणि त्या अनुभवामुळे तो आणखीनच दु:खी होतो.

दुसऱ्या दिवशी तो गुरूंकडे जातो, तेव्हा ते विचारतात, ''तुला स्वप्न पडलं होतं का?''

तो सांगतो की, ''हो, स्वप्न पडलं होतं, पण त्यामुळे मी अधिकच दु:खी झालो आहे.''

''आता तुला कशाचं दु:ख आहे?'' गुरू विचारतात, ''तुला स्वप्न हवं होतं, ते तुला पडलं. त्यामुळे आपल्याला बरं वाटेल असं तुला वाटत होतं. पण उलट त्यामुळे भयानक दु:खच निर्माण झालं आहे. सगळे भ्रम हे दु:ख आहे. फक्त खराखुरा 'स्व' हेच संपूर्ण समाधान आहे.''

काही दिवसांनी या दरम्यान हा भक्त काही नव्या कविता लिहितो, विशेषत: गुरूंच्या भक्तांसाठी असलेल्या संदेशाबद्दलच्या – गुरू त्याला पुन्हा निरोप पाठवून बोलावून घेतात आणि त्याला सांगतात, ''हे बघ, तिनं तुझा निरोप ऐकला आहे आणि तिने तुला नुकतंच स्वप्नात जे सांगितलं तेच तिचं उत्तर आहे, ते तू स्वत:च कवितेच्या दुसऱ्या भागातील दहाव्या चरणात लिहिलं आहेस, 'माझ्यावर विश्वास ठेव, मी कधीही कुठेही गेलेली नाही. मी सदैव तुझ्याबरोबरच आहे.' *हा तिचा संदेश आहे. आत्तापर्यंत ती तुझ्यापासून दूर गेली आहे, असं वाटत होतं. पण आता ती तुझ्यासोबत आणि तुझ्यात आहे.* हे सत्य आहे. तू *तिची* काळजी करण्याची आवश्यकता नाही. ती अगदी छान आहे. फक्त तू आणि मुलंच तिच्या वियोगाच्या

---

६. इ, ११२-११३

विचारानं दु:ख भोगत आहात.''

खरं असं घडलं आहे का? का, गुरूंनी भक्ताला त्याचं सांत्वन करण्यासाठी हे सांगितलं आहे?

दुसऱ्या मुलाचा मृत्यू : गुरूंच्या संभाषणांच्या बहुव्याप्त हकिकतींमध्ये आपल्याला एक प्रसंग वाचायला मिळतो, ''एका निस्सीम व सरळ-साध्या भक्ताच्या तीन वर्षांच्या एकुलत्या एका मुलाचा मृत्यू होतो. दुसऱ्या दिवशी तो त्याच्या कुटुंबासह आश्रमात येतो. गुरू त्यांच्या व त्यांच्या पुत्रवियोगासंदर्भात बोलतात : ''मनाला दिलेली शिकवण धैर्यानं दु:ख व वियोग सहन करण्यासाठी उपयोगी पडते. पण अपत्याचा वियोग हे माणसाच्या सर्व दु:खांतलं सर्वांत वाईट दु:ख मानलं जातं.''

लक्षात घ्या, गुरू मान्य करीत आहेत की, दु:ख खरं आहे. काल्पनिक नाही. आपल्याला उपनिषदे व गीतेत मांडलेला सिद्धान्त बरेचदा शिकविला जातो : जोवर माणूस स्वत:ला निश्चित सद्रूपात मानतो, तोवरच दु:ख टिकून राहतं. जर ते स्वरूप त्यापलीकडे गेलं, तर 'मी' अनादि-अनंत आहे, हे त्याला समजेल. *जन्म किंवा मृत्यू यांपैकी काहीच नसतं. जो जन्माला येतो तो फक्त देह असतो.*

पण हा विषय इथेच थांबत नाही. आपल्याला पुढे सांगितलं जातं : 'देह ही अहंची निर्मिती असते. पण अहं सामान्यत: देहाखेरीज समजत नाही. त्याचा नेहमी देहाशीच संबंध असतो.'

आणि आपण उपायापर्यंत येतो त्या वेळी नेहमी म्हटलं जातं की : 'यामध्ये आपली कल्पना महत्त्वाची असते. जाणत्या माणसानं विचार करावा की, त्याला गाढ झोपेत असताना त्याच्या देहाची जाणीव होती का? मग जागृतावस्थेत असताना तो त्याला का जाणवतो? पण झोपेत असताना जरी देहाची जाणीव नसली तरी त्या वेळी 'स्व'अस्तित्वात नव्हता का?

हाच प्रश्न दुसऱ्या प्रकारे विचारता येऊ शकतो :

'पण झोपेत असताना देहाची जाणीव नव्हती म्हणून तेव्हा देह अस्तित्वात नव्हता का?' हा प्रश्न अशा प्रकारे का विचारला जात नाही; झोपेत असताना देहाची जाणीव नव्हती, त्यामुळे वास्तवात तो अस्तित्वात आहे असं मानायचं नाही, या निष्कर्षाप्रत येणं आपल्याला का भाग पडतं, ते आपण लवकरच पाहू. तथापि, मरण पावलेला तीन वर्षांचा मुलगा व त्याचे माता-पिता यांच्या संदर्भात काय म्हटलं आहे ते आपण पाहू या :

तो गाढ झोपेत कसा होता? तो जागा असतो तेव्हा कसा आहे?

यात काय फरक आहे? अहंकार जागा होतो आणि तेच जागं होणं. त्याचबरोबर विचार जागे होतात. हे विचार कुणाचे आहेत, ते शोधू या.

ते कुठून उत्पन्न होतात? ते सजग 'स्व'मधून निर्माण झालेले असणार. ते संदिग्धपणे जरी समजले तरी त्याचा अहंकार लोप पावण्यास उपयोग होतो. त्यानंतर माणसाला अनंत अस्तित्वाचा साक्षात्कार घडणं शक्य असतं. त्या अवस्थेमध्ये शाश्वत अस्तित्वाखेरीज काहीच उरत नाही. त्यामुळे मृत्यू अथवा विलाप याचा विचारच नसतो.

गुरू कारण व उपाय याविषयी सविस्तर विवेचन करतात :

माणसाला जर आपण जन्माला आलो आहोत असं वाटत असेल, तर तो मृत्यूचं भय टाळू शकत नाही. आपला जन्म झाला आहे का किंवा 'स्व'ला कुठला जन्म असतो का, हे त्याला शोधू द्या. मग त्याच्या लक्षात येईल की, 'स्व' सदैव अस्तित्वात असतो, जन्माला आलेला देह विचारात गुरफटतो आणि या विचाराचा उदय हेच सगळ्या त्रासाचं मूळ असतं. हे विचार कुठून प्रकट होतात, हे शोधून काढा. मग तुम्ही सदैव अस्तित्वात असलेल्या सर्वांत तळाशी असलेल्या 'स्व'मध्ये वास कराल आणि जन्म या कल्पनेपासून वा मृत्यूच्या भयापासून मुक्त व्हाल.

पण ते मूल मरण पावलं आहे की नाही? आपण विचारात पडतो. का जे मरण पावलं ते इतकं क्षुल्लक, इतकं बिनमहत्त्वाचं, केवळ आपल्या मनाची कल्पना होतं? ते मूल पुन्हा परत येईल अशा अर्थानं नव्हे, तर जे कधी नव्हतंच त्याबद्दल आपण दु:ख करतो या अर्थानं!

आईचा विश्वास : उशीर झाला आहे. रात्रीचे अकरा वाजले आहेत. आंध्रमधील लोकांचा एक गट आश्रमात येतो. त्यांच्यात एक मध्यमवयीन स्त्री आहे. तिच्या चेहऱ्यावर 'दु:खी पण खंबीर भाव' आहेत. ती गुरूंना सांगते... ते ऐकून आपण ती ज्या यातनांतून जात आहे, ते समजू शकतो... सर्वज्ञ, सर्वशक्तिमान, अत्यंत दयाळू परमेश्वरानं बनविलेल्या या जगात अनेक मातांना ज्या यातनांतून जावं लागतं, त्या यातना.....

माझा मुलगा पोटात असतानाच माझ्या पतीचं निधन झालं. माझ्या मुलाचा जन्म पित्याच्या मृत्यूनंतर झाला. पाच वर्षांचा होईपर्यंत त्याची वाढ नीट झाली, पण नंतर त्याला पोलिओ झाला. वयाच्या नवव्या वर्षी तो अंथरुणाला खिळला होता. तरीसुद्धा तो उत्साही आणि आनंदी होता. दोन वर्षं तो अशाच अवस्थेत होता आणि आता ते म्हणत आहेत की, तो वारला आहे. मला ठाऊक आहे, तो फक्त झोपला आहे आणि लवकरच तो उठेल. तो कोसळला असं ते म्हणाले, तेव्हा मला

धक्काच बसला. मला दृष्टान्त झाला. मी पाहिलं की, एका साधूनं माझ्या मुलाच्या देहावरून हात फिरविला, त्याबरोबर तो तरतरीत होऊन उठला. तो साधू म्हणजे तुम्हीच आहात, असा मला विश्वास आहे. आपण कृपा करून माझ्या मुलाला स्पर्श करा, म्हणजे तो उठेल.

गुरूंनी डॉक्टर काय म्हणाले ते विचारलं.

ती आई : ''ते म्हणतात की तो मरण पावला आहे. पण त्यांना काय कळतंय? मी माझ्या मुलाला गुंटूरहून इथवर आणलं आहे.''

तिचं सांत्वन करण्यासाठी गुरू म्हणाले, ''तुमचा दृष्टान्त बरोबर असेल, तर हा मुलगा उद्या उठेल.''

पण आईचं काळीज विचलीत होणार नव्हतं. ''कृपया आपण त्याला स्पर्श करा, मी त्याला या आवारात आणू का?'' ती विनवत होती.

पण तिथे उपस्थित असलेल्यांनी याला विरोध केला. त्यांनी या लोकांना तिथून निघून जायला लावलं. दुसऱ्या दिवशी सकाळी त्यांना समजलं की, त्या मुलावर अंत्यसंस्कार झालेले आहेत.

मग आदल्या रात्रीच्या प्रसंगाबद्दल चर्चा सुरू झाली. मृताला पुनरुज्जीवन लाभतं का, असं विचारलं असता गुरू म्हणतात, ''काही संतांनी मृताला पुनरुज्जीवन दिल्याचं म्हटलं जातं. त्यांनीसुद्धा सर्व मृतांना पुनरुज्जीवित केलेलं नाही. असं करता येऊ शकलं असतं, तर कुठलं जग नसतं, मृत्यू नसता, स्मशानभूमी वगैरे काहीही नसतं.''

''पण आईचा विश्वास फार विलक्षण होता.'' एक भक्त म्हणतो, ''तिला इतकी सामर्थ्यशाली दृष्टी आहे आणि तरीही तिला निराश व्हावं लागलं, हे कसं काय? याची तिच्या मुलावरच्या प्रेमाशी तुलना होऊ शकेल.

गुरू : ती आणि तिचं मूल अस्तित्वात नसल्यामुळे....

''मग हे कसं समजावून सांगता येईल?'' भक्त विचारतो.

''उत्तर नाही.'' वृत्तान्तकार नोंद करतो.

''तुमचा दृष्टान्त बरोबर असेल, तर हा मुलगा उद्या उठेल.'' गुरूंनी असा जो सशर्त शब्द दिला, तो खरं तर त्या बाईला तिचा मुलगा खरोखर मरण पावला आहे, हे पटवून देण्याचा एक मार्ग आहे, असं असू शकेल? म्हणजे जेव्हा दुसऱ्या दिवशी सकाळी तो मुलगा उठणार नाही तेव्हा ती त्याच्या देहावर अंत्यसंस्कार करू द्यायला अधिक सहजपणे तयार होऊ शकेल?

हस्तक्षेप : परंतु, गुरूंनी शोकात्म अवस्था पालटण्यासाठी हस्तक्षेप करणं अथवा न करणं याच्याशी संबंधित असणारा एक मुद्दा आहे. जे वाचक भक्तांच्या

हकिकती वाचतात, अथवा जे स्वत:च गुरू व दैवी शक्ती असणाऱ्या माणसांकडे मदतीसाठी जातात त्यांच्या एक गोष्ट लक्षात येईल. ज्या माणसाला मदत मिळावी अशी आपली इच्छा आहे – म्हणजे अतिशय आजारी असलेलं लहान मूल जर बरं झालं, तर आपण याचा संबंध त्या दैवी शक्ती असणाऱ्या व्यक्तीच्या चमत्कार घडविण्याच्या सामर्थ्याशी व त्याच्या आशीर्वादाशी त्याचा संबंध जोडतो, आणि जर त्या लहान मुलाची तब्येत आणखी बिघडत गेली तर आपण त्याचं खापर त्या मुलाच्या अथवा आपल्या कर्मावर फोडतो. गुरूंबद्दल भक्तांनी लिहिलेल्या प्रसंगांमध्ये असं पुन:पुन्हा घडलेलं आहे. एकदा एका भक्तानं पत्नी व दोन मुलं गमावली – गुरूंची त्यानं मनोमन आराधना करूनही! दुसऱ्या एका प्रसंगात तो गुरूंना तातडीनं तारेनं व पत्रानं त्याच्या एका मुलाच्या ढासळत्या तब्येतीबद्दल लिहिलं आहे. ती तार गुरूंच्या हातात पडते. गुरू तार उघडून त्यातला मजकूर वाचतात. नंतर असं कळतं की, बरोबर त्याचक्षणी शंभर मैलांवर त्या मुलाची तब्येत एकदम सावरते आणि लवकरच तो बरा होतो. परिस्थितीतला हा आकस्मिक पालट गुरूंचा दयाळूपणा व हस्तक्षेप यामुळे घडला असं म्हटलं जातं.

पण गुरूंना याबद्दल अधिक मार्मिक काहीतरी सांगायचं आहे आणि आता ते जे काही सांगतात, ते अधिक महत्त्वाची घटना आणि त्यांचा हस्तक्षेप करण्यास ठाम नकार समजून घेण्यासाठी खूप महत्त्वाचा ठरतो.

त्यानंतर ख्रिसमसच्या वेळी तो भक्त पुन्हा आश्रमात जातो. तो गुरूंना विचारतो की, मी पाठविलेल्या तारेबद्दल तुम्ही काय विचार केला?

"होय, मी तुझा निरोप वाचला," गुरू म्हणतात, "आणि त्या वेळी घड्याळात सातचे टोल पडत होते हे माझ्या लक्षात आलं."

भक्तानं चिकाटीनं विचारलं, "आपण या मुलाला वाचविण्यासाठी काहीतरी करायला हवं असं तुम्हाला वाटलं नाही?"

गुरू म्हणाले, "त्या मुलाला वाचविण्याचा विचार करणंसुद्धा संकल्प आहे, आणि ज्याचा कुठलाही संकल्प आहे तो ज्ञानी नाही. खरं तर असा विचारच अनावश्यक आहे. एखाद्या क्षणी ज्ञानी माणसाची नजर एखाद्या गोष्टीवर पडते, त्या क्षणी divine, automatic action सुरू होते..."

"हे संभाषण तेलुगु भाषेत होतं," भक्त लिहितो, "फक्त divine, automatic action हे शब्दप्रयोग गुरूंनी इंग्रजीत केले होते."

हे शब्द आगामी काळात अधिक महत्त्वाचे ठरतील. आत्ता आपण काही प्रसंग पाहू, ज्यामध्ये लोक गुरूंकडे दु:खात दिलासा व मदत मिळवण्यासाठी येतात.

"अगदी आत्तासुद्धा तुमचा जन्म झालेला नाही." : गुरूंकडे बातमी येते की, आश्रमात त्यांच्या परिचयाचा असणारा एक माणूस निवर्तला आहे.

त्यावर गुरू म्हणाले, "छान मृत्यू पावणारे आनंदातच असतात. त्यांना त्रासदायक फाजील वाढीपासून, देहापासून मुक्ती मिळाली आहे. मृत व्यक्ती शोक करीत नाही. मृत्यू पावलेल्या माणसाबद्दल, जिवंत असणाऱ्या व्यक्ती शोक करतात."

गुरू मृत्यूला न घाबरण्याचं आणि आपल्या प्रिय व्यक्तीच्या निधनाबद्दल शोक न करण्याचं कारण सांगतात :

> माणूस झोपेला घाबरतो का? उलट झोपेची आराधना करतो, आणि झोपून उठल्यावर प्रत्येक माणूस म्हणतो की, मी मजेत झोपलो होतो. चांगली झोप व्हावी म्हणून माणूस बिछाना तयार करतो. झोप काही काळापुरती असते. मृत्यू ही दीर्घ झोप असते. माणूस जिवंतच असताना वारला, तर त्यानं इतरांच्या मृत्यूबद्दल शोक करू नये. एखाद्या माणसाचं अस्तित्व देहासोबत वा देहाविना स्पष्ट असतं – जागेपणी, स्वप्नात व झोपेत असतं तसं. मग आपण दैहिक शृंखला तशाच राहाव्यात अशी इच्छा का करावी?

यावरून, उपाय म्हणजे : "माणसानं त्याचा अमर 'स्व' शोधावा आणि अमर व सुखी व्हावं."

"पुनर्जन्म असतो का?" भक्त विचारतो.

"तुम्ही आत्ता साक्षात मूर्तिमंत असाल, तर पुनर्जन्म असू शकेल. आत्ताही तुमचा जन्म झालेलाच नाही." गुरू म्हणतात.

सर्व आजार व दुःखांचे मूळ : दुसऱ्या एका भक्ताच्या प्रश्नाला उत्तर देताना गुरू म्हणतात, "अहंकार हे सर्व आजारांचं मूळ आहे. तो सोडून द्या. मग कुठलाच आजार उरणार नाही."

आपण असं मानू या की, माझ्या पत्नीचा व माझा अहंकार हे आमचा मुलगा जन्माला येण्याचं मूळ कारण आहे. पण त्याच्या मेंदूला इजा होण्याच्या मुळाशीही तोच अहंकार आहे का? का, मेंदूला इजा झाल्यामुळे त्याला सोसावं लागत आहे या *आमच्या समजुतीच्या* मुळाशी माझा अहंकार व सभोवतीच्या त्याच्यावर प्रेम करणाऱ्या सर्वांचे अहंकार आहेत?

बनारस हिंदू विद्यापीठात काम करणाऱ्या एका माणसाच्या पत्नी व मुलांचं निधन झालं. मला मन:शांती कशी मिळेल? त्यानं गुरूंना आर्जवानं विचारलं. गुरूंचं उत्तर त्या विशिष्ट प्रश्नासंदर्भात आहे की, मला मन:शांती कशी मिळेल? ते शोकात्म परिस्थितीचं वास्तव नाकारत नाही. पण आपण त्या उत्तराचा अभ्यास

करायला पाहिजे. कारण माणसांना जे दु:खभोगाचे तडाखे सोसावे लागतात, त्या संदर्भात गुरूंच्या इतर विधानांबाबतीतली एक विशिष्ट छटा त्यातून दिसते.

गुरू त्या प्रोफेसरना सांगतात :

> जन्म आणि मृत्यू, आनंद आणि दु:ख, थोडक्यात जग आणि अहंकार अस्तित्वात असतो तो मनात! जर मनाचाच नाश केला, तर या सगळ्याचाही नाश होतो. लक्षात घ्या, त्याचा पूर्ण नाश झाला पाहिजे, ते अप्रकट रूपात असता कामा नये. कारण झोपेत असताना मन निद्रित असतं. त्याला काहीही कळत नाही, पण तरीही झोपेतून उठल्यानंतर तुम्ही आधी जसे होतात तसेच असता. दु:खाला अंत नसतो. पण जर मनाचाच नाश झाला तर दु:खाला काही पार्श्वभूमीच असणार नाही आणि ते मनासोबतच नाहीसं होईल.

विशिष्ट व्यक्तीच्या संदर्भात विचार करता, दु:ख, आनंद, वेदना या मानसिक अवस्था आहेत. या भावना आहेत. त्यामुळे ते त्याच्या मनातलं आहे, असं म्हणता येऊ शकेल. पण अनेक उदाहरणांतून नक्कीच असं दिसून आलं आहे की, दु:ख, आनंद, वेदना इत्यादी गोष्टींना घटना निमित्त ठरल्या आहेत. उदाहरणार्थ, आत्ताच्या या व्यक्तीच्या बाबतीत, त्यानं पत्नी व मुलं गमावली आहेत. या घटनांचा प्रभाव मनाच्या गाळणीतून आला आहे. त्या गाळणीनं बहुधा त्यातील अन्याय, अतिशयोक्त केला आहे, हे खरं आहे. हेही खरं आहे की, पत्नी व मुलं वारल्यामुळे जे दु:ख उरलं आहे ती भावना आहे आणि त्या अर्थानं ते फक्त मनात 'अस्तित्वात' आहे असं म्हणता येईल. पण हेही खरं आहे की, प्रत्यक्ष घडणाऱ्या घटनांबाबत काहीही करता येत नसल्यामुळे या व्यक्तीच्या संदर्भात माणसाला स्वत:च्या मनावर काम करावं लागतं आणि त्यामुळे मार्गदर्शक माणसाला, तो जे करू शकतो, त्या गोष्टीकडे वळविण्याचं योग्य काम करतो. म्हणजेच त्या माणसाला त्याच्या मनाकडे वळविण्याचं, ज्यावर तो काम करू शकतो आणि त्यानं ते केलं पाहिजे. पण हे नक्की की, ज्या घटनांनी चालना दिली त्या फक्त त्याच्या मनात राहिल्या नाहीत, त्या केवळ त्याच्या मनाची कल्पना नव्हत्या... उत्तराचे प्रारंभीचे जे शब्द आहेत त्यावर एखाद्याचा विश्वास बसू शकेल.

दिल्लीत पोस्ट व टेलीग्राफ खात्याचे वित्त सचिव असणाऱ्या गृहस्थांची पत्नी निवर्तली. दहा-बारा वर्षं त्यांनी सुखी संसार केला होता. या व्यक्तीनं गुरू व त्यांची शिकवण याविषयावरची पुस्तकं वाचली होती. पण ती वाचून त्यांचा दु:खभार कमी झाला नाही. खरं तर त्यांना ती पुस्तकं टरकावून द्यावीत असं वाटत होतं. त्यांना काही विचारायचं नव्हतं. त्यांना फक्त गुरूंच्या सान्निध्यात बसायचं होतं. त्यामुळे ते आश्रमात आले होते.

गुरू मृत्यू व दुःख याबद्दल सविस्तर विवेचन करतात आणि मार्ग दाखवितात. ते मान्य करतात की, दुःख स्वाभाविक आहे. विशेषतः एखाद्याच्या पत्नीच्या निधनाचं! असं म्हणतात की, पत्नी अर्धांग असते. त्यामुळे तिचा मृत्यू अत्यंत वेदनादायी असतो.

त्यानंतर ते म्हणतात :

> माणसाचा दृष्टिकोन शारीरिक असल्यामुळे दुःख होतं; दृष्टिकोन जर 'स्व'चा असेल, तर ते दुःख नाहीसं होतं. बृहदारण्यक उपनिषदात म्हटलं आहे, 'स्व'च्या प्रेमामुळे पत्नी प्रिय असते. जर पत्नी व इतरांचं अस्तित्व 'स्व'च्या तुलनेत पाहिलं, तर मग दुःखाचा उगम होईलच कसा? तरीही अशा संकटांनी स्थितप्रज्ञांचं मनसुद्धा हेलावतं.

आपण प्रगाढ झोपेत किती सुखी असतो, याबद्दल ते सांगतात. त्या अवस्थेमध्ये पत्नी नसते की इतर कोणी नसतं. जागृतावस्थेत असताना ते सहजपणे लक्षात येतात आणि त्यामुळे आनंद वा दुःखाला जन्म देतात. ती सुखद अवस्था जागृतावस्थेत असताना तशीच राहात नाही; याचं कारण असं आहे की, आपण आपल्या देहाच्या अस्तित्वाचा 'स्व'शी चुकीचा संबंध जोडतो. ते भगवद्गीतेतील दाखला देतात :

'असत् वस्तूला अस्तित्व नाही आणि सत् वस्तूचा अभाव नसतो... हा आत्मा कधीही जन्मत नाही आणि मरतही नाही. तसंच हा एकदा उत्पन्न झाल्यावर पुन्हा उत्पन्न होणारा नाही. कारण हा जन्म नसलेला, नित्य, सनातन आणि प्राचीन आहे. शरीर मारलं गेलं, तरी हा मारला जात नाही.'

"त्यामुळे," गुरू म्हणतात, *"जन्महीं नसतो आणि मृत्यूही नसतो. जागं होणं म्हणजे जन्म व झोप म्हणजे मृत्यू."*

"तुम्ही ऑफिसला गेला होता, तेव्हा पत्नी तुमच्यासोबत होती का? का, तुम्ही गाढ झोपेत असताना तुमच्यासोबत होती?" दुःखानं चूर झालेल्या त्या अधिकाऱ्याला त्यांनी विचारलं.

"ती तुमच्यापासून दूर होती. ती कुठेतरी आहे या तुमच्या विचारामुळे तुमचं समाधान होत होतं. आता मात्र तुम्ही ती नाही असं *समजत आहात.* हे दुःखाचं कारण आहे. *पत्नी अस्तित्वात नाही या विचारामुळे हे दुःख आहे.* या सगळ्या मनाच्या खोड्या आहेत. ते (म्हणजे मन) सुख असतानासुद्धा स्वतःसाठी दुःख निर्माण करतं. आनंद व दुःख ही दोन्ही मनाची निर्मिती आहे."

इथे दोन स्वतंत्र विधानं आहेत, आपण त्यांच्यातील फरक पाहू या. पहिला मुद्दा असा आहे की, पत्नीच्या बाबतीत जे अत्यंत महत्त्वाचं होतं ते तसंच राहातं आणि त्यामुळे दुःखाचं कारणच नाही. दुसरा मुद्दा म्हणजे जे काही घडलं आहे, जे काही घडतं, ते मनाच्या गाळणीमार्फत आपल्यात नोंद होतं आणि *या अर्थानं*, आनंद व

दु:ख ही दोन्ही मनाची निर्मिती आहे.' हा यातील महत्त्वाचा फरक आहे. या मुद्यावर आपण नंतर येणारच आहोत.

त्यानंतर तिसरा मुद्दाही आहे. गुरू यावर बरेचदा भर देतात आणि कसोटी पाहाणाऱ्या प्रसंगांत जवळ-जवळ सारख्याच शब्दांत ते सांगतही राहातील.

''मग मृत्यू पावलेल्या व्यक्तीबद्दल शोक का करायचा?'' ते विचारतात, ''ते बंधमुक्त असतात. शोक करणं म्हणजे मनानं स्वत:ला मृत व्यक्तीशी जोडून ठेवण्यासाठी घडविलेली शृंखला आहे.''

आणखी पुढे ते म्हणतात, ''शोक हा खऱ्या प्रेमाचा दर्शक नाही. ते फक्त वस्तूवरचं, त्याच्या आकारावरचं प्रेम दर्शवतं. हे प्रेम नाही. ज्या गोष्टीवर प्रेम आहे ती गोष्ट 'स्व'मध्ये आहे, या खात्रीद्वारे खरं प्रेम दर्शवलं जातं आणि हे प्रेम कधीही अस्तित्वशून्य होत नाही... तरीही अशा प्रसंगी होणारं दु:ख सूज्ञ माणसाच्या सोबतीनंच सुसह्य होऊ शकतं, हे खरं आहे.''

''जर एखादा माणूस मरण पावला तर? जर एखाद्याचा नाश झाला तर?''

गुरू दु:खी माणसाला सोयीच्या मुद्द्या (व्हॉन्टिज पॉइंट)वरून उपायाकडे नेतात. ''स्वत: मृत्यू पावा... स्वत:चा नाश करून घ्या. या अर्थानं एखाद्याच्या मृत्यूनंतर दु:ख होत नाही. अशा प्रकारच्या मृत्यूचा अर्थ काय होईल? शरीर सजीव असूनही अहंकाराचा संपूर्ण नाश. जर माणसामध्ये अहंकार टिकून असेल, तर त्याला मृत्यूचं भय वाटतं. माणूस आणखी एका मृत्यूचा शोक करतो. जर तो अहंकार स्वप्नातून जागा झाला व त्यामुळे अहंकाराची जाणीवच नष्ट झाली, तर त्याला असं करण्याची गरजच उरणार नाही. प्रगाढ झोपेचा अनुभव स्पष्टपणे शिकवितो की, देहातील अवस्थेत आनंद असतो. सूज्ञ माणसंही, देह त्यागल्यानंतरच्या मुक्ततेबद्दल बोलताना, याला दुजोरा देतात.''

> अशा प्रकारे, सूज्ञ मनुष्य देहाचं वस्त्र टाकून देण्याची वाट बघत असतो. एखाद्या हमालासारखं... तो हमालीसाठी माथ्यावरून ओझं वाहून नेतो, त्यात कसलाही आनंद नसतो. तो इप्सित ठिकाणापर्यंत ते ओझं वाहून नेतो आणि अखेर माथ्यावरचं ओझं उतरवून आनंदानं हुश्श करतो; अगदी तसंच सूज्ञ या शरीराचा त्याग करण्यासाठी योग्य व ठरलेल्या वेळेची प्रतीक्षा करीत, हे शरीर वागवतो.

त्यानंतर ते पुन्हा शोकमग्न अधिकाऱ्याला म्हणतात, ''जर तुमची बायकोच्या म्हणजे, निम्म्या ओझ्यातून मुक्तता झाली असेल, तर तुम्ही त्याबद्दल ईश्वराचे आभार मानायला व त्याचा आनंद मानायला नको का? पण या भावनेचा दिलासा लाभणं, याची ओळख नसलेल्या माणसासाठी मुश्कील आहे, हे गुरू मान्य करतात. पण त्यांनी यापूर्वी म्हटल्याप्रमाणे याला कारणीभूत आहे, तो त्यांचा

शारीरिक दृष्टिकोन, म्हणजेच ते त्यांचा संबंध त्यांच्या शरीराशी जोडतात, तसंच जो अथवा जी स्वत:च्या शरीरापासून अलग झाले आहेत, त्यांच्याशी संबंध जोडतात.

तुम्ही गाढ झोपेत असताना मुलगा हजर होता का? एक बाई मन:शांतीच्या शोधात तिथे येते. तिचा तरुण मुलगा मरण पावला आहे. ती दुःखानं चूर-चूर झाली आहे. तिला 'आयुष्याचा वीट' आला आहे. तिला निवृत्ती घेऊन आध्यात्मिक आयुष्य जगायचं आहे. पण तिला ते करणं शक्य नाही. कारण ती विवाहित आहे आणि तिला कुटुंबाची काळजी घ्यावी लागत आहे.

निवृत्ती म्हणजे 'स्व'मध्ये वास करणं, गुरू समजावून सांगतात. एखाद्या माणसानं आपल्या सभोवतालचा परिसर सोडून जाणं, हा काही उपाय नव्हे. त्यामुळे माणूस फक्त दुसऱ्या परिस्थितीच्या गुंत्यात अडकतो... माणसानं काँक्रीटचं जग सोडून मानसिक जगात गुंतलं पाहिजे... ते तिला आठवण करून देतात.

"तुमच्या मुलाचा जन्म, त्याचा मृत्यू वगैरे गोष्टी फक्त 'स्व'मध्ये पाहिल्या आहेत, हे दुःखाचं कारण आहे." ते सांगतात. त्यानंतर ते झोप व जागृतावस्था याबद्दल पुन्हा सांगतात – मुलगा, त्याचा जन्म, त्याचा मृत्यू या गोष्टी तुम्ही गाढ झोपेत असताना नव्हत्या; तुम्ही जाग्या होताच त्या आल्या. या दोन अवस्थांदरम्यान काय घडलं? "हा अहंकाराचा उदय आहे," गुरू सांगतात. "ही जागृतावस्था प्राप्त झाली आहे. झोपेमध्ये अहंकार नव्हता. अहंकाराच्या जन्मालाच माणसाचा जन्म म्हटलं आहे. जन्माचा आणखी कुठला प्रकार नसतो. जे जन्माला आलं आहे, ते मृत्यू पावणार हे अटळ आहे. अहंकाराचा नाश करा; मग जे एकदा मृत्यू पावलं आहे, ते पुन:पुन्हा मृत्यू पावण्याचं भय उरणार नाही. अहंकाराच्या मृत्यू पावण्याचं भय उरणार नाही. अहंकाराच्या मृत्यूनंतरही 'स्व' उरतोच. हाच शाश्वत आनंद आहे, हेच अमरत्व आहे."

काही महिन्यांनी गुरूंच्या सान्निध्यात बसलेलं असताना भक्त म्हणतो, "आपण ज्याच्यावर प्रेम करतो, तो माणूस मरण पावला तर दुःख होतं. मग आपण सर्वांवर सारखंच प्रेम केलं किंवा कुणावरच अजिबात केलं नाही, तर आपण ते टाळू शकू का?"

गुरू म्हणतात, "एखादा माणूस मरण पावला तर इतर जिवंत माणसांना त्याचं दुःख होतं. या दुःखातून सुटका मिळविण्याचा मार्ग म्हणजे न जगणं. *जो शोक करतो त्यालाच ठार करा.* मग दुःख भोगायला कोण उरेल? अहंकार मरण पावला पाहिजे. हा एकमात्र मार्ग आहे. भक्तानं सांगितलेले दोन्ही पर्याय सारखेच आहेत. जेव्हा सर्व जण एकच 'स्व' होतील, तेव्हा प्रिय होण्यास वा तिरस्कृत होण्यास कोण असेल?"

जग व इथली दु:खं काल्पनिक आहेत? विषय तसाच राहातो. त्यानंतर जेमतेम एक महिना जातो आणि भक्त विचारतो, "या जगात दुष्काळ, संसर्गजन्य साथीचे रोग अशी अनेक अरिष्टं हाहाकार माजवत आहेत. या साऱ्याचं कारण काय?"

"हे सगळं कुणासमोर घडतं?" गुरू प्रश्नकर्त्यानं पाहावं यासाठी विशिष्ट दिशेला निर्देश करीत विचारतात.

भक्त म्हणतो, "मला सभोवती दु:ख दिसतंय."

"तू झोपेत असताना तुला या जगाची व इथल्या दु:खभोगाची जाणीव नव्हती; तुला जागृतावस्थेत त्याबद्दल जाणीव आहे," गुरू म्हणतात.

"हे सगळे दु:खभोग नव्हते, त्याच अवस्थेत राहा. म्हणजेच तुला जेव्हा जगाची जाणीव नव्हती, तेव्हा इथल्या दु:खभोगाचे तुझ्यावर परिणाम घडत नव्हते. जेव्हा तू 'स्व' बनून राहाशील, झोपेत असताना होतास तसा, तेव्हा हे जग व इथले दु:खभोग यांचा तुझ्यावर परिणाम होणार नाही. त्यामुळे आत बघ. 'स्व' बघ! जग व इथली दु:खं सारं संपून जाईल."

वाचकाला यातील फरक पुन्हा लक्षात येईल. हा विशिष्ट भक्त जगातल्या गोष्टींबद्दल स्वत:ला गरज नसताना त्रास करून घेत आहे, असं गुरूंना वाटतंय का? – तो भक्त त्या संदर्भात काहीही करण्याच्या अवस्थेत नाही आणि त्यामुळे गुरू त्याला तो खरंच जे करू शकतो, त्यावर लक्ष केंद्रित करायला सांगत आहेत? का, गुरूंच्या नजरेत आपण जे बाह्य जग आणि तिथली दु:खं पाहातो, ते सगळं तिथे अस्तित्वातच नाहीये

"पण हा स्वार्थीपणा आहे," भक्त विरोध करतो, आपणही केला असता तसा.

"*जग बाह्य नाही,*" गुरू सांगतात, "*तुम्ही ज्या देहानं बाह्य जग पाहाता त्याच्याशी स्वत:चा चुकीचा संबंध जोडता. पण ते खरं नसतं. सत्य परिस्थिती जाणून घ्या आणि या काल्पनिक भावनेतून मुक्ती मिळवा.*"

गुरू इथे हे पुन्हा सांगत आहेत, ते भक्तानं काल्पनिक गोष्टींचा विचार करणं थांबवावं आणि तो जे करू शकतो, त्यावर त्यानं चित्त एकवटावं, हे त्याला पटवून देण्यासाठी का, हे जग व इथले दु:खभोग 'वास्तविक नसतात' म्हणून? शेवटच्या वाक्यात म्हटल्याप्रमाणे, भावना म्हणजेच भक्ताचं दु:ख – काल्पनिक आहे का? का, आधीच्या वाक्यात म्हटल्याप्रमाणे जग व इथलं दु:ख 'वास्तविक नाही'?

संभाषण सुरूच राहतं – भक्त त्याचं म्हणणं सोडत नाही, गुरू त्याची अवस्था शांतपणे पुन्हा सांगत राहतात.

"या जगाची अवस्था सुधारण्यासाठी आपण काय करायला पाहिजे?" भक्त विचारतो.

"जर *तुम्ही* दु:खमुक्त राहिलात, तर दु:खाचा कुठं लवलेशही असणार नाही,"

गुरू म्हणतात.

हे दूरचं व विस्तृत जग बाजूला ठेवू या, फक्त त्याच्या एका कणाचा विचार करू या : जर आईनं स्वत:ला दु:खमुक्त ठेवलं, तर तिच्या ल्युकेमियाग्रस्त मुलाला त्या आजाराचा त्रास सोसावा लागणार नाही का?

तुम्ही जगाचं बाह्यरूप पाहाता आणि तिथे दु:ख आहे असंही मानता, त्यामुळे हा सगळा त्रास होतो. *पण जग व त्यातलं दु:ख हे दोन्हीही तुमच्यातच आहे.* तुम्ही आत डोकावून पाहिलंत तर दु:ख आढळणार नाही.' जगातच दु:ख नाही का जगातल्या दु:खामुळे भक्ताला दु:ख नाही?

भक्त निराळ्या पद्धतीनं प्रश्न विचारतो : देव परिपूर्ण आहे. मग त्यानं अपूर्ण जग का निर्माण केलं? कामातून जनकाची स्वभाववृत्ती प्रकट होते. पण इथे तर तसं नाहीये.

''हा प्रश्न उपस्थित करणारा कोण आहे?'' गुरू भक्ताला पुन्हा आत्मशोधाच्या दिशेनं वळविण्याच्या उद्देशानं विचारतात.

''मी – एक व्यक्ती!'' धीट भक्त उत्तरतो.

''तू हा प्रश्न विचारतोस, तू देवापेक्षा वेगळा आहेस का?'' गुरू विचारतात.

''तू स्वत:ला देह मानतोस तोवर तू हे जग बाह्य म्हणून पाहाशील. *तुला अपूर्णता दिसतात. देव परिपूर्ण आहे. त्याची निर्मितीही परिपूर्ण आहे. पण तुला अपूर्णता दिसते, ती तुझ्या चुकीचा संबंध जोडण्यामुळे.''*

''पण मग या दु:खकारक जगाप्रमाणेच 'स्व' कशासाठी असतो?'' भक्त विचारतो.

''तुम्ही शोधावा यासाठी.'' गुरू म्हणतात....[७]

तो कुठे गेला आहे? दोन आठवडे जातात न जातात तोच; हा विषय पुन्हा समोर येतो. एक महिला तिच्या सोबत्यांसमवेत उत्तर प्रदेशातून आली आहे. गुरू एक हकिकत वाचत आहेत – एका चार वर्षांच्या मुलाला त्याच्या मागच्या जन्मातलं आठवतंय. अमुक-अमुक खेड्यात त्याचं दोन स्त्रियांशी लग्न झालं होतं, असं तो सांगतोय. पुनर्जन्मावरून संभाषणाची गाडी मृत्यूनंतर एखाद्या माणसाची अवस्था शोधून काढता येते का, या विषयावर येते.

''हे शक्य आहे,'' गुरू खात्रीपूर्वक सांगतात, ''पण हे जाणून घेण्याचा प्रयत्न कशाला करायचा? *सगळी वस्तुस्थिती ती शोधणाऱ्याइतकीच खरी असते.''*

मग ती महिला म्हणते, ''एखाद्या व्यक्तीचा जन्म, त्याचं अस्तित्व आणि

---

७. फ, २२६-२२८

त्याचा मृत्यू आमच्यासाठी खरं असतं.''

''कारण तुम्ही तुमच्या 'स्व'चा दुसऱ्या व्यक्तीच्या देहाशी, देहाच्या संदर्भातच चुकीचा संबंध जोडला आहे.'' गुरू म्हणतात, ''ना तुम्ही देहरूप आहात, ना ती दुसरी व्यक्ती!''

''पण माझ्या आकलनाच्या कुवतीनुसार मी स्वत:ला आणि माझ्या मुलाला खरं... वास्तविक मानते.'' ती महिला म्हणते.

लक्षात घ्या, 'ना तुम्ही देहरूप आहात, ना दुसरी व्यक्ती' असं म्हटलं असतं तर ते आपल्या मर्यादित आकलनक्षमतेच्या कक्षेत राहिलं असतं. म्हणजे मन असतं, जगलेलं आयुष्य असतं, ज्यातून पार पडलो ते अनुभव असतात, या साऱ्यांनी मनावर उमटवलेले ओरखडे असते....

पण गुरू या संयोगापेक्षा निराळ्या मुद्याकडे लक्ष वेधतात :

'मी' विचाराचा जन्म म्हणजे एखाद्या व्यक्तीचा जन्म, आणि त्याचा मृत्यू म्हणजे त्या व्यक्तीचा मृत्यू. 'मी' विचार उत्पन्न झाला की, देहाशी चुकीचा संबंध जोडला जाणं, हेही घडतं. स्वत:ला देहरूप मानून तुम्ही इतरांना चुकीचं महत्त्व देता आणि त्यांचा त्यांच्या देहाशी संबंध जोडता. ज्याप्रमाणे तुमचा देह जन्माला येतो, वाढतो आणि नाश पावणार असतो, तसंच दुसराही जन्माला आला, वाढला आणि मरण पावला, असं तुम्हाला वाटतं.

''तुमचा मुलगा जन्माला येण्याआधी तुम्ही त्याचा विचार करीत होता का?'' गुरू म्हणतात, ''त्याचा विचार आला तो त्याच्या जन्मानंतर आणि तो त्याच्या मृत्यूनंतरही टिकून आहे. तो कुठे गेला आहे? जिथून तो उगवला तिथेच तो परत गेला आहे. तो तुमच्याबरोबर आहे. जोवर तुम्ही आहात, तोवर तोही आहे. जर तुम्ही स्वत:चा देहाशी संबंध जोडणं थांबवून, खरा 'स्व' पाहिलात, तर हा सगळा गोंधळ दूर होईल. तुम्ही शाश्वत आहात. इतरही शाश्वत आहेत, हे लक्षात येईल. हे सत्य जोवर लक्षात घेतलं जात नाही, तोवर चुकीचं ज्ञान व चुकीचा संबंध जोडणं यातून निर्माण होणाऱ्या चुकीच्या मूल्यांमुळे हे दु:ख कायम राहील.''

गुरू दोन कथा सांगतात. यातली पहिली कथा आपण आधी ऐकली आहे – पुण्य भावाला शिकवितो ती गोष्ट. गुरूंनी सांगितलेली दुसरी कथा *'पंचादसी'*मधील आहे. दोन तरुण यात्रेला जायला निघतात. दोघांपैकी एकाचा मृत्यू होतो. दुसरा थोडे पैसे मिळवितो आणि काही काळ त्या ठिकाणीच राहायचं ठरवितो. त्याला त्यांच्याच गावातला दुसरा प्रवासी भेटतो. तो त्याला मित्राच्या आई-वडिलांना त्याच्या मृत्यूबद्दल सांगायला सांगतो आणि स्वत:च्या आई-वडिलांना खुशाली सांगायला सांगतो. तो प्रवासी त्याप्रमाणे निरोप सांगतो, पण अनवधानानं त्याच्याकडून नावांची आदलाबदल होते. ''परिणामी, मृत तरुणाचे आई-वडील तो सुरक्षित आहे म्हणून आनंदी झाले

आणि जिवंत असलेल्याचे आई-वडील दु:खात बुडाले,'' गुरू सांगतात.

यावरून गुरू निष्कर्ष काढतात, ''अशा प्रकारे, *दु:ख वा आनंद यांचा वास्तवाशी संदर्भ नसतो, तर तो मानसिक कल्पनांशी असतो,* हे तुमच्या लक्षात येईल. याला *जीवसृष्टी* कारणीभूत आहे. *जीवालाच* संपवा, मग कुठलं दु:ख वा आनंद उरणारच नाही, असेल तो शाश्वत आनंद. *जीवाला* ठार करणं म्हणजेच 'स्व'मध्ये वास करणं.''[८]

ही कथा हा शक्यता सुचविण्याचा एक साधा-सोपा मार्ग आहे. म्हणजे अशा विशिष्ट परिस्थितीत वस्तुस्थितीपेक्षा गैरसमजातून आनंद व दु:खाची निर्मिती होते, हे पटवून देण्याचा मार्ग आहे. आपण 'जीवाला' मारण्याचा उपाय स्वत:मध्ये भिनविला तरी सर्वसामान्य निष्कर्ष पटण्याजोगा आहे का? अखेर जेव्हा जिवंत असलेला तरुण गावात परत येतो, तेव्हा कोण आनंदी होतं व कोण दु:खी होतं? जेव्हा वस्तुस्थिती समोर येते, तेव्हा ती आनंद व दु:खाचं कारण बनत नाही का?

तुमचा मुलगा त्याच्या जन्माआधी कुठे होता? दहा वर्षं उलटतात. धर्मप्रचार करणारा एक इंग्रज माणूस गुरूंकडे येतो. आता तो शिक्षक आहे.

''मी माझा मुलगा युद्धात गमावला आहे,'' तो गुरूंना सांगतो आणि विचारतो की, 'त्याच्या पापविमोचनासाठी काय मार्ग आहे?'

''तुम्हाला काळजी वाटतेय ती विचारांमुळे,'' गुरू म्हणतात, ''चिंता ही मनाची निर्मिती आहे.''

पण मुलगा मरण पावला आहे, ही वस्तुनिष्ठ परिस्थिती नाही का?

''शांती ही तुमची खरी वृत्ती आहे.'' गुरू उपदेश करतात.

''शांती मिळवायची नसते; ती आपली वृत्तीच आहे. दु:खभार हलका करण्यासाठी तुम्ही असा विचार करू शकता की : 'देवानं दिलं, देवानंच काढून घेतलं; त्याला सर्वोत्तम मार्ग कळतो.' ''

''पण तुमच्या खऱ्या वृत्तीला प्रश्न करणं हा खरा उपाय आहे. तुमचा मुलगा अस्तित्वात नाही, या भावनेमुळे तुम्हाला दु:ख वाटतं. जर तो अस्तित्वात आहे असं तुम्हाला वाटत असतं, तर तुम्हाला दु:ख झालं नसतं. *याचाच अर्थ, दु:खाचा स्रोत मानसिक असतो, ते प्रत्यक्ष वास्तव नसतं.''* त्यानंतर गुरू आपण नुकत्याच वाचलेली 'पंचादसी'तील कथा सांगतात. ''त्यामुळे दु:ख निर्माण करणारी कोणती वस्तू वा परिस्थिती नसते,'' गुरू सांगतात, ''त्याला कारणीभूत असतो, तो फक्त आपला त्याबद्दलचा विचार. तुमचा मुलगा 'स्व'तून आला आणि पुन्हा 'स्व'मध्ये परत गेला. त्याचा जन्म होण्याआधी तो 'स्व'खेरीज दुसऱ्या कशात होता? वास्तवात तो आपला 'स्व' आहे. गाढ झोपेत असताना 'मी' अथवा 'मूल' हे विचार

---

८. फ, २३३

तुमच्या मनात येत नाहीत, आणि झोपेत असतानाही अस्तित्वात असणारी व्यक्ती तुम्हीच असता. तुम्ही अशा प्रकारे विचार केलात आणि स्वत:चं खरं स्वरूप शोधून काढलंत, तर तुम्हाला तुमच्या मुलाचं खरं स्वरूपही समजेल. तो सदैव अस्तित्वात आहे. तो गेला आहे, असं तुम्हाला फक्त वाटतंय. तुम्ही तुमच्या मनात मुलगा निर्माण करता, तो गेला आहे असं समजता, पण 'स्व'मध्ये तो कायमच अस्तित्वात असतो.

पण मग का?

अशा प्रकारे गुरूंच्या उत्तरात दोन गोष्टी येतात : मृत्यू पावणारं वा आजारानं ग्रस्त व्यक्ती आणि मूल, आणि ते अथवा ती ज्यांना प्रिय आहेत ते – त्या मुलाच्या दु:खभोगामुळे दु:खी होणारे. यातील दुसऱ्या प्रकारातील लोक गुरूंकडे दु:खमुक्त होण्यासाठी व दु:खभाग हलका होण्यासाठी येत असल्यामुळे गुरूंचा प्रतिसाद त्यांच्या रोखानं अधिक असतो.

त्यांना चुकीच्या धारणेमुळे दु:खभोग सोसावे लागतात, असा ढोबळ मुद्दा त्यातून व्यक्त होतो आणि ही दुहेरी *'अविद्या'* असते. पहिलं म्हणजे ते त्यांच्या देहांशी स्वत:चा चुकीचा संबंध जोडतात; आणि दुसरं म्हणजे ते त्या मुलाचा त्याच्या देहाशी चुकीचा संबंध जोडतात. यातील पहिल्या गोष्टीमुळे ते या मुलाकडे 'स्व'चा एक भाग म्हणून न पाहाता 'माझं मूल' वगैरे दृष्टिकोनातून पाहातात. तो भाग त्यांच्याशी उर्वरित जगापेक्षा अधिक जोडलेलाही नसतो.

दुसऱ्या गोष्टीमुळे, ते जेव्हा आजारानं ग्रस्त झालेला मुलाचा देह पाहातात, ते जेव्हा मुलाचा अचल अवस्थेतला – मृत्यूनंतर असतो तसा – देह पाहातात तेव्हा ते मुलाला क्लेश होत आहेत, मूल वारलं आहे, असा त्याचा अर्थ घेतात. पण खरं तर मुलासाठी अतिशय महत्त्वाचा असतो, तो त्याचा 'स्व' – जो अग्नीनं जळून जात नाही, पाण्यानं ओला होत नाही – जो कधी जन्मालाही आला नव्हता आणि कधी मृत्यूही पावणार नाही.

या दोन्हीही गोष्टी 'मी' विचारामुळे, अहंकारामुळे उद्‌भवतात.

पण मग 'मी' विचाराचा, अहंकाराचा कृष्णमेघ आपल्या नजरेसमोर दाटावा अशी रचना का केलेली असते? हा प्रश्न गुरूंना स्वाभाविकपणे विचारला जातो. याचं उत्तर केवळ तर्कावरून अनुमान काढून देता येतं.

"निर्मितीचा उद्देश काय असतो?" भक्त विचारतो. "प्रश्नकर्त्याला जाणून घेणं हा उद्देश असतो...."[९]

---

९. इ, ४७-४८

“निर्मितीचा उद्देश काय असतो?” आणखी एकदा गुरूंना प्रश्न केला जातो. “या प्रश्नाला जन्म देणं, या प्रश्नाचं उत्तर शोधणं आणि अखेर ‘स्व’सहित सर्वांत महत्त्वाच्या, सर्वश्रेष्ठ स्रोतामध्ये वास करणं. हा शोध ‘स्व’चा शोध घ्यायला लावेल आणि ‘स्व’खेरीज इतर बाबी बाजूला झाल्यानंतर व विशुद्ध व तेजोमयी ‘स्व’चा साक्षात्कार घडल्यानंतरच हा शोध थांबेल.

“तुमच्या स्वतंत्र अस्तित्वाबद्दलचा गोंधळ दूर करणं, हा निर्मितीचा उद्देश असतो... तुम्ही तुमच्या देहाशी तुमचा संबंध जोडणं बंद केलंत तर निर्मिती, जन्म, मृत्यू वगैरे कुठलेच प्रश्न निर्माण होणार नाहीत. ते तुमच्या निद्रितावस्थेत निर्माण झालेले नाहीत, त्याचप्रमाणे ते खऱ्याखुऱ्या ‘स्व’ अवस्थेतही निर्माण होणार नाहीत. अशा प्रकारे निर्मितीचा उद्देश स्पष्ट आहे की, जिथे तुम्हाला तुमचा ‘स्व’ सापडेल व तुमचं खरं अस्तित्व समजेल, तिथे तुम्ही पोहोचलं पाहिजे. तुम्ही झोपेत असताना प्रश्न उपस्थित करू शकत नाही, कारण तिथे निर्मिती घडत नाही. आत्ता तुम्ही प्रश्न उपस्थित करीत आहात, कारण तुमचे विचार प्रकट होतात आणि निर्मिती घडते. अशा प्रकारे निर्मिती ही फक्त तुमचे विचार असतात....

अशा प्रकारे, ‘मी’ विचाराचा, अहंकाराचा कृष्णमेघ आपल्या नजरेसमोर दाटावा अशी रचना का केलेली असते?’ या प्रश्नाचं उत्तर असं असावं की – आपल्याला ‘स्व’च्या अहंकारापलीकडे जाण्याची संधी देण्यासाठी सगळ्या गोष्टींची रचना अशा प्रकारे केलेली असते.

कधी-कधी दु:खभोग व मृत्यू इत्यादींना वास्तविक गुणक (reality quotient) म्हटलं जातं. अशा वेळी त्यांचा ‘प्रारब्ध कर्मा’शी संबंध जोडला जातो – आपण जी कर्मं केली अथवा ज्यांकडे दुर्लक्ष केलं, ज्या कर्मांची फळं मिळायला सुरुवात झाली आहे, पण ती पूर्णत: मिळालेली नाहीत, अशी कर्मं! गुरू पुन:पुन्हा सांगतात की, प्रारब्ध कर्मातून पार व्हावंच लागेल, त्यापासून पळून जाता येत नाही – जर तुमच्या प्रारब्धात शिकवणं असेल, तर तुमचं ज्ञान अपूर्ण असलं तरीसुद्धा ‘तुमची इच्छा असो वा नसो ते नक्कीच घडेल, जर कर्म तुमच्या प्रारब्धात नसेल, तर तुम्ही जाणीवपूर्वक ते करू लागलात, तरी ते घडणार नाही.’ तसंच तुमच्या वाट्याला जे कर्म आलं आहे, त्याची तुम्ही चिंता करू नये. तुम्ही जनक व सुक यांच्याप्रमाणे, भगवान श्रीकृष्णांनी अर्जुनाला मी कर्ता असल्याची जाणीव सोडायला सांगितलं त्याप्रमाणे तुम्ही वागलं पाहिजे.

पण यातून एकच नव्हे, तर दोन प्रश्न अनुत्तरित राहातात : माझ्या प्रारब्धानुसार मला जे करणं अथवा न करणं भाग पडतं, आणि तरीही मी कर्ता असल्याची जाणीव सोडून द्यायला अथवा न द्यायला मुक्त असतो... अशा प्रकारे सगळ्या गोष्टींची रचना का व कशी केलेली असते?

दुसरं म्हणजे भक्त विचारतो, ''एखादा माणूस काहीतरी चांगलं करतो, पण तरीसुद्धा त्याला, त्याच्या योग्य कृतींतसुद्धा, कधी-कधी दुःख भोगावं लागतं. आणि दुसरा माणूस पापी असूनही मजेत असतो. असं का असावं?''

''दुःख अथवा आनंद हे भूतकाळातील कर्माचं फळ असतं, वर्तमानातील कर्माचं नव्हे,'' गुरू समजावून सांगतात. ''दुःख व आनंद आलटून-पालटून येत असतात. माणसानं ते संयमानं भोगलं पाहिजे वा त्याचा आनंद घेतला पाहिजे. त्यामुळे कोसळून अथवा वाहवून न जाता प्रत्येकानं कायम 'स्व'ला धरून राहाण्याचा प्रयत्न केला पाहिजे. जेव्हा एखादा माणूस सक्रिय असतो, तेव्हा त्यानं परिणामांची काळजी करता कामा नये आणि अधूनमधून येणाऱ्या दुःख वा आनंदानं विचलीत होता कामा नये. जो माणूस दुःख वा आनंद या दोन्ही बाबतींत उदासीन असतो, तोच फक्त सुखी होऊ शकतो.''

हे उत्तर अगदी पथडीतलं आहे. मी कर्ता असल्याचा भाव सोडून देणं, संयमानं खडतर हालअपेष्टा सोसणं, हे उपाय बरोबर आहेत. पण त्यामुळे या प्रश्नाचं उत्तर मिळत नाही – अन्याय *का?* दुःखभोग *का?*

उत्तरांचे इतरही पैलू नोंदविलेले आहेत, त्यावरही आपण विचार करणं, आवश्यक आहे.

'त्या'ची अगम्य इच्छा : आपण हा मुद्दा याआधीही पाहिला आहे. तो म्हणजे 'त्या'च्या इच्छेची अगम्यता आणि उपयुक्ततावादी कारण.

''मग *संसार* – मर्यादित स्वरूपातील निर्मिती व प्रकटीकरण – दुःख व दुष्ट वृत्तींनी इतका भरलेला का आहे?'' भक्त विचारतो.

गुरू : देवाची इच्छा!

भक्त : देव अशी इच्छा का करतो?

''ते अगम्य आहे,'' गुरू म्हणतात. ''त्या शक्तीशी कोणत्याही उद्देशाचा संबंध जोडता येत नाही – त्या अनंत, सर्वज्ञानी व सर्वशक्तिमान अस्तित्वाची कसलीही इच्छा-आकांक्षा, काहीही साध्य करणं याच्याशी संबंध जोडता येत नाही. 'त्या'च्या उपस्थितीत ज्या कृती घडतात, त्याचा 'त्या'ला स्पर्शही होत नाही; सूर्य व जगाच्या कृतींची तुलना करा.

गुरू बरेचदा या मुद्याकडे लक्ष वेधतात की, सर्व प्रकारची चांगली व वाईट कृत्यं, परोपकारी व द्वेषपूर्ण जीवनं सूर्याच्या प्रकाशातच घडत असतात, आणि तरीही दिवस उजाडल्यामुळे जे काही घडतं, त्याबद्दल सूर्याला जबाबदार धरता येत नाही किंवा त्याच्यावर त्याचा काहीही परिणाम घडत नाही.

आणि त्यानंतर, ते दुःख व दुष्ट वृत्तीलाही देवाची अगम्य इच्छाच कारणीभूत आहे, असं मानण्याचं कारण देतात :

पण देवाची घडणाऱ्या गोष्टींबाबतची इच्छा हा स्वेच्छेच्या समस्येवर उत्तम उपाय आहे. आपल्यावर जे काही कोसळतं अथवा आपल्या हातून जे केलं वा वगळलं जातं, त्यातील अपूर्णतेमुळे व असमाधानकारकतेमुळे जर मन अस्वस्थ असेल, तर आपण 'त्या' सर्वज्ञ व सर्वशक्तिमान अस्तित्वाच्या इच्छेनुसार कर्म करणारी व दुःखभोग सोसणारी साधनं असतो, असं मानून जबाबदारी व स्वेच्छेला या जाणिवा सोडून देणं शहाणपणाचं ठरतं. तो सर्व ओझी वाहातो आणि आपल्याला शांती देतो.

नशीब, सर्वार्थानं कपाळी लिहिलेलं : पण ही फक्त उपयुक्त श्रद्धा आहे, असं नव्हे. हा उत्तरांचा दुसरा पेड आहे. बऱ्याच प्रसंगांत गुरू या मुद्यावर भर देतात की, त्यांच्याकडे येणाऱ्या लोकांच्या बाबतीत घडलेल्या शोकान्तिका तसं विधिलिखित असल्यामुळे घडल्या आहेत. आश्रमात राहाणाऱ्या एका भक्ताला अन्यत्र यात्रेला जाण्याची उत्कंठा लागली होती. तो एका यात्रेला जातो आणि मरण पावतो.

गुरू म्हणतात, "आचार्यस्वामी, जे तिथे होतं ते इथं आलं आणि मरण पावलं आणि जो इथं होता तो तिथं गेला आणि मरण पावला. प्रत्येक गोष्ट विधिलिखितानुसारच घडते...."

प्रत्येक गोष्ट, अगदी मृत्यूपासून ते छोट्यात छोट्या गोष्टीपर्यंत! गुरू संत्र्याचं लोणचं आहे का विचारतात. आश्रमात ते लोणचं शिल्लक नसल्यामुळे आश्रमाचा कारभारी अस्वस्थ होतो आणि एका भक्ताला देशी संत्र्यांची करंडी पाठविण्याबद्दल पत्र लिहितो. हे कळताच गुरू 'भडकतात.'

"या लोकांच्या दृष्टीनं, देशी संत्री नाशापासून वाचविणार आहेत, अशी समजूत दिसतीय! नाहीतर आपण ती पाठविण्याबद्दल इतर कुणाला का लिहावं? जर ती येण्याचं विधिलिखित असेल तर ती आपणहून येणार नाही का?....

"माणसाच्या आयुष्यातल्या सगळ्या महत्त्वाच्या गोष्टी म्हणजे त्याचा धंदा अथवा नोकरी, विधिलिखित असतात; का पेलाभर पाणी घेणं किंवा घरात या खोलीतून त्या खोलीत जाणं अशा क्षुल्लक गोष्टीसुद्धा आधी ठरलेल्या असतात?" एक निस्सीम भक्त विचारतो.

"होय," गुरू उत्तरतात, "प्रत्येक गोष्ट विधिलिखित असते."

"मग माणसाला कसली जबाबदारी? कसली मोकळीक?" भक्त विचारतो.

त्यावर गुरू त्याला प्रश्न करतात, "मग हे शरीर कशासाठी अस्तित्वात येतं?" आणि त्याचं उत्तर देतात, "या जीवनामध्ये ठरवून दिलेल्या विविध गोष्टी पूर्ण करण्यासाठी देह घडला आहे. सगळा कार्यक्रम आखलेला आहे." 'त्याच्या इच्छेविना एक अणूसुद्धा हलत नाही,' यातून हेच सत्य व्यक्त होतं. तुम्ही 'त्याच्या

इच्छेविना हलत नाही,' म्हणा अथवा 'कर्माविना हलत नाही,' म्हणा. माणसाच्या स्वातंत्र्याबद्दल सांगायचं, तर तो स्वत:चा देहाशी संबंध न जोडणं आणि शरीराच्या क्रियांमुळे घडणाऱ्या आनंद व दु:खाचा स्वत:वर परिणाम न घडवून घेणं, यासाठी स्वतंत्र आहे.

हाच प्रश्न निरनिराळ्या रूपांत पुन:पुन्हा समोर येतो. गुरू समजावून सांगत आहेत की, आपली ऑफिसमधली कर्तव्यं पार पाडत असताना व आपल्या कुटुंबाप्रती असणाऱ्या आपल्या जबाबदाऱ्या सांभाळत असतानाही माणूस आध्यात्मिक शोध सुरू ठेवू शकतो आणि आत्ता समोर असलेल्या माणसानं तो सुरू ठेवावा.

"अगदी सुरुवातीच्या टप्प्यावर माणसानं एकान्त मिळवणं व आयुष्यातील बाह्य कर्तव्यं सोडून देणं, याचा उपयोग होणार नाही का?" आणखी एक भक्त विचारतो.

"सर्वसंगपरित्याग हा कायम मनात असतो." गुरू स्पष्टीकरण देतात :

> जंगलात अथवा एकान्तवासात जाण्यात अथवा आपली कर्तव्यं सोडून देण्यात नसतो. मन बाहेर नव्हे तर आत वळलं पाहिजे, हे पाहाणं महत्त्वाचं आहे. *माणूस त्याची कर्तव्यं सोडून देतो की नाही, यावर ते मुळीच अवलंबून नसतं. ते सगळं विधिलिखितानुसार घडतं. शरीर जेव्हा अस्तित्वात येतं, तेव्हाच ते कोणकोणत्या कार्यातून पार पडणार आहे ते ठरलेलं असतं. ते स्वीकारणं अथवा नाकारणं तुमच्या हातात नसतं. तुमचं मन आत वळवणं आणि तिथे कृतींचा त्याग करणं एवढंच फक्त स्वातंत्र्य तुम्हाला असतं.*

भक्त चिवटपणे विचारतो : पण काही विशिष्ट गोष्टींचा उपयोग होणार नाही का, विशेषत: नव्यानं सुरुवात करणाऱ्यासाठी?... म्हणजे कोवळ्या झाडाभोवती कुंपण घालण्यासारखं? उदाहरणार्थ यात्रा, सत्संग वगैरेंचा उपयोग होईल, असं ग्रंथ सांगतात ना?

"अर्थातच त्याचा उपयोग होईल." गुरू म्हणतात, "तुमचं मन आत वळवण्यानं जे घडू शकतं, ते फक्त असल्या गोष्टींनी घडत नाही. बऱ्याच लोकांना तुम्ही म्हणता तशी यात्रा अथवा सत्संगाची इच्छा असते, पण त्या सर्वांची इच्छा पूर्ण होते का?"

"फक्त आतमध्ये वळणं आपल्या हातात ठेवलं आहे, बाह्य कोणतीही गोष्ट आपल्या हातात नाही, असं का आहे?" भक्त विचारतो.

दुर्दैवानं याबाबतीत गुरूंचं काय उत्तर आहे, याऐवजी याचं वृत्तान्तकारानं दिलेलं उत्तर नोंद आहे : याचं उत्तर कोणीही देऊ शकत नाही. ही 'ईश्वरी योजना' आहे – गुरूंनी इतर प्रसंगी नोंदविलेल्या निरीक्षणांशी हे उत्तर सुसंगत आहे.

"मी संसारात राहूनही अध्यात्मात गर्क होऊ शकतो का?" गुरूंना एकदा प्रश्न

विचारला गेला आहे. "हो, नक्कीच. माणसानं असंच केलं पाहिजे," गुरू उपदेश करतात.

पण 'संसार' हा अडथळा नाही का?

'संसार' हा फक्त तुमच्या मनात असतो, गुरू समजावून सांगतात आणि आपण याआधी पाहिलं आहे, तशाच शब्दांत त्याचं सविस्तर विवेचन करतात. "पण मग तुम्ही तुमच्या तरुणपणातच घर का सोडलंत?" भक्तानं गुरूंना विचारलं.

"ते माझं प्रारब्ध आहे," गुरू उत्तरले, "या आयुष्यात एखाद्याची वर्तणूक त्याच्या *प्रारब्धानुसार* ठरते. माझं *प्रारब्ध* हे असं आहे. तुझं *प्रारब्ध* तसं आहे." "मीसुद्धा संन्यास घ्यायला पाहिजे ना?"– भक्त विचारतो. त्यावर गुरू सांगतात, "जर ते तुझं 'प्रारब्धच' असेल, तर हा प्रश्नच येणार नाही."

जेव्हा प्रत्येक गोष्ट – अगदी मोठे निर्णय व एखाद्याच्या आयुष्यातील महत्त्वाची वळणं यांपासून ते अगदी छोट्यात छोट्या तपशिलापर्यंत – आधीच ठरलेली असते, मूल जन्माला येतं, त्या क्षणी त्याचा देह काय-काय पार करणार आहे, हे आधीच लिहून ठेवलेलं असतं; तर मला वाटतं, मी या निष्कर्षाप्रत येऊ शकतो की, त्याच्या मेंदूला इजा होणार हेसुद्धा आधीच ठरलेलं होतं.

विरोधाभासयुक्त अनुमान : 'देह हाच खरा आजार आहे', 'घडणारी प्रत्येक गोष्ट विधिलिखित आहे'... यानंतर जे अनुमान निघतं, ते प्रथमदर्शनी पूर्णतः विरोधाभासयुक्त आहे. गुरू दयेचं मूर्तिमंत उदाहरण आहे. त्यामुळे केवळ त्यांच्या सान्निध्यात येण्याचा अनेकांना उपयोग झाला आहे आणि ज्याला ज्ञान प्राप्त झालं आहे, तो कधीच खोटं बोलू शकत नाही, दुसऱ्याला इजा करू शकत नाही, हे नक्की – अशी व्यक्ती जगासाठी वरदानच असते. शिवाय गुरू सांगतात की, 'स्वतःला जाणून घेतलेली व्यक्ती जगाचा लाभ केल्याखेरीज राहात नाही. त्याचं अस्तित्वच अतिशय मोलाचं असतं आणि तरीही गुरू स्वतः अनेकदा म्हणतात की, ज्ञानी माणूस त्याच्या देहाच्या बाबतीत काय घडतंय याबाबतीत पूर्णतः उदासीन असतो. आपल्या सर्वांवर, अर्थातच या जगावर जी संकटं कोसळतात त्याबाबतीत तो उदासीन व 'पूर्णतः अलिप्त' असतो. अर्थातच तो संकटांना कारणीभूत नसतो व असू शकत नाही, पण तो जरी कारणीभूत असला – कृष्णानं त्याचं संपूर्ण कूळ व त्याची नगरी द्वारका नष्ट केली तसं – तरी त्यानं जे काहीही केलेलं आहे, त्याचा त्याच्यावर परिणाम घडत नाही.

"साक्षात्कार घडलेल्या माणसाच्या लेखी, म्हणजे जो 'स्व'मध्ये असतो त्याच्यालेखी," गुरू सांगतात, "या जगातील अथवा तिन्ही जगांतील एक जण जाणं, अनेक जणं जाणं अथवा सर्व जण जाणं यामुळे काहीही फरक पडत नाही.

समजा, त्याच्या हातून त्या सर्वांचा विनाश जरी घडला, तरी अशा शुद्ध, निर्मळ आत्म्याला कुठल्याही पापाचा स्पर्श घडू शकत नाही.''

गीतेत म्हटलं आहे, ''ज्याची आसक्ती पूर्णपणे नाहीशी झाली आहे, जो देहाभिमान आणि ममत्व यांनी रहित आहे, ज्याचे चित्त नेहमी परमात्म्याच्या ज्ञानात स्थिर आहे, अशा केवळ यज्ञासाठी कर्म करणाऱ्या माणसाची संपूर्ण कर्मं पूर्णपणे नाहीशी होतात.''

''विश्वामित्रांसारखे ऋषी होऊन गेले, जे मनात आणलं तर हुबेहूब दुसरं विश्व निर्माण करू शकत होते.'' गुरू नंतर म्हणतात, ''ते रावणाच्या काळातले होते... ज्या रावणानं इतरांबरोबरच सीता व रामालासुद्धा आत्यंतिक दु:ख दिलं. विश्वामित्र त्यांच्या अलौकिक सामर्थ्याद्वारे रावणाचा नाश करू शकले नसते का? ते सक्षम असूनही शांत राहिले. का? सूज्ञ माणसांना घटना ज्ञात असतात, पण त्या त्यांच्या मनावर कसलाही परिणाम न घडविता निघून जातात. त्यांना महाप्रलयसुद्धा क्षुल्लक वाटतो; त्यांना कशाचीही पर्वा नसते.''

''चित्रपटगृहात पडद्यावर अनेक चित्रं पुढे सरकतात,'' गुरू उपमा देत स्पष्ट करतात, ''आगीत सगळं जळून भस्मसात होतं; पाण्यानं सारं काही ओलंचिंबं होतं; पण पडद्यावर त्याचा काहीही परिणाम घडत नाही. चित्रपटातील दृश्यं पुढे सरकतात, पण पडदा आहे तसा राहातो, त्याचप्रमाणे ज्ञानी माणसासमोरून जगातील दृश्यं नुसती पुढे सरकतात, त्याच्यावर त्यांचा काहीही परिणाम घडत नाही.''

त्रिलोकाचा नाश झाला तरी ज्ञानी माणूस जराही हलत नाही; मग तो मातेच्या प्रसूतीवेदना, नवजात अर्भकाच्या दु:खभोगानं हलेल, अशी आशा आपण कशी ठेवणार? आणि तरीही जरूर पडेल, तेव्हा ज्ञानी व्यक्ती हस्तक्षेप करतात हीसुद्धा वस्तुस्थितीच आहे – कुरुक्षेत्रावर कृष्णाच्या, लंकेत रामाच्या अनेक भक्तांनी नोंदवून ठेवल्या आहेत, त्या गुरूंच्या आत्यंतिक दयापूर्ण कृती. मग गुरू अनेकदा ज्ञानी लोकांनी स्वत:च प्रसंगी जे केलं त्याबद्दल सांगतात, त्याची संगती आपण कशी लावायची?

आपल्याला गीतेनं सांगितल्यानुसार ज्ञानी माणूस कर्ता असल्याची जाणीव न ठेवता कृती करतो. म्हणजेच ज्ञानी माणूस मनाविना जगू शकतो... जगण्याला व कृती करण्याला मनाचा उपयोग आवश्यक असूनही गुरू सांगतात.

''मातीचं भांडं बनवून झाल्यानंतर कुंभार त्याचं चाक फिरवणं थांबवितो, तरी ते चाक गोल-गोल फिरत राहातं... ज्या *प्रारब्धानं* शरीर निर्माण केलं, तेच प्रारब्ध शरीराला ते ज्यासाठी बनलं आहे, त्या कर्मातून पार पडायला लावेल. पण *ज्ञानी* माणूस आपण या सगळ्याचे कर्ता आहोत, अशा समजुतीविना या सगळ्या कर्मांतून पार होतो... आपण म्हणजे हे शरीर नाही आणि आपलं शरीर एखादं कर्म करीत असलं तरी आपण काहीही करीत नाहीये, ही गोष्ट तो जाणून असतो... वस्तुस्थिती अशी असते की, ज्ञानी माणूस कोणत्याही अर्थानं स्वत:चा संबंध

कर्माशी न जोडता अथवा आपण त्याचे कर्ता आहोत, असा विचारसुद्धा मनात न आणता तो कितीही कर्मं पार पाडू शकतो आणि तेसुद्धा अगदी उत्तमरित्या. त्याच्या देहात कसलीतरी शक्ती कार्यरत असते आणि ती शक्ती कार्य करून घेण्यासाठी त्याच्या देहाचा वापर करते.''

त्याला करण्यासाठी काहीतरी असावं म्हणून : तिसरा मुद्दा केवळ देवाची इच्छाच नव्हे, तर त्याचं स्वरूप विषद करतो. गुरू विचार व मन कसे एकवटतात ते स्पष्ट करतात, तसंच माणसानं त्यांचा संपूर्ण नाश कसा करावा तेही सांगतात. ते महत्त्वाकांक्षी लोक उपयोगात आणू शकतील, अशा विविध पद्धती सांगतात आणि मन लढा दिल्याखेरीज माघार घेणार नाही, हेही सांगतात. 'विचार शत्रू असतात' ते भक्तगणांना सांगतात, 'ते विश्वाच्या निर्मितीच्या तोडीचेच असतात. ते नसतील, तर कुठलं विश्व नाही की निर्माता देवही नाही. 'स्व'चा आनंद हे एकमात्र अस्तित्व असतं.' पण जेव्हा आपण ते दडपून टाकण्याचा प्रयत्न करू, तेव्हा अतिशय सामर्थ्यवान शक्ती आपल्याला मार्गावरून ढळवण्यासाठी प्रयत्नांची पराकाष्ठा करतील... स्वत:साठी!

प्रल्हाद समाधीत होता तेव्हा स्वत: विष्णू कसे चिंतातूर झाले होते, याची कथा गुरूंनी सांगितली आहे :

> हा *असूर समाधीत* असल्यामुळे सर्व *असूर* शांत आहेत. युद्ध नाहीत, ताकद आजमावणं नाही, शक्ती मिळविण्याचे प्रयत्न नाहीत की ती मिळविण्याची साधनं नाहीत. अशा प्रकारे शक्ती मिळविण्याची साधनं म्हणजे त्याग, यज्ञ इत्यादी नसल्यामुळे देवांची प्रगती थांबली आहे. कोणती नवनिर्मिती घडत नाही की, कुठलं अस्तित्व सिद्ध होत नाही. त्यामुळे मी त्याला उठवीन, मग *असूर* जागे होतील, त्यांचा मूळ स्वभाव आपोआप प्रकट होईल, देव त्यांना आव्हान देतील, मग असूर व इतर शक्ती मिळविण्याचा प्रयत्न करतील, ती मिळविण्यासाठी साधनं व मार्ग स्वीकारतील. यज्ञ वगैरेंची वाढ होईल, देवांची प्रगती होईल, अधिकाधिक निर्मिती घडेल, अधिकाधिक युद्धं होतील आणि मला बरंच काही करण्याजोगं असेल.

''अशा प्रकारे विष्णूंनी प्रल्हादाला उठवलं,'' गुरू सांगतात, ''त्याला अमरत्वाचं व *जीवनमुक्ती*चं वरदान दिलं. देव व असूर यांचं युद्ध पुन्हा सुरू झालं आणि सगळ्या गोष्टी पुन्हा जुन्या पद्धतीनुसारच सुरू झाल्या, ज्यायोगे विश्व पुन्हा त्याच्या शाश्वत स्वरूपात सुरू राहील.''

ही नेहमीचीच पुराणकथा आहे. यातून साहजिकच एक प्रश्न निर्माण होतो.

भक्त विचारतो, ''देव स्वत:च असूर घटकाला जागं करून सततच्या युद्धाला आमंत्रण कसं काय देऊ शकतो? निर्मळ चांगुलपणा हा देवाचा स्थायीभाव नाही का?''

''चांगुलपणा केवळ सापेक्ष असतो,'' गुरू सांगतात. ''चांगुलपणा नेहमी वाईटपणाही दर्शवितो. या दोघांचंही नेहमीच सह-अस्तित्व असतं. या दोन्हीही एकाच नाण्याच्या दोन बाजू असतात.''

थोडक्यात सांगायचं तर, परिपूर्ण चांगुलपणा हा देवाचा सहजस्वभाव अत्यंत गुंतागुंतीचा असतो. तो वाईट वृत्तीही *दर्शवितो* आणि परिणामी घडून येणारे दु:खभोगही.

दु:खभोगातून निष्पन्न होणाऱ्या चांगल्या गोष्टी : चौथा मुद्दा असा आहे की, दु:खभोगांमागे केवळ उद्देश नसतो, तर ते चांगल्या उद्देशांसाठी असतात. पहिली गोष्ट म्हणजे ते भक्तांचा कस पाहातात, त्याची परीक्षा घेतात. पूर्वी डोंगरावर राहणाऱ्या एका संत महात्म्याच्या अभंगाचं स्मरण देत गुरू म्हणतात : ''देव अतिशय कठोर सत्त्वपरीक्षांच्या माध्यमातून भक्ताला तावूनसुलाखून घेतो. धोबी घाटावर कपडे आपटून धुतो ते कपडे फाडण्यासाठी नाहीतर फक्त त्यातला मळ काढून टाकण्यासाठी –''

दुसरी गोष्ट म्हणजे दु:खभोग माणसांची मनं परमेश्वराकडे वळवितात. ''दु:खभोग हा देव जाणून घेण्याचा मार्ग आहे,'' गुरू एका योग्याला सांगतात. हाच योगी लवकरच पश्चिमेत ख्याती मिळविणार आहे. एक भक्त तक्रार करीत असतो की, ''मला जन्माला आल्या दिवसापासून कधीही सुख लाभलेलं नाही, मी आईच्या गर्भात आलो, तेव्हापासून तिलासुद्धा दु:खच भोगावं लागलेलं आहे. मी आयुष्यात कधीही पाप केलेलं नाही, तरीही मला दु:ख सोसावं लागत आहे. असं का?'' त्यावर गुरू त्याला सांगतात की, कोण दु:ख सोसत आहे, हे प्रश्न कुणाला पडत आहेत, यावर विचार कर आणि त्यानंतर ते पुढे म्हणतात, ''जर दु:खभोग नसते, तर सुखी होण्याची इच्छा कशी निर्माण झाली असती? जर तशी इच्छाच झाली नाहीतर 'स्व'चा शोध कसा यशस्वी होईल?''

अल्झायमरच्या आजारात भयानक त्रास सोसावा लागतो. त्यामुळे त्या रुग्णामध्ये आनंदी राहाण्याची इच्छा निर्माण होते का? या आजारात मनच नष्ट झाल्यावर तो कोणत्या मनाला 'स्व'च्या शोधासाठी प्रवृत्त करतो?

''म्हणजे सगळे दु:खभोग चांगले असतात?'' भक्त विचारतो.

''अगदी बरोबर.'' गुरू म्हणतात आणि त्याला विचारतात, ''सुख म्हणजे काय? निरोगी, सुस्वरूप देह, वेळेवर भोजन अशांसारख्या गोष्टी? एखादा सम्राटसुद्धा सुदृढ असेल, पण त्याला अखंड त्रास सोसावे लागतात. त्यामुळे 'मीच देह आहे.' या चुकीच्या समजुतीमुळे हे सगळे दु:खभोग वाट्याला येतात. त्यापासून मुक्ती

मिळवणं म्हणजे, *ज्ञानम्।*''

त्यांचे जीवन व अनुभव

अशा प्रकारे त्यांच्याकडे येणाऱ्या लोकांना त्यांनी जी स्वतंत्रपणे स्पष्टीकरणं दिली आहेत, ती आपण पाहू शकतो. हे गुरू कोण, याचा मी उल्लेख करत नाही, पण श्री रामकृष्ण परमहंस व श्री रमण महर्षी यांच्या कथांबद्दल ज्यांना थोडी फार जरी माहिती असेल, तरी त्यांनी ओळखलं असेल की, आपण ज्यांच्याबद्दल वाचतोय ते गुरू हेच आहेत; आणि ज्याचं कुटुंब पराकोटीच्या दारिद्र्याच्या गर्तेत ओढलं गेलं होतं, तो शिष्य म्हणजे दुसरा-तिसरा कुणी नसून तरुण नरेंद्र होता – जो लवकरच जगभर 'स्वामी विवेकानंद' म्हणून ओळखला जाणार होता.[१०]

श्री रामकृष्ण व श्री रमण संत होते, यात शंकाच नाही. त्यांनी उच्चारलेला प्रत्येक शब्द, त्यांची प्रत्येक कृती-उक्ती दशकानुदशकं खरी ठरली आहेत. त्यांचा गूढ अनुभव अस्सल असल्यामुळे त्याबाबत किंचितसाही संदेह असू शकत नाही.

---

१०. हे प्रसंग ज्या पुस्तकांतून घेतले आहेत ती पुस्तकं खालीलप्रमाणे :

(अ) स्वामी चेतनानंद (संपादन व अनुवाद) Ramkrishna as we saw Him, Advaita Ashram, Calcutta, (1990/1993)

(ब) 'म' (महेंद्रनाथ गुप्ता), The Gospel of Sri Ramkrishna, Swami Nikhilananda (trans.) Shri. Ramkrishna Math, Madras, (1981/1986).

(क) सुरी नागम्मा, Letters from Sri Ramanasramam, डी.एस. शास्त्री (अनु.) श्री रमणाश्रमम्, तिरुवन्नमलाई, (१९७०/१९८५).

(ड) ए. देवराजा मुदलियार, Day by Day with Bhagavan, श्री रमणाश्रमम्, तिरुवन्नमलाई, (१९६८/१९८९).

(इ) जी.व्ही. सुब्बरामय्या, Shri Ramana Reminiscences, श्री रमणाश्रमम्, तिरुवन्नमलाई, (१९६७).

(फ) Talks with Sri Ramana Maharshi, श्री रमणाश्रमम्, तिरुवन्नमलाई, (१९५५/१९८४).

(ग) टी.के. सुंदरेसा अय्यर, At the Feet of Bhagavan, डंकन ग्रीनलीज (संपा), श्री रमणाश्रमम्, तिरुवन्नमलाई, (१९८०).

(ह) आर्थर ऑसबोर्न, Ramana Maharshi and the path of self-knowledge, श्री रमणाश्रमम्, तिरुवन्नमलाई, (१९७०/१९९७).

(ई) श्री रमणगीता, श्री रमण महर्षींची शिकवण-रचना : श्री वसिष्ठ गणपती मुनी, संस्कृतभाष्य टी.व्ही. कपाली शास्त्रीयर, इंग्रजी रूपांतर एस. शंकरनारायणन्, श्री रमणाश्रमम्, तिरुवन्नमलाई (१९९८/२००६).

अनेक जणांनी त्यांच्या अलौकिक सामर्थ्याचा प्रत्यक्ष अनुभव घेतला असल्यामुळे त्याबद्दल शंका घेताच येऊ शकत नाही. अतिशय भिन्न पार्श्वभूमी असणाऱ्या इतक्या व्यक्ती, अगदी नरेंद्रांसारख्या बंडखोर, साशंक व अत्यंत प्रखर स्वतंत्र वृत्तीच्या – भावी विवेकानंद – व्यक्तीला सुद्धा श्री रामकृष्णांच्या फक्त स्पर्शानं विलक्षण तेज लाभलं; भिन्न-भिन्न पार्श्वभूमी असलेल्या कित्येक जणांना श्री रमण यांच्या दृष्टीद्वारे व त्यांनी मूकपणे जे प्रक्षेपित केलं, त्याद्वारे हाच शाश्वत आनंद आणि तेज लाभलं. त्यामुळे हे अनुभव खरे मानायलाच हवेत.

मला आजही आठवतं, माधव आशिष यांनी ते अरुणाचलमध्ये महर्षींच्या दर्शनाला गेले होते, तेव्हा त्यांच्या बाबतीत घडलेला व इतरही बऱ्याच जणांच्या बाबतीत घडलेले प्रसंग सांगितले होते. विद्वज्जन त्यांच्याकडे प्रश्नांचं बाड घेऊन जात असत. हे प्रश्न महर्षींच्या शिकवणीमधल्या विसंगती उघड करतील, याची त्यांना खात्री असे. पण जेव्हा श्री रमण महर्षी विराजमान असलेल्या दालनात प्रवेश करायचे आणि महर्षींच्या प्रेमळ, दयापूर्ण नजरेशी त्यांची नजर भिडायची, तेव्हा ते आनंदातिशयानं पुलकित होत असत, ते प्रश्न त्यांच्या जाणिवेतून उडूनच जात असत; आणि समजा, ते त्यांच्या लक्षात असले, तर ते क्षुल्लक वाटत असत. त्यांची उत्तरं स्पष्ट, स्वच्छ मिळत असत.[११]

श्री रामकृष्णांचा, महर्षींचा दयाळूपणा, त्यांचा अत्यंत साधेपणा व उग्र तपश्चर्या, त्यांचं त्यांच्या मनावरचं, भावनांवरचं संपूर्ण प्रभुत्व – पंचेंद्रियांबद्दल तर बोलायलाच

---

११. त्यामुळे खालील हकिकत वाचल्यावर आश्चर्य वाटण्याचं कारण नव्हतं : 'सुप्रसिद्ध इंग्रजी लेखक सॉमरसेट मॉम श्री भगवान यांच्या भेटीला आले होते. ते मॅज. चॅडविक यांना (रमण महर्षींचे निस्सीम भक्त. ते सर्वसंगपरित्याग करून अनेक वर्षं रमणाश्रमम्‌मध्ये वास्तव्यास होते.) भेटायला त्यांच्या खोलीत गेले आणि तिथे अचानक बेशुद्ध झाले. मॅज. चॅडविक यांनी श्री भगवान यांना त्यांना पाहायला येण्याची विनंती केली. त्यानुसार श्री भगवान त्यांच्या खोलीत आले, बसले; आणि त्यांनी त्यांनी मॉम यांच्यावर दृष्टी एकाग्र केली. मग मॉम पुन्हा भानावर आले आणि त्यांनी श्री भगवान यांना वंदन केलं. जवळजवळ तासभर ते दोघंही एकमेकांसमोर नि:शब्द बसून होते. लेखकमहोदयांनी प्रश्न विचारण्याचा प्रयत्न केला; पण ते काहीही बोलले नाहीत. मग मॅज. चॅडविक यांनी त्यांना प्रश्न विचारण्यास उद्युक्त केलं. श्री भगवान म्हणाले, "सगळं झालं आहे. हृदयाचा संवाद हाच संपूर्ण संवाद असतो आणि हा संवाद नि:शब्दतेतच संपला पाहिजे." दोघांनी स्मित केलं आणि श्री भगवान तिथून बाहेर पडले. (Talks with Sri Raman Maharshi, 517)

नको – पाहून आजही स्तिमित व्हायला होतं.

पण आत्ता आपण ज्या विषयाचा विचार करीत आहोत, त्या संदर्भात आपण फक्त त्यांनी दु:खभोगांचं काय स्पष्टीकरण दिलं आहे, तेवढंच पाहू या. आघात सोसणाऱ्या भक्तांना त्यांनी काय सांगितलं आहे, आपल्या स्वत:च्या यातना व आजारपणं यांचा ते काय अर्थ लावतात, ते आपण पाहू. हे गुरू कोण आहेत, हे आपल्याला माहीत नव्हतं तेव्हा, म्हणजे या प्रकरणाच्या आधीच्या भागात ही स्पष्टीकरणं खरी वाटली का? का ती सगळे स्वघोषित गुरू नेहमीच सांगत असतात तशा प्रकारची वाटली; आणि या थोर ज्ञानी लोकांनी हे सांगितलं आहे, हे आपल्याला कळलं, तेव्हा अचानक ती खरी वाटू लागली?

अग्निदिव्यातून जाताना

ते इतरांना जे सांगत होते, दु:खभोगाची जी स्पष्टीकरणं देत होते, ज्या उपायांचा आग्रह धरीत होते, त्या सगळ्यांची त्यांच्या स्वत:च्या आयुष्यातच कसोटी लागली होती. आपल्यासारख्या सामान्य मर्त्य मानवांना जी नेहमीची आजारपणं ताप देत असतात, ती त्या सर्वांच्याही बाबतीत होतीच. श्री रामकृष्णांचा हात मोडला होता. श्री रमण पाय घसरून पडले आणि त्यांचं खांद्याचं हाड मोडलं. त्यांच्या पाठीला व दोन्ही बाजूंना इसब झालं होतं. त्यांना पावलांपासून ते गुडघ्यांपर्यंत आणि तिथून पाठीपर्यंत संधिवाताच्या तीव्र कळांचा त्रास होता. त्यांना चालणंसुद्धा अतिशय मुश्कील झालं होतं. त्यांची दृष्टी क्षीण झाली होती... एकदा एक तरुण एका वडीलधाऱ्या माणसाला श्री रमण यांच्याकडे घेऊन आला होता. त्यानं त्या वयस्क माणसाची दृष्टी गेल्याचं सांगितलं, तेव्हा श्री रमण यांनी नेहमीप्रमाणे मान हलविली. ''त्यानंतर भगवान उठले (पायी फेरफटका मारण्यासाठी.) आणि आम्हाला म्हणाले,'' वृत्तान्तकारानं म्हटलं आहे, ''तो म्हणतोय की, त्यानं त्याचे डोळे गमावले आहेत. मी माझे पाय गमावले आहेत. हा माणूस मला येऊन सांगतो. पण मी कुणाकडे जाऊन तक्रार करायची?''

'तुम्ही सगळे जण माझ्याकडे येऊन तक्रार करता. मी कुणाकडे जाऊन तक्रार करायची?' असं श्री रमण म्हटल्याचं वृत्तान्तकारानं नोंदविल्याची ही पहिलीच वेळ नाही.

मुदलियार म्हणतात, ''हे अगदी त्यांच्या शिकवणुकीनुसारच आहे की 'स्व' सोडून काहीही नसतं आणि ते म्हणजे तोच आहे!''

अखेर दोघांनाही कर्करोगानं ग्रासलं – श्री रामकृष्णांना घशाचा कर्करोग झाला आणि श्री रमण यांच्या हातावर भयानक गाठ झाली. दोघांचाही अंत अत्यंत वेदनादायी होता... अतिशय दु:खद. या आजारामुळे श्री रामकृष्ण काही महिने घन

अन्नपदार्थ गिळू शकत नव्हते. थोडं बोललं तरी त्यांना शीण येत असे. त्यांना कुजबुजत्या स्वरात व बरेचदा हावभाव, हातवारे करूनच आपल्याला काय म्हणायचं आहे, ते व्यक्त करावं लागत असे. त्या भयंकर काळात त्यांना इतक्या असह्य यातना होत होत्या की, नरेंद्रांच्या नेतृत्वाखाली त्यांची शुश्रूषा करणाऱ्या भक्तगणांच्या तरुण फळीला त्यांच्याकडे बघवत नव्हतं. ते हा आजार व वेदना विलक्षण खंबीरपणे झेलत असतानाही त्यांच्या भेटीला येणाऱ्यांची सदैव काळजी घ्यायचे – अगदी उद्धट व तक्रारखोर माणसांचीसुद्धा. त्यांचा चेहरा नेहमी पवित्र, निर्मळ, लहान मुलासारख्या हास्यानं निथळत असायचा, तरी वेदनांनी पिळवटून गेल्यामुळे त्यांना बरेचदा डॉक्टरांना मला बरं करा, या वेदनांतून सुटका करा, अशी विनंती करणं भाग पडत असे.

रमण महर्षींच्या बाबतीत सांगायचं तर, त्यांचे अखेरचे दिवस अधिकच वेदनादायी होते आणि त्यांच्या भक्तांसाठी अधिकच दु:खाचे! १९४८ साली त्यांचं वजन इतक्या झपाट्यानं कमी होऊ लागलं होतं की, काही महिन्यांत त्यांचं दर्शन न झालेल्यांना धास्ती वाटू लागली होती. जून, १९४९मध्ये, त्यांची गाठ लालभडक आणि छोट्या फ्लॉवरच्या आकाराची झाली... त्यातून वरचेवर रक्तस्राव होत होता. जून महिन्याच्या अखेरपर्यंत महर्षी अगदीच दुर्बल झाले आणि कोसळले... त्या गाठीचं सेप्टिक झालं... त्यांच्यावर शस्त्रक्रिया करून ती गाठ काढून टाकावी लागणार होती... लवकरच जुन्या जखमेच्या वरच्या बाजूला नवी गाठ आली... ती सुद्धा शस्त्रक्रियेनं काढून टाकावी लागली... त्यानंतर खांद्याच्या खालच्या बाजूला आणखी एक गाठ आली. लवकरच ती 'संत्र्याच्या आकाराची' झाली... मग तिसरी शस्त्रक्रिया... त्यानंतर आणखी एक गाठ प्रकटली. या वेळी ती 'नारळाएवढी' झाली... मग चौथी शस्त्रक्रिया. महर्षींची अवस्था अतिशय दु:खद झाली होती : सारखं रक्त पाझरत होतं; कर्करोग वाढत होता; फक्त कांजी एवढाच आहार घेता येत होता; त्यांच्या हातात प्रचंड वेदना होत होत्या... आणि त्या सकाळी ते कोसळले... तिथे हजर असलेल्या भक्तांकडून अशा कहाण्या समजतात.

या संतमहात्म्यांच्या वाट्याला या सगळ्या विपत्ती व आजारपणं आली. अखेरचा, अतियातनादायी टप्पा आला, तेव्हा त्यांच्या दु:खभोगातून या जवळच्या भक्तांनी काय जाणलं? त्यांच्यावर असा भयानक आघात ज्या कारणांमुळे झाला, त्याबद्दल त्यांना स्वत:ला काय म्हणायचं होतं?

यातील सर्वप्रथम लक्षात ठेवण्याजोगी गोष्ट म्हणजे त्यांनी या वेदना व आजाराकडे ज्या सोशीक अलिप्ततेनं पाहिलं ती सोशीक अलिप्तता... कधी-कधी तर इतक्या दुरून की, जणू त्या वेदना दुसऱ्या कुणाच्यातरी असाव्यात. इतरांच्या दृष्टीनं असह्य वेदना असतील, तेव्हासुद्धा त्यांचं स्मित, त्यांची विनोदबुद्धी, त्यांची

इतरांविषयीची आस्था त्यांना सोडून गेली नाही. त्यांच्या, त्यांच्या मनावर संपूर्ण ताबा असण्याची ही साक्ष अलौकिक होती. श्री रामकृष्णांच्या घशात भयानक वेदना होत होत्या, ते अतियादनादायी अवस्थेतून जात होते – कर्करोगग्रस्त नातेवाइकाची सेवाशुश्रूषा केलेल्या प्रत्येकाला तो किती वेदनादायी व खचविणारा असतो, ते माहीत असेल. अगदी आजही हीच परिस्थिती आहे, मग शंभर वर्षांपूर्वी तर यावरचे उपचार किंवा प्राणांतिक वेदना कमी करण्याचे कुठले उपायही नव्हते. त्यांच्या तब्येतीवर लक्ष ठेवून औषधोपचार करणाऱ्या डॉक्टरांपैकी एक डॉक्टर त्यांचा घसा दाबून, पिळून काढत असत. त्यासाठी ते श्री रामकृष्णांना तोंड ताणून उघडायला लावत असत, ज्यायोगे त्यांना घसा आतून तपासता येईल. एके दिवशी त्यांनी श्री रामकृष्णांच्या घशाला स्पर्श करताच त्यांना असह्य वेदना होऊ लागल्या. मग श्री रामकृष्णांनी डॉक्टरांना मिनिटभर थांबायला सांगितलं. त्यानंतर क्षणभरातच ते त्यांना म्हणाले, आता करा : त्यांनी त्यांच्या जाणिवाच दुसरीकडे वळविल्या होत्या; त्यामुळे वेदनेची नोंदच होत नव्हती. डॉक्टर त्यांना बोलू नका म्हणून सांगायचे, पण भक्तांचा लोंढा सुरूच असायचा. ते भक्तांच्या प्रश्नांना उत्तरं देत राहायचे... अगदी घशामुळे त्यांना आवाजही फुटणं अशक्य होईपर्यंत... त्यांना भक्तांपासून काहीही राखून ठेवायचं नसे, त्यांना निराश करायचं नसे. ते बिछान्यातून जवळजवळ उठूच शकत नव्हते, तेव्हासुद्धा ते अखेरच्या दर्शनासाठी आलेल्या भक्तांचं स्वागत करून त्यांना आशीर्वाद द्यायचे... श्री रमण यांच्या जीवनातल्या अखेरच्या काळातसुद्धा त्यांना इतरांबद्दल अशीच आस्था व कळकळ होती. त्यादरम्यान त्यांना दालनात बसणंसुद्धा शक्य होत नव्हतं. त्यांची एका छोट्या खोलीत सोय करण्यात आली होती. त्या छोट्या खोलीत भक्तांना त्यांच्या जवळून जाण्याची परवानगी दिली होती. त्यानंतर काही काळानं त्यांना बिछान्यात उठून बसणं अशक्य झालं. मग कुणीतरी त्यांना आधार द्यायचं, त्यांच्या मानेला आधार द्यायचं. मग भक्तांना त्यांचं दर्शन घेता यायचं. शेवटी-शेवटी तर, भक्तांना त्या छोट्याशा खोलीत प्रवेश बंद करण्यात आला. फक्त एक छोटी खिडकी उघडी ठेवली जात असे आणि भक्तांना स्नानगृहातून त्यांचं दर्शन घेता येत असे. यामुळेसुद्धा त्यांना इतका ताण येऊ लागला की, डॉक्टर्स व सेवकांनी ती खिडकी बंद करून टाकली. असं केल्याचं समजताच व अनेक लोकांना निराश होऊन परत फिरावं लागणार हे पाहिल्यानंतर श्री रमण यांनी – त्यांना उठून बसता येत नव्हतं, पातळसर अन्न सुद्धा घेता येत नव्हतं, वेदनांनी जीव पळवटून निघत होता अशा अवस्थेत – लोकांना दर्शन मिळावं यासाठी ती खिडकी उघडेपर्यंत पाण्याचा थेंबही घेण्यास नकार दिला....

या संतांच्या अखेरच्या काळातलं वर्णन वाचताना सर्वप्रथम आपल्या मनाला भिडतात ते त्यांचे स्वभावविशेष – इतरांबद्दलचा कळवळा व दयाबुद्धी. आपण

देवाला त्याच्या कृत्यांमधून जे ओळखतो, त्यापेक्षा हे संत किती वेगळे आहेत. दुसरी गोष्ट म्हणजे या संतांचं जीवन व त्यांची शिकवण. त्यांनी जीवनभर शिकवण दिली की, खरं ज्ञान प्राप्त झालेला माणूस त्याच्या देहाच्या बाबतीत काय घडतं याबाबत संपूर्णत: तटस्थ असतो. ज्या उद्देशासाठी देह गृहीत धरला आहे, तो उद्देश पूर्ण झाल्यानंतर देहाचा त्याग करायचा. देह हाच आजार आहे, श्री रमण महर्षींनी अनेकदा सांगितलं आहे; हा फक्त त्या आजाराचा आजार आहे. ते म्हणत असत की, देह केळीच्या पानांसारखा असतो. मेजवानीच्या वेळी तुम्ही त्यावर सुग्रास भोजन वाढता. पण पाहुण्यांचं भोजन झालं की, तुम्ही ती खरकटी पानं जपून ठेवता का? तुम्ही ती फेकून देता. देह हमालानं वाहून नेलेल्या ओझ्यासारखा असतो – महर्षी म्हणत असत. पाठीवर भलंमोठं ओझं लादून तो हमाल मालकामागून जात असतो. मालकाचं घर कधी येतंय आणि पाठीवरचं ओझं कधी उतरवतोय, या क्षणाची तो वाट पाहात असतो.

त्यांचा आजार अखेरच्या टप्प्यात आला, त्यांची तब्येत आणखी ढासळली, वेदना अधिकाधिक तीव्र झाल्या तेव्हा भक्तांनी त्यांना, आदिमातेला तुम्हाला बरं करायला सांगा अशी गयावया केली... श्री रामकृष्णांच्या बाबतीत आदिमातेला आणि महर्षींच्या बाबतीत परमेश्वराला! भक्तांनी या दोघांनाही त्यांच्या सामर्थ्याचा वापर करून आजार बरा करावा, अशी आर्जवं केली. या दोघांच्याही बाबतीत भक्त त्यांना परमेश्वराचा अवतार मानत होते, हे लक्षात घ्या. या दोघांनीही असं करायला साफ नकार दिला. कधी-कधी तर त्यांनी असं सुचविणाऱ्या हितचिंतकाची चांगली खरडपट्टीही काढली.

एकदा पवित्र धर्मग्रंथाच्या एका विद्वान पंडितानं त्यांना त्यांच्या घशावर चित्त एकाग्र करून तो बरा करण्याचा आग्रह धरला आणि योगी व्यक्तींमध्ये अशा प्रकारे स्वत:ला बरं करण्याची शक्ती असते, असा धर्मग्रंथातील दाखला दिला. त्या वेळी श्री रामकृष्णांनी त्याची 'खरडपट्टी' काढली होती. त्या संदर्भात स्वामी निखिलानंद लिहितात : तुमच्यासारख्या विद्वान माणसानं अशी कल्पना मांडावी! मी परमेश्वराच्या चरणकमळांपासून मन बाजूला नेऊन ते काडीचं मोल नसलेल्या रक्तामांसाच्या पिंजऱ्याकडे कसं काय वळवू?

निदान आमच्यासाठी तरी, नरेंद्र व इतर शिष्य विनवत होते.

पण, श्री रामकृष्ण म्हणाले, मी या दु:खभोगांचा आनंद लुटतोय, असं तुम्हाला वाटतंय का? माझीही बरं होण्याची इच्छा आहे, पण ते 'आई'वर अवलंबून आहे.

मग कृपा करून 'ती'ची प्रार्थना करा. नरेंद्र परमहंसांना आर्जवं करीत म्हणाले, तिला तुमचं ऐकावंच लागेल.

पण मी माझ्या देहासाठी प्रार्थना करू शकत नाही, श्री रामकृष्ण म्हणाले.

पण नरेंद्र मागे हटणार नव्हते.

तुम्ही केलीच पाहिजे, निदान आमच्यासाठी तरी, ते आग्रह करीत होते.

ठीक आहे, मी प्रयत्न करीन. श्री रामकृष्ण म्हणाले.

त्यानंतर काही तासांनी... निखिलानंद लिहितात, 'गुरू नरेंद्रना म्हणाले, मी 'ती'ला सांगितलं : 'आई, मला वेदनांमुळे अन्न गिळता येत नाही. मला थोडंसं खाता येईल असं बघ.' मग ती तुम्हा सर्वांकडे निर्देश करीत मला म्हणाली, 'काय? तू या सगळ्या तोंडांद्वारे पुरेसं खात आहेस. नाही का?' मला इतकी लाज वाटली की, मी आणखी एकही शब्द काढू शकलो नाही.'

पुढे जेव्हा त्यांच्या आजारपणाचा, त्यांना सोसाव्या लागणाऱ्या यातनांचा विषय निघाला आणि त्यांनी जर आदिमातेची प्रार्थना केली, तर ती त्यांचा आजार दूर करू शकेल व करेल असा सूर उमटला, तेव्हा श्री रामकृष्ण उद्गारले, 'मी आईला माझ्या आजारपणाबद्दल सांगू शकत नाही. मला त्याबद्दल बोलण्याची लाज वाटते.'

त्यानंतर त्यांच्या वेदना व यातना प्रचंड वाढल्या तेव्हा त्यांचे भक्त याबद्दल त्यांना पुनःपुन्हा विनवत होते. तेव्हा श्री रामकृष्ण धारदारपणे म्हणाले, 'मला एकट्याला राहू द्या. मी या गोष्टी सांगू शकत नाही. मी आदिमातेला माझा आजार बरा करायला सांगू शकत नाही.'

त्यानंतरच्या संभाषणात ते असं न करण्याचं कारण सांगतात.

"होय, जिथे देवाच्या नावाखाली प्रार्थना सुरू असतात, तिथे लोक आजारी मुलांना जमिनीवर आणून ठेवतात... ती बरी होतील म्हणून किंवा गूढ शक्तींद्वारे लोक आजार बरे करतात," ते म्हणतात.

"हा सगळा चमत्कार आहे. ज्यांचा आध्यात्मिक अनुभव अत्यंत उथळ आहे तेच लोक देवाला आजार बरा करण्याची विनंती करतात."

एका वितंडवादी डॉक्टरना श्री रामकृष्ण त्यांच्या नेहमीच्याच संयमानं व आस्थेनं समजावून सांगताना, त्यांची बरं होण्याची इच्छासुद्धा का नाहीशी होत गेली त्याबद्दल सांगतात.

"जोवर देह आहे तोवर माणसाला त्याची काळजी घ्यावी लागते, पण मला देह 'स्व'पासून पूर्णतः निराळा वाटतो. जेव्हा माणूस 'स्त्री व सोनं' (ऐहिक गोष्टींबद्दलच्या माणसाच्या आसक्तीबद्दलचे त्यांचे आवडते शब्द.) या प्रिय गोष्टींपासून स्वतःची सुटका करून घेतो, तेव्हा शरीर ही एक गोष्ट आहे, तर 'स्व' दुसरी, याचं त्याला स्पष्ट आकलन होतं. 'जेव्हा नारळामधलं सगळं दूध सुकतं' श्री रामकृष्ण प्रसन्न चेहऱ्यानं म्हणाले होते, 'तेव्हा खोबरं करवंटीपासून वेगळं होतं; तुम्ही नारळ हलवून पाहिलात, तर आत खोबरं खडखडताना जाणवतं किंवा हे तलवार व तिचं म्यान यांसारखं आहे. तलवार एक वस्तू आहे तर म्यान दुसरी. त्यामुळे मी आदिमातेशी माझ्या दैहिक आजाराबद्दल बोलू शकत नाही...."

'खूप वर्षांपूर्वी...' ते पुढे म्हणाले होते, ''मी खूप आजारी होतो. त्या वेळी मी काली मंदिरात बसलो होतो. मला वाटत होतं की, आदिमातेची प्रार्थना करून तिला आपला आजार बरा करायला सांगावं, पण मी तसं थेट स्वत:च करू शकत नव्हतो. म्हणून मी तिला म्हणालो, 'आई, माझं हृदय मला माझ्या आजाराबद्दल तुला सांग असं सांगत आहे.' मी त्यापुढे काहीही बोलू शकलो नाही. त्या क्षणी माझ्या डोळ्यांसमोर 'एशियाटिक सोसायटी'चं म्युझिअम तरळलं. तिथे एक मानवी सांगाडा तारेनं एकत्र जोडून ठेवलेला होता. मी 'ती'ला म्हणालो, 'कृपा करून माझ्या देहाची तार तशी घट्ट कर म्हणजे मला 'तु'झं नाव आणि मोठेपणा गात सर्वत्र फिरता येईल.' मला गूढ शक्ती मागणं शक्य नाही.''[१२]

कर्करोग अथकपणे वार करीतच होता. त्यांच्या वेदना अधिकाधिक तीव्र होत चालल्या होत्या. श्री रामकृष्णांची तब्येत दिवसागणिक ढासळत चालली होती. पण आपल्याला बरं करण्यासाठी प्रार्थना करायला त्यांचा ठाम नकार होता. त्यापासून ते कधीही ढळले नाहीत.

श्री रामकृष्णांचा नकार म्हणजे काळ्या दगडावरची रेघ होती. ज्ञानी माणूस त्याच्या शरीराचं काय होतंय याबाबतीत उदासीन असतो, त्याच्यावर या गोष्टीचा काहीही परिणाम घडत नाही, असं ते त्यांच्या भक्तांना नेहमी सांगत असत. महर्षींना असाध्य आजारानं गाठण्याआधी चौदा-पंधरा वर्षं, त्यांनी त्यांना भेटायला आलेल्या एका भक्ताला असंच सांगितलं होतं. ते म्हणाले होते, ''या फक्त शारीरिक गोष्टी आहेत. आपल्याला ज्यामध्ये रस आहे, त्याचा हा अत्यावश्यक घटक आहे का? तू म्हणजेच 'स्व' नाही का? इतर गोष्टींचा त्रास कशाला करून घ्यायचा? तात्पर्य घे; इतर विद्वत्तापूर्ण सिद्धान्त निरुपयोगी समजून त्यांचा स्वीकार करू नकोस... सोन्याची पारख करण्याआधीच तुम्ही सोन्याचा दागिना वितळवलात, तर तो दागिना

---

१२. सुरुवातीला मला हृदयानं – त्या वेळी मी त्याच्या ताब्यात होतो – आईकडे शक्ती देण्याची प्रार्थना करायला सांगितलं, श्री रामकृष्ण म्हणाले, मी मंदिरात गेलो. तिथे मी एक तिशी-पस्तिशीची घाणीनं लडबडलेली विधवा पाहिली. मला कळून चुकलं की, गूढ शक्ती त्या घाणीसारख्या असतात. मला अशी शक्ती मागून घेण्याची प्रार्थना करायला सांगितल्याबद्दल मला हृदयाचा खूप राग आला.' हृदय हा श्री रामकृष्णांचा दूरचा पुतण्या होता. त्यानं त्यांची दीर्घकाळ सेवा केली. त्यांच्या गूढ आनंदसमाधी अवस्थांचा तो साक्षीदार होता. पण अखेर तो त्यांच्या बाबतीत फार मालकी गाजवू लागला. श्री रामकृष्ण ज्या मंदिरात पुजारी म्हणून सेवा करीत होते, तिथून त्याला बेकायदा कृत्याबद्दल हाकलून देण्यात आलं होतं.

कसा वितळवला आहे, अख्खा वितळवला आहे की तुकड्यातुकड्यांनी वितळवला आहे किंवा तो दागिना कुठल्या आकाराचा होता, यामुळे काय फरक पडतो? तुम्हाला रस आहे, तो त्यात सोनं आहे का यामध्ये. मृत व्यक्ती त्याचं शरीर पाहात नाही. जिवंत असणारा माणूस ते पाहातो. शरीर कसं वेगळं झालं, याचा विचार करणारा असतो तो जिवंत माणूस. ज्ञान प्राप्त झालेल्या माणसाला देहासह अथवा देहाविना मृत्यू नसतो. तो दोन्हीही बाबतीत तितकाच सजग असतो, या दोन्हीही बाबतीत त्याच्या दृष्टीनं काहीही फरक नसतो. त्याच्या लेखी यातील एक अवस्था दुसरीपेक्षा अधिक श्रेष्ठ नसते. बाहेरच्या माणसाच्या लेखीसुद्धा मुक्त झालेल्या व्यक्तीच्या देहाचा विचार करण्याची आवश्यकता नाही; आपलं स्वत:चं बघावं. 'स्व' समजून घ्या; तो समजून घेतल्यानंतर आपल्याला कोणत्या स्वरूपाचा मृत्यू अधिक आवडेल याबद्दल विचार करायला तुम्हाला वेळ असेल...''

ते 'योग वसिष्ठम्'मधला एक दाखला देतात : जो ज्ञानी मनुष्य स्वत:ला निराकार विशुद्ध जाणीव समजतो, त्याच्या देहावर तलवारीचे वार केले तरी त्याच्यावर त्याचा काहीही परिणाम होत नाही. साखरेची गोळी फोडली अथवा चुरडली तरी तिचा 'गोडवा' कमी होत नाही.

केवळ आपल्या देहाच्या बाबतीत काय घडतंय याबद्दलच नव्हे तर *ज्ञानी* माणूस जन्म व मृत्यू याबाबतीतही उदासीन असतो. ते म्हणतात : *'ज्ञानी'* माणूस जन्म आणि मृत्यू दोन्ही बाबतींत उदासीन असतो. त्याची शारीरिक अवस्था (स्थिती?) अतिशय बिकट झाली असली, त्याला सर्वांत दुर्धर आजार जडला असला, तो प्राणान्तिक वेदनेनं विव्हळत जमिनीवर गडबडा लोळत असला तरी 'त्या'च्यावर त्याचा काहीही परिणाम घडत नाही, तरीही तो *ज्ञानी*च असतो.

श्री रमण हंसगीतेमधील एक श्लोक उद्‌धृत करतात, ''जसं मद्याच्या नशेत आंधळ्या झालेल्या माणसाला आपल्या अंगावरचे कपडे दिसत नाहीत, तसंच आत्मज्ञान घडलेल्या 'सिद्ध' माणसाला आपला नश्वर देह अस्तित्वात आहे की नाही हे माहीत नसतं, कर्माच्या शक्तीने देह आपल्याकडून गेला आहे का आला आहे हेही त्याला कळत नसतं.''

एकदा एका भक्तानं श्री रामकृष्णांनासुद्धा कर्करोगामुळे वेदना झाल्याची आठवण करून दिली तेव्हा महर्षींनी त्याला समजावून सांगितलं की, ''ज्ञानी माणसाला कदाचित सुरुवातीला ती वेदना जाणवेल, कारण त्याची दीर्घकाळची संगत (देहाशी?) किंवा सवय. पण नंतर ती नाहीशी होईल.''[१३] ज्ञानी माणसाला माहीत असतं की, तोच 'स्व' आहे, असं महर्षी सांगत असत. देह राहो अथवा न राहो, 'तो'

---

१३. Day by day with Bhagavan,p. 20

'स्व'म्हणून तोच राहतो. त्यामुळे त्याच्या लेखी मृत्यूनं काहीही फरक पडत नाही : "मृत्यू हे आपल्यासाठी आणखी एक नाव आहे. कारण मृत्यू म्हणजे आपला देहत्याग आहे का? आपलं खरं स्वरूप आहे, ते देहाविना असणं."

त्यांना गाठ येण्याआधी काही काळ, एका रात्री घडलेला प्रसंग मुदालियार यांनी लिहून ठेवला आहे. संभाषणाची गाडी कायाकल्पाविषयी विविध लोकांनी सुचविलेल्या निरनिराळ्या पदार्थांवर आली. भगवानांनी कापूर, शंभर वर्षांचं जुनं कडुलिंबाचं झाड वगैरेंवर आधारित काही कल्पांचा उल्लेख केला आणि ते म्हणाले, "या देहासाठी इतका त्रास कोण घेणार? ग्रंथांमध्ये नमूद केल्यानुसार, आपला सर्वांत मोठा आजार म्हणजे देह... (जन्माचा आजार), आणि जर एखादा माणूस तो धष्टपुष्ट करून त्याचं आयुष्य वाढविण्यासाठी औषधं घेत असेल, तर ते आपला आजार अधिक धष्टपुष्ट व चिरस्थायी करतोय, असा अर्थ होतो. हा देह म्हणजे आपण वाहून नेत असलेलं ओझं असल्यामुळे, आपण ओझं वाहून नेण्यासाठी ठरविलेल्या हमालासारखी भावना ठेवायला हवी. तो अंतिम ठिकाण येऊन ओझं उतरविण्याची आतुरतेनं वाट पाहात असतो."

त्यांच्या अतियातनादायी गाठी फुगल्या, त्या कापून काढाव्या लागल्या, मग त्या पुन्हा उगवल्या तेव्हा या विधानांची कसोटी लागली. गुरू भक्तांमध्ये जी शिकवण रुजविण्याचा प्रयत्न करीत होते, त्याच्या भयानक कथा वाचायला मिळतात. या संपूर्ण काळात श्री रमण महर्षी अतिशय शांत होते आणि या भयानक गाठी उमटणं व काढून टाकणं, यांबाबत अलिप्त होते. त्यांच्यावर एकामागोमाग एक उपचार केले जात होते – ॲलोपॅथिक, आयुर्वेदिक, होमिओपॅथिक. अखेर शस्त्रक्रियांमागून शस्त्रक्रिया... ते भक्तांच्या मर्जीप्रमाणे त्यांना करू देत होते. "हो, हो," ते प्रत्येक सूचनेवर म्हणत असत... जणू काहीही केलं तरी त्यातून काय निष्पन्न होणार आहे हे त्यांना माहीत असावं. त्यांनी डॉक्टरांना फक्त एकच गोष्ट करू दिली नाही, ती म्हणजे त्यांनी हात कापायची परवानगी दिली नाही आणि जेव्हा अंतिम घटका आली तेव्हा त्यांनी डॉक्टरांचा त्यांना प्राणवायू देण्याचा प्रयत्न सफल होऊ दिला नाही.

"काळजी करू नका," ते त्यांच्या दुःखी व असहाय भक्तांना सांगत असत. "हे जसं आलंय, तसंच ते जाईल." त्या क्षणी काही भक्तांना हे ऐकून दिलासा मिळत असे. महर्षींच्या बोलण्यातून त्यांना धीर येत असे. पण नंतर ते विचार करीत राहिले की 'हे जसं आलंय, तसंच ते जाईल,' यातून महर्षींना काय म्हणायचं होतं? काय जाईल? गाठ? कर्करोग? देह? की प्राण?

त्यांनी भक्तांना दीर्घकाळ शिकवण दिली होती की, माझा देह म्हणजेच मी असं समजू नका. एके दिवशी त्यांना प्रश्न विचारला की, तुम्ही डोंगराळ अरुणाचलमध्ये आल्यापासून तुमच्यात काय बदल झाले आहेत? त्यावर ते उत्तरले, "मी कायम तोच आहे. माझा कुठला संकल्प (इच्छा) नाही की, माझ्यात काहीही बदल घडलेला

नाही. आमराईत पोहोचेपर्यंत मी डोळे मिटून तटस्थ होतो. नंतर मी डोळे उघडले आणि सक्रिय कार्यरत आहे. एवढं सोडलं, तर माझ्यात काहीही बदल घडलेला नाही.'' ''पण आम्हाला बरेच बदल जाणवतात,'' भक्त म्हणतो, ''हो.'' महर्षी म्हणाले, ''कारण तुम्ही मला हा देह म्हणून पाहाता. जोवर तुम्ही तुमचा तुमच्या देहाशी संबंध जोडता, तोवर तुम्ही मला मूर्त रूपातील अस्तित्व म्हणून पाहाता. जोवर साशंक व्यक्ती असते, तोवर संशय असतोच.''

पण महर्षींच्या सान्निध्यामध्ये जे भक्त राहिले होते, त्यांच्या दृष्टीनं त्यांनी आजवर पाहिलेलं त्यांचं शारीरिक अस्तित्व त्यांच्यापासून वेगळं करणं फार अवघड होतं... आज साठ वर्षांनंतरही आपल्याला ते जितकं अवघड वाटतं तितकंच. अशा प्रकारे कर्करोग त्याचे पाश आवळत होता, त्या वेळी आश्रमावर दु:ख व अरिष्टसूचक गडद झाकोळ पसरला होता.

''ते हा देह भगवान मानतात आणि त्याला दु:खभोग चिकटवितात,'' ते त्यांच्या खिन्न-विषण्ण भक्तांना पाहून म्हणाले, ''किती कीव येण्याजोगी गोष्ट आहे! भगवान त्यांना सोडून दूर जाणार आहेत, म्हणून ते उद्विग्न झाले आहेत... पण ते कुठे जाणार आणि कसे?''

या ठाम मतामुळे श्री रामकृष्णांप्रमाणेच महर्षींनीही आपला आजार बरा करण्यासाठी देवाला विनंती करायला किंवा स्वत:मधील कोणतीही शक्ती वापरण्यास ठामपणे नकार दिला. त्यांनी स्वत:चा आजार बरा करावा म्हणून त्यांना केलेल्या विनवण्यांना काय फळ आलं त्याबद्दल आर्थर ऑसबोर्न यांनी एका उताऱ्यात म्हटलं आहे :

> डॉक्टरांनी जरी हात टेकले तरीही ते स्वत:च्या सामर्थ्यानं आजार पळवून लावू शकतात, ही आशा सोडून देणं फार मुश्कील होतं. भक्त त्यांना विनवत होता की, तुम्ही बरं होण्याचा फक्त विचार मनात आणा, तेवढा पुरेसा आहे, पण ते तिरस्कारानं म्हणाले, ''असा विचार कोण करू शकणार!''
>
> आणि ज्यांनी केवळ त्यांना बरं होण्याची इच्छा करायला सांगितलं. त्यांना ते म्हणाले, ''अशी इच्छा करणार कोण?'' विधिलिखिताला विरोध करू शकणारी कुणी 'दुसरी' व्यक्ती त्यांच्यात अस्तित्वात नव्हती. या 'अस्तित्वशून्य' दु:खातून त्यांनी मुक्ती मिळविली होती.

भक्त काय म्हणाले

दोन्ही घटनांमध्ये या संतांचा गंभीर आजार व त्यांना होणाऱ्या भयानक वेदनांमुळे त्यांच्या भक्तांची मती गुंग झाली होती – आपण लक्षात ठेवायला हवं की, भक्तांच्या लेखी श्री रामकृष्ण व श्री रमण परमेश्वराचा अवतार होते. भक्तांना अशी

असंख्य उदाहरणं आठवत होती की, ज्यामध्ये केवळ या दोघा संतांच्या कृपेनं मरणाच्या दारात असलेली माणसं ठणठणीत बरी झाली होती. त्यांना कळत नव्हतं की हा आजार स्वत: गुरूच काही उद्देशानं वठवत आहेत – ही त्यांचीच लीला आहे – का, हा कृष्णमेघ लवकरच सरणार आहे. अर्थातच गुरूंनी त्याला सरायला सांगितलं तर!

स्वामी निखिलानंदांनी लिहिलं आहे की, श्री रामकृष्णांची त्यांच्या अखेरच्या आजारात शुश्रूषा करणाऱ्या तरुण भक्तांचे तीन गट तयार झाले होते. एका गटाला वाटत होतं की, 'गुरूंनी त्यांच्या भक्तांना एकत्र आणण्यासाठी व त्यांच्यामध्ये दृढ ऐक्य निर्माण होण्यासाठी हा आजार मागितला आहे. त्यांचा उद्देश सफल झाला रे झाला की, ते या आजारापासून स्वत:ची सुटका करून घेतील.' दुसऱ्या गटाचं म्हणणं होतं की, 'आदिमातेनं – जिच्या हाती गुरू साधन होते – तिच्या स्वत:च्या गूढ हेतूंसाठी हा आजार दिला आहे.' तिसऱ्या गटानं, याचं नेतृत्व नरेंद्रांकडे होतं, नैसर्गिक घटनेचा अलौकिक कारणाशी संबंध जोडण्यास नकार दिला. त्यांची धारणा होती की, गुरूंचा देह या भौतिक गोष्टीला इतर सर्व भौतिक गोष्टींप्रमाणेच नैसर्गिक नियम लागू होतात. गुरूंच्या शरीराला वृद्धी, विकास, ऱ्हास आणि मृत्यू याप्रमाणेच नैसर्गिक नियमांना प्रतिसाद द्यावा लागला.

'जन्माचा आजार बरा करणाऱ्या महान डॉक्टरलाच कुठला आजार कसा काय जडू शकतो?' श्री रमण यांच्या एका भक्तानं दुसऱ्या भक्ताला लिहिलं आहे.

भावी स्वामी विवेकानंदांच्या नेतृत्वाखालील काही तरुण बुद्धिप्रामाण्यवादी या आजाराचा वृद्धत्व व ऱ्हास या निसर्गनियमाशी संबंध जोडत असले तरी बहुतेक जणांचं असं मत होतं की, या आजारामागे यापेक्षा वेगळी कारणं आहेत आणि विशेषकरून यामागे देवाचा अथवा श्री रामकृष्ण व श्री रमण या देवाच्याच अवतारांचा विशिष्ट उद्देश होता – त्यामुळे या संतांना हे आजार जडले.

भक्तांच्या माता, श्री शारदादेवी – त्या श्री रामकृष्णांच्या लीलासहधर्मिणी होत्या – यांनी परमहंसांच्या कर्करोगाचा एका शापाशी संबंध जोडला होता. हा शाप त्यांनी केलेल्या एका क्षुल्लक गोष्टीतून व अनावधानानं निर्माण झाला होता.

''आपलं दु:ख व सुख या दोन्हीही गोष्टींना फक्त *आपलं कर्म* जबाबदार असतं.'' त्या म्हणाल्या.

अगदी गुरूंनासुद्धा कर्माचे परिणाम भोगावे लागतात. एकदा त्यांचा मोठा भाऊ पाणी पीत होता. आजारामुळे त्याला बुद्धिभ्रम झाला होता. त्याचं थोडंसं पाणी पिऊन झालं होतं. तितक्यात गुरूंनी त्याच्या हातून पाण्याचा पेला काढून घेतला. त्यांच्या भावाला राग आला. तो म्हणाला, 'तू मला पाणी पिऊ दिलं नाहीस. तुलासुद्धा असंच भोगावं लागेल. तुलासुद्धा घशात अशीच वेदना जाणवेल.' त्यावर गुरू म्हणाले,

'दादा, मला तुला दुखवायचं नव्हतं. तू आजारी आहेस. तुला पाण्याचा त्रास होईल, म्हणून मी पाण्याचा पेला काढून घेतला. तरी तू मला अशा प्रकारे का शाप दिलास?' त्यावर त्यांचा भाऊ रडत म्हणाला, 'अरे, मला कळलंच नाही. माझ्या तोंडून हे शब्द निघाले आहेत.' गुरूंनी त्यांच्या आजारपणात मला सांगितलं, 'मला त्या शापामुळे घशात हा व्रण झाला आहे.' मी त्यांना विचारलं की, 'जर आपल्या बाबतीत अशी गोष्ट घडू शकत असेल, तर माणसानं जगायचं कसं?' गुरू म्हणाले, 'माझा भाऊ सज्जन माणूस होता. त्याचे शब्द खरे झाले असणार. कुणाचेही व प्रत्येकाचे शब्द अशा प्रकारे सुफळ होऊ शकतात का?'

या म्हणण्याचे इतर अनेक घटक आपल्याला आपल्या पुराणकथांत आढळतात. शाप, जरी तो अनावधानानं उच्चारला गेला असला तरी! विशेषतः तो चांगल्या माणसाच्या तोंडून निघाला असेल तर! कृष्ण त्याच्या संपूर्ण कुळाचा व त्याच्या नगरीचा नाश करतो, ते गांधारीच्या शापामुळे. आणखी एका शापामुळे, तो एका शिकाऱ्याचा चुकून सुटलेला बाण लागून मरतो. दंतकथांमध्ये अनेक शोकान्तिका व आकस्मिक महासंकटं, दुष्ट लोकांच्या, तसंच सदाचरणी माणसांच्या शापांमुळे घडून आली आहेत. विरोधाभासाची गोष्ट म्हणजे दीर्घ व कठोर तपश्चर्येद्वारे इंद्रियांवर विजय मिळविणाऱ्या ऋषींचा जराशा चिथावणीमुळे किंवा एखाद्याच्या – अगदी त्यांच्या प्रिय व्यक्तीच्यासुद्धा – किंचितशा चुकीमुळे, रागानं तोल सुटतो. ज्यांचा मनावर ताबा मिळवणं ही गोष्ट सर्वांत महत्त्वाची असते, ते साहजिकच अशा प्रकारे रागानं तोल सुटण्याकडे संशयानं पाहातात. पण आत्ता आपण विचारात घेतलेला मुद्दा आहे – श्री रामकृष्ण व माता यांचा मनापासूनचा विश्वास. श्री रामकृष्णांसारख्या अगदी संत व्यक्तीकडूनसुद्धा घडलेल्या क्षुल्लक कृत्यामुळे – आणि ते कृत्यसुद्धा दुसऱ्या व्यक्तीच्या भल्यासाठी करतोय या समजुतीतून केलेलं – शापवाणी उच्चारली गेली.

भक्तांमध्ये आणखी एक प्रबळ समज होता, तो म्हणजे गुरूंचा आजार हा त्यांच्या अथवा गुरूंकडे आशीर्वाद; व दुःखातून दिलासा मिळविण्यासाठी येणाऱ्या भक्तांच्या कृत्यांबद्दल त्यांनी स्वतःवर ओढवून घेतलेली शिक्षा होती. श्री रामकृष्ण यांनी स्वतः अनेकदा याचा उल्लेख केला आहे. ते म्हणत, "मी तुम्हा सर्वांसाठी दुःखभोग सोसतोय." अशी श्री शारदादेवी आठवण सांगतात. ते म्हणत, "मी संपूर्ण जगातली दुःखं माझ्याकडे घेतली आहेत." गिरीशची पापं स्वतःकडे घेतल्यामुळे गुरूंना दुःखभोग सोसावे लागले.[१४]

---

१४. गिरीशचंद्र घोष हे व्यसनाधीन रंगकर्मी होते. श्री रामकृष्ण त्यांच्याबाबतीत सर्वाधिक क्षमाशील असत.

अनेक प्रसंगांत त्यांनी स्वेच्छेने इतरांची पापं स्वत:वर घेतल्याचं वर्णन आहे. स्वामी रामकृष्णनंदांनी लिहिलं आहे की, श्री रामकृष्णांचे आशीर्वाद घेण्यासाठी दूरवरून आलेल्या व्यक्तीकडे रामकृष्ण स्वत: चालत जात असत. ती व्यक्ती दालनात लोकांची खचाखच गर्दी असल्यामुळे अंग चोरून एका कोपऱ्यात उभी असे. 'श्री रामकृष्ण त्याला जवळ जाऊन स्पर्श करीत असत आणि एका क्षणात ती व्यक्ती उजळून निघत असे.' स्वामी लिहितात, त्या स्पर्शानं श्री रामकृष्ण खरोखर त्या व्यक्तीची नव्याण्णव टक्के *कर्मं* गिळत असत. 'इतरांची कर्मं स्वत:वर घेणं, हे त्यांच्या असाध्य आजाराचं कारण होतं. ते सांगायचे, "ज्या लोकांची *कर्मं* मी घेतली आहेत त्यांना वाटतं की, आपलं आपल्या स्वत:च्या शक्तीनं पापविमोचन घडतंय. पण मी त्यांची *कर्मं* स्वत:वर घेतल्यामुळे ते घडतंय हे त्यांना समजत नाही."

या संदर्भात स्वामी अभेदानंद यांनीही लिहिलं आहे, 'आदिमातेनं मला दाखवलं आहे की, लोक माझ्या पायांना स्पर्श करून पापमुक्त होत आहेत. मी त्यांच्या पापकृत्यांचे परिणाम शोषून घेतोय, त्यामुळे मला हा भयानक कर्करोग सोसावा लागतोय.' तथापि, कधी-कधी त्यांना आपल्या इच्छेविरुद्ध इतरांची पापं आपल्यावर लादली गेल्याचं वाटत होतं, असं दिसतं. श्री रामकृष्णांना त्यांच्या अखेरच्या काळात कोस्सीपूरमधल्या घरी हलवलं होतं. 'एके दिवशी मी त्यांना भेटायला गेलो तेव्हा,' पुढे एका भक्तानं लिहिलं आहे, ते उठून बसले आणि मला म्हणाले, "रामलाल, माझ्या हाता-पायाची आग होतेय. कृपा करून गंगाजल घेऊन ये आणि माझ्यावर शिंपड." ते अतिशय अस्वस्थ झाले होते. मी विचारलं, "काय झालं?" त्यावर ते म्हणाले, "मी या जगात काही जवळच्या भक्तांसमवेत गुप्तपणे आलो आणि आता राम (रामचंद्र दत्ता) माझी कीर्ती पसरवतोय. तो सगळ्या प्रकारच्या लोकांना इथे घेऊन येतो आणि मला त्यांना स्पर्श करून आशीर्वाद द्यायला सांगतो. मी किती ओझं वाहू शकतो? या लोकांची पापं स्वत:कडे घेण्यामुळे मला हा आजार झाला आहे. बघ, मी आता फार काळ या जगात राहाणार नाही...."

जरी असे तुटक उल्लेख बरेचदा आले असले, तरी श्री रमण यांनी त्यांचा दुर्धर आजार इतरांच्या, पापांमुळे घडून आल्याचं मानलेलं दिसत नाही. ते त्यांच्या स्वभावातच नव्हतं. ते आजारी पडले होते आणि अशा भयानक यातना सहन करीत होते. तेव्हा त्यांच्या एका पारशी भक्त श्रीमती तलेयारखान त्यांना म्हणाल्या, "भगवान! तुमच्या वाट्याचा हा आजार मला द्या. मी सोसते तो!" त्यावर श्री रामकृष्ण म्हणाले होते, "मला हा कुणी दिला?"[१५] काहीही असलं तरी

१५. Raman Maharshi and the Path of self-knowledge, page 173.

भक्तांना वाटत होतं की, श्री रामकृष्णांनी त्यांची पापं स्वत:वर घेतली होती, त्यांनी इतरांच्या कर्माचं विष प्राशन केलं होतं आणि त्यांच्या असं करण्यामुळेच हा भयानक आजार उद्भवला होता. श्री रामकृष्ण स्वत:वर ओढून घेतलेली शिक्षा भोगत आहेत, असा त्यांच्या भक्तांनीसुद्धा निष्कर्ष काढला होता.

एका भक्तानं लिहिलं आहे की, त्यांच्यापर्यंत सर्वांना सदैव प्रवेश असे. लोक आपली दु:खं व वेदना घेऊन त्यांच्याकडे येत असत आणि ते दयाळूपणाचं मूर्तिमंत उदाहरण असल्यामुळे, ज्या क्षणी त्यांना दुसऱ्या माणसाचं दु:ख दिसत असे, त्या क्षणी 'आपोआप मदतकार्य सुरू होत असत'. 'मग भक्ताच्या वाईट कर्मांचा काही भाग त्यासोबतच श्री रमण यांच्या शरीरात स्थानांतरित होत होता का? आपण जर घटनांचा पुरावा पाहिला, तर ते आपल्याला स्पष्टपणे दिसेल. या घटना स्वत:च स्वत:ची कहाणी सांगतील.'

सर्वसाधारणपणे दु:खात चूर असलेला अथवा कुठल्याशा गंभीर आजारानं त्रस्त असलेला माणूस त्यांच्या आश्रमात येत असे आणि त्या माणसानं काही बोलायच्या आतच श्री रमण त्यांच्या स्वत:च्या देहाचा तो अवयव, म्हणजे भेटायला आलेल्या व्यक्तीच्या देहाचा जो अवयव आजारी असे, तो अवयव चोळू लागत आणि त्यांनी असं केलं की, त्या माणसाचं दुखणं कमी होत असे. विख्यात विद्वान कपाली शास्त्री – ते श्री रमण व श्री अरविंद या दोघांचेही भक्त होते – यांनी जगदीश्वर शास्त्रींच्या बाबतीत घडलेला प्रसंग लिहिला आहे. जगदीश्वर शास्त्री विद्वान होते. त्यांनी 'रमण सहस्रनाम' लिहिलं आहे. जगदीश्वरना पोटाचा कर्करोग झाला होता. डॉक्टरांनी त्यांना फक्त काही दिवस उरल्याचं सांगितलं होतं. त्यांनी श्री रमण यांना त्यांचा कर्करोग बरा करण्याची विनंती करणाऱ्या आठ पद्यरचना लिहिल्या होत्या. भक्त म्हणतो, श्री रमण यांचा नेहमीचा पवित्रा असा असे की, दैवी नियम आपल्या गतीनं जाऊ दे : "आपण काय करू शकतो? हा नियमच आहे." पण त्यांच्या दयाबुद्धीमुळे ते मदत करायला नकार देऊ शकत नसत. जगदीश्वर वाचले. भक्त लिहितो, "त्यामुळे श्री रमण यांच्या देहाला हे नुकसान सोसावं लागलं का? – असा विचार मनात येतो."

महर्षींना जे विविध आजार झाले – इसब ते खांद्याचं हाड मोडण्यापर्यंत ते संधिवाताच्या वेदना आणि अखेर कर्करोगापर्यंत – 'ते सगळे बहुधा भक्तांची कर्मं महर्षींच्या देहात स्थानांतरित होण्यामुळे झाले असावेत.' भक्त लिहितो, यामध्ये आश्चर्य ते काय? 'सर्वप्रथम त्यांनी माणुसकी अबाधित राखण्यासाठी मानवी देहाची मर्यादा लादली नाही का? त्यांनी आपल्या कर्माचं विष प्राशन केलं आहे.' भक्त एकमेकांना सांगत असत, 'केवळ आपल्या प्रारब्धामुळेच त्यांच्या देहाला यातना होत आहेत,' ते एकमेकांना पत्रात लिहीत होते, 'जन्माचा आजार बरा करणाऱ्या

महान डॉक्टरला कुठल्याही आजाराच्या वेदना भोगायला कशा लागू शकतात? हा आपलाच अपराध असला पाहिजे....'

भक्तांनी अशा प्रकारे अर्थ लावणं, अगदी स्वाभाविक आहे. या दोन्हीही उदाहरणांत, त्यांची पूज्य व्यक्ती अर्थातच ईश्वराचा अवतार आहे, याची त्यांना खात्री होती. त्यामुळे गुरू पवित्र होते. त्यांच्या कुठल्याही कृत्यामुळे त्यांना असा भयानक आजार होणं शक्यच नव्हतं. तरीही हा आजार उद्भवला होता. तो नक्कीच इतरांच्या वाईट कर्मांमुळे उद्भवला असणार. भक्तांच्या पूज्य व्यक्तीमध्ये हा आजार परतवून लावण्याचं संपूर्ण सामर्थ्य होतं. पण त्यांनी असं केलं नाही; त्यांचा आजार आणखी बळावत गेला – आठवा! श्री रमण म्हणाले होते की, ज्ञानी माणूस बरं होण्याची इच्छा करीत नाही, तो ज्या क्षणी दुःख पाहातो अथवा त्याबद्दल ऐकतो, त्याक्षणी 'दैवी मदतकार्य आपोआप सुरू होतं'– तेव्हा त्यांनी काही उद्देशानं हे सामर्थ्य आणि 'आपोआप सुरू होणारं दैवी मदतकार्य' रोखलं असणार.

हे दोघंही ज्या तीव्र व प्रदीर्घ दुःखभोगातून गेले त्याचा एक उद्देश, त्यांच्या अटळ वियोगासाठी भक्तांच्या मनाची तयारी करणं हा होता. या संदर्भातल्या एका उताऱ्यात आर्थर ऑसबोर्न यांनी लिहिलं आहे, 'वैद्यकीय ज्ञानाच्या पलीकडे जाऊन अटळतेची सखोल जाणीवही होती. योग्य काय ते श्री भगवान जाणून होते आणि ते आम्हाला त्यांच्या देहाचा मृत्यू सहन करण्याची ताकद देण्याचा प्रयत्न करीत होते. त्यांचा हा प्रदीर्घ, यातनादायी आजार म्हणजे त्यांच्या अटळ वियोगासाठी आमच्या मनाची तयारी करण्याचं साधनच होता. त्यांचा वियोग आपल्याला सहनच होणार नाही, असं सुरुवातीला बऱ्याच जणांना वाटलं होतं....'

आणि भक्तांचं मन खंबीर अशासाठी करायचं की, ते त्यांच्या देहाच्या मृत्यूनं कोसळून जाऊ नयेत आणि ते म्हणजे देह नव्हेत; ही जाणीव भक्तांच्या मनात ठसावी. श्री रमण यांचे भक्त हाच त्यांचा आजार सुरू राहू देण्याचा उद्देश मानतात. एक भक्त लिहितो, 'रमण कधी-कधी म्हणायचे की, माझ्या देहाला क्लेश देणारा हा आजार, मी म्हणजे देह नव्हे; हे सत्य भक्तांना पटवेल. त्यांचा देह गळून पडला तरी त्यांचं सतत अस्तित्व असणार आहे, याची खात्री भक्तांच्या मनामध्ये दृढ करणं हा त्यांच्या आजाराचा उद्देश होता. श्री रमण यांनी आश्रमाचे फिजिशिअन डॉ. अनंतनारायण राव यांना विशेषकरून हे सांगितलं होतं. हृदयाधिष्ठित जीवनाच्या प्रत्यक्ष उदाहरणाद्वारे देहभानाचा भ्रम दूर करणं, हा श्री रमण यांचा उद्देश होता. त्यांचा देह प्राणघातक व दुर्धर आजारानं नष्ट होण्याच्या मार्गावर असताना श्री रमण यांच्या रंध्रारंध्रांतून आनंद पाझरत होता, यापेक्षा याचं उत्तम उदाहरण कोणतं असणार?

घडणारी प्रत्येक गोष्ट काही उद्देशाने घडते

श्री रामकृष्णांच्या दृष्टीनं परमेश्वर प्रत्यक्ष विनाअंतर, स्पर्शज्ञेय अस्तित्व होतं. ते 'ती'च्याशी बोलायचे. 'ती' त्यांच्याशी बोलायची. त्यांनी म्हटलं आहे की, मी 'ती'ला पाहिलं आहे, हातातला पंखा पाहातो तसं. ते बरेचदा म्हणायचे की, मी देवाला स्वरूपातही पाहिलं आहे आणि स्वरूपाविनाही.'

त्यांच्या दृष्टीनं घडणारी प्रत्येक गोष्ट 'ती'च्या इच्छेनुसार घडली होती आणि 'ती'नं काही विशिष्ट उद्देशानं त्या गोष्टी घडविल्या होत्या. यापूर्वी जसा त्यांचा दात तुटला होता, तसं आता त्यांचा हात मोडला होता. 'माझा अहंकार अगदी समूळ नष्ट करण्यासाठी. आता मला स्वत:मध्ये अहंकार आढळत नाही. जेव्हा मी तो शोधतो तेव्हा मला फक्त परमेश्वर दिसतो. आपण अहंकारापासून पूर्णत: मुक्ती मिळविल्याखेरीज आपल्याला परमेश्वर कधीही प्राप्त होणार नाही...' त्यामुळे श्री रामकृष्णांच्या दृष्टीनं अगदी सर्वसामान्य दुखापतीसुद्धा ठरलेल्या होत्या; त्या विशिष्ट निश्चित उद्देशासाठी होत्या आणि उद्देश खूप पूर्वीच साध्य झाला होता.

अहंकार खूप पूर्वीच नाहीसा झालेला असल्यामुळे आणि श्री रामकृष्णांपेक्षा अहंकारापलीकडे पोहोचलेला माणूस शोधणं अशक्य होतं, ही गोष्ट पूर्णत: खरी आहे : ते पूर्णत: विनम्र होते, ते ज्याला 'ईश्वरी इच्छा' म्हणत असत, तिच्याप्रती असणारा त्यांचा शरणभाव पूर्णत: परिपूर्ण होता – त्यांचा अहंकार आणखी नष्ट करण्यासाठी हा दुर्धर आजार असू शकत नव्हता.

त्यांच्या घशात कर्करोगानं आपले हात आणखी पसरले, त्यांना अधिकाधिक तीव्र वेदना होऊ लागल्या तेव्हा कधी-कधी श्री रामकृष्णांनाही वाटलं असावं की, हा प्राणघातक आजार आणि अशा तीव्र वेदना आपल्याला का भोगाव्या लागत आहेत? ते 'म' यांच्याशी संभाषण करीत आहेत. ते 'म' यांना विचारतात की, मला बरं होण्यास किती वेळ लागेल?

म : ''कदाचित पाच-सहा महिने.''

श्री रामकृष्ण : इतके दिवस? तुम्हाला काय म्हणायचं आहे?

म : म्हणजे पूर्ण बरं व्हायला....

श्री रामकृष्ण : असं होय! मला सुटल्यासारखं झालं.

मग त्यांनी 'म'ना विचारलं, ''मला एक गोष्ट सांगाल – मला इतकी सगळी दिव्यदृष्टी, अत्यानंदी व समाधी अवस्था असताना मी इतका आजारी पडलोय, हे कसं काय?''

श्री रामकृष्णांनी हे अर्थातच 'म' यांना किती समजलं आहे, हे जाणून घेण्यासाठी हा प्रश्न विचारला असण्याची शक्यता आहे. पण अशीही शक्यता आहे

की, त्या तीव्रतम वेदनेनं पिळवटून गेल्यामुळे ते स्वत:च गोंधळून गेले असावेत.

"तुमचं हे सोसणं नि:संशय महान आहे,'' 'म' उत्तरले, ''पण त्याला सखोल अर्थ आहे.''

"कोणता?'' श्री रामकृष्णांनी विचारलं.

"तुमच्या मनात बदल घडतोय.'' 'म' म्हणाले, ''ते परमेश्वराच्या निराकार बाजूकडे वळत आहे. तुमचा ज्ञानाचा अहंकारसुद्धा नाहीसा होतोय.'' श्री रामकृष्णांनी हा शब्दप्रयोग, आदिशंकरांसारखे काही साक्षात्कारी आत्मे इतरांना शिकविण्यासाठी जाणूनबुजून तो ठेवत असत, हे दर्शविण्यासाठी वापरत आहे.

"खरं आहे,'' श्री रामकृष्ण सहमती व्यक्त करीत म्हणाले, ''माझी शिकवण आता संपत आली आहे. मी आता सूचना देऊ शकत नाही. मला प्रत्येक गोष्टीत 'राम' दिसतो.''

"या आजारपणाचा आणखी एक उद्देश आहे,'' 'म' म्हणाले, ''ही भक्तांची अखेरची कसोटी आहे. भक्तांना पाच वर्षांच्या तपस्येनं जे साध्य होऊ शकलं नसतं, ते त्यांना या काही दिवसांत लाभलं आहे. त्यांचं प्रेम आणि समर्पणभाव झपाट्यानं वाढत आहे.''

"तसं असू शकेल,'' श्री रामकृष्ण म्हणाले. मात्र ते 'म' यांच्या निरीक्षणाच्या पहिल्या भागाबद्दल, म्हणजे भक्तांच्या कसोटीबद्दल निश्चित असं काहीही बोलले नाहीत. दुसरीकडे भक्तांची प्रीती व समर्पणभाव प्रचंड वाढत असताना श्री रामकृष्ण तरुण भक्तांचा गट एकदिलानं कालीमातेचं कार्य पार पाडेल ना, याबद्दल सचिंत होते. कालीमातेनंच त्यांना या कार्यासाठी पाठवलं आहे, अशी त्यांची खात्री होती. ते म्हणाले, ''पण निरंजन घरी परत गेला आहे....''

हे संभाषण सुरू असताना श्री रामकृष्णांचं देहभान हरपलं आणि ते समाधीअवस्थेत गेले. ते जेव्हा पुन्हा भानावर आले; तेव्हा ते 'म'ना म्हणाले, ''मी प्रत्येक गोष्ट आकारापासून निराकार होईपर्यंत पाहिली... माझा निराकाराकडे झुकणारा कल ही फक्त माझं विसर्जन जवळ आल्याची खूण आहे, असं नाही वाटत?''

'म' : असू शकेल.

श्री रामकृष्ण : अगदी आत्तासुद्धा मला निराकार अविभाज्य सच्चिदानंद दिसतोय... अगदी तसंच... पण मी मोठ्या कष्टानं माझ्या भावना दडपून ठेवल्या आहेत.

मग ते भक्तांची कसोटी या मुद्द्यावर येतात. ''तुम्ही भक्तांच्या कसोटीबद्दल जे बोललात ते बरोबर होतं. हा आजार कोण आतल्या वर्तुळात व कोण बाहेरच्या वर्तुळातला आहे ते दाखवतोय. जे संन्यास घेऊन इथे (कोस्सीपूरमध्ये भाड्यानं घेतलेल्या घरात) राहात आहेत, ते आतल्या वर्तुळातले आहेत आणि जे अधूनमधून भेट देऊन 'कसे आहात गुरुजी?' असं विचारतात ते बाहेरच्या वर्तुळातले आहेत.''

हा श्री रामकृष्णांसाठी अतिशय महत्त्वाचा मुद्दा होता, कारण ते कार्य पुढे सुरू ठेवू शकतील, अशा मुलांचा संघटित समूह पाठवावा, अशी आदिमातेला विनवणी करीत होते. त्यांची तब्येत बरी होती. ते त्यांचा वेळ व ऊर्जा प्रत्येकासाठी मुक्तपणे देत होते, तेव्हासुद्धा त्यांची व त्यांच्या आशीर्वादानं काहीतरी ऐहिक ध्येय साध्य करण्यासाठी येणाऱ्यांच्या संख्येबद्दल नेहमी तक्रार असायची. त्यांच्या अखेरच्या आजारपणात 'म' यांच्याशी बोलताना त्यांनी, ते ज्या गूढ अवस्थांतून गेले होते त्यांचं वर्णन केलं होतं आणि सांगितलं होतं की, मी यापूर्वी आदिमातेला माझ्यात अत्यंत आवश्यक रूपांतर घडविण्याची विनंती केली होती, ज्यायोगे फक्त खरेच टिकून राहतील आणि तिनं त्याप्रमाणे केलं... त्यामुळे मला वाटतं की, या देहामध्ये स्वत: आदिमाताच वास करते आणि तीच भक्तांना लीला दाखविते. आधी मी जेव्हा मनाच्या अतिउल्हसित अवस्थेत असायचो तेव्हा माझ्या शरीरातून प्रकाश उत्सर्जित होत असे. माझ्या छातीत कायम आवेग असे. मग मी आदिमातेला म्हणालो : ''आई, तुझं असं बाह्यदर्शन नको. कृपा करून अंतरंगात जा.'' त्यामुळे आता माझ्या त्वचेचा रंग इतका निस्तेज आहे. माझा देह जर अजूनही तेजस्वी दिसला असता, तर लोकांनी मला सतावलं असतं; इथे लोकांची कायम गर्दी दिसली असती. आता कुठलं बाह्य प्रकटीकरण नाही. त्यामुळे तण दूर राहातं. आता फक्त खरे भक्तच माझ्यासोबत राहातील. माझा हा आजार का आहे तुम्हाला माहीत आहे? त्याचं तेच महत्त्व आहे. ज्यांच्या माझ्याप्रती असलेल्या भक्तीचा स्वार्थी उद्देश आहे, ते माझा आजार पाहून दूर पळतील....''

या आजारपणाचा आणखीही एक उद्देश असू शकतो, असं श्री रामकृष्णांना वाटत होतं – त्यांना स्वत:ला मुक्तपणे देण्यापासून व शिकवण देण्यापासून रोखणं. ''कदाचित माझ्या घशाला जे झालं आहे, त्यामागे उद्देश असेल.'' ते 'म'ना म्हणाले होते. ''हे घडलं आहे, ते मी सर्वांसमोर प्रकाशमान व्हावं, मी सर्व प्रकारच्या स्थळी जावं. गायन व नृत्य करावं यासाठी.'' (याप्रमाणे, ८३१-८३२) या विधानाकडे ते पुढे पुन्हा वळतात. त्यांचे जवळचे भक्तगण त्यांच्याभोवती बसले आहेत. श्री रामकृष्ण त्यांना सांगतात, ''देव स्वत:च लाकडाचा ठोकळा, शिरच्छेद करणारा व बळीचा बकरा बनला आहे, असं मला वाटतं.'' हाच देव आता त्यांची अखेर त्वरेनं घडवून आणतोय. ''देह आणखी काही दिवस टिकला असता, तर आणखी कितीतरी लोकांमध्ये आध्यात्म जागृत झालं असतं.'' 'म' म्हणतात, त्यांना बहुधा दीर्घकाळ जगण्याचे प्रयत्न करण्यामागचं कारण सांगायचं असावं. काही वेळानं श्री रामकृष्ण तिथे जमलेल्या भक्तांना सांगतात, ''पण असं होणार नाही. या खेपेला हा देह टिकणार नाही. अशी देवाचीच इच्छा नाही. या खेपेला हा देह टिकणार नाही... मी निष्कपटी आणि मूर्ख असल्यामुळे लोक माझा फायदा घेतात

आणि मी निष्कपटी व मूर्ख साऱ्यांना सारं काही देऊन टाकीन म्हणून. या कलियुगात लोकांना ध्यान व जप यांचा तिटकारा आहे.''

या आजारामुळे दु:खभोग सोसणाऱ्या इतरांनाही दिलासा लाभेल. ''तुमचं लोकांशी सगळ्या बाबतीत साधर्म्य असल्याखेरीज त्यांचं तुमच्याजवळ येण्याचं धाडस होणार नाही,'' 'म' श्री रामकृष्णांना म्हणाले होते. ''पण अशा आजारातसुद्धा तुम्ही परमेश्वराखेरीज इतर काहीही ओळखत नाही, हे पाहून त्यांना आश्चर्य वाटतं.''

त्यावर श्री रामकृष्ण यांनी स्मित केलं, असं 'म' यांनी नोंदवलं आहे. श्री रामकृष्ण म्हणाले, ''बलरामसुद्धा म्हणाला, तुम्हीसुद्धा आजारी पडू शकत असाल तर आम्ही आमच्या आजारपणांचं आश्चर्य का वाटून घ्यावं?'' रामाला सीतेबद्दल वाटणाऱ्या दु:खामुळे, राम त्याचं धनुष्य उचलू शकत नव्हता, हे पाहून लक्ष्मणाला आश्चर्य वाटलं होतं. पंचमहाभूतांमध्ये गुरफटलेला ब्राह्मणसुद्धा शोक करतो.'' मात्र दुसऱ्या एका प्रसंगी त्यांनी त्यांचं आजारपण इतरांना शिकवण देण्यासाठी असल्याचं सूचित केलं होतं. 'म' यांनी दुसऱ्या एका भक्ताला 'तुमचं आजारपण माणसांना शिकवण देण्यासाठी आहे' असं सांगितल्याचं त्यांना सांगितल्यावर श्री रामकृष्ण उद्‌गारले होते, ''पण हा केवळ तुमचा तर्क आहे.''

अखेर ही शरणागती होती, हा आदिमातेच्या इच्छेचा स्वीकार होता. एव्हाना आजार फारच बळावला होता. भक्तगण त्यांच्याभोवती बसले होते. गुरू त्यांना सोडून जाणार नाहीत, अशी त्यांना आशा होती. श्री रामकृष्ण म्हणाले, ''चेहऱ्याला रंग लावून गाणी म्हणणाऱ्यांचा संच अकस्मात येतो, नाचतो, गातो आणि जसा अचानक आला तसाच अचानक निघून जातो. ते येतात, परत जातात, पण कुणीही त्यांना ओळखत नाही.''

त्यानंतर काही मिनिटांनी ते म्हणाले, ''मानवी देह धारण केला की, दु:खभोग अटळ असतात.''

उद्देशापेक्षा निराळी निष्पत्ती

श्री रामकृष्ण व श्री रमण यांना जडलेल्या प्राणघातक आजाराचं व त्यामुळे त्यांना ज्या भयानक वेदनांतून जावं लागलं, त्याची भक्तांनी अर्धा डझन तरी कारणं लावली. त्यांनी स्वत: त्यातली काही व्यक्त केली : इतरांची कर्मं स्वत:कडे घेणं, अहंकार सोडून देणं, भावाचा शाप, भक्तांची कसोटी, अटळ वियोगासाठी भक्तांना तयार करणं, आपण म्हणजेच देह हा भ्रम भक्तांच्या मनातून काढून टाकणं, देवाची गूढ इच्छा, निराकाराकडे मन वळवणं, इतरांसाठी दिलासा बनणं... पण यामध्ये एक समान सूत्र होतं : घडणारी प्रत्येक गोष्ट काही उद्देशानं घडते.

त्यांनी त्यांच्या शिकवणीशी कधीही तडजोड केली नाही, हे त्यांच्या जीवनकालातून

दिसून आलं आहे. उदाहरणार्थ, आपला देह बरा करण्याकडे लक्ष वळवण्यास त्यांचा ठाम नकार – आणि त्यामुळे त्यांच्याप्रती पूज्यभाव निर्माण होतो व थक्क व्हायला होतं. या महात्म्यांनी ज्या समतोल वृत्तीनं त्यांचा दुर्धर, यातनादायी आजार सोसला, तो अर्थातच आपल्यासाठी धडा व आदर्श आहे. पण त्यांचं स्वत:चं असं म्हणणं असलं तरी, त्यांना अशा भयानक वेदना सोसाव्या लागल्या त्या त्यांनी आपल्यासाठी भयानक दु:खभोग सोसले पाहिजेत, याचं उदाहरण मागे ठेवून जावं यासाठी, असं मी मानू शकत नाही.

माझी आई दयावंती नावाप्रमाणेच दयेचा महासागर असणारी, अनेक जणांच्या आयुष्याच्या खरोखर केंद्रस्थानी असणारी, आम्हा तिघा भावंडांखेरीज अनेक जणांची आई असणारी; तिच्या अखेरच्या दोन वर्षांत तिला 'स्ट्रोक्स'ची मालिकाच भोगावी लागली. डॉक्टरांनी तिच्या आजाराचं नाव सांगितलं – Transient Ischaemia. तिची प्रेमळ वाचा गेली होती. तिच्या दयापूर्ण डोळ्यांची बरीचशी दृष्टी गेली होती... ती हा प्रत्येक आघात शांतपणे सोसत होती. माझे वडील त्यादरम्यान नव्वदीचे होते. ते तिला खुर्चीत बसवायचे आणि तिच्याजवळ बसून तासन्तास तिचा हात हातात घेऊन त्यांच्या पासष्ट वर्षांच्या सहजीवनाबद्दल तिच्याशी गप्पा मारायचे. त्यांना बऱ्याच वर्षांपासून माहीत असलेल्या एका ऊर्दू कवितेच्या पहिल्या ओळी ते म्हणायचे आणि त्याच्या पुढच्या ओळी तिने म्हणाव्यात यासाठी तिला आग्रह करायचे, तिला प्रेरणा द्यायचे, तिची खुशामत करायचे. ती फक्त मूकपणे बसून असायची, पण ते या गोष्टी करतच राहायचे.

"पण तुम्ही हे का करता?" मी त्यांना विरोध करायचो, "दरवेळी तुम्ही तिला या ओळी म्हणायला लावायचा प्रयत्न करता, पण त्यामुळे तुम्ही तिला फक्त ती बोलू शकत नाही, याचं स्मरण देत राहता. डॅडी, हे का करता तुम्ही?"

त्यावर ते, "काका तैनू कुछ पता इ नयी इन्ना चीजां दा," असं म्हणून पुन्हा तिच्या मागे लागत असत. मग मी तिथून मूकपणे निघून जात असे, पण मनात असहायतेची चीड उसळत असे.

मात्र काही काळानं आई प्रतिसाद देऊ लागली. सुरुवातीला फक्त डोळ्यांनी. मग ओठांची हालचाल करून. त्यानंतर काहीतरी पुटपुटून. त्यानंतर एखाद-दुसरा शब्द उच्चारून... आणि अखेर तिनं त्या काव्यपंक्ती पूर्ण केल्या. असंच तीन ते चार वेळा घडलं. यातून मला नक्कीच बरेच धडे शिकायला मिळाले. मला या गोष्टीतलं काहीही कळत नाही, असं माझे वडील म्हणायचे, तरीसुद्धा मी समर्पणभाव, अविचलपणे प्रयत्न करीत राहणं, शुश्रूषा या गोष्टी शिकलो.

पण या सगळ्यांतून कुणी असा अर्थ काढू शकेल का की, माझ्या आईला

'स्ट्रोक्स' आले, कारण माझ्या वडिलांना तिची शुश्रूषा करता यावी आणि तिच्या मुलांना हे धडे शिकता यावेत, *यासाठी* ही संधी निर्माण करण्यात आली?

अखेर आईला प्रचंड प्रमाणात रक्तस्राव – 'हॅमरेज' झालं. ती तिच्या सेवेसाठी ठेवलेल्या बाईचा हात धरून बिछान्याकडे निघाली होती. मी नुकताच तिथे पोहोचलो होतो. मी तिची अवस्था पाहिली आणि धावतच तिच्याजवळ गेलो. तिला सावकाश बिछान्यावर झोपवलं. काही मिनिटांतच आम्ही तिला चाकाच्या खुर्चीतून कारमध्ये घालून – आदितमुळे आमच्या घरी बऱ्याच चाकाच्या खुर्च्या होत्या व आहेत – जवळच्या दवाखान्यात नेलं. सीएटी-स्कॅनमध्ये मोठ्या प्रमाणात रक्तस्राव झाल्याचं दिसलं. मग आम्ही डॉक्टरांच्या सल्ल्यानुसार तिला अधिक सुसज्ज रुग्णालयात हलवलं. तिच्या मेंदूची कार्यक्षमता नाहीशी झाली होती.

आमची आई पाच दिवस अतिदक्षता विभागात होती. मी, माझी बहीण नलिनी, भाऊ दीपक आणि इतर जण आळीपाळीनं तिच्याजवळ थांबत होतो. तिला ओळखणाऱ्या सर्वांचाच तिच्यावर जीव असल्यामुळे बरेच नातेवाईक येत होते. ते देवाची प्रार्थना करायचे, तिच्या बेडजवळ शांतपणे उभे राहायचे. तिच्या देहात खुपसलेल्या नळ्या पाहून त्यांच्या डोळ्यांत अश्रू तरळायचे. मी रुग्णालयात झोपायला जायचो. एके दिवशी रात्री उशिरा डॉक्टरांनी आम्हाला सांगितलं की, आता त्यांच्या सगळ्या जाणिवा संपल्या आहेत. आता त्यांना जीवरक्षक उपकरणांवर ठेवण्यात काहीच अर्थ नाही. त्यांनी आमची परवानगी घेतली. आम्ही काय बोलणार? डॉक्टरांनी सांगितलं... पहाटे चार वाजता आम्ही सगळी उपकरणं काढून घेऊ... साधारण सहाच्या दरम्यान त्यांच्या हृदयाचं व इतर अवयवांचं कार्य थांबेल. आम्ही सर्व जण तिच्या बेडभोवती जमलो होतो. नलिनी तिच्या कपाळावर थोपटत होती. तिनं आईच्या कपाळावर कुंकू लावलं – ती नेहमी लावायची तसं ठसठशीत मोठं कुंकू! तिची वेणीफणी केली. दीपक तिच्या हातांवर थोपटत होता, मसाज करीत होता. मी तिचे पाय चोळत होतो. सकाळी सहानंतर काही वेळातच तिचं हृदय व नाडी पूर्णपणे थांबल्याचं मशीनवर दिसेपर्यंत आम्ही ते करीत होतो. अशा प्रकारे आमची आई गेली. तिचा चेहरा शांत प्रसन्न होता; तिच्या कपाळावर ठसठशीत मोठं कुंकू होतं. तिचे केस नेहमीसारखेच होते – नीट विंचरलेले; नलिनी तिच्या कपाळावर थोपटत तिच्या केसांतून बोटं फिरवत होती. दीपक तिचा हात धरून होता आणि मी तिचे पाय हळुवारपणे चोळत होतो.

आता मी असं समजायचं का की, ज्या 'स्ट्रोक्स'नी तिचा तोल, आवाज, दृष्टी सगळं हिरावून घेतलं आणि अखेर जे 'हॅमरेज' झालं त्यामागे काही उद्देश होता? आम्हाला शांत, प्रसन्नतेचं उदाहरण दाखविण्यासाठी हे घडलं होतं? आम्हाला सहनशक्ती शिकविण्यासाठी हे घडलं होतं? अंतिम काळातून कसं जावं, हे आम्हाला शिकविण्यासाठी हे घडलं होतं? का, आम्हा तिघांना एकमेकांशी जोडून

ठेवण्यासाठी हे अखेरचे तास अशा प्रकारे आखलेले होते?

आजारपणांचा तो परिणाम असू शकतो. कदाचित असंही असू शकेल की, आपण त्या आजारपणातून असा अर्थ काढला. पण असे परिणाम साध्य करण्यासाठी कुणा उच्च शक्तीनं असं घडवलं असेल, यावर कुणाचा विश्वास बसेल का? श्री रामकृष्ण परमहंस व श्री रमण महर्षी यांच्यासारख्या संतांना यातना देणारे आजार कुठल्याशा उच्च शक्तीनं गुरूंच्या अखेरच्या काळाचे साक्षीदार असणाऱ्यांमध्ये समतोल वृत्ती रुजविण्यासाठीच योजले असतील, यावर माझा विश्वास बसणं अशक्य आहे; जसं माझ्या आईचे 'स्ट्रोक्स' व अखेरचं 'हॅमरेज' आम्हाला, म्हणजे तिच्या मुलांना काही धडे देण्यासाठी योजले होते, यावर विश्वास ठेवणं अशक्य आहे तसंच!

◆

जगासह प्रत्येक गोष्ट 'भासमान' आहे का?...

युधिष्ठिर अस्वस्थ होता. भीष्मांनी त्याला आधी समजावलं असूनही,[१] त्याच्या मनात अपराधीपणाची प्रचंड भावना होती. त्यांच्यावर महासंकट लादल्याचं, विशेषकरून भीष्मांना अशा करुणाजनक अवस्थेत आणल्याचं अपराधीपण!

भीष्मांनी त्याचं सांत्वन केलं. कुणीही आपल्या इच्छेनुसार वागण्यास मुक्त नसल्याचं त्यांनी त्याला समजावलं. मग तू स्वत:ला चांगल्या अगर वाईट कृत्यांबद्दल जबाबदार का धरतोस? जे काही घडतं ते कशामुळे घडतं, हा प्रश्न खरंच खूप सूक्ष्म आहे. जाणिवांच्या पलीकडला. आपण सर्व जण नियतीच्या हातातील साधनं आहोत. तू किंवा दुर्योधन, जे घडणार होतं ते टाळू शकला नसता. नियती ही सर्वशक्तिमान आहे, तिची रीत समजायला कठीण असते. त्यामुळे तू किंवा दुर्योधन यांच्यापैकी कुणीही घडलेल्या दु:खद घटनांना व्यक्तिश: जबाबदार नाही, भीष्म म्हणाले.

मग त्यांनी गौतमी, तिचा पुत्र व साप यांची जुनी बोधकथा सांगितली.

गौतमी वयस्क असते, चांगली व्यक्ती असते. ती मनन-चिंतन व प्रार्थनेत रममाण असते. तिच्या एकुलत्या एका मुलाला सर्पदंश होतो. तो मुलगा मरतो. अर्जुनका नावाचा एक पारधी त्या सापाला पकडतो, त्याला बांधतो आणि गौतमीकडे घेऊन येतो. 'तुमच्या प्रिय मुलाला ठार मारणारा हाच तो हलकट साप. मला लवकर सांगा, त्याला कशा पद्धतीनं देहदंड देऊ? त्याला जाळात फेकू? का, त्याचे तुकडे-तुकडे करू?'

गौतमी जराशी विचारात पडते. खरंच हा साप माझ्या मुलाच्या मृत्यूला कारणीभूत ठरला आहे का? त्याला ठार करणं म्हणजे स्वत:च्या माथी पाप घेणं

---

१. महाभारत, शांतिपर्व.

होईल का? आपण सापाला ठार केलं, तर आपला मुलगा जिवंत होईल का? जर होणार नसेल तर, आपण सजीव प्राण्याचा जीव घेऊन मृत्युदेवता – यमराजाच्या पाशात स्वत:ला ढकलल्यासारखं होणार नाही का? आपण संतापाच्या अधीन होता कामा नये. मग आपण संतापाच्या भरात सापाला कसं काय ठार मारायचं? आपण त्याच्याबद्दल दया दाखवून त्याला माफ करायला नको का?

यातील प्रत्येक मुद्द्याबरोबर, शंकेबरोबर पारधी अधिकाधिक उतावीळ होतो. तो म्हणतो, इंद्रानं वृत्राला मारलं नव्हतं का? महादेवानं त्यागाला नष्ट केलं नव्हतं? सापाला ठार केलंच पाहिजे, तो म्हणतो, त्याला जर जिवंत सोडलं, तर त्यानं तुझ्या मुलाला ठार केलं तसं तो इतरांनाही ठार करेल. असं म्हणून तो जाहीर करतो की, 'मी या तिरस्करणीय जीवाला जगू देणार नाही.'

हे ऐकून साप बोलू लागतो. 'हे निष्पाप अर्जुनका,' तो म्हणतो, 'माझा गुन्हा तरी काय? मी मुक्त नाही. मुक्त होणं तर दूरच, पण मी एक साधन आहे. मृत्यूनं मला तुझ्या मुलाला दंश करायला भाग पाडलं. जे काही घडलं, त्यामध्ये काही गुन्हा असेल, तर त्याला मृत्यू जबाबदार आहे. मी नाही.'

'हे सर्पा,' अर्जुनका म्हणतो, 'जर आपण तुझ्या तर्कानुसार विचार केला तर कोणताही चोर अथवा खुनी गुन्हेगार ठरणार नाही. मग पाप आणि त्याची शिक्षा व्यर्थ ठरेल. तुझी वटवट बंद कर. समजा तू दुसऱ्या कुणाच्या आदेशानुसार एखाद्या मुलाला दंश केला असलास, तरी तो दंश तू केला आहेस. आणि त्यामुळे तूसुद्धा त्याला कारणीभूत आहेस. तूसुद्धा अपराधी आहेस – जसं मातीची भांडी बनवताना कुंभार जी हत्यारं वापरतो त्यांचाही ती भांडी बनवण्यामध्ये सहभाग धरला जातो तसं. त्यामुळे तू स्वत:च सांगितलं आहेस, त्याप्रमाणे तू खुनी आहेस. मी तुला सोडणार नाही.'

'पण ती हत्यारं जशी कुंभाराची गुलाम असतात तसाच मी मृत्यूचा केवळ एक दुवा होतो. तुम्ही जर जबाबदारीच निश्चित करणार असाल, तर फक्त मलाच नाही तर, परिस्थितीच्या संपूर्ण संगतवार मालिकेला आणि भूमिकांनाही जबाबदार धरावं लागेल. जसं यज्ञाच्या वेळी, पुरोहित आणि इतर सहभागी व्यक्ती आहुती अर्पण करतात, पण लाभ मिळतो तो फक्त यजमानाला, तो त्यांना मिळत नाही, तसंच माझ्यासारख्या फक्त एक साधन असलेल्यावर जबाबदारी चिकटवता येणार नाही.'

हा वादविवाद ऐकून सावध झालेला मृत्यू खाली येतो आणि सापाला म्हणतो, 'मी तुला त्या मुलाला दंश करायला लावलं, ते माझ्या मनानं नाही. मला नियतीनं तसं करण्याचा हुकूम केला होता म्हणून मी ते केलं. शक्तिमान वाऱ्यानं ढगांना तडाखे द्यावेत, तसं मला नियती निरनिराळ्या दिशांना पाठवत असते. गुण, वस्तूंची सजीव-निर्जिवता, पृथ्वी व स्वर्ग, सूर्य, चंद्र, पाणी, वारा, अग्नी, नद्या, समुद्र, कलेकलेनं वाढणं व क्षय पावणं – यातील प्रत्येक गोष्टीवर नियतीची पकड असते.

हे माहीत असताना, तू मला त्या मुलाच्या मृत्यूबद्दल कसं काय जबाबदार धरतोस?'

'मी तुला जबाबदारही धरत नाहीये आणि तुला दोषमुक्तही करत नाहीये,' साप मृत्यूला म्हणाला, 'मी फक्त इतकंच म्हणतोय की, त्या मुलाला दंश करण्यासाठी तूच मला उद्युक्त केलंस. तुला किंवा नियतीला जबाबदार धरण्यात मला मुळीच रस नाही. मला फक्त इतकंच सांगायचं आहे की, मी जबाबदार नाही.'

'तू मृत्यूचं बोलणं ऐकलंस ना?' साप पारध्याला विचारतो. 'ते ऐकल्यानंतर तू मलाच कचाट्यात पकडणं बरोबर नाही.'

'मी तुमचं दोघांचंही बोलणं ऐकलं आहे,' अर्जुनका म्हणतो, 'पण तुम्ही दोघंही जे बोललात त्यामुळे तुमच्यापैकी कुणीही दोषमुक्त होत नाही. त्यावरून फक्त इतकंच दिसतं की, या मुलाच्या मृत्यूला तुम्ही दोघंही जबाबदार आहात. मी तुला सोडणार नाही.'

ही जोरदार वादावादी ऐकून नियती येते. ती म्हणते, मीही याला जबाबदार नाही. साप, मृत्यू आणि मी – आमच्यापैकी कुणीही या मुलाच्या मृत्यूला प्रवृत्त केलेलं नाही अथवा त्याला कारणीभूत नाही. या मुलानं जे कर्म केलं त्यामुळे त्याचा अंत झाला. हा मुलगा त्याच्या स्वतःच्याच कर्मामुळे मरण पावला आहे. आपल्या सर्वांवर कर्माचं राज्य असतं. या जगात सुख व दुःख यासाठी कर्म कारणीभूत असतं. या जगातील प्रत्येकाला कर्म प्रवृत्त करत असतं, तसं आम्हालाही कर्म प्रवृत्त करत असतं. कुंभार चिखलातून आपल्याला हवी तशी भांडी घडवतो, तसंच कर्माचंही असतं. सूर्यप्रकाश व सावली जसे एकमेकांना जोडलेले असतात तसंच कर्म व कर्माचा कर्ताही एकमेकांना जोडलेले असतात. अशा प्रकारे, साप, मृत्यू किंवा मी – नियती; आमच्यापैकी कुणीच जबाबदार नाही. या मुलाला त्याच्या स्वतःच्या कर्मानं मृत्यू आला.

धर्मनिष्ठ गौतमी नियतीचं म्हणणं फारशा शंका न घेता मानते. 'होय, माझा मुलगा त्याच्या स्वतःच्या कर्मामुळेच मृत्यूच्या दाढेत गेला.' ती म्हणते, 'अर्जुनका, मीसुद्धा काहीतरी वाईट कर्म केलं असणार, त्यामुळेच माझा मुलगा मरण पावला. नियती आणि मृत्यूला त्यांच्या-त्यांच्या ठिकाणी परत जाऊ दे, आणि तू या सापालाही सोडून दे.'

आणि अशा प्रकारे भीष्म गोष्ट संपवत म्हणतात, 'नियती, मृत्यू व सर्प आपापल्या ठिकाणी परत गेले आणि अर्जुनकाचा संताप व गौतमीचं दुःख शमलं. आणि त्यामुळे, हे राजा, शांत हो, दुःख सोडून दे. सर्व जीवांना त्यांच्या कर्मानुसार बक्षीस व शिक्षा मिळते. तू आणि दुर्योधन – दोघांनीही काहीही केलेलं नाही. जे काही घडलं ते सगळं नियतीमुळे घडलं असं समज.'

हे स्पष्टीकरण ऐकल्यानंतर धर्मराज युधिष्ठिराच्या चिंता कमी झाल्या, आणि तो

पुढच्या प्रश्नाकडे वळला....[२]

निर्दोष ठरवण्याचा किती सोयीस्कर मार्ग!

अशा युक्तिवादाच्या आधारे युधिष्ठिराला व दुर्योधनाला कोण सोडेल?

आणि कुठली माता साप, मृत्यू व नियती या त्रिकुटाच्या युक्तिवादापुढं हार मानेल? आणि तीसुद्धा जवळ-जवळ मूकपणे? आणि आपल्या पोटच्या मुलालाच त्याच्या मृत्यूबद्दल अपराधी मानेल?

हे तीन प्रकारचेच लोक करू शकतील.

आपल्या गृहीतांवर पूर्णतः विश्वास ठेवणारे.

तिच्या मुलावर व तिच्यावर असा आघात होण्यामागं काहीतरी *कारण* असणार असं मानण्यास उत्सुक असणारे.

संघर्ष करून दमलेले.

माणूस झगडून-झगडून दमला आहे. मनाच्या बाबतीत सांगायचं तर, आणि महत्त्वाकांक्षी माणसाला त्यावर काम करण्यासाठी प्रोत्साहन देण्यासाठी, छांदोग्य उपनिषदामध्ये एक उपमा दिली आहे, ती आयुष्याच्या संदर्भात आहे. दिवसेंदिवस विकलांग मुलाची अथवा वर्षानुवर्षं आजारी जोडीदाराची काळजी घेण्यासंदर्भात आहे. ती मला जितकी खरी तितकीच निष्ठुर वाटते. उपनिषदात म्हटलं आहे : ज्याप्रमाणे दोरीला बांधलेला पक्षी सर्व दिशांना उडाल्यानंतर कोठेच निवारा न मिळाल्याने आपल्या बांधलेल्या जागेच्याच आश्रयाला येतो. त्याचप्रमाणे, हे मन अनेक दिशांना धावून अन्य कोठेही थारा न मिळाल्याने प्राणाच्या आश्रयाला येते....[३]

दिवस-रात्र झगडून जे काही घडलं आहे; त्याबाबतीत प्रत्येक गोष्ट आजमावून पाहिल्यानंतर, अनेक बाबा-महाराज यांचे उंबरठे झिजवल्यानंतर, प्रत्येक उपाय अजमावून पाहिल्यानंतर, तीर्थयात्रा केल्यानंतर, उपास-तापास केल्यानंतर, अनेक देवांची करुणा भाकल्यानंतर आणि अखेर पूर्णतः दमलेली, शिणलेली माता कशावरही विश्वास ठेवायला तयार होते – अगदी त्या त्रयीच्या युक्तिवादावरसुद्धा. आणि बळी ठरलेल्यांनाच दोष देते – तिच्या प्रिय मुलाला, स्वतःला....

सिद्धान्त आणि त्यांचे आनुषंगिक परिणाम

यामध्ये सहभागी असलेले चार सिद्धान्त पाहा :

- ‘क्ष’ गोष्ट घडली आहे; त्यामुळे तिला काहीतरी कारण असणारच;

---

२. महाभारत, अनुशासनपर्व.

३. छांदोग्य उपनिषद, अध्याय ६.८.२

- एखाद्या व्यक्तीचं कोणतं तरी कृत्य हेच कारण असणार;
- त्या व्यक्तीनं अशा प्रकारे भरपाई करावी, असं एखादं कृत्य या जन्मात केल्याचं आपल्याला स्मरत नसेल, तर त्यानं मागच्या कोणत्या तरी जन्मात काहीतरी वाईट केलेलं असलं पाहिजे;
- त्या व्यक्तीच्या बाबतीत जे काही घडलं आहे, ती त्याच्या स्वत:च्याच कर्मांची फलनिष्पत्ती असल्यामुळे, जे घडलं त्याचं समर्थन होतं : 'प्रत्येक गोष्टीला कारण असतं,' हे वाक्य 'घडणारी प्रत्येक गोष्ट योग्यच असते' असं होतं, कारण आपल्याबाबतीत जे काही घडतं, ती आपल्याच कर्मांची शिक्षा अथवा बक्षीस असतं.

याचा ताबडतोब दिसणारा आनुषंगिक परिणाम म्हणजे, देवाला अडचणीतून सुटका मिळते. कर्म ही अशी 'सोयिस्कर कल्पित गोष्ट' आहे की, त्यामुळे एखाद्या व्यक्तीच्या बाबतीत काय घडलं याचं स्पष्टीकरण तर देता येतंच, पण त्यामुळे देवाचीही अडचणीतून सुटका होते.

हीच कठीण समस्या उभी राहते...

हिंदू धर्मात अर्थातच मतं व विश्वास-श्रद्धांची संपूर्ण मालिका आहे. नास्तिकतेपासून ते वर्णन करता येणार नाही अशा, निर्गुण ब्रह्मापर्यंत. पण आपल्यापैकी बहुसंख्य लोक देव मानतात.

आपली सगुण ईश्वरावर श्रद्धा असते. आपण ज्या देवाची पूजा करतो, तो कल्पनेच्या परिघातल्या सगळ्या, मंगल गुण-वैशिष्ट्यांचं मूर्त स्वरूप असतं.

आणि एवढंच नाही, तर आपण वैयक्तिक देवही मानतो. म्हणजे तो आपला खासगी आहे अशा अर्थानं : बरेच जण आमचं 'कुलदैवत' असं म्हणतात; बरेच जण आपल्या व्यवसायाशी किंवा कामाशी संबंधित देव असं म्हणतात – ज्ञानाची देवता, संपत्तीची देवता, कामकऱ्यांचा देव, प्रवाशांचं रक्षण करणारा देव, कोळ्यांचं संरक्षण करणारी देवता... आणि तो अथवा ती मनुष्यस्वरूपातील असतो. आपण विशिष्ट गोष्टी केल्या, तर तो प्रसन्न होतो – उदाहरणार्थ आपण विशिष्ट धार्मिक विधी-संस्कार केले, विशिष्ट उपास-तापास केले, आपण खास करून सांगितलेल्या तीर्थयात्रा केल्या तर. आणि हे जर आपण केलं नाहीतर तो कोपतो. तो सर्वज्ञ, सर्वशक्तिमान, दयाघन, न्यायदाता, आपल्या चांगल्या-वाईट कृत्यांचा हिशेब ठेवणारा, प्रेम-सौंदर्य यांचं मूर्तिमंत उदाहरण आहे... समजा देव फक्त व्यक्तिभावरहित, अविभाज्य, सर्वव्यापी वा श्रेष्ठ ब्रह्म असता, तर 'त्या'च्यामध्ये ही गुणवैशिष्ट्यं व या आवडी नसत्या. अमूर्त शक्तीनं हिशोबवही ठेवली नसती.

एवढंच नाहीतर आपण असं मानतो की, देव मानवी व्यवहारांत हस्तक्षेप करतो. मधूनमधून तो दुष्ट शक्तींचा बिमोड करण्यासाठी, चांगल्या गोष्टीला पुन्हा पूर्ववत स्थान मिळवून देण्यासाठी, योग्य समतोल राखण्यासाठी अवतार घेऊन पृथ्वीवर येतो. त्याच्या अगदी पहिल्या दिवशी त्याला कंसाशी लढावं लागलं, ते अगदी अखेरच्या दिवशी त्यानं स्वत:चं संपूर्ण कूळ व नगरी नष्ट केली तिथवर, श्रीकृष्णानं दुष्ट शक्तींशी लढा दिला. आणि बरेचदा म्हटल्या जाणाऱ्या श्लोकांतही तो आपल्याला, तशी गरज असेल तेव्हा मी पृथ्वीवर येईन, असं आश्वस्त करतो.

> ...जेव्हा अधर्माच्या वृद्धीमुळे भाविक जन पैलतीर पोहोचू शकत नाहीत; तेव्हा मी स्वरूपाची रचना करू लागतो;
>
> ...ते साध्य प्राप्त होण्यासाठी आवश्यक असणारे विवेक, वैराग्य, शम-दम इत्यादी दैवी संपदेचे गुण साधकांमध्ये निर्विघ्नपणे प्रवाहित करण्यासाठी तसेच, 'दुष्कृताम्', ज्यामुळे कार्य दूषित होतं अशा काम-क्रोध, राग-द्वेषादी विजातीय प्रवृत्तींचा समूळ नाश करण्यासाठी, तसेच धर्माची संस्थापना करण्यासाठी मी युगायुगाच्या ठिकणी अवतार घेतो...[४]

श्रीराम, परशुराम यांच्या जीवनातही आपल्याला हाच गुण दिसतो – दुष्ट शक्तींचा पाडाव करण्यासाठी मानवी व्यवहारात हस्तक्षेप. आपण अर्थातच अशा देवावर विश्वास ठेवतो, जो केवळ मोठ्याच प्रश्नात – म्हणजे दुष्टांचं निर्दालन, चांगुलपणाचा जय वगैरे – हस्तक्षेप करत नाहीतर आपण अशा देवावर विश्वास ठेवतो, जो प्रत्येक क्षणी 'त्या'च्या भक्तांची विनवणी ऐकत असतो. आपल्या मुलांनी परीक्षेत चांगली कामगिरी करावी म्हणून; आजारी नातेवाइकाला बरं वाटावं म्हणून; आपल्या नोकरी-व्यवसायात आपण यशस्वी व्हावं म्हणून.

'तुला भेटून खूप बरं वाटलं,' मी मित्राला भेटल्यावर म्हणतो.

'कसं काय चाललंय?'

'देवाची दया आहे.' तो म्हणतो. 'धंदा खरंच चांगला चाललाय.'

मग मी स्वत:ला सांगतो, कदाचित त्यामुळेच सगळ्या गोष्टी अशा असतील. प्रत्येक धंद्याची भरभराट होईल, हे पाहाण्यात देव इतका गर्क आहे की, त्याला हवापालटाला वेळ कसा असू शकेल...?

आपण फक्त देवाला विनवतच नाही किंवा तो आपल्या विनवणीकडे लक्ष देतो एवढंच मानत नाही, तर आपण त्याच्या प्रतिनिधींनाही विनवतो. मूर्ती, प्रतिमा हे त्याचे प्रतिनिधी आपल्या विनवणीनुसार कृती करतील, असा आपल्याला विश्वास असतो.

थोडक्यात, आपल्या द्रष्ट्या लोकांनी जे 'सत्य' मानलं असेल, त्यांनी ज्याला

---

४. भगवद्गीता अध्याय ४ : ७-८

'विलक्षण वास्तव' म्हटलं असेल, ते काहीही असलं तरी आपण दैनंदिन व्यवहारात विविध धर्मांवर श्रद्धा ठेवणाऱ्यांच्या गृहीतांनुसारच कमी-अधिक प्रमाणात वागत असतो.

ते मक्का-मदिनाच्या तीर्थयात्रेला जातात, आपण बद्रीनाथ-केदारनाथाची तीर्थयात्रा करतो; ते काबाला प्रदक्षिणा घालतात, आपण प्रत्येक देवळात मूर्तीला प्रदक्षिणा घालतो; ते संतांच्या कबरीशी प्रार्थना करतात; आपण ज्ञानेश्वर व इतर संतांच्या समाधीच्या दर्शनाला जातो, ते तावीज बांधतात, आपण आपल्याला देवतुल्य वाटणाऱ्या व्यक्तींनी दिलेल्या वस्तू ठेवा म्हणून जपतो; ते रमजानच्या काळात उपास करतात, आपण कितीतरी प्रसंगी उपास करतो; ते देवाला संतुष्ट करण्यासाठी पशुबळी देतात, आपण ते सोडून दिलं आहे....

आणि विविध धर्मांच्या ग्रंथांमधून जी कठीण कोडी प्रकटताना पाहिली तशाच कोड्यांशी आपण येऊन थांबतो.

देवाची आराधना अथवा ध्यान करताना सगुण देवाची आराधना अथवा ध्यान केलं जातं; पण ज्या अवस्थेत, सगुण नसलेल्या देवाची आराधना केली जाते, ते निर्गुण ब्रह्म. आणि हेच आपल्या धर्माचं खास वैशिष्ट्य आहे की, त्यामध्ये साधनांची पायरीपायरीनं मांडणी आहे, या धर्माच्या गुरूंनी विविध मार्ग शिकवले आहेत. ज्यायोगे प्रत्येक भक्त आपल्या विशिष्ट क्षमतेला व नैसर्गिक प्रवृत्तीला सर्वांत सुयोग्य असणारा मार्ग अनुसरू शकतो.

पण त्यामुळे कठीण कोडी सोपी होत नाहीत. ब्रह्माचं वर्णन करण्यासाठी वापरलेली विशेषणं 'त्या'ला लीला दाखववणारा बनवण्याकडेच झुकतात – निर्माता, संरक्षणकर्ता, देखरेख ठेवणारा, सर्वज्ञ, सर्वशक्तिमान, सर्वत्र हजर असणारा सर्वव्यापी, सर्वश्रेष्ठ, अंतर्यामी, आत्म्याचा राजा....

त्यामुळे तीच कठीण कोडी प्रकट होतात. उदाहरणार्थ – सर्वव्यापी, स्वयंपूर्ण ब्रह्म निर्मिती का करतो? 'त्याला जग निर्माण करण्याची इच्छा झाली...' आपल्याला सांगितलं जातं... प्रजापती, ज्याची इच्छा होती आपला विकास व्हावा, आपल्याला संतती व्हावी... आपल्याला सांगितलं जातं. 'त्या अस्तित्वशून्यानं मनाची निर्मिती केली, त्यासोबत 'मी' हा विचार आला. वंश वाढण्याची इच्छा असणाऱ्या प्रजापतीनं 'तापस' केलं. सुरुवातीला तो केवळ पुरुष स्वरूपात होता. तो (एकटाच असल्यामुळे) त्याला आनंद गवसला नाही. त्यानं आणखी एक असावा अशी इच्छा केली...' आपल्याला सांगितलं जातं. 'आपल्या देहापासून विविध प्रकारचे जीव बनवण्याची त्याची इच्छा होती...' आपल्याला सांगितलं जातं. 'सुरुवातीला या जगात फक्त एकच जीव होता, दुसरं कुणी नव्हतं. त्या जीवानं स्वत:शीच विचार केला. ''मी अनेक असतो तर! मला अपत्यांना जन्म देऊ दे!'' मग त्याला वाटलं, ''मला पत्नी मिळाली, तर मी संतती पैदा करीन. माझ्याजवळ संपत्ती असेल तर मी आहुती अर्पण करीन....''

पण 'स्व'चं ज्ञान प्राप्त झाल्यानंतर सामान्य, मर्त्य माणूससुद्धा कायमचा सुखी व संतुष्ट राहू शकतो, त्याला कसलीही इच्छा उरत नाहीतर ब्रह्माला एकटं का वाटावं? त्याला पत्नी व मुलाबाळांची आतुरता का लागावी? त्याला आहुती देण्याची उत्कंठा का लागावी?

निर्मितीच्या संदर्भात एक समस्या उद्भवते. माणसाला त्याच्या आदल्या जन्मातील त्याच्या कर्मानुसार पुढचा जन्म मिळतो, अशी कर्माची तत्त्वप्रणाली सांगते. निसर्गदत्त देणग्या, अनुकूलता लाभणं, परिस्थिती – यामध्ये असणाऱ्या फरकाचं हे कारण सांगितलं जातं. पण निर्मितीच्या क्षणी कुठलं आधीचं जीवन नव्हतं. तर मग त्या क्षणी निसर्गदत्त देणग्या व परिस्थिती यांतला फरक कसा काय उद्भवला? जे पहिल्या दुष्कृत्यानंतर बुडणारच होतं, त्यांनी ते कसं काय केलं? ज्यांनी पहिलं सत्कर्म केलं असेल त्यांनी ते कसं केलं असेल?

हा प्रश्न आपल्या द्रष्ट्या ज्ञानी लोकांना फार पूर्वीच पडला होता – शंकराचार्य व रामानुज दोघांनीही या प्रश्नाची उकल करण्यासाठी खूप ऊर्जा खर्च केली.

प्रतिपक्षी देवावर पक्षपातीपणाचा आरोप करतात – तो व्यक्तीव्यक्तींना असमान देणग्या देतो – निर्दयीपणे वागतो – तो आपल्यापैकी कितीतरी जणांना शारीरिक अगर मानसिक दौर्बल्य भोगायला लावतो. यावर 'सूत्र' म्हणतं : 'देवावर कसल्याही पक्षपातीपणाचा व निर्दयीपणाचा आरोप करता येत नाही, कारण तो इतर मुद्दे विचारात घेत असतो. हे वेदांमध्ये सांगितलं आहे.'

या संदर्भात वेदान्तवादी म्हणतात : 'देवाला कोणताही अपराध चिकटवता येत नाही. जन्माला येऊ घातलेल्या प्राणिमात्रांच्या सद्गुण व दुर्गुणांनुसारच ही असमान निर्मिती घडते.'

देवाची पावसाशी तुलना केली पाहिजे – आपल्याला सांगितलं जातं. भात, गहू, सातू, इ.च्या वाढीसाठी पाऊस हे समान कारण असतं. यामध्ये पिकं व रोपटी यांच्यात जो फरक दिसतो त्याला कारणीभूत असते विविध बी-बियाणांची अंगभूत क्षमता. ती वेगवेगळी असते. 'त्याचप्रमाणं देवदेवता, माणसं व इतरांच्या जन्मासाठी देव हे समान कारण असतं, मात्र प्रत्येक प्राणिमात्राशी त्याच्या कर्माची स्वतंत्र फळं जोडलेली असतात, ती निरनिराळी असतात आणि देवदेवता, माणसं व इतरांच्या निर्मितीत जे फरक दिसतात, त्याला हीच गोष्ट कारणीभूत असते.'

मग शंकराचार्य उपनिषदं व भगवद्गीता यामधील तीन श्लोक पुराव्यादाखल देतात. ते बृहदारण्यक उपनिषदातला दाखला देत सांगतात, 'ते सत्कृत्यामुळे सद्गुणी बनतं, तर दुष्कृत्यांमुळे सदोष बनतं.' देवाची देणगी गुणवत्तेनुसार लाभू शकते किंवा एखाद्या व्यक्तीच्या कृत्यामुळे. या संदर्भात श्रीकृष्णानी गीतेत सांगितलं आहे की, 'माणसं माझी ज्या पद्धतीने पूजा करतात, त्याच पद्धतीनं मी त्यांच्या

इच्छा पूर्ण करतो.’ पण ते ‘कौशितकी उपनिषदाचा’ दाखला देत म्हणतात : ‘तोच तो, ज्याच्या बाबतीत ठरवेल, त्याला चांगली कृत्यं करण्यास प्रवृत्त करतो. आणि तोच तो, ज्याच्या बाबतीत ठरवेल त्याला वाईट कृत्यं करण्यास प्रवृत्त करतो....’

सूत्रामधल्या संदर्भानुसार आपण म्हणतो की, आत्म्याच्या देहांतरप्राप्तीला आरंभ नसतो, शिवाय हे तर्कशुद्ध आहे आणि (म्हणूनच) ते पवित्र ग्रंथातही म्हटलेलं आहे.

पण त्याला आरंभ नसतो, हे आपल्याला काय माहीत? कारण जर तसं नसतं तर आत्मे लहरीनुसार प्रकट झाले असते व त्यांचा पुनर्जन्मही झाला असता. जर तसं नसतं तर आनंद व दु:ख यांचं काही तर्कशुद्ध स्पष्टीकरणच देता आलं नसतं. आणि आत्मे लहरीनुसार प्रकट होत नाहीत व त्यांचा पुनर्जन्मही होत नाही, हे आपल्याला काय माहीत? आनंद व दु:ख यांचं तर्कशुद्ध स्पष्टीकरण असतं, हे तरी आपल्याला काय माहीत? आत्म्याच्या देहांतरप्राप्तीला आरंभ नसतो म्हणून!

वेद व स्मृतींत म्हटलं आहे की, या निर्मितीला आरंभ नसतो. या संदर्भातील उतारे आहेत.[५]

हा प्रश्न तसाच राहातो, सूत्रं त्याकडे पुन्हा वळतातच.

पवित्र ग्रंथात देवानं पुन:पुन्हा सांगितलं आहे की, आपल्याला दिशा दाखवणारा ‘तो’च ‘अंतर्गत राज्यकर्ता’ आहे. त्यामुळे गीतेमध्ये श्रीकृष्ण म्हणतात –

‘या देहात हा सनातन जीवात्मा माझाच अंश आहे आणि तोच प्रकृतीत स्थित मनाला आणि पाचही इंद्रियांना आकर्षित करतो.’

वारा वासाच्या वस्तूतून वास घेऊन स्वत:बरोबर नेतो, तसाच देहादिकांचा स्वामी जीवात्माही ज्या शरीराचा त्याग करतो, त्या शरीरातून मनासहित इंद्रियं बरोबर घेऊन नवीन मिळणाऱ्या शरीरात जातो.

‘हा जीवात्मा कान, डोळे, त्वचा, जीभ, नाक आणि मन यांच्या आश्रयानेच विषयांचा उपभोग घेतो.’

‘शरीर सोडून जात असता किंवा शरीरात राहात असता किंवा विषयांचा भोग घेत असता किंवा तीन गुणांनी युक्त असताही (त्या आत्मस्वरूपाला) अज्ञानी लोक ओळखत नाहीत. केवळ ज्ञानरूप दृष्टी असलेले विवेकी ज्ञानीच तत्त्वत: ओळखतात.’

‘सूर्यामध्ये राहून जे तेज सर्व जगाला प्रकाशित करतं, जे तेज चंद्रात आहे आणि जे अग्नीत आहे, ते माझंच तेज आहे, असे तू जाण.’

‘आणि मीच पृथ्वीत शिरून आपल्या शक्तीने सर्व भूतांना धारण करतो आणि

---

५. Brahma-Sutra Bhasya of Sri Sankaracharya, स्वामी गंभीरानंद (अनु.), अद्वैत आश्रम, कलकत्ता, (१९७२).

रसरूप अर्थात अमृतमय चंद्र होऊन सर्व वनस्पतींचे पोषण करतो.'

'मीच सर्व प्राण्यांच्या शरीरात राहाणारा, प्राण व आपानाने संयुक्त वैश्वानर अग्निरूप होऊन चार प्रकारचे अन्न पचवितो.'

मीच सर्व प्राण्यांच्या हृदयात अंतर्यामी होऊन राहिलो आहे. माझ्यापासूनच स्मृती, ज्ञान आणि अपोहनही होतात. सर्व वेदांकडून मीच जाणण्यास योग्य आहे. तसेच वेदान्ताचा कर्ता व वेदांना जाणणाराही मीच आहे.

परिणामातून सुटका नाही : श्रीकृष्ण म्हणतात,

हे कुंतीपुत्रा! जे कर्म तू मोहामुळे करू इच्छित नाहीस, तेही आपल्या पूर्वकृत स्वाभाविक कर्माने बद्ध असल्यामुळे पराधीन होऊन करशील.

हे अर्जुना! अंतर्यामी परमेश्वर आपल्या मायेनं शरीररूप यंत्रावर आरूढ झालेल्या सर्व प्राण्यांना त्यांच्या कर्मानुसार फिरवीत सर्व प्राण्यांच्या हृदयात राहिला आहे.

मग एखादी व्यक्ती जबाबदार कशी? ब्रह्मा वा वैश्विक तत्त्व वा परमेश्वर यांनी त्या व्यक्तीला जे करायला लावलं, त्याबद्दल त्या व्यक्तीला शिक्षा का होते? ब्रह्मसूत्रांत म्हटलं आहे की, 'स्वतंत्र आत्मा साधन असला पाहिजे, तरच पवित्र ग्रंथ अर्थपूर्ण ठरतील.' जर तो साधन नसला, तर पवित्र 'ग्रंथात दिलेल्या आज्ञा अर्थहीन ठरतील. वर्तुळ पुन्हा पूर्ण होतं : पवित्र ग्रंथ आज्ञांची चौकट मांडून देतात, कारण स्वतंत्र आत्मा साधन असतो; आणि जर तो साधन नसेल, तर त्यानं साधन झालंच पाहिजे नाहीतर आज्ञा अर्थहीन बनतील!'

याच प्रकारे पुढची कारणंही दिलेली आहेत : स्वतंत्र आत्मा साधन असला पाहिजे, कारण पवित्र ग्रंथात आत्म्याच्या भ्रमणाबद्दल सांगितलं आहे; तो जर तसा नसता, तर पवित्र ग्रंथात याउलट दर्शविलं असतं. काही 'कारणं' इतरांपेक्षा चांगली वाटतात. पण साधन असणं, ही आत्म्याच्या जन्मापासूनची गोष्ट नाही. साधनं असणं, हे वैशिष्ट्य देवानं दिलं आहे.

वैदिक ग्रंथात तसं म्हटलं आहे. पण आपण यापूर्वी पाहिल्याप्रमाणं, 'त्या'च्या वर आता पक्षपातीपणाचा व क्रौर्याचा आरोप आहे.

त्यामुळे पुढच्या सूत्रात म्हटलं आहे : तथापि, 'तो' केलेल्या प्रयत्नांवर भिस्त ठेवतो, ज्यायोगे आज्ञा व प्रतिबंध अर्थशून्य होणार नाहीत व इतर दोषही उद्भवणार नाहीत.

श्री शंकराचार्य स्पष्ट करतात की, 'देव केवळ एक साधनीभूत घटक म्हणून काम करतो. तो कर्मांची फलनिष्पत्ती प्रत्येक व्यक्तीनं मिळवलेल्या गुणावगुणांच्या असमानतेनुसार असमान विभागतो... जसं पाऊस करतो तसं.'

ही पावसाची उपमा याही आधी सांगितली आहे : जगात पाहायला मिळतं की, पाऊस छोट्या-मोठ्या वेलींसाठी किंवा भात, सातू अशा पिकांसाठी समान साधनीभूत घटक असतो. पण ही पिकं आपापल्या बियाणांप्रमाणे वाढतात आणि पाऊस पडला

नाहीतरी त्यांच्यातील रस, फुलं, फळं, पानं यात काहीही फरक पडत नसतो आणि त्यांच्या स्वतःच्याच बियाणांखेरीज या गोष्टी अस्तित्वात असूही शकत नाहीत. तसंच देव त्या-त्या जीवांनी जे प्रयत्न केले आहेत, त्यानुसार त्यांच्यासाठी बरं-वाईट नेमून देतो.'

'जीवाचं साधनीभूत असणं देवावर अवलंबून असतं,' शंकराचार्य म्हणतात, 'तरी खरं कर्म करणारा तो जीवच असतो. देव त्याला त्या दृष्टीनं मार्ग दाखवतो. तसंच, त्यानं आधी काय केलं आहे त्यानुसार देवाचे निर्देश असतात आणि त्यानं त्याही आधी जे केलं आहे त्यानुसार देवानं त्याला याहीआधी निर्देश दिले आहेत.'

आणि त्यानं यापूर्वी जे काही केलं आहे, त्यानुसारच देव त्याला निर्देश देतो, हे आपल्याला काय माहीत?

त्यावर वेदान्तवादी म्हणतात, 'याचं उत्तर अशा प्रकारे आहे की, आज्ञा व प्रतिबंध अर्थशून्य ठरू नयेत व इतर दोषही उद्भवू नयेत –'

आज्ञा व प्रतिबंध नेमून दिले आहेत, कारण आत्मा स्वतंत्र साधन आहे. आत्मा स्वतंत्र साधन असला पाहिजे, नाहीतर आज्ञा व प्रतिबंध अर्थशून्य ठरतील....

पण त्यामुळे आपण पुन्हा मूळ प्रश्नाप्रत जातो : निर्मितीच्या क्षणी एखाद्या व्यक्तीची कोणतीही सत्कर्मं अथवा दुष्कर्मं नसूनही, देव असमान क्षमता व प्रवृत्ती कशा काय बहाल करतो? आणि आपण याआधी जे वर्तुळ पार केलं तिथंच आपण पुन्हा येतो.

अखेर याचं उत्तर असतं : 'आणि हे असं आहे, कारण पवित्र ग्रंथांत असं सांगितलं आहे.' पवित्र ग्रंथ असं म्हणतात, कारण हे असं आहे. हे असं असलं पाहिजे, कारण पवित्र ग्रंथ असं म्हणतात.

आजही याबद्दल फारसं वेगळं समर्थन नाही.

कर्माच्या तत्त्वप्रणालीबद्दल अतिशय अभ्यासपूर्ण लेखन करणारे पी. व्ही. काणे (तत्कालीन नॅशनल प्रोफेसर ऑफ इन्डॉलॉजी) यांनी 'हिस्ट्री ऑफ द धर्मशास्त्राज्'मध्ये त्यांचं निरीक्षण नोंदवलं आहे :

> The doctrine of Karma is not a mechanical law; it is rather a moral or a spiritual necessity. It cannot, however, be said that this doctrine is an induction from observed facts nor can it be asserted that it is experimentally verifiable, but it is only a hypothesis or supposition; it is, however, far better than other naive and childlike theories. In the absence of the theory of karma and rebirth it would have to be assumed that the world is arbitrary, that the Creator is not bound to

regard the nature of men's actions but may distribute rewards as he pleases or by caprice.

पण गृहीत प्रमेय अथवा तर्क अतिभाबडा अथवा बालिश का?

काणे म्हणतात : कर्माच्या तत्त्वप्रणालीत योगायोग अथवा नशीब अशी कुठली गोष्ट नसते.

When we use those words they correspond to no reality and are a tacit confession of our ignorance or inability to state the cause or causes of what has happened.[६]

पण माझ्या मते असं म्हणणं अधिक अचूक ठरेल :

'When we use the word Karma it corresponds to no reality and is a tacit confession of our ignorance or inability to state the cause or causes of what has happened.'

विशेषत:, हा शब्द आपल्या गतजन्मांशी जोडला आहे तेव्हा.

काणे पुढं निरीक्षण नोंदवतात :

The doctrine of Karma and transmigration accounts for apparently unmerited misery and suffering of many people, while some enjoy undeserved happiness or a good life. Our sense of fairness and justice would be shocked by the inequalities in the world, if such a doctrine were not there.

हे स्पष्टीकरण नसेल, तर आपल्या न्यायबुद्धीला धक्का बसेल की, या गृहीतकाच्या वैधतेला काही पुरावा नाही.

हे गृहीत दुसऱ्या अर्थानं उपयुक्त आहे, ते म्हणजे – ते माणसाला आयुष्यात चांगुलपणासाठी सतत प्रयत्न करण्यास उद्युक्त करतं आणि ते माणसाला दुर्गुण व क्रौर्यापासून परावृत्त करू शकतं.

This doctrine of Karma not only offers an explanation about the varying degrees of happiness and unhappiness among human beings, but also accounts for differences in material well-being and unhealthy bodily conditions. It offers a solution of the problem of evil in the world and explains

---

६. पी.व्ही. काणे, History of Dharmashastra, Ancient and Mediaeval Religious and Civil Law, खंड ५, भाग दुसरा, पान नं. १५६१, १५७२-७३ भांडारकर ओरिएंटल रिसर्च इन्स्टिट्यूट, पुणे, (१९७७).

precocious abilities in mathematics, music and arts among children and grown up men... It also explains sudden accession of prosperity or high position such as, for example, a poor man's son being adopted by a prince or queen and then becoming an enlightened and famous ruler as was the case with the late Sayajirao Maharaj Gaikwad of Baroda.

त्याचप्रमाणे आणखी एक थोर विद्वान रा.ना. दांडेकर आपण याआधी पाहिलेल्या प्रश्नाकडे वळतात, तो म्हणजे – सर्वप्रथम जीव असमान कसे काय निर्माण झाले? कारण निर्मितीपूर्वी ते अस्तित्वात नव्हते आणि त्यांनी नक्कीच कुठलंही चांगलं वा वाईट कृत्य केलेलं नव्हतं. दांडेकर म्हणतात, 'असा प्रश्न तत्त्वज्ञानानुसार अस्वीकार्य आहे.' क्षणभर विचार करा : तो तत्त्वज्ञानानुसार अस्वीकार्य का आहे? तो आयुष्यात अग्राह्य का आहे? दांडेकरांनी या संदर्भात जे म्हटलं आहे ते आपण याआधी पाहिलेलंच युक्तिवादाचं वर्तुळ पूर्ण करतं.

ते म्हणतात :

According to Hindu thought, the samsara is beginningless (anaadi). It is impossible to visualize an individual without antecedents. For, strictly speaking, individuality is itself the product of antecedents. It the essential self is unaffected by any antecedents, it does not become liable to be born at all and so to assume any individuality.[७]

अनंत मालिका

अशा प्रकारच्या युक्तिवादामुळे प्रश्नांची मालिका निर्माण होते आणि आपल्या विचारवंत व द्रष्ट्या लोकांसाठी तो आस्थेचा विषय बनतो. तत्त्वप्रणाली सुधारली पाहिजे, प्रत्येक पेचावर त्यात मार्ग असला पाहिजे. माणसानं या जन्मात जे कर्म केलं, त्यानं आदल्या जन्मात जे कर्म केलं; त्या संदर्भात या जन्मात कशाची उणीव आहे याचं स्पष्टीकरण देता येत नाही, आणि संकटं इतकी तीव्र असू शकतात की, माणसानं त्याच्या मागच्या एकाच जन्मात केलेल्या कर्मासाठी ती सगळीच्या सगळी कोसळवता येत नाहीत, त्यामुळे असं म्हणण्यात येतं की, माणसानं त्याच्या आदल्या जन्मांच्या अनंत मालिकेत जे काही कर्म केलं असेल, ते त्याच्या सध्याच्या

---

७. आर.एन. दांडेकर, Insights Into Hinduism, select Writings, volume II, अजंता पब्लिकेशन्स, दिल्ली, (१९७९).

अवस्थेला कारणीभूत आहे. आणि कर्म दीर्घकाळात न्यायाची हमी देतं, यावर ते आधारलेलं आहे.

सुप्रसिद्ध विद्वान अरविंद शर्मा म्हणतात :

To an Australian aborigine, the operation of the boomerang could well symbolize the operation of karma. In other words, what you give is what you get; what you send out is what you receive back; the way you treat others is the way you get treated. One might protest that this is not the way the world is, where the virtuous suffer and the wicked prosper. In the face of this immediate fact the doctrine of karma asserts the ultimately just nature of the universe. The expression 'ultimate' is important. We say, for instance, that justice prevails in the state of Quebec. Does it mean that no theft or robbery, no crime is committed in Quebec? Quite obviously crime is committed in Quebec. What it really means is that when crime is committed the criminals are apprehended and brought to book. The principal of justice implies not the absence of violation of law but the principle of its ultimate assertion after a phase of its apparent lapse. So is it with karma. Karma is payback.[८]

लक्षात घ्या, हे अर्थशास्त्रज्ञांच्या 'लाँग रन'पेक्षाही दीर्घ आहे – प्रोफेसर रॉबर्टसन यांनी म्हटलं आहे तसं –

never, never land of unrealized tendency.

आगा 'शायर' किझिल्बाश हे कवी म्हणतात तसं :

हश्र में इन्साफ होगा, बस यही सुनते रहो,
कुछ यहाँ होता रहा है, कुछ वहाँ होता जायेगा।

दुसरी गोष्ट म्हणजे, हे नेमकं कसं घडतं याबाबत विविध प्रतिपादनं आहेत, ही गोष्ट लक्षात घ्या : एखाद्याला प्रत्येक कृत्याबद्दल स्वतंत्रपणे बक्षीस वा शिक्षा मिळाली आहे का खतावणीतील एकूण शिलकीवरून शिक्षा दिली गेली आहे; कर्म

---

८. अरविंद शर्मा, Hindusim for Our Times, ऑक्सफर्ड युनिव्हर्सिटी, दिल्ली, १९९६.

स्वत:च्या मर्जीनं वागतं आणि स्वत:च्या सामर्थ्यानं परिणाम घडवतं; का देव चांगलं-वाईट ठरवतो व त्यानुसार चांगला वा वाईट जन्म देतो?

असं सविस्तरपणे सांगितलेलं आहे की,

> "त्या द्वेष करणाऱ्या, पापी, क्रूर कर्मे करणाऱ्या नराधमांना मी संसारात वारंवार असुरी योनीतच टाकतो."

आणि ही फक्त पाहिली पायरी असते :

> "हे अर्जुना! ते मूढ मला प्राप्त न होता; जन्मोजन्मी आसुरी योनीतच जन्मतात. उत्कट त्याहूनही अनितीच गतीला प्राप्त होतात. अर्थात घोर नरकात पडतात –"[९]

का बृहदारण्यक उपनिषदातल्याप्रमाणे स्वत: आत्माच देहाचा नाश करून अधिक चांगला आकार तयार करतो?

> ...ज्याप्रमाणे जळू एका तृणाच्या टोकाला पोहोचल्यानंतर दुसरा तृणरूप आश्रय पकडून स्वत:ला आक्रसून घेते, त्याचप्रमाणे हा आत्मा शरीराला मारून – अविद्या (अचेतनावस्था) प्राप्त करून दुसऱ्या आधाराचा आश्रय घेऊन आपला उपसंहार करतो.
>
> ...ज्याप्रमाणे सोनार सोन्याचा तुकडा घेऊन त्याचा नवीन आणि अधिक सुंदर आकार घडवतो, त्याच प्रकारे हा आत्मा या शरीराला नष्ट करून – अचेतनावस्था प्राप्त करून दुसरे पितर, गंधर्व, देव, प्रजापती, ब्रह्मा अथवा अन्य अस्तित्वांची नवी आणि अधिक सुंदर रचना घडवतो.[१०]

का, तो कुणी उच्चपदस्थ, हिशोबनीस ते करतो?

बृहदारण्यक उपनिषदात म्हटलं आहे,

> तो हा आत्मा ब्रह्म आहे. तो विज्ञानमय, मनोमय, प्राणमय, चक्षुर्मय, श्रोत्रमय, पृथ्वीमय, जलमय, वायुमय, आकाशमय, तेजोमय, अतेजोमय, काममय, अकाममय, क्रोधमय, अक्रोधमय, धर्ममय, अधर्ममयं आणि सर्वमय आहे. जे काही प्रत्यक्ष आणि परोक्ष आहे, तो तोच आहे....

कर्म आपल्याला चिकटतं ते अर्धप्रवाही पदार्थासारखं की, ते त्यात ओतलं जातं, कर्म आत्म्यात तुलनात्मक कमी काळासाठी राहातं – आणि हा अमर्याद कालावधी असू शकतो की, – तो पूर्णत: राख होईपर्यंत; कर्म आत्म्यात किती काळासाठी राहातं; कोणत्या मार्गांनी आत्मा पुढे सरकतो; तो मार्गावरच्या कोणत्या थांब्यांवर वेळ घालवतो; तो प्रत्येक थांब्यावर किती वेळ घालवतो; तो कोणत्या

---

९. भगवद्गीता, अध्याय १६:१९-२०

१०. बृहदारण्यक उपनिषद, अध्याय ४, ब्राह्मण ४:३-४

लोकात जातो – चंद्रलोकात का आणखी कुठल्या लोकात; तो यातील कुठल्यातरी एका लोकात आपल्या कर्माची परतफेड करतो का, तो जेव्हा पृथ्वीवर परत येतो तेव्हा सगळ्या कर्मांची एकत्रित भरपाई करतो; तो किती काळानं परत येतो; तो पुन्हा पृथ्वीवर प्रवेशतो, तेव्हा तो कोणता मार्ग अनुसरेल, विशिष्ट गर्भात प्रवेश करेल का; तो कोणत्या विशिष्ट गर्भात प्रवेश करेल – म्हणजेच कोणत्या प्रकारच्या कर्मानं कोणत्या प्रकारचा पुनर्जन्म मिळेल?[११]

या सर्व प्रश्नांचं पवित्र ग्रंथ – सर्व तितकेच पवित्र आहेत व सर्व द्रष्ट्यांनी रचलेले आहेत – विस्तृत उत्तरं देतात. आपण या भेदांत व संदिग्धतेत अडकून पडता कामा नये. पण आपण दोन मुद्दे लक्षात घेऊन, त्यावरून एक निष्कर्ष काढला पाहिजे.

हे दोन मुद्दे असे :

- बऱ्याच घटकांचं अजिबातच स्पष्टीकरण दिलेलं नाही, आणि ते कोणत्याही अर्थानं नक्कीच स्वयंसिद्ध नाहीत. आत्मा एका देहातून दुसऱ्या देहात जातो तेव्हा त्या आत्म्याला कर्माची धूळ कशी काय चिकटते? आणि लक्षात घ्या, हा डिंक इतका चिकट असतो की, तो ही धूळ नरकाच्या आगीत किंवा जलप्रपातातही पडू देत नाही. हे ज्याला 'पाणी भिजवू शकत नाही, विस्तव जाळू शकत नाही,' असं अस्तित्व आहे. मग त्याला एखादी गोष्ट कशी काय चिकटू शकते? आत्मा हे सर्वमय आत्म्याशी एकरूप असणारं अस्तित्व आहे, मग एखाद्याच्या कर्माचा त्याच्यावर स्वतंत्ररित्या परिणाम कसा काय घडू शकतो? गतजन्मांतील कर्म त्या माणसाला त्याच्या या आयुष्यात जाणवणारं आनंद व दुःखच फक्त ठरवतं का, या जन्मात त्या माणसाची चांगलं वा वाईट कर्म करण्याची क्षमताही ठरवतं? ते त्याची क्षमता ठरवतं का, इच्छाशक्ती आणि ती कोणत्या दिशेला कललेली असावी, हेही ठरवतं?[१२]
- प्रत्येक निरनिराळा घटक द्रष्ट्या व्यक्तीनं – प्रत्यक्ष साक्षीदारानंच आखून दिला आहे, तर त्याबाबतीत असं निरनिराळं पर्यावसान, निरनिराळी 'वस्तुस्थिती' का?

यावरून निष्कर्ष निघतो. या रचनेच्या गाभ्याशी बऱ्याच गोष्टी असल्यामुळे – आत्मा, पूर्वजन्म व पुढचे जन्म, इ. – प्रत्येक पायरीची सत्यता सिद्ध करता येत

---

११. सुरेंद्रनाथ गुप्ता, A History of Indian Philosophy, केंब्रिज, (१९२२), मोतीलाल बनारसीदास, दिल्ली, (१९७५).

१२. पद्मनाथ एस. जैनी, Karma and the problem of rebirth in Jainism, in Karma and Rebirth in Classical Indian Traditions, वेन्डी डोनिगर ओ'फ्लॅहेर्टी (संपादन), मोतीलाल बनारसीदास, दिल्ली, (१९८३).

नसल्यामुळे, आपण भिंती उभारता कामा नये आणि त्या गोष्टींवरून वाद घालता कामा नये. 'जैन व त्यांचे हिंदू शेजारी यांच्यातला मूलभूत सामाजिक भेद म्हणजे या दोन समाजांची आत्म्याच्या देहांतर प्राप्तीला किती काळ लागतो, या मुद्द्यावरची असहमती...' हिंदू असं मानतात की, आत्म्याला नव्या देहात प्रवेश करायला व दुसऱ्या लोकांत जायला काही काळ लागतो, म्हणून तो आपल्या पूर्वजांची एका जन्मातून दुसऱ्या जन्मात जाईपर्यंतच्या प्रवासाची तजवीज म्हणून श्राद्ध करतात; दुसरीकडे, जैन लोक पुनर्जन्म क्षणार्धात घडतो असं मानतात, त्यामुळे ते श्राद्ध करत नाहीत कारण, 'एका क्षणात दुसऱ्या शरीरात प्रवेश करणाऱ्या आत्म्याला मागं उरलेले लोक कोणत्याही मार्गानं खाऊ घालू शकत नाहीत, प्रसन्न करू शकत नाहीत वा त्यांच्याशी कोणताही व्यवहार करू शकत नाहीत.'

ते या प्रथेकडे काहीसं उपहासानंच पाहातात. 'टाचणीच्या डोक्यावर किती देवदूत मावू शकतील यावर भांडणं,' असं लेनिन ज्याला म्हणत होता, ते हेच नाही का?

वर्तुळाकार

तिसरा मुद्दा म्हणजे, या संदर्भात युक्तिवाद वर्तुळाकार असतो आणि आहे. त्याच्या दुनियेत तो दुःखभोग सोसतोय म्हणजे त्यानं आदल्या जन्मात काहीतरी दुष्कृत्य केलं असणार, यावर आपण विश्वास ठेवलाच पाहिजे. ज्यानं आदल्या जन्मात केव्हातरी काहीतरी दुष्कृत्य केलं असणार हे आपल्याला कसं माहीत? कारण तो या जन्मात दुःखभोग सोसतोय.

हे वर्तुळ दिसून येतं : जर बहुतांश हिंदूंप्रमाणे आपणही मानलं की, अरविंद शर्मा लिहितात, 'आपण सतत पुनर्जन्माच्या फेऱ्यातून जातो, तर हा प्रश्न उद्भवतो : आपल्याला पुनर्जन्म कुठं मिळेल व त्या जन्मात आपल्या वाट्याला काय येणार हे कशावर ठरतं?' या प्रश्नाचं एका शब्दात उत्तर आहे : कर्मावर.[१३]

या संदर्भात युक्तिवाद वर्तुळाकार का असला पाहिजे, हे एका उदाहरणावरून लक्षात येईल. हजारो वर्षं, पार्किन्सन्स आजारामुळे अनेक जणांनी भोगलं आहे. अगदी अलीकडे १९६०च्या दशकात, त्यावर डोपामाइन हे रसायन शोधण्यात आलं. आणि निदान काही काळापुरता तरी, त्या आजाराशी सामना करणं रुग्णांना शक्य झालं. L-Dopaनं या रुग्णांच्या जीवनात क्रांती घडवली. मग १९६०च्या दशकापूर्वी ज्यांनी या आजारामुळे दुःखभोग सोसले आणि ज्यांचं निधन झालं, त्यांचं हे कर्म होतं की, तोवर L-Dopaचा शोध लागला नव्हता? किंवा या भयानक,

---

१३. अरविंद शर्मा, Classical Hindu Thought, An Introduction, ऑक्सफर्ड युनिव्हर्सिटी प्रेस, (२०००/२००३).

झिजवत नेणाऱ्या आजारानं आजही ग्रस्त असलेल्यांचा विचार करून बघा. माझ्या पत्नीला – अनिताला जवळजवळ बावीस वर्षं पार्किन्सन्स आजार आहे. आजपासून दहा वर्षांनी अशी औषधं व उपचारपद्धती शोधल्या जातील की, हा आजार पूर्णपणे बरा होऊ शकेल. अशी उपचारपद्धती पुढच्या वर्षी शोधली जाईल आणि तिचं आयुष्य पूर्वीप्रमाणेच होईल, हे तिचं कर्म आहे? का तिला बरं होण्याची संधी मिळणार नाही हे तिचं कर्म आहे? सिंहावलोकन करूनच या प्रश्नाचं उत्तर द्यावं लागेल.[१४]

या विस्तृत आणि वर्तुळाकार युक्तिवादानं उद्ध्वस्त करणारा परिणाम खात्रीनं घडेल. देवाला काहीही दोषारोपाविना मुक्त केलं तर जातंच, पण 'त्या'च्या रचनेच्या व 'त्या'च्या कृत्याच्या बळीवर दोषारोप ठेवला जातो. एरिक फ्रॉम यांच्यासारखे विचारवंत याला सगळ्या मालिकेचा अटळ परिणाम मानतात :

- आपल्या बाबतीत व आपल्या सभोवती घडणाऱ्या गोष्टींतलं बरंचसं समजण्यास असमर्थ असलेला माणूस आपल्या स्वत:च्या कल्पनेत देवाला घडवतो.
- तो त्याच्या शोधाला अशा सगळ्या गोष्टी बहाल करतो, ज्यांची त्याला इच्छा असते, पण त्या त्याला मिळालेल्या नसतात : संपूर्ण सत्ता, संपूर्ण ज्ञान, शुद्ध, असीम दया. एका शब्दात सांगायचं तर : परिपूर्ण.
- त्याच्या 'श्रद्धे'च्या प्रमाणात निष्ठा मोजली जात असल्यामुळे गोंधळून

---

१४. माझी दहा वर्षांची भाची – रत्ना आणि तिचा आठ वर्षांचा भाऊ सुकरण आम्हाला आणि त्यांच्या आजी-आजोबांना भेटायला आमच्याकडे आले होते. मी पाहिलं की, रत्ना आणि तिच्या धाकट्या भावाला वृत्तपत्रातलं आठवडा भविष्य वाचून दाखवत होती. याची तिला सवय लागण्याआधीच तिला रोखावं, असा विचार करून मी तिला म्हणालो, ''पण रत्ना, हे सगळं निरर्थक असतं.'' मग मी घरात इकडं-तिकडं पडलेली आणखी चार-पाच वृत्तपत्रं घेऊन आलो आणि तिला म्हणालो, ''ही सगळी भविष्यंही वाच.'' ती मोठ्यानं वाचू लागली.
''बघ!'' मी विजयानंदानं म्हणालो, ''बघ, एक जण एक भविष्य सांगतोय, तर दुसरा त्याच्या विरुद्ध सांगतोय.''
''पण अरुणमामा, तुला हे कळत नाही की, म्हणूनच आपण ती सगळीच्या सगळी वाचली पाहिजेत. त्यातलं एक खरं होणारच असतं.''
अशाच प्रकारची एक गोष्ट मोठ्या पटावर घडली. त्या वेळी व्ही.पी. सिंग पंतप्रधान होते. त्यांनी त्यांचे वर्गमित्र विनोद पांडे यांना 'कॅबिनेट सेक्रेटरी'पदी नियुक्त केलं होतं. विशालहृदयी, खुल्या मनाने, बडबड्या स्वभावाचे विनोद कवी व ज्योतिषी म्हणून ते ओळखले जात असत. त्या वेळी मी 'इंडियन एक्सप्रेस'चा

टाकणाऱ्या पुराव्यांच्या पार्श्वभूमीवर तो प्रतिपादनांना धरून राहतो. तो एक गोष्ट कर्माच्या संदर्भात मानतो, तेव्हा तो त्या जोडीनं मानत राहातो की, देव दयाळू आहे आणि तोच देव, त्याला ज्या गोष्टींमुळे दु:खभोग व क्लेशांना खात्रीनं आमंत्रण मिळणार आहे, त्या गोष्टी करू देत राहतो.

फ्रॉम त्यांच्या सुबोध आणि संक्षिप्त लेखात; पण स्पष्ट म्हणतात, तो हे जितकं जास्त प्रमाणात करतो, तितकं त्याला आपण आणखी लहान आहोत असं वाटतं. तो जितका जास्त अवलंबून राहातो, तितकी त्याची चुकीच्या ठरणाऱ्या गोष्टींबाबतची जबाबदारी वाढते. जगाच्या बाबतीत आणि स्वत:च्या बाबतीत तर आणखी जास्त. मग त्याच्या वाट्याला केवळ दु:खभोगच नाहीतर अपराधीपणाची जाणीव व दोषाचा ठपकाही येईल.[१५]

घटक

आपली कर्मं आपल्यावरच उलटतील आणि आपल्यावर दुष्परिणाम घडवतील असं मानण्यात काहीच अडचण नाही. विशेषत: ज्याप्रमाणे आपल्या पवित्र ग्रंथांत 'कर्म' म्हणजे केवळ आपण प्रत्यक्ष करतो, ती कृत्यं नसून ती मनाची कृत्यंही

तळटीप १४ पुढे सुरू

संपादक होतो, आमची दोघांची चांगली ओळख झाली... व्ही.पी. सिंग सरकारची वाटचाल अडखळती होऊ लागली होती. त्या दरम्यान एकदा मी काही कामासाठी विनोद पांडेंच्या ऑफिसमध्ये गेलो होतो. बोलता-बोलता मी त्यांना विचारलं की, सरकारच्या दीर्घायुष्याबद्दल ज्योतिष काय सांगतं?

"छे, छे, काळजीचं काहीच कारण नाही," ते म्हणाले, "पुढच्या अडीच महिन्यांत अडचणी वाढतील, पण सरकार त्यावर मात करेल आणि फेब्रुवारीपर्यंत सगळं काही ठीक होईल."

लवकरच सरकार पडलं. एके दिवशी त्यांच्याशी फोनवर बोलताना मी त्यांना म्हणालो, "पांडेजी, तुम्ही दोन आठवड्यांपूर्वीच म्हणाला होता की, फेब्रुवारीपर्यंत सगळं काही ठीक होईल... पण सरकार पडलं."

"मी असं कधी म्हणालो होतो?" त्यांनी विचारलं.

"मी तुमच्या ऑफिसमध्ये आलो होतो तेव्हा... दोन आठवडेसुद्धा झाले नसतील," मी म्हणालो.

"दोन आठवड्यांपूर्वी नसेल. मी असं सांगितलं, त्या दिवशी वार कोणता होता?" मी डेस्क कॅलेंडरवर नजर टाकून म्हणालो, "बुधवार होता...."

"आश्चर्य नाही," विनोद म्हणाले, "त्या दिवशी मी केलेली सगळी भाकितं चुकीची ठरली आहेत. तो दिवस माझ्यासाठी फार अशुभच होता."

१५. एरिक फ्रॉम, Psychoanalysis and Religion, येल, न्यू हेवन, (१९५०).

आहेत – म्हणजे आपले विचार, इच्छा-आकांक्षा, हेतू : म्हणजे कृत्य करण्याआधी मनातल्या सर्व घडामोडी. या मनातल्या रचना प्रत्यक्ष कृतीत उतरवल्या नाहीत, तरी त्यांचा आपल्यावर परिणाम होतो, हे नि:संशय. त्यामुळे मनात नैराश्याचे विचार असणारा माणूस निराशच राहातो, आणि त्यामुळे जरी कुठलं राजरोस कृत्य घडलं नाहीतरी तशा विशिष्ट मनोरचनांमुळे तशी अवस्था निर्माण होते. सखोल विचार, इच्छा मनावर तशीच छाप सोडतात आणि मग ते आपल्या विशिष्ट पद्धतीनं कृती घडवायला लावतात, नव्या परिस्थितीला ते आपल्याला विशिष्ट पद्धतीनं प्रतिसाद द्यायला लावतात आणि त्यामुळे आपण एखाद्या विशिष्ट दिशेला जाऊन आदळण्याची आणि स्वत:वर परिणाम ओढवून घेण्याची शक्यता वाढते.

आपण पाहिलं आहे की, जेव्हा हा सिद्धान्त दोन दिशांना खेचला जातो, तेव्हा प्रश्न उद्‌भवतात. पहिला, आपली कर्मं जे काही घडतं, त्याचा निर्णय करणारी एकमात्र घटक बनतात : जसं आपण पाहिलं की, अपंगत्व घेऊन जन्माला आलेलं मूल, नैसर्गिक आपत्तींमुळे मृत्युमुखी पडलेले हजारो लोक – यामध्ये योग हा महत्त्वाचा घटक असतो.

दुसरी गोष्ट म्हणजे, ज्या वेळी पुनर्जन्म ही कल्पना चिकटवली जाते तेव्हा चालू काळात घडणाऱ्या एखाद्या कृत्यामुळे एखाद्यावर आत्ताची ही परिस्थिती ओढवलेली नाही अशी परिस्थिती असते तेव्हा, त्या माणसानं त्याच्या गतजन्मात असं काहीतरी कर्म केलं असणार, ज्यामुळे त्याची ही अवस्था आहे, असं ठाम मानलं जातं.

आपण हे दोन मुद्दे बाजूला सारून कर्माचं स्पष्टीकरणात्मक ओझं कमी केलं तरी, अनेक मौल्यवान मुद्दे राहातात.

या संदर्भात हजारो वर्षांपासून एक तत्त्वप्रणाली इतकी काळजीपूर्वक व सविस्तर मांडली गेली आहे की, आपण त्यावर ऊर्जा खर्च करण्याची गरज नाही. अखेर, ती प्रत्येक भारतीयाची प्रमुख दैनंदिन श्रद्धा आहे.

बृहदारण्यक उपनिषदातल्या काही सुप्रसिद्ध उताऱ्यांवरून प्रमुख घटक स्पष्ट होतील.

थोर ऋषी याज्ञवल्क्यांना, मनुष्य मेल्यानंतर त्याचं काय होतं, असं आर्तभागा विचारत आहेत. याज्ञवल्क्य त्याला माणसाचे अवयव व निसर्गदत्त शक्ती कुठं जातात ते सांगतात – वाचा अग्नीमध्ये, श्वास हवेमध्ये, नेत्र सूर्यामध्ये, मन चंद्रामध्ये, श्रवण चार दिशांपैकी कोणत्याही एका दिशेला... मग आर्तभागा विचारतो, हे सगळे अवयव आणि निसर्गदत्त शक्ती आपापल्या स्थानी गेल्यानंतर मग त्या माणसाचं काय होतं? त्यावर याज्ञवल्क्य त्याचा हात धरतात व म्हणतात, फक्त आपल्या दोघांनाच हे माहीत असेल, आपण याबद्दल सगळ्यांसमोर बोलायला नको.

त्यानंतर ते दोघं निघून गेले आणि त्यांनी चर्चा केली....

उपनिषदात सांगितलं आहे. ते जे काही बोलले ते कर्म आणि ते ज्याची स्तुती करत होते, तेही कर्म होतं. खरोखर एखादा चांगल्या कर्मानं चांगला आणि वाईट कर्मानं वाईट होतो....

त्यानंतर लगेचच, उपनिषद जवळपास संपूर्ण तत्त्वप्रणाली थोडक्यात विषद करते :

'...एखाद्या माणसाच्या कृतीनुसार, त्याच्या वागण्यानुसार तो बनतो. चांगल्या कर्माचा माणूस चांगला होतो व दुष्ट कर्माचा माणूस दुष्ट होतो. माणूस सद्वर्तनानं सद्गुणी बनतो, आणि दुष्कर्मानं दुर्गुणी.'

त्यानंतर म्हटलं आहे :

कुणी-कुणी म्हणतात की, हा पुरुष काममय असतोच. त्याची जशी कामना असते तसाच त्याचा संकल्प असतो; त्याचा जसा संकल्प असतो तसंच त्याचं कर्म असतं आणि जसं त्याचं कर्म असतं, तसंच त्याला फळ मिळतं.

या लोकात तो जे काही करतो, त्यानुसार त्या कर्माचं फळ घेऊन तो कर्म करण्यासाठी त्या लोकातून या लोकात पुन्हा येतो.

त्यानंतर अनमोल मार्गदर्शक मार्ग सांगतो :

ज्या वेळी त्याच्या हृदयात वसलेल्या संपूर्ण इच्छांचा नाश होतो, त्या वेळी तो 'मरणधर्मा अमृत' बनतो आणि त्याला ब्रह्मप्राप्ती घडते.

या संदर्भात दृष्टांत असा आहे : ज्या प्रकारे वारुळावर सापानं टाकलेली मृत कात पडलेली असते, त्याप्रमाणे हे शरीर पडलेलं असतं आणि ते ब्रह्मच असतं – तेज असतं....

अशा प्रकारे पाच सूत्रं आहेत :

▸ आपण जे बनतो, ते आपल्या कर्मानुसार ठरतं.

▸ 'कर्म' – यामध्ये इच्छा, आकांक्षा व इतर मानसिक कल्पनांचाही समावेश असतो.

▸ कर्माची किंमत चुकवावी लागते; जर ती या जीवनकालात चुकती झाली नाही, तर माणसाला पुन्हा परत यावं लागतं आणि ते फेडत राहावं लागतं.

▸ त्यामुळे, स्वतःच्याच कर्माच्या परिणामांपासून सुटका करून घेण्याचा सुस्पष्ट मार्ग आहे, तो म्हणजे कसल्याही फळाची अपेक्षा न करता कर्म करा; आत्मज्ञान प्राप्त करा.

संतमहात्म्यांनी असे अनेक मार्ग सांगितले आहेत, ज्यायोगे माणूस कर्म करू शकेल, पण त्याचे आनुषंगिक परिणाम त्याला चिकटणार नाहीत. आपल्या स्वार्थासाठी कर्म करू नका. इतरांच्या कल्याणासाठी कर्तव्य बजावताना व कार्य पार पाडताना

कर्माची फलनिष्पत्ती परमेश्वरावर सोपवा; आपल्या प्रयत्नांच्या फळाविषयीची सर्व आस्था सोडून द्या, म्हणजेच 'मी कर्ता' हा भाव सोडून द्या, म्हणजेच इतरांच्या कल्याणासाठी काम करण्यातून जी श्रेष्ठत्वाची अथवा आपण कुणी खास असल्याची भावना व गर्व निर्माण होतो, तो सोडून द्या. आत्मज्ञान प्राप्त करा... अशा प्रकारे कर्म करण्यासाठी, आत्मज्ञान प्राप्त करण्यासाठी काही सूचना दिल्या आहेत. या प्रथा अनमोल आहेत. बुद्धिमतांनी अतिशय हुशारीनं, मेहनतीनं, चिकटीनं, पराकाष्ठेच्या प्रयत्नांनी ज्याची सत्यता पटवली आहे, त्यावर त्या आधारित आहेत.

- एकदा अलिप्तपणाची वृत्ती प्राप्त झाली, एकदा फळाची अजिबात आशा न धरता कृती घडू लागली, आत्मज्ञान प्राप्त झालं की, कर्माची आणखी अनुषंगिक परिणाम घडवण्याची शक्ती संपुष्टात येते. 'जसं जळलेल्या बीमधून रोप उगवू शकत नाही तसं.'

या घटकांची अनेक अनुमानं अनमोल आहेत – अतिशय बिकट परिस्थितीचा सामना करावा लागणाऱ्या व्यक्तीसाठीसुद्धा.

सर्वप्रथम, आपण स्वत:ला 'इथं आणि आत्ता' या मर्यादेत राखायला हवं, आणि एकदा का आपण 'कर्म' या शब्दाचा व्यापक अर्थ मनात ठेवला की, ही कल्पना खरी वाटते. आपण जे करतो ते आपल्याकडे परत येतं. ते आपल्याकडे आणखी थेट परत येतं, आपल्या मनावर परिणाम घडवेल अशा प्रकारे. डॉ. एस. राधाकृष्णनन् यांनी हा मुद्दा थोडक्यात पण स्पष्ट मांडला आहे. 'इन्ट्रोडक्शन टू उपनिषदम्'मध्ये ते म्हणतात, 'व्यक्तीसाठी कर्माचा नियम बाह्य नसतो. न्यायाधीश त्या व्यक्तीतच असतो. ज्या नियमाद्वारे सद्‌गुण विजयी होतो आणि गैरकृत्याला शिक्षा मिळते, तो आपल्या अस्तित्वाचा नियमच उलगडून सांगत असतो.'[१६]

जेव्हा आपण आपल्या मनाला दक्ष राहाण्याची सवय लावतो, आपण जे काही करतो व जो काही विचार करतो, त्याबद्दल 'सजग' राहातो, त्या वेळी आपलं मन अधिकाधिक ग्रहणक्षम बनतं. अगदी लहानशी घटना किंवा आपल्या परिस्थितीच्या संदर्भातली किंचितशी सळसळसुद्धा आपल्या मनात नोंदवली जाते आणि त्यामुळे आपले पूर्वग्रह व मनोवृत्ती बदलतात. त्यामुळेच ज्ञानी माणसाच्या मनावर अथवा मनात कर्माची कसलीही बाकी उरत नाही, असं म्हटलं जातं – कारण तो कसल्याही स्वार्थी उद्देशाविना व फळाच्या मागं न लागता कर्म करत असतो. तो जे करतो, ते त्याच्या मनावर ओरखडे राहात नाहीत.

आणि हीच गोष्ट आपल्याला थेट पुढच्या मुद्द्यावर घेऊन जाते. या समजुतीमुळे

---

१६. एस. राधाकृष्णनन् The Principal Upanishads, Introduction जॉर्ज ॲलेन ॲंड अनविन, युके, (१९५३), हार्पर कॉलिन्स, इंडिया, (२००९).

मोठा आशावाद जपला जातो. मात्र जर आपण त्यावर जास्त ओझं लादलं नाहीतर – म्हणजे, आपण जे काही करतो त्यानुसारच फलनिष्पत्ती घडेल, असा आपण निष्कर्ष काढला नाहीतर; तसंच, आपण गतजन्मात जे काही केलं आहे, त्यानुसारच आपण जे काही करू शकतो व जे काही करू ते आधी ठरलेलंच आहे, या निष्कर्षाप्रत न येणं : याआधीच्या प्रकरणातील संतमहात्म्यांची प्रतिक्रिया आठवा. ते भक्ताला सांगतात की, प्रत्येक बारीक-सारीक गोष्ट – तो अमुक एखादा पेला उचलेल की नाही, तो खोलीच्या या भागातून दुसरीकडे जाईल का नाही हे – आधी ठरलेलं असतं. कर्म आपल्या सर्वांना आपलं जग तयार करण्यातला महत्त्वाचा घटक बनवतं. त्यामुळे आपण ध्यान, आत्मनिरीक्षण, चिंतन याद्वारे आपली वृत्ती बदलू शकतो. बौद्ध वाक्प्रयोग वापरून एका शब्दात सांगायचं, तर – 'जाणीवपूर्वक!' ...आपण जाणीवपूर्वक आपला मार्ग बदलू शकतो. मार्ग बदलणं नेहमीच आपल्या आवाक्यात असतं. त्याचा परिणाम घटकांवर अवलंबून असेल, हे आपल्याला माहीत असतं. पण जे आपल्या सर्वांत जवळ आहे आणि भविष्यासाठी आपल्याजवळ जे मुख्य साधन आहे – आपलं मन – त्यावर घडणारा परिणाम निश्चित असतो, इथं आणि आत्ता. आणि हीच अतिशय महत्त्वाची गोष्ट आहे. आपण आपल्या ज्ञानेंद्रियांमार्फत जे निरीक्षण करतो, त्याचा आपण काय अर्थ लावतो, त्यातून आपण काय समजून घेतो किंवा आपल्या बाबतीत जे घडतं त्याचा आपण काय अर्थ लावतो व त्यावर आपण काय प्रतिक्रिया दिली पाहिजे, या संदर्भातही ही महत्त्वाची गोष्ट आहे. कारण, हे जग व घटना आपल्यावर त्यांच्या अनवट रूपात नोंदवल्या जात नाहीत. आपण जी आपली वृत्ती बनवलेली असते त्यातून त्या गाळून येतात. त्यामुळे यामध्ये बदल घडवण्यानं आपण एखादी घटना आपल्याला जसं वागण्यास प्रेरित करते ते वागणं बदलू शकते. आपण एखाद्या घटनेकडे वा व्यक्तीकडे वा परिस्थितीकडे निर्मळ, निर्भेळ मनानं – अगदी 'लहान मुलाच्या नजरेनं' पाहू लागतो.

मन आणि त्यामध्ये काय घडतं, हा बहुतेकसा कर्माचाच भाग आहे. हा मुद्दा दुसऱ्या अर्थानंही महत्त्वाचा आहे. आजारी मुलाची वा मित्राची सेवा करणं किंवा अतिशय खडतर परिस्थितीत अडकलेलं असणं – या गोष्टी आपल्याला स्वायत्तता शिकवतात, आपण या मुद्द्याकडे नंतर वळणारच आहोत. आपण फक्त या अर्थानं स्वायत्त बनण्याचा प्रयत्न करता कामा नये की, त्याची निष्पत्ती – त्या मुलाचा आनंद – आपल्या भोवतीच्या इतरांच्या प्रयत्नांवर शक्य तितकी कमी अवलंबून असावी. आपण अशा अर्थानं स्वायत्त बनायला हवं की, आपण ज्या ध्येयाच्या दिशेनं प्रयत्न करतोय, ते शक्य तितकं स्वतंत्र असावं. अशा ध्येयांमध्ये आंतरिक विकास सर्वांत स्वायत्त असतो. मुलाची अवस्था सांभाळताना ती आत्मवंचनेची संधी होऊ नये, हे पाहाणं आवश्यक बनतं. ते आपल्या आंतरिक विकासाच्या पुढच्या पायरीसाठी

संधीचा अविरत ओघ बनतात. महात्मा गांधींचं जीवन हा या संदर्भातला महान धडा आहे. त्यांना प्रत्येक टप्प्यावर अडथळ्यांना तोंड द्यावं लागलं. जनरल स्मट्स म्हणतात, प्रत्येक वेळी लोक त्यांचे प्रयत्न मार्गभ्रष्ट करायचे, त्यांचे प्रकल्प कटकारस्थानांच्या कचाट्यात पकडायचे, त्यांना तुरुंगात टाकायचे, त्यांच्यावर खोटा आळ घ्यायचे. ध्येयानं झपाटलेला माणूस या सगळ्यांमुळे कोसळला असता. ध्येय – स्वराज्य – असं ध्येय जे गांधीजींइतकंच इतरांच्याही हातात होतं. पण गांधीजींनी त्यांचा आंतरिक विकास हेच उद्दिष्ट बनवल्यामुळे प्रत्येक आघात, प्रत्येक अडथळा, प्रत्येक प्रतिकूल कट रचणारा त्यांचा साहाय्यक बनला. हे सगळं समोर उभं ठाकलेलं असताना, त्यांनी याला सर्वशक्तीनिशी तोंड तर दिलंच, पण आपल्या स्वत:च्या प्रतिक्रियांचं निरीक्षण केलं आणि त्यानुसार आपल्या मनावर ताबा मिळवण्यासाठी पुढचं पाऊल टाकलं.

या समीकरणात जेव्हा देव मान्य केला गेला आणि गांधीजींच्या बाबतीत, त्यांच्या समीकरणात तर तो ठामपणे होता, तेव्हा तत्त्वप्रणालीनं असहाय बनवण्याचं कारण नाही : जर देवाची भूमिका फक्त आपल्या चांगल्या-वाईट कर्मांचा हिशोब ठेवणारा हिशोबनीस एवढीच निश्चित केली, तर तो आपल्याच कर्मांनुसार काटेकोर हिशेब ठेवणार. त्यामुळे आपणच आपल्या जीवनचे शिल्पकार बनतो. बऱ्याच पवित्र ग्रंथांत – उदाहरणार्थ गीतेमध्ये – देव प्रत्येक वेळी म्हणतो की, फलनिष्पत्ती त्याच्याच हातात आहे, आणि त्यानुसार आपण त्याला केवळ हिशोबनीस मानू शकत नाही. आपण ही गोष्ट कायम लक्षात ठेवली पाहिजे की, फलनिष्पत्ती केवळ आपल्या प्रयत्नांवरच नव्हेतर 'बाकीच्याही' गोष्टींवर अवलंबून असते. या 'बाकीच्याही'मध्ये आपल्या व आपल्या वैयक्तिक प्रयत्नांव्यतिरिक्त प्रत्येक गोष्ट व प्रत्येक जण असेल. यामुळे आपल्यात नम्रता येईल की, अंतिम फलनिष्पत्ती देवावर अवलंबून आहे.

लक्षात घ्या, अगदी सुरुवातीपासून काही ग्रंथांनी ठाम सांगितलं आहे, माणसाच्या कर्माचे आनुषंगिक परिणाम घडतात, माणूस फलनिष्पत्ती बदलू शकतो, असंही गृहीत धरलं गेलं. अगदी अलीकडच्या ग्रंथांतसुद्धा पूर्वकर्मांच्या परिणामांचं उपशमन करण्यासाठी विविध पद्धती सांगण्यात आल्या होत्या – विधी, बळी, वगैरे... वगैरे. काहीही असलं तरी, त्या मुद्द्यावर कायमच भर देण्यात आला होता की, जशा आपल्या पूर्वकर्मांचा आपल्या वर्तमानातील अवस्थेवर परिणाम घडला आहे, तसंच भविष्याला आकार देणं आपल्या हातात आहे. 'गीता' हे याचं महत्त्वाचं उदाहरण आहे. श्रीकृष्णांचा प्रत्येक शब्द कर्माच्या संदर्भात आवर्जून सांगितलेला आहे. परिणामी, अर्जुन केवळ पूर्वकर्माची फळं मिळतील म्हणून वाट बघत बसला नाही. त्यानं त्याला गलितगात्र करणाऱ्या शंकाकुशंका दूर सारल्या आणि युद्ध केलं.

त्याआधी काही काळ द्रौपदी व भीमानं युधिष्ठिराला कृतीसाठी सज्ज होण्याचा

आग्रह धरला होता. उद्‌ध्वस्त करू पाहाणाऱ्या टप्प्यावर द्रौपदी आधी देवाला लहरीपणाबद्दल व अन्याय केल्याबद्दल दूषणं देते – युधिष्ठिरासारख्या सदाचरणी माणसाला अशा शोककारक परिस्थितीत टाकलं जावं आणि पापी दुर्योधनानं मजा करावी. युधिष्ठिर तिला नास्तिक माणसासारखं बोलण्याबद्दल, ईश्वरनिंदा केल्याबद्दल रागावतो. द्रौपदी म्हणते की, ही फलनिष्पत्ती देवानं केवळ लहरीपणे दिलेली नाही, तर हा दैवी कृपा, योग व आपलं पूर्वकर्म आणि आपले प्रयत्न यांचा मिलाफ आहे. ती असं म्हणत नाही की, 'तुमचं बरोबर आहे, आपण आपल्या कर्माचं फळ मिळण्याची वाट पाहात बसू या.' ती म्हणते उठा आणि कृती करा. भीमही हीच गोष्ट अधिक कडक शब्दांत सांगतो.

विद्वज्जनांनी, विशेषत: वैद्यकीय विषयाशी संबंधित अनेक ग्रंथांत फलनिष्पत्तीची जबाबदारी समाजावर सोपवली आहे. सुगीपासून ते साथीच्या रोगापर्यंत सगळ्या प्रकारच्या फलनिष्पत्तीवर संपूर्ण समाजाचा प्रभाव पडतो, अशी भूमिका मांडली आहे. परस्पर अवलंबित्वामुळे सामुदायिक जबाबदारी वाढते. त्यांनी या मुद्द्यावर भर दिला आहे की, समाज जे करतोय त्याला आपण व्यक्तिश: विरोध केला असता, तरी आपल्या सगळ्यांच्या एकत्रित कर्मांचा आपल्यावर परिणाम घडलाच असता. ही कल्पना आपल्या प्रत्येकावर दुहेरी जबाबदारी टाकते : आपण फक्त आपल्या स्वत:च्याच वर्तनाबद्दल सजग असून भागणार नाही, तर संपूर्ण समाज योग्य तेच करेल, यासाठी आपण सक्रियपणे काम केलं पाहिजे. आज आपण मानवतेला वातावरण बदलण्यासाठी प्रवृत्त केलं पाहिजे. त्याचबरोबर, एक आई तिच्या विकलांग मुलावर जे प्रेम करते, त्याची काळजी घेते, त्याचं फळ, समाजाची अपंगांबद्दलची वृत्ती बदलली नाहीतर सुकून जाईल. त्यामुळे तिनं आपल्या मुलाची सेवा करण्याबरोबराच अपंगांबद्दलची समाजाची वृत्ती बदलण्यासाठी जो काही खारीचा वाटा उचलणं शक्य आहे, तो उचलला पाहिजे.

कोणत्या प्रकारचं कर्म?

आपण जेव्हा गतजन्मातील व भविष्यातील जीवन या मुद्द्यावरची नजर हटवू; जेव्हा आपण योगायोगाची महत्त्वाची भूमिका मान्य करू; तेव्हा आपण सर्व जण एकत्रितरित्या जे करू त्याचा फलितावर परिणाम होईल, ही गोष्ट आपण समजून घेऊ; जेव्हा आपण हा मूलभूत धडा आत्मसात करू की – आपल्या कृत्याचा सर्वांत परिणाम घडेल तो आपल्या मनावर, तेव्हा आपण विधी-संस्कार, तीर्थयात्रा, मंदिरांना भेटी देणं, मूर्तिपूजा व अशाच प्रकारच्या गोष्टी निराळ्या प्रकाशात पाहायला लागू.

या रूढी ज्या प्रमाणात साहाय्यभूत होतात, त्या देवाला प्रसन्न करण्यानं होत नाहीत, तर आपल्या मनाच्याच पुनर्जडणघडणीनं होतात. आणि त्यायोगे त्या

आपल्याला परिस्थितीचा सामना करण्यास सज्ज बनवतात. या अर्थानं या रूढी अमूल्य आहेत : द्रष्ट्या लोकांच्या प्रदीर्घ प्रयोगांनंतर मिळालेला अर्क त्यामध्ये आहे. उदाहरणार्थ, मुलाला आपल्या पित्यावर अत्यंसंस्कार करावे लागतात, तेव्हाचे विधी – अग्नी दिल्यानंतर कवटी फुटेपर्यंत – अगदी काळजीपूर्वक योजलेले आहेत – घडलेल्या घटनेचं अंतिमत्व सांगण्यासाठी. दुःखदायक प्रसंगांना तोंड देताना हे विधी संस्कृतीचा प्रायोगिक वारसा सांगतात. अशा अर्थानं हे विधी अमूल्य आहेत. पण फक्त याच अर्थानं.

पतंजली योगसूत्रामध्ये सांगितलेल्या पायऱ्या अथवा भगवद्गीतेतला फळाची अपेक्षा न धरण्याचा उपदेश याबाबतीतही असंच आहे. आपण त्याकडे लक्ष दिलं पाहिजे, त्यानुसार वागण्याचा आटोकाट प्रयत्न केला पाहिजे; याचं कारण ते देवाकडून आलेलं आहे म्हणून नाही, तर ते योग्य आहे म्हणून, तर्कशुद्ध आहे म्हणून, अत्यंत बुद्धिमान लोकांनी त्याची सत्यता सिद्ध केली आहे म्हणून, त्यांच्या हजारो वर्षांच्या प्रयोग व चिंतनातून ते योजले गेले आहेत आणि त्यांची सत्यता सिद्ध झाली आहे म्हणून. हे आपल्या धर्माचं एक महान शक्तिस्थान आहे – विशेषतः हिंदू व बौद्ध : कारण नवे पुरावे, नवं ज्ञान उपलब्ध झालं आहे, ते न स्वीकारण्याचं आणि आजवर आपण ज्यावर विश्वास ठेवत होतो, त्याच्याशी त्याचा मेळ न घालण्याचं काहीच कारण नाही. आणि जेव्हा विधी मूळ उद्देशाचाच पर्याय बनतात, तेव्हा हीच क्षमता व खुलेपणा दुबळा बनतो.

आवश्यक असणारा खरा विधी-संस्कार

आपण एक गोष्ट कायम लक्षात ठेवायला हवी की, मूलतः कर्माच्या व योगाच्या परिणामांवर मात करण्याचा हवन वा तीर्थयात्रा हा मार्ग नाही, तर आपल्या मूळ कर्माचे परिणाम आत्ता व इथंच उसवून टाकणारं कृत्य करणं, हा मार्ग आहे. एका पवित्र स्थानाकडून दुसऱ्या पवित्र स्थानाकडे धाव घेणं हा मार्ग नाही, तर मुलावर प्रेम करण्यासाठी व त्याची सेवा करण्यासाठी बाकी साऱ्याचा त्याग करणं, हा मार्ग आहे.

एका ज्येष्ठ बौद्ध भगिनीनं हे किती छान सांगितलं आहे.

हिवाळ्यातील एका थंडीनं गारठलेल्या प्रातःसमयी पुण्णिका नावाची दासी पाणी आणायला नदीवर गेलेली असते. तिला तिथं थंडगार पाण्यात गुडघ्यापर्यंत बुडून उभा असलेला एक ब्राह्मण दिसतो. तो थंडीनं कुडकुडत, विधीपूर्वक स्नान करत असतो. ती त्याला म्हणते की, मी पाणी भरायचं काम करते. मला माझ्या मालकिणीच्या धाकामुळे इथं रोजच यावं लागतं. मला तिच्या मारहाणीची, संतापाच्या ठिणग्यांची आणि शिव्यांची भीती असते, पण तुम्ही इतकी थंडी वाजत असताना

इथं येऊन कुडकुडत उभं राहून हे सगळं का करत असता?

ब्राह्मण म्हणतो, तुला कळत नाही का, हे तू अशा माणसाला विचारत आहेस जो कुशल कर्म करत आहे, ज्यामुळे पाप धुऊन जाईल? ज्या कुणी पाप केलं असेल, तो पाण्यात विधिपूर्वक स्नान करण्यानं पापकर्मातून मुक्त होतो.

हे तुम्हाला कुणी सांगितलं की, असं करण्यानं माणूस कर्मापासून मुक्त होतो? पुण्णिका विचारते. एक अज्ञानी दुसऱ्या अज्ञानीला शिकवतोय? जर असं असतं तर सगळे बेडूक, कासवं, साप, मगरी आणि पाण्यात राहाणारे सगळे जीव मुक्त झाले नसते का? कसाई, चोर, मच्छिमार, सापळा लावणारे, फासावर चढवणारे आणि इतर असेच दुष्कर्म करणारे सगळे जण पाण्यात विधीपूर्वक स्नान करून मुक्त झाले नसते का? शिवाय, जर या नद्या तुमचं दुष्कर्म सोबत घेऊन जाऊ शकत असतील, तर त्या तुमची सत्कर्मही घेऊन जाणार नाहीत का? मग काय करायचं? तुम्हाला कशाचंही भय असलं तरी, तुम्ही तुमच्या त्वचेला थंडीत काकडण्याची शिक्षा देऊ नका. जर तुम्हाला दुःखाचं भय वाटत असेल, जर तुम्हाला दुःख आवडत नसेल, तर तुम्ही दुष्कृत्यं थांबवा. जर तुम्ही दुष्कृत्यं केलीत, तर तुम्हाला त्याच्या आनुषंगिक परिणामांपासून सुटका मिळणार नाही. जर तुम्हाला दुःखाची भीती वाटत असेल, जर तुम्हाला दुःख आवडत नसेल, तर जागृताच्या छायेखाली जा. धम्माकडे व संघाकडे जा....

ब्राह्मण तिचा सल्ला मानून जागृताच्या छायेखाली जातो....

'यापूर्वी, मी ब्रह्माचा नातेवाईक होतो; आता खऱ्या अर्थानं ब्रह्म आहे. आता मी त्रिज्ञानी माणूस आहे... ज्ञानी, सुखरूप व स्वच्छ.'

◆

हे वाटतं तितकं 'भासमान' आहे?

विपत्तीत सापडलेले भक्त श्री रामकृष्ण व श्री रमण महर्षींकडे येत, तेव्हा ते या लोकांना नेहमी प्रारब्ध कर्माबद्दल सांगत असत. त्याचबरोबर इतर दोन विषयही येतात. त्यांचा अर्थ काय आणि आपण पामरं या उपदेशाशी कशा प्रकारे जुळवून घेऊ शकतो, ते आपण पाहिलं पाहिजे.

उदाहरणार्थ, बरेचदा उद्‌धृत केले जाणारे गीतेमधील उतारे. अर्जुन त्याचे भाऊ व काका, ज्येष्ठ व गुरू यांच्याशी युद्ध करण्याच्या व त्यांना ठार करण्याच्या कल्पनेनं शोकाकुल होतो, तेव्हा श्रीकृष्ण त्याला धीर देत म्हणतो की, तू – अर्जुन – ज्यांच्यासाठी शोक करू नये, त्यांच्यासाठी शोक करीत आहेस. या लोकांनी देहान्त शासनाला प्राप्त व्हावं, अशी पापं केली आहेत, अशातला भाग नाही – या टप्प्यावर हा हिशेब पटावर येत नाही. 'ज्ञानी माणूस जिवंत वा मृत कोणाहीसाठी का शोक करत नाही.' याचं कारण खूप खोल आहे. श्रीकृष्ण म्हणतात, 'मी कोणत्याही काळी नव्हतो, तू नव्हतास किंवा हे राजे नव्हते, असंही नाही आणि यापुढे आम्ही सर्व जण असणार नाही, असंही नाही.' ते अर्जुनाला सांगतात की, ज्याप्रमाणे जीवात्म्याला या शरीरात बालपण, तारुण्य आणि वार्धक्य येतं, त्याचप्रमाणे दुसरं शरीर मिळतं. 'असत् वस्तूला अस्तित्व नाही आणि सत् वस्तूचा अभाव नसतो,' ते सांगतात – अशा अर्थानं की, फक्त एकच गोष्ट खरी आहे आणि उर्वरित गोष्टी, आपले देह, आपल्याला उमगतं ते जग हे सगळं भासमान आहे. या मुद्द्याकडे आपण लगेच वळणारच आहोत.

ज्याने हे सर्व जग – दिसणाऱ्या सर्व वस्तू – व्यापल्या आहेत, त्याचा नाश नाही. त्या अविनाशीचा नाश कोणीही करू शकत नाही. या नाशरहित, मोजता न येणाऱ्या, नित्यस्वरूप जीवात्म्याची ही शरीरं नाशवंत आहेत.

'जो या आत्म्याला मारणारा असे समजतो (म्हणजे अर्जुन ज्याच्या मनावर आप्त स्वकीयांना व ज्येष्ठांना मारण्याच्या कल्पनेच्या अपराधीपणाचं ओझं आहे.)

आणि जो 'हा (आत्मा) मेला' असे मानतो (म्हणजे सर्वव्यापी मूलतत्त्व), ते दोघंही अज्ञानी आहेत. कारण हा आत्मा वास्तविक पाहाता कोणाला मारत नाही आणि कोणाकडून मारला जात नाही.'

नातेवाइकाच्या निधनानंतर श्रद्धांजलीपर छापील मजकुरात दर वेळी वाचायला मिळणारे श्लोक पाहा :

> हा आत्मा कधीही जन्मत नाही, आणि मरतही नाही. तसेच हा एकदा उत्पन्न झाल्यावर पुन्हा उत्पन्न होणार नाही. कारण हा जन्म नसलेला, नित्य, सनातन आणि प्राचीन आहे. शरीर मारलं गेलं, तरी हा मारला जात नाही.
>
> हे पार्था! जो पुरुष, हा आत्मा नाशरहित, नित्य, न जन्मणारा व न बदलणारा आहे, हे जाणतो, तो कोणाला कसा ठार करवील किंवा कोणाला कसा ठार करील?
>
> ज्याप्रमाणे माणूस जुनी वस्त्रं टाकून देऊन दुसरी नवी वस्त्रं घेतो, त्याचप्रमाणे जीवात्मा जुनी शरीरं टाकून दुसऱ्या नव्या शरीरात जातो.
>
> या आत्म्याला शस्त्रं कापू शकत नाहीत, विस्तव जाळू शकत नाही, पाणी भिजवू शकत नाही आणि वारा वाळवू शकत नाही.
>
> कारण हा आत्मा कापता न येणारा, जाळता न येणारा, भिजवता न येणारा आणि नि:संशय वाळवता न येणारा आहे. तसेच हा आत्मा नित्य, सर्वव्यापी, अचल, स्थिर राहाणार आणि सनातन आहे.
>
> हा आत्मा अव्यक्त आहे, अचिन्त्य आहे आणि विकाररहित आहे, असं म्हटलं जातं. म्हणून हे अर्जुना! हा आत्मा असा आहे, हे लक्षात घेऊन तू शोक करणं योग्य नाही.[१]

यावरून दोन अनुमानं निघतात. पहिलं म्हणजे, आपण ज्याला दु:खभोग

---

१. भगवद्‌गीता, अध्याय २,१४-३०. श्रीकृष्ण अर्जुनाला सांगतात की, जर तू आत्मा नेहमी जन्मणारा व नेहमी मरणारा आहे, असं मानत असशील तरी तू अशा रीतीनं शोक करणे योग्य नाही, कारण असं मानल्यास, त्यानुसार जन्मास आलेल्याला मृत्यू निश्चित आहे.

समजतो, ते आभासमय नसलं तरी वरवरचं आहेत. बळी ठरलेल्या व्यक्तीला ते जाणवतात, तसंच बळी ठरलेल्या व्यक्तीवर प्रेम करणाऱ्यालाही ते जाणवतात. कारण, आपण आपला आपल्या देहाशी व ती व्यक्ती तिचा त्याच्या अथवा तिच्या देहाशी चुकीचा संबंध जोडत असते.

आणि आपण अशा प्रकारे देहाशी संबंध जोडावा, म्हणजेच 'देह म्हणजेच मी' असं समजावं अशा प्रकारे सगळी रचना का केलेली आहे? काही जण म्हणतात, देवानं स्वत:कडे ठेवलेल्या रहस्यांपैकी हे एक रहस्य आहे. श्री रमण म्हणतात, याला कारणीभूत असतो तो – अहंकार! 'स्व'ला कुठली वेगळी जाणीव नसते. देह स्वत: जड असल्यामुळे त्यालाही कुठली वेगळी जाणीव नसते. या दोन्हींमध्ये अहंकार उपस्थित होतो. त्यामुळे वेगळेपणाची जाणीव निर्माण होते, आणि त्यामुळे दु:ख आणि आनंद यासारखे आनुषंगिक परिणाम घडतात.

आता एक स्वाभाविक प्रश्न पडतो : अहंकारानं स्वत:च उपस्थित व्हावं, अशा प्रकारे सगळी रचना का केलेली असते?

रमण महर्षी म्हणतात, यासाठी की देहासारख्या गोष्टीच्या बुरख्याआडचा मूलभूत 'स्व' आपल्याला शोधता यावा.

जन्मानंतर लगेचच, नवजात अर्भकाच्या रक्तात काहीतरी दोष निर्माण होतो, तो त्याच्या अहंकारामुळे? का हा भोग त्या बाळाला भोगावा लागत नाही, जे त्या असहाय जीवावर प्रेम करतात त्यांच्यापुरते हे दु:खभोग सीमित असतात? हे फक्त त्यांच्या अहंकारामुळे घडतं का? ते बाळ क्षीण होत जातं आणि मरतं त्यामुळे त्यांना क्लेश होतात, याचं कारण ते त्या बाळाचा त्याच्या देहाशी व स्वत:च्या आपापल्या देहांशी चुकीचा संबंध जोडतात हे आहे? का, त्या बाळाला देहासारख्या गोष्टीच्या बुरख्याआडचा त्याचा मूलभूत 'स्व' शोधता यावा यासाठी सगळ्या गोष्टींची रचना अशी केलेली आहे?

पण आपण आता याहीपुढं निघालो आहोत.

दुसरा एक सिद्धान्त पुन:पुन्हा मांडला जातो तो म्हणजे, हे जग 'आभासयुक्त' आहे. हा सर्व मनाचा खेळ असतो, केवळ मानसिक कल्पनाचित्र. जर असं असतं तर, स्वाभाविकपणे दु:खभोगाची चिंता करायचं कारणच नव्हतं. या काल्पनिक जगात, काल्पनिक मुलाच्या, काल्पनिक रक्तात, काल्पनिक दोष निर्माण झाला असता आणि त्याचे काल्पनिक नातेवाईक, काल्पनिक दु:खातून गेले असते.

हे इतकं पलीकडचं वाटतं की, आपण आपल्या थोर गुरूंनी आणि अर्थातच आपल्या पवित्र ग्रंथांनी या संदर्भात काय म्हटलं आहे, हे शोधणं आपल्याला भाग पडतं. शुद्ध अद्वैतवादी आदी शंकराचार्यांनी या संदर्भात अतिशय प्रभावी भूमिका

घेतलेली आहे. त्यांची ईशस्तवनं आजही गायली जातात. त्यांनी ब्रह्मसूत्रांवर, भगवद्गीतेवर, त्याचबरोबर मूलतत्त्व उपनिषदांवर विस्तृत व गुंतागुंतीची भाष्यं लिहिली आहेत. त्यांनी संपूर्ण देशभ्रमंती केली. त्यांनी तीर्थक्षेत्रांची स्थापना केली. त्यांनी विरोधकांशी वादविवाद केला आणि भव्य श्रोतृवृंदाच्या उपस्थितीत, बौद्धिक चर्चेत त्यांच्यावर मात केली. जर भक्तीची साधनं, ईशस्तोत्रं, धर्म व देश, ते उभारत असलेली केंद्रं, विरोधक व त्यांची मतं, त्यांची भाष्यं व त्यांची शिकवण हे सगळं भासमान जगात, भासमान असणाऱ्या लोकांसाठी, सगळं भासमानच असतं, तर त्यांनी यातलं काहीतरी केलं असतं का?

त्यांच्याही आधी, आपण जे अनेक ग्रंथ पवित्र मानतो, ते ग्रंथ हे जग भासमान आहे असं म्हणतात, आणि श्री. काणे नमूद करतात त्याप्रमाणे, हेच ग्रंथ या जगात आपण दुःखमुक्तीसाठी करावयाचे विधी नेमून देतात. याच ग्रंथांत संतमहात्मे आरोग्यसंपन्नतेसाठी प्रार्थना करतात. जे लोक अकल्पित संन्यासाकडे वळतात, त्यांच्यावर मनू कडक टीका करतो. तीन अवस्था पार केल्यानंतर आणि त्या अवस्थांशी संबंधित कर्तव्यं पूर्ण केल्यानंतर मोक्षाच्या मागे लागावं. आपल्याला सांगितलं जातं की, अंतिम ध्येय – ब्रह्म ज्ञान मिळवण्याचं – 'त्यालाच साध्य होऊ शकतं जो जाणिवांच्या जगाला विटला आहे.'[२] जर हे जग आणि त्यातील सर्व काही – आपले देह व जाणिवा, चौपट ध्येयं, विधी-संस्कार आणि सगळं – भासमान असतं, तर यातील कशालाही काय कारण आहे?

त्यामुळे श्री रामकृष्ण परमहंस व श्री रमण महर्षी यांनी या सदंर्भात काय म्हटलं आहे? त्यांनी जे म्हटलं आहे त्याचा अर्थ आपण काय घ्यायचा? आपण त्याच्याशी कोणत्या अर्थानं जुळवून घ्यायचं?

ते काय म्हणतात?

त्यांचं म्हणणं वाचून पाहा – या पूज्य व्यक्तींनी ही विधानं ज्या संदर्भात केली त्याविषयी योग्य तो आदर राखूनही – हे म्हणणं कोड्यात टाकणारं वाटतं.

महर्षी प्रत्येकाला जो 'मी' शोधण्याचा आग्रह करतात, त्या 'मी'बद्दल जाणून घेण्याचा प्रयत्न करणारा एक भक्त विचारतो, "हा, 'मी' कोण आहे? तो केवळ जाणिवेची अखंड कल्पना आहे, असं दिसतंय. बौद्ध कल्पनाही अशीच दिसतीय."

"हे जग बाह्य नाही," महर्षी म्हणतात, "कल्पनांचा बाह्य स्रोत असू शकत नाही. कारण फक्त सजग असतानाच जगाची जाणीव होऊ शकते. जग सांगत नाही की,

---

२. प्रातिनिधिक उताऱ्यांवर नजर टाकण्यासाठी, पी.व्ही. काणे, History of the Dharmashastra, खंड पाचवा, भाग दोन.

मी अस्तित्वात आहे. ही फक्त तुमची कल्पना असते. तरीसुद्धा ही कल्पनाही सुसंगत आणि अभंग नसते. गाढ झोपेमध्ये जगाची जाणीव नसते; त्यामुळे ते झोपलेल्या माणसाच्या लेखी अस्तित्वात नसतं. त्यामुळे जग हा अनुभवाचा परिणाम असतो....''

हे संभाषण सुरू राहातं. तो माणूस म्हणतो की, हे जगच कल्पना देत असत आणि मी जागा होतो – याला महर्षी नेहमी देत असलेल्या एका उपमेचा संदर्भ आहे – जागृतावस्था व स्वप्नावस्था यामध्ये काहीही फरक नसतो... आपण लवकरच याकडे वळू.

''जगाची जाणीव असायला कुणी नाही, अशा स्थितीत हे जग अस्तित्वात असू शकतं का?'' महर्षी विचारतात.

क्षणभर स्तब्धता पसरते. आपल्याला अगदी आत्ता-आत्ता विश्वातील दूरवरच्या अस्तित्वांची झलक – हबल दुर्बीण, चंद्र, गॅलिलिओ अशा अंतरिक्ष शोध साधनांच्या मदतीनं पाहायला मिळू लागली आहे. त्यामुळे, आता आपल्याला जे तारे आणि वायूरूप रचना पाहायला मिळत आहेत, ते दहा वर्षांपूर्वी अस्तित्वात नव्हतं, असं आपण म्हणू शकतो का? त्यामुळे 'जगाची जाणीव असायला कुणी नाही अशा स्थितीत जे जग अस्तित्वात असू शकतं का?' असा प्रश्न द्रष्टा विचारतो तेव्हा आपण मनापासून प्रश्न केला पाहिजे की, त्याला 'अस्तित्व' या शब्दातून आपण काय अर्थ घ्यावा असं वाटत असतं?

पण महर्षी काय म्हणाले ते पाहू या.

''जगाची जाणीव असायला कुणी नाही अशा स्थितीत हे जग अस्तित्वात असू शकतं का?''

ते विचारतात, ''यातलं आधी काय आहे? असण्याची जाणीव का निर्माण होणारी जाणीव? असण्याची जाणीव कायमच असते, चिरंतन आणि विशुद्ध. निर्माण होणारी जाणीव समोरच निर्माण होते आणि दृष्टिआडही होते. ती क्षणभंगुर असते'' – आपण विचारात घेतलेल्या प्रश्नाच्या संदर्भातला – म्हणजे या जगाचं प्रत्यक्ष अस्तित्व अथवा त्याची भासमानता – महत्त्वाचा मुद्दा आपण लवकरच पाहू.

''मी जेव्हा झोपेत असतो, त्या वेळी इतरांच्या दृष्टीनं जग अस्तित्वात असतं का?'' एक भक्त धीटपणे विचारतो.

''असं जग तुम्ही स्वतःला न जाणताच त्याच्याबद्दल जाणता याबद्दल तुमचा उपहास करतं,'' महर्षी फटकारतात.

''जग ही तुमच्या मनाची निष्पत्ती आहे. तुमचं मन जाणून घ्या. मग जग पाहा. तुमच्या लक्षात येईल, ते 'स्व'पेक्षा वेगळं नाही.''

''मला जशी स्वतःची व माझ्या आजूबाजूच्या गोष्टींची सुस्पष्ट जाणीव आहे, तशी महर्षींना स्वतःची व त्यांच्या आजूबाजूच्या गोष्टींची सुस्पष्ट जाणीव नाही का?''

भक्त चिवटपणे पाठपुरावा करत राहतो.

"कुणाला शंका आहे?" महर्षी विचारतात, "ज्ञानी माणसाला शंका येत नाहीत, त्या फक्त अज्ञानी माणसाला येतात."[३]

त्यानंतर काही महिन्यांनी, आणखी एक भक्त 'हृदया'बद्दल जाणून घ्यायचा प्रयत्न करतो – श्री रमण यांनी काही वेळ 'स्व'चं आसन म्हणून ज्याचा उल्लेख केला आहे, व कधी-कधी 'स्व' म्हणूनच केला आहे, ते हृदय... आपल्या छातीत डाव्या बाजूला असतं ते भौतिक हृदय नव्हे, तर उजव्या बाजूच्या 'पोकळीत' असणारं प्रतिकात्मक हृदय– भक्त विचारतो की, माणसानं हृदय कसं समजून घ्यायचं?

"ज्याला क्षणभरही 'स्व' चा अनुभव नाही असा कुणीही नाही," महर्षी म्हणाले, "कारण आपण 'स्व'पेक्षा वेगळे आहोत, असं कुणीच मान्य करत नाही. तोच 'स्व' असतो, 'स्व' म्हणजे हृदय.'

"नीट कळलं नाही," भक्त म्हणतो.

"गाढ झोपेतसुद्धा तुम्ही अस्तित्वात असता; जागेपणीही असता," महर्षी म्हणाले, "दोन्हीही अवस्थांमध्ये तोच 'स्व' असतो. फरक असतो तो फक्त जगाची जाणीव असण्याचा आणि नसण्याचा. जग मनासोबत निर्माण होतं आणि मनासोबतच मावळतं."

महर्षी पुढं सांगतात की, "जे क्षणभंगुर आहे, जे निर्माण होतं व मावळतं ते 'स्व' नाही. 'स्व' निराळा आहे, तो मनाला कारणीभूत असतो, त्याला आधारभूत असतो आणि त्याचं पृथक्करण करणाराही असतो. त्यामुळे 'स्व' हे मूलभूत तत्त्व असतं."

अशाच प्रकारची प्रश्नोत्तरं होतात. महर्षी त्यांच्या म्हणण्याचा अनेक प्रसंगी पुनरुच्चार करतात. त्यानंतर वर्षभरानं, एके दिवशी ते समजावून देतात की, माया ही भ्रमाची शक्ती आहे व तिला स्वतंत्र अस्तित्व आहे, असं मानणाऱ्यांमध्ये आणि 'तिच्या स्वतंत्र इच्छेमुळे' ती विश्वदर्शनाद्वारे स्वत:ला प्रकट करते, असं मानणाऱ्यांमध्ये खरं तर काहीच फरक नाहीये. ती विशुद्ध जाणिवेत विश्वदर्शन घडवते... आरशातील प्रतिमेसारखं, ते म्हणतात, "आरसा नसताना प्रतिमा असू शकत नाहीत. तसंच जगालाही स्वतंत्र अस्तित्व असू शकत नाही." जे दिसतंय ते खरं नाही, हे दोन्ही बाजू मान्य करतात. महर्षी सांगतात, "आरशातल्या प्रतिमा कोणत्याही दृष्टीनं खऱ्या असू शकत नाहीत. तसं हे जग प्रत्यक्षात अस्तित्वात नसतं...."

आपण ही विषदीकरणं लक्षात ठेवली पाहिजेत – कारण, 'हे जग प्रत्यक्षात अस्तित्वात असत नाही', 'देह हे केवळ मनाचं कल्पनाचित्र आहे,' इ. उल्लेखांचा अर्थ आपण नीट समजून घेतला पाहिजे. मगच त्यांचा आपल्यासारख्या सामान्य लोकांना जे दु:खभोग अनुभवास येतात, त्या संदर्भातील अर्थ समजू शकेल.

---

३. टॉक्स विथ श्री रमण महर्षी, श्री रमणाश्रमम्, तिरुवन्नमलाई, (१९५५/१९८४).

त्यानंतर एक महिला विचारमुक्त कसं राहायचं याबद्दल विचारते. महर्षी तिला सांगतात, ''फक्त स्तब्ध राहा. करून बघा...'' ती महिला म्हणते, असं केलं की, अधिकाधिक विचार येतात.

मग स्वतःला विचार, ''मी कोण आहे?''

प्रत्येक विचारागणिक असं करायचं? ती विचारते आणि पुढं प्रश्न करते, जो आपण आत्ता विचार करतोय त्या मुद्द्याशी निगडीत आहे : ''हे जग म्हणजे फक्त आपला विचार आहे?''

''हा प्रश्न जगावरच सोडा,'' महर्षी उत्तरतात, ''त्यालाच विचारू दे, मी कसा अस्तित्वात आलो?''

''म्हणजे ते माझ्याशी संबंधित नाही असं म्हणायचं आहे तुम्हाला?'' ती महिला विचारते.

''गाढ झोपेमध्ये काहीही कळत नाही,'' महर्षी या मुद्द्याकडे लक्ष वेधतात, ''हे सगळं फक्त जागेपणी दिसतं; मनात विचार आले की जग अस्तित्वात येतं; मग ते विचार सोडून काय असू शकतं?''

आणखी एक वर्ष सरतं. एक युरोपियन माणूस भेटायला येतो. तो विचारतो, ''माणसांनी या जगाच्या व्यवहारात जखडून राहून स्वतःसाठी त्रास का निर्माण करून घ्यावेत? त्यांनी मुक्त होऊ नये? ते आध्यात्मिक जगात असतील, तर त्यांना बरंच स्वातंत्र्य मिळेल.''

त्यावर महर्षी म्हणतात, ''हे जग फक्त आध्यात्मिक आहे. तुम्ही स्वतःचा भौतिक देहाशी संबंध जोडत असल्यामुळे तुम्ही हे जग भौतिक आणि दुसरं जग 'आध्यात्मिक' असं म्हणत आहात. पण उलटपक्षी, फक्त तेच आध्यात्मिक आहे.''

मागील एका प्रकरणात आपण वाचलेला प्रसंग आठवा – एक माता आपल्या मुलाचा मृतदेह घेऊन महर्षींकडे आलेली असते. महर्षींच्या स्पर्शानं तिचा मुलगा पुन्हा जिवंत होईल, अशी तिची खात्री असते. तेव्हा तिला व तिच्यासोबत आलेल्यांना तिथून निघून जायला सांगितलं जातं. दुसऱ्या दिवशी सकाळी तिच्या मुलाच्या मृतदेहावर अंत्यसंस्कार केले जातात. त्यानंतरचं संभाषण आठवा.

''त्या मातेची श्रद्धा मोठी विलक्षण होती,'' एक माणूस महर्षींसमोर म्हणतो.

''तिची इतकी आशावादी दृष्टी असूनही तिचा अपेक्षाभंग कसा काय झाला? तिच्या मुलाबद्दलच्या प्रेमावर ती अध्यारोपित होऊ शकते का?''

''ती आणि तिचा मुलगा प्रत्यक्ष अस्तित्वात नसल्यामुळे,'' महर्षी म्हणतात, ''फक्त दृष्टीच काय अध्यारोपित होऊ शकते?''

आपण जानेवारी, १९३८मधील एक प्रसंग पाहू या. महर्षी त्यांच्या एका रचनेतील श्लोकाचा अर्थ सांगत आहेत. ''आरसा वस्तूंचं प्रतिबिंब दाखवतो; तरी

त्या खऱ्या नसतात. कारण त्या आरशापासून वेगळ्या होऊ शकत नाहीत,'' ते निरीक्षण नोंदवतात. क्षणभर थांबू या : प्रतिबिंब आरशाविना असू शकत नाहीत, हे बरोबर आहे; पण ज्या वस्तूंचं प्रतिबिंब आरशात दिसतं, त्या वस्तू, आरसा नसेल तेव्हा त्याही अस्तित्वात नसतात का? कदाचित हा मुद्दा स्पष्ट करत असताना उपमा कमी पडल्यामुळे हा प्रश्न समोर येत असेल.

महर्षी पुढं सांगतात : 'त्याचप्रमाणे, जग हे मनाचं प्रतिबिंब आहे, कारण ते मनाच्या अनुपस्थितीत टिकून राहात नाही.' ते संबंधित व्यक्तीच्या दृष्टीनं राहात नाही का, ते मूलतःच राहात नाही?

हा प्रश्न स्वाभाविकपणे पडतो. महर्षींही ते मान्य करतात. तो म्हणजे विश्व हे मनाचं प्रतिबिंब असल्यामुळे विश्व नामक खरी गोष्ट असली पाहिजे, जिचं मनामध्ये प्रतिबिंब उमटेल. 'यामुळे वस्तुनिष्ठ विश्वाच्या अस्तित्वाचा प्रवेश घडतो. पण खरं सांगायचं तर हे तसं नाहीये.'

श्री रमण विश्वाची आपण आपल्या स्वप्नात पाहातो, त्या जगाशी तुलना करतात – स्वप्नातील जगाला वस्तुनिष्ठ अस्तित्व नसतं, याची ते आपल्याला आठवण करून देतात. ते आपल्या मनातील अप्रकट वासनांमुळे निर्माण होतं – 'ज्याप्रमाणे संपूर्ण झाडाचं सामर्थ्य एका बीमध्ये सामावलेलं असतं, तसंच जग मनात असतं.'

पण, बी हे झाडाचंच उत्पादन आहे. त्यामुळे बी निर्माण व्हावी म्हणून झाड अस्तित्वात असणार – आपल्या मनात जो प्रश्न येणार त्याबद्दल महर्षी स्पष्ट करतात. 'त्यामुळे (आपल्या मनात तयार झालेल्या वासनांमुळे) काही काळ तिथं जगही असणार.'

''याचं उत्तर आहे, नाही!'' ते ठासून सांगतात, आणि ब्रह्मसूत्र प्रारब्ध कर्माला कारणीभूत मानतं त्याप्रमाणे, ते वासनांना कारणीभूत मानतात. म्हणजेच, मनातील आधीपासूनच्या अस्तित्वांच्या संदर्भात : वर्तमानातील स्वरूपात पुन्हा प्रकट झालेल्या कल्पना एकत्र करण्यासाठी बरीच पुनरुत्थानं झालेली असणार. मी आत्ता जसा अस्तित्वात आहे, तसा यापूर्वीही असणार.

याचं उत्तर शोधण्याचा सरळ मार्ग म्हणजे, ते सांगतात, ''जग आहे का हे पाहाणं. जगाचं अस्तित्व मान्य करताना मी द्रष्टा माणूसही मान्य केला पाहिजे आणि तो माझ्यापेक्षा कुणी निराळा नाही. सर्वप्रथम मला स्वतःलाच शोधू दे, म्हणजे मला जग व द्रष्टा माणूस यांच्यातलं नातं समजेल. मी जेव्हा स्व शोधतो आणि त्यामध्येच राहातो, तेव्हा कुठलं जग दिसत नाही. मग प्रत्यक्ष वस्तुस्थिती काय असते? फक्त द्रष्टा... आणि जग नक्कीच नाही. सत्य असं असूनही माणूस जगाच्या प्रत्यक्ष अस्तित्वाच्या आधारे वाद घालत राहातो....''

भेटायला आलेला माणूस या मुद्द्याकडे लक्ष वेधतो की, आरशाचं उदाहरण फक्त दृष्टीच्या जाणिवेशी निगडीत आहे, पण जग आपल्याला इतर जाणिवांद्वारेही समजतं.

"इतर जाणिवांसोबतही भासमानता सिद्ध करता येते का?''

"चित्रपटगृहातील पडद्यावरची आकृती जग पाहाताना दिसते,'' असं सांगून महर्षी सांगतात, "त्याच चित्रपटात विषय व आकृती यामागची प्रत्यक्ष वस्तुस्थिती काय असते?''

"मायाजालामुळे निर्माण झालेली गोष्ट मायाजालामुळे निर्माण झालेलं जग पाहात असते,'' ते उत्तर देतात.

"पण मी तर त्या चित्रपटाच्या खेळाचा साक्षीदार असतो,'' भक्त म्हणतो.

"नक्कीच असता,'' महर्षी म्हणतात, "तू आणि हे जग चित्रपटातल्या आकृत्या व चित्रपटातल्या जगाइतकेच वास्तव असता.''

तत्त्वज्ञानाचे एक प्राध्यापक आले आहेत. ते तत्त्वज्ञानाचे प्राध्यापक असूनही त्यांना आपल्याला येतील अशा शंका आहेत. "जग ही काल्पनिक गोष्ट किंवा विचार कसा असू शकेल? विचार हे मनाचं कार्य आहे. मन मेंदूत स्थित आहे. मेंदू मानवी देहाच्या कवटीत असतो आणि मानवी देह हा विश्वाचा अतिसूक्ष्म घटक आहे. मग मेंदूच्या पेशीत विश्व कसं काय सामावू शकेल?''

मनात जोवर अशा प्रकारचे विचार येतात, तोवर अशा प्रकारच्या शंका येणार : महर्षी मान्य करतात.

"पण मन म्हणजे काय?'' ते प्रश्न करतात, आणि त्याचं उत्तर देतात : माणूस झोपेतून उठतो तेव्हा त्याला जग दिसतं. ते 'मी' – विचारामुळे निर्माण होतं. मस्तक उंचावलं जातं, म्हणून मन सक्रिय होतं. जग म्हणजे काय? अवकाशात पसरलेल्या वस्तू. ते कोण समजून घेतं? मन. जे मन अवकाश समजून घेतं, ते स्वतःच अवकाश (आकाश) नाही का? अवकाश हे भौतिक शुद्ध वातावरण (भूताकाश). मन हे मानसिक वातावरण (मनाकाश) असतं, जे अलौकिक वातावरणामध्ये (चिदाकाश) सामावलेलं असतं. अशा प्रकारे मन हे शुद्ध वातावरण तत्त्व म्हणजे आकाश तत्त्व आहे. हे ज्ञान तत्त्व असल्यामुळे त्याच्या तत्त्वज्ञानाद्वारे (metaphysics) वातावरणाशी (आकाश) संबंध जोडला जातो. हे वातावरण (आकाश) आहे, असं मानलं की, या प्रश्नातील विरोधाभास दूर होण्यास अडचण येणार नाही. 'शुद्ध मानस' हे वातावरण (आकाश) आहे. चैतन्यदायी व नीरस (राजस व तामस) हे पैलू ढोबळ स्वरूपात कार्य करतात. अशा प्रकारे सर्व विश्व मानसिक आहे. महर्षी स्वप्न पाहाणाऱ्या माणसाकडे वळतात. तो आत काहीही येऊ नये

म्हणून दारं बंद करून झोपायला गेला आहे. काहीही दिसू नये म्हणून त्यानं डोळेसुद्धा बंद करून घेतले आहेत. तरीही त्याच्या स्वप्नात सगळे प्रदेश येतात. ज्यामध्ये त्याच्यासह बाकीची माणसं राहतात, वावरतात. यामधून काय समजतं? हे सगळं त्याच्यासमोर त्याच्याच मेंदूनं उलगडून ठेवलं आहे.

"तो (झोपलेल्या माणसाचा मेंदू) हा अफाट देश त्याच्या इवल्याशा पेशींत कसा काय सामावून ठेवत असेल?" महर्षी प्रश्न करतात, "संपूर्ण विश्व हा केवळ एक विचार आहे अथवा विचारांची मालिका आहे, हे वरचेवर सांगितलेलं विधान यातून स्पष्ट होईल."

हे सर्वांना पटलेलं दिसत नव्हतं. किंबहुना हे सर्वांना समजलं नव्हतं, असं म्हणता येईल.

शेजारी बसलेले स्वामी म्हणाले, "माझा दात दुखतोय. हा केवळ विचार आहे?"

महर्षी : होय.

स्वामी : मग मी दात दुखत नाहीये असा विचार करून स्वत:वर इलाज का करू शकत नाही?

महर्षी : इतर विचारांमध्ये गर्क झाल्यावर माणसाला दातदुखी जाणवत नाही. जेव्हा माणूस झोपतो तेव्हा त्याला दातदुखीची जाणीव होत नाही.

स्वामी : "पण दातदुखी तशीच राहाते."

"जगाच्या वस्तुस्थितीबद्दलची अशी ठाम मतं सहजासहजी बदलत नाहीत," महर्षी म्हणतात, "पण त्यामुळे जग एखाद्या माणसापेक्षा जास्त खरं होत नाही."

"आता सिनो-जपानी युद्ध सुरू आहे,"– स्वामी म्हणतात – हे संभाषण १९३८ सालातलं आहे. "जर ही फक्त कल्पना असेल, तर श्री भगवान त्याच्या उलट कल्पना करून हे युद्ध थांबवू शकतील का अथवा थांबवतील का?"

"प्रश्नकर्त्याचा भगवान हा सिनो-जपानी युद्धासारखाच विचार आहे." महर्षी भक्तांना सांगतात.

त्यानंतर काही दिवसांनी एक बाई तिचे त्रास सांगत असते. ती म्हणते की, मी श्री रमण यांच्या सान्निध्यात असण्याचे फायदे मिळवण्याचा प्रयत्न केला, पण काहीही लाभ झालेला नाही. तिच्या तिथून जाण्याची वेळही जवळ येतीय. ती म्हणते की, मी दालनातील इतरांना ध्यानामधून शांती मिळवताना पाहातीय. तिला शांती मिळत नाहीये. यामुळे ती खिन्न झालीय.

महर्षी तिला सांगतात की, "मी चित्त एकाग्र करू शकत नाही, हा विचारच अडसर आहे. तुम्ही तासनूतास एका जागी बसू शकत नाही – या विचारातले 'तासनूतास' फक्त एक विचार आहेत; तुम्हाला तब्येतीमुळे ध्यानधारणा करता येत नाही, परिणामी तुम्हाला खिन्नता घेरून येते – या सगळ्या विचारांचं मूळ, तुम्ही

स्वत:चा संबंध देहाशी जोडता हे आहे. 'आजार 'स्व'चा नाही. तो देहाचा आहे. पण शरीर काही तुम्हाला येऊन सांगत नाही की, मला आजारानं ग्रासलं आहे. हे म्हणणारे तुम्ही असता. का? कारण तुम्ही स्वत:चा तुमच्या देहाशी चुकीचा संबंध लावलेला असतो. शरीर हाच एक विचार असतो. तुम्ही खऱ्या जशा आहात, तशा राहा. खिन्न होण्याचं काहीच कारण नाही....''

देह हे केवळ मनाचं कल्पनाचित्र आहे – हे वाक्य पुन:पुन्हा येत असल्यामुळे आपण आणखी एकदा क्षणभर थांबू या... त्याचा अर्थ समजून घेण्याचा प्रयत्न करू या आणि हे पुन:पुन्हा का मांडलं गेलं आहे, याचाही विचार करू या.

या खेपेला जी व्यक्ती गुरूंना भेटायला आलेली आहे – गांधीजींच्या आग्रहावरून – त्या व्यक्तीला दमा आहे – आणि ही व्यक्ती आहे, डॉ. राजेंद्रप्रसाद. ज्या वेळी हा विषय श्री रमण महर्षींसमोर मांडला जातो आणि जमनालाल बजाज त्यांना विचारतात की, राजेंद्रप्रसाद यांच्यासारख्या देशासाठी सर्वस्वाचा त्याग करणाऱ्या व्यक्तीला अशा आजारानं का ग्रस्त करावं? त्यावर महर्षी काही मुद्दे सांगतात : ४

▶ दमा आहे;

▶ 'स्व' दमेकरी नाही;

▶ आजार देहाचा आहे;

▶ देह 'मला दमा आहे' असं सांगत नाही;

▶ ते तुम्ही म्हणता;

▶ कारण तुम्ही तुमच्या देहाशी तुमचा चुकीचा संबंध जोडता;

▶ त्यामुळे 'देह ही केवळ एक कल्पना आहे – 'स्व'च्या दृष्टिकोनातून, देह जणू नसल्यासारखा असेल;

▶ त्याचप्रमाणे, 'देह हे मानसिक कल्पनाचित्र आहे.' याचा अर्थ असा की, एखाद्यानं स्वत:चा 'स्व'शी संबंध न जोडता, तो देहाशी जोडणं ही मनाची खोडी आहे. मन म्हणजे केवळ विचारांचा गठ्ठा आहे;

▶ महर्षींच्याच शब्दांत सांगायचं, तर एकदा मनाचा 'संपूर्ण नाश' झाला की, संबंध जोडणं थांबतं आणि आपल्या विषयाशी निगडीत अर्थानं, देहही संपतो.५ पण या अर्थानं, केवळ देह हेच मनाचं कल्पनाचित्र नाही, तर सगळ्या गोष्टी आहेत.

---

४. मी ते मुद्दे सारांशरूपाने मांडत आहे. जमनालाल बजाज यांच्या प्रश्नाला महर्षींनी दिलेलं उत्तर दोन प्रकारे नोंदवलेलं आढळतं : एकामध्ये महर्षी फक्त हसतात आणि दुसऱ्यामध्ये ते म्हणतात, 'देह हाच आजार आहे. हा आजारांचा आजार आहे.

५. असं बऱ्याच ठिकाणी आढळतं. आपण इथं हे उदाहरण विचारात घेतलं आहे.

फेब्रुवारी, १९३८ : महर्षी भक्तांना मनाबद्दल सांगत आहेत. ते सांगतात की ते काहीतरी गूढ आहे. ते 'आकाशासारखं आहे. आकाशात जशा वस्तू असतात, तसे मनात विचार असतात. आकाश ही मनासारखीच गोष्ट असते आणि विचार वस्तूंसारखे असतात.' आपण विश्वाचं मोजमाप घेण्याची आणि नैसर्गिक घटनांचा अभ्यास करण्याची कल्पना करू शकत नाही, ते श्रोत्यांना सांगतात. 'हे अशक्य आहे. *कारण या वस्तू ही मनाची निर्मिती असते.* ते मोजणं म्हणजे आपल्याच पायानं आपल्या सावलीच्या डोक्यावर पाय देण्याचा प्रयत्न करण्यासारखं असतं. आपण पुढं सरकलो की सावलीही पुढं सरकते.' मग काय केलं पाहिजे? त्यांच्या चेहऱ्यावर प्रसन्न स्मित उमटतं. एक लहान मूल त्याच्या सावलीचं डोकं धरण्याचा प्रयत्न करत असतं. ते वाकून, हात लांबवून ते धरायचा प्रयत्न करतं तर डोकं दूर जातं. हे पाहून त्याची आई त्याला स्वतःच्या डोक्याला हात लाव आणि सावली बघ असं सांगते... आता त्याचं सावलीतलं डोकं त्याच्या सावलीतल्या हातांमध्ये आलेलं असतं. 'त्याचप्रमाणे अज्ञानी लोक विश्वाचा अभ्यास करण्याचा खटाटोप करतात. *विश्व ही फक्त मनानं निर्मिलेली एक वस्तू असते आणि तिचं अस्तित्व मनातच असतं.* ते बाह्य गोष्टींप्रमाणे मोजता येत नाही. विश्वाप्रत पोहोचण्यासाठी माणसानं 'स्व'पर्यंत पोहोचलं पाहिजे.'

आपण मनातली खळबळ शांत करण्यापेक्षा आत्मशोधाकडे वळावं, असा महर्षींचा आग्रह आहे. एकदा वस्तू दूर केल्या की, दुःख दूर होईल आणि त्या वस्तू कशा दूर करायच्या?

'*श्रुती आणि संतमहात्मे म्हणतात की, वस्तू ही मनाची निर्मिती असते. त्यांना स्वतंत्र अस्तित्व नसतं. या गोष्टीचा विचार करा आणि या विधानातील सत्य शोधून काढा. यातून असा निष्कर्ष निघेल की, वस्तुनिष्ठ जग ही काल्पनिक जाणीव आहे. अशा प्रकारे, 'स्व' हे एकमात्र वास्तव आहे की संपूर्ण जगात झिरपतं व त्याला व्यापतं....*'

एक इंग्रज तरुणी मे, १९३८मध्ये त्यांना भेटायला आली होती. तिनं आत्मसाक्षात्काराचा उपयोग काय, असा प्रश्न केला : त्यामुळे असमाधान दूर होतं का?

''मी या जगात आहे आणि इथं युद्ध सुरू आहेत,'' ती म्हणाली. ''आत्मसाक्षात्कारामुळे त्यांची अखेर होऊ शकते का?''

''तुम्ही जगात आहात?'' महर्षी विचारतात, ''का हे जग तुमच्यात आहे?''

''मला समजलं नाही,' ती तरुणी म्हणाली, 'जग नक्कीच माझ्याभोवती आहे.''

''*तुम्ही जगाबद्दल व त्यामध्ये घडणाऱ्या घटनांबद्दल बोलता. त्या केवळ तुमच्या कल्पना आहेत,*'' महर्षी म्हणतात, ''*कल्पना मनामध्ये असतात. मन*

तुमच्यात असतं आणि त्यामुळे जग तुमच्यातच आहे.''

त्यावर ती तरुणी, आपण म्हणालो असतो असंच वाक्य बोलते, ''मला तुम्ही काय म्हणत आहात ते समजत नाही. मी जरी या जगाचा विचार केला नाही, तरीही जग तिथंच आहे.'

''जग मनापेक्षा वेगळं आहे आणि ते मनाच्या अनुपस्थितीतसुद्धा अस्तित्वात असू शकतं, असं तुम्हाला म्हणायचं आहे का?'' महर्षी विचारतात.

''होय,'' ती तरुणी म्हणते.

''तुम्ही गाढ झोपेत असता तेव्हा हे जग अस्तित्वात असतं का?'' महर्षी विचारतात.

''असतं,'' ती तरुणी ठामपणे सांगते.

''तुम्ही झोपेत असताना ते पाहाता का?''

''नाही, मी नाही, पण बाकीचे जागे असणारे पाहातात.''

मग महर्षी मुद्द्याकडे लक्ष वेधतात की, ती गाढ झोपेत असताना बाकीचे लोक जग पाहातात ही गोष्ट तिला जागं झाल्यावरच समजली आहे. हे तिला गाढ झोपेत असताना कळलं नव्हतं. ''त्यामुळे तुम्ही जागृतावस्थेतील माहितीबद्दल बोलताय, झोपेतल्या अनुभवाबद्दल नाही,'' ते म्हणतात. ''तुम्ही जागृतावस्थेत व स्वप्नावस्थेत असताना जगाचं अस्तित्व मान्य करता, कारण ती मनाची निर्मिती असते. झोपेत असताना मन निघून गेलेलं असतं आणि जग बीजावस्थेत असतं. तुम्ही जागे झालात की ते पुन्हा प्रकट होतं. अहंकार पुन्हा जागा होतो. तो स्वतःचा देहाशी संबंध जोडतो आणि जगाकडे पाहातो. अशा प्रकारे जग ही मनाची निर्मिती असते.''

''असं कसं काय असू शकतं?'' ती विचारते.

''तुम्ही तुमच्या स्वप्नात जग निर्माण करत नाही का?'' असा प्रश्न करून महर्षी म्हणतात, *''जागृतावस्था हेही दीर्घकाळ चाललेलं स्वप्नच असतं.''*

महर्षी स्पष्ट करून सांगतात की, स्वप्नावस्थेतील व जागृतावस्थेतील अनुभव द्रष्ट्याचं अस्तित्व दाखवतात. देह आणि मन हा द्रष्टा होऊ शकत नाहीत. द्रष्टा गाढ झोपेतसुद्धा असतो. फक्त द्रष्टाच एका अवस्थेतून दुसऱ्या अवस्थेत जातानाही असतो. या अवस्था क्षणभंगूर असतात. जेव्हा एखादा गाढ झोपेत असतो तेव्हा, तो अस्तित्वात आहे असं जग म्हणतं का? – ते विचारतात.

''नाही,'' ती तरुणी म्हणते, ''पण जग आत्ता मला त्याच्या अस्तित्वाबद्दल सांगतंय. मी जरी त्याचं अस्तित्व नाकारलं तरी; मला दगडावर आदळल्यावर ठेच लागणारच. ही ठेच दगडाच्या अस्तित्वाचा आणि पर्यायानं जगाच्या अस्तित्वाचा पुरावा आहे.''

''अगदी बरोबर,'' ते मान्य करतात, 'दगडामुळे पायाला दुखापत होते, पण

तिथं दगड आहे, असं पाय म्हणतो का?'

"नाही... मी," तरुणी उत्तरते.

"हा 'मी' कोण आहे?" महर्षी उत्तरतात, "आपण यापूर्वी पाहिलं आहे, तसा तो देह किंवा मन असू शकत नाही. हा 'मी' म्हणजे जागृतावस्था, स्वप्न व निद्रितावस्थेचा अनुभव घेणारा घटक आहे. या तीन अवस्था म्हणजे बदल आहेत, ज्यांचा व्यक्तीवर परिणाम घडत नाही. हे अनुभव सिनेमागृहात पडद्यावर सरकणाऱ्या चित्रांसारखे आहेत. चित्रं पडद्यावर दिसणं वा न दिसणं, याचा पडद्यावर परिणाम होत नाही. त्याचप्रमाणे या तिन्ही अवस्था आलटून-पालटून आल्या तरी त्याचा 'स्व'वर परिणाम घडत नाही. जागृतावस्था व स्वप्नावस्था ही मनाची निर्मिती असते. अशा प्रकारे 'स्व' सर्व गोष्टी सामावून घेतो...."

" 'स्व' म्हणजेच आनंद, तीच परिपूर्णता हे समजून घेणं म्हणजेच साक्षात्कार होय," महर्षी समारोप करतात.

"पण युद्धं सुरू आहेत, अशा परिस्थितीत, साक्षात्कार घडलेला माणूस कसा काय आनंदी राहू शकेल?"

"सिनेमाच्या पडद्यावर आगीच्या लोळाचं किंवा समुद्र उसळल्याचं दृश्य आलं म्हणून त्याचा त्या पडद्यावर परिणाम घडतो का?" महर्षी विचारतात. " 'स्व'चंही तसंच आहे."

त्यानंतर पुढचं विधान येतं – ते कोड्यात टाकणारं तर आहेच, पण समजून घ्यायलाही अवघड आहे.

"मी देह अथवा मन आहे, ही कल्पनाच इतकी सखोल आहे की, ती एखाद्याला पटली तरी पचवता येत नाही," महर्षी म्हणतात, "माणूस स्वप्नाचा अनुभव घेतो. जागं झाल्यावर स्वप्न काल्पनिक असणार आहे, हे त्याला माहीत असतं. *जागेपणीचा अनुभव इतर अवस्थांमध्ये काल्पनिक असतो.* अशा प्रकारे प्रत्येक अवस्था इतर अवस्था खोट्या ठरवते. त्यामुळे द्रष्ट्या माणसात त्या केवळ बदल घडवतात किंवा स्वमध्ये काही विलक्षण गोष्टी घडतात, पण 'स्व' अभंग राहातो व त्यावर परिणाम घडत नाही. *जागृतावस्था, स्वप्नावस्था व निद्रितावस्था या जशा विलक्षण गोष्टी आहेत तसंच, अभंग व परिणाम न घडणाऱ्या 'स्व'मध्ये जन्म, वृद्धी व मृत्यू या विलक्षण गोष्टी आहेत. जन्म व मृत्यू या फक्त कल्पना आहेत. त्या देह वा मनाशी संबंधित असतात... मरणाधीनता ही फक्त एक कल्पना आणि दुःखाचं कारण आहे. 'स्व'चं अमर स्वरूप ध्यानात घेतल्यानंतर तुम्हाला त्यापासून मुक्ती मिळते."*

ही चर्चा दुसऱ्या दिवशी पुन्हा सुरू झाली.

"स्वप्न व जागृतावस्था यामध्ये काहीही फरक नाहीये का?" महर्षींना प्रश्न

केला जातो. *''या दोन्ही अवस्थांमध्ये काळाचे मापदंड वेगळे असतात,''* ते *उत्तरतात, ''एवढंच! बाकी या अनुभवांमध्ये काहीही फरक नसतो.''*

तुम्ही झोपता आणि तुमचं पन्नास वर्षांचं आयुष्य पाच मिनिटांत सामावल्याचं स्वप्नात बघता. जागृतावस्थेतल्यासारखंच हे स्वप्नसुद्धा अजून सुरूच आहे, अशी जाणीव देतं. ''आता यातलं खरं कुठलं? तुमच्या जागृतावस्थेतील पन्नास वर्षांचा काळ खरा की, तुमच्या स्वप्नातला पाच मिनिटं इतका अल्प काळ?''

गुरूंच्या भेटीला आलेल्या एका व्यक्तीला 'अवाढव्य जगाच्या मायाजाला'बद्दल अधिक जाणून घ्यायचं होतं. महर्षींचे भक्त – एस.एस. कोहेन यांनी लिहिलं आहे. ''आपण जे जग मायाजाल आहे असं म्हणतो,' ती व्यक्ती म्हणते, 'पण त्यातली प्रत्येक गोष्ट कडक नियम पाळते. यावरून असं सिद्ध होतं की, हे सुनियोजित व शिस्तबद्ध आहे.''

''होय,'' महर्षी म्हणतात, ''ज्यानं मायाजालाचं चित्र उभं केलं, त्यानंच त्याला शिस्तबद्धतेचं व सुनियोजिततेचं स्वरूप दिलं.''

गुरूंना भेटायला आलेला आणखी एक माणूस जागृतावस्था व स्वप्नावस्थेतील फरकाबद्दल विचारतो. या दोन्हींमध्ये खरंच काही फरक आहे का? तो महर्षींना विचारतो.

''काहीही नाही,'' महर्षी नि:संदिग्धपणे सांगतात, ''फक्त इतकंच की, जागृत मनुष्य जागृतावस्थेतील माणसाला दुसऱ्यापेक्षा जास्त टिकाऊ वाटतो, स्वप्न पाहाणाऱ्या माणसाला तसं वाटत नाही. जागृतावस्थेतील माणसाला कधी-कधी आपल्या स्वप्नात शेकडो वर्षांचा कालखंड आला होता असं वाटतं, त्यामुळे तो त्याला भासमान संक्रमण म्हणतो, प्रत्यक्षात या दोन्ही अवस्थांच्या स्वरूपात जराही फरक नाही.''

पण तो माणूस चिकाटी सोडत नाही : पण हा फरक राहातोच की, आपण दरवेळी जागृतावस्थेत परत येतो तेव्हा आपण त्याच ठिकाणी येतो, आपण त्याच लोकांना भेटतो, आपण तीच कामं करतो, आपले इंटरेस्ट तेच असतात, पण आपण स्वप्नावस्थेत जातो, तेव्हा असं घडत नाही.

महर्षी अविचल आहेत. ''असं घडण्याचं कारण म्हणजे, स्वप्नात सगळ्या गोष्टी अतिशय जलद गतीनं घडतात. जागृतावस्थेत असताना त्या तुमच्यासमोर असतातच. तुम्ही प्रत्येक वेळी स्वप्नात प्रवेश करता, तेव्हा तिथं आपण परके आहोत असं तुम्हाला वाटतं का? तुम्हाला इथं जसं आपल्या माणसांत व परिचित ठिकाणी अगदी घरच्यासारखं वाटतं, तसं तिथं वाटत नाही?... मग ते स्वप्न जागृतावस्थेतल्यासारखंच खरं असेल. मग त्यात काय फरक आहे? तुम्ही जर स्वप्न ही भ्रामक कल्पना आहे असं म्हणत असाल, तर तुम्ही जागृतावस्थाही तशीच

का नाही मानत?''

तो माणूस चिवटपणे विचारतो : अर्जुनानं कृष्णाचं दैवी स्वरूप पाहिलं होतं, तो गीतेतला दाखला देतो. ही कल्पना खरी होती का?

रमण महर्षी आधी गीतेच्या संदर्भातली कल्पना नीट मांडतात. दुसऱ्या अध्यायात कृष्ण म्हणतो, 'मला स्वरूप नाही...' तर नवव्या अध्यायात तो त्रिलोकांपलीकडे जातो. त्यानंतर तो काळ असतो. काळाला स्वरूप असतं? महर्षी म्हणतात, या अगदी उघड विसंगतीची उकल त्यानं कृष्णाला सांगितलेल्या गोष्टीत आहे : ''तुझी जे पाहाण्याची इच्छा आहे ते तू माझ्यात पाहा...'' म्हणजेच 'त्या'चं स्वरूप द्रष्ट्याच्या इच्छा व संकल्पनांनुसार बदलतं.

पुरुष दैवी दिव्य दृष्टीबद्दल बोलतात, तरी त्या चित्रात खुद्द द्रष्ट्यासमवेत त्यांचं निरनिराळं चित्रण करतात. संमोहनतज्ज्ञसुद्धा एखाद्याला विलक्षण गोष्टी व अपूर्व घटना पाहायला लावू शकतो. त्याला तुम्ही चलाखी व जादूचे प्रयोग म्हणून नाक मुरडता, मात्र आधीच्या उदाहरणाची दैवी म्हणून स्तुती करता. असा फरक का? वस्तुस्थिती अशी आहे की, सर्वच दृश्यं भासमान आहेत, मग ती जाणिवेतून निर्माण झालेली असोत वा विशुद्ध संकल्पना म्हणून मनातून निर्माण झालेली असतो. हेच सत्य आहे.

श्री रमण महर्षींची दीर्घकाळ भक्ती करणारे, तिरुवन्नमलाईचे रहिवासी– मेजर चॅडविक जगात वास्तव शोधण्याचा निराळा मार्ग शोधतात. ते म्हणतात, ''मन प्रकट झाल्यानंतर जग प्रकट होतं असं म्हणतात. मी झोपतो तेव्हा मन असतं. पण त्या वेळी इतरांसाठी जग अस्तित्वात नसतं का? जग सार्वत्रिक मनाची निर्मिती आहे असं यावरून दिसून येत नाही का? मग हे जग ऐहिक नाहीतर केवळ स्वप्नवत आहे, असं आपण कसं काय म्हणायचं?''

''जग एका व्यक्तीच्या मनाचं आहे का सार्वत्रिक मनाचं आहे, ही गोष्ट जग तुम्हाला सांगत नसतं. माणसाचं मन जग पाहात असतं. मन नाहीसं झालं की, जगही नाहीसं होतं.''

त्यानंतर महर्षी त्यांची एक बोधकथा सांगतात :

एक माणूस स्वप्नात वडिलांना पाहातो. त्याच्या वडिलांचं तीस वर्षांपूर्वी निधन झालं होतं. त्यानंतर त्याला स्वप्न पडतं की, त्याला आणखी चार भाऊ आहेत आणि त्याच्या वडिलांनी त्यांची सगळी संपत्ती भावांमध्ये विभागली आहे. मग भांडण होतं. त्या माणसाचे भाऊ त्याला मारहाण करतात... आणि तो घाबरून जागा होतो. मग त्याला आठवतं की, आपण एकटे आहोत. आपल्याला भाऊ नाहीत आणि वडील तर पूर्वीच वारले आहेत. त्याचं भयभीत मन संतुष्ट होतं. म्हणजे पाहा – आपण आपला 'स्व'

पाहातो तेव्हा जग नसतं, आणि जेव्हा 'स्व' आपल्या दृष्टिआड होतो, तेव्हा आपण स्व:ला जगाशी बांधून घेतो.[६]

महर्षींच्या दृष्टिकोनातून पाहाता, सामान्य जागृतावस्था; ज्यामध्ये आपल्याला 'स्व' दिसत नाही, स्वप्नावस्थेपेक्षा वेगळी नसते. हे आपण कसं समजून घ्यायचं?

"आपण हे जग आणि इथली माणसं कशी नाकारू शकतो?" एक ब्रिटीश महिला विचारते. "मी संगीत ऐकते. ते मधुर आणि उच्च दर्जाचं आहे. ते वॅगनरचं संगीत आहे हे मी ओळखते. ते संगीत माझं आहे असा मी दावा करू शकत नाही."

"वॅगनर आणि त्याचं संगीत तुझ्याविना अस्तित्वात आहे का?" महर्षी विचारतात. "हे वॅगनरचं संगीत आहे, असं म्हणायला तू असल्याखेरीज त्याची तुला जाणीव होईल का? ते असल्याची जाणीव झाल्याखेरीज ते अस्तित्वात आहे, असं म्हणता येईल का? हे आणखी स्पष्ट करायचं, तर तुला गाढ झोपेत असताना वॅगनरचं संगीत ओळखतं का? आणि तरी तू म्हणतेस की, तू झोपेत अस्तित्वात असतेस. म्हणजे ही गोष्ट स्पष्ट आहे की, वॅगनर व त्याचं संगीत ही केवळ तुझी कल्पना आहे. ते तुझ्यातच आहे, तुझ्या पलीकडे नाहीत."

यावरून दोन गोष्टी स्पष्ट होतात :

- श्री रमण महर्षी हे विश्व, जग, आपला देह, सर्व वस्तू, सर्व संवेदना, सर्व अनुभव ही सगळी 'मानासिक कल्पनाचित्रं' मानतात. ही सगळीच्या सगळी आपल्या मनाची निर्मिती आहे;
- महर्षींचं म्हणणं शब्दश: घेतलं तर सगळे दु:खभोग अमान्य केले जातात. हे सगळं आपल्याइतकंच काल्पनिक ठरतं, निदान आपल्या सगळ्यांची स्वत:बद्दलची जी समजूत असते, ती तरी काल्पनिक ठरते.

आणि तरीही महर्षींच्या स्वत:च्या आयुष्याची जगाशी शंकराचार्यांसारखी पक्की गोवणूक होती. ते म्हणतात, त्यांनी ईशस्तोत्रं रचली. त्यांना अरुणाचल पूज्य होतं. त्यांना भक्त होते – ज्यांच्याबद्दल त्यांना खूप आस्था होती. त्यांचं पशुपक्ष्यांवर प्रेम होतं आणि त्यांचं त्यांच्याशी सर्वाधिक प्रेमाचं नातं होतं. 'लक्ष्मी' नावाच्या गाईवर तर त्यांचा विलक्षण जीव होता. ही सगळी अस्तित्वं म्हणजे केवळ कल्पनाचित्रं असताना हे असं सगळं होतं?

मग, ते बरेचदा इतक्या नि:संदिग्धपणे व ठामपणे जी भूमिका मांडायचे ती आपण कशी समजून घ्यायची?

म्हणजे, आपल्या ज्ञानेंद्रियांद्वारे आपल्याला जे जग समजतं तसं ते नसतं – हे स्वीकारण्यात काही अडचण नाही; आपल्याला सूक्ष्म जंतू दिसत नाहीत, पण ते

---

६. टॉक्स विथ श्री रमण महर्षी.

प्राणनाशक असू शकतात; आपल्या ज्ञानेंद्रियांसाठी सामर्थ्यशाली साहाय्यक साधनांविना आपल्याला विश्वातलं दूरचं दिसू शकत नाही आणि तरीही तिथं असीमता आहे. त्याचप्रमाणे, आपल्याला आपल्या ज्ञानेंद्रियांद्वारे जेवढं दिसतं तेवढंच संपूर्ण जग नाही – हेही समजून घ्यायला सोपं आहे. ज्यावर मी 'टाईप' करतो तो लॅपटॉप, ज्यावर तो ठेवलेला असतो ते टेबल, या गोष्टी घनरूप दिसतात, तरीही त्या भिरभिरते इलेक्ट्रॉन्स, प्रोटॉन्स व न्यूट्रॉन्सचा समूह असतात, पंचेंद्रियांपैकी कुठल्याही इंद्रियानं मला समजू शकणार नाहीत, अशी अस्तित्वं असतात.

हे सगळं सहज समजण्याजोगं आहे. पण सगळं काही 'भासमान'? फक्त आपल्या मनाची कल्पनाचित्रं?

हे वाटतं तितकं भासमान नाही

जग प्रथमदर्शनी जसं वाटू शकेल तितकं भासमान नाही, या महर्षींच्या विधानावर चिंतन केल्यानंतर, त्यातून शंकेचं निरसन करणारी पहिली गोष्ट प्रकटते!

या संदर्भात शंकराचार्यांवर केलेल्या टीकेसंदर्भात श्री रमण काय म्हणतात ते आपण पाहू. तांत्रिक लोक शंकराचार्यांना समजून न घेताच त्यांच्यावर मायावादाचा आरोप करतात. महर्षी सांगतात, त्यावर शंकराचार्यांनी तीन विधानं केली : (१) ब्रह्म खरं आहे; (२) विश्व काल्पनिक आहे; (३) ब्रह्मच विश्व आहे. ते पहिल्या विधानाशी थांबलेले नाहीत. ब्रह्मच विश्व आहे आणि ब्रह्मच खरं आहे, तर विश्व काल्पनिक कसं असू शकेल?

सलग वाचा, या तिन्ही विधानांतून असा अर्थ ध्वनित होतो की, ब्रह्माविना विश्वाची कल्पना भासमान आहे; विश्वाची ब्रह्म म्हणून केलेली कल्पना खरी आहे. आपण सत्य जाणून घेऊ लागलो की, तत्क्षणी काही चुकीचे ग्रह नाहीसे होतात. आपण मंद प्रकाशात पाहिलं तर दोरीचं वेटोळं सापासारखं दिसतं; आपण घाबरतो. मित्र ते उचलून घेतो; दुसऱ्या दिवशी, ती दोरी मंद प्रकाशात सापासारखी दिसत असली, तरी तिची भीती वाटत नाही – 'दोरीचं सत्य समजल्यानंतर, साप असल्याचा भ्रम कायमचा दूर झाला.' पण इतर जाणिवा टिकून राहातातच, आपण त्यांच्याकडे वळलो नाही किंवा त्यापासून दूर असलो तरी. आपल्यासमोर दिसतंय ते मृगजळ आहे हे कळल्यानंतरसुद्धा तिथं पाणी आहे असंच दिसतं, पण आपण आता आपली तहान भागवण्यासाठी तिथं जात नाही. जग हे मृगजळासारखं काल्पनिक आहे : 'हे माहीत असूनही ते दिसतं. तेच ब्रह्म म्हणून जाणलं पाहिजे, त्यापेक्षा भिन्न नव्हे.'

महर्षी म्हणतात, जेव्हा वस्तू या वस्तू म्हणून पाहिल्या जातात – इतक्या असंख्य व विविध प्रकारच्या – तेव्हा त्या भासमान असतात. जेव्हा त्या ब्रह्म म्हणून पाहिल्या

जातात तेव्हा त्या खऱ्या असतात – त्यांना त्यांची वास्तविकता 'ब्रह्म'च्या आधारे लाभते.

'जग असत्य आहे असं म्हणण्याचा अर्थ काय?' असं विचारलं असता महर्षी म्हणतात, ''याचा अर्थ जग खरं आहे,'' आणि ते एका संस्कृत श्लोकाचा दाखला देतात, त्याचा अर्थ असा आहे की, अज्ञानातून पाहिलेलं जग असत्य असतं, पण तेच जग ज्ञानी दृष्टिकोनातून 'ब्रह्म' म्हणून पाहिलं तर खरं असतं.[७]

त्या ज्ञानामध्ये अर्थातच 'स्व' हेच ब्रह्म आहे हेही ज्ञान असतं. आणि म्हणूनच महर्षी बरेचदा 'ब्रह्म' ऐवजी 'स्व' शब्दप्रयोगातून हीच जाणीव मांडतात.

शोधक म्हणतो, 'द्रष्टा खरा आहे असं म्हटलं जातं. डोळ्यांनी पाहिलेलं भासमान आहे, असं म्हटलं जातं. पण द्रष्टा आणि डोळ्यांनी पाहिलेलं एकच आहे असंही म्हटलं जातं. मग डोळ्यांनी पाहिलेलं भासमान कसं?'

''या साऱ्याचा अर्थ असा की,'' महर्षी समजावून सांगतात, ''डोळ्यांनी पाहिलेलं म्हणजे स्वतंत्र अस्तित्व असं मानलेलं असतं... म्हणजेच 'स्व'पेक्षा निराळं, ते भासमान असतं. डोळ्यांनी पाहिलेलं द्रष्ट्यापेक्षा वेगळं नसतं. अस्तित्वात असतो तो 'स्व'... ना द्रष्टा, ना डोळ्यांनी पाहिलेलं. 'स्व' च्या संदर्भात डोळ्यांनी पाहिलेलं खरं असतं.''[८]

गुरूंना भेटायला आलेला एक जण विचारतो, ''श्री अरविंद म्हणतात की, जग खोटं आहे आणि तुम्ही व वेदान्तवादीही म्हणता की ते खोटं आहे. जग खोटं कसं असू शकेल?''

''वेदान्तवादी जग खोटं आहे असं म्हणत नाहीत,'' महर्षी सांगतात. ''हा गैरसमज आहे. त्यांनी असं म्हटलं, तर वेदान्तिक वचनाला काय अर्थ राहील का? सर्व काही ब्रह्म आहे? त्यांच्या म्हणण्याचा अर्थ एवढाच आहे की, जग हे जग म्हणून खोटं आहे, पण ते 'स्व' म्हणून खरं आहे. तुम्ही जर जग 'स्व' नाही असं मानलंत तर ते खरं नाही. प्रत्येक गोष्ट, मग तुम्ही त्याला जग म्हणा, माया अथवा लीला अथवा शक्ती म्हणा, ती स्वमध्येच असली पाहिजे, त्यापासून वेगळी नसावी....''

आणखी काही प्रश्नांना उत्तरं देताना महर्षी म्हणतात, ''दोन्हीही विधानं – जग मोहजाल आहे आणि जग खरं आहे – सत्य आहेत. ती विकासाच्या निरनिराळ्या टप्प्यांसंदर्भात आहेत आणि निरनिराळ्या दृष्टिकोनांच्या संदर्भात सांगितलेली आहेत.

''महत्त्वाकांक्षी माणूस व्याख्येनं आरंभ करतो – म्हणजे जे खरं आहे, ते कायम

---

७. जी.व्ही. सुब्बरामय्या, Sri Ramana Reminiscences, श्री रमणाश्रम्म, तिरुवन्नमलाई, (१९६७/१९७९)

८. ए. देवराजा मुदलियार, डे बाय डे विथ भगवान, श्री रमणाश्रम्म, तिरुवन्नमलाई, (१९६८/१९८९)

अस्तित्वात असतं; मग तो हे जग भासमान मानून दूर सारतो, कारण ते बदलत असतं... शोधक माणूस अखेर स्वप्नात पोहोचतो आणि तिथं त्याला एकात्मता नित्याचीच असल्याचं आढळतं. मग, सुरुवातीला जे भासमान म्हणून नाकारलं होतं, ते त्या एकात्मतेचाच भाग असल्याचं आढळतं. वास्तवात रमून गेल्यामुळे जगही खरं असतं. तिथं फक्त आत्मसाक्षात्कारात असल्यामुळे....''[९]

जग खरं नाही ही जाणीव दर्शवण्यासाठी महर्षी ज्या गोष्टी सांगतात त्यातील सूक्ष्म भेद लक्षात घ्या – ब्रह्माखेरीज जग; ब्रह्म या आधाराविना पाहिलेलं जग; ब्रह्म या कल्पनेखेरीज स्वतंत्र जग, ब्रह्मामधील जग. यातील फरक व त्यांचा उद्देश आपल्याला एक पायरी पुढं नेतात.

महर्षी कधी-कधी म्हणायचे, 'मिथ्या' म्हणजेच 'सत्यम्'. मुदलियार यांनी लिहून ठेवलं आहे. त्यामुळे एके दिवशी त्यांनी श्री रमण यांना याचा अर्थ विचारला.

''होय, मी नेहमी असं सांगतो,'' श्री रमण महर्षी म्हणाले आणि त्यांनी उलट मुदलियारनाच विचारलं की, तुम्हाला 'सत्यम्' व 'खरं' याचा काय अर्थ समजला आहे?

त्यावर मुदलियारनी प्रमाण उत्तर दिलं की – जे चिरंतन व अपरिवर्तनीय आहे ते 'खरं'. त्यावर श्री रमण यांनी अधिक सविस्तर विवेचन केलं आहे. ते उत्तर आपल्याला नेमकं 'खरं' म्हणजे काय आणि उर्वरित सगळ्या गोष्टी भासमान का ठरतात, हे समजण्यासाठी साहाय्य करेल.

महर्षी म्हणतात, ''जग घडवणारी ही नावं आणि आकार सतत बदलतात आणि नाश पावतात. त्यामुळे त्यांना 'मिथ्या' म्हटलं जातं. 'स्व' मर्यादित करणं आणि त्याला या नावांनी, आकारांनी ओळखणं 'मिथ्या' आहे. या साऱ्याला 'स्व' मानणं हे वास्तव आहे....''

महर्षी पुढं म्हणतात :

> जो स्व पाहातो, तो या जगातही फक्त 'स्व'च पाहातो. ज्ञानी माणसाच्या लेखी जग दृग्गोचर आहे किंवा नाही या गोष्टीला काहीही महत्त्व नाही, त्याचं लक्ष कायम 'स्व'वरच असतं. अक्षरं व ती ज्या कागदावर छापली आहेत त्या कागदासारखं हे असतं. तुम्ही जर त्या अक्षरांत पूर्णत: तल्लीन झाला असलात तर तुमचं कागदाकडे अजिबात लक्ष जात नाही. पण ज्ञानी माणूस फक्त कागदालाच सत्याधार मानतो, मग त्यावर अक्षरं छापलेली असोत वा नसोत.[१०]

---

९. टॉक्स विथ श्री रमण महर्षी.

१०. डे बाय डे विथ भगवान.

दोन मुद्दे पुन:पुन्हा नमूद केले आहेत. पहिला म्हणजे, जगातील वस्तू दर्शकाशिवाय अस्तित्वात असू शकत नाहीत; त्यामुळे त्या 'स्व'पेक्षा निराळ्या नाहीत. दुसरा मुद्दा म्हणजे, त्या 'स्व'वर परिणाम घडवत नाहीत; त्यामुळे 'स्व'च्या संदर्भात त्या खऱ्या नाहीत. या विधानांचा अर्थ कोणत्या संदर्भात घ्यायचा हे ठरवताना, तसंच दु:खभोगांसारख्या अनुभवांच्या संदर्भात त्यांचं काय महत्त्व आहे, हे ठरवताना महर्षींनी सांगितलेले, हे पैलू ध्यानात घ्या.

"लोकांना त्यांचा रोजचा दिवस, सदैव हजर असणारे व चिरस्थायी अनुभव कळत नाहीत, एवढंच नव्हे तर त्यांना ते समजूनही घ्यायचे नसतात.''

पॉल ब्रुन्टन यांच्यासमवेत झालेल्या चर्चेदरम्यान ते म्हणतात, "मात्र ते पलीकडे काय आहे, ते जाणून घेण्यास उत्सुक असतात – म्हणजे स्वर्ग, नरक, पुनर्जन्म. कारण त्यांना गूढ गोष्टी फार आवडतात, त्यांना नागवं सत्य नको असतं. धर्म त्यांना गोंजारतात – फक्त त्यांना 'स्व'च्या भोवती आणण्यासाठी. आजवर इकडं-तिकडं भटकल्यानंतर आता तुम्ही फक्त 'स्व'कडे परत आलं पाहिजे. मग आत्ता आणि इथंच 'स्व'मध्ये का वास करू नये?

"इतर लोकांमध्ये स्व हा दर्शक अथवा युक्तिवादकर्ता असतो,'' ते म्हणतात, "त्यांची वास्तवता ही फक्त दर्शक अथवा विचारवंत यांच्याइतकीच असते. *ते दर्शक, इ. शिवाय अस्तित्वात असू शकत नाहीत, त्यामुळे ते 'स्व'पेक्षा निराळे असतात.*''

अर्थातच, हे स्वयंसिद्ध नसतं. तुम्ही-आम्ही अन्नावाचून जगू शकत नाही, म्हणून काय आपण अन्नासारखेच असतो? पृथ्वी हा खचितच आपण ज्यावर वसतो, ज्यामुळे आपण अस्तित्वात असतो असा आधार आहे, पण म्हणून आपण पृथ्वी असतो का? किंवा, आपण हवेविना अस्तित्वात राहू शकत नाही म्हणून आपण हवा असतो का? आरशामधल्या प्रतिमा आरशाविना अस्तित्वात असू शकत नाहीत, खरं आहे, पण म्हणून त्या प्रतिमा व आरसा एकसारखे असतात, असं म्हणता येईल का? आपण त्या प्रतिमा उचलून खोलीत फेकून देऊ शकत नाही, पण आपण आरसा मात्र फेकून देऊ शकतो. का याचा अर्थ असा आहे की, आपण त्या प्रतिमा पाहात असलो, तरी त्या अस्तित्वात नसतात?

आणि एवढंच नाही, तर हा मुद्दा आणखी पुढं रेटला आहे : प्रतिमा आणि आरसा यांचं जे नातं आहे, तेच जग आणि विशुद्ध जाणिवेचं नातं आहे. आपल्याला सांगितलं जातं, वास्तवात जग अस्तित्वात नसतं. ही उपमा पुरेशी नाही? का मूलभूत सिद्धान्त स्वीकारण्यास कठीण आहे?

महर्षी स्पष्ट करतात की, हे आपल्याला दिसून येत नाही, याचं कारण म्हणजे आपण आपला आपल्या देहाशी, जाणिवांशी संबंध जोडून आणि जगात ज्या लीला

सुरू आहेत, त्यामुळे गोंधळात पडत असतो. कारण साक्षात्कार घडलेल्या माणसाच्या लेखी 'सब्जेक्ट' आणि 'ऑब्जेक्ट' सगळं स्वमध्येच विलीन होतं. द्रष्टा आणि डोळ्यांनी पाहिलेलं 'स्व' असतं. आणि असे अनेक 'स्व' नसतात. सगळं काही असतं, ते फक्त 'स्व.'११

महर्षी बरेचदा दुसरं एक कारण देतात. ते असं की : आपल्या सर्वांच्या समान जाणिवा – स्वतंत्र अस्तित्व, जग व त्यातल्या वस्तू, अगदी देवसुद्धा – ही सगळी 'मी'ची कल्पना आहे. या जाणिवा गाढ झोपेत असताना नसतात – जर त्यांना स्वतंत्र अस्तित्व असतं, तर असल्या असत्या. 'मी' या विचाराचा प्रवेश झाल्यानंतरच त्या निर्माण होतात. त्या 'मी जग आहे', 'मी देह आहे', असं म्हणत नाहीत. ते आपण म्हणतो. 'त्यामुळे, या फक्त तुमच्या कल्पना आहेत. आपण कोण आहोत हे तुम्ही शोधून काढा, मग तुमच्या सगळ्या शंकांची अखेर होईल.'

जगाबद्दलची मानसिक संकल्पना, देहाबद्दलची मानसिक संकल्पना, इ.च्या संदर्भात या गोष्टी समजून घेता येतात.

ही मानसिक संकल्पना गाढ झोपेत असताना अस्तित्वात नसते, म्हणजे ही कल्पना ही मनाची निर्मिती आहे. म्हणजे ती स्वबळावर खरी नाही.

रमण यांच्यासारखा संतमहात्मा कायम जगापेक्षा जगाच्या कल्पनेवरच फक्त लक्ष एकवटतो, याला काय कारण असेल? आपण पाहू या.

'विचार शत्रू असतात. ते विश्वाच्या निर्मितीला जबाबदार असतात. ते नसतील तर जगही नसतं, वा निर्माता देवही नसता; असं आपल्याला सांगितलं जातं, तेव्हा हाच विचार असतो. 'स्व'चा आनंद हे एकमात्र अस्तित्व असतं.'

अशी असंदिग्ध व स्पष्ट विधानं समजून घेण्याचा एक मार्ग म्हणजे, ती विधानं स्वतंत्र शोधकाच्या नजरेतून तयार झाली आहेत, असा विचार करणं – त्याच्या मनात विचार निर्माण होण्यामुळेच त्याच्यासाठी नावाचं व स्वरूपाचं जग निर्माण होतं. जेव्हा हे विचार दूर होतात, तेव्हा त्याच्या लेखी विश्व नसतंच.

श्री रमणांसारखे संत कायम शोधकाच्या दृष्टिकोनातून विषयाची स्पष्ट-स्वच्छ-सूत्रबद्ध मांडणी करतात यामागं काही कारण असेल का? आपण लवकरच पाहू.

जग व त्यातील विलक्षण गोष्टी भासमान असल्याचं म्हटलं जाण्याचं तिसरं कारण म्हणजे, त्याचा 'स्व'वर परिणाम घडत नाही. श्री रमण नेहमी सांगतात की, चित्रपटातील आगीच्या दृश्यामुळे चित्रपटाचा पडदा जळत नाही किंवा चित्रपटातील पुराच्या पाण्यानं चित्रपटाचा पडदा भिजत नाही किंवा चित्रपटाच्या

---

११. टॉक्स विथ श्री रमण महर्षी.

दृश्यातील हत्यारामुळे पडद्याला इजा पोहोचत नाही; त्याप्रमाणे या गोष्टींचा 'स्व'वर परिणाम घडत नाही.

आपल्या दृष्टीनं, हा विषय या वस्तुस्थितीप्रत येतो की : 'स्व'ची असं अस्तित्व म्हणून व्याख्या केली आहे की, जे कधीही बदलत नाही. म्हणजेच आणि म्हणून, ज्यावर कोणत्याही गोष्टीचा परिणाम घडत नाही.

ज्ञानी माणसाच्या दृष्टीनं, ही 'स्व'ची व्याख्या आहे, कारण हा त्याचा नैसर्गिक गुणधर्म आहे.

तीन उत्तरं

ज्यामुळे, पवित्र ग्रंथात व रामकृष्ण परमहंस व श्री रमण यांनी हे जग 'भासमान' म्हटलं आहे, त्याचं पहिलं कारण 'सत्या'च्या व्याख्येत दडलेलं आहे.

महर्षी योग-मुक्तीचा मार्ग समजावून सांगत आहेत. ते म्हणतात,

"माणसानं चिकाटीनं प्रयत्न केला पाहिजे. यशातून यश निर्माण होतं. एका गोष्टीवर विजय मिळवता आला की, पुढच्या गोष्टीवर विजय मिळवता येतो... आणि अशा प्रकारे सर्व गोष्टींवर विजय मिळवता येतो. ही प्रक्रिया शत्रूचं मनुष्यबळ कमी करत-करत संपवून टाकण्यासारखी असते. एकेक करत एकेक गोष्ट संपवून टाकणं."

"या प्रक्रियेचं उद्दिष्ट काय?" भक्त विचारतो.

"सत्याचा साक्षात्कार."

"सत्याचं स्वरूप काय?"

आणि इथं आपण त्या उत्तराप्रत येतो, ज्यायोगे आपल्याला हा सिद्धान्त समजू शकेल.

महर्षी म्हणतात :

(अ) आरंभ अथवा अंत याखेरीज असणारं अस्तित्व – चिरंतन

(ब) सर्वत्र, अनंत, अमर्याद अस्तित्व

(क) सर्व आकार, सर्व बदल, सर्व शक्ती, सर्व जड वस्तू व सर्व चैतन्य यांच्या मुळाशी असलेलं अस्तित्व

बऱ्याच गोष्टी बदलतात आणि संपून जातात, मात्र एक गोष्ट कायम टिकून राहते.

(ड) ती एक गोष्ट तीन गोष्टी बदलते – जाणणारा, ज्ञान आणि ज्ञात.

ही त्रयी फक्त काल आणि अवकाश यामध्ये असते, मात्र वास्तव त्यापलीकडे असतं. ही त्रयी वास्तवावरील मृगजळासारखी असते. ही त्रयी हा भ्रमाचा परिणाम असतो.

आपल्या य:कश्चित दृष्टिकोनातून हा विषय जगाची व्याख्या कशी केली जाते,

या मुद्द्यावर येतो. आपण धर्मकृतीची व्याख्या मानू शकलो असतो : या विलक्षण जगात, ज्यामध्ये आनुषंगिक परिणाम घडवण्याचं सामर्थ्य असतं, ती गोष्ट 'सत्य'– दगड 'खरा' आहे, कारण जेव्हा तो फेकून मारला जातो, तेव्हा तो खिडकीच्या काचेचं तावदान फोडू शकतो, तसंच एखादा विचार 'खरा' असतो, कारण तो अशा कृतीला चालना देऊ शकतो, जी एखाद्याला साहाय्यभूत होऊ शकते किंवा त्याला दुखावू शकते किंवा बौद्धवादी भूमिका की – वस्तुत: 'सत्य' असं काहीच नाही आणि न बदलणारं काहीच नाही; 'अस्तित्व'ही नाही; आहे ते फक्त अखंड 'बनणं'; आणि यामुळे क्षणभंगुरता हेच एकमात्र सत्य आहे; अपरिवर्तनीय स्वतंत्र अस्तित्व हा मनाच्या द्वैतवादी सवयींचा परिणाम आहे – मन स्वत:च स्वत:च्याच आदर्श संकल्पनेपेक्षा वेगळं चित्र रेखाटतं. असे पर्याय समर्थनीय ठरले असते; ते अनेक ज्ञानी व्यक्तींनीही ठामपणे सांगितले आहेत – ते बौद्धवादी होते – जसा श्री रमण यांनी पर्याय पाहिला व आखूनही दिला; ते पर्याय रोगनिवारकही ठरले : कोणत्याही गोष्टीला वा अस्तित्वाला केंद्रच नसल्यामुळे; प्रत्येक गोष्ट सतत बदलत असल्यामुळे; प्रत्येक गोष्ट, प्रत्येक टप्पा कमी करता न येण्याजोग्या असमाधानकारकांनी बिघडत असतो, त्यामुळे जे काही घडलं आहे त्यामुळे अस्वस्थ का व्हायचं? आपण जर असं मानलं, तर आपल्याला दु:खातून तशीच सुटका मिळेल का, जशी आपल्यासमोर येणारी मतं मानली तर मिळू शकेल?

पण आपल्या संतमहात्म्यांनी सत्याची व्याख्या केली आहे त्यानुसार जग, आपले देह व भावना, जागृतावस्था-स्वप्नावस्था-प्रगाढ निद्रितावस्था या तीन अवस्था वगैरे सर्व 'भासमान' ठरतं. संतमहात्मे ज्या उंचीवरून पाहातात, तिथून सत्याची ही वैशिष्ट्यं आहेत, अशी व्याख्या केली जाते. कारण ते तसंच असतं.

श्री रामकृष्ण वरचेवर अत्यानंदाच्या अवस्थेत जात असत याबद्दल वाचताना, श्री रमण उदात्त व शाश्वत आनंदात आहेत असं डोळ्यांसमोर आणतो त्या वेळी, आपल्याला वाटतं, हा सुखकर अनुभव इतका भारून टाकणार आहे की, त्यानंतर यापेक्षा तो जराही कमी असेल, तर तो वाटणार नाही. हा अनुभव जणू आपण हिमालयाची यात्रा करतोय असा आहे – त्याचं मूक वैभव, त्याची लुकलुकती उदात्तता... मग आपण परत येतो आणि पुन्हा दिल्लीबाहेर निघालेलो असतो, तेव्हा कुणीतरी चीत्कारतं, 'आऽऽहा, अरवली पर्वत आला.' अशा वेळी आपण म्हणणार नाही का की, 'काय म्हणालात? अरवली पर्वत? हा पर्वत नाहीये, या तर लहानशा टेकड्या आहेत, चिचुंद्रीनं उकरून ठेवलेला मातीचा ढिगारा. पर्वत पाहायचे तर कसौनीला जा आणि हिमालय पाहा.'

त्याचप्रमाणे हा गूढ अनुभव इतका भारून टाकणारा असला पाहिजे की, त्याच्या तुलनेत बाकी सगळं काही अगदी क्षुल्लक... अगदी नगण्यच वाटतं.

रामकृष्ण अशा आनंदसमाधीत असताना, त्यांच्या नजरेतून सगळ्या गोष्टी कशा दिसत असतील याबद्दल सांगताना परमहंस म्हणतात, "...परमेश्वराच्या चरणकमलांचं ध्यान करत असताना मी विलक्षण मनोवस्थेत जातो. माझ्या देहाचं वस्त्र जमिनीवर गळून पडतं आणि माझ्या पायापासून माथ्यापर्यंत काहीतरी सरपटत वर सरकतंय असं मला जाणवतं. *त्या अवस्थेमध्ये* मला सगळं अगदी कस्पटासमान वाटतं..."[१२] श्री रमणही बरेचदा असंच म्हणतात.

भक्त विचारतो, "जग स्वप्न आहे याचा अर्थ काय?" तो म्हणतो, "मला स्वप्नात मित्र दिसतात; मी जागा झाल्यानंतर त्यांना विचारतो, तेव्हा आम्ही स्वप्नात एकत्र मिळून काय केलं त्याला ते पुष्टी देऊ शकत नाहीत. पण जागृतावस्थेत असताना ते सगळे मिळून ज्या गोष्टी करतात, त्याबद्दल ते सांगू शकतात. म्हणजे, या दोन्ही अवस्था एकसारख्या नाहीत."

श्री रमण त्यांच्या वैशिष्ट्यपूर्ण विनोदबुद्धीनं हा विषय तात्पुरता बाजूला ठेवतात : ते त्या भक्ताला सांगतात, स्वप्नात घडलेल्या गोष्टींना पुष्टी मिळण्यासाठी तुम्ही त्या व्यक्तीला स्वप्नात, स्वप्न सुरू असतानाच विचाराला हवं!

"मुख्य मुद्दा असा आहे" – आणि हाच मुद्दा आत्ता आपण विचार करतोय त्या विषयाशी संबंधित आहे – "की, तुमच्या स्वप्नावस्थेतील कोणत्याही अनुभवाच्या सत्यतेबद्दल, जागृतावस्थेत आल्यानंतर खात्रीपूर्वक सांगायला तुम्ही तयार आहात का? त्याचप्रमाणे, जी व्यक्ती ज्ञानामध्ये जागी झाली आहे, ती व्यक्ती जागृतावस्थेतील अनुभवाबद्दल खात्रीनं सांगू शकत नाही. त्याच्या दृष्टीनं, जागृतावस्था हे स्वप्न असतं."[१३]

जागृतावस्था, स्वप्नावस्था व गाढ झोप या तिन्ही अवस्था भासमान आहेत. कारण त्या येतात आणि जातात, पण त्यांच्या मुळाशी असलेली विशुद्ध जाणीवच फक्त खरी असते, कारण ती बदलत नाही. ते त्यापुढं म्हणतात : "कुणीही कितीही समजावून सांगितलं तरी, एखाद्या व्यक्तीला आत्मसाक्षात्कार घडत नाही आणि आजवर इतके दिवस आपण स्वयंसिद्ध व एकमात्र अस्तित्वाबद्दल कसे अनभिज्ञ होतो असं त्याला वाटत नाही, तोवर ही वस्तुस्थिती स्पष्ट होणार नाही." रमण गीतेमध्ये हीच गोष्ट सांगितली आहे. ज्ञानी माणूस 'स्व'मध्ये इतका पूर्ण मग्न झालेला असतो की, त्याला इतर काहीही समजत नाही – एवढंच नव्हे, तर त्याला सगळ्या गोष्टी 'स्व'च वाटतात. 'जागृतावस्थेतील अशा माणसासारख्या, ज्याचं

---

१२. द गॉस्पेल ऑफ श्री रामकृष्ण.

१३. ए. देवराजा मुदलियार, 'Day to Day with Bhagavan.'

एकाच गोष्टीवर चित्त एकाग्र आहे,' रमण गीतेच्या प्रस्तावनेत विद्वान कपाली शास्त्री यांनी म्हटलं आहे, 'त्या वेळी त्याला इतर कुठल्या गोष्टीच्या अस्तित्वाबद्दल वा अस्तित्वशून्यतेबद्दल काहीही विचार नसतो. कारण इतर गोष्टी घेण्यास किंवा आठवण्यास वेळच नसतो; त्याचप्रमाणे, 'स्व' स्वरूपात स्थित व्यक्ती विश्वापासून अलिप्त असते, त्याच्या दृष्टीनं हे जग असत्य असतं असं म्हणता येईल....'१४

गणपती मुनी श्री रमणांचे निस्सीम भक्त होते : 'रमण गीता' रचल्यानंतर व तिचा प्रसार झाल्यानंतर, जेव्हा कधी प्रश्न विचारला जात असे, तेव्हा श्री रमण शोधक व्यक्तीला त्याच्या प्रश्नाचं उत्तर या ग्रंथात पाहायला सांगत असत. कपाली शास्त्री त्यांच्या काळातले सुविख्यात विद्वान होते – त्यांची श्री रमण व श्री अरविंद या दोघांवरही तितकीच दृढ भक्ती होती.

हे संतमहात्मे, जग व देह, इ. केवळ मनाची कल्पनाचित्रं आहेत, या मताबाबत किती आग्रही आहेत, हे अनेक ठिकाणी स्पष्ट होतं.

'जीव' व 'ईश्वर' एकच आहे? का ते वेगवेगळे आहेत? मृत्यूसमयी वा साक्षात्कार घडल्यानंतर ते एक होतात का?

श्री रमण या संदर्भात निरनिराळे दाखले देतात आणि म्हणतात, "तथापि हे शेवटी असेल. आपण आत्ता यासाठी स्वत:ला त्रास द्यायला नको. 'जीव' असतो हे सर्वांनाच मान्य आहे. माणसाला 'जीव' म्हणजेच 'स्व' शोधू दे. त्यानंतर मग, 'स्व' परमेश्वरात विलीन करायचा का, तो त्याचाच अंश आहे का, त्यापेक्षा निराळा आहे हे शोधता येईल...."१५

"योगी पुरुषाला त्याच्या गतजन्मांबद्दल माहीत असतं का?" एक भक्त विचारतो.

"तुम्हाला वर्तमान जन्म इतका चांगला समजला आहे का की, तुम्हाला गतजन्म जाणून घ्यावासा वाटतो?" महर्षी म्हणतात.

"तुमचं वर्तमान आयुष्य शोधून काढा, मग बाकीचं आपोआप समजेल. आपल्याला आत्ता असणाऱ्या मर्यादित ज्ञानामुळे आपल्याला इतकं भोगावं लागतं. मग तुम्हाला स्वत:वर आणखी ज्ञानाचं ओझं लादून आणखी क्लेश का ओढवून घ्यायचे आहेत?"

भक्त यांना श्री अरविंद यांच्या शिकवणीबद्दल व तिची त्यांच्या स्वत:च्या शिकवणीशी कशी तुलना होते, याबद्दल प्रश्न विचारत आहेत.

---

१४. Sri Ramana Gita, Being the Teachings of Bhagavan Sri Ramana Maharshi composed by Sri Vasishtha Ganapati Muni with Sanskrit Commentary Prakasha of Sri T. V. Kapali Sastriar, श्री रमणाश्रमम्, तिरुवन्नमलाई, (१९९८/२००६).

१५. टॉक्स विथ श्री रमण महर्षी.

महर्षी म्हणतात, ''श्री अरविंद संपूर्ण शरणागतीचा उपदेश करतात. आपण सर्वप्रथम त्याप्रमाणे करू या आणि काय घडतं त्याची वाट पाहू या, मग गरज पडली तर पुढं चर्चा करू या, आत्ता नको. ज्यांनी मर्यादांचा त्याग केलेला नाही अशांशी अलौकिक अनुभवांबद्दल चर्चा करून काहीही उपयोग नाही. शरणागती म्हणजे काय ते समजून घ्या....''

''श्री अरविंद आत्मसाक्षात्कारापासून आरंभ करून पुढं प्रगती झाल्याचं सांगतात, त्याबद्दल काय?'' भक्त विचारतो.

''आपल्याला आधी साक्षात्कार घडू द्या आणि मग पाहा,'' महर्षी म्हणतात.

श्री रमण साक्षात्कार व तो घडण्याचे मार्ग याबद्दलच्या विविध सिद्धान्ताविषयी सविस्तर विवेचन करतात आणि मग सांगतात, ''वस्तुस्थिती अशी आहे की : सत्य असतं. त्यावर कसल्याही चर्चेचा परिणाम घडत नाही. आपण सत्यासोबत राहू या, निष्फळ चर्चेत गुंतायला नको.''

''मृत्यूनंतर माणसाचं काय होतं?'' भक्त विचारतो.

''स्वत:ला जिवंत वर्तमानात गुंतवून ठेवा,'' महर्षी त्याला सांगतात, ''भविष्य स्वत:च स्वत:ची काळजी घेईल. भविष्याची काळजी करू नका....''

एक भक्त म्हणतो : सर्वकाळ, सर्वव्यापी ईश्वराचं ध्यान समजायला कठीण आहे.

''देवाला एकट्याला सोडा. तुमचा 'स्व' ताब्यात ठेवा.'' महर्षी उपदेश करतात.

''मृत्यूनंतर माणसाचा पुन्हा जन्म होण्यास किती काळ लागतो? तो मृत्यूनंतर लगेच होतो का पुनर्जन्म नंतर कधीतरी होतो?'' एक भक्त विचारतो.

''तुम्ही तुमच्या जन्माआधी काय होतात ते तुम्हाला माहीत नाही, तरीही तुम्हाला मृत्यूनंतर तुमचं काय होईल जे जाणून घ्यायचं आहे,'' महर्षी म्हणतात, ''तुम्ही आत्ता काय आहात ते तुम्हाला माहीत आहे?''

फेब्रुवारी, १९३८ : युरोप युद्धाच्या दिशेनं जोराची वाटचाल करत आहे. त्या दरम्यान महर्षींना भेटायला दोन स्त्रिया आलेल्या आहेत – एक लंडनची आणि दुसरी न्यूझिलंडची आहे. त्या महर्षींना विचारतात, ''जागतिक शांततेसाठी कार्य करण्याचा सर्वोत्तम मार्ग कोणता?''

या प्रश्नाचं महर्षींनी दिलेलं उत्तर त्यांचा अशा शंकांकडे पाहण्याचा दृष्टिकोन दर्शवतं. ''जग म्हणजे काय?'' ते विचारतात. ''शांती म्हणजे काय, आणि कार्य करणारा कोण आहे? जग तुमच्या झोपेमध्ये नसतं, ते तुमच्या जागृतावस्थेत तुमच्या मनाचं काल्पनाचित्र असतं. त्यामुळे ती फक्त एक कल्पना आहे, बाकी काही नाही. शांतता म्हणजे गोंधळ नसतो. गोंधळ निर्माण होतो तो व्यक्तीच्या – म्हणजे विशुद्ध जाणिवेतून प्रकटणारा अहंकार – मनात विचार उद्भवण्यामुळे तुम्ही जगासाठी कार्य

करण्याची व इथल्या युद्धांची काळजी का करत आहात? अशा गोष्टींची काळजी, ज्याबाबत तुम्ही फारसं काही करू शकत नाही?'' ते त्यांना वस्तुत: सांगत आहेत, जे तुम्ही दुरुस्त करू शकता त्यावर काम करा – तुमच्या स्वत:च्या मनावर.

अशी अनेक उदाहरणं देता येतील – ईश्वराचं स्वरूप, साक्षात्कारी अवस्था, अशा प्रकारचं कर्म ज्याचं फळ मृत्यूनंतर चाखता येईल, इ. इ. प्रश्नांना त्यांनी दिलेली उत्तरं. श्री रमण महर्षींच्या प्रतिसादाचा निश्चित आकृतिबंध आहे : त्यांना भेटायला येणारे लोक अथवा भक्त दर वेळी अशा प्रश्नांचा पाठपुरावा करताना दिसतात की, जे त्यांनी स्वत:च्या बाबतीत करायला हवं त्याच्याशी निगडीत नसतात. मग महर्षी त्यांना त्यांच्या कामाकडे परत आणतात, म्हणजेच त्यांच्याचकडे... त्यांनी त्यांच्या जीवनात जी पुढची पायरी गाठायला हवी तिथं आणतात.

हा या संदर्भातला समजण्यास अत्यंत कठीण मुद्दा आहे. एकीकडे, जेव्हा हे थोर संत-महात्मे जगाबद्दल बोलतात, आणि त्यामुळे आनंद व दु:खासारखे आपले अनुभव भासमान असल्याचं सांगतात, तेव्हा ते स्वत:च्या अनुभवाचं प्रतिबिंब दाखवत असतात – त्यांनी अत्युच्च स्थितीची नुसती झलकच पाहिलेली नसते, तर ते सतत तशाच अवस्थेत जगत असतात त्यामुळे त्यांना बाकी सगळं अगदी क्षूद्र – अगदी असत्य वाटण्याइतकं क्षूद्र वाटत असतं.

दुसरीकडे ते खात्रीनं सांगत असतात की, बाकी सगळं भासमान आहे. त्याचं कारण असतं – भक्तांना त्यापासून दूर नेणं, त्यांना अंतरंगाकडे वळवणं. श्री रमण महर्षींबद्दल ऑर्थर ऑसबोर्न यांनी हा मुद्दा त्यांच्या नेहमीच्या थेट व सुबोध शैलीत मांडला आहे : श्री रमण यांना सैद्धांतिक प्रणाली स्थापित करण्यात रस नव्हता, ते लिहितात; त्यांना भक्तांना प्रत्यक्ष कृतीकडे वळवण्याबाबत आस्था होती.[१६]

त्या क्षणी त्यांच्याशी बोलणाऱ्या भक्तानं पुढच्या क्षणी काय करावं, यावर त्यांचं लक्ष असे. त्यामुळे आपल्याला बरेचदा ते एखाद्या व्यक्तीला विषयाच्या एका पैलूवर भर देऊन सांगताना दिसतात, तर दुसऱ्याला पूर्णत: निराळ्याच गोष्टीवर – गीतेमध्ये श्रीकृष्णांनी सांगितलं आहे, त्यावर बोलतात.

भक्त आणि भेटीला येणारे लोक जगातील व्यवहारांच्या पसाऱ्यात गुरफटलेले असताना, रामकृष्ण व श्री रमण यांच्यासारखे संत-महात्मे जगाचा चुकीचा अर्थ लावण्याबद्दल कायम रागावत होते. यामध्ये त्यांना श्रोत्यांना जगापासून दूर नेऊन, त्यांना 'आत' डोकावून शोध घ्यायला प्रवृत्त करणं, हा उद्देश होता.

हे आपल्याला महर्षींच्याच शब्दात वाचायला मिळतं. सुरी नागम्मा यांनी

---

१६. द टीचिंग ऑफ रमणी महर्षी, ऑर्थर ऑसबोर्न, रायडर अँड कं. लंडन, (१९६२/१९७५).

त्यांच्या अत्यंत नम्र व साध्यासोप्या 'लेटर्स फ्रॉम श्री रमणाश्रमम्' या ग्रंथात श्री रमण महर्षींनी कथन केलेलं निरीक्षण नोंदवलं आहे. हे संपूर्ण वाचायला हवं, कारण त्यामध्ये संपूर्ण विषय सुयोग्य दृष्टिकोनातून मांडलेला आहे आणि आपल्यासारख्या सामान्य माणसांच्या दृष्टीनं पूर्णत: आवाक्याबाहेरच्या वाटणाऱ्या अनेक विधानांमागचा उद्देश त्यामध्ये समजतो.

महर्षी म्हणतात :

> प्रश्न पडतो की : ब्रह्म सत्य आहे आणि जग माया आहे असं म्हटलं जातं, पुन्हा असं म्हटलं जातं की, संपूर्ण विश्व ही ब्रह्माचीच प्रतिमा आहे. या दोन्ही विधानांचा मेळ कसा घालायचा? साधक टप्प्यावर जग ही माया आहे, असं तुम्हाला म्हणावं लागतं. दुसरा कुठला मार्गच नसतो कारण, माणूस जेव्हा आपणच ब्रह्म आहोत हे विसरतो आणि या भ्रमात राहातो की, त्याचा देह क्षणभंगूर असलेल्या देहांनी व्यापलेल्या जगात आहे आणि तो या भ्रमात सोसत राहातो, तेव्हा हे जग भासमान आणि माया आहे, या गोष्टीचं तुम्ही त्याला स्मरण द्यावं लागतं. का?
>
> कारण, त्याच्या दृष्टिकोनामुळे त्याचा 'स्व' विसरला गेला आहे आणि तो बाह्य भौतिक विश्वात वास करत आहे; आणि हे सगळं बाह्य भौतिक विश्व भासमान आहे, ही गोष्ट तुम्ही त्याच्यावर ठसवल्याखेरीज तो अंतर्मुख होऊन आत्मनिरीक्षण करणार नाही. एकदा त्याला त्याच्या 'स्व'चा साक्षात्कार घडला की, त्याला संपूर्ण विश्वच ब्रह्म वाटू लागेल. त्याच्या 'स्व'खेरीज विश्व असणार नाही. जोवर माणूस साऱ्याचा मुळारंभ असणारा 'स्व' पाहात नाही, पण फक्त बाह्य जगाकडे सत्य व शाश्वत म्हणून पाहातो, तोवर तुम्ही त्याला सांगितलं पाहिजे की, हे सर्व बाह्य जगत माया आहे. एक कागद घ्या. आपल्याला फक्त कागदावरील मजकूर दिसतो. ज्या कागदावर तो मजकूर लिहिलेला आहे तो कागद कुणाच्याच लक्षात येत नाही. त्या कागदावर तो मजकूर असो वा नसो, तो कागद तिथं असतो. जे लोक मजकुराकडे सत्य म्हणून पाहातात त्यांना आपण सांगावं लागतं की, तो भासमान आहे, एक भ्रम आहे... कारण तो त्या कागदावर आधारलेला असतो. ज्ञानी माणूस कागद आणि मजकूर या दोन्हीही गोष्टी एकच आहेत असं मानतो... तसंच ब्रह्म आणि विश्वही.[१७]

---

१७. सुरी नागम्मा, लेटर्स फ्रॉम श्री रमणाश्रमम्, रमणाश्रमम्, तिरुवन्नमलाई, (१९७०/१९८५).

शंका दूर करणारे निष्कर्ष :

त्यामुळे जग जग भासमान आहे हे प्रतिपादन, आपल्या दुःखभोगांच्या वास्तवाच्या पार्श्वभूमीवर सुरुवातीला आपल्याला जितकं भयंकर वाटलं असेल; तितकं आता वाटणार नाही :

- ही प्रतिपादनं काही प्रमाणात साधनं आहेत – आपल्याला बाह्य गोष्टींपासून मागं खेचून अंतरंगाकडे वळवणारी... विशेषत: आपल्या अंतर्मनात काय चाललंय याकडे वळणारी;
- काही प्रमाणात, हा विषय 'सत्या'च्या व्याख्येकडे वळतो;
- जग, आपले देह, आपल्या वेदना ही सगळी 'मनाची कल्पनाचित्रं' आहेत, अशा अर्थाच्या विधानांमागचा उद्देश त्यांची सत्यता नाकारणं हा नाहीतर, आपलं लक्ष सतत आपल्या हातातील मुख्य साधनावर, म्हणजेच आपल्या मनावर केंद्रित करणं हा आहे;
- काय सत्य आहे आणि कोणती गोष्ट केवळ मनाचं कल्पनाचित्र आहे, या संदर्भात संत-महात्मे व आपले पवित्र ग्रंथ सतत हा विचार मांडत असतात. कारण ऑसबोर्न म्हणतात त्याप्रमाणे, त्यांचं उद्दिष्ट कुठली सैद्धांतिक प्रणाली स्थापन करणं हे नसून, 'आत्ता आणि इथं' आपण काय केलं पाहिजे, या दिशेनं आपल्याला वळवणं हे आहे;
- गूढवादी दृष्टिकोनातून अर्थातच प्रत्येक गोष्ट क्षुल्लक वाटते, अगदी क्षूद्र; पण श्री रामकृष्ण व श्री रमण यांच्या जीवनकालात सिद्ध झाल्याप्रमाणे, आणि पामर भक्तांना ते जे काही सांगतात त्यावरून, त्यांनासुद्धा इतरांच्या वेदना चटका लावत असत, आणि लोकांच्या दुःखावर फुंकर घालण्यासाठी त्यांनी खूप काही केलं.

हे सगळं असलं तरी मूळ मुद्दा उरतोच – श्रीकृष्णांनी गीतेत म्हटल्याप्रमाणे 'स्व' वा 'आत्मा' असतो जो नाशरहित, न बदलणारा आहे, त्याला विस्तव जाळू शकत नाही वा पाणी भिजवू शकत नाही.

आज आपण आत्म्याबद्दल काय म्हणू शकतो? गूढवादी जी अनुभवलेली हकिकत सांगतात आणि त्यांनी पाहिल्याचं सांगतात, त्याबाबत मानसशास्त्रज्ञ व न्यूरोसायंटिस्ट्स काय म्हणतात?

आता आपण या प्रश्नांकडे वळू.

◆

टेकू काढून घेताना...

"बौद्ध विश्वउत्पत्तीचे सिद्धान्त," वक्तामहोदय म्हणाले... क्षणभर थांबले... त्यांनी आजूबाजूला नजर टाकली आणि ते पुढं म्हणाले, "लाजिरवाणे आहेत."

हे ऐकताच सभागृहात खसखस पिकली... थोडी अविश्वासाची भावना, थोडंसं अवघडलेलं वातावरण आणि थोडं आश्चर्यही पसरलं.

"लाजिरवाणे आहेत," वक्तामहोदय पुढं बोलू लागले, "ते फेकून दिले पाहिजेत."

ते हसले... त्यांचं खळाळतं हास्य संसर्गजन्य होतं.

मग त्यांनी नेहमीप्रमाणे त्यांचं म्हणणं सविस्तरपणे मांडलं : बौद्ध तत्त्वज्ञानानं वस्तुस्थितीला सामोरं गेलं पाहिजे. विज्ञानातील नवे शोध काही प्राचीन ग्रंथांच्या म्हणण्याच्या विरोधात असतील, तर या ग्रंथांनी सुधारक प्रगती केली पाहिजे.[१]

आम्ही दिल्लीत अशोका हॉटेलमध्ये होतो. दलाई लामा कुमारशिलाच्या ध्यानधारणेवरील ग्रंथावर व्याख्यान देत होते.

दलाई लामांनी बौद्ध तत्त्वज्ञान विज्ञानासाठी नुसतं खुलं केलं नाही, तर त्यांनी बौद्ध तत्त्वज्ञानात वैज्ञानिक दृष्टी समाविष्ट करण्याचा प्रयत्न केला आहे. सोग्याल रिनपोशे यांनी लिहिलं आहे की, एखाद्या लहान मुलाला अथवा मुलीच्या तिच्या आदल्या जन्मातलं आठवतंय असं कळल्यानंतर, त्या मुलाची वा मुलीची तपासणी करण्यासाठी टीम पाठवा अशी दलाई लामांची प्रतिक्रिया होती.[२] दलाई लामांनी

---

१. या संदर्भातील दलाई लामांचं भाष्य जाणून घेण्यासाठी शेरॉन बेग्ले यांचं, Train Your Mind, Change Your Brain, बॅलान्टाईन बुक्स, नवी दिल्ली, (२००७-२००८), हे पुस्तक वाचा.

२. सोग्याल रिनपोशे, The Tibetan Book of Living and Dying, पान ८६-८८ रॅण्डम हाउस, लंडन, (१९९३).

बौद्ध मठांमध्ये विज्ञान हा विषय म्हणून सुरू केला आहे. दुसऱ्या दिवशी मला त्यांच्या फिजिशिअनकडून कळलं की, त्यांनी फिजिशिअन व इतर शास्त्रज्ञांना अशा केसेसचा बारकाईनं अभ्यास करण्यासाठी सक्षम केलं होतं, ज्यामध्ये थोर गुरू मरण पावतो आणि तरीसुद्धा कित्येक दिवस त्याच्या शरीराचं विघटन होण्याच्या कसल्याही खुणा दिसत नाहीत. ज्या फिजिशिअननं सांगितलं की, थोर गुरूंचं निर्वाण झाल्यानंतर मी स्वत: तिथं तेरा दिवस हजर होतो आणि हवेत उष्णता व दमटपणा असूनही त्यांचं शरीर अगदी उत्तम अवस्थेत होतं.

दलाई लामांनी 'माइंड ॲन्ड लाइफ इन्स्टिट्यूट'च्या उभारणीत योगदान दिलं आहे. ही संस्था इतर उपक्रमांबरोबरच – आघाडीचे शास्त्रज्ञ व बौद्ध विद्वान दलाई लामांचासुद्धा त्यात सहभाग असतो – यांच्या चर्चा आयोजित करते. यामध्ये आघाडीचे शास्त्रज्ञ – भौतिकशास्त्र, न्यूरोसायन्स व इतर शाखांतील महत्त्वाचे संशोधक – आपापल्या क्षेत्रांमधल्या ताज्या प्रगतीचा अहवाल सादर करतात, आणि बौद्ध अधिकारी व्यक्ती व अनुयायी, बौद्ध गुरूंच्या जे अनुभवास आलं आणि प्रमाण मानण्याजोग्या ग्रंथांत जे जतन केलं आहे, त्या संदर्भातील प्रगतीबाबत त्यांना समजलेल्या गोष्टी सांगतात. त्यांची नाखुशी असूनही, दलाई लामांनी तिबेटी ध्यानगुरूंना न्यूरोसायंटिस्टना वेळ देण्यास प्रोत्साहित केलं होतं, ज्यायोगे कठोर व दीर्घकालीन ध्यानाचे शरीर विज्ञानावर आणि मेंदूच्या कार्यावर घडणारे परिणाम तपासता यावेत व त्यांची नोंद ठेवता यावी.[३]

''बौद्ध तत्त्वज्ञान हा धर्म नाही,'' त्यांनी म्हटलं आहे. ''ते मनाचं विज्ञान आहे.''

---

३. शॅरॉन बेग्ले यांच्या या संदर्भातील पुस्तकात दलाई लामा, बौद्ध विद्वान व न्यूरोसायंटिस्ट्स यांच्या २००४ साली धरमशाला इथं झालेल्या बैठकीचा वृत्तान्त आहे. त्याचप्रमाणे पियर लुइगी लुइसी व जारा हौशमंड यांच्या Mind and Life, Discussions with the Dalai Lama on the Nature of Reality, कोलंबिया सिरीज इन सायन्स अँड रिलीजन, कोलंबिया युनिव्हर्सिटी प्रेस, न्यू यॉर्क, २००९मध्ये जीवशास्त्रज्ञ व पदार्थविज्ञानाचे अभ्यासक यांच्याशी दलाई लामा, बौद्ध भिक्षू व विद्वान यांच्या परस्परसंवादांचं वर्णन आहे. नोव्हेंबर, २०१०मध्ये दलाई लामांच्या 'फाउंडेशन फॉर युनिव्हर्सल रिस्पॉन्सिबिलिटी' आणि 'माइंड ॲन्ड लाइफ इन्स्टिट्यूट'नं संयुक्तरित्या दिल्लीत एका बैठकीचं आयोजन केलं होतं. या बैठकीला हिंदू, जैन व इतर धर्मांचे आघाडीचे अनुयायी हजर होते. दलाई लामांनी त्यांना, त्यांच्या परंपरेतील योगगुरू, ध्यानगुरू, इत्यादींना न्यूरोसायंटिस्ट्स व पदार्थविज्ञानाच्या अभ्यासकांसमवेत काम करण्याचा आग्रह धरण्यासाठी प्रोत्साहित केलं, ज्यायोगे यापद्धतींचा मेंदू, मन व जाणिवेवर होणाऱ्या परिणामांचा अभ्यास करता येईल.

यामध्येच धडा नाही का? आपण आपल्या प्राचीन ग्रंथांबाबत इतके बचावात्मक असतो! फार थोडे लोक त्यांचा अभ्यास करतात. पण प्रत्येक जण आग्रहानं व आत्मविश्वासपूर्वक सांगत असतो की, त्यामध्ये सत्य असतं, केवळ सत्य असतं, संपूर्ण सत्य!

आपल्या मूलभूत ग्रंथांमध्ये अर्थातच गहन ज्ञान आहे. मात्र त्यामध्ये बऱ्याच गोष्टी तत्कालीन आहेत – या ग्रंथांची रचना झाली किंवा त्यामध्ये भर घालण्यात आली त्या वेळी ज्या समजुती व स्पष्टीकरणं मानली जात असत, ती त्यामध्ये आली. आपल्या धर्माचं एक बलस्थान म्हणजे, अनेक सुधारकांनी व भाष्यकारांनी त्याकडे नव्यानं पाहिलं आहे. अगदी अलीकडच्या काळातसुद्धा स्वामी दयानंद, स्वामी विवेकानंद, श्री अरविंद व इतर काही व्यक्तींनी या ग्रंथांचा सर्वस्वी नवा अर्थ लावला आहे. या प्रक्रियेत, त्यांनी बराच ऊहापोह केला आहे – काही वेळा त्याचा मोठा गाजावाजा करून, स्वामी दयानंदांच्या उदाहरणासारखं, तर काही वेळा फक्त प्रत्यक्षात केलं आहे. हा नवेपणा गांधीजींच्या काळापर्यंतसुद्धा दिसत होता. डॉ. एस. राधाकृष्णनन् यांची उपनिषदांच्या अनुवादाला लिहिलेली प्रस्तावना किंवा राजगोपालाचारी यांची उपनिषदातील काही निवडक उताऱ्यांच्या संक्षिप्त संकलनाची प्रस्तावना वाचा. अर्थात, गांधीजींच्या बाबतीत सांगायचं तर ते बीजगणितासारखं होतं, जो कंसात बदल करत नाही, पण कंसाच्या बाहेरचं चिन्ह बदलतो! त्यांनी गीतेतल्या शब्दांना सर्वस्वी नवा अर्थ शोधला, उदाहरणार्थ : 'sacrifice' म्हणजेच आहुती अथवा बळी दिला जातो, तो प्राण्याचा नव्हे, तर माणसाच्या अहंकाराचा, असा अर्थ बनला; 'prayer' म्हणजे प्रार्थना अथवा विनवणी, पण ती केवळ कुठल्यातरी बाह्य अस्तित्वाची नव्हे तर, ते मानवता रुजवण्याचं, आपल्या प्रयत्नांची परिणती ठरवणाऱ्या परिस्थितीच्या तुलनेत आपण किती नगण्य आहोत, हे शिकवणारं साधन, असा अर्थ बनला; कुरुक्षेत्र हे रक्तलांच्छित युद्धस्थळ उरलं नाहीतर ते माणसाचं हृदय – जिथं चांगल्या-वाइटादरम्यान सतत संघर्ष सुरू असतो – असा अर्थ बनला; कृष्णाचं हिंस्र युद्धाचं आवाहन अहिंसात्मक सत्याग्रहाचं आवाहन बनलं....

या सर्व थोर माणसांनी नव्या ज्ञानासाठी मनाची द्वारं खुली ठेवलेली होती – ज्या गोष्टी धर्माच्या पारंपरिक कक्षांबाहेरच्या आहेत, त्याही बाबतीत आणि ज्या गोष्टी कटाक्षानं धार्मिक आहेत, त्याही बाबतीत.

हा खुलेपणा व आतुरता फक्त थोर सुधारक व अनुकरणीय व्यक्तींचंच वैशिष्ट्य आहे असं नाही, तर हाच खुलेपणा आपल्या धर्मातही आहे. उपनिषदं 'सर्वोच्च स्थानावरील परमेश्वराचे काळ्या दगडावरील रेघ असणारे शब्द' अशा स्वरूपात मानली गेलेली नाहीत, तर ती संभाषणाच्या स्वरूपात आहेत, त्यामध्ये

संवाद नोंदवलेले आहेत – तळमळीची शोधक व्यक्ती आणि आधीच हा मार्ग पार करून गेलेली व्यक्ती, यांच्या दरम्यानचे संवाद. शिष्यही माघार घेणारे नाहीत : ते प्रश्न विचारत राहातात; खरं तर ते त्यांच्या गुरूंची उलटतपासणी घेतात – कठोपनिषदातल्यासारखं, गुरू म्हणजे साक्षात मृत्युदेव यम असूनसुद्धा. ख्रिश्चन धर्मात अखेरचा 'टचस्टोन' आहे येशू – माझे स्नेही अरविंद शर्मा मला स्मरण देतात त्याप्रमाणे, इस्लाममध्ये हा 'अल्लाह' यांचा शब्द आहे, कुरआनमध्ये प्रेषित अंतिम मध्यस्थ आहेत. पण आपल्या बाबतीत, अंतिमत: एखाद्या व्यक्तीचा थेट, व्यक्तिगत अनुभव ही एकमात्र कसोटी आहे.

हा मनाचा खुलेपणा, ज्ञानाच्या संदर्भातील प्रत्येक प्रगती स्वीकारण्याची केवळ इच्छाच नव्हेतर आतुरता; सध्या धार्मिक वर्तुळात क्वचितच दिसून येते. याला बऱ्याच गोष्टी कारणीभूत आहेत. विशिष्ट परंपरांच्या हल्ल्याला तोंड देताना चौकस परंपरांचासुद्धा ठाम खात्री देण्याकडे कल झुकतो. ज्या वेळी धर्म राजकारणाशी जोडला जातो, तेव्हा 'कच्चेपणा' मान्य करणं परवडण्याजोगं नसतं. त्याचबरोबर, जेव्हा धर्माचं मोठ्या 'बिझनेस'मध्ये रूपांतर होतं – आपले बरेच प्रवचनकार त्यांच्या प्रवचनांसाठी भलीमोठी बिदागी घेतात – तेव्हा, केवळ चिरंतन व अंतिम सत्याकडे पोहोचतानाच नव्हेतर विलक्षण सिद्धीही प्राप्त करताना दिसले पाहिजेत.

मनांची कवाडं बंद असली पाहिजेत. आणि ती बंदच आहेत.

पण त्यामुळे ज्ञानाची प्रगती थांबणार नाही. आणि एक दिवस हीच प्रगती धरणाचा वेध घेईल आणि आपण ज्या आधारांवर विसंबून राहातो, ते वाहून जातील.

आपण स्वत:ला प्रत्येक प्रगतीसाठी खुलं ठेवतो, हे किती चांगलं आहे! नव्या ज्ञानाच्या प्रकाशात जे काही स्वच्छ, स्पष्ट पुन्हा मांडणं आवश्यक असतं, ते आपण मांडतो किंवा जर तशी आवश्यकता असेल, तर आपण आपल्या पूर्वजांसमोर जे प्रश्न उभे होते, त्या प्रश्नांसंदर्भातली आपली समज नव्यानं घडवतो.

'आत्मा' आणि त्याची साक्ष देणारा गूढ अनुभव

जगाविषयी मत बनवताना आणि एखाद्या माणसाच्या शोधात मार्गदर्शक ठरू शकेल अशी, आपल्या परंपरेत, पुराव्यादाखल देता येईल अशी गोष्ट आहे. ती गूढवादी मानली जाते.

आपण ज्यांना पूज्य मानतो त्या गूढवादी व्यक्ती, अत्यानंदाची अनुभूती देणारा गूढ अनुभव सांगतात. ड्रग्ज अथवा एखाद्या तत्सम घटकामुळे निर्माण झालेली 'उन्मादावस्था' क्षणभंगूर असते. मात्र, आध्यात्मिक साक्षात्काराद्वारे माणसाला जो अत्यानंदाचा अनुभव येतो तो सखोल आणि अर्थातच संपूर्ण व चिरस्थायी असतो.

त्यामुळे हा अनुभव इतर कशाच्याही तुलनेपलीकडला असतो आणि म्हणूनच

आपण त्यासाठी इतके सगळे परिश्रम घेण्यायोग्य असतो. पण मनाच्या या काल्पनिक अवस्थेवर हा अनुभव आधारलेला नसतो. त्याला कारणीभूत असते ती श्रद्धा. गूढ अनुभव एक छिद्र उघडतो, ज्यातून आपण अलौकिक पाहू शकतो. म्हणजेच वास्तविक घटना (Real Thing) ही श्रद्धाच असते.

हे अलौकिक सत्य काय आहे, त्याचं सार आपल्या चार 'महावाक्यां'मध्ये नमूद केलेलं आहे. मुख्य उपनिषदांमधून एकेक घेऊन. त्यापैकी एक प्रतिपादन आहे – आत्मा ब्रह्म आहे. अयामात्म ब्रह्म; 'हा आत्मा हेच ब्रह्म आहे.' त्यापैकी दोन असं मानतात की, तत् त्वम् असी; 'तूच तो आहेस.' अहम् ब्रह्मास्मी; 'मी ब्रह्म आहे.' आणि एकात म्हटलं आहे – प्रज्ञा ब्रह्मम्; 'जाणीव हेच ब्रह्म.'

लक्षात घ्या, 'देव' या गोष्टीची जी रुढीबद्ध संकल्पना आहे, ती महावाक्यांपैकी एकामध्येही मांडलेली नाही, मात्र आत्मा किंवा त्यासाठी पर्यायवाचक शब्द – 'तू', 'मी', 'जाणीव' – प्रत्येक ठिकाणी येतो. थोडक्यात सांगायचं तर, आपला धर्म 'देवा'वर अवलंबून नाही, तर आत्म्यावर अवलंबून आहे. आत्मा, जाणीव, ब्रह्म व त्यांचं एकत्व – हा आपल्या धर्माचा मुख्य गाभा आहे.

हे 'सत्य' आहे, ज्याची साक्ष गूढ अनुभव पटवतात. आणि आपल्या धर्माच्या दृष्टिकोनातून त्यामध्येच त्याचा मुख्य उद्देश आणि त्याचं प्रचंड मोल दडलेलं आहे.

ज्यांना असा अनुभव येतो, त्यांच्यासाठी हा अनुभव भारून टाकणार असणार यात शंकाच नाही : प्राचीन काळापासून ते अगदी अलीकडच्या काळापर्यंत – म्हणजे श्री रामकृष्ण व श्री रमण महर्षींच्या उदाहरणांपर्यंत – लोकोत्तर व्यक्तींच्या अनुभवाबद्दल मुळीच शंका घेता येणार नाही. पण प्रश्न उरतोच : हा अनुभव फक्त अशा व्यक्तीच्या आत जे काही घडलंय; त्याचीच साक्ष देतो का, अस्तित्वात असलेल्या व त्या व्यक्तीच्या पलीकडे जाणाऱ्या वास्तवाचीही साक्ष देतो?

हेच दुसऱ्या शब्दांत सांगायचं तर, जेव्हा तो अशा अवस्थेप्रत जातो, तेव्हा लोकोत्तर व्यक्तीला 'तिथं' काहीतरी दिसतं का? का, असं असतं की, ती व्यक्ती कळत-नकळत तिच्या देहात, मेंदूत व मनात अशी मालिका उत्पन्न करायला शिकते, ज्यायोगे ती व्यक्ती त्या अवस्थेप्रत जाते आणि जे काही घडतं, ते म्हणजेच हा प्रवास असतो?

या प्रश्नाच्या उत्तराचे आपल्या धर्मात दूरवर पोहोचणारे परिणाम दिसतात. जर देव नसेल तर फार काही घडत नाही, पण जर आत्म्याचं अस्तित्वच नसेल, तर आपल्या धर्माचा संपूर्ण इमलाच कोसळतो, आणि तो पुन्हा उभारावा लागतो. आपण आत्ता विचारात घेतलेल्या साध्याशा प्रश्नासाठी या पर्यायांचं महत्त्व स्पष्ट आहे. जर हे सगळं घडणं म्हणजे लोकोत्तर व्यक्तीनं त्याच्या मेंदू व देहात उत्पन्न केलेल्या मालिकेमुळे तो अत्यानंदी अवस्थेत जाणं असेल, तर त्याचं तात्पर्य इतकंच असेल

की : दुःखभोगाला सामोरं जाण्याचा एक मार्ग म्हणजे तशी मालिका उत्पन्न करायला शिकणं, ज्यायोगे आपल्याला ती अवस्था व वेदना जाणवणार नाही. पण जर लोकोत्तर व्यक्तीनं नमूद केलेल्या गोष्टी आपल्या मूलतत्त्वाच्या बाबतीत खऱ्या असतील – आत्मा-वास्तवाचं स्वरूप-ब्रह्म आणि त्याचं आपल्या आत्म्याशी एकत्व – तर मग, आपण अनुभवत असलेले दुःखभोग खऱ्या अर्थानं, केवळ पृष्ठभागावरचा एक ओरखडा आहे, काहीतरी अगदी वरवरचं, अगदी क्षुल्लक, आणि बरेचदा अगदी स्पष्ट... श्री रमण महर्षींनी दिलेली उत्तरं आपण याआधी पाहिली आहेतच.

'आत्मा' असतो ही संकल्पना हा, आपला धर्म उभारत असलेल्या इमारतीचा पाया आहे. आणि अलौकिक अनुभव त्याच्या स्वतंत्र, कशावरही अवलंबून नसलेल्या, चिरस्थायी अस्तित्वाची साक्ष देतात.

आता चार प्रकारच्या घटना पाहा.

काही घटना आणि निष्कर्ष :

एखादी व्यक्ती त्याच्या किंवा तिच्या 'स्व'चा 'चिरंतन प्रवाहाशी मिलाफ घडल्याचं...' लिहिते; 'निश्चल मन व शांत हृदयात वास घडल्याचं...' लिहिते; 'माझ्या डोक्यात नाट्यमय स्तब्धता निवास करण्यास आली आहे...' असं लिहिते; तो किंवा ती 'आम्ही आता स्वतःपलीकडे कुणाशीही व कुठल्याही गोष्टीशी कसल्याही भावनिक नात्याचं ओझं वागवत नाही, आमचं चैतन्य शाश्वत आनंदप्रवाहाच्या नदीतल्या लाटा झेलण्यास मुक्त होतं...' असं लिहिते; 'बाटलीतल्या राक्षसाला तिथून मुक्त झाल्यावर जसं वाटत असेल, तसं मला वाटतंय...' असं लिहिते; 'मूक अत्यानंदाच्या सागरात विहरणाऱ्या भल्यामोठ्या व्हेल माशासारखी माझ्या चैतन्याची ऊर्जा वाहातेय, असं मला वाटतं. भौतिक अस्तित्व म्हणून आपण जो सर्वश्रेष्ठ आनंद घेऊ शकतो, त्यापेक्षाही अधिक आनंद... शारीरिक मर्यादा नसणं, हा अतिशय आल्हादक शाश्वत आनंद होता... मला लहान व एकाकी असल्याची भावना असायची, पण आता मला प्रचंड व विस्तीर्ण असल्याचं जाणवतं...' असं लिहिते; 'मी अशा अवस्थेत होतो ज्यामध्ये मला फक्त आत्ता, इथं, आत्ता या क्षणी एवढंच समजत होतं, आणि ती अवस्था फार सुंदर होती... मी आता एकाकी व इतरांपासून दूर नव्हतो. माझा आत्मा विश्वाइतकाच मोठा होता आणि मी अथांग सागरात आनंदानं विहरत होतो... मला पूर्ण भान होतं, आपण त्या प्रवाहात आहोत ही माझी समजूत होती. माझ्या दृश्य जगातल्या साऱ्याचा मिलाफ घडला होता, आणि ऊर्जा उत्सर्जित करणाऱ्या प्रत्येक 'पिक्सेल'बरोबर आपण सर्व जण एक बनून वाहात होतो. प्रत्येक गोष्टीतून तीच ऊर्जा उत्सर्जित होत असल्यामुळे मला आकृत्यांच्या

भौतिक सीमांमधला फरक जाणणं अशक्य होतं... मला लोक म्हणजे ऊर्जा एकटवलेली 'पॅकेजे्स' वाटत होती...' असं लिहिते, तेव्हाचा अनुभव कसा असेल?

अलौकिक मनुष्य गूढ अनुभवाचं वर्णन करतोय? खरं तर ही वाक्य आहेत, जिल बोल्ट टेलर या न्यूरॉलॉजिस्टच्या कथनातली. तिच्यावर 'आघात' (stroke) झाला त्याचं; आणि त्यानंतर तिला ज्या भावना जाणवल्या त्यांचं वर्णन तिनं केलं आहे.[४]

तिच्या मेंदूच्या डाव्या गोलार्धात प्रचंड रक्तस्राव झाला होता. अवकाश व काल या मर्यादांची जाणीव होण्याच्या क्षमतेवर परिणाम झाल्यामुळे तिची विशिष्ट काळातील स्वत:ची ओळख धूसर झाली होती. गूढ अनुभवाचं वैशिष्ट्यपूर्ण लक्षण.

त्याचप्रमाणे जे लोक ड्रग्ज टोचून घेतात त्यांनाही काही अशाच प्रकारचे अनुभव येतात. अर्थात ही दोन्ही उदाहरणं पूर्णत: विरुद्ध टोकाची आहेत, पण त्यांच्याबाबतीतही देहातील अनुभवाचा बरेचदा उल्लेख आढळतो; स्तब्ध तरंगण्याचा अनुभव, स्वर्गीय अस्तित्व दृष्टीस पडण्याचा व अशाच प्रकारचे अनुभव येतात. हे प्रत्येक माणसाला प्रत्येक ड्रग्ज घेतल्यावर येणारे अनुभव नाहीत; निरनिराळ्या लोकांना निरनिराळी ड्रग्ज, निरनिराळ्या मात्रेत घेतल्यानंतर निरनिराळ्या अवस्थांचा अनुभव येतो – त्यामध्ये भयावह वगैरे अवस्थाही असतात. आपण आत्ता विचारात घेतलेल्या विषयाशी संबंधित मुद्दा असा आहे की, या बदललेल्या अथवा उत्तुंग अवस्थांचं कुठल्या दैवी शक्तीप्रत पोहोचण्याशी किंवा अशा कुठल्याही शक्तीच्या हस्तक्षेपाशी काहीही देणं-घेणं नसतं. ड्रग्ज टोचून घेतल्यामुळे मेंदूत जे 'इलेक्ट्रोकेमिकल' बदल होतात त्यामुळे त्या अवस्था निर्माण झालेल्या असतात.

दुसरं म्हणजे, रेमंड मूडी व एलिझाबेथ कुबलर-रॉस यांचे मृत्यूच्या दारातले अनुभव जेव्हा प्रसिद्ध झाले, तेव्हा त्यांचं भारतात किती औत्सुक्यानं स्वागत झालं होतं ते आठवा. त्या काळीसुद्धा, मेंदूच्या कार्यपद्धतीबद्दल संशोधन करणाऱ्या सुसान ब्लॅकमोर व इतरांना दाखवून दिलं की, अनुभवांमधला प्रत्येक घटक – बोगदा; बोगद्याच्या दुसऱ्या टोकाला दिसणारा शुभ्र प्रकाश, त्याकडे आपण धावत गेल्याचं संबंधित तो अथवा ती (subject) सांगतात; जीवनपट झरझर डोळ्यांसमोरून जातो; ती व्यक्ती मृत व बेशुद्ध आहे असं गृहीत धरलेलं असताना, त्या काळात काय घडलं अथवा बोललं गेलं याबद्दल सांगितलं जातं; देहातील अनुभव; अवर्णनीय शांती आणि पुन्हा 'जीवनात' परत येण्यास अत्यंत नाखुशी; अनुभवासोबत येणारी पूर्ण निश्चितता; 'परत' आलेल्या व्यक्तीच्या मनातून मृत्यूचं भय उडून गेलेलं असतं – त्यांनी दाखवून दिलं की, हा प्रत्येक घटक, मरण पावत असलेला मेंदू ज्या

---

४. जिल बोल्ट टेलर, My Stroke of Insight, A Brain Scientist's Personal Journey, व्हायकिंग, न्यू यॉर्क, २००८.

प्रक्रियांमधून जातो त्याचा 'आनुषंगिक परिणाम' म्हणता येईल. या प्रक्रिया आणि त्याचं पर्यवसान म्हणून मेंदूचं नाहीसं होणं, या गोष्टी या अनुभवाच्या 'गाभ्या'चे घटक स्पष्ट करण्यास पुरेशा होत्या. एखाद्या व्यक्तीला त्याच्या अथवा तिच्या आदल्या जन्मात ज्या प्रकारचे अनुभव आलेले असतात, त्यामध्ये बऱ्याचदा विशिष्ट वैविध्य दिसतं, आणि त्याला मुख्यत्वे कारणीभूत आहे, ते भोवतालचं सांस्कृतिक वातावरण – त्यामध्ये धार्मिक वातावरणही आलं – ज्या वातावरणात ती व्यक्ती जगली होती.[५]

त्यामुळे आपण सर्वप्रथम लक्षात ठेवायला हवं की, आपण ज्या अलौकिक अनुभवांचा 'नैसर्गिक' घटकांशी संबंध जोडतो, त्यांचा शोध घेणं शक्य आहे आणि त्यांच्यापलीकडे, कशाचीही मदत न घेता, त्यांचं स्पष्टीकरण देणं शक्य आहे.

हा विषय उन्मादावस्थेत अथवा बदललेल्या अवस्थेत झलक दिसलेल्या घटकांपुरता सीमितही नाही.

'मानवी मेंदू ही ज्ञात विश्वातील सर्वांत गुंतागुंतीची भौतिक वस्तू आहे,' असं या क्षेत्रातील एका अग्रणी व्यक्तीनं म्हटलं आहे.[६] त्यांनी मेंदूची रचना व कार्य समजून घेण्यासंदर्भात प्रचंड प्रगती केली आहे. काल-परवापर्यंत ज्या अनेक अवस्था व अनुभव ही रहस्यंच होती, ती आता उलगडून दाखवता येणं शक्य झालं आहे. जागेपण, स्वप्नांसह निद्रितावस्था व स्वप्नांविना निद्रितावस्था या अवस्थांच्या जाणिवांमधले फरक; मी स्वतःचाच 'साक्षी' असू शकतो, ही वस्तुस्थिती – माझ्या मनात काय चाललं आहे यासह; आणि अशाच प्रकारच्या गोष्टी आपण श्री रामकृष्ण परमहंस व श्री रमण महर्षींच्या प्रतिक्रियांमध्ये पाहिल्या, या स्वतंत्र पुराव्याचं अस्तित्व सिद्ध करण्यासाठी वापरलेल्या.

इथं मुद्दा येतो की : भौतिक मेंदू अ-भौतिक विचार कसा काय निर्माण करतो?... मग संपूर्ण व तितक्याच अ-भौतिक मनाबद्दल बोलायलाच नको! मनामुळे जाणीव कशी निर्माण होते... या सगळ्या गोष्टी 'आत्म्या'च्या अस्तित्वाचा पुरावा म्हणून धरल्या गेल्या – जीवन सर्वप्रथम कशापासून घडलं, या प्रश्नासारखंच!

पण आता प्रयोगशाळेत जीवाची निर्मिती करणं शक्य झालं आहे. तसंच, न्यूरोसायंटिस्टना याआधी रहस्यमय असलेल्या जवळ-जवळ सर्व अवस्था व घटक

---

५. आता हा विषय खूप जुना झाला असला, तरी सुसान ब्लॅकमोर यांचं Dying of Live, Science and the Near-death Experience, ग्राफ्टन, हार्परकॉलिन्स, लंडन, (१९९३) हे पुस्तक अतिशय उद्बोधक आहे.

६. गेराल्ड एम. एडल्मन, Wider Than The Sky, The Phenomenal Gift of Consciousness, येल, न्यू हेवन, (२००४).

स्पष्ट करणं शक्य झालं आहे – केवळ मेंदूची रचना उलगडून, त्यामधल्या न्यूरल-नेटवर्कचे परस्परबंध उकलून... आपल्या संतांनी ज्या तीन अवस्था सांगितल्या आहेत, त्यापेक्षा बऱ्याच अवस्था आता ते सांगू शकतात – 'जागृतावस्था', 'स्वप्नमय निद्रा' व 'स्वप्नविरहित निद्रा' – फक्त या तीनच अवस्था नव्हेतर याखेरीज, 'कार्डिॲक अरेस्ट'मध्ये घडतं त्याप्रमाणे मेंदूला प्राणवायू पोहोचण्यात अकस्मात अडथळा येतो तेव्हा; जेव्हा एखाद्या व्यक्तीला संपूर्ण भूल दिलेली असते तेव्हा; जेव्हा एखादी व्यक्ती अल्झायमरसारख्या आजारानं ग्रस्त असते तेव्हा; जेव्हा एखादी व्यक्ती चालत्या-फिरत्या अवस्थेतून बेशुद्धीत जाते तेव्हा; जेव्हा एखाद्या व्यक्तीच्या मेंदूच्या विशिष्ट भागाला इजा होते तेव्हा, आणि अशा अगणित अवस्था व स्थितींमध्ये माणसाच्या जाणिवेची काय अवस्था असते, ते आता कळू शकतं. न्यूरॉलॉजिस्ट्स अनेक अनुभवांचं कारण स्पष्ट करू शकतात – अ-भौतिक जाणिवा, स्मृती, बाह्य संवेदनांबाबत कृती घडवण्याचं व त्यावर प्रतिक्रिया देण्याचं धोरण – या गोष्टी स्पष्ट करू शकतात.

त्याचप्रमाणे ते मानवी मेंदूच्या विविध घटकांबद्दल पायरी-पायरीनं व अगदी आरंभापासून स्पष्टीकरण देऊ शकतात, त्याचप्रमाणे खूप दीर्घ काळात उत्क्रांतीच्या संदर्भात मानवी मेंदूनं ज्या निरनिराळ्या क्षमता प्राप्त केल्या आहेत, त्याबद्दलही सांगू शकतात – मेंदू नसलेल्या पण सहेतुक कार्य करणाऱ्या एकपेशीय जीवांपासून ते मानवी मेंदूपर्यंतच्या दीर्घ टप्प्यापर्यंत; 'जाणीव नसलेल्या' कृतीपासून ते जाणिवेपर्यंत आणि जाणिवेपासून ते तिच्या उच्च टप्प्यापर्यंत, त्यामध्ये जाणीव असण्याचीही जाणीव आलीच.

मेंदूच्या प्रगतीतील कोणत्याही पायरीवर किंवा त्यापुढच्या प्रजातींमध्ये त्याच्या कोणत्याही भागात, मेंदू व देहाच्या कोणत्याही अवस्थेत जाणिवेचं स्वरूप व प्रमाण स्पष्ट करण्याच्या कोणत्याही टप्प्यावर त्यांना कोणत्याही बाह्य 'देवाच्या' हस्तक्षेपाची किंवा कसल्याही शाश्वत अस्तित्वाच्या असण्याची – म्हणजे मार्गदर्शक व व्यवस्था पाहाणारा 'आत्मा' किंवा मेंदू वा देहातील कृष्णासारखा सारथी – गरज भासली नाही. मन आणि जाणीव ही स्वतंत्र अस्तित्वं ठरली नाहीत, तर ती देह अथवा मेंदूच्या कोणत्याही विशिष्ट भागात स्थित नसलेली 'आकस्मिक घटना' (emergent phenomena) ठरली.

आपलं धार्मिक साहित्य व अधिकारी व्यक्ती यांचा विश्वास मुख्यत्वे 'आत्म्याच्या' अस्तित्वावरच आधारलेला आहे. त्या पार्श्वभूमीवर आपण विशेषत: लक्षात घेतलं पाहिजे की, आज न्यूरोसायंटिस्ट 'स्व' आणि जाणीव यांचा उत्क्रांती व डार्विनच्या 'निर्धारक तत्त्वा' (determination)नुसार जिवंत राहाण्याचा खंबीर निश्चय, वातावरण आणि त्यातील बदल यांच्याशी 'चाचणी व त्रुटी' (trial and error)द्वारे सतत जुळवून घेणं या संदर्भात – अत्यंत विश्वासार्ह पुरावा व पटण्याजोगे गृहीत प्रमेय

सादर करण्यास सक्षम आहेत.[७]

तिसरी गोष्ट, जिचा आपल्या प्रश्नाशी जवळचा संबंध आहे, तिची आता पुराव्यानिशी नोंद झाली आहे. आणि ती म्हणजे मेंदूची लवचीकता. अगदी काही दशकांपाठीमागं अशी समजूत होती की, माणूस प्रौढावस्थेत पोहोचला की, त्याचा मेंदू 'वाढायचा' थांबतो; पण आता ही गोष्ट सुपरिचित आहे की, मेंदूत परिवर्तन घडत राहातं आणि अक्षरश: आपण मरेपर्यंत त्यात बदल घडवता येऊ शकतात. यामध्ये फक्त मेंदूची कार्यंच बदलतात असं नाहीतर त्याची रचनाही बदलते. त्याच्या भागांमधली परस्परसूत्रं, विशिष्ट कार्यासाठी नेमलेली 'क्यूबिक स्पेस, त्याच्या भागांच्या कार्याची जबाबदारी घेण्याची इतर भागांची क्षमता – म्हणजे दृष्टिविषयक गोष्टी (visual inputs) स्वीकारणं व त्यावर प्रक्रिया करण्यासाठी असलेल्या भागांनी श्रवणशक्तीचा कार्यभार स्वीकारणं – या सगळ्यांमध्ये आणि इतरही अनेक अर्थांनी मेंदू लवचीक राहतो.[८]

---

७. यासंबंधी विस्तृत साहित्य उपलब्ध आहे. त्याची थोडक्यात यादी देणंसुद्धा शक्य होणार नाही. पण येथे नमूद केलेल्या पाच पुस्तकांतून, न्यूरोसायंटिस्ट्सनी काय शोध लावले आहेत व त्यांचा आपल्याकडच्या 'आत्म्या'सारख्या श्रद्धांच्या संदर्भात काय संबंध आहे, याची नीट कल्पना येईल : फ्रान्सिस क्रीक, The Astonishing Hypothesis, The Scientific Search for the Soul, टचस्टोन, सायमन अँड शूस्टर, न्यू यॉर्क, (१९९४/१९९५); गेराल्ड एम. इडलमन, Wider Than The Sky, The Phenomenal Gift of Consciousness; व्ही.एस. रामचंद्रन, The Emerging Mind, The Reith Lectures 2003, BBC. प्रोफाइल बुक्स, लंडन, (२००३); व्ही.एस. रामचंद्रन, The Tell-tale Brain, Unlocking the Mystery of Human Nature, रँडम हाउस इंडिया, (२०१०); अँटोनिओ डॅमॅसिओ, Self Comes to Mind, Constructing the Conscious Brain, विल्यम हेनेमन, लंडन, (२०१०) आणि डॅनिअल सी. डेन्नेट, Consciousness Explained, व्हायकिंग, पेंग्विन, लंडन, (१९९३).

८. या संदर्भातील शोध नमूद करणारं लक्षवेधी साहित्य आपल्यासारख्या या विषयात अधिकार नसलेल्या सामान्य माणसांनासुद्धा समजण्याजोगं आहे. आपण शॅरॉन बेग्ले यांचं Train your Mind, ChangeYour Brain बॅलान्टाइन बुक्स, न्यू यॉर्क, (२००८). अशाच प्रकारचे शोध नमूद असलेली आणखी दोन पुस्तकं : जेफरी एम. श्वार्ट्झ व शॅरॉन बेग्ले, The Mind and the Brain, Neuroplasticity and the Power of Mental Force, हार्पर पेरेनिअल, न्यू यॉर्क, (२००२); नॉर्मन डॉईज, The Brain that Changes Itself, Stories of Personal Triumph from the Frontiers of Brain Science, व्हायकिंग, पेंग्विन, न्यू यॉर्क, (२००७).

गूढ अनुभवांमधून सूचित होणाऱ्या गोष्टींसंदर्भात पाच मुद्द्यांवरील निष्कर्ष विशेष महत्त्वाचे आहेत.

फक्त मनच नव्हे, तर मेंदूही – त्याची रचना, त्याची अंतर्गत परस्पर सूत्रं, त्यांचं कार्य – बदलतो :

> ▸ आपण जे काही करतो; विशेषत: काळाच्या ओघात आपण जे पुन:पुन्हा करतो;

> ▸ आपल्या बाबतीत जे घडतं व त्याला आपण ज्या प्रकारे प्रतिसाद देतो;

> ▸ हे 'करणं' व 'घडणं' फक्त राजरोस दिसणाऱ्या कृतींबाबतचंच नसतं, तर मनाचंही असतं – म्हणजेच विचारांचं असतं... केवळ मनातल्या कृतीद्वारे मेंदूत बदल घडतात;

> ▸ मेंदूवर परिणाम घडवणाऱ्या घटकांमध्ये भावनांची तीव्रता अथवा कृती वा विचारांसोबत असणाऱ्या प्रेरणेची प्रखरता यांचाही समावेश असतो;

> ▸ हे बदल अगदी थोड्या कालावधीत – अवघ्या काही आठवड्यांतसुद्धा घडवता येऊ शकतात.

हे सर्व निष्कर्ष एकत्र केले, तर ते नक्कीच एक संभाव्यता व्यक्त करतात : लोकोत्तर व्यक्ती जे उत्तुंग अनुभव सांगतात ते मेंदू व मनात घडत असलेल्या प्रक्रियांचा परिणाम असू शकतात. थोडक्यात सांगायचं तर, लोकोत्तर व्यक्ती कदाचित त्यांच्या मेंदूच्या विविध भागांत एकाच वेळी प्रक्रिया उत्पन्न करायला त्यांच्याही नकळत शिकलेल्या असू शकतील, त्याचा परिणाम म्हणून हा अत्युच्च अनुभव येत असेल.

अर्थातच, अशा प्रकारच्या उत्स्फूर्त, आपोआप आलेल्या अनुभवांची बरीच उदाहरणं आहेत :

रमण महर्षींनी अकस्मात आलेल्या मृत्यूच्या भयाचं केलेलं वर्णन सुपरिचित आहे. ते त्यांच्या काकांच्या घरी एका खोलीत एकटे बसलेले असताना त्या भयानं त्यांचा ताबा घेतला होता – पण त्यांनी अत्यंत शांत वृत्तीनं त्याच्याकडे कसं पाहिलं; या अनुभवानं त्यांना, जो देह 'मरण पावला' तो आपण नाही, या साक्षात्कारापर्यंत कसं नेलं, आपण वस्तुत: 'अमर चैतन्य' आहोत हा साक्षात्कार घडवला; त्यानंतर त्यांचं मृत्यूचं भय कसं निघून गेलं; या अनुभवानं त्यांना पूर्ण, कायमस्वरूपी, अविचल निश्चलतेचा अनुभव दिला आणि तेव्हापासून ते 'स्व'मध्ये पूर्णत: गुंगून गेले....

पण, सर्वसामान्यपणे गूढ अनुभवासाठी प्रदीर्घ उग्र तपश्चर्या, सखोल ध्यानधारणा आणि तीव्र आकांक्षा असणं आवश्यक असतं. श्री रामकृष्णांनी हा विषय त्यांच्या

नेहमीच्या शैलीत मांडला आहे.

ते आजारी असताना एके दिवशी ते भक्तांना म्हणाले, ''नरेंद्राच्या मनाची अवस्था किती विलक्षण आहे पाहा! याच नरेंद्राचा देवाच्या स्वरूपांवर विश्वास नव्हता. आणि आता बघा, त्याचा आत्मा देवासाठी कसा आसुसला आहे ते! तुम्हाला त्या माणसाची गोष्ट माहीत असेल : त्यानं त्याच्या गुरूला विचारलं, ''देव कसा जाणायचा?''

गुरू म्हणाले, ''माझ्याबरोबर चल, देव कसा जाणायचा ते मी तुला दाखवतो.'' असं म्हणून त्यांनी त्या शिष्याला सरोवराजवळ नेलं आणि त्याचं डोकं पाण्यात दाबून धरलं. थोड्या वेळानं त्यांनी त्या शिष्याला सोडलं आणि विचारलं, ''कसं वाटतंय?''

''मी श्वास घेण्यासाठी तडफडत होतो!'' शिष्य म्हणाला.

''जेव्हा तुमचा आत्मा परमेश्वरासाठी अशा प्रकारे आतुरतेनं तळमळेल तेव्हा तुमच्या लक्षात येईल की, 'त्या'च्या दिव्य दर्शनासाठी तुम्हाला फार काळ प्रतिक्षा करावी लागणार नाही. पूर्व क्षितिजावर खुललेले लाल-गुलाबी रंग ही आता सूर्य लवकरच उगवणार याची चाहूल असते.''[९]

आज मेंदूच्या लवचीकतेबद्दल जे काही ज्ञान आहे ते, उग्र तपश्चर्या, ध्यानधारणेच्या पद्धती, उत्कट इच्छा आणि आपल्या जडणघडणीवरचा सांस्कृतिक-धार्मिक प्रभाव या सगळ्या गोष्टी एकत्रितपणे, आपल्या लोकोत्तर व्यक्ती जे अनुभव सांगतात तशा प्रकारच्या अनुभवांसाठी, मेंदूची पुनर्रचना करण्यास समर्थ आहेत. श्री रमण महर्षींसारख्या व्यक्तीच्या उदाहरणातसुद्धा आपण, ते ज्या वातावरणात वाढले ते धार्मिक वातावरण लक्षात घ्यायला पाहिजे – असं वातावरण जे माणसाला विशिष्ट दिशेनं मार्गक्रमण करण्यास अनुकूल असेल – वस्तुत: या विशाल अर्थानं संस्कृती फक्त मनातच नव्हे, तर मेंदूतही बदल घडवते आणि जीन्समध्येही : याचं एक उदाहरण नेहमी दिलं जातं की, लोकांमध्ये लॅक्टोज सोसण्याची ताकद निर्माण झाली त्यामुळे दुभती जनावरं पाळण्यास सुरुवात झाली आणि दररोज दूध पिणं सुरू झालं. आपण भारतात ज्या संस्कृतीत आहोत, तिथं आपल्यावर आपल्या आईच्या दुधाचं महत्त्व बिंबवणाऱ्या कथा आहेत; आपले पवित्र ग्रंथ व गुरू आपल्याला जे आवर्जून सांगतात, आपण ज्या प्रथा पूज्य मानत लहानाचे मोठे झालो आहोत – ते सगळे उच्च मूल्यं सांगतात. अर्थातच लोकोत्तर अनुभवाचं स्थान सर्वोच्च आहे. ते आपल्या सांस्कृतिक वारशाच्या केंद्रस्थानी आहेत. ते आपल्या 'सामूहिक सुप्त मनात' रुजलेले आहेत

---

९. 'म' (महेंद्रनाथ गुप्ता), The Gospel of Sri Ramakrishna, स्वामी निखिलानंद, (अनुवाद) श्री रामकृष्ण मठ, मैलपूर, मद्रास, (१९८१-१९८६).

आणि तिथून आपल्या प्रत्येकाच्या सुप्त मनात. ते संवेदनशील मुलाला व किशोरवयीन मुलाला गुप्तपणे त्याच्या ध्येयाच्या दिशेने नेतात.

यापैकी कशाचाही, अलौकिक अनुभव खरे नसतात असं सुचवण्याचा उद्देश नाही. हे गोंधळून टाकणारं आहे. ज्याला हा अनुभव येतो, त्याचं आयुष्य यामुळे बदलून जातं. आता प्रश्न असा आहे की, हे आतमध्ये असलेल्या 'आत्म्या'चा पुरावा मानायचा की, आत व बाहेर असणाऱ्या सत्याच्या विशिष्ट संकल्पनेचा पुरावा मानायचा?

आपण या मुद्द्याचा विचार करण्याचं कारण असं की, आजपासून पन्नास वर्षांनी जर हा प्रश्न सुटला आणि खरंच त्यातून असं निष्पन्न झालं की, अशा अनुभवांना मेंदूतील प्रक्रियांद्वारेच चालना मिळते, तर आपल्या धार्मिक श्रद्धा ज्या पायावर आधारलेल्या आहेत, तो संपूर्ण पायाच उद्ध्वस्त होईल. मग एकतर आपल्या हातात फार थोडं उरेल ज्यावर आपली श्रद्धा आधारीत असेल आणि आपल्याला दिलासा मिळेल किंवा आपण तीव्रतेनं नाकारण्याच्या अवस्थेप्रत जाऊ – आजच्या 'अमेरिकी क्रिएशनिस्ट्स'सारखं.

आपल्या दृष्टीनं उत्तम मार्ग म्हणजे आपण न्यूरोसायंटिस्टसोबत जाण्यासाठी स्वतःला प्रोत्साहित करणं, जसं दलाई लामांनी तिबेटी धर्मगुरूंना प्रोत्साहित केलं आहे तसं... याचा उद्देश आहे, आपण ज्यावर आपली मुख्य श्रद्धा ठेवतो, त्या असमान्य अनुभवाचं स्वरूप शोधून काढणं. दुसरी गोष्ट म्हणजे, आपल्यासारख्या सामान्य माणसानं न्यूरोविज्ञानातील प्रगतीसोबत जायला सुरुवात करणं आणि प्रत्येक टप्प्यावर, जे निष्कर्ष मिळतात त्यांचा आपल्या श्रद्धांच्या संदर्भात काय अर्थ होतो, त्यावर चिंतन करणं. तिसरी गोष्ट म्हणजे बाह्य फाजील गोष्टी सोडून देणं. उदाहरणार्थ, देहाला, मन व ऐहिक 'स्व'ला महत्त्व न देणं आणि प्रतिपादनांपलीकडे जाण्यासाठी त्यांच्याऐवजी तर्कशुद्ध विधानांना स्थान देणं. अखेरचा आणि सर्वांत महत्त्वाचा मुद्दा म्हणजे आपण आपल्या मनाची सवय पूर्ण बदलावी लागते : आपल्यासमोर एखादा आपल्याला न समजण्याजोगा प्रसंग आला, तर आपण त्याच्या कुठल्या अलौकिक 'स्पष्टीकरणां'वर भिस्त न ठेवता आधी त्याला कारणीभूत असलेल्या 'नैसर्गिक', ऐहिक स्पष्टीकरणाचा शोध घेण्याची सवय लावून घ्यायला हवी.

'पण जर आपण आत्मा हा विचार सोडून दिला तर, चिरस्थायी असं काहीतरी असतं ही श्रद्धा – ज्याला विस्तव जाळू शकत नाही वा पाणी भिजवू शकत नाही असं काहीतरी अस्तित्व असतं ही श्रद्धा – सोडून दिली तर आपण किमान दिलासा कशातून मिळवायचा?'

एखाद्या कल्पनेनं दिलासा मिळतो म्हणून त्या कल्पनेची सत्यता सिद्ध होत

नाही. आगामी काळातही त्यामुळे असाच दिलासा मिळत राहील, असा विश्वास ठेवण्यासाठी, ही कल्पना कसलंही कारण देत नाही. उलट, त्यानंतर मिळालेल्या ज्ञानानं असं दाखवून दिलं की, ही कल्पना असमर्थनीय आहे, तर त्यामुळे ती निराशेचं कारण बनू शकेल.

बौद्धवादींचा विचार करा : ते संपूर्णत: विरोधी श्रद्धेतून दिलासा मिळवतात – या समजुतीतून की, न बदललेल्या गोष्टीसोबत काहीही टिकून राहात नाही, प्रत्येक गोष्ट सतत बदलत असते. प्रत्येक गोष्ट सतत बदलत असते, चांगले दिवसच नव्हे तर वाईट दिवसही कायमचे राहाणार नाहीत; प्रत्येक गोष्ट कायमच बदलत असल्यामुळे मृत्यूसमयी जो बदल घडतो, त्यामुळे विलाप करण्याचं काहीच कारण नाही, अशा विचारांतून ते दिलासा मिळवतात. कधीही बदलत नाही, अशी कोणतीतरी गोष्ट आहे किंवा कायम तशीच राहाणारी अशी कोणतीच गोष्ट नसते, या समजुतीतून दिलासा मिळत नाहीतर यांपैकी कोणतीही गोष्ट 'आतमध्ये' रुजवण्यानं तो मिळतो.

'आत्मा' या संदर्भात जी धारणा आहे, तीच 'देव' या संदर्भातही आहे. आपल्या धर्मात ती आत्म्याइतकी केंद्रस्थानी नाही, पण आपल्या धार्मिक श्रद्धा व आपल्या धार्मिक प्रथांमध्ये ती बरीच मध्यवर्ती आहे.

शतकानुशतकं, दररोज देवाविषयी विचारले जाणारे प्रश्न :

▸ जर शब्दाला काही अर्थ नसेल, तर 'God' हा शब्द त्यातील 'G' कॅपिटल करून God असा लिहिण्याने किंवा सर्वच अक्षरं कॅपिटल लिहिण्याने अचानक त्या शब्दाला काही अर्थ लाभत नाही.

▸ त्याचप्रमाणे तो शब्द लॅटिन, अरेबिक वा संस्कृतमध्ये लिहिण्यानंही

▸ किंवा कोणतीही गोष्ट स्पष्ट करण्यासाठी पर्यायी शब्द वापरण्यानं. तो प्रत्येक पर्यायी शब्द त्याच्या स्वत:च्या प्रश्नांना आमंत्रण देतो, ज्याची उत्तरं द्यावी लागतात.

▸ देव 'मूलभूत कारण' (Ultimate Cause) आहे, मात्र 'तो' 'अज्ञात कारण' (Uncaused Cause) आहे, असं आपण म्हणतो. आपण हे स्पष्ट केलं पाहिजे की, 'निसर्ग' अथवा 'हे विश्व' अथवा 'अस्तित्वात असलेल्या बहुविध रचना' हे 'Ultimate Cause' असून 'Uncaused Cause' का नाहीत? या अर्थानं, 'देव' ही फक्त एक व्याख्या ठरते : प्रत्येक गोष्टीला कारण असलं पाहिजे, असा आपला आग्रह असतो. आणि ज्या अस्तित्वाला काही कारण नाही; ते अस्तित्व म्हणजे 'देव.'

● सैतान का नाही? पीटर केव्ह त्यांच्या वैचारिक प्रयोगांच्या पुस्तकात

विचारतात. खरं तर, शून्यातून विश्व निर्माण केलं ते सैतानानं, शून्यातून सर्व काही निर्माण केलं ते त्यानंच... केव्ह आपल्याला विचारप्रवृत्त करतात. 'तो' लाजाळू आणि एकलकोंडा तसंच खुशमस्कऱ्यांच्या कळपांचा तिरस्कार करणारा असल्यामुळे त्यानं आपल्याला बनवलं आणि आपल्याला विश्वास ठेवायला लावला की, त्याच्यापेक्षा कमी महत्त्वाच्या देवानं – जो कोणत्याही परिस्थितीत सदैव पूजनीय असण्यासाठी आतुर असतो – हे सगळं निर्माण केलं आहे. एवढंच नाहीतर सैतानानंच पवित्र ग्रंथांची निर्मिती करून 'त्या'च्या विषयी, व 'त्या'च्या सामर्थ्याविषयी आपल्याला अज्ञानात ठेवलं आहे. 'त्या'नं त्याच्या मायेचा भाग म्हणून चांगुलपणा, सौंदर्य व प्रेम या गोष्टी चांगला उपाय म्हणून ठेवल्या आहेत. ज्यायोगे आपण सत्यापासून आणखी दूर जाऊ, आणि जे लोक सत्कृत्यांद्वारे भरभराट साधतात, सुंदर असतात त्यांच्याबद्दल लोकांना मत्सर वाटेल, आणि अखेर त्यामुळे चांगल्या व सुंदर गोष्टींचं दुःख वाढेल. 'पण एव्हाना तो चांगलाच अस्वस्थ झाला आहे.' केव्ह म्हणतात, कारण, त्यानं आपल्या मार्गात दुष्ट वृत्ती व दुःखभोग यांच्या रूपानं स्पष्ट पुरावा असूनही, आपण असं समजू लागलो आहोत की, देवच निर्माता, आधार देणारा व विनाशक आहे. त्यामुळे तो आपल्याला असे दुःखभोग व क्लेश देऊन वळणावर आणणार आहे की, अखेर आपल्या डोळ्यांना त्याचा 'डार्क लाइट' दिसेलच.[१०]

देव हेच 'अज्ञात कारण' (uncaused), 'मूलभूत कारण' (Original cause) आहे, या समजुतीपेक्षा ही समजूत योग्य का मानली जात नाही?

- देव 'एक'च आहे, तो 'निर्गुण' आहे, असं आपण म्हणतो. पण पुन्हा ही फक्त व्याख्या झाली. जर असं असेल तर आपण या 'एक'च व 'निर्गुण' असणाऱ्या देवाला सर्वज्ञ, सर्वशक्तिमान, दयाघन असे गुण कसे काय लावतो? तो 'एक' हिशोबनीस कसा बनतो? न्यायाधीश? आणि तो केवळ बक्षीसंच नव्हे, तर भीषण शिक्षा देतो?
- देव शक्ती आहे?... 'एकात्म विशुद्ध ऊर्जा?' 'ऊर्जा' हिशोबवह्या ठेवते? 'ऊर्जे'ला माहीत असतं? 'ऊर्जा' न्यायदान करते? 'ऊर्जा'

---

१०. पीटर केव्ह, Can a Robot be Human? 33 Perplexing Philosophy Puzzles, वन वर्ल्ड, ऑक्सफर्ड, (२००७).

आपली प्रार्थना ऐकून तिला उत्तर देते? 'एकात्म विशुद्ध ऊर्जेला' आवडीनिवडी असतात – म्हणजे तुम्ही 'क्ष' धर्मात जा, मी 'य' धर्मात जातो. तुम्ही डुकराचं मांस खा, मी ते खाणं सोडतो?

- हीच गोष्ट 'देव सत्य आहे (God is Truth)', 'देव प्रेम आहे (God is Love)' या वचनांची. मग आपल्याला हे स्पष्ट करावं लागेल की, या संदर्भात आपण 'सत्य' व 'प्रेम' कशाला म्हणतो. 'God शब्दामधील 'G' कॅपिटल करण्यानं त्याला जसा अधिक अर्थ प्राप्त होत नाही, तसंच यातील पहिलं अक्षर कॅपिटल करण्यानंही त्याला काही अधिक अर्थ प्राप्त होत नाही.

- बरीच 'स्पष्टीकरणं', प्रश्न फक्त एक पाऊल आणखी मागं घालवतात. कृष्णानं त्याच्या संपूर्ण कुळाचा समूळ नाश केला. त्यानं त्याची द्वारकानगरी पूर्णत: उद्ध्वस्त केली. हे त्यानं, गांधारीनं त्याला तेरा वर्षांपूर्वी दिलेल्या शापाच्या पूर्तीसाठी केलं, असं म्हणण्यानं त्याच्या कृतीचं 'स्पष्टीकरण' मिळत नाही. त्यामुळे फक्त प्रश्नाची दिशा बदलते : मग आपल्याला गांधारीनं शाप का दिला, कृष्णानं त्याच्या आप्तांना इतकं अक्षम्य पापी का होऊ दिलं की, त्या सर्वांना नष्ट करणं हा एकमात्र मार्ग उरावा... या गोष्टींची स्पष्टीकरणं द्यावी लागतात... अखेर, आपल्याला मूलभूत प्रश्नाचं स्पष्टीकरण द्यावं लागतं की : कृष्णानं, म्हणजेच ईश्वरानं सगळ्या गोष्टी अशा पद्धतीनं का रचल्या नाहीत की, अखेर त्याला आपल्या संपूर्ण कुळाचा नाश करावा लागू नये आणि आपली नगरी पृथ्वीतलावरून पुसून टाकावी लागू नये?

- हा प्रश्न केवळ भूतकाळापुरताच नव्हेतर भविष्यात जे काही घडेल, अशी आपली कल्पना असते, त्या संदर्भातही असतो. जेव्हा आपण स्वत:लाच सांगतो की, 'दुष्टाला पुढच्या जन्मी शिक्षा होईल. अंतिम न्यायदिनी सगळ्यांचा हिशोब केला जाईल,' त्या वेळी मूळ प्रश्न अनिश्चित भविष्यात ढकलत असतो. काहीही असलं तरी, आपण मग एवढं तरी स्पष्टीकरण द्यायला हवं की, देव न्यायदान पुढच्या जन्मापर्यंत किंवा अंतिम न्यायदिनापर्यंत पुढं ढकलतो, असं का? शिवाय, बऱ्याच जणांनी विचारलं आहे की, अंतिम न्यायदिन हा असा दिवस असेल की, ज्यानंतर या जगाची अखेर होणार आहे, तर मग त्या वेळी न्याय देण्यात काय अर्थ आहे? तो अनुभवण्यासाठी त्या वेळी कोण असणार आहे?

- शतकानुशतकं तत्त्ववेत्ते सांगत आले आहेत की, आपण देवाला जी गुणवैशिष्ट्यं चिकटवतो त्यामुळे तो विसंगतीमध्ये गोवला जातो. आपण म्हणतो, तो

दयाघन आहे. मग तो अशी छळ-कोठडी कशी काय तयार करतो, ज्यामध्ये कायम, लोकांना उकळत्या तेलात टाकलं जातं, आगीत ढकललं जातं, त्यांचे तुकडे-तुकडे केले जातात, त्यांची कातडी सोलवटून काढली जाते, याचं मॅकॉल स्मिथ यांच्या इसाबेल डलहौसीला आश्चर्य वाटतं.[११] तो फक्त अशा प्रकारची कायमस्वरूपी छळ-कोठडी तयारच करत नाही, तर त्याच्याकडे अशा प्रकारची कृत्यं करणारी माणसंही आहेत, ज्यायोगे तो ही छळ-कोठडी पुरेशी भरलेली ठेवू शकतो. दयाघन? आपल्याला जो सर्वश्रेष्ठ सद्‌गुण शिकवला जातो – क्षमाशीलता, तो त्याच्यात कमी आहे का? का त्याच्या सामर्थ्याविषयीचा काही प्रश्न आहे? कार-स्टीकर्स वर लिहिलेलं असतं तसं – Power corrupts. Absolute power corrupts absolutely. God has absolute power?

- 'तो' सर्वशक्तिमान आहे, असं आपण म्हणतो. मग ज्याला कुणीही – त्यात तोही आला – उचलून वर नेऊ शकत नाही, असं अस्तित्व तो तयार करू शकतो का? जर तो असं अस्तित्व तयार करू शकत नसेल, तर तो सर्वशक्तिमान नाही. जर तसं अस्तित्व तयार झालं, आणि त्याला ते वर नेता येत नसेल, तरी तो सर्वशक्तिमान नाही. तो अत्यंत चांगला, आणि सर्वशक्तिमान आहे ना? तो लहान मुलांना गॅस चेंबरमध्ये धाडू शकतो ना? तो सर्वशक्तिमान असल्यामुळे जर तो हे करू शकत असेल तर तो अत्यंत चांगला आहे, असं म्हणता येणार नाही. जर तो अत्यंत चांगला आहे म्हणून हे करू शकत नसेल, तर तो हिटलरसारख्या मनुष्यप्राण्यापेक्षा कमी सामर्थ्यवान म्हणावा लागेल. त्याला हे करणं शक्य आहे, पण तो ते करत नाही? आणि इतरांना मात्र ते करू देतो, असं असेल, तर हा आत्यंतिक चांगुलपणा आहे का? तो सर्वज्ञ असल्यामुळे त्याला भविष्यात घडणारं सगळं काही माहीत असतं – माणसाला तो जे स्वातंत्र्य देतोय त्याचा उपयोग इतरांना छळण्यासाठी होणार आहे, हेही त्याला माहीत असतं. पण हा मुद्दा बाजूला ठेवला तरी, तो काळाच्या ओघात असे कठोर आघात अगदी सहजगत्या करू शकतो का, ज्याचा आधी कुणी अंदाजसुद्धा बांधू शकत नाही? जर त्याला असं करणं शक्य असेल, तर त्याच्या क्षमतांना मर्यादा आहेत, असं म्हणावं लागेल. आणि जर तो हे करू शकत नसेल, तर तो सर्वज्ञ नाही. तत्त्ववेत्त्यांनी निरीक्षण

---

११. अलेक्झांडर मॅकॉल स्मिथ, The Comfort of Saturdays, लिट्ल, ब्राऊन, लंडन, (२००८).

नोंदवलं आहे की, त्यानं आपल्या क्षमता अनेक प्रकारे मर्यादित केल्या आहेत : उदाहरणादाखल सांगायचं तर, आपण वीस फूट उडी मारू शकत नाही; तो आपली इतरांना उपद्रव देण्याची क्षमता का मर्यादित करत नाही? जर त्याला त्यानं स्वत: कौशल्यानं घडवलेल्या निर्मितीचा कळस, म्हणजे माणूस, त्याच्या क्षमतांना आणखी मर्यादा घालायच्या नसत्या, तर तो आपल्याला आणखी बुद्धी नक्कीच देऊ शकला असता....[१२]

- तत्त्ववेत्ते म्हणतात की, मुद्दा असा आहे : 'देव अज्ञात आहे. खरं तर वर्णन न करता येण्याजोगा आणि अर्थातच कल्पनातीत आहे.' अशा सगळ्या प्रश्नांबाबत आपण हेच म्हणत असतो. मग जर असं असेल, तर आपण त्याला सतत आकार, गुणवैशिष्ट्यं, आवडी कशा काय चिकटवत असतो? आणि तेसुद्धा इतक्या खात्रीनं? आणि जे ज्ञातही नाही आणि ज्याचं वर्णनही करता येऊ शकत नाही, असं आपण ठामपणे सांगत असतो, त्याच्यासाठी आपण एकमेकांचा जीव घेत असतो? जर तो अज्ञात आहे, कल्पनातीत आहे, इ. इ. असं मानलं, तर त्याला आपण सत्याची कास धरलेलं आवडतं, हे आपल्याला कसं काय ठाऊक? का त्याला आपण 'बहुखुनी' व्हायला नको आहे? तत्त्ववेत्ते म्हणतात, त्याला बहुधा आपण त्याच्यासारखं व्हायला हवं आहे! तो चलाखी करतो व लोकांना गैरमार्गाला लावतो – त्यानं स्वत: जे पवित्र ग्रंथ खाली पाठवले आहे, ते आपल्याला थोर विजयगाथा सविस्तर सांगतात.
- अशी कुठली लक्ष्मणरेषा आहे का? ज्या वेळी दु:खभोग व दुष्ट शक्ती ती पार करतात त्या वेळी तिथं कुणीही नसतं अशा निष्कर्षाप्रत येणं योग्य ठरेल का? प्रदीर्घ कालखंडातला अनुभव काय आहे.

  'हजारों तरह अपना दर्द हम उसको सुनाते हैं,

---

१२. शतकानुशतकं, असे प्रश्न ईश्वरविषयक पुस्तकांचा मुख्य घटक बनून राहिले आहेत आणि अनुत्तरीतही आहेत. अलीकडली काही प्रातिनिधिक उदाहरणे : बार्ट डी. इरमन, God's Problem, How the Bible Fails to Answer Our Most Important Question, Why We Suffer, हार्परकॉलिन्स, न्यू यॉर्क, (२००८); डेव्हिड ओ'कॉनोर, God, Evil and Design, An Itroduction to the Philosophical Issues, ब्लॅकवेल, एम.ए., (२००८); व्हिक्टर स्टेन्जर, God : The Failed Hypothesis, How Science Shows that God Does Not Exist, प्रॉमेथिअस, न्यू यॉर्क, (२००८); ॲन्ड्रे कॉम्प्टे-स्पॉनविल, The Book of Atheist Spirituality, बॅन्टम प्रेस, लंडन, (२००८).

मगर तसवीर को हर हाल में तसवीर पाते हैं...' (असी उलदानी)

- 'तो' या जगात अवतार बनून आला आहे, त्यानं त्याचा पुत्र पाठवला आहे... त्यानं वारंवार त्याचे दूत पाठवले आहेत. 'तो' इतका 'पाहाण्यालायक अयशस्वी' का ठरला आहे? आणि 'तो' आता का येत नाही? त्या-त्या वेळी जग आजच्यापेक्षा वाईट अवस्थेत होतं? माणसानं चुका सुधारण्याची तेव्हा जास्त गरज होती? फक्त 'तो'च जाणे!
- 'तो महान नियम घालून देतो. त्यामुळे प्रत्येक क्षुल्लक गोष्टीला इजा पोहोचेल याची तो काळजी करू शकत नाही... जसं माणूस रस्त्यानं चालत असताना पायाखाली चिरडल्या जाणाऱ्या प्रत्येक मुंगीची काळजी करू शकत नाही.' आपल्याला सांगितलं जातं, 'तो जर कुठल्याही जराशा हानीच्या शक्यतेमुळे थांबला, तर त्याचे व्यवहारच बंद पडतील.' पण 'तो' कुणी रस्त्यावरून चालत निघालेला सामान्य मनुष्य नाही, आणि काही स्त्री-पुरुष एखादी मुंगीसुद्धा आपल्या पायाखाली येऊ नये, याची काळजी घेतात – जैन साध्वी व मुनी! आणि कुठल्याही जराशा हानीच्या शक्यतेमुळे त्याचे व्यवहार बंद पडत असतील, तर त्याला इतकी घाई कशाची आहे? त्याचे सेकंदसुद्धा दीर्घकालाचे असतात. जगातला सर्व वेळ 'त्या'चाच असतो. मग 'त्या'ची त्याच्या नियमांची घाई आणि त्याचा दयाळूपणा यांचा मेळ कसा घालायचा? आपण म्हणतो की, 'त्यानं त्याचे नियम घालून दिल्यामुळे, तो प्रत्यक क्षुल्लक गोष्टीला इजा पोहोचेल याची काळजी करू शकत नाही' आणि पुढच्याच क्षणी आपल्याला विश्वास असतो की, तो आपली प्रार्थना ऐकेल? एका क्षणी तटस्थ आणि पुढच्याच क्षणी 'कॉल सेंटर'?
- वस्तुत: पृथ्वीवरील जीवन ज्यामुळे शक्य बनलं आहे, त्या परिस्थितींचा मिलाफ नेमका तसाच घडणं जवळ-जवळ अशक्यच आहे. त्यामुळे तसा मिलाफ कुणीतरी जाणूनबुजून घडवला आहे.

पहिली गोष्ट म्हणजे, पृथ्वी नेमक्या त्याच परिस्थितींचा मिलाफ असलेलं एकमात्र स्थान आहे, असं आज फार थोडे लोक मानतात. दुसरी गोष्ट म्हणजे, हेच एकमात्र विश्व आहे का, ही गोष्टही आपल्याला माहीत नाही – अनेक विश्वं असतील तर या प्रतिपादनाचा उपयोग नाही. मात्र, तिसरी गोष्ट अशी की, असे अनेक मिलाफ असणं अत्यंत असंभवनीय आहे आणि तरीही ते समोर येतात – देवाचा त्यात हात नसतानाही. 'Irreligion' या त्यांच्या छोटेखानी पुस्तकात जॉन पावलोस हे गणिततज्ज्ञ सिंहावलोकन करताना संभाव्यतेच्या अनुमानातली चूक दाखवतात. ते सांगतात, पत्त्यांच्या

संचातले बावन्न पत्ते पिसा. ते खाली मांडा. त्यातून एक विशिष्ट 'कॉंबिनेशन' समोर येईल. पावलोस सांगतात की, या विशिष्ट 'कॉंबिनेशन'ची संभाव्यात दहावर अडुसष्ट शून्यं (1 in 10 to power 68) आहे. ...बावन्न पत्ते इतक्या मार्गांनी मांडता येऊ शकतात. बावन्नमधील कुठलाही पत्ता पहिला असू शकेल; उर्वरित एक्कावन्नपैकी कोणताही पत्ता दुसरा असू शकेल... या विशिष्ट क्रमानं पत्ते येण्याची शक्यता इतकी कमी आहे की, तसं घडण्यासाठी देवानंच हस्तक्षेप करायला हवा? मूलभूत अवस्थांची 'कॉंबिनेशन्स' तयार होण्यासाठी अनंत काळ उपलब्ध असताना, विशिष्ट 'कॉंबिनेशन' घडण्यासाठी योगायोगापेक्षा देवाची का गरज असते? प्रत्येक गोष्ट ज्या उद्देशानं बनली आहे, त्यासाठी ती किती सुयोग्य आहे, याबाबतचा व्हॉल्टेयर यांनी दिलेला दाखला देत पावलोस म्हणतात : नाक पाहा, ते चष्म्याला आधार देण्यासाठी किती छान बनवलेलं आहे!^{१३}

काळाच्या ओघात आपली देवाबद्दलची संकल्पना बदलली आहे, ही वस्तुस्थितीच निदर्शक आहे : या संकल्पनेचा उगम आपल्या गरजांतून झाला; आणि जशा आपल्या गरजा व ज्ञान बदलत गेलं, तशी ती संकल्पना बदलली. आपल्याला नैसर्गिक चमत्कार समजत नव्हते. आपल्या सर्वांना त्यांची भीती वाटत होती. आपण अशा निष्कर्षाप्रत आलो की, त्यामागं कुणीतरी आहे – हे सगळं घडवण्याचा आदेश देणारं व ते घडवणारं काहीतरी अस्तित्व. आपल्याला समजत नसलेल्या गोष्टींचं 'स्पष्टीकरण' देण्याखेरीज हा विचार-घटना कुठल्यातरी कारकशक्ती (agent)मुळे घडून आल्या आहेत, हा विचार साहाय्यकारी ठरला, तग धरून टिकून राहण्यासाठी अत्यावश्यक : आपल्याला डोळ्यांच्या कोपऱ्यातून एखाद्या झुडपात काहीतरी खुसफुस दिसली; त्या झुडपात खुसफुस झाली कारण तिथं आपल्यावर झडप घालायच्या पवित्र्यात असलेला कुणी प्राणी लपला आहे, असं मानणं कितीतरी जास्त सुरक्षित होतं... तिथं आपोआप खुसफुस झाली, असं मानण्यापेक्षा जर तिथं कुणी प्राणी नसला तर आपली सगळी भीती व्यर्थ होती, पण जर तिथं कुणी प्राणी असता आणि आपण ती संभाव्यताच लक्षात घेतली नसती, तर आपण क्षणार्धात त्याचं भक्ष्य बनलो असतो.

मानववंशशास्त्रज्ञ स्टीवर्ट गुथ्रिए यांनी आपल्याला जे जाणवतं ते मानवी

---

१३. जॉन ॲलेन पावलोस, Irreligion : A Mathematician Explains Why the Arguments for God Just Don't Add Up. हिल अँड वँग, न्यू यॉर्क, (२००८).

स्वरूपात पाहण्याच्या म्हणजेच anthropomorphize करण्याच्या आपल्या वृत्तीमागं हीच उपयुक्तता असल्याच्या मुद्द्याकडे लक्ष वेधलं आहे : आपण ढगांत चेहरे पाहातो, भिंतीवरच्या सावल्यांत, गालिच्यावरच्या विणकामात पाहातो. ते म्हणतात, ही वृत्ती तयार झाली कारण ती झुडपात दडलेला प्राणी शोधण्यासाठी सर्वांत उपयुक्त होती. आणि हीच वृत्ती आपल्याला सभोवतालच्या धक्के देणाऱ्या शक्तींना मनुष्यत्व देण्याप्रत घेऊन गेली.[१४]

आज, न्यूरॉलॉजिस्ट या मुद्द्याकडे लक्ष वेधतात की, 'सोशल ब्रेन' – म्हणजे, मेंदूचा इतरांची मनं वाचण्यात गुंतलेला भाग, त्यांनी आपल्याला अनपेक्षितपणे पकडू नये याची दक्षता घेण्यासाठी आवश्यक गोष्ट – मेंदूचे इतर भाग विश्रांती घेत असतात तेव्हासुद्धा कार्यरत असतो. ते म्हणतात की, मेंदूच्या या भागाचं हे अतिरिक्त काम आणि 'मेन्टलाइज' करण्याची नैसर्गिक वृत्ती, म्हणजे दुसऱ्याचं मन वाचणं, यातून आपली मनुष्यरूप – anthropormorphize – बहाल करण्याची वृत्ती उत्तम प्रकारे स्पष्ट होईल.[१५]

जसजसं आपल्याला आपल्या भोवती काय घडतंय हे अधिकाधिक समजू लागलं तसतसं, आपण ज्या गोष्टी देवामुळे घडून आल्या असं मानत होतो, त्यांची संख्या रोडावली. त्याचा परीघ आक्रसला गेल्यामुळे, तो अधिकाधिक व्यक्तिभावरहित झाला आणि तो त्याहीपलीकडे दूरवर पोहोचला– ढगांमागच्या व्यक्तीपासून ते अज्ञातापलीकडच्या शून्यात.

निरनिराळ्या देवांना निरनिराळी विलक्षण गुणवैशिष्ट्यं लावली गेली. एखाद्या विशिष्ट समूहाच्या आयुष्यात एखाद्या गोष्टीच्या असलेल्या महत्त्वाचा त्या समूहाच्या मंदिरातील विशिष्ट देवाच्या महत्त्वावर परिणाम घडला – समुद्रातून प्रवास करणाऱ्या लोकांनी समुद्रात नैसर्गिकत: काय घडेल याच्या मागं उभे केलेले देव, जमिनीवर राहणाऱ्या लोकांपेक्षा जास्त महत्त्वाचे बनले.

जसा समाजांचा परस्परांशी संपर्क आला तशी देवांची स्थानासाठी रेटारेटी झाली. जेव्हा ते इतके जवळ आले की, सदैव एकमेकांवर आदळतील अशी अवस्था झाली, तेव्हा समाजा-समाजातील धक्काबुक्कीनं सततचं अराजक व हिंसाचार माजला. मग त्यांच्या वरची अधिकारसंस्था स्थापन करावी लागली. एका जमातीला वर्चस्व मान्य करावं लागलं. नवं राज्य जन्माला आलं. तसंच देवांमध्येही

---

१४. स्टीवर्ट गुथ्रिए, Faces in the colouds, ऑक्सफर्ड युनिव्हर्सिटी प्रेस, (१९९३).

१५. जॅसन पी. मिशेल, Watching minds interact, in What's Next, Dispatches from the Future of Sciences, मॅक्स ब्रॉकमन (ed.) विन्टेज, रॅन्डम हाउस, न्यू यॉर्क, (२००९).

घडलं. त्यांपैकी काही उदाहरणांत इतर गोष्टींच्या सहभागातून याची दक्षता घेण्यात आली की, ज्या गोष्टींना इतर लोक पूज्य मानतात त्या नामशेष केल्या जाऊ नयेत. मग त्यांचा 'दरबारात' समावेश करण्यात आला. या संदर्भात गुरुदेव रविंद्रनाथ टागोरांनी फार पूर्वीच भारतातील प्रथांकडे लक्ष वेधलं होतं – तुम्ही हत्तीला पूजनीय मानता? त्याचा गणेशाचं मस्तक म्हणून सहभाग आहे. तुम्ही उंदराला पूजनीय मानता? तो गणेशाचं वाहन बनला आहे – आणि किती समर्पक आहे : गणेश आपल्याला संकटातून बाहेर काढतो. मग त्याचं वाहन असं असलं पाहिजे, जे कायम अडथळ्यातून मार्ग शोधू शकेल. तुम्ही सापाची पूजा करता? ते सर्वसंगत्यागी शिवाचे अलंकार बनले आहेत. तुम्ही गोरे आहात, मी काळा आहे? आपले काही देव गोरे आहेत, काही निळे आहेत, काही हिरवे आहेत....

मध्यपूर्वेत दुसऱ्यावर विजय संपादन करून वर्चस्व स्थापन केलं गेलं. यहुदी प्रेषित, येशू व महंमद यांनी ज्या अक्षांश-रेखांशांच्या परिघात भ्रमण केलं व शिकवण दिली, तो प्रदेश पाहा. या आकुंचित अवकाशात – बहुतेकशा ओसाड प्रदेशात अगदी छोटे गटसुद्धा परस्परांवर अतिक्रमण करत असत; त्यामुळे चकमकी, हल्ले, युद्धं तर कायमच घडत असत. त्यातूनच वरच्या अधिकारस्थानाची गरज निर्माण झाली. दुसऱ्या बाजू, काही जमाती अथवा समूह हे हल्ले, युद्धं वगैरे गोष्टींत स्वाभाविकत:च इतरांपेक्षा जास्त यशस्वी ठरले होते. अशा समूहाला आपल्या वर्चस्वाला कायदेशीर वैधता व बळकटी देण्याची गरज वाटू लागली. त्यामुळे एकमात्र, मत्सरी देव हे 'नॅचरल प्रॉडक्ट' होतं. असा देव जो जवळपास प्रत्येक गोष्टीला पाठबळ देईल – पण फक्त एका गोष्टीला नाही : तुम्ही त्याच्या बरोबरीनं कुणाला बसवलंत, तर तुमची खैर नाही. थोडक्यात सांगायचं तर – असं स्थान, जिथं इतर कुठल्या स्थानाशी वा अस्तित्वाशी निष्ठा असणं, हा अक्षम्य गुन्हा होता.

जसजशा समूहाच्या गरजा व त्यांचं दैव बदललं, तसतसं देवाचं 'स्वरूप'ही बदललं : एका टप्प्यावर किंवा एखाद्या प्रदेशात संतापाचा वणवा, तर दुसरीकडे सहिष्णुता व दयाळूपणा यांचं मूर्तिमंत उदाहरण. 'त्या'चे आदेशही त्यानुसार बदलले : सर सईद अहमद म्हणतात, 'जिहाद'चा हुकूम आहे, पण जेव्हा एखाद्याची कुवत असते तेव्हा, जेव्हा एखादा दुर्बळ होतो, तेव्हा त्याला मनाई आहे. आपण आज हे आपल्या डोळ्यांसमोर घडताना पाहातोय. जसा काळ बदलतोय त्यानुसार धर्म ज्या प्रकारे स्त्रियांविषयीचा त्यांचा दृष्टिकोन सोयीचा करत आहे, ते पाहा.

फ्रॉईड, जंग व इतर मानसोपचारतज्ज्ञ व मानसशास्त्रज्ञांनी आपल्या सखोल, व्यक्तिगत गरजा या देवदेवतांचा व धर्मांचा, तसंच आपण धर्मांना ज्या समजुती जोडतो त्यांचा उगम व विकास होण्यास कशा कारणीभूत ठरल्या आहेत, ते दाखवून दिलं आहे. आपल्या प्रिय व्यक्तीच्या वियोगाचं दु:ख, आपल्या स्वत:च्या

मृत्यूचं भय, आपण स्वत: अनुभवतो व आपल्या आजूबाजूला सर्वत्र पाहातो, त्या अन्यायाचं व वंचिततेचं स्पष्टीकरण देण्याची वा ते स्वीकारण्याची असमर्थतता – या सगळ्या गोष्टींमुळे आपण मृत्यूनंतरचं जीवन, स्वर्ग-नरक, अखेर न्याय दिला जाईलच याकडे लक्ष पुरवणारा देव अशा कल्पना शोधून काढल्या... आमच्या छोट्याशा जगात, आदित आम्हाला या कल्पनांचा मुळारंभ दररोज सोदाहरण दाखवत असतो. त्याची नानी त्याचं सर्वस्व होती. तीन वर्षांपूर्वी त्या गेल्या. आदित दिवसातून दोन-तीनदा त्यांनी त्याच्यासाठी ध्वनिमुद्रित केल्या टेप्स लावायचा आग्रह करतो.

"नानी कहाँ हैं?" त्याचा प्रश्न असतो.

आम्ही त्याच्या प्रश्नाची दिशा बदलण्याचा प्रयत्न करतो.

"तुम्हारा मतलब की नानी का टेप कहाँ है?"

"नहीं," तो आमची चूक दुरुस्त करत म्हणतो, "नानी।'

"वो दुसरी दुनिया मैं हैं। दादा और दादी और नाना के साथ। कुछही दिनों में हम सब उन सबसे मिलेंगे, साथ होंगे।"

यामुळे त्याचं पूर्ण समाधान झालेलं नसतं. मग आम्ही ही कल्पित कथा त्याच्या परिचयाच्या ठिकाणी आणतो :

"जैसे हम यहाँ बैठे हैं, क्या हम उनको देख सकते हैं जो गोवा में हैं? इसी तरह हम अभी नानी को नहीं देख सकते! नहीं, राजा, फोन भी दूसरी दुनिया तक नहीं पहुँच सकता।"

या पुस्तकात या आधी उल्लेख केला आहेच – अन्ड्रे कॉम्टे-स्पॉनविल हा मुद्दा नेमका मांडतात. ते म्हणतात की, देवावरची श्रद्धा ही 'आपल्या उत्कट इच्छांशी अत्यंत, लक्षणीयरित्या एकरूप झालेली असते,' इतकी की, ती जणू त्यांच्या पूर्तीसाठीच निर्माण झालेली असावी.

ते म्हणतात : 'Given an alleged reality that nothing attests but which corresponds to our most powerful wishes, we have every reason to suspect it of being the expression of those very wishes, and indeed (as Freud says) directly derived from them – to suspect it, in other words, of having the structure of an illusion. An illusion is not a particular type of error, it is a particular sort of belief. To be deluded is to believe that something is true because one wants it to be true...'[१६]

ही उसळी अर्थातच आपल्या वरवरच्या गरजांपेक्षा जास्त खोलवर असते.

---

१६. अॅन्ड्रे कॉम्टे-स्पॉनविल, The Book of Atheist Spirituality.

फ्रॉईड, जंग व इतर विचारवंतांनी दाखवून दिलं आहे – जंग यांच्याच शब्दांत सांगायचं तर 'सुरुवातीला व्यक्तीरूपात असणारे देव मूर्तिमंत संकल्पनांवर व अखेर अमूर्त संकल्पनेवर कशा प्रकारे विकसित झाले; आरंभ, जिथं सर्व काही एकच आहे. आणि त्यामुळे तो सर्वोच्च ध्येय म्हणून समोर येतो' – आपल्या गूढवादी नोंदी, तीन सत्यता आणि या शब्दांचा संबंध लक्षात घ्या – 'तो सागराच्या तळाशी, जाणिवेच्या अंधारात असतो....'[१७]

देव आपल्या गरजा भागवण्यासाठी निर्माण केल्यानंतर, आपण 'त्या'ला आपल्या मूलभूत गरजांपेक्षा जास्त वापरून घेतलं आहे. आपण त्याला आपला पोकळ गर्व फुगवण्यासाठी वापरलं आहे – माणूस हा 'त्या'चा निर्मितीचा कळस आहे, असं आपण मानलं आहे. एवढंच नाही, तर आपण 'त्या'ला इतर सर्व प्रजातींवर अन्याय करताना आणि खुद्द निसर्गालाही आपली हाव भागवण्यासाठी उपयोगात आणताना त्याबद्दल युक्तिवाद करण्यासाठीही वापरून घेतलं आहे.

देवानं ही पृथ्वी आणि बाकी सर्व काही तुमच्याच सुखासाठी निर्माण केली आहे, अशी आपल्या प्रेतिषांनी आपल्याला खात्री दिली आहे.

'पण युगानुयुगं, जनसमूहात व राष्ट्रात लोक देव या संकल्पनेशी उत्स्फूर्तपणे आले आहेत. ते सगळेच्या सगळे चूक कसे काय असू शकतील?' खरं तर, ते

---

१७. सी.जी. जंग, Psychology and the East. आजअखेर, देवाच्या हस्तक्षेपाविना धार्मिक उगम व उत्क्रांती याबद्दल सांगणारं खूप साहित्य उपलब्ध आहे, उत्क्रांती व आपल्या आंतरिक गरजांच्या संदर्भात. या ग्रंथातील काही उतारे मर्यादित उद्देशासाठी आहेत – आपण भारतात आपला धर्म व धार्मिक श्रद्धा यांबाबत पर्यायी, अतार्किक स्पष्टीकरणं खुल्या मनानं ऐकतो – या अफाट साहित्याचं ते सर्वेक्षण किंवा सारांशही नाहीत. वाचकांना या संदर्भात जाणून घ्यायचं असल्यास या ग्रंथांनी सुरुवात करायला हरकत नाही : सिग्मंड फ्रॉईड, The Future of an Illusion, डबलडे, न्यू यॉर्क, (१९६४); सी.जी. जंग यांचं या विषयावरील विस्तृत लेखन; डॅनिअल सी. डेन्नेट, Darwin's Dangerous Idea, Evolution and the Meaning of Life, सायमन अँड शूस्टर, न्यू यॉर्क, (१९९५); रिचर्ड डॉकिन्स, The Selfish Gene, ऑक्सफर्ड युनिव्हर्सिटी प्रेस, लंडन (१९७६); रिचर्ड डॉकिन्स, The Blind Watchmaker, लॉगमन, लंडन, (१९८६); पास्कल बॉयर, Religion Explained, The Evolutionary Origins of Religious Thought, बेसिक बुक्स, (२००१); डॅनिअल सी. डेन्नेट, Breaking the spell, Religion as a Natural Phenomenon, पेग्विन, (२००६); रॉबर्ट राईट, The Evolution of God, The Origins of our Beliefs, लिट्ल, ब्राऊन, न्यू यॉर्क, (२००९).

देव, त्यांच्या रीती, त्यांच्या आवडनिवडी याबद्दलची एकच संकल्पना आणि 'बळी' ठरणाऱ्यांबद्दल 'त्या'च्या आदेशांचं विशिष्ट रूपांतर अमलात आणण्यासाठी एकमेकांचा जीव घेत आहेत. जवळपास या सर्वांचीच एक श्रद्धा आहे की, जे त्यांची देवाची संकल्पना व 'त्या'च्या आवडीनिवडी मानत नाहीत त्यांना सैतान (अ) चुकीच्या मार्गाला लावतो, (ब) त्यांचा पिच्छा पुरवतो किंवा (क) त्यांना उद्युक्त करतो. त्यांच्यापैकी काही जणांना वाटतं की, आपल्या स्वत:च्या समूहातले काही उपसमूह आहेत– त्यांच्यापेक्षा निराळ्या संप्रदायाचे सदस्य, स्त्रिया, खालच्या जाती-खालच्या दर्जाचे आहेत, त्यांच्यात न्यूनता आहे. जवळपास सर्वांचंच असं मत आहे – युगानुयुगं, जनसमूह व राष्ट्रांत – म्हणून अशा समजुती बरोबर ठरतात का?

'पण जर आपण देव ही संकल्पनाच टाकून दिली, तर आपण नैतिक आचारांच्या संकल्पना कुठून मिळवायच्या?' अशा प्रकारच्या चर्चेनं देवाचं अस्तित्व सिद्ध होत नाही. उलट, त्यातून असं सूचित होतं की, समाज व त्यावर ताबा ठेवणारे लोक त्यांनी टिकून राहाण्यासाठी व त्यांच्या भरभराटीसाठी जे आवश्यक आहे, असं मानतात, त्यानुसार देव ही संकल्पना शोधली गेली. समाज व तो चालवणारे यांना वाटलं की, दुसरे नियम आपला उद्देश अधिक चांगल्या प्रकारे पूर्ण करतील, तर लोकांना जे नियम पाळण्याची आज्ञा देण्यात आली होती, ते नियम देवानं बदलतील असं पाहिलं. बरेच नियम वापराविना पडून राहिले, बरेच मागं घेतले गेले, बरेच नियम नवेच वाटावेत इतके पूर्ण बदलले – त्यांचा नव्यानं अर्थ लावला गेला. काळाच्या ओघात, Sacrifice या शब्दाला आपल्या द्रष्ट्यांनी संपूर्णत: नवा अर्थ कशा प्रकारे बहाल केला पाहा : माणसांची आहुती देण्यापासून ते जनावरांचा बळी देण्यापर्यंत... तीव्र इच्छा व जिव्हाळा यांचा त्याग करण्यापासून ते अहंकाराचा त्याग करण्यापर्यंत... ते 'स्व'चा त्याग करण्यापर्यंत....

या सगळ्यात देवाचा हात आहे? का, समाजाच्या बदलत्या गरजा आणि त्याचं विस्तारत चाललेलं ज्ञान याला कारणीभूत आहे? पण तत्त्ववेत्ते व इतिहासकार म्हणतात त्याप्रमाणे, नैतिक आचाराचे नियम देवावरील श्रद्धेतून निर्माण झाले, असं आपण मानलं, तरी त्यावरून देवाचं अस्तित्व मुळीच सिद्ध होत नाही – जसं रसायनशास्त्र व धातुविद्याशास्त्र प्राचीन रसायनशास्त्रापासून – alchemy – विकसित झालं असेल, इतिहास पुराणकथांपासून विकसित झाला असेल, त्यातून अनुक्रमे सोनं मिळवण्याच्या पद्धतींची व पुराणातील घटनांचा कालक्रम व पराक्रमांच्या नोंदींची साधारता सिद्ध होते, तसं इथं घडत नाही.

या संदर्भात दोन महान उदाहरणं पाहा – बौद्ध तत्त्वज्ञान व जैन तत्त्वज्ञान. त्यांना नैतिक प्रमाणित बाबींचा ठाम पाया आहे. तरीही त्यांमध्ये देव ही संकल्पना नाही.

आणि आज – ख्रिस्ती धर्मगुरूंकडून मुलांशी गैरर्वतन, बाबा-महाराज यांच्याकडून महिला भक्तांशी गैरवर्तन, मुल्लांची क्रूर कृत्यं याबाबतची वृत्तं वर्तमानपत्रात मोठ्या प्रमाणात वाचायला मिळतात. आपल्याला कुणीही स्मरण द्यायची गरज नाही की देवावर श्रद्धा ठेवणाऱ्यांची, त्याच्या नावाखाली सक्रिय असणाऱ्यांची नैतिकता आपल्यापेक्षा जास्त नाही.

अशा केसेसबद्दल प्रसारमाध्यमांतून आवाज उठला की, बचावाचा मुद्दा असतो : 'पण ते खरे धार्मिक नव्हतेच. नाहीतर त्यांनी असं काही केलंच नसतं.' त्यांच्या कृत्यांच्या शोध लागेपर्यंत ते धर्मनिष्ठेचे अनुकरणीय आदर्श होते. त्यांची कृत्यं ज्ञात होताक्षणी 'ते काही खरे धार्मिक नव्हते,' असं चक्र फिरतं. आणखी एक पुनरुक्ती म्हणजे : जे लोक देवाप्रती भक्तिभाव ठेवतात ते अशी कृत्यं करतच नाहीत कारण, जर एखादी व्यक्ती अशी कृत्यं करत असेल, तर तो देवाचा खरा भक्त नसतोच.

'खरं सांगा, तुम्ही जर अप्रामाणिकपणापेक्षा खरेपणाला, भित्रेपणापेक्षा धैर्याला अहंकारापेक्षा औदार्याला, हिंसा व क्रौर्यापेक्षा सभ्यता व दयाबुद्धीला, अन्यायापेक्षा न्यायाला, तिरस्कारापेक्षा प्रेमाला पसंती देत असाल, तर तुम्हाला देवावर विश्वास ठेवण्याची गरज आहे का?' ॲन्ड्रे कॉम्टे-स्पॉनविल त्यांच्या अतिशय सुंदर व नि:पक्षपाती पुस्तकात विचारतात.[१८]

आणि इतर प्रजातींचं – ज्यांना देवानं दर्शन दिलेलं नाही किंवा पवित्र ग्रंथ दिलेले नाहीत असं गृहीत धरायला हरकत नाही – काय? मुंग्यांपासून ते बबून माकडांपर्यंतच्या मालिकेच्या अभ्यासकांनी, त्यांच्या गटातील सदस्य कशा प्रकारे नियमांचं पालन करतात, विशिष्ट कामं ते कशा दक्षतेनं पार पाडतात, ते गटासाठी कशा प्रकारे स्वत:च्या प्राणांची बाजी लावतात याबद्दल बारकाईनं नोंदी केल्या आहेत.[१९]

---

१८. ॲन्ड्रे कॉम्टे-स्पॉनविल, The Book of Atheist Spirituality.

१९. मॅट रिडले यांच्या The Origin of Virtue, पेंग्विन, १९९७ या पुस्तकातील निष्कर्ष व माहिती, कुणालाही ही गोष्ट पटवून देण्यास पुरेशी आहे की, नैतिक समजुतींचा आरंभ अथवा त्यावर निष्ठा ठेवण्यासाठी देव या कल्पनेची आवश्यकता नाही. या संदर्भात डॅनिअल सी डेन्नेट यांचं Darwin's dangerous Idea हे पुस्तकही वाचा. ज्यांना वाचनापेक्षा पाहाणं आवडतं त्यांनी Battle of krueger Park हा व्हिडिओ पाहायला हरकत नाही. सर्वाधिक पाहिल्या गेलेल्या हौशी व्हिडीओंमध्ये याचा समावेश होतो. (http://www.youtube.com/watch?v=LUDDYz68kM) २००७ साली हा व्हिडिओ सादर झाल्यानंतर, २०१० सालाच्या अखेरपर्यंत सुमारे ५८ दशलक्ष लोकांनी तो पाहिला होता. 'मूक' प्रजाती त्यांच्या समूहातील सदस्याची सुटका करण्यासाठी त्यांचा जीव कसा धोक्यात घालतात याचं चित्तथरारक चित्रण यात आहे. केप म्हशींचा एक

त्याचप्रमाणे, गियाकोमो रिझ्झोलॅट्टी व त्यांच्या सहकाऱ्यांच्या अग्रणी कार्यानंतर, न्यूरोसायंटिस्ट्सनी आपल्या मेंदूतील 'मिरर न्यूरॉन्स' शोधले आहेत. आपण जेव्हा काही कृती करतो किंवा आपल्या बाबतीत काहीतरी केलं जातं – म्हणजे, आपण बशीपर्यंत पोहोचतो, आपल्या खांद्यावर हात ठेवला जातो – तेव्हा न्यूरॉन्स सक्रिय होतात; जेव्हा आपण दुसऱ्या व्यक्तीला तीच गोष्ट करताना किंवा दुसऱ्या व्यक्तीच्या बाबतीत तीच गोष्ट घडताना पाहातो, तेव्हा होतात तसेच. या 'मिरर न्यूरॉन्स'नी न्यूरोसायंटिस्ट्सना विचारप्रवृत्त केलं आहे की, आपण स्वभावत: परहितदक्ष नाहीये का? दुसऱ्या माणसाची भूक व दु:खभोग कदाचित आपल्यात परानुभूती चेतवत असतील, कारण हजारो वर्षांच्या उत्क्रांतीनं आपल्याला तशा प्रकारे घडवलं आहे.[२०]

आणि अशा प्रकारच्या प्रतिक्षिप्त क्रिया तग धरून जिवंत राहण्याच्या प्रक्रियेत साहाय्यभूत का ठरतात, याला ठोस कारण आहे : ज्या समूहातील सदस्य आपल्या समूहातील अन्य सदस्यावर आलेल्या संकटाला किंवा त्याच्यावर कोसळलेल्या दु:खाला प्रतिसाद देत त्याच्या मदतीला धावतात ते समूह, असं न करणाऱ्या – म्हणजे आपल्या समूहातील दुसऱ्या सदस्यावरील संकटामुळे अथवा त्याच्या

---

१९ पुढे सुरू...

कळप तळं पार करून सावकाश मार्गक्रमण करत असतो. जवळच रेंगाळत फिरणारी सिंहांची झुंड त्यांच्या दिशेनं झेप घेते. म्हशींच्या कळपातलं एक रेडकू वेगळं पडतं, त्याला सिंह घट्ट पकडतात. ते रेडकू आणि त्याला पकडणारे सिंह पाण्यात पडतात. त्या रेडकावर पकड मिळवण्याचे सिंहांचे प्रयत्न सुरूच असतात. तितक्यात पाण्यातून दोन मगरी प्रकटतात. सिंह आणि मगरी यांच्यामध्ये घनघोर 'टग ऑफ वॉर' होतं– दोन्ही बाजू त्या रेडकाला आपल्याकडे खेचत असतात. यात सिंहाचा विजय होतो. ते त्या गरीब बिचाऱ्या रेडकाला किनाऱ्यावर ओढून आणतात. आणि त्याच्यावर ताव मारायला सज्ज होतात. तितक्यात म्हशींचा तो कळप परत येतो. त्या सिंहांना टक्कर देऊन त्यांची दाणादाण उडवतात, त्यांना पळवून लावतात. एकाला तर हवेत उडवतात आणि त्यांचा पाठलाग करून एकेकाला घालवून देतात. ते रेडकू वाचतं. कितीही चांगली माणसं या म्हशींपेक्षा जास्त धोका पत्करणार नाहीत. प्रत्येक कसोटीनुसार, म्हशीचं वर्तन नैतिकच असतं... परहितदक्षतेचं उत्तम उदाहरण!

२०. व्ही.एस. रामचंद्रन, The Emerging Mind, बीबीसी, दर रीथ लेक्चर्स, (२००३), प्रोफाइल बुक्स, (२००३/२००५) आणि The Tell-tale Brain, Unlocking the Mystery of Human Nature, रॅन्डम हाउस इंडिया, (२०१०).

दुःखामुळे विचलित होत नाहीत अशा – समूहांपेक्षा जिवंत राहाण्याची व झपाट्याने वाढण्याची अधिक शक्यता असते. त्यातील दुसऱ्या प्रकारच्या समूहाला समूह म्हणणं कठीण आहे.

अशा प्रकारचे अनेक शोध, देवाचा धावा न करता, नैतिक प्रमाणिक नमुन्यांचा उगम स्पष्ट करू शकतात आणि शतकानुशतकं हे प्रमाणित नमुने कसे बदलले त्याचे मार्गही स्पष्ट करू शकतात. आणि त्या निष्कर्षांमध्ये एक सामान्य धडा आहे – जो आपण या प्रकरणात आधी पाहिला आहेच : जेव्हा-जेव्हा आपल्यासमोर एखादं गुणवैशिष्ट्य, घटना वा अपूर्व गोष्ट येईल, तेव्हा आपण सर्वप्रथम हे पाहिलं पाहिजे की, ती गोष्ट अ-दैवी, ऐहिक घटकांद्वारे स्पष्ट करता येते का? अर्थात, देवाप्रती बांधिलकी मानणारे त्यांचं मत बदलणार नाहीतच : ते आग्रहपूर्वक सांगतील की, मुळात हे 'मिरर न्यूरॉन्स' बसवणारा देवच आहे. पण आपल्या बाकीच्यांच्या बाबतीत, अ-दैवी स्पष्टीकरणानं आपल्या मनाची द्वारं खुली होतील आणि कुठल्यातरी अज्ञात गोष्टीवर आशा लावून बसण्यापेक्षा आपल्या स्वतःवरच भिस्त ठेवण्याची टोचणी देतील.[२१]

यातील विरोधाभास स्वतःचा उद्‌बोधक आहे. ज्या लोकांची देवावर उत्कट श्रद्धा आहे तेच लोक देव, त्याचे ग्रंथ या संदर्भात काही उघड होण्याला सर्वांत घाबरत असतात. यातून विश्वास दिसतो का? का यातून बेचैनी प्रकट होते?

पण आत्ता आपण ज्या मुद्द्याचा विचार करतोय त्या संदर्भातील – म्हणजे दुःखभोग हाताळण्यासंदर्भातील – अतिशय महत्त्वाची गोष्ट म्हणजे आपण अशा आधारावर अवलंबून राहावं का, ज्या आधाराच्या स्थैर्य व सामर्थ्याविषयी आपण इतके साशंक असतो? अशा आधारावर, ज्याच्या अस्तित्वाबद्दल आपल्याला मुळीच खात्री नाही? आपण आभासमय आधारावर आपल्या आशा लावायच्या का?

स्वाध्याय

- देवानं माणसाला स्वतःच्या प्रतिमेत – फक्त अधिक मोठ्या, अधिक सूज्ञ, अधिक सामर्थ्यशाली – बनवलं असल्यामुळे, आपल्या अनुभवानं आपल्याला जे नैतिक आदर्श योग्य असल्याचं शिकवलं आहे, ते त्यालाही लावले पाहिजेत.
- तुमच्या मुलीनं काही गैरवर्तन केलं, तर तुम्ही तिचे डोळे काढाल का? तुम्ही तिला अधू कराल का? मग अशा कृत्यांबद्दल देवाचं का समर्थन

---

२१. अर्थात, त्यावरही श्रद्धाळूंचं उत्तर तयारच असेल : He helps those who help themselves! असं सांगणारा देवच आहे, असं ते म्हणतीलच!

केलं जातं?

- त्याला पुरावा का लागू नये? 'त्या'च्या कृत्यांना व 'त्या'च्या आपल्यासाठी असलेल्या निर्मितीला – स्वर्ग व नरक – पुरावा व समर्थन का आवश्यक नाही?
- धर्माच्या कक्षेबाहेरच्या कोणत्याही गोष्टीसाठी पुरावा आवश्यक असतो. पण, धर्माच्या परिघात असण्याचा दावा केला जाणाऱ्या गोष्टीसाठी मात्र पुरावा आवश्यक नसतो, असं का? विशेषत: आपल्याला इतर धर्मांचे सिद्धान्त व दावे या संदर्भात पुरावे लागतात. आपला धर्म ज्या सिद्धान्तावर आधारित आहे, ते मात्र 'श्रद्धेचे विषय' असतात. आणि म्हणून ते चौकशीपलीकडले आहेत, असा आपला आग्रह असतो. असं का?
- आपण ज्या कृतींना धार्मिक मानतो, त्या बाबतीतही असंच असतं. शतकानुशतकं आपण स्वीकारत आलो आहोत की, इतरांवर दुष्परिणाम घडवणार नाहीत अशा चुकांबद्दल किंवा हस्तक्षेपाबद्दल मी निर्भय राहू शकतो – म्हणजे, फक्त स्वत:च्या संदर्भातील गोष्टींबद्दल. त्यामुळे ज्या पद्धतीनं नवरा-बायकोला वागवतो, ज्या पद्धतीनं तो तिला घटस्फोट देऊ शकतो, त्या गोष्टी आता चौकशी वा दोषारोपापलीकडल्या मानल्या जात नाहीत. नवऱ्याच्या कृतींमुळे बायकोला इजा होते. पण आता स्पष्ट झालं आहे की, आपण ज्या विचारांवर काम करत नाहीत, तेसुद्धा आपल्या वृत्तींवर, आपल्या मनांवर परिणाम घडवतात आणि त्यायोगे, आपण पुढं कसे वागणार आहोत त्यावर परिणाम घडवतात. त्यामुळे आपला धर्म आपल्याला जे करायला सांगतो त्या आधारावर आपण कोणत्या प्रकारची कृती पूर्णत: स्वायत्त असल्याचा दावा करू शकतो? आपल्या धार्मिक श्रद्धा आपण इतरांशी – स्त्रिया, अश्रद्ध, इतर पंथांचे लोक – यांच्या संदर्भात ज्या पद्धतीनं वागतो त्यासाठी प्रवृत्त करतात, मग अ-धार्मिक वर्तुळात श्रद्धा व कृती तपासून पाहाण्यास खुल्या असतात, तशाच या धार्मिक श्रद्धाही तपासून पाहाण्यास खुल्या नाहीत का?
- जेव्हा गूढ भासणारं असं काहीतरी समोर येईल, तेव्हा सर्वप्रथम त्या घटनेचं वा गोष्टीचं संभाव्य शास्त्रीय, मानसशास्त्रीय, अ-दैवी, अ-धार्मिक स्पष्टीकरण जाणून घ्या.
- काही वर्षांपूर्वीपर्यंत जी मतं व भूमिका सत्य मानल्या जात होत्या – अगदी इथवर सत्य की त्या न मानणाऱ्यावर पाखंडीपणाचा शिक्का मारला जात असे – आणि त्यानंतर त्या शांतपणे सोडून दिल्या गेल्या, त्यांची यादी करा.
- काही वर्षांपूर्वीपर्यंत ज्या घटना व गोष्टी देवामुळे, त्याच्या सहकाऱ्यांमुळे

घडून आल्या असं मानलं जातं असे, आणि आज ज्या नव्या ज्ञानाद्वारे पूर्णतः स्पष्ट करता येतात, त्यांची यादी करा. आगामी पन्नास वर्षांत विज्ञानात जी प्रगती होऊ शकेल, त्याचं कल्पनाचित्र तयार करा. आज गूढ वाटणाऱ्या पण त्या वेळेपर्यंत नव्या ज्ञानाद्वारे स्पष्ट करता येऊ शकतील अशा कोणत्या गोष्टी आहेत? देवाचं अभेद्य साम्राज्य म्हणून काय उरेल?

- आपण देवावर आधार म्हणून अवलंबून असतो. देव हा संघटित धर्म, त्यांचे पवित्र ग्रंथ व रक्षणकर्ते यांच्या आधारावर अवलंबून असतो. याचा नीट अभ्यास करा.
- जे. कृष्णमूर्ती यांनी एक निराळाच प्रयोग सांगितला आहे. तुम्ही जेव्हा फिरायला जाल तेव्हा तुम्हाला आवडणाऱ्या आकाराचा दगड शोधा – गोल, गुळगुळीत, गडद रंगाचा. तो आदरपूर्वक उचला. घरी आणा. तो धुवा. तो तुमच्या देव्हाऱ्यात ठेवा. लवकरच तुम्ही त्याच्यात स्तुत्य गुणवैशिष्ट्यं पाहू लागाल. तो कठीण आहे, पण तरीही गुळगुळीत आहे. तो पाऊस, थंडी, उष्णता कशानंही क्षुब्ध होत नाही. स्थितप्रज्ञ आहे. त्यानंतर काही काळातच तुम्ही त्याकडे सर्व गोष्टींचा आरंभ करणाऱ्याचं प्रतीक म्हणून पाहू लागाल. त्याला सद्गुण बहाल कराल. त्या दगडाकडे तुम्ही पाहाल त्या वेळी त्या सद्गुणाबद्दल सखोल चिंतन करा. दररोज सकाळी त्यावर उजेड पडतो तेव्हा त्याचं निरीक्षण करा. त्या वेळी सूर्य प्रकाश तेजस्वी आहे का सूर्य ढगामागं लपला आहे, यानुसार तो उजेड बदलेल. तो दगड अधिक तेजस्वी दिसतो का? त्याच्या सावल्यांचा काही आकार बनतो का? तुम्ही डोळे मिटून घ्या. दगडाची जी नेमकी प्रतिमा बनली आहे – सावल्या, त्यामध्ये तयार झालेले आकार वगैरे सर्वकाही – तिची प्रार्थना करा. मग पाहा दिवस कसा जातो. तुम्ही सायंकाळी घरी याल तेव्हा सगळा दिवस कसा गेला याचा आढावा घ्या. तो दगड सकाळी जसा दिसत होता, त्याचं दिवस कसा गेला यावर काय प्रतिबिंब पडलं आहे त्याचा विचार करा. लवकरच तुम्हाला वाटू लागेल की, हा दगड काही सामान्य नाही – तुम्ही दुसरा कुठलाही दगड उचलून घरी आणू शकला असता, पण तुम्ही हा दगड उचललात. मग तुम्हाला असं वाटू लागेल की, तो दगड तिथं तुम्ही उचलून घ्यावात म्हणूनच पडला होता – कारण त्याचा तुमच्यासाठी काहीतरी संदेश होता... कारण त्याचं सामर्थ्य खास तुमच्यासाठीच आहे.

दगडाला किंवा इतर कुठल्याही समजुतीला वा कृतीला समर्थ अर्थ बहाल करणारे आपणच नाही का? आणि मग त्या गोष्टीत वा कृतीत अर्थ व

सामर्थ्य शोधून त्यावर अवलंबून राहायला लागत नाही का?[२२]

- प्रत्येक धर्माच्या संस्थापकांच्या जीवनांबद्दल आपल्याला जे काही माहीत आहे त्यातला अगदी थोडाच भाग सत्य मानता येत असल्यामुळे, कारण जे त्यांच्या आदरयुक्त प्रभावाखाली आहेत किंवा ज्यांना सगळं काही मिळवायचं आहे – या जगात सगळं काही मिळवायचं आहे : सत्ता, प्रभाव, वर्चस्व, अनुयायी, संपत्ती – त्यांनी केलेल्या स्तुतीचा त्यावर परिणाम दिसत असतो. आपण या संस्थापकांचं 'जीवन' व चमत्कार पाहाण्याऐवजी त्यांची शिकवण अनुसरली पाहिजे.
- पवित्र ग्रंथांचा अभ्यास करताना, (१) निष्ठावंतांचा गट शोधा, संपूर्ण ग्रंथावर नजर टाका, सुटी-सुटी मतं आणि आपण त्या ग्रंथाचे रक्षणकर्ता आहोत असं आग्रहपूर्वक सांगणारे व तसं ढोंग करणारे जी मतं सादर करत असतात त्याकडे लक्ष देऊ नका; (२) ग्रंथाचा सरळ अर्थ जाणून घ्या. ढोंगी लोक वेळ व परिस्थितीच्या कलानुसार भुरळ पाडणारी शक्कल म्हणून जो सोयीस्कर अर्थ लावतात त्याकडे लक्ष देऊ नका; ग्रंथ जे वर्तन सांगतो ते जाणून घेण्यासाठी श्रद्धावंतांचं आणि विशेषत: रक्षणकर्ते व नियामक यांचं वर्तन पाहा, तेसुद्धा ते अल्पसंख्याक असतानाचं नव्हे तर ते सत्तेत असतानाचं. काही काळातच स्पष्ट होईल की, सर्व ग्रंथ मनुष्यनिर्मित

---

२२. कृष्णाजींनी सांगितलेला प्रयोग करण्यासाठी आपण घरातून बाहेर पडण्याचीसुद्धा आवश्यकता नाही! त्यांच्या सूचना अगदी थेट असत. १९६८ सालची गोष्ट आहे. ते मद्रासमध्ये The Sacred या विषयावर बोलत होते, 'एक काडी घ्या'. ते म्हणाले होते, 'आणि ती दिवाणखान्यात ठेवा. दररोज त्याच्यासमोर एक फूल ठेवा आणि रोज ठरावीक शब्द म्हणा– 'कोका-कोला', 'आमने', 'ओम', शब्द कोणता ते महत्त्वाचं नाही. तुम्हाला आवडणारा कोणताही शब्द– ऐका, हसून सोडू देऊ नका – हे करून पाहा आणि मग तुमच्या लक्षात येईल. जर तुम्ही असं करत राहिलात तर महिन्याभरानं ती काडी किती पवित्र झाली आहे हे तुमच्या लक्षात येईल. तुम्ही स्वत:चा त्या काडीशी, त्या दगडाशी किंवा एखाद्या कल्पनेशी संबंध जोडला आहे आणि त्याला पवित्र बनवलं आहेत... देवाशी संबंधित. पण तसं नसतं. तुम्ही तिला तुमच्या भयामुळे पवित्रता बहाल केली आहे... नेहमीच्या सवयीनुसार, तुम्ही ज्याला पवित्र मानता अशा गोष्टीला शरण जाण्याच्या सवयीनुसार. मंदिरातील प्रतिमा रस्त्याकडेच्या दगडापेक्षा अधिक पवित्र नसते. त्यामुळे खरं पवित्र काय आहे आणि खरंच तसं काही असतं का हे शोधून काढणं फार महत्त्वाचं आहे. (जे. कृष्णमूर्ती The Awakening of Intelligence, व्हिक्टर गोलॅन्झ लि. लंडन, १९७३)

आहेत, आणि जे 'संदेशाचा खरा अर्थ' म्हणून पुढं केलं जातं ते आभाळातील कुणी खाली पाठवलेलं नाही तर, त्या क्षणी भाग पाडणाऱ्या सक्तीमुळे किंवा त्या क्षणी खुल्या झालेल्या संधीमुळे ते घडलेलं आहे. प्रत्येक ग्रंथात त्याची रचना झाली तेव्हा जे ज्ञात होतं त्याचं प्रतिबिंब आहे, समाज टिकून राहण्यासाठी व माणसांना सोयीस्कर होण्यासाठी जे सर्वोत्तम वाटलं त्याचा त्यामध्ये अंतर्भाव आहे. आणि म्हणूनच, आपण इतर ग्रंथांचा अभ्यास व मूल्यमापन करताना जे नियम लावतो त्यातून त्या ग्रंथांना वगळण्याचं काहीच कारण नाही.

- खुलेपणाने वा अन्य मार्गाने पवित्र ग्रंथ वा शिकवणीचा अभ्यास करणं, हा धर्मातील महत्त्वाचं, ज्ञानाचं आणि त्याच्या रक्षणकर्त्यांचा त्याबद्दलचा, त्यातील शिकवणीबद्दलच्या व संस्थापकांबद्दलच्या विश्वासाचं मोल जाणण्याचा एक सर्वोत्तम मार्ग आहे.
- आज जे मुद्दे स्वीकारले जातात त्या संदर्भात जे आदेश अथवा उतारे स्पष्टपणे ज्याची बाजू उचलून धरता येत नाही असे किंवा गैरसोयीचे असल्याचं लक्षात येतं तेव्हा, 'पण तसं विशिष्ट संदर्भात म्हटलेलं आहे. तुम्ही त्याचा संदर्भ सोडून उल्लेख करत आहात,' अशी प्रतिक्रिया मिळते. त्या वेळेपर्यंत त्या धर्मातील अधिकारी आग्रहपूर्वक सांगत आलेले असतात की, ते आदेश चिरंतन आहेत, ते ग्रंथ संदर्भ-विरहीत आहेत. मग अशा वेळी आपण त्यांना अशा प्रकारे संदर्भांच्या मर्यादेत असलेले उतारे व आदेश यांची यादी देण्याची विनंती करू शकतो. दुसरी गोष्ट म्हणजे, आपण त्यांना चिरंतन व संदर्भ-रहित उताऱ्यांपासून व आदेशांपासून असे उतारे व आदेश वेगळे ओळखण्याचा निकष सांगण्याची विनंती करू शकतो. तिसरी गोष्ट म्हणजे, अशा प्रकारे त्यांना वेगळं करण्याची परवानगी ग्रंथ देतो का, हे दाखवण्याची आपण त्यांना विनंती करू शकतो. या रक्षणकर्त्यांचा या साध्याशा विनंतीला मिळालेला प्रतिसादच बोलका असेल.
- असंच त्या वेळीही घडतं, जेव्हा आपल्याला सांगितलं जातं की, उतारे व प्रसंग शब्दशः घ्यायचे नाहीत. मग त्यातलं कोणतं रूपक अर्थानं, फक्त प्रतिकात्मक घ्यायचं? कशात चिरंतन सत्यं समाविष्ट आहेत? अशा प्रकारची विभागणी ग्रंथात कुठं करण्यास मान्यता आहे?
- रक्षणकर्ते आपल्याला 'अपरिग्रहा'चा उपदेश करत असतात आणि स्वतःच्या व्याख्यानांसाठी भलीमोठी रक्कम आकारत असतात, हे कसं काय? त्यांनी इतकी भव्यदिव्य ऐहिक साम्राज्यं कशी काय उभी केली? त्यांच्या पवित्र ग्रंथांप्रती आणि देवदेवतांप्रती असलेली श्रद्धा त्यांना भक्त महिला व लहान

मुलं यांचा गैरफायदा घेण्यापासून कशी काय परावृत्त करत नाही? आपल्याच देशाचं उदाहरण पाहाता, आपल्याकडे इतके बाबा-महाराज आहेत आणि तरी आपली नैतिक अवस्था ही अशी आहे, असं कसं काय?

- तुम्ही ज्या-ज्या गोष्टींसाठी प्रार्थना करता, त्यांची काळजीपूर्वक यादी करा. त्यावर पुन्हा नजर टाका. आपण कशाच्या तरी बदल्यात काहीतरी मिळावं अशी प्रार्थना किती वेळा करतो? त्याला 'क्ष' मिळवून दे, मला 'य' मिळवून दे; त्या बदल्यात मी तुझ्यासाठी 'ज्ञ' करीन... दुसरी गोष्ट म्हणजे, जे घडतं त्याची तुम्हाला जे हवं होतं, त्याच्याशी तुलना करून बघा. जे काही निष्पन्न झालं आहे, ते व्यवस्थित समजण्याजोग्या घटकांमुळे झालं आहे का अनाकलनीय देवामुळे झालं आहे? प्रार्थनेनं देवाला टोचणी दिल्यामुळे त्यानं हस्तक्षेप केला आहे? का आपल्या स्वत:चंच मन खंबीर करण्यामुळे आणि त्यायोगे स्वत:ला परिस्थितीचा सामना करण्यासाठी सुसज्ज केल्यामुळे हे घडलं आहे?
- विशेषकरून, तुमची ज्या बाबा-महाराज यांच्यावर श्रद्धा आहे, त्यांनी तुम्हाला ज्या-ज्या गोष्टींची खात्री दिली आहे, त्या गोष्टी अगदी काळजीपूर्वक लिहून काढा, आणि त्यांनी जे घडेल म्हणून सांगितलं असेल, त्याप्रमाणे घडलं आहे का ते पाहा. त्यांनी सांगितलेल्या गोष्टी व प्रत्यक्ष घडलेल्या गोष्टी यात तफावत असेल, तर काय म्हटलं जातं? 'नाही, नाही, पण त्यांचे आशीर्वाद नसते, तर गोष्टी आणखी वाईट थराला गेल्या असत्या.', 'नाही, नाही, पण भगवान नेहमी सांगतात की, ते इथं आपली कर्मं परतविण्यासाठी नाहीत. काहीही झालं तरी तुम्हाला त्यातून पार पडावंच लागेल. ते फक्त तुम्हाला तुमच्या कर्मांच्या आनुषंगिक परिणामांना तोंड देण्याची शक्ती देतात.'[२३]

---

२३. याच संदर्भात, माझे मित्र – अरविंद शर्मा यांच्याशी थट्टामस्करी करताना बऱ्याच हस्तसामुद्रिकांचं व फलज्योतिषांच्या यशाचं रहस्य उलगडलं. समोरच्याचा हात/ जन्मकुंडली हाती घ्या. काही वेळ विचार केल्यानंतर मग सांगा, 'तुम्ही खूप मोठी गोष्ट साध्य केली आहे, अगदी तुमच्या सर्वांत जवळच्या लोकांनीसुद्धा तुमच्याकडून अपेक्षा केली नसेल इतकी मोठी. पण अजून तुम्ही तुमचं संपूर्ण सामर्थ्य ओळखलेलं नाहीत.' हा जणू तुमच्या तीव्र भावनांचा पुरावाच असतो. आपण इतरांच्या, विशेषत: आपल्या सर्वांत जवळच्या लोकांच्या अपेक्षा पार करून पुढं गेलोय असं प्रत्येकालाच मानायला आवडतं आणि आपलं खरं सामर्थ्य अजून प्रकटलेलंच नाही, असंही मानायला आवडतं! मग त्या माणसाला तुमच्या

- तुमच्या सभोवती जमलेले लोक पाहा. बाबा-महाराज यांच्या शक्तीच्या संदर्भात सांगायचं तर तुम्ही त्यांच्या बोलण्यानं अत्यंत प्रभावित झालेले असता. पण ते विशिष्ट दिशेला झुकलेले असतात. काही जणांच्या बाबतीत, नक्कीच गोष्टी बदललेल्या असू शकतील. त्यांचा अनुभव सर्वत्र प्रसारित होत असतो. पण एकूणात त्यांचं अस्तित्व किती अल्प आहे? दुःखातून उतार पडल्याची कुठली सामान्य स्पष्टीकरणं नसतात का?

- इतर नव्यानं येणारे लोक विश्वास ठेवण्यास आतुर असतात. त्यांनी इतरांकडून ऐकलेल्या गोष्टींनुसार त्यांची मतं असतात. ते विश्वास ठेवण्यास आतुर

---

२३ पुढे सुरू...

ज्ञानाबद्दल आणखी खात्री पटवण्यासाठी म्हणा की, 'तुमच्या मार्गात दोन माणसं आडवी येत आहेत. ती तुमच्या माघारी सतत कारवाया करत असतात. त्यांच्यापैकी एकानं तर तुम्हाला खात्रीसुद्धा दिली आहे की, तो तुमचा खरा हितचिंतक आहे.'

आपलं पाऊल गुप्त शत्रूंमुळे मागं ओढलं जातं, असं प्रत्येकालाच मानायला आवडतं. काही जण तर त्यांच्या खासकरून विश्वासाच्या माणसाचा संशय घ्यायलासुद्धा सुरुवात करतात. मग त्या माणसाला सांगा, 'तुम्हाला सांगतो, तुम्ही इतरांवर अगदी सहज विश्वास ठेवता. तुम्ही त्यांच्या वरवरच्या दिसण्यावर जाता. ते त्यांच्या रडकथा घेऊन येतात, तुम्हाला त्यांच्या आयुष्याबद्दल जे सांगतात त्यावर तुम्ही सहज विश्वास ठेवता. तुम्ही इतरांच्या मदतीला तत्पर असता कारण तुम्ही सर्वांवरच विश्वास ठेवता आणि ते मात्र तुमचा फायदा घेतात.'

आपण अगदी साधे, अगदी भोळसट आहोत, इतर माणसं आपला फायदा घेतात असं मानायला सर्वांनाच आवडतं!

मग तो माणूस तुमच्याकडे हमखास परत आला पाहिजे यासाठी तुम्ही त्याला 'उपाय' सुचवा : 'पण काळजी करू नका. फक्त सावध राहा म्हणजे झालं. आत्ता फक्त एवढंच करण्याची गरज आहे – तुमची कुंडली बलवान आहे. 'क्ष' हा 'वाय'च्या घरातून तीन महिन्यांत स्थानांतर करेल. त्यानंतर मग वाटचाल बरीच सोपी होईल. अजूनही काही समस्या बाकी असेल तर मला सांगा, मी अभ्यास करीन आणि तुमच्या तथाकथित मित्रांच्या दुष्ट कारवायांवर मात करण्यासाठी तुम्ही काय करायला पाहिजे ते तुम्हाला सांगेन. दरम्यान तुम्ही पाचूची अंगठी धारण करा...' हा माणूस तुमच्याकडे पुन्हा नक्कीच येईल : तुम्ही त्याची आत्मप्रतिमा फुगवली आहे; त्याला जे मानायचं आहे, ते मानण्यासाठी तुम्ही त्याला 'कारण' दिलं आहे – म्हणजेच की, तो बळीचा बकरा आहे, तो किती साधा, दुसऱ्यावर विश्वास ठेवणारा आहे; पण बाकीचे त्याला वापरून घेतात आणि त्याहीपेक्षा... लवकरच परिस्थिती अधिक चांगली होईल, असं मानण्यासाठी एक 'कारण....'

असल्यामुळे, ज्या उदाहरणांत त्यांनी बाबा-महाराज यांचे चमत्कार ऐकलेले असतात त्याच आठवणी ते धरून ठेवतात. बाकीच्या बाबतीत ते मनावर झापडं चढवतात – हा गुण कमी-अधिक प्रमाणात आपल्या सर्वांमध्येच असतो : आपल्याला ज्यावर विश्वास ठेवायचा आहे किंवा विश्वास ठेवणं आवश्यक आहे, त्याला पुष्टी देणाऱ्या पुराव्याला आपण धरून राहातो. काही लोकांनी खूप प्रतिक्षा केलेली असते, काहीतरी चमत्कार घडण्याची खूप वाट पाहिलेली असते. पण तसं काहीच घडलेलं नसतं. जेव्हा तुम्ही अशा समूहात जाता तेव्हा तुम्हाला त्यांची साक्ष कधीच ऐकायला मिळत नाही, कारण ते या समूहातून बाहेर पडलेले असतात. जे लोक तिथं अजूनही असतात ते म्हणतात, 'नेमका हाच तर मुद्दा आहे. ते लोक सोडून गेले यावरून त्यांची श्रद्धा नव्हती, हे दिसतंच आहे. त्यांना वाटत होतं की, त्यांच्या समस्या सोडवणं, हे भगवानांचं कर्तव्यच आहे. भगवान त्याचं काही देणं कसं काय लागतात?'

- आपल्या धर्माची शिकवण आहे की, आपल्या प्रत्येकामध्ये एकच आत्मा वसतो, तो म्हणजे वैश्विक आत्मा वगैरे, वगैरे. आणि तरीही, शतकानुशतकं आपण केवळ जन्मानं काहींना उच्च व काहींना कनिष्ठ मानण्याचा एकूणच विपर्यास करत आलो आहोत. त्याचप्रमाणे, प्रत्येक बाबा-महाराज शिकवण देतात की, आपण सर्व एकच आहोत, आपण सर्व जण त्यांना तितकेच प्रिय आहोत. प्रत्येकाजवळ सुधारण्याची तितकीच शक्ती आहे वगैरे, वगैरे. आणि तरीही, त्यांच्या सभोवतीच्या कळपात निर्माण झालेली अधिकारपदांची उतरंड पाहा... ते चौथऱ्याकडे जाताना त्यांना कुणाची उपस्थिती लागते, त्यांच्या शेजारी कोण बसतं, त्यांना स्पर्श करण्याची संधी कुणाला मिळते, त्यांच्यासाठी भोजन कोण आणतं, कोण त्यांना खाऊ घालतं, ते कुणाला चमत्कारानं निर्माण केलेला प्रसाद वा छोटासा अलंकार देतात, ते कुणाच्या 'स्वप्नात' येतात... बाबा-महाराज अशा अधिकारपरंपरांना उत्तेजन देतात की, ते त्या पुसून टाकतात?

मला आमच्या एका आत्याचं उदाहरण आठवतं. ही आत्या आम्हा सर्वांना अतिशय प्रिय होती. अतिशय साधी बाई. तिला आयुष्यात अनेकांनी वाईट अनुभव दिले होते. ती एका महान, दूरवरच्या बाबांची निस्सीम भक्त होती.

"अरुण, मला एक समजत नाही," तिच्या बिकट काळात एकदा मी तिच्याकडे गेलेलो असताना ती म्हणाली होती, "बाबा त्यांच्या श्रीमंत अनुयायांच्या बाबतीत नेहमीच इतके प्रेमळ का असतात, आणि ते माझ्यासारख्या असहाय लोकांना मदत करण्यास का नकार देतात. हे श्रीमंत लोक

विमानानं येतात. त्यांच्या भल्या-मोठ्या गाड्यांमधून आश्रमात जातात. त्यांना लगेच खाजगी भेट मिळते. त्यांना प्रसाद मिळतो, घड्याळं मिळतात... आणि माझ्यासारख्या माणसांच्या बाबतीत, आम्हाला भोगावं लागतं. आम्हाला समजा कधी तिथं जाण्याची संधी मिळाली, तर ते आमच्यकडे नुसतं पाहातसुद्धा नाहीत.''

अर्थातच, भक्तांकडे यावर उत्तराची कमी नसेल. 'हे पाहा, तुमच्या आत्याच्या मनात बाबांविषयी हा संदेह होता, हेच या प्रश्नाचं उत्तर आहे. तिची संपूर्ण श्रद्धा नव्हती, आणि तीच असणं आवश्यक असतं. तिनं बाबांची कृपा होण्यासाठी संपूर्ण शरणभाव पत्करला नव्हता....'

होय, त्यांच्याकडे उत्तरांची कमतरता असणार नाही. पण माझी आत्या किती साधी-सरळ होती आणि तिच्यावर किती अन्याय झाला होता, हे मला माहीत असल्यामुळे आणि तिची श्रद्धा किती प्रामाणिक व गाढ आहे हेही मला माहीत असल्यामुळे, आपल्याला पवित्र ग्रंथांत बरेचदा जे उत्तर मिळतं – ज्यामध्ये बळी ठरलेल्या व्यक्तीवरच दोषारोप असतो – त्यानं माझी कधीही समजूत पटू शकत नाही... ते येतील आणि आपली संकटातून सुटका करतील, असा अजूनही विश्वास असलेल्या आत्याला मी कर्करोगानं तीळतीळ संपताना पाहिल्यानंतर तर नाहीच नाही....

▶ भारतातसुद्धा आपल्या 'चमत्कारांनी' भोळसट माणसांना आकर्षित करणाऱ्या बाबा-महाराजांना दशकानुदशकं बुद्धिप्रामाण्यवादी आव्हान देत आले आहेत. तुमच्या हातापेक्षा मोठं असं काहीतरी काढून दाखवा – उदाहरणार्थ, भोपळा. त्यांनी आव्हान दिलं आहे, आम्ही नोट फाडू, तुम्ही नोटेचा अर्धा भाग घ्या. अर्धा भाग आम्ही आमच्याजवळ ठेवू. आता तुम्ही अर्धा भाग निर्माण करून ती नोट पूर्ण करा. तुमच्या इच्छेनं एखादी वस्तू काढून दाखवण्याऐवजी आम्ही तुम्हाला सांगितलेली वस्तू काढून दाखवा... यांपैकी एकही आव्हान, एकाही बाबा अथवा महाराजांनी स्वीकारलेलं नाही. ज्या 'चमत्कारां'साठी हे बाबा-महाराज प्रसिद्ध आहेत; ते चमत्कार बुद्धिप्रामाण्यवादी सोदाहरण दाखवून देत आहेत. आणि या गोष्टी म्हणजे जादूगार दाखवतात त्या नेहमीच्याच जादू आहेत, हे समोर आणत आहेत. अगदी प्राथमिक ज्ञान वापरून आपल्यापैकी कुणीही असेच 'चमत्कार' घडवू शकतो, फक्त थोड्याशा सरावानं आपण हातचलाखीत निपुण होऊन असे 'चमत्कार' घडवू शकतो ही गोष्ट ते दाखवून देत आहेत. आपण त्याकडे काळजीपूर्वक अवधान दिलं पाहिजे आणि अशा माणसांकडून मदत घेण्याच्या बाबतीत विशेषकरून सावध असलं पाहिजे, ज्या माणसांकडे

आपण ओढले जातो ते त्यांच्या 'चमत्कारांमुळे', त्यांच्या देवनिष्ठेमुळे नव्हे. सर्वप्रथम, तुम्हाला आठवणाऱ्या अशा चमत्कारांची यादी करा आणि त्यानंतर ते ज्यामुळे घडले त्यांचं सामान्य स्पष्टीकरण लिहून काढा.

त्याचबरोबर, ज्या बाबा-महाराजांना अचानक प्रचंड संख्येनं अनुयायी लाभले अशा बाबा-महाराजांची यादी करा आणि काही काळानं त्यांचं काय झालं किंवा त्यांच्याबद्दल काय समजलं, ते शोधून काढा. आणि त्यांच्या संस्था-संघटना ज्या त्यांनी त्यांच्या दैवी लीला व दूरदृष्टीनं उभारल्या आहेत – त्यांचं काय झालं हेही पाहा. वारसा हक्कासाठी तेच ते वाद, मालमत्तेचा ताबा मिळवण्यासाठी तेच ते झगडे, असं चित्र आहे का, ते पाहा.

- ज्या प्रश्नांबाबत धर्माधर्मांमध्ये मतभेद आहेत व ज्या संदर्भात ते आपण इतरांपेक्षा श्रेष्ठ असल्याचा दावा करतात, चक्क लढतातसुद्धा, अशा प्रश्नांची यादी करा. यांपैकी कोणते प्रश्न प्रत्यक्ष पुराव्यानिशी सोडवता येऊ शकतील? जर ते प्रश्न अशा प्रकारचे असतील की, ते कधीच मिटवता येऊ शकत नाहीत, तर आपण त्याबरोबर माथेफोड का करत आहोत? किंवा त्यापायी वेळ का फुकट घालवत आहोत? आणि ज्या प्रश्नाचं उत्तर देणं शक्य नाही असं आपणच म्हणतो, त्या प्रश्नासंदर्भात योगायोगानंच आपल्याला 'उत्तर' सापडलं आहे, म्हणून आपण दुसऱ्या एखाद्या समूहापेक्षा श्रेष्ठ असल्याचा दावा कसा काय करतो?
- आपल्या स्वत:च्याच धर्मात ज्या प्रश्नांनी पंथ निर्माण केले, अशा प्रश्नांची यादी तयार करा. आपल्यामध्ये अधिक माणुसकी निर्माण करण्यात, आपलं परस्परांशी वर्तन सुधारण्यात या प्रश्नांचं काय महत्त्व आहे?
- आपल्यावर सांस्कृतिक संस्कार असतात त्यामुळे आपण ज्या धर्मात वाढलो, ज्यांचं कवच आपल्याभोवती आहे त्यापलीकडे आपण पाहात नाही. एक उत्तम मार्ग म्हणजे आपल्या धर्माखेरीज इतर धर्मातील प्रथा-परंपरा, त्याचे रक्षणकर्ते व पवित्र ग्रंथ यांचा अभ्यास करायला सुरुवात करणं. वस्तुत: तुम्हाला अथवा तुमच्या समाजाला विशेषकरून ज्या धर्माचा तिरस्कार वा भीती वाटते, ज्या धर्मांशी दीर्घकाळ तुमच्या स्वत:च्या धर्माचा संघर्ष राहिला आहे, त्या धर्मापासून आरंभ करणं; सर्वांत विधायक ठरेल.
- आज आपल्याला जे ज्ञान आहे त्या पार्श्वभूमीवर, इतर धर्मांच्या ग्रंथांतील ज्या गोष्टींचं स्पष्टीकरण अगदी बालिश वाटतं ते काळजीपूर्वक लिहून काढल्यानंतर, इतर धर्मांच्या ग्रंथांतील जे आदेश व उतारे अगदी उघडपणे बचाव न करण्याजोगे वाटतात, ते लिहून काढल्यानंतर, इतर धर्मांतील तुम्हाला अगदी अर्थशून्य वाटणाऱ्या समजुती व विधी-संस्कार लिहून

काढल्यानंतर, इतर धर्मांच्या रक्षणकर्त्यांच्या कृत्याबद्दल उघड झालेल्या पुराव्यांची पूर्ण फाइल तयार केल्यानंतर त्या संदर्भात, तुम्हाला तुमच्या ग्रंथातील ज्या श्रद्धा, उतारे, आदेश वंद्य मानायला शिकवलं आहे, त्या लिहून काढा; तुम्हाला समस्या निवारण्यासाठी ज्या विधी-संस्कारांवर विश्वास ठेवायला लावण्यात आले आहे ते लिहून काढा; तुमच्या स्वत:च्या धर्माच्या रक्षणकर्त्यांच्या कृत्यांच्या पुराव्याच्या बातम्या संकलित करा.

यातील आधीच्या संकलनापेक्षा नंतरच्या संकलनाला काही जास्त चांगला आधार आहे असं वाटतं का? उत्तरेत, लग्नसमारंभातील विधींसाठी रात्रीच्या वेळचा शुभमुहूर्त असतो. दक्षिणेत किंवा उत्तरेत शीख लोकांमध्ये, सकाळच्या वेळी शुभमुहूर्त असतो. कोणती वेळ शुभ याबद्दल आपण उत्तरेकडील लोक दक्षिणेकडील लोकांपेक्षा जास्त समर्थन काय करणार? दक्षिणेत 'राहू काला'मध्ये कामाला आरंभ केला जात नाही. उत्तरेत, आम्ही राहू कालाविषयी अज्ञानाच्या सुखात असतो. या कारणामुळे आमची कामं जास्त प्रमाणात अडखळतात?

- क्षणभर थांबा आणि तुम्ही नव्या माहितीला कसा प्रतिसाद देता, ते लक्षात घ्या. माझ्या पुतणीचं आणि वृत्तपत्रं व मासिकातल्या ज्योतिषविषयक स्तंभांचं उदाहरण आठवा. आता कुणाला तरी वृत्तपत्रातील ज्योतिषविषयक स्तंभातील राशींच्या चिन्हाचं कात्रण काढायला सांगा आणि मग त्यापुढचं भविष्य वाचा. त्यातली कोणती ओळ, 'व्यक्तित्वाचा कोणता अभ्यास' तुम्हाला सर्वाधिक व सर्वांत कमी लागू होतो? ज्योतिषानं त्या स्तंभात तुमच्या 'खऱ्या' राशीसमोर जे लिहिलं आहे, त्यापेक्षा बाकीचा मजकूर कमी समर्पक आहे का?

पीटर विडाल – ज्याच्या नावावर बरीच वृत्तपत्रं आगामी आठवड्याचं भविष्य छापतात, असा कुणीही नाहीये हे कळल्यावर तुमची प्रतिक्रिया काय होईल? आणि १६ जानेवारी, २०११ रोजी वृत्तसंस्थांनी प्रसारित केलेल्या बातमीचं काय? त्यात म्हटलं होतं की, 'पृथ्वीची अस्थिर कक्षा म्हणजे, सर्वप्रथम राशीचक्रातील राशी बनल्या तेव्हा त्यांची ज्या पद्धतीनं ताऱ्यांशी मांडणी झालेली होती, तशी आता राहाणार नाही.'

म्हणजेच तुम्ही चुकीचं भविष्य वाचत आहात; एवढंच नव्हे तर, आणखी एक राशी आहे जी विसरली गेली आहे, ती आहे 'ओफियुकस'... २९ नोव्हेंबर ते १७ डिसेंबर या दरम्यान जन्माला आलेले सर्व जण याता येतात. म्हणजे आजवर या व्यक्तींना ज्योतिष पाहाता येत नव्हतं, म्हणजे ते संपूर्णत: काल्पनिक ज्योतिष मानत होते?

- आपण किमान, या गोष्टी प्रतिनिधीद्वारे करणं तरी थांबवू या. असं गृहीत धरू या की, आपण लग्न करतो तेव्हा म्हटले जाणारे मंत्र व दिली जाणारी वचनं वर्षानुवर्षं चालत आली आहेत. कारण त्यांचा खोलवर मानसिक प्रभाव असतो. पण आपण भटजीकरवी मंत्रपठण करवून घेतलं आणि आपल्याला त्या मंत्रांचा अर्थसुद्धा माहीत नसला, तर त्यांचा काय प्रभाव दिसणार? आपल्याला त्या विधी-संस्कारांचा अर्थ, त्यांचं महत्त्व हेही माहीत नसलं, तर ते आपल्या मनात प्रवेश करणार कसे?
- विचार करा आणि तुम्हाला व तुमच्या मित्रांना अवलंबित्वापासून मुक्त करण्यासाठी आणखी काही प्रयोग करा.

जेव्हा आपण एकापाठोपाठ एक टेकू काढून टाकू – देव, पवित्र ग्रंथ, मध्यस्थ, बाबा-महाराज, इतर मध्यस्थ – तेव्हा आपण आपल्यासमोर उभ्या ठाकलेल्या दुःखभोगाशी दोन हात करण्यासाठी पहिलं पाऊल उचलण्यास स्वतःला सज्ज केलेलं असेल.

◆

प्रत्येक जण किमान सेवकांचा सेवक बनू शकतो

दु:खभोग खरे असतात. त्याला 'भासमान' ठरवण्याचा आग्रह म्हणजे दुसऱ्याच्या वेदनेची थट्टा आहे.

*

शतकानुशतकं, देवाबद्दल अनेक प्रश्न विचारले गेले आहेत. आस्तिक माणसांनी त्याची दिलेली उत्तरं पटत नाहीत. या मुद्द्यावर आपण अगदी अंतिम, निर्णायक पवित्रा घेण्याची गरज नाही. पण एक गोष्ट स्पष्ट आहे. देव सर्वज्ञ, सर्वशक्तिमान व दयाघन आहे, त्याचबरोबर त्याच्या स्वत:च्या म्हणण्यानुसार तो मानवी व्यवहारांत हस्तक्षेप करतो. दु:खभोग असतात, दुष्ट वृत्ती असते – आणि तीसुद्धा प्रचंड प्रमाणात – या सगळ्या समजुती बाजूला सारण्यासाठी खूप वादविवाद करता येत असले तरी, ही अतिशय प्राथमिक समजूत आहे.

आयुष्य आणि ते आपल्यासाठी जे काही देतं – विशेषत: आपल्यासारख्या लोकांना, ज्यांना गूढार्थ असलेल्या गोष्टींमधील अधिक उच्चतम सत्याचा पाठपुरावा करणं शक्य नाही – ते जगताना, बुद्धांची भूमिका सर्वांत उपयुक्त ठरते.

एका सायंकाळी बुद्धांचे पूज्य शिष्य मालुक्यपुट्टा त्यांच्याकडे आले आणि म्हणाले, ''हे जग शाश्वत आहे की नाही, का ते शाश्वत व अशाश्वत दोन्हीही आहे; ते परिमित आहे की असीम, का ते परिमित व असीम दोन्हीही आहे; आत्मा देहासारखाच असतो की दोन्हीही सारखंच असतंही आणि नसतंही; मृत्यूनंतर तथागताचं अस्तित्व उरतं की उरत नाही, का तो अस्तित्वात असणं व नसणं अशा दोन्ही अवस्थांत असतो, हे जर तुम्ही मला सांगितलं नाहीत, तर मी धर्माधिष्ठित जीवनाचा त्याग करून सामान्य आयुष्यात परत जाईन.''

बुद्ध त्याला म्हणाले, ''मी तुला या गोष्टी सांगीन अशा बोलीवर तुला मी

धर्माधिष्ठित जीवनमार्ग अनुसरायला सांगितला होता का?''

"नाही, पूज्य गुरुजी,'' शिष्यानं मान्य केलं.

बुद्ध म्हणाले, "हे जग शाश्वत आहे किंवा नाही किंवा आहे व नाही, ही गोष्ट पूज्य व्यक्तीनं सांगितल्याशिवाय मी धर्माधिष्ठित जीवनमार्ग अनुसरणार नाही, असा एखाद्यानं पवित्रा घ्यायचा?... त्याचा मृत्यू होईल आणि तरीही त्या पूज्य व्यक्तीनं त्याला या गोष्टी सांगितलेल्या नसतील.''

मग बुद्धांनी नेहमीप्रमाणे ही गोष्ट एका बोधकथेद्वारे समजावून सांगितली.

"मालुक्यपुट्टा, समजा विषानं माखलेला बाण एखाद्या माणसाच्या शरीरात घुसला, तर त्याचे मित्र व नातेवाईक त्याच्या शरीरातला बाण काढून, त्याच्यावर उपचार करण्यासाठी त्याला धावत शल्यविशारदाकडे नेतील; पण समजा त्या बाण घुसलेल्या माणसानं आग्रह धरला की, 'मी डॉक्टरना तोवर हा बाण काढून देणार नाही जोवर मला हे समजत नाही की, हा बाण ज्यानं मारला तो अमीर-उमराव होता का ब्राह्मण होता का व्यापारी होता का कामगार होता... जोवर मला हे समजत नाही की, त्याचं नाव काय, तो कोणत्या कुळातला आहे... जोवर मला हे समजत नाही की, तो बुटका आहे की उंच... जोवर मला हे समजत नाही की, काळा आहे की तपकिरी, सावळा की सुवर्णकांतीचा... जोवर मला हे समजत नाही की, तो खेड्यात राहातो का गावात का शहरात... जोवर मला हे समजत नाही की, ज्या धनुष्यातून हा बाण सुटला ते दस्त्याचं धनुष्य होतं की दुसऱ्या प्रकारचं... जोवर मला हे समजत नाही की, मला जखमी करणारी प्रत्यंचा तंतूची बनलेली होती की वेळूची की स्नायूबंधाची की तागाची की झाडाच्या सालीची... जोवर मला हे समजत नाही की, मला जखमी करणाऱ्या बाणाचा दांडा जंगली होता की पिकवलेला.... जोवर मला हे समजत नाही की, माझ्या शरीरात घुसलेल्या बाणाच्या दांड्याला कोणत्या प्रकारची पिसं लावली होती – गिधाडाची की कावळ्याची की बहिरी ससाण्याची की मोराची की करकोच्याची... जोवर मला हे समजत नाही की बाणाच्या दांड्याला कुणाचे स्नायूबंध बांधलेले होते – बैलाचे की रेड्याचे की सिंहाचे की माकडाचे... जोवर मला हे समजत नाही की, मला जखमी करणारा बाण कोणत्या प्रकारचा होता – खुराचं टोक असलेला की बाक असलेला की काटेरी की वासराच्या दाताचा की कण्हेरीचा?''

"हे सगळं अजूनही त्या माणसाला माहीत नाहीये,'' बुद्ध म्हणाले, "पण दरम्यान तो मरेल....''

शिष्याच्या मनात ज्या प्रकारचे प्रश्न आहेत, त्यांचं उत्तर देण्याचं काही कारण नाही. बुद्ध म्हणतात, जग परिमित आहे की असीम आहे की दोन्हीही आहे; याला आरंभ व अखेर आहे की नाही; तथागत मृत्यूनंतरही जिवंत राहातो की नाही... जन्म आहे, वृद्धत्व आहे, मृत्यू आहे, दुःख आहे, शोक आहे, वेदना,

यातना व निराशा आहे. त्यांना तोंड द्यावंच लागतं आणि मी जो आखला आहे, तो याला तोंड देण्याचा मार्ग आहे.

त्यामुळे मी ज्याबद्दल काही सांगितलेलं नाही ते लक्षात ठेवा, ते शिकवण देतात : तू विचारलेल्या प्रश्नांची उत्तरं मी दिली नाहीत, कारण त्यांचा काहीही लाभ नाही; त्यामुळे मोहिनी दूर होत नाही, नि:पक्षपातीपणा, विराम, शांती, थेट ज्ञान, ज्ञानप्राप्ती, निर्वाणाप्रत जाता येत नाही. मी जे सांगितलं आहे ते लक्षात ठेवा. आणि मी काय सांगितलं आहे? मी सांगितलं आहे – 'हे दु:खभोग आहेत.' मी सांगितलं आहे – 'हा दु:खभोगाचा विराम आहे.' मी सांगितलं आहे – 'हा दु:खभोगाच्या विरामाकडे जाणार मार्ग आहे.' आणि मी हे सांगितलं आहे, कारण ते लाभदायक आहे, त्यामुळे मोहिनी दूर होते, नि:पक्षपातीपणा येतो... दु:खभोगाच्या विरामाप्रत... निर्वाणाप्रत जाणारा हा मार्ग आहे....

*

व्यक्तीव्यक्तींना निरनिराळ्या कल्पनांत दिलासा व आधार वाटत असेल, ही गोष्ट अगदी खरी आहे – काहींना देव या कल्पनेत, काहींना बाबा-महाराज यांच्यामध्ये व निरनिराळ्या प्रथांमध्ये, काहींना तीर्थयात्रा करण्यात, काहींना धार्मिक विधी बारीक-सारीक तपशिलांसह संपन्न करण्यात. यांपैकी सगळ्या गोष्टी काही विशिष्ट प्रसंगी कामी येत असतील आणि आपल्याला विशिष्ट अडचणीतून बाहेरही काढत असतील. पण बरेचदा त्या आपला विश्वासघात करतात – अडचणीच्या वेळी त्यांच्याकडे धाव घेताच अडचणी दूर होतातच असं नाही. आपल्या आशांच्या लाटा उंचावतात आणि मग खिन्नता आणि नैतिक, मानसिक धैर्य खचवणाऱ्या खडकांवर जाऊन आदळतात.

देव, गुरू, विधी-संस्कार, तीर्थक्षेत्र यांचं सामर्थ्य ठरवण्याचा एक निकष म्हणजे 'या समजुतीनं वा व्यक्तीमुळे वा कृतीमुळे आपण स्वतंत्र वा आत्मनिर्भर बनतो का?' जवळपास सर्वच उदाहरणांत आपल्या लक्षात येईल की, समजूत वा व्यक्ती वा कृतीमुळे आपल्याला आपला प्रश्न सोडवण्यासाठी इतरांच्या तोंडाकडे पाहावं लागतं. त्यामुळे अखेर निराशा पदरी पडणार असते.

याउलट बुद्धांचे अखेरचे शब्द आपल्या मनात झिरपतात – 'तुमच्या पापविमोचनाची पद्धत परिश्रमपूर्वक आखा –' यामध्ये जबाबदारी फक्त आपल्यावरच टाकली आहे. त्यांनी त्यांच्या स्वत:च्या शिकवणीबद्दल इतरांना सावध केलं आहे – चंद्राकडे निर्देश करणाऱ्या बोटालाच चंद्र समजू नका. त्यांनी त्यांच्या शिष्यांना इशारा दिला आहे की, माझी शिकवण सापासारखी आहे – ती तुम्ही अत्यंत काळजीपूर्वक व कौशल्यानं हाताळली पाहिजे. प्रत्येक टप्प्यावर, प्रत्येक संभाषणादरम्यान ते आपल्याला आपल्यावरच फेकतात. प्रवचनं ऐकणं, ग्रंथच्या ग्रंथ वाचणं, तीर्थयात्रा करणं –

यांपैकी कोणतीही गोष्ट, आपण स्वत: स्वत:च्या बाबतीत जे करायला हवंय त्याला पर्याय ठरू शकत नाही. प्रत्येक वेळी ते आपल्याला सांगतात की, ग्रंथांमध्ये जे काही लिहिलं आहे – त्यांच्या स्वत:च्या उपदेशांसह – ते आपल्या स्वत:च्या अनुभवाच्या कसोटीवर तपासून घेतल्याखेरीज अंतिम मानू नये, आहे तसं स्वीकारू नये. त्यामुळे एकीकडे, त्यासाठी आपण प्रयत्न करणं; हे आपल्याला कर्तव्य म्हणून भाग पाडतं, तर दुसरीकडे आपला अनुभव कसोटी वा मापदंड (touch-stone) बनण्याच्या उंचीवर जातो. थोडक्यात सांगायचं तर, त्यांच्यासारखे गुरू आपल्याला स्वत:च्या प्रयत्नांवर व अनुभवावर भिस्त ठेवायला लागतात. आज बरेच बाबा-महाराज मोठ्या कौशल्यानं आपल्याला त्यांच्यावर अवलंबून राहायला लावतात, त्याच्या बरोबर उलट एक लक्षात ठेवण्याजोगं झेन वचन आहे.

आपण बुद्धांना जादूई शक्ती मानून त्यांची पूजा करू नये; या टप्प्यावर बुद्धांनी काय विचार केला असता किंवा काय केलं असतं, याबद्दलच्या आपल्या संकल्पना पूर्वग्रह व प्रवृत्तींमध्ये थिजू नयेत आणि आपल्याला परिस्थितीचा अनुभव घेण्यापासून, स्वत:चा स्वत: विचार करण्यापासून वंचित करू नयेत, आपली उत्स्फूर्तता हिरावून घेऊ नयेत म्हणून झेन गुरू म्हणतात : 'If you meet the Buddha on the road, kill him.'

*

आपण पाहिलंच की, पवित्र ग्रंथ आपल्याला दु:खभोग व यातना सोसाव्या लागण्याची जी स्पष्टीकरणं देतात, ती जराही कसोटीला उतरत नाहीत.

*

आपण प्रसंगी केलेल्या गोष्टी – कुठल्या अज्ञात काळात, कुठल्या आदल्या जन्मात नव्हे, तर याच जन्मात – आपल्याला काय भोगावं लागतं, त्याला जबाबदार असू शकतील. पण नेहमीच हे दोन राक्षस – काळ व योगायोग – दोषी असतात.

आपण या निष्कर्षाप्रत येतो की, या राक्षसांनी फक्त आपल्याला वेचून काढलं आहे. पण तसं नसतं. आपण या निष्कर्षाप्रत येतो की, इतर लोकांना कोणत्या आघातांना तोंड द्यावं लागलं; लागत आहे, याबद्दल आपल्याला पुरेशी माहिती नसल्यामुळे आपण फक्त हे आपल्या बाबतीत घडतं असं मानतो. आपण इतरांची दु:खं ऐकतो तेव्हा आपल्या लक्षात येतं की, 'एस्स्लेसिएट्स'च्या शिकवणीनुसार, '...काळ आणि योगायोग त्या सगळ्यांच्याच बाबतीत भूमिका बजावत असतात.'

राम गयो, रावण गयो
जाके बहू परिवार....

*

त्यानुसार, आपल्या प्रिय व्यक्तीची आघातामुळे होणारी अवस्था ही आपल्याला शिक्षा नाही. ती त्या बिचाऱ्या मुलालाही नक्कीच शिक्षा नाही.

*

आपण आघात सोसत असल्यामुळे, प्लुटार्कची कसोटी आठवते. त्यांच्या मुलीचा मृत्यू झाला होता. त्यामुळे त्यांची पत्नी जवळजवळ भ्रमिष्ट झाली होती. प्लुटार्कनी तिला सांगितलं की, 'तू असा प्रश्न कर – आत्ताच्या आपल्या या अस्वस्थ अवस्थेसह किती जण तुझं नशीब आनंदानं निवडतील?' जर तुला असं वाटत असेल की, अनेक जण निवडतील, तर आत्ता आपल्याला बसलेल्या या दुःखद तडाख्यातून तुला हे कळून चुकेल की, अजूनही आपल्याजवळ जे काही आहे, त्याबद्दल आपण किती ऋणी असलं पाहिजे.[१]

*

आपल्या अथवा आपल्या प्रियजनांच्या दुःखभोगामुळे कोणताही वैश्विक हेतू साध्य होत नाही – ज्याप्रमाणे तो आपल्या जन्माला येण्यानं वा आपल्या मरण्यानं साध्य होत नाही; आणि साध्याशा कारणासाठी कसलाही 'वैश्विक हेतू' नसतो.

*

हे नक्कीच सत्य आहे की, बऱ्याच उदाहरणांमध्ये दुःखभोग इतके तीव्र असतात की, माणसाला त्या बाबतीत फारसं काही करता येत नाही.

*

पण बरेचदा दिसतं त्याप्रमाणे, दुःखभोगातूनसुद्धा विधायक साकारता येतं. कधी-कधी ज्या माणसावर आघात झाला आहे, तोसुद्धा यातून विधायक घडवताना दिसतो. कर्करोगाचा विळखा पडलेला माणूस त्याचे अखेरचे दिवस शिव्याशाप देण्यात, दुःखानं गडाबडा लोळण्यात घालवू शकतो किंवा तो हा भयानक आजार संयमानं, अगदी सौम्य-सभ्य आचरणानं सोसू शकतो. आपण याआधी श्री रमण महर्षींच्या बाबतीत पाहिलं तसं – आणि त्याच्या भोवतीच्या लोकांना अशाा भयानक व असमर्थनीय आघातालासुद्धा कसं तोंड देता येऊ शकतं, हे शिकवू शकतो.

*

कोणत्याही उदाहरणात, दुःख सोसणाऱ्या व्यक्तीची सेवा करणारे दुःखभोगातून विधायक साकारू शकतात. काहीही असलं तरी, आपल्या प्रिय व्यक्तीची आजारपणामुळे झालेली अवस्था, बुद्धांना दुःखभोगाचं मूळ व उपाय शोधण्यास प्रवृत्त करणाऱ्या चारपैकी पहिली 'स्वर्गीय दूत' असते : आपण ज्या व्यक्तीची सेवा करतोय, त्या

---

१. प्लुटार्क, 'इन कन्सोलेशन टू हिज वाइफ', पान नं. ८, पेंग्विन, ग्रेट आयडियाज, लंडन, (२००८).

व्यक्तीची अवस्था – म्हणजे अवलंबित्व, चालणं-खाणं या कृती करण्याची असमर्थता, अडखळती वाणी – विशिष्ट आजारामुळे झालेली असू शकेल. पण लवकरच आपल्याला या अवस्थेत समाधान मानावं लागेल. समजा 'संधी' या एका राक्षसानं आपल्या सोडलं तरी 'काळ' हा दुसरा राक्षस असेलच. आपण ज्यांच्यावर प्रेम करतो, ज्यांची सेवा करतो, त्यांची अवस्था आपल्याला आगाऊ सूचित करत असतेच. त्यांना साहाय्य करताना आपल्याला कशाची आवश्यकता भासणार आहे हे आपण शिकतो. त्यांचे दु:खभोग हे कधीतरीच शिक्षक वा मदतनीस बनत नाहीत किंवा स्वत:लाच मदत करण्याची अमूल्य संधी क्वचितच बनतात असं नाही. अशा आघातानं जी असहायतेची भावना, उद्विग्नता घेरून येते, ती त्या आघातापेक्षाही जास्त क्लेशकारक असते. या उद्विग्नतेचा हमखास उपाय म्हणजे या अवस्थेचं काहीतरी करण्याच्या संधीत रूपांतर करणं... दु:ख हलकं करणारी कोणतीही लहान गोष्ट.

*

दु:खभोगाला विधायक रूप देण्यासाठी अतिशय आवश्यक गोष्ट म्हणजे 'इथं व आत्ता'ला सुरुवात करणं, प्रयत्न पुढे ढकलायचं थांबवणं. बौद्ध ग्रंथ हा मुद्दा नेमका स्पष्ट करतात : मृत्यू ही निश्चित गोष्ट आहे; मृत्यू कोणत्या प्रकारे व कोणत्या वेळी येईल, हे अनिश्चित आहे. ते म्हणतात की, यामुळेच आपण नेमून दिलेल्या गोष्टी उद्यावर ढकलता कामा नयेत. एक उपसिद्धान्त आहे : सुदैव ही गोष्ट कदाचित दुर्दैवात बदलत असेल, तसंच दुर्दैव हे रसदार फळ मिळवण्यासाठी वापरता येणारं खत असू शकेल. एका तिबेटी ग्रंथात एक फार सुंदर बोधकथा आहे : एक मधमाशांची जोडी असते. एक असते सोनेरी तर दुसरी असते आकाशी रंगाची. त्यांचं एकमेकांवर खूप प्रेम असतं. त्यांना एक साधू भेटतो. तो त्यांना मौल्यवान सूचना देतो. मधमाशांची जोडी त्याला सांगते की, आम्ही या सूचना अनुसरू, पण ते सांगितलेला धर्म अनुसरणं पुढं ढकलत राहतात. कधी-कधी तर ते मौजमजेत मश्गुल राहतात. एक सुंदर दिवस उजाडतो. एक माशी सुगंधी झुळकीच्या सान्निध्यात विहरत असते, तर दुसरी माशी एका फुलातला मधुरस प्राशन करत, त्यामध्ये खोलवर गेलेली असते. अचानक आभाळात ढग दाटून येतात. सूर्य झाकोळतो. ते फूल त्याच्या पाकळ्या मिटून घेतं. फुलात असलेली मधमाशी आत अडकते. क्षणभरापूर्वी पिसाच्या शय्येसारख्या असणाऱ्या मऊसूत पाकळ्या तुरुंगाच्या भक्कम भिंतींसारख्या होतात; तर तंतू कोठडीच्या गजांसारखे होतात. तिचा जोडीदार धावाधाव करतो. तो डोमकावळ्यापासून चिमण्यांच्या प्रमुखापर्यंत, बेडकाकडे, सापाकडे, खारोटीकडे, कोकिळेकडे, जंगली घोड्याकडे, काळ्या कोळ्याकडे, पतंगाकडे जातो. तो या सगळ्यांना विनंती करतो की, तुम्ही तुमची शक्ती वापरा, मला ढगाला बाजूला होण्यासाठी तयार करायचं आहे.

ढग सरला की सूर्य पुन्हा तेजस्वी प्रकाशेल, फूल उघडेल आणि माझ्या प्रियाची सुटका होईल. हे सगळे जण त्याला सांगतात की, आम्ही आमची शक्ती वापरू आणि जादू घडवू. पण दुर्दैव! तो ढग आणखीनच गडद होतो. प्रचंड गडगडाट, विजांचा कडकडाट आणि पावसाचं प्रचंड तांडव सुरू होतं. उद्यान उद्ध्वस्त होतं. ते फूल आपल्या पाकळ्या आणखीन घट्ट मिटून घेतं. आतली लहानशी मधमाशी गुदमरून मरते.

'मी अशा व्यक्तीचं उदाहरण आहे, ज्याला 'धर्म' आचरण्याची इच्छा होती, पण तो ते ताबडतोब करू शकला नाही,' भग्न जोडीदार विलाप करू लागतो....[२]

अर्थात, हा अशा कथांचा शेवट नाही.[३] पत्नीला दिवस जातात. गर्भवती माता व बाळाचा पिता आनंदून जातात. बाळाचा जन्म होतो. त्याची वाढ उत्तम होत असते. ती मुलगी एकोणीस महिन्यांची होते आणि तिच्यावर एका आजाराचा प्रहार होतो. त्यामध्ये ती दृष्टिहीन व कर्णबधीर होते. माता-पित्यांचा आनंद मावळतो... हीच मुलगी मोठी होते, आपल्या अपंगत्वावर मात करते. आणि ती संपूर्ण जगासाठी आशेचा दीपस्तंभ होते... ती मुलगी म्हणजेच हेलन केलर...

*

प्रत्यक्ष अनुसरणं अत्यंत महत्त्वाचं आहे आणि ते अनुसरण्यास सुरुवात करणं अत्यंत आवश्यक आहे. आपल्यासारख्या माणसांना ते करण्यासाठी रोखणारी एक सर्वांत मोठी गोष्ट म्हणजे 'अंतिम उत्तराचा शोध'. या प्रश्नांनी आपल्याला भुरळ घातली की, आपण बुद्धांनी मालुक्यपुट्टांना दिलेल्या प्रवचनांचं स्मरण करावं.

*

दुःखभोग विधायक मार्गाला लावण्यासाठी आपण करायलाच हवी अशी दुसरी गोष्ट म्हणजे, ते गुरूमध्ये रूपांतरित होण्यासाठी प्रयत्न करीत राहाणं. यातील महत्त्वाचा मुद्दा म्हणजे 'प्रयत्न करतं राहाणं.'[४] हे अविरत अनुसरण्याद्वारे आपण नवा दृष्टिकोन, नवा चष्मा घडवला पाहिजे. तिबेटी गुरू याला 'विचार प्रशिक्षण',

---

२. Patrul Rinpoche, Holy dharma advice, A drama in the lotus garden, in Enlightened Living, Teaching of Tibetan Buddhist Masters, pp. 44-97, Tulku Thondup (trans.), Harold Talboot (ed.) Shambhala, Boston, (1990).

३. तिबेटी बोधकथा या विलापाच्या कितीतरी पुढे जाते.

४. जोश मलिहाबादी म्हणतात, अगदी तसंच : करती है गौहर को अश्कबारी पैदा। तमकीन को मोज-बेकरारी पैदा। सो बार चमन में जब तडपती है नसीम। होती है कली पर इक धारी पैदा....

'विचार परिवर्तन' म्हणतात. आपण छोट्याशा त्रासापासून सुरुवात करू. कुणीतरी आपल्याला अपशब्द वापरतं. आपल्याबद्दल असा अपशब्द वापरावा असं काही आपण वागतो का, आपण स्वत:लाच विचारतो. जर तसं असेल तर आपण त्या टीकाकाराला सत्कृत्यकर्ता मानतो आणि आपलं वागणं सुधारतो. जर तसं नसेल, तर आपण त्याकडे धोक्याची घंटा म्हणून पाहातो. आपल्या हातून पाप घडलं, तर आपण कशाला निमंत्रण देऊ, या धोक्याची सूचना देणारी घंटा. निंदक आपल्याला भविष्यातील मोठ्या धोक्याबद्दल केवळ सावधच करत नाही, तर तो त्याहूनही अधिक काही करतो. तो आपल्याला आपल्या मनाची अवस्था पाहाण्याची संधी देतो. आपण फालतू अपशब्दावर कधी प्रतिक्रिया दिली? आपला संतापानं तोल सुटला? का आपण ते अपशब्द वाऱ्याच्या झुळुकीसारखे अंगावरून जाऊ दिले? तिबेटी गुरू मिलारेपा या पूज्य तपस्वी व गुरूंची आठवण सांगतात. त्यांनी हात कानावर धरलेला असतो. ते प्रत्येक गोष्ट सल्ला म्हणून ऐकतात. आपण किरकोळ आघातांपासून सुरुवात करू आणि नवा दृष्टिकोन ही आपली सवय होईपर्यंत निश्चयानं प्रयत्न करत राहू. आपण तोवर प्रयत्न करत राहू, जोवर आपल्याला आघाताकडे अथवा शोकांतिकेकडे केवळ त्याला विधायक वळण देता येऊ शकेल, या दृष्टीनंच नव्हे, तर आपण पुढची पायरी चढवण्यासाठी आवश्यक गोष्ट म्हणून पाहू.[५]

दु:खभोगांना विधायक मार्गाला लावण्यासाठी आपण करायला हवी अशी तिसरी गोष्ट म्हणजे सखोल मनन-चिंतन. मनन-चिंतन आणि अनुसरण या परस्परांना दृढ करणाऱ्या, परस्परांना एकत्र गुंफणाऱ्या गोष्टी आहेत. 'हे माझ्या बाबतीत का घडलं?' याचं मनन-चिंतन करायचं नाहीतर, 'मी यालासुद्धा कसं विधायक वळण देऊ शकतो – इतरांसाठी तसंच माझ्यासाठीही?' याचं मनन-चिंतन. दीर्घकाळ सखोल व पुन:पुन्हा मनन-चिंतन केल्यानंतरच उत्तर मिळू शकेल. ध्यानासारख्या

---

५. उदाहरणादाखल पाहा, Lama Zopa Rinpoche, Transforming Problems Into Happiness, pp.15-16, Wisdom Publications, Boston, (1993). बऱ्याच बौद्ध ग्रंथांत मनोशुद्धीसाठी समस्या व प्रतिकूलतेचं संधीत रूपांतर करण्याचे मार्ग
तळटीप ५ पुढे चालू....
टप्प्याटप्प्याने दिले आहेत. समकालीन बौद्ध गुरूंनी गूढ ग्रंथांचं आपल्याला समजेल असं सविस्तर विवेचन केलं आहे. उदाहरणार्थ, The Dalai Lama, Healing Anger, The Power of Patience from a Buddhist Perspective, Snow Lion, Ithaca, (1997); Thich Nhat Hanh, Transformation and Healing, Sutra on the Four Establishments of Mindfulness, Parallax Press, Berkeley, (1990).

पद्धती नेमून देताना ‘दीर्घ निश्चयी प्रयत्न’ हा शब्द हटकून वापरला जातो. हा शब्द मनन-चिंतनाशी निगडीत आहे.

*

सर्वप्रथम आपल्याला आपली वृत्ती निश्चित शोधावी लागेल : मला या अवस्थेची सवयच झाली आहे का? मी ‘दुःखभोग सोसण्याच्या अधीनच’ झालो आहे का? मला या फसव्या परिस्थितीतून खरंच बाहेर पडायचं आहे का? जसं आपण एखाद्या उद्देशाची बांधिलकी मानणं म्हणजे केवळ ओरडून घोषणा द्यायला तयार असणं एवढाच अर्थ नसतो, तर आपण ती विशिष्ट भूमिका घेतल्यानंतर त्यापाठोपाठ येणाऱ्या आनुषंगिक परिणामांना तोंड द्यायला तयार आहो असा त्याचा अर्थ असतो; ‘अमुक एक पाहिजे आहे.’ ही केवळ इच्छा नसते तर, तडाखा बसल्यामुळे आपण ज्या मानिसक गर्तेत खोलवर गेलेलो असतो ती परिस्थिती बदलण्यासाठी जे काही करावं लागेल ते करायला आपण तयार आहोत, असा त्याचा अर्थ असलाच पाहिजे. शिवाय, आपण परिस्थितीची जबाबदारी घेतली पाहिजे.

लहान मुलावर जे काही गुदरलं असेल त्याला आपण जबाबदार नसूही; पण जे काही गुदरलं आहे, ते आपण आपल्या हातात पकडायला हवं : ही गोष्ट आपण आपल्या अस्तित्वातच भिनवायला हवी की, परिस्थितीशी दोन हात करण्याची जबाबदारी दुसरं कोणीही घेणार नाहीये. ती *आपल्यालाच* घ्यावी लागणार आहे. बाकी अनेक जण तुम्हाला मदत करतीलही. इतर अनेकांची मदत मिळण्याची शक्यता आहे, पण सरतेशेवटी, आपल्या प्रिय व्यक्तीला मदत करणं, आणि जे काही घडलं आहे, त्याच्याशी जुळवून घेणं आपलं कर्तव्य आहे.

*

पण हेही पुरेसं होणार नाही. दुःखभोगांना काही कार्य साध्य करण्याच्या दृष्टीनं दिशा देण्यासाठी आपला उद्देश विशिष्ट प्रकारचा असला पाहिजे. ‘अगदी हेसुद्धा मी माझ्यासाठी कसं कामाला लावू शकतो?’ या प्रश्नाच्या उत्तरादाखल एखादा या निष्कर्षाप्रत येऊ शकतो की, त्याच्या मुलाचे दुःखभोग स्वतःसाठी सहानुभूती गोळा करण्यासाठी वापरता येऊ शकतील! त्यामुळे मनन-चिंतन. सखोल व साधार चिंतन. त्या खड्ड्यांमधून उद्देश खोदून काढणं. निश्चित स्वरूपाचा उद्देश.

*

कोणत्या प्रकारचा? ‘Man’s Search for Meaning’[६] या संस्मरणीय व थोर पुस्तकात व्हिक्टर फ्रॅन्कल नाझी छळछावण्यांत बंदिवान म्हणून घेतलेल्या प्रत्यक्ष

---

६. Victor E. Frankl, Man’s Search for Meaning, Simon and Schuster, New York, (1959).

अनुभवांत आढळलेल्या विरुद्ध टोकाच्या गोष्टींबद्दल सांगतात. दुसऱ्या दिवशी सकाळी बरेच सह-कैदी मृतावस्थेत आढळत असत – त्यांनी सरळ-सरळ हार मानली होती. मात्र, आपली जिवंत वाचण्याची शक्यता अगदी अल्प आहे, हे माहीत असूनही बरेच जण जिवंत राहात असत, त्यांचं चैतन्य अबाधित असे – अगदी अखेरच्या श्वासापर्यंत त्यांना घोळक्याघोळक्यानं गॅस चेंबरमध्ये नेलं जात असतानाही. या टोकाच्या माणसांनी त्यांच्या दु:खभोगाला अर्थ प्रदान केला होता.

उनको शोलों के राजाझ अपना पता तो देंगे...
दूर कितनी है अभी सुबह, बता तो देंगे...

'अर्थ शोधणे' याचा अर्थ फक्त शोध घेणं एवढाच नाही, तर खटपट करून कष्टानं मिळवणं, उत्खनन करणं, इतकंच काय तर अर्थ ठसवणंसुद्धा असतो. छळ-छावण्यांत फ्रॅन्कल यांच्या लक्षात आलं होतं. कधी-कधी तर एखाद्यावर व त्याच्या सह-कैद्यावर ते कसे बदलत आहेत, हे पाहाण्यासाठी नजर ठेवणं हासुद्धा उद्देश बनला होता. वस्तुनिष्ठ निरीक्षण करताना, जे काही घडत आहे ते व एखादी व्यक्ती यांच्या दरम्यान अगदी किंचितसं का होईना अंतर ठेवता येत असे.[७]

याच अनुभवावरून फ्रॅन्कलनी 'लोगो थेरपी' ही उपचारपद्धतीची संपूर्ण शाळा उभारली. रुग्णांच्या जीवनाला उद्देशाची जाणीव देऊन त्यांना पुन्हा आरोग्य देण्यासाठी

---

७. उदाहरणादाखल, आणखी एक प्रशिक्षित मानसोपचारतज्ज्ञ ब्रुनो बेट्टेलहेम यांनी त्या भयानक छळछावण्यांबद्दल लिहिलेले लेख वाचा : ब्रुनो बेट्टेलहेम, Surviving and Other Essays, विन्टेज बुक्स, रँडम हाउस, न्यू यॉर्क, (१९५२/१९८०) अशाच प्रकारचं लेखन इतरांनीही 'कठीण परिस्थितीत' केलं आहे. कष्टकरी गुलामांच्या छावणीतल्या स्वत:च्या अनुभवाबद्दल सोझेनित्सिन यांनी जवळपास याच शब्दांत आठवणी लिहिल्या आहेत. फ्रॅन्कल व बेट्टेलहेम या दोघांच्याही कथनात, ज्यांना धार्मिक दृष्टिकोन खूप चांगला राखता आला त्यांना इतरांपेक्षा जास्त प्रमाणात उद्देश गवसला. सोझेनित्सिन यांनी लिहिलं आहे की, त्यांना अपरिमित यातना भोगाव्या लागत होत्या, त्या वेळी त्यांना नेहमी वाटायचं की, कुठलीतरी अधिक श्रेष्ठ शक्ती आपल्याला खऱ्या जीवनध्येयाकडे नेत आहे आणि आयुष्यातले अधिक सोपे पर्याय संपवण्यासाठी आपल्या मार्गात अडथळे मांडले आहेत : उदा. ए. सोझेनित्सिन; The Oak and the Calf, हार्पर अँड रॉ, न्यू यॉर्क, १९७९.
या पुस्तकांचं स्मरण करत असताना, मी, ज्यांच्या कार्याचा माझ्यावर खोलवर प्रभाव पडला आहे, अशा व्यक्तींचं स्मरण करत आहे... अतिशय मोठा रोगनिवारक प्रभाव. सामान्य माणसांच्या जीवनात ज्या शोकांतिका घडतात त्यांची मी हिटलर, स्टॅलिन, माओ यांनी कोट्यवधी लोकांवर ज्या भयानक यातना लादल्या त्यांच्याशी तुलना करू शकत नाही. अजिबात नाही. त्या भयानक प्रकाराबद्दलचं साहित्य

व त्यांच्या पुनर्वसनासाठी. फ्रॅन्कलनी शिकवलं की, उद्देश आपल्या व्यक्तिगत गरजा व इंटरेस्ट्स अधिक उच्च स्तरावर नेणारा असला पाहिजे, आपली क्षमता, आपली सहनशक्ती, आपल्या मर्यादा विस्तारणारा असला पाहिजे. बरेचदा आपल्याला आघात चुकवण्याचं स्वातंत्र्य नसतं. पण त्या बाबतीतली आपली वृत्ती ठरवण्याचं स्वातंत्र्य मात्र असतं. ते म्हणतात, आपल्याला असणारं स्वातंत्र्य मर्यादित असतं. परिस्थितीपासून सुटका नसते, तर त्या परिस्थितीबाबत भूमिका घेण्याचं स्वातंत्र्य असतं.[८] फ्रॅन्कलनी याला 'the last of human freedom' असं म्हटलं आहे – 'कोणत्याही प्रकारच्या परिस्थितीत आपला स्वत:चा मार्ग शोधण्यासाठी आपली मनोभूमिका ठरवण्याचं स्वातंत्र्य'. फ्रॅन्कल त्यांचे छळछावणीतले दिवस आठवून म्हणतात, 'आणि निवडीसाठी कायमच पर्याय होते'– असहाय मुलाची सेवा करताना असतात तसे – 'प्रत्येक दिवस, प्रत्येक तास निर्णय घेण्याची संधी देत होता, असा निर्णय – जो तुम्हालाच तुमच्या 'स्व'पासून, तुमच्या आंतरिक स्वातंत्र्यापासून लुबाडून घेऊ पाहणाऱ्या शक्तींना तुम्ही शरण जाणार की नाही जाणार हे ठरवणार होता; तुम्ही परिस्थितीच्या हातचं खेळणं बनणार की नाही, हे ठरवणारा होता....'

आपण आपला पर्याय ठरवलाच पाहिजे – कारण माणसाच्या वृत्तीत त्याला आपोआप अधिक उच्च व चांगल्या वर्तनाकडे नेणारं स्वाभाविक असं काहीही नसतं.[९] 'निराशाजनक परिस्थितीत सापडलेला असहाय बळीचा बकरा बदलता न येणाऱ्या नशिबाचा सामना करत असतो, अशा वेळीसुद्धा तो माणूस त्या बिकट

---

७ पुढे सुरू...

वाचायलाच पाहिजे. म्हणजे खलनायक माणूस – ज्याला God created in His own image म्हणतात – काय करू शकतो ते आपल्याला कळेल. आणि आपण स्वत:ला प्लुटार्कच्या चाचणीप्रमाणे कणखर करण्यासाठीही ते वाचलं पाहिजे – आपल्याला वाटतं की, आपल्यावर भयानक व अकारण आघात झाला आहे; होय, झाला आहे; पण अशी कोट्यवधी माणसं असतील की, ती संपूर्ण सामर्थ्यानिशी आपल्या व त्यांच्या अवस्थेची अदलाबदल करायला तयार असतील.

८. Man's Search for Meaning.

९. माणूस असणं म्हणजेच जबाबदारी गृहीत धरणं, फ्रॅन्कलनी म्हटलं आहे, 'मनुष्यप्राणी हा इतर गोष्टींसारखा नाही; बाकीच्या गोष्टी परस्परांना निश्चित करतात, पण माणूस अंतिमत: स्वत:चा निर्णय स्वत: घेतो. तो जे काही बनतो – निसर्गदत्त देणग्या व सभोवतीची परिस्थिती यांच्या परिघात – ते त्यानं स्वत:मधून घडवलेलं असतं. उदाहरणादाखल सांगायचं तर, छळछावण्यांमध्ये– या जित्याजागत्या प्रयोगशाळेत व या 'टेस्टिंग ग्राऊंड'वर आम्ही पाहिलं, आमचे काही सोबती डुकरासारखे वागत होते तर काही जण संतमहात्म्यांसारखे वागत होते. माणसामध्ये दोन्ही प्रकारची

परिस्थितीत मानवी स्तरावर परिवर्तन घडवून कर्तृत्व व कर्तबगारी दाखवू शकतो. अशा प्रकारे तो मानवी अंगभूत सामर्थ्याच्या सर्वोत्तम रूपाचा साक्षीदार बनू शकतो – म्हणजेच शोकांतिकेचं विजयश्रीत रूपांतर घडवू शकतो.'[१०] पण त्यासाठी माणसाची दृष्टी 'भविष्याकडे, भविष्यातील उद्दिष्टाकडे, भविष्यातल्या अर्थपूर्तीकडे' असली पाहिजे.

आपल्याला प्रिय असलेली आणि स्वत:च आघात सोसणारी व्यक्ती आपल्याला आपल्या जीवनाला अर्थ देण्याची संधी बहाल करते, आणि ती व्यक्ती ही संधी इतकी सरळ आणि ताबडतोब देते की, बाकी काही परवडणारच नाही – ही व्यक्ती आपल्या आयुष्याला थेट सरळ उद्देश बहाल करते आणि आपल्याला त्या आघाताकडे न पाहाता भविष्यात त्यावर कशी मात करता येऊ शकेल, त्या मार्गाकडे पाहायला शिकवते. ती व्यक्ती आपल्याला सहनशीलता शिकवते. माझ्या आईला 'स्ट्रोक्स' येऊन गेल्यानंतर तिची काळजी घेणं आणि तिला त्यातून बरं होण्यासाठी मदत करणं, हा माझ्या वडिलांच्या आयुष्याचा मुख्य उद्देश बनला होता, त्या वेळी ते नव्वदीचे असूनही, ते त्यांच्या एकखांबी संघटनेद्वारे एका 'समान कारणा'साठी (Common Cause) इतरांना मदत करण्यात पूर्णत: बुडून गेलेले होते.

*

याचा अर्थ आपण स्वत:लाच क्लेश करून घेण्यास उत्सुक 'मॅसकिस्ट्स' बनायचं किंवा इतरांवर आघात होऊ दे म्हणजे आम्हाला त्यांची सेवा करता येईल, असं पाहणारे विकृत वृत्तीचे 'सॅडिस्ट्स' बनायचं असा अर्थातच नाही. फ्रॅन्कल म्हणतात तसं, हा मुद्दा आहे तो 'आणखी कमी न करता येणाऱ्या दु:खभोगाचा'[११] : आणि शिकण्याजोगा धडा म्हणजे अगदी हेसुद्धा विधायक कामी लावता येतं – विशेषत एखाद्या व्यक्तीनं स्वत:ला नव्यानं दिशा दिली असेल – ज्यामध्ये त्याचं

---

९ पुढे सुरू...

अव्यक्त सामर्थ्यं असतात; त्यातील कोणतं वास्तवात उतरतं ते निर्णयांवर अवलंबून असतं, परिस्थितीवर नव्हे. आपली पिढी वास्तववादी आहे, कारण आपण माणूस जसा प्रत्यक्षात आहे तसा जाणला आहे. ऑशविट्झच्या गॅस चेंबर्सचा शोध लावणाराही माणूसच होता; आणि ओठांवर परमेश्वराचं नाव किंवा 'शेमा इस्राईल' घेऊन सरळ गॅस चेंबरमध्ये प्रवेश करणाराही माणूसच होता,' त्यांच्या मर्मभेदक लेखनाच्या निष्कर्षाप्रत येताना त्यांनी म्हटलं आहे.

१०. व्हिक्टर ई. फ्रॅन्कल, Man's Search for Ultimate Meaning, पर्सिअस पब्लिशिंग, केंब्रिज, मास.

११. व्हिक्टर इ. फ्रॅन्कल, Man's Search for Ultimate Meaning, पान नं. १२३, पर्सिअस पब्लिशिंग, केंब्रिज, मास, (२०००).

उद्दिष्ट असेल आंतरिक विकास!

*

ज्या टप्प्यावरून आपण आपल्या जीवनाला अर्थ प्रदान करू शकतो, त्या टप्प्यावरून वरच्या दिशेनं वाटचाल करण्यासाठी, परिस्थिती आपल्यासमोर जे काम वाढून ठेवते, ते आपल्या स्वत:च्याच मर्यादा ताणण्याबरोबरच त्या माणसासाठी अपूर्व असलं पाहिजे, फ्रॅन्कल म्हणतात. म्हणजेच, दुसऱ्याच्या दु:खातून आपल्यासाठी अर्थ निर्माण होण्यासाठी, आपल्या आयुष्याला उद्देश लाभण्यासाठी त्यातून काहीतरी काम उत्पन्न झालं पाहिजे किंवा आपण त्यातून सेवेची संधी निर्माण केली पाहिजे. आपण फक्त तेवढंच करू शकतो. आपण आपल्या मुलाची काही सेवा करत असलो आणि तेच एखादा नोकर उत्तम प्रकारे करत असला, तर त्याला काही उद्देश व अर्थ राहाणार नाही. आपण त्याच्यासाठी जे काही करू शकतो, ते तितकं उत्कट असलं पाहिजे आणि फक्त आई-वडीलच देऊ शकतील, इतकं भरभरून प्रेम दिलं पाहिजे.

*

सर्वांत महत्त्वाचं म्हणजे, आपण कीव करायची नाहीये. अगदी सहानुभूतीसुद्धा दाखवायची नाहीये. यासाठी 'परानुभूती' हा शब्द वापरला जातो. दु:खही वाटत नाही; काही भावनाही नाही. पण त्या व्यक्तीला जे वाटतं तसं वाटलं पाहिजे. हे सहज सुचवलं जातं आणि बरेचदा हे साध्य होतच नाही – याला अपवाद आहे, तो फक्त आईचा तिच्या लहान मुलाबद्दलच्या भावनेचा. आमच्या जागेपणीच्या काळात, जवळपास सगळा वेळ मी अनिताबरोबरच असलो, तरी काही वर्षांपूर्वी आम्ही पायी फिरायला गेलो असताना माझ्या आत्मसंतुष्टीच्या फुग्याला टाचणी लागली. अनिता म्हणाली, ''मला कधीतरी आपण पाऱ्यातून वाट काढतोय, असं जाणवतं.'' आपल्याला तिची अवस्था, तिचा मूड यातला प्रत्येक चढ-उतार माहीत आहे, असा मला कोण विश्वास होता. खरं तर, मी त्या प्राथमिक संवेदनेबद्दलसुद्धा अनभिज्ञ होतो. दुसऱ्या दिवशी आम्ही जेवायला बसलो होतो. आदल्याच दिवशी अनिता पडली होती... गेल्या काही महिन्यांत आठव्यांदा. तिच्या चेहऱ्याच्या डाव्या बाजूला जास्त मार लागला होता. त्यामुळे तो सुजला होता आणि तिच्या चेहऱ्याचा काही भाग काळानिळा होऊ लागला होता. तिचे पाय सोलवटून निघाले होते. तिला घाम येऊ लागला. तिचा कुर्ता ओलाचिंब झाला होता. तिनं जेमतेम एक चपाती खाल्ली असेल. तितक्यात तिला धाप लागली. ती म्हणाली, ''मला अर्धा मैल पळून आल्यासारखं वाटतंय...'' मला तिचे पाय कापताना दिसत होते... तिचे पाय टेबलावर आपटत होते. तिला चमचा उचलताना किती कष्ट पडत होते, हे मला दिसत होतं. पण फक्त एक चपाती खाण्याच्या श्रमानं तिला किती दमायला झालं आहे, हे मात्र मला अजिबात समजलं नव्हतं.

त्यामुळेच 'स्व'ची अदलाबदल' असणारी तिबेटी ध्यानपद्धती अनमोल आहे. आणि त्याहीपेक्षा खूप काही मागणारी 'देणं आणि घेणं' (टॉन्ग-लेन) : एखाद्यानं दुसऱ्याला प्रत्येक समाधानकारक गोष्ट देणं आणि केवळ तोंडी नव्हे, तर पूर्ण भावनेनिशी दुसऱ्याचे दु:खभोग व अवस्था स्वत:कडे घेणं.

*

हे काही बटण नव्हे, जे एकदा दाबलं की कायमचा उजेड पसरेल. हे अगदी उलट आहे. 'धम्मपदा'मध्ये या संदर्भातली एक अत्यंत सत्य शिकवण आहे ज्याप्रमाणे सोनार चांदीचा मळ काढून टाकतो, त्याप्रमाणे मेधावी (पुरुषा)ने प्रतिक्षणी थोड्या-थोड्या प्रमाणात आपल्या दोषांना दूर करावे.[१२] आपल्यापैकी जे लोक अडचणीत आहेत, ॲलोपॅथिक गोळ्यांवर आहेत, त्यांनी हे 'प्रतिक्षणी' लक्षात ठेवणं जास्त आवश्यक आहे. आत्मवंचना, संताप, वासना, हाव या गोष्टी भूमिगत होऊ शकतात : आपल्या पुराणातल्या बऱ्याच ऋषींचं पाहा – त्यांनी वर्षानुवर्षांच्या प्रायश्चित्तानंतर त्यांच्या विकारांवर प्रभुत्व मिळवलं होतं. तरीही ते क्षुल्लक गोष्टींनी भडकून शापवाणी उच्चारत होते, ज्यामुळे घोर संकटं कोसळत होती. त्यांचासुद्धा रागानं तोल सुटत होता, त्यामुळे आपल्याला तर या 'प्रतिक्षणी'च्या सूचनेची सर्वांत जास्त गरज आहे.

आणि, अर्थातच आघात सोसावा लागणारी व्यक्ती आपल्या अगदी जवळचीच असली पाहिजे असं नाही. आपल्या देशात चांगलं काम करणं, इतकं मुश्कील आहे... अनेक जण त्या मार्गात अडथळे आणतात; अनेकांचे त्यात 'हेतू' असतात. त्यामुळे जे लोक चांगलं काम करत आहेत, त्यांना आपण जी मदत करू शकतो. त्याची गरज असतेच. समजा, जे लोक यातना भोगत आहेत, त्यांना मदत करण्याजोगी आपली परिस्थिती नाही, पण आपण जे लोक त्यांची सेवा करत आहेत त्यांना मदत करू शकतो : आपल्या सर्वांजवळ सेवकांचे सेवक होण्याचं काहीतरी साधन आहेच.

मला दिल्लीतल्या स्पॅस्टिक मुलांच्या शाळेचे सुरुवातीचे दिवस चांगले आठवतात. ते चालवणाऱ्यांना दररोज काय अडचणी येत होत्या आणि त्यातून बाहेर पडण्यासाठी ज्यांनी त्यांना मदत केली, ते माझ्या स्मरणात आहे. त्यांच्या उदाहरणावरून आपल्याला धडा मिळतो की, आपल्याजवळ जे काही कौशल्य असेल त्या कौशल्याच्या बळावर आपण साहाय्य करू शकतो. एका चित्रकार महिलेनं या शाळेतल्या मुलांना चित्रं काढायला शिकवली. तिनं शाळेला जलरंग, तैलरंग अशा विविध माध्यमांची ओळख घडवली. लवकरच, इथली मुलं अत्यंत मनमोहक चित्रं

---

१२. धम्मपद, २३९.

काढू लागली. अशी चित्रं, ज्यामध्ये ते देऊ शकत होते, अशी एकामात्र गोष्ट असे : निरागसता. त्यात आभाळ दाखवण्यासाठी अगदी अनपेक्षित रंग असत, त्या मुलांनी कदाचित कधीही न पाहिलेलं सरोवर असे... तुम्ही-आम्ही जो फक्त पुस्तकांतच वाचतो असा आशावाद आणि जीवनानंद....

पण जी मुलं कुंचला हातात धरूच शकत नव्हती अशांचं काय? आणि अशी बरीच मुलं होती. आमच्या मुलाचीही तीच अवस्था होती. त्यांना हाताच्या अगदी ढोबळ हालचालीच करता येत असल्यामुळे कुंचल्याइतकी बारीक गोष्ट त्यांना हातात धरता यायची नाही. मग आणखी एका चित्रकारानं शाळेला ब्लॉक प्रिंटिंगची ओळख करून दिली : हवा तो आकार एका छोट्या ब्लॉकवर कोरला जात असे. मग ते मूल स्टँप पॅडसारख्या एकरंगी अथवा विविधरंगी रंगपटलावर तो ब्लॉक दाबत असे आणि त्याचा ठसा जाड, हँडमेड पेपरवर उमटवत असे. या छोट्याशा गोष्टीनं अनेक मुलांसाठी संपूर्ण जग खुलं केलं. कारण आता ही मुलं अत्यंत सुंदर व उत्कृष्ट रॅपिंग पेपर बनवत होती.

पण यातही समस्या अशी होती की, त्यांचा हात कागदावर सुव्यवस्थित जाऊ शकेल अशी अवस्था नव्हती. मग एका अभियंत्यानं एक साधीशी तारांची चौकट तयार केली. त्याच्या मदतीनं त्या मुलांना तो ब्लॉक कागदावर योग्य जागी ठेवून छाप उठवणं शक्य होऊ लागलं. पण एकदा ते चौरस भरले की, त्या मुलाला ती संपूर्ण जाळी उचलणं, कागद बाजूला करणं आणि नवा कागद अंथरणं या कामात प्रचंड अडचण यायची. मग त्या अभियंत्यानं ती जाळी दोन भागांत विभागली. तिला बिजागरी लावल्या, ज्यायोगे मुलांना एका कागदावरची छपाई पूर्ण झाली की, अर्धी जाळी डावीकडे आणि अर्धी जाळी उजवीकडे उचलता येऊ शकेल आणि कागदही बदलता येऊ शकेल.

पण कागद बदलणं ही अजूनही समस्या होतीच. कारण, बऱ्याच मुलांचे हात अतिशय अस्थिर होते. त्यामुळे मग कागद रोलरवर चढवला जाऊ लागला. मग एका भागाचं छापकाम पूर्ण झालं की, फक्त कागद ओढायचा आणि पुढचा कागद समोर यायचा आणि काम पुढं सुरू ठेवता यायचं, अशा प्रकारे मुलं काम करू लागली.

*

पण समजा, आपण चित्रकार नाही आणि इतरांना चित्रं रेखाटायला शिकवू शकत नाही, म्हणून काय झालं? आपण अभियंता नसलो म्हणून काय झालं? मला आजही माझे मित्र स्वर्गीय पी.आर. राजगोपाल यांची आठवण होते. ते दिल्ली पोलीस महासंचालक होते. ते सीमा सुरक्षा दल प्रमुख होते. ते शाह आयोगाचे सचिव होते. इतकी उच्च पदं भूषवून निवृत्त झाल्यानंतर ते दुपारच्या तळपत्या उन्हात बसमधून फिरून त्यांच्या ओळखीच्या लोकांकडे या मुलांनी बनवलेली

भेटकार्डं विकायला न्यायचे. अपंग माणसांना नेमून दिलेलं दुकान किंवा टेलिफोन बूथ मिळवून देण्यासाठी ते अनेक ऑफिसेसचे उंबरे झिजवायचे.

या मुलांना शाळेतून रुग्णालयांत किंवा डॉक्टरांकडे घेऊन जाणं ही मोठी समस्या असे. तसंच मुलांना परीक्षांना बसण्यासाठी मदतनिसाची गरज असे आणि त्याचे आईवडील हजर नसतील अथवा हजर राहू शकत नसतील तेव्हा विशेषकरून प्रश्न पडत असे. त्यामुळे कन्सल्टंट, समुपदेशक, डॉक्टर जे आठवड्यातून अथवा पंधरा दिवसातून एकदा शाळेतच दवाखाना भरवत असत त्यांचं खूप मोठं योगदान लाभलं.

किंवा याहीपेक्षा साधी समस्या बघा. आमच्या आदितसारखी काही मुलं दृष्टी कमजोर असल्यामुळे वाचू शकत नाहीत. तरी त्यांना माहिती, बातम्या, गोष्टी, कविता, विनोद, कोडी यांची अतिशय आतुरता असते. ते वाचू शकत नाहीत, पण ते ऐकू शकतात. त्यामुळे, आपल्यापैकी वाचता येणारा प्रत्येक जण त्यांना मदत करू शकतो. आपण अशा संस्थांमध्ये अथवा अशा मुलांच्या घरी जाऊन त्यांना वाचून दाखवू शकतो. आपण तेही करू शकत नसू तर आपण आपल्या घरी गोष्टी अथवा धडे टेप रेकॉर्डरवर ध्वनिमुद्रित करू शकतो. या ध्वनीफिती त्या मुलांचं ग्रंथालय बनतात. त्या सगळं जग त्याच्या समीप आणतात.

एका बाईंकडे गाडी आणि ड्रायव्हर होता. त्या आठवड्यातून दोनदा यातल्या एका मुलाच्या घरी जायच्या आणि त्याला जिथं हवं असेल त्या ठिकाणी फिरायला न्यायच्या. हा फेरफटका त्या मुलाचं जीवन बनला होता.

तसंच, दिल्लीच्या सेंट मेरीज स्कूलनं अशा मुलांच्या जीवनात जो बदल घडवला त्याची आपण कल्पनाही करू शकणार नाही. त्यांनी स्पॅस्टिक स्कूलमध्ये अभ्यासक्रम पूर्ण केलेल्या मुलांसाठी त्यांची द्वारं खुली केली, त्यांचं स्वागत केलं, त्यांना पूर्णत: घरच्यासारखं वाटेल याची काळजी घेतली आणि त्यांना एक अशक्य स्वप्न जगण्याची संधी दिली – आपण 'नॉर्मल' आहोत असं वाटण्याची. अशाच प्रकारचं सहकार्य सेंट स्टीफन्स कॉलेजनंही केलं.

दर आठवड्यात 'स्पॅस्टिक्स सोसायटी', जाणुनबुजून निष्ठुरपणे वाटेत फेकलेल्या एखाद्या दगडाशी अडखळायची. एखाद्या सरकारी खात्याकडून एखादं लबाड बिल फुगून यायचं. तुम्ही ताबडतोब पैसे भरले नाहीत, तर तुमची वीज तोडण्यात येईल – त्यांना धमकी दिली जायची. तुम्ही-आम्ही ज्याची नुसती कल्पनाही करू शकत नाही अशा आटोकाट प्रयत्नांनंतर, दरवर्षी ही मुलं बोर्डाच्या परीक्षांची तयारी करतात आणि दरवर्षी त्याच त्या अडचणी येतात. उदाहरणादाखल सांगायचं तर, त्यांना पेपर लिहायला लेखनिक देण्यात सगळ्या प्रकारच्या अडचणी पुढं केल्या जातात. ही मुलं हातात पेन्सिल धरू शकत नाहीत त्यामुळे त्यांनी सांगितलेली उत्तरं लिहू शकेल असं कुणीतरी त्यांना हवं असतं. आणि हे लेखनिक अशा प्रकारच्या

मुलांबरोबर काम करण्यासाठी प्रशिक्षित असलेल्यांपैकीच असावे लागतात, कारण बरेचदा या मुलांचं बोलणं समजणं कठीण असतं.

पण आमच्या निष्ठुर नियमांच्या चौकटीला असल्या गरजांची पर्वा नव्हती. त्यामुळे अगदी प्राथमिक व आवश्यक परवानगी मिळवणं हासुद्धा मोठा लढा होत असे. आणि ही सगळी अडथळ्यांची शर्यत पार करून ही मुलं परीक्षेत उत्तीर्ण व्हायची तेव्हा, 'नॉर्मल' मुलांसाठी असणाऱ्या बऱ्याचशा शाळा त्यांना पुढील शिक्षणासाठी प्रवेश देत नसत. ही मुलं शाळा व कॉलेजमधून उत्तीर्ण होऊन बाहेर पडायची तेव्हा फार थोडे लोक त्यांना कामावर घ्यायला तयार असायचे. आणि त्यामुळे इतक्या वर्षांच्या संघर्षाचा काही उपयोग नाही असं वाटायचं.

अशा परिस्थितीत काम करणाऱ्या लोकांना फालतू अधिकाऱ्यांच्या ऑफिसेसबाहेर ताटकळावं लागतं. अगदी साधं काम करणंसुद्धा मुष्किल व्हावं अशी अवस्था असते, ही आपल्या देशाची लाजिरवाणी गोष्ट आहे, हा शापच आहे. पण ही एक संधीही आहे.

त्यामुळे आपल्याला – ज्यांना अशा मुलांची प्रत्यक्ष सेवा करण्याइतका समर्पणभाव अथवा चिकाटी नसेल अशांना – अप्रत्यक्षरित्या सेवा व साहाय्य करण्याची संधी मिळते. आपण आपल्या सर्वांत जवळ असलेल्या संस्थेत कोणत्या अडथळ्यांच्या शृंखला आहेत, हे शोधून काढू शकतो आणि ते अडथळे दूर करायला मदत करून, ती संस्था चालवणाऱ्यांचं ओझं हलकं करू शकतो. बरेचदा फक्त एखादा फोन त्यांचा मार्ग मोकळा करेल. संबंधित अधिकाऱ्याला फक्त जाऊन भेटण्यानं एखादा अडसर दूर होईल. अधिकाऱ्यांना आपल्याइतकी काळजी नसते असंही नाही. बरेचदा हे यंत्रणेमुळे घडतं. अप्रामाणिक माणसाला रोखण्यासाठी योजलेल्या, न संपणाऱ्या कार्यपद्धती आणि उपाययोजना, प्रत्यक्षात सरळमार्गी माणसाच्या दृष्टीनं हे जग अत्यंत निर्दयी बनवण्याचं काम करतात. जेव्हा एखादी गोष्ट त्या अधिकाऱ्याच्या निदर्शनाला आणून दिली जाते, तेव्हा तो अथवा ती मदतीला तत्पर असतात. पण कुणीतरी ते त्यांच्यापर्यंत पोहोचवावं लागतं. आणि त्यामुळे आपल्यापैकी जे लोक अंतरावर आहेत, जे फक्त दुरून बघतात, त्यांचीसुद्धा मदत होऊ शकते.

मुद्दा असा आहे की, आपल्यापैकी प्रत्येकाजवळ *काही ना काही* कौशल्य असतं, कुठलं तरी संपर्कसूत्र असतं, काही निर्णय आपल्या हातात असतात. त्यांचा उपयोग या संस्थांची कामं सुकर होण्यासाठी होऊ शकतो. त्यामुळे आपल्यापैकी प्रत्येकाजवळ अशा मुलांचं आयुष्य समृद्ध करण्याची क्षमता असते. अजून आपल्याजवळ दुःखद प्रसंगाला विधायक वळण देण्याची क्षमता निर्माण झाली नसली तरी, आपण ते कौशल्य, ते संपर्कसूत्र कामाला लावू शकतो. थोर सुधारक पांडुरंगशास्त्री आठवले

यांनी घालून दिलेलं उदाहरण आपण अनुसरण्याचा प्रयत्न केला पाहिजे. जेव्हा त्यांच्याकडे भक्त पहिल्यांदा जायचे आणि पैशाच्या स्वरूपात देणग्या देऊ करायचे तेव्हा ते त्या देणग्या स्वीकारत नसत. त्यांना वर्षभर, कधी-कधी त्यापेक्षाही जास्त काळ त्यांचा वेळ आणि कौशल्य हवं असायचं. त्याचा उपयोग त्यांना त्यांच्या एखाद्या सुधार प्रकल्पाच्या प्रगतीसाठी व्हावा असं वाटत असे. तुम्ही अकाउंटंट आहात? हिशोब ठेवायला मदत करा. तुम्ही शिक्षक आहात? भटक्या लोकांना शिकवा. तुम्ही डॉक्टर आहात? आपल्या प्रकल्प क्षेत्रातील आजारी लोकांवर उपचार करा. तुम्ही इंजिनिअर आहात? कोळ्यांसाठी अधिक चांगली नाव बनवण्यात साहाय्य करा....

*

दु:ख हलकं करण्याचा एक खात्रीचा मार्ग म्हणजे त्याचं इतरांच्या सेवेत रूपांतर करा. प्रत्येक मानसोपचारतज्ज्ञाचं निरीक्षण आहे की, आटोक्यात न राहणाऱ्या आजाराचा एक परिणाम, आपल्या प्रिय व्यक्तीवर झालेल्या आघाताचा एक परिणाम म्हणजे त्यामुळे आपण असहाय असल्याची भावना घेरून येते. या असहाय वाटण्याचं समर्थनही करता येईल – आपला स्वत:चा किंवा आपल्या प्रिय व्यक्तीचा आजार बरा न होण्याजोगा असू शकतो. पण जेव्हा आपण या असहाय भावनेचं इतरांच्या सेवेत रूपांतर करतो, तेव्हा ताबडतोब आपल्याला स्वत:वर पुन्हा नियंत्रण मिळवता येतं – आजार ही गोष्ट आपल्या आवाक्यापलीकडची आहे, पण आपण सेवा करताना त्या जे प्रेम ओततो, आपल्या प्रिय व्यक्तीची सेवा करण्यात स्वत:ला जितकं बुडवून घेतो ते आपल्या नियंत्रणात *असतं*. परिस्थितीला शरण जाण्याऐवजी आपण ती 'रिप्लेस' करतो : म्हणजे परिस्थिती तशीच राहाते; पण आता आपलं मन त्या परिस्थितीनं व्यापलेलं नसतं, तर आपल्याला आपल्या प्रिय व्यक्तीसाठी जी गोष्ट करायची आहे, तिनं व्यापलेलं असतं. ही 'रिप्लेसमेंट' प्रत्यक्ष घडावी यासाठी, आपण एक बटण दाबलं की झालं, असं नाहीये. त्यासाठी आपण बुद्धिपुरस्सर व सातत्यपूर्ण प्रयत्न करायला हवेत. अमेरिकी बौद्ध गुरू व लेखक जॅक कॉर्नफिल्ड यांनी सांगितलेलं दलाई लामा यांचं एक वचन किती अर्थपूर्ण आहे पाहा : 'तुम्हाला खरोखर स्वार्थी व्हायचं असेल, तर कुणाला तरी मदत करा.'

*

दलाई लामांच्या या अमूल्य, अर्थपूर्ण वचनाला तळटीप जोडून मी म्हणेन, 'तुम्हाला खरोखरच स्वार्थी व्हायचं असेल, तर अशा व्यक्तीला मदत करा, जी त्या बदल्यात तुमच्यासाठी काहीही करू शकणार नाही.'

असं करण्याचं एक कारण भगवद्गीतेत आहे. जर ती व्यक्ती परतफेडीदाखल आपल्यासाठी काहीतरी करू शकणारी असेल तर, आपण त्या व्यक्तीसाठी जे काही

केलं आहे, त्याबद्दल त्या व्यक्तीनं कृतज्ञ राहावं अशी कदाचित आपली अपेक्षा असेल आणि ती व्यक्ती आपल्यासाठी काय व कधी करते, याकडे आपलं लक्ष असेल. पण जेव्हा आपल्याला हे माहीत असतं की, ती व्यक्ती परफेड म्हणून आपल्यासाठी काहीही करू शकत नाही, तेव्हा भगवद्‌गीतेत सांगितलेली अवस्था असते : अशा वेळी आपण जी सेवा करतो, ती 'निष्काम' असली पाहिजे!

*

साहाय्य किती करायचं? याचं सर्वोत्तम उत्तर मदर टेरेसांनी दिलं होतं : 'Love-till it hurts' कारण, त्या वेळेपर्यंत आपण 'हर्ट' होण्याच्या बिंदूपलीकडे पोहोचलेले असतो. शिवाय ही क्लृप्ती वापरण्याची सर्वाधिक व्यवहार्य कारणंही आहेत. परिस्थितीच्या गरजेपेक्षा अधिक काही करण्याची. दीर्घकाळ तुरुंगवास व प्रचंड क्रौर्य भोगत जगलेल्या एका व्यक्तीनं लिहिलं आहे की, या काळातून तरून जाण्यासाठी मला साहाय्यभूत झालेली एक गोष्ट म्हणजे काहीतरी करणं. कोणतीही गोष्ट – पहारेकरी व क्रूरकर्म्यांच्या शिक्षांपेक्षा कठीण गोष्ट. त्यामुळे त्याची आपला आपल्यावर अजूनही ताबा आहे, याची खात्री पटत राहते. आणि त्यामुळे स्वत:च्या मोलाची जाणीव टिकून राहते.

*

पण आपण ही संधी कार्यक्षमपणे टिपली पाहिजे. जी व्यक्ती आघात सोसत आहे तिच्यासाठी आपण काय करत आहोत, तो अथवा ती आपल्यासाठी काय करत आहे, हा विचार क्षणभरही कधी मनात येऊ देता कामा नये. कारण जशी वर्षं पुढं सरकतील तसं आपलं आपल्याच लक्षात येईल की, आपण जरी त्या व्यक्तीची ढासळती अवस्था रोखू शकलो नसलो, त्या व्यक्तीची अवस्था सुधारू शकलो नसलो, तरी त्या व्यक्तीनं आपल्यामध्ये परिवर्तन घडवलं आहे. मग धर्मगुरू शोधत जंगलात, गुहेत जाण्याची आवश्यकता नाही. तो तर आपल्या समोरच आहे!

गांधीजींनी डॉक्टर्सना सांगितलं होतं की, आमच्याकडे उपचारासाठी येणाऱ्या रुग्णांवर आम्ही काही उपकार करत नाहीये; तो रुग्णच त्याच्या सेवेची संधी आम्हाला देऊन आमच्यावर उपकार करत आहे... तेव्हा गांधीजींना हेच म्हणायचं होतं.

*

तो हे ज्या पद्धतीनं करतो त्यातला एक मार्ग, आणि आपण तो या पुस्तकाच्या सुरुवातीलाच पाहिला आहे, म्हणजे– सापेक्षतेची जाणीव होते. आपल्याला आपल्या करिअरमध्ये बरेचदा अपयशांचे तडाखे बसतात; बरेचदा निंदानालस्ती, वाईट गोष्टींना तोंड द्यावं लागतं. आपल्या प्रिय व्यक्तीची अतिशय बिकट अवस्था आणि त्याला इतके क्लेश सोसावे लागत असूनही तो ज्या आनंदानं आणि प्रफुल्लतेनं प्रत्येक दिवसाला सामोरा जातो ते पाहिलं की, आपली छोटी छोटी अपयशं किती

क्षुल्लक आहेत हे पाहण्याची आम्हाला दृष्टी लाभते. तो आणि त्याची अवस्था आपल्याला आपण ज्या गोष्टींच्या मागं असतो – म्हणजे अमका पुरस्कार, तमका सन्मान – ते किती क्षणिक थरार आहेत हे दाखवून देते.

तो त्याहीपेक्षा अधिक करतो. त्याची अवस्था आम्हाला त्याच्या गरजांपुढं आपले उद्योग गौण मानायला भाग पाडते. त्याची लहर सांभाळायला भाग पाडते. प्रत्येक मठात आज्ञापालन गरजेचं असतं. तो आपला दिनक्रम, आपल्या सवयी मोडण्यासाठी नियम, निर्बंध आणि संस्कार-विधी नेमून देत असतो. मुलाच्या गरजा आज्ञापालन भाग पाडतात, एखाद्या मठाच्या नियमावलीप्रमाणेच. तो आम्हाला सतत आमच्या नैसर्गिक प्रवृत्तीच्या विरुद्ध जाणं, प्रवाहाच्या विरुद्ध जाणं भाग पाडतो. आणि हे नरमाईनं घेणं, आज्ञापालन व शिस्त इतके परिणामकारक सद्गुण आहेत की ते आम्ही खुलेपणे निवडले आहेत.

प्रत्येक आध्यात्मिक गुरू आपल्याला आपल्या कल्पना, आपल्या आकांक्षा कमी करायला सांगतो. या संदर्भात जर्जरित मूल, आजारी आई-वडील अगर जोडीदार दुसरा कुठला पर्यायच ठेवत नाहीत.

आम्ही स्वतःचं इतरांपुढं मार्केटिंग करत असलो किंवा स्वतःचं काही दाखवून देत असलो तर तो आम्हाला अत्यावश्यक गोष्टींचा मर्यादेत ठेवतो. तो आम्हाला अंतरंगाकडे वळवतो– आमच्या मनांचं आंतरिक कार्य पाहण्यासाठी.

तो आरसा बनतो– पण अगदी खास प्रकारचा : तो आमच्याकडे वळून पाहातो त्या वेळी प्रत्येक खेपेला तो आम्हाला आमच्या चेहऱ्यामागचं पाहायला लावतो... या मुखवट्यामागं काय चाललं आहे ते पाहण्यासाठी.

तो 'द मेझर ऑफ मॅन' बदलून टाकतो, नव्हे उलथून टाकतो.

हीच सुधारणा घडवणारी अमूल्य गोष्ट आहे. आधी आमचं डोकं इतरांच्या उणिवा बघून विजेसारखं लखकन चमकून उठत असे, पण आता आम्हाला आमचा मुलगा त्याच्या असमर्थतांपलीकडे बरंच काही आहे असं वाटतं. तशीच दृष्टी आम्ही इतरांच्या बाबतीतही ठेवतो. तो आमची बघण्याची पद्धत बदलतोय हे आमच्या लक्षात येतं.

तो कौशल्यांची कसोशीनं कसोटी पाहातो. लबाडी, हुशारी, फसवे युक्तिवाद, बहाणा, कारस्थान, भपकेबाजी, नेपोलियनी आविर्भाव, विक्रेत्याची हातोटी, सार्वजनिक मंचावरील प्रभावी वक्तृत्व, पुस्तकी विद्वत्ता, ओघवत्या 'पॉवर-पॉइंट प्रेझेंटेशन्स' बद्दल बोलायलाच नको. आजच्या जगात या गोष्टी अनेकांच्या करिअरमध्ये प्रगती घडवतात. पण या सगळ्याचा असहाय मुलासमोर काय उपयोग आहे?

तो आमची दृष्टी – 'इथं आणि आत्ता' कडे वळवतो. आम्ही तुलना दूर सारायला शिकतो. आपल्या मुलाची इतरांशी तुलना करण्यानं आणि आपल्या

जोडीदारावर हा आघात होण्यापूर्वी सगळ्या गोष्टी कशा होत्या याच्या आठवणी काढण्यानं काहीच लाभ होत नाही आणि 'कसं असू शकलं असतं' याची कल्पना करण्यानं कडवटपणा आणखीनच वाढत जातो. दुःखभोग खरे आहेत हे स्वीकारण्यानं, तुम्ही हेही स्वीकारता की, मला जर आजारानं ग्रासलं तर, माझ्या वर्तुळातले किंवा संस्थेतले लोक ज्या गोष्टी करतात त्या करण्यास मी सक्षम राहाणार नाही; समजा मी एखादी गोष्ट करू शकत असलो, तरी ती पूर्णतः करू शकणार नाही; मला ती करायला जास्त वेळ लागेल. आणि 'करणं' म्हणजे केवळ चमचा उचलणं एवढंच नसतं तर ते 'माहितीवर प्रक्रिया' करण्यासारखं असतं, आणि म्हणूनच या प्रश्नाचं उत्तर देण्यासारखं असतं– मला काय करायला आवडेल? जसजसा काळ पुढं सरकतो तशा या कार्यक्षमता अधिक चांगल्या बनू शकतात. त्या वाईटही होऊ शकतात. काहीही असलं तरी, त्या त्या वेळी गोष्टी जशा असतील त्यांना आपल्याला तोंड द्यावंच लागतं.

आम्ही त्याच्याकडे जे लक्ष पुरवतो, त्याची जी सेवा करतो त्याच्या गुणवत्तेला तो धार लावत असतो. तो आमच्या पोटचा गोळा असल्यामुळे, तो आम्हाला अतिशय प्रिय असल्यामुळे, आम्ही शक्य तितक्या मृदूपणे आणि शक्य तितकं अवधान देऊन त्याची सेवा करायला शिकतो, त्याच्या अवस्थेबद्दल आमच्या प्रतिक्रिया देतो... बौद्ध गुरू सांगतात त्याप्रमाणे– 'बुडबुड्याला पिसानं स्पर्श करावा तसं.'

तो स्वतःच तो खास आरसा बनत असल्यामुळे – म्हणजे त्याच्या नजरेतून आमच्या चेहऱ्यामागं काय चाललं आहे ते दिसत असल्यामुळे – आम्हाला आमची किती प्रगती झाली आहे हे सांगण्यासाठी दुसऱ्या कुठल्या गुरूची गरज क्वचितच लागते. त्याची अवस्था व त्याच्या गरजांवरच्या आमच्या प्रतिक्रिया, त्याची अवस्था व त्याच्या गरजा यासाठी आमचा जो वेळ व ऊर्जा अपेक्षित असते त्याबद्दलच्या आमच्या प्रतिक्रिया, त्याची आम्ही जितकी काळजी घेतो... या साऱ्यानं आम्हाला इतरांच्या दुःखभोगांबाबत जागृत केलं आहे, आणि आमच्या हृदयात दयाळूपणाचं बीज रोवलं आहे; त्या साऱ्या परिस्थितीनं आमचा इतरांशी दैनंदिन व्यवहार बदलला आहे– त्यातून झालेली प्रगती अथवा प्रगती घडलेली नसेल तर ते स्पष्ट दिसतं...

*

नव्यानं समजलेल्या परिस्थितीशी संगती साधण्याचं (reorientations) परिवर्तन प्रक्रियेत साहाय्य लाभेल. यातील पहिली गोष्ट म्हणजे– स्वायत्तता ही आनंदाची एक कळ आहे. बराच काळ आपल्या मनात भौतिक यशाचेच विचार असतात... जयजयकार, कीर्ती, अधिकार. बराच काळ आपण इतरांशी बांधले गेलेलो असतो... त्यांच्या आपल्याबद्दलच्या आणि आपल्या कामाबद्दलच्या मताशी, त्यांच्या सत्कृत्याशी.

पण जर आंतरिक विकास घडवणं हे आपलं उद्दिष्ट असेल तर आपण त्यांच्यापासून मुक्त होतो. 'यश' आणि 'अपयश'; सुकरता आणि खडतरपणा; क्लेशमुक्ती आणि आजारपण; पसंती आणि खोटा आळ; खांद्यावर उचलून घेणं आणि दुर्लक्षित होणं... ही सगळी आपल्याच प्रतिक्रियांचं निरीक्षण करण्याची, स्वत:लाच अधिक चांगलं जाणण्याची साधनं बनतात. अशा प्रकारे या सगळ्या गोष्टी आंतरिक विकासाचं निमित्त बनतात.

*

पण हे घडण्यासाठी, आपण *प्रत्येक गोष्ट* करायला तयार असलं पाहिजे, त्या माणसाला जी काही सेवा आवश्यक असेल ती करायला आपण तयार असलं पाहिजे– तो माणूस घरातली कामं करू शकत नसला तर त्या कामात मदत करायला, गरज असेल तर त्याला खाद्य भरवायला, त्याला मलमूत्रविसर्जनासाठी न्यायला आपण तयार असलं पाहिजे. आणि त्या माणसांना *जेव्हा* गरज असेल तेव्हा आपण सेवा केली पाहिजे.

एका सायंकाळी आम्हा बऱ्याच जणांना हे सगळं कळून चुकलं. स्पॅस्टिक्स स्कूलमध्ये वार्षिक निधी-संकलन समारंभ आयोजित केला होता. त्या कार्यक्रमात भारतातील एका थोर शास्त्रीय गायकाच्या गायनाचा कार्यक्रम होणार होता. गायनाला सुरुवात होण्याआधी शाळेतल्या एका मुलानं भाषण केलं. त्याचे शब्द ऐकून संपूर्ण श्रोतृवृंदाचे डोळे भरून आले. त्यानंतर एक वयस्कर सद्‌गृहस्थ मंचावर आले. ते होते कर्नल विद्यासागर नेहरा. त्या वेळी त्यांचं वय होतं एकोणनव्वद वर्षं. आपल्या सैन्यातील 'कॉर्प्स ऑफ इंजिनिअर्स'चे ते सर्वांत ज्येष्ठ हयात अधिकारी होते. त्यांना पाहून श्रोत्यांमधले आम्ही सर्व जण नम्र झालो. काळनामक राक्षसानं त्यांच्या पाठीचं धनुष्य केलं होतं. खणखणीत आवाज आणि सणसणीत उंची लाभलेलं ते व्यक्तित्व दूर अंतरावरून प्रश्नचिन्हासारखं दिसत होतं. प्रत्येक पावलासोबत त्यांची पाठ दुखत होती, पण ते दररोज त्यांच्या घरापासून शाळेपर्यंत पायी चालत येत असत आणि शाळेत काम करत असत. आपण मुलांसाठी काय केलं आहे याबद्दल त्यांनी चकार शब्द काढला नाही– त्यांनी फक्त एकच उल्लेख केला. तो आपण लगेच बघणारच आहोत. त्यांच्या मनोगतात त्यांनी या मुलांसाठी काम करण्यानं त्यांना काय मिळालं याबद्दल सांगितलं. ते म्हणाले की, 'या मुलांच्या दुष्कर संघर्षात त्यांना साहाय्य करण्यानं माझ्या स्वत:च्या आयुष्याला अर्थ लाभण्यास मदत झाली.'

''होय,'' ते म्हणाले. त्यांचा तो स्वर आणि शब्द माझ्या सदैव स्मरणात राहातील.

''होय, स्वयंस्फूर्तीनं काम करणं स्वार्थी असतं.''

''इतरांची सेवा करताना अक्षमता किंवा सामर्थ्याचा अभाव हा अडसर नसतो,'' ते म्हणाले. ''वय हाही अडसर नसतो. त्याच्या अगदी उलट असतं. इतरांची सेवा करण्याच्या या संधीमुळे मी कार्यरत राहातो,'' ते श्रोत्यांना म्हणाले.

''मी जाणून आहे की,'' ते म्हणााले, ''मी थांबलो की संपलो.''

आणि मग त्यांनी आम्हाला तो अनमोल गुरूमंत्र दिला– त्याचा मी आत्ता उल्लेख केलाच.

''स्वयंस्फूर्तीने काम करणं म्हणजे तुम्ही आवश्यक ती अगर सांगितलेली प्रत्येक गोष्ट आणि कोणतीही गोष्ट करायला तयार असणं,'' ते म्हणाले. ते स्वत: या नीतिवचनाचं मूर्तिमंत उदाहरण होते. शाळेत ते तुम्हाला पाणी आणताना दिसतील, लखोटे मोजताना दिसतील... ते सगळ्या प्रकारची कामं करताना दिसतील.

ते मंचावरून खाली उतरताना, त्यांची आकृती वाकलेली, पण त्यांचं चैतन्य उत्तुंग आणि रुबाबदार दिसत होतं... ते आम्हा सर्वांचे गुरू बनले होते.

अशा प्रकारे, दु:खद गोष्ट हा अडसर नसतो, अशी गोष्टसुद्धा कामाला लावता येऊ शकते– स्पॅस्टिक्स सोसायटीची उभारणी करणाऱ्या आणि ती चालवणाऱ्या स्त्रियांनी आम्हाला शिकवलं. वय हा अडसर नसतो. एकोणनव्वद वर्षांच्या कर्नल नेहरांनी आम्हाला शिकवलं.

*

अशा प्रकारे, आपल्यापैकी प्रत्येक जण सेवा करू शकतो. पण आपण ज्या माणसाची सेवा करणार आहोत त्याला जे आवश्यक असेल आणि ते जेव्हा आवश्यक असेल ते आपण केलं पाहिजे. आणि जोवर आपण व आपण ज्याची सेवा करतो ती व्यक्ती जिवंत आहे तोवर आपण ते करत राहिलं पाहिजे. या कामांची अखेर होईल अशी अपेक्षा करायला सुरुवात करणं, ही मोठी चूक ठरेल. परिस्थितीच्या आपल्याकडून ज्या मागण्या आहेत त्या संपतील, अशी अपेक्षा ठेवण्यातून चीड, नाराजी, नैराश्य उद्‌भवतं. त्यामुळे फ्रॅन्कलनं ज्याला 'तात्पुरत्या दु:खमुक्तीचा आभास' म्हटलं आहे, त्यापासून बचाव केला पाहिजे.

*

तसंच, आपण कसल्याही परतफेडीची अपेक्षा ठेवता कामा नये – सहानुभूतीची नाही, मान्यतेची नाही, कसल्याही खास विशेषाधिकाराची नाही. ती असली तर तो व्यापार झाला. सेवा नाही.

*

गांधीजी हा मुद्दा त्यांच्या नेहमीच्या नेमकेपणानं मांडतात : ते म्हणतात, 'त्याग करणं म्हणजे पवित्र गोष्ट आहे. आपण परतफेडीच्या व्यापाराचा भाग म्हणून तो

करत असू तर त्यात काहीही पवित्र उरणार नाही.'[१३]

आपल्या आवतीभोवती दुःखभोग व क्लेश असतात, बरोबर! पण त्याचबरोबर आनंद आणि हास्याची कारंजीही फुललेली असतात. आपण या पुस्तकात जो विषय विचारात घेतला आहे, तेच उदाहरण घ्या – एक असहाय मूल. तो आमच्यासोबत आहे, तो खळखळून हसतो, प्रेम करतो... या गोष्टी साजऱ्या करण्यासारख्या नाहीत? सर्वांत महत्त्वाची गोष्ट म्हणजे, आमच्या दुःखीकष्टीपणाची सावली पडून, दुःखभोगाशी संघर्ष करणाऱ्या जीवाचं चैतन्य आम्ही नाऊमेद होऊ देता कामा नये. आणि जे काही काम करावं लागतं, ते अगदी प्रसन्नतेनं केलं पाहिजे – झोपेतून उठलेल्या मुलाचा पाहिला पापा घेऊन त्याला शौचाला नेऊन आणणं, त्याला उचलून चाकाच्या खुर्चीत बसवणं... मग त्याचा पुन्हा पापा घेणं, त्याला बिछान्यात झोपवताना त्यानं तुम्हाला मदत केल्याबद्दल त्याचे आभार मानणं. गांधीजी म्हणतात तसं, 'सेवा आणि दुर्मुखपणा एकत्र शोभत नाहीत.'[१४]

*

आणि हाच महत्त्वाचा मुद्दा आहे : दुःखभोगामुळे आपण आनंदी होणं तर दूरच, पण आपल्यात परानुभूतीही आपोआप येत नाही. आपण दक्ष नसलो तर, आपल्या जवळच्या लोकांच्या आणि आपल्या स्वतःच्या दुःखभोगामुळे आपल्याला इतरांच्या

---

१३. सी.जी. जंग यांनी नेमकं हेच म्हटलं आहे – फक्त निराळ्या दृष्टिकोनातून. 'मी स्वतःला वाहून घेत असलो, पूर्णतः त्याग करत असलो आणि मला त्या बदल्यात कसल्याही मोबदल्याची अपेक्षा नसली, तरच मी माझ्या मालकी हक्काचा पूर्णतः त्याग केला असेल, म्हणजेच माझ्या स्वतःच्या काही भागाचा. त्याचबरोबर, संपूर्णतः वाहून घेणं, असं वाहून घेणं जे आरंभापासूनच पूर्णतः नुकसानच असेल, ते म्हणजेच स्वार्थत्याग... म्हणजेच आत्मयज्ञ. ज्यामध्ये काहीही मोबदला मिळत नाही अशा सामान्य गोष्टीसाठी वाहून घेणं, याचा अर्थ तोटा समजला जातो; पण त्याग हा असा तोटा असतो की, ज्यात माणसाचा अहंकारयुक्त दावा अस्तित्वातच राहात नाही...' सी. जी. जंग, Transformation Symbolism in the Mass, (१९४२/१९५४). सी.जी. जंग, Psychological Reflections, A New Anthology of His Writings (1905-1961), संकलन व संपादन : जोलॅन्डे जेकोबी.

१४. काही तरुणांच्या संदर्भात त्यांनी हे विधान केलं आहे. त्या तरुणांचं म्हणणं होतं वा त्यांची अशी कल्पना होती की, त्यांनी त्यांचे माता-पिता, संस्था अथवा काही उद्देशांसाठी खूप त्याग केला आहे. त्यांनी किफायतशीर करिअर वगैरे गोष्टींवर पाणी सोडलं आहे. त्या संदर्भात गांधीजींनी म्हटलं आहे की, 'कोणताही त्याग आनंदानं केला असल्याखेरीज त्याला काहीही अर्थ नाही. सेवा आणि दुर्मुखता

वेदना कमी जाणवतात आणि हे अगदी सहज घडतं. 'त्याला पार्किन्सन्सची सुरुवात झाल्याचं नुकतंच कळलंय? मग त्यात काय मोठंसं? माझ्या बायकोला तर बावीस वर्षांपासून आहे...' आपल्या प्रिय व्यक्तींची त्यांच्या गरजेच्या वेळी काळजी घेण्यास साहाय्य करणाऱ्यांचे आपल्यावर किती उपकार आहेत, याचं आपल्याला दररोज स्मरण दिलं जातं. पण त्यामुळे कृतज्ञभाव आपोआप निर्माण होत नाही. त्यामुळे फक्त चीड धुमसू शकते – आपण या मदतनिसांच्या गुलामगिरीत आहोत या वस्तुस्थितीची चीड, आपण या मदतनिसांवर अवलंबून आहोत हे त्यांना माहीत आहे, आणि म्हणून ते आपल्याला गृहीत धरत आहेत, या वस्तुस्थितीची चीड. होय! कधी-कधी माणूस थकतो; दिवस पार पाडण्यासाठी ज्या अगणित गोष्टी कराव्या लागतात त्यामुळे तो मेटाकुटीला येतो. पण आपण दक्ष असलं पाहिजे, जाणीव ठेवली पाहिजे. बौद्ध गुरू म्हणतात त्याप्रमाणे, आपल्या थकलेल्या अवस्थेतही, आपण संतापलो आहोत अशा अवस्थेतही.

मी खरंच तितका थकलोय म्हणून मी हे दाखवतोय? का, मी ज्या व्यक्तीची सेवा करतो त्या व्यक्तीला अपराधी वाटावं म्हणून मी हे दाखवतोय? मला त्याच्या किंवा तिच्यासाठी किती ताण पडतोय ते त्यांना दिसावं म्हणून? आपल्या मनात संतापाचा यासाठी आला आहे का – आपल्या मनात हा विचार वळवळतोय का की, आपल्या मुलामुळे अथवा जोडीदारामुळे, आपण एरवी ज्या करमणुकीच्या साधनांचा आनंद घेतला असता त्याला मुकतोय? जर असं असेल तर, आपण देव आणि

---

१४ पुढे सुरू...

एकत्र शोभत नाहीत. त्याग म्हणजे 'पवित्र बनवणे.' ज्या व्यक्तीला त्यानं केलेल्या त्यागाच्या बदल्यात सहानुभूती लाभण्याची गरज वाटते, ती व्यक्ती मानवतेचा अतिशय भिकार नमुना असणार...' त्यांचा मुद्दा असा होता की, आपली वृत्ती अशी बनली पाहिजे की, आपण त्याग केलाच पाहिजे. त्यांनी त्यांच्या मनातील विचारासंदर्भात उदाहरणं दिली आहेत : बुद्धांनी सर्वसंगपरित्याग केला कारण त्यांचा काही उपायच चालेना. काहीही जवळ असण्याचा त्यांना त्रास होत होता. लोकमान्य गरीबच राहिले, कारण त्यांना श्रीमंती बाळगणं क्लेशकारक वाटत होतं. ॲन्ड्र्यूजना काही रुपये जवळ बाळगणंसुद्धा ओझं वाटत असे, आणि त्यांना जर काही पैसे मिळाले, तर ते काहीही करून ते घालवत असत. मी त्यांना बरेचदा सांगितलं आहे की, तुम्हाला एखाद्या काळजीवाहू व्यक्तीची गरज आहे. पण ते नुसतं ऐकतात, हसतात आणि जराही खंत वाटून न घेता पुन्हा तसेच वागतात...' यंग इंडिया, २५ जून, १९२५. आई-वडील त्यांच्या मुलांची सेवा करतात किंवा पुढं मुलं त्यांच्या माता-पित्यांची सेवा करतात, त्यासाठी 'त्याग' हा फारच मोठा शब्द आहे. पण गांधीजींचा सेवेसाठीही हा उपदेश आहे.

'त्या'च्या निस्सीम भक्तांसारखेच झालो नाहीये का – जे कायम गरीब बिचाऱ्या बळीच्या बकऱ्यावरच दोषारोप ठेवतात? कधी-कधी आपल्या भोवतीची परिस्थिती आपल्याकडून ज्या मागण्या करत राहाते, त्या न संपणाऱ्या असतात. अशावेळी आपल्याला संताप येणं अगदी स्वाभाविक आहे. अशा वेळी आपण जी व्यक्ती प्रत्यक्ष आजारी आहे, तिचा विचार करणं अतिशय आवश्यक आहे. त्याच्या अशा अवस्थेत तुम्ही त्याला फक्त मदत करत असता, तर तुमची ही अवस्था होते, मग ते बिचारं मूल कोणत्या दिव्यातून पार पडत असेल? आपण आपल्यावर हे काय कोसळलं आहे, या दुःखात चूर राहाण्याऐवजी आपण हे समजून घेतलं पाहिजे की, त्या बिचाऱ्या मुलावर काय कोसळलं आहे.[१५]

त्याचप्रमाणे आपण हौतात्म्याचा गंड निर्माण होण्यासंदर्भात व दुसरीकडे, नैराश्याच्या गर्तेत जाण्यासंदर्भात सावध असायला हवं. उदाहरणादाखल सांगायचं तर, दुःखभोग – आजारपणाच्या स्वरूपातले – आपली वृत्ती नकारात्मक बनवतात. त्यामुळे आपल्याला प्रत्येक पर्यायात अडचणीच दिसतात. दररोज सकाळी आपलं मन दिवसभरातली संकटं, वर्तमानपत्रातल्या वाईट बातम्यांतच अडकतं. जी व्यक्ती आजारी आहे किंवा दुसऱ्या कारणामुळे दुःखभोग सोसत आहे, त्या व्यक्तीला आनंद

---

१५. आदितच्या एका गोष्टीच्या पुस्तकात बिरबलानं हा मुद्दा चांगला मांडला आहे. एके दिवशी अकबर सकाळी उठतो, सज्जात जातो. त्याची नजर नदीकडे व नदीकिनारी जाते. तो पाहतो, एक धोबी कपडे दगडावर आपटून धूत असतो. तो धोबी वर पाहतो. त्याच्या लक्षात येतं की, सज्जात उभी असलेली व्यक्ती म्हणजे दुसरं-तिसरं कुणी नसून स्वतः सम्राट आहेत. मग तो हातातले कपडे खाली टाकतो, दोन्ही हात जुळवतो आणि खाली लवून मुजरा करतो. त्या दिवशी अकबर लहानशा सफरीवर जातो, तेव्हा त्याचा पाय मोडतो. तो अतिशय संतापतो. तो बिरबलाला बोलावण्याचं फर्मान सोडतो. बिरबल येतो.

अकबर त्याला सांगतो की, 'त्या धोब्याला आजच्या आज देहान्त शासन द्या. आज सकाळी उठल्या-उठल्या त्यानं मला त्याचं तोंड दाखवलं म्हणून माझा पाय मोडला.'

बिरबल मान डोलावतो, 'महाराज, आपलं अगदी बरोबर आहे. त्या माणसाला देहान्त शासन दिलंच पाहिजे. महाराजांना इतकी गंभीर दुखापत करणाऱ्याला कठोरात कठोर शिक्षा मिळायलाच पाहिजे. आणि महाराज, आपल्याला कोणती शिक्षा द्यायची?'

'मला?' अकबर चमकून विचारतो, 'माझ्याकडून कोणती चूक झाली आहे?'

'महाराज, तुम्ही त्याचं तोंड पाहिलंत आणि तुमचा पाय मोडला. त्यानं तुमचं तोंड पाहिलं, आणि तो प्राणांना मुकणार आहे.'

शोधण्यासाठी जाणीवपूर्वक प्रयत्न करावे लागतात. काळजी घेणाऱ्या व्यक्तीला तर याहीपेक्षा खूप काही करावं लागतं : जर तोही नकारात्मकतेत बुडून गेला, तर त्याच्यामुळे ही नकारात्मकता आणखीनच गडद होईल, त्याच्या जोडीदाराला या नकारात्मकतेनं जखडलेलं आहेच, आणि त्यामुळे त्याची अवस्था अशी होईल की, त्याची आपल्या जोडीदाराची सेवा करण्याची क्षमता प्रचंड कमी होईल. पण त्याला केवळ नकारात्मकता दूर करून भागणार नाही, तर त्यापेक्षा आणखीही काही करावं लागेल; कारण निराशेच्या गर्तेत कोसळण्याबरोबरच तो त्याची गरज असलेल्या व्यक्तीला सुप्त मनात दोष देऊ लागतो. त्यामुळे त्याची वा तिची गरज असलेल्या प्रत्येकाचा निराशेचा अथवा नकारात्मकतेचा प्रत्येक उद्‌गार थिच नॅट हॅन ज्याला 'the bell of mindfulness' म्हणतात त्यामध्ये रूपांतरीत व्हायला हवा – माणसाच्या मनाची स्वत:ची चौकट, त्याचा दृष्टिकोन व प्रतिक्रियांचा प्रकार तपासण्याची स्मरणघंटा : ते नकारात्मक व निराशाजनक आहेत का? मी ज्याची सेवा करतो त्याच्या वाट्याला नैसर्गिकरित्या जे दु:खभोग आले आहेत, त्याला मी नकारात्मकतेची जोड देतोय का?

*

सेवा आपल्याला आपोआप अधिक उदात्त बनवत नाहीत. मात्र त्यामुळे दुराभिमान नक्कीच प्रवेशू शकतो. 'तो त्याच्या मुलासाठी इतकं करतो,' असं इतरांचं बोलणं कानावर पडतं, तेव्हा स्वत:बद्दल खूप समाधान वाटतं.

*

आघातांसाठी उपाय असतातही, तसंच नसतातही. आपल्या जीवनकालात उपाय सापडेल किंवा सापडणारही नाही. इथं पुन्हा एकदा तेच दोन राक्षस – काळ आणि संधी – राज्य करतात. गांधीजी म्हणतात त्याप्रमाणे, कोणत्याही परिस्थितीत, निसर्गनियमांच्या विरुद्ध कोणतेही चमत्कार घडत नाहीत. आणि ते घडण्याची प्रतीक्षा करत राहाण्याचा किंवा त्यांच्याभोवती धावत राहाण्याचा काहीही उपयोग नसतो. पुन:पुन्हा आशा लावून बसण्यानं, न बदलणाऱ्या परिस्थितीच्या झाकोळामुळे प्रत्यक्षात न उतरण्याजोग्या कल्पना... मग लवकरच अव्यवहार्य अपेक्षा सुरू होतात. कुठून तरी उपाय सापडेल. एखादा नातेवाईक आपल्याकडे येऊन राहायचं ठरवेल आणि आपल्याला मदत करेल. आपण या गोष्टी लोलकांमधून पाहायला शिकतो. दर वेळी, काल्पनिक गोष्ट उफाळली की, आपण त्याची दखल घेतो. आपण त्याची प्रत्यक्ष परिस्थितीशी तुलना करतो. आणि मग इच्छांचं चक्राकार चढत जाणारं भिरभिरं किती असमर्थनीय आणि अव्यवहार्य होतं, तेही आपण शिकतो. अखेर जशी वर्षं पुढं सरकतात, तसं आपण केवळ निरीक्षण करायलाच नव्हे, तर त्या जोडीनं अवास्तव अपेक्षा करणं बंद करायलाही शिकतो – आणि हे फक्त आपल्या

प्रियजनांच्या अवस्थेपुरतंच नव्हे, तर जीवनाच्या इतर पैलूंबाबतही करू लागतो. त्यामुळे आपण स्वत:चं टाळता येण्याजोग्या नैराश्यापासून संरक्षण करू शकतो.

*

त्यामुळे दु:खभोगाचं प्राथमिक कारण दूर करण्यासाठी काहीही करता येऊ शकत नाही, असं असू शकेल – मेंदूच्या इजेला, मेंदूनं पुरेसं 'डोपामाइन' तयार करणं थांबवण्याबाबत. पण आपल्यापैकी बहुतेक जण त्या प्राथमिक घटनेवर सातमजली इमले उभारतात. ही बांधकामं मनाची निर्मिती असते.

आणि हे रोगाचे, संतापाचे, कडवटपणाचे सात मजली इमले उतरवण्यात महान गुरू – सर्वांत अग्रेसर बुद्ध – खचितच मार्गदर्शन करतात. शांतिदेव म्हणतात, माणसाचे शत्रू अवकाशाइतके अमर्याद आहेत. त्या सर्वांवर मात करता येऊ शकत नाही. पण जर माणसानं तिरस्कारावर मात केली, तर त्यानं सर्व शत्रूंवर मात केली, असं म्हणता येईल. संपूर्ण जगावर अंथरण्याइतकं चामडं असत नाही. पण एखाद्यानं चामड्याचे सँडल्स घातले तर, त्याचा अर्थ त्यानं संपूर्ण पृथ्वीवर चामडं अंथरलं असं म्हणता येईल. हे आपण नेहमीच पाहातो. दैनंदिन कामं आपल्याला पिचवून टाकतात. मग आपण कुठल्यातरी निसर्गरम्य रिसॉर्टमध्ये, दक्षिणेतील एखाद्या सुंदर स्थळी जाण्याचा विचार करतो. पण जाताना आपल्यासोबत आपली परिस्थितीही घेऊन जातो. त्या संदर्भातल्या आपल्या प्रतिक्रियाही त्याच राहातात. तिथं जाऊनही आपल्याला तीच नित्यकर्मं करावी लागतातच. तिथंही तोच कंटाळवाणेपणा येतो. काहीही झालं तरी, आपल्याला सुट्टी संपवून बरंच लवकर परत यावंच लागतं. त्यामुळे ज्या गोष्टीत बदल घडवावा लागणार आहे, ती गोष्ट म्हणजे मन... गुरूंचा उपदेश आहे : (पाणी) नेणारे पाणी घेऊन जातात; बाण बनवणारे बाण वाकवितात; सुतार लाकडाला वळण देतात आणि जे सुव्रत पुरुष आहेत, ते स्वत:चा निग्रह करतात...'[१६] आणि ज्या साधनानं हे ताब्यात आणावं लागतं, आणि आणलं जाऊ शकतं, बदललं जाऊ शकतं, ते साधन म्हणजे मन असं त्यांनी सांगितलं आहे. याची गुरुकिल्ली म्हणजे – मन जरी एकापाठोपाठ एक कोट्यवधी गोष्टींचा विचार करू शकत असलं तरी – एखाद्या क्षणी ते फक्त एकाच गोष्टीचा विचार करू शकतं, ही गोष्ट जाणणं. जेव्हा आम्ही आमच्या मुलाची असहाय अवस्था पाहातो, त्या वेळी आमच्या मनात संताप व कडवटपणा दाटतो, त्यासोबत इतर शेकडो भावना असतात. पण जेव्हा आपण काठोकाठ भरलेल्या भावना *पाहातो* त्या वेळी, आपल्या मनात या भावना प्रकट झाल्या आहेत, या विचाराची जागा त्या भावना घेतात. हा 'शंकराच्या तिसऱ्या डोळ्या'बद्दल विचार

---

१६. धम्मपद, ८२, १४५.

करण्याचा एक मार्ग आहे. हा असा डोळा असतो की, जो बाकी सगळ्या गोष्टी बेचिराख करतो – जो विचार मनात आला आहे, त्याकडे बारकाईनं पाहाण्यामुळे त्या विचाराच्या बाबतीत हेच घडतं : तो 'बेचिराख केला जातो.' संताप अथवा खिन्नता यासारख्या भावना मनात दाटतात आणि त्या आटोक्याबाहेर जातात कारण कडवट विचारामागून कडवट विचारच येतो. हा विचार लक्षात घेणं – त्याची 'जाणीव' ठेवणं – याद्वारे भिरभिरत वर-वर जाणं थांबतं, आणि त्यामुळे भावनांचं वाढत जाणंही रोखलं जातं.

नेमून दिलेल्या सर्व तंत्रांचा – म्हणजे श्वासावर लक्ष केंद्रित करणं, आपण टाकलेल्या प्रत्येक पावलावर लक्ष केंद्रित करणं, आपण दीर्घकाळ एका जागी बसलेलो असताना आपल्या देहाला व्यापून असणाऱ्या संवेदनांवर लक्ष केंद्रित करणं, आपली शरीरस्थिती जराही न बदलणं – या साऱ्याचा उद्देश असतो आपल्या मनाला स्वत:कडेच पाहायला शिकवणं. यासाठी प्रत्येक गोष्ट, प्रत्येक घटना साधन बनवता येते. गुरू आपलं लक्ष बरेचदा या मुद्द्याकडे वेधतात की, आपल्या सभोवती व आपल्या बाबतीत सदैव जे घडत असतं, त्यापेक्षा निराळ्या शिक्षण साहित्याची आपल्याला गरज नसते.

आणि दुःखभोग हे ते शिक्षणसाहित्य नक्कीच होऊ शकतं – आपले दुःखभोग आणि आपण ज्यांची सेवा करतो; त्यांचेही दुःखभोग. आपण त्यांच्याजवळ बसतो तेव्हा सगळ्या परिचित भावना उचंबळून येतात. खाताना ज्या व्यक्तीचे पाय अनियंत्रित कापू लागतात किंवा ज्या मुलाला घास गिळताना मुष्किल होतं, त्याच्या तोंडातून लाळ गळत असते, अशा व्यक्तीजवळ आपण जेवायला बसतो, तेव्हा आपण लवकरच आपल्या जोडीदाराच्या ऐच्छिक हालचालींमध्ये बिघाड (डायस्किनेशिया) झाला आहे यापासून अलिप्त व्हायला शिकतो, आणि आपण त्याला गरज असेल, तेव्हा साहाय्य करू लागतो किंवा जणू काही वेगळं घडतच नाहीये, अशा पद्धतीनं आपल्या ताटातलं संपवू लागतो. कोणत्याही बाबतीत, प्रक्रिया सुरू व्हायला हवी ती सर्वप्रथम आपल्या सजगतेनं आणि त्या निर्दयी थरथरण्यावरच्या किंवा तोंडातून लाळ गळण्यावरच्या आपल्या प्रतिक्रिया पूर्णत: संपून जायला हव्यात. आणि दुःखभोग सोसणारी व्यक्ती खूश होणंही अगदी शक्य आहे – एका बाबतीत, आपल्या आस्थेमुळे आणि दुसऱ्या बाबतीत, आपण अलिप्तपणा दाखवल्यामुळे. पण आपण कुठलाही पर्याय निवडला – म्हणजे मदत करायला धावलो किंवा काही वेगळं घडत नसल्यासारखं वागत राहिलो – तर जी व्यक्ती प्रत्यक्ष क्लेश सोसत आहे, त्या व्यक्तीच्या मनात चीड उत्पन्न होऊ शकते. समजा आपण त्या व्यक्तीच्या मदतीला धावलो, तर कदाचित आपण त्या 'बळी' पडलेल्या व्यक्तीला त्याचा आजार इतका लक्षात येण्याजोगा आहे याचं स्मरण करून देतो. समजा आपण काही

वेगळं घडलंच नाहीये असं दाखवून आपलं काम करत राहिलो, तर तो माणूस आपण त्याच्याकडे दुर्लक्ष करतोय, आपल्याला त्याची काळजीच नाहीये असा निष्कर्ष काढू शकतो. यातून निर्माण होणारी चीड नंतर आपल्यामध्ये संताप चेतवू शकते – 'त्याला मी अशा परिस्थितीत काय करायला हवं आहे, हेच मला कळत नाही.' असा प्रसंग आणखी एक शिकवणारा क्षण बनतो.

असा आणखी एक मार्ग आहे, ज्यामध्ये सेवा हे मनावर पकड मिळवण्याचं साधन ठरतं. मठांमध्ये नित्यकर्मं करण्यावर खूप भर दिला जातो... बागकाम, संडास स्वच्छ करणं, स्वयंपाक... यातील काही कामांचा तिरस्कारावर मात करण्यासाठी उपयोग होतो. काही कामांमुळे नम्रता बिंबवली जाते. ही सगळं कामं मन 'आत्ता व इथं' एकाग्र करण्यास मदत करतात. आपल्या मदतीची गरज असणारी आपली प्रिय व्यक्ती आपल्याला ही संधी आपोआप, सतत व आग्रहपूर्वक पुरवत असते. ही व्यक्ती आपल्याला फक्त त्या क्षणी करण्याच्या कृतीवरच लक्ष केंद्रित करण्याची संधी देते. गुरू सांगतात की, जोवर आपण एखादी गोष्ट करताना, सेवा बजावताना असं म्हणतो व असा विचार करतो की, 'हे करण्यानं मला अमुक-अमुक साध्य होईल...,' तोवर ती कृती 'स्व'ने आच्छादित असते. पण जेव्हा आपण त्या कृतीमध्ये पूर्णत: बुडून गेलेलो असतो, त्या वेळी हा 'स्व' – म्हणजेच पूर्वग्रह, अपेक्षा, आशा व भय यांचं गाठोडं विसरलं जातं. आपण त्या क्षणात, फक्त त्या कृतीत असतो. आपण 'आपला स्व रिता केलेला' असतो. अशा प्रकारे पुन:पुन्हा स्वत:ला बुडवून घेण्यानं आपल्याला सतत क्षणस्थ होण्याची सवय लागते. गुरू उपदेश करतात की, हा 'स्व' विसरला गेला की, आपण प्रत्येक घटना, वस्तू, अनुभव याकडे आपण तिच्या मूळ स्वरूपातच पाहातो. आपण स्वयंप्रेरित बनतो. प्रत्येक गोष्ट, प्रत्येक घटना हे शिकण्याचं साधन बनतं.[१७]

---

१७. हे प्रत्येक गुरू सांगतो. या संदर्भात दोन पूर्णत: निराळ्या वळणाच्या अधिकारी व्यक्तींचे दाखले देता येतील : एक, तैझन माईझुमी रोशी, Appreciate Your Life, The Essence of Zen Practice, शांभल क्लासिक्स, बोस्टन, (२०००). दुसरे सुप्रसिद्ध योगगुरू बी.के.एस. अय्यंगार यांचं लेखन व उपदेश. जोवर आपण असा विचार करतो की, 'अरे, हे छान आहे. मी सत्तर वर्षांचा असूनही या आसनात वीस मिनिटं राहू शकतोय... वा, ते मला हे आसन करताना पाहातील तेव्हा खरोखर प्रभावित होतील... हे करण्यानं माझी बंद झालेली धमनी खुली होईल...' तोवर या सत्राचा पुरेपूर फायदा मिळणार नाही. जेव्हा आपण त्यामध्ये इतके बुडून जाऊ की, आपल्याला आसनाखेरीज इतर कशाचंही भान असणार नाही, त्याच वेळी हा लाभ मिळेल.

आता, आपल्याला ती व्यक्ती किती जास्त प्रिय असेल त्यानुसार आपण, आपल्याला आपल्या मुलाला शौचास नेण्यासाठी झोपेतून उठावं लागतं, या वस्तुस्थितीवर लक्ष केंद्रित करणार नाहीतर, शौचाला नेऊन आणणं या कृतीवर लक्ष केंद्रित करू किंवा त्याला खाऊ घालताना, त्याच्या तोंडून गळणारी लाळ पुसण्यावर लक्ष केंद्रित करू. ही कृती करताना 'स्व' विसरला जाण्याची खूप शक्यता आहे – अगदी गुरूंप्रमाणेच. या संदर्भात म्हटलं आहे :

बुद्धांच्या मार्गाचा अभ्यास म्हणजे 'स्व' चा अभ्यास.
'स्व'चा अभ्यास म्हणजे 'स्व' विसरणे.
'स्व' विसरला म्हणजे, दहा हजार धर्मांचे खरे ज्ञान प्राप्त होते.

आणि तो किंवा ती आपल्याला, सर्वसाधारणपणे आपण आतुरतेनं ज्या गोष्टींची इच्छा केली असती, त्यापासून दूर होण्यास भाग पाडतात. आणि त्यायोगे आपल्या सवयी मोडतात – आध्यात्मिक साधनेतील पहिली पायरी – ती आपल्याला नैसर्गिक प्रवृत्तींच्या विरोधात काम करायला भाग पाडते, त्यांची तीव्रता कमी होईपर्यंत, त्यांची पकड ढिली होईपर्यंत – आध्यात्मिक साधनेतील दुसरी पायरी. आपण आजवर ज्याला आपली अंतिम मर्यादा समजत होतो, त्यापलीकडे जाण्यास ती आपल्याला भाग पाडते – आध्यात्मिक प्रगतीतली आगाऊ अट. तरुण सिद्धार्थला शोध घेण्यास लावणाऱ्या त्या चौघांना – वयासोबत वाकलेला, आजारानं जर्जर झालेला, प्रेत व शांत-प्रसन्न साधू – 'चार स्वर्गीय दूत' म्हटलं जातं ते याचसाठी. अलीकडच्या काळातले थाई वन प्रथेचे महान गुरू अजान चाह म्हणतात त्याप्रमाणे, 'खंबीर निश्चलता व संयमी सहनशीलता' ही अनिवार्य अट आहे. 'सहनशील पृथ्वीप्रमाणे शांत', 'खंबीर खांबासारखं अविचल', 'निर्मळ जलाशयासारखं' बनणं... शांतिदेवांची शिकवण आहे की, संयम हीच महान आध्यात्मिक साधना आहे.

आपल्याला शिकवण दिली आहे की, आपण ध्यानातले हे पाठ तोवर सुरू ठेवले पाहिजेत, जोवर आपल्या मनाचं बारकाइनं निरीक्षण ही आपली सवय बनत नाही, आपला दुसरा स्वभाव बनत नाही. हे प्रयत्न अविरत सुरू राहिले पाहिजेत. अजान चाह आपल्याला स्मरण देतात की, हे अग्नी चेतवण्यासाठी सुक्या काटक्या एकमेकींवर घासण्यासारखं असतं. तुम्ही घासणं थांबवलंत, तर तुमच्या हातात थंडगार काटक्या उरतील. आपल्याला प्रिय असणारी आणि दीर्घकाळ यातनांच्या विळख्यात अडकलेली व्यक्ती आपल्याला फक्त सेवा करण्याची संधी आणि प्रेरक शक्तीच देत नाहीतर, आपली सेवा अखंडित व अविरत सुरू राहील, याची दक्षताही घ्यायला लावते.

'जाऊ दे,' आपल्याला शिकवलं जातं. पण *काय* जाऊ दे? आपल्यासमोर उभ्या ठाकलेल्या परिस्थितीबाबत तर काहीही उपाय करता येत नाही; ती काही

जाणार नसते. त्यामुळे आपण त्या परिस्थितीबाबत 'जाऊ दे' म्हणू शकत नाही. शेवटी आपण शिकतो की, *त्या परिस्थितीवरच्या प्रतिक्रियांना* आपण 'जाऊ द्यायला' हवं. परिस्थिती तशीच राहते. सेवा करण्याची गरज तशीच राहते. आपल्या मनावर पुन:पुन्हा हल्ला करत राहतात, त्या प्रतिक्रिया. आपण अनेक वर्षं त्या पाहात असतो, त्यामुळे मनाचं निरीक्षण ही सवय बनते. आणि आपल्यात परिवर्तन घडतं.

*

आणि अशा प्रकारे आपण ज्यांची सेवा करतो, तेच आपल्यासाठी सेवा बजावतात. ते नक्कीच आपल्यापेक्षा खूप काही करतात. आपण फक्त ते चालताना त्यांना स्थिर करतो. आपण फक्त त्यांना बिछान्यातून उचलून चाकाच्या खुर्चीत बसवतो. दुसऱ्या बाजूला ते आपल्यात परिवर्तन घडवतात.

*

ज्याच्यावर आघात होतो, तो मनुष्य त्याच्याशी जुळवून घेण्याचे स्वत:चे मार्ग शोधतो. जर ते संबंधित व्यक्तीच्या उपयोगी पडत असतील, तर यातील प्रत्येक मार्ग योग्यच असतो. माझ्या स्वत:च्या मर्यादित अनुभवांच्या पार्श्वभूमीवर मला खरे वाटणारे काही धडे मी नमूद केले आहेत. तसंच मी शक्यता दिल्या आहेत. मी हे धडे पूर्णत: शिकलो आहे, असं कुणा वाचकाला वाटू नये आणि आपण त्यातला थोडा अंश आत्मसात केला आहे असं मी समजतो, असं कुणा वाचकाला वाटणार नाही, अशी मी आशा करतो.

◆

उपसंहार

२००९ सालच्या हिवाळ्यात मी या पुस्तकाचं काम सुरू केलं. तेव्हा आम्ही दिल्लीहून लवासाला राहायला आलो होतो. मी दिल्लीत जे काही काम करत होतो त्यात मला रस उरला नव्हता; आणि अनिताला प्रत्येक हिवाळा पार करणं अधिकाधिक मुश्कील होत होतं. हवामान थंड झालं की, तिची अवस्था फार वाईट होत होती. लवासामध्ये वर्षभर हवामान सारखंच असतं, त्यात फारसे बदल होत नाहीत. आम्ही तिथं बांधलेल्या घरात आमच्या आयुष्याच्या बचतीचा बराच मोठा भाग आणि आमची भावनिक गुंतवणूक आहे. इतर गोष्टींबरोबरच हे घर खास करून अनिता व आदितच्या गरजांनुसार डिझाइन केलं आहे.

त्या दरम्यान अनिताला स्वतःचं स्वतः चालता येत होतं. अधूनमधून ती पडायची, पण चालू शकत होती. तिचं पायांवर नियंत्रण नसल्यामुळे ते प्रचंड कापायचे, पण तरीही ती स्वतःचं स्वतः खाऊ शकत होती. त्यानंतर काही महिन्यांतच, मी या पुस्तकाच्या अखेरच्या टप्प्यात आलो होतो. तेव्हा अकल्पित अधोगती घडली. ती अक्षरशः थिजू लागली – आम्ही दोघांनी तिला मदत केली, तरी तिला एक पाऊलही पुढं टाकता येत नव्हतं... तिच्या पायांचा कंप इतका तीव्र झाला की, तिला स्वतःचं स्वतः चालता येणं शक्यच होत नव्हतं. एकाला तिचे पाय धरून ठेवावे लागत, मग दुसरा तिला भरवत असे....

औषधोपचार 'अॅडजस्ट' केल्यानंतर तिची अवस्था थोडी सुसह्य झाली. पण हा केवळ अतिरिक्त औषधांचा परिणाम होता की कुठल्या आगामी घटनेचं चिन्ह? कोण जाणे... पण तिची अवस्था जराशी स्थिर झाली.

पण त्यानंतर अतिशय जोरदार तडाखा बसला. तो दिवस मोठा छान होता. दुपारी जेवणानंतर ती आणि आदित पडले होते. मी अंगणात काम करत होतो. तितक्यात अनिताच्या हाका कानावर पडल्या. मी धावतच आत गेलो. आदितचं संपूर्ण शरीर थरथरत होतं. मी त्याला उठवून बसवलं. त्याला घट्ट मिठीत घेतलं.

त्याच्या देहाचा कंप प्रचंड वाढला, अतिशय तीव्र झाला....

"त्याला फीट आलीय," अनिता त्याची अवस्था पाहून म्हणाली.

फीट वीस मिनिटं होती... अनिता आणि मी, आम्ही अनुभवलेल्यातली सर्वाधिक भयभीत करणारी वीस मिनिटं.

मी त्याला ताबडतोब लवासातल्या एका रुग्णालयात नेलं. अनिता मागोमाग तिथं पोहोचली. डॉक्टर्सनी आदितला स्थिर केलं. त्याला पुण्याला न्यावं लागेल, असं त्यांनी सांगितलं....

पण त्याला रुग्णवाहिकेमधून नेण्याची कल्पनाच करवत नव्हती. अडीच तासांपेक्षा जास्त प्रवास होता... मग त्याला हेलिकॉप्टरनं पुण्याला नेलं... अनिता मागोमाग गाडीतून निघाली.

मग आयसीयू... हॉस्पिटलमधला काळ... सीटीस्कॅन... ईईजी... संपूर्णत: नवं निदान... आमच्या शब्दसंग्रहात आणखी नव्या शब्दांची भर : *'A genesis of corpus callosum with paraventricular ischemic changes...'* कुशल, शांत आणि सहृदय न्यूरॉलॉजिस्ट....

"नाही, तुम्ही इतक्यात त्याला लवासाला परत नेऊ शकत नाही," सहृदय डॉक्टर आदितला डिश्चार्ज देताना म्हणाले, "तुम्हाला नवं घर सोडणं किती अवघड आहे हे मला कळतंय, पण तुम्ही इतक्यात परत जाण्याचा धोका पत्करू नका. तुम्ही इथं पुण्यात राहा नाहीतर त्याला परत दिल्लीला न्या. त्याच्यावर लक्ष ठेवावं लागेल...."

तेहेतीस वर्षांपूर्वी आयुर्वेदाच्या साहाय्यानं जो राक्षस पिटाळून लावला आहे, असं आम्हाला वाटत होतं, तोच राक्षस पुन्हा समोर ठाकला होता. आता आदित *'anticonvulsants'* वर आहे. आम्ही खास करून त्याच्या व अनिताच्या गरजांसाठी आणि आमच्या आनंदासाठी बांधलेलं घर सोडून, पुन्हा दिल्लीला परत आलो आहोत.

आदित आम्हाला आमच्या तीव्र इच्छांवर विजय मिळवायला शिकवतोय, याबद्दलच्या गप्पा...!

फक्त हातातल्या कामावर लक्ष केंद्रित करायचं, गतकाळाबद्दल कुढत बसायचं नाही किंवा भविष्याची भीती बाळगायची नाही, या गप्पा...!

गुंतून पडणे सोडून द्यायला शिकण्याच्या गप्पा...!

केवळ दुसऱ्या ठिकाणी राहायला जाण्यानं प्रश्न नाहीसे होणार नाहीत. आपण जिथं जाऊ तिथं आपली परिस्थिती आपल्या बरोबरच येते, त्यामुळे एका ठिकाणाहून दुसऱ्या ठिकाणी पळण्यापेक्षा आपण जिथं आहोत तिथंच राहून, आपल्या मनावर काम करायचं हे लक्षात ठेवण्याच्या गप्पा...!

'दु:खमुक्तीचा भ्रम' लक्षात घेण्याबद्दलच्या गप्पा...!

फक्त वीस मिनिटांत, आदित आम्हाला शिकवत आला होता, ते सर्व धडे एका फटक्यात चूर-चूर झाले...!

फैज म्हणाला असता :

> ...उबल पडे हैं अजाब सारे
> मलाले-एहवाले-दोस्त भी
> खुमारे-आगोशे-मेहवशा भी
> गुब्बारे-खातिर के बाब सारे
> तेरे हमारे....
> सवाल सारे, जवाब सारे
> बहार आयी तो खुल गये हैं
> नये सिरे से हिसाब सारे....

> ...साऱ्या जुन्या वेदनांना
> पुन्हा कढ आला आहे
> आमच्या मित्रांची अवस्था पाहून
> यातना होत आहेत
> चंद्रासम सुहृदांच्या अलिंगनातील
> थरार ओसरतोय,
> आमच्या व्यथित मनांचे अध्याय
> तुमचे आमचे....
> प्रश्न सारे, उत्तरे सारी
> बहर फुलला त्याबरोबर
> नव्यानं समोर आले आहेत
> सारे हिशोब.....

◆

आरक्षण व न्यायसंस्थेचा लोकानुनय यांवरील विवेचन

मागील
पानावरून...
मागेच!

लेखक
अरुण शौरी

अनुवाद
अशोक पाध्ये

तपशीलवार, शिस्तबद्ध व तथ्यांनी युक्त असे संशोधनात्मक लिखाण हे बरेचदा वाचनीय नसते. परंतु या पुस्तकात अरुण शौरी यांनी तथ्य, आकडेवारी, विधाने आणि निकाल यांवरचे भाष्य कौशल्याने कथन केले आहे.

'नोकरी आणि शिक्षण या क्षेत्रांमधले आरक्षण' हा विषय कैक वर्षे विवादास्पद आहे. १९८९मध्ये पंतप्रधान व्ही.पी. सिंग यांनी मंडल आयोगाचा अहवाल उचलून धरल्यापासून आरक्षण हा विषय भारताच्या सामाजिक, तसेच राजकीय क्षेत्रांत वादग्रस्त ठरला आहे. परंतु खरेच त्यामुळे आरक्षणामागचा मूळ हेतू साध्य झाला आहे का?

या पुस्तकात शौरी हे खोलात संशोधन करून आरक्षणासंदर्भातल्या एकेका तपशिलाकडे लक्ष वेधतात आणि त्यांची मते मांडतात. यासोबतच ते सुप्रीम कोर्टाचे आरक्षणाच्या बाजूने दिलेले निकाल व त्यांचे विश्लेषण वाचकांसमोर ठेवतात.

भारतीय समाजाला लागलेल्या जातिभेदाच्या रोगावरचा आरक्षण हा उपाय आहे, असे मानणाऱ्यांसाठी हे पुस्तक म्हणजे सणसणीत टोला आहे.

www.ingramcontent.com/pod-product-compliance
Lightning Source LLC
Chambersburg PA
CBHW031143050726
47495CB00018B/487
* 9 7 8 8 1 8 4 9 8 5 6 6 5 *